Diamond
Dictionary of Geography

डायमंड
भूगोल शब्दकोश

इंग्रजी–मराठी

संकलन
प्रा. जॉन्सन बोर्जेस

डायमंड पब्लिकेशन्स

डायमंड भूगोल शब्दकोश

प्रा. जॉन्सन बोर्जेस

Diamond Bhugol Shabdakosh
Prof. Johnson Borges

प्रथम आवृत्ती : २०१२

ISBN 978-81-8483-377-5

© डायमंड पब्लिकेशन्स, पुणे

अक्षरजुळणी
अक्षरवेल, पुणे

मुखपृष्ठ
शाम भालेकर

प्रकाशक
डायमंड पब्लिकेशन्स
१२५५ सदाशिव पेठ, लेले संकुल, पहिला मजला,
निंबाळकर तालमीसमोर, पुणे ४११ ०३०.
☎ ०२० – २४४५२३८७, २४४६६६४२

diamondpublications@vsnl.net
www.diamondbookspune.com

प्रमुख वितरक
डायमंड बुक डेपो
६६१ नारायण पेठ, अप्पा बळवंत चौक
पुणे ४११ ०३०. ☎ ०२० – २४४८०६७७

मनोगत

भूगोलशास्त्र ही एक प्रगत व उपयोजित ज्ञानशाखा असून आधुनिक शिक्षणात तिला महत्त्वाचे स्थान प्राप्त झालेले आहे. या शास्त्राची सुरुवात फार प्राचीन काळी झाली असे भूगोलतज्ज्ञ मानतात. इतकेच नव्हे तर ज्ञानशास्त्रांमध्ये भूगोल हेच सर्वांत प्राचीन शास्त्र होय. कारण भूपृष्ठ हे भूगोलाचे अभ्यासक्षेत्र आहे. अगदी आदिमानवाने सर्वप्रथम त्याच्या सभोवतालच्या भूभागांचाच विचार केला असला पाहिजे. यांमध्ये हवामान, प्राकृतिक रचना, प्राणी व वनस्पती यांचाच विचार त्याने केला असावा. या घटकांच्या अभ्यासातून भूगोलशास्त्राची सुरुवात झाली असावी असे मानले जाते.

स्थलपरत्वे बदलणाऱ्या वा भिन्न असणाऱ्या पृथ्वीच्या पाठीवरील कोणत्याही घटकांना 'अभिक्षेत्रीय घटक' (Spatial Variables) म्हणतात. त्यांनाच भूगोलशास्त्राची मूलतत्त्वे असेही संबोधले जाते.

भूगोलशास्त्राच्या मूलतत्त्वांचा अभ्यास करताना भूगोलाच्या सर्व शाखांचा विचार करूनच या कोशाची रचना करण्यात आली आहे. या कोशाची रचना करताना भौगोलिक संज्ञांचे ज्ञान प्राप्त करून देणे, प्राकृतिक आणि मानवी भूदृश्यनिर्मितीत (Land Scape Formation) भौगोलिक प्रक्रियांचे कार्य स्पष्ट करणे, मानवाच्या आर्थिक क्रियांवर भौगोलिक घटक कसे परिणाम करतात हे स्पष्ट करणे, विविध स्वरूपांत उपलब्ध असलेल्या भौगोलिक माहितीची मांडणी करून तिचे संक्षिप्तात विवेचन करण्याची क्षमता विकसित करणे, भौगोलिक माहितीचे विश्लेषण करून निष्कर्ष काढण्याची क्षमता विकसित करणे इत्यादी उद्दिष्टे केंद्रस्थानी ठेवण्यात आली आहेत. भूगोलाचे आकलन सुलभ व्हावे म्हणून हा कोश सूर्यकुल, पृथ्वी, भूरूपशास्त्र, जलावरण, हवामानशास्त्र, मानवी भूगोल, प्रात्यक्षिक भूगोल, तंत्रज्ञान, विचारवंत आणि संशोधक अशा ९ भागांमध्ये विभागलेला असून एक अभिनव असे स्वरूप असलेला हा मराठीतील पहिला कोश असावा असा आमचा कयास आहे. या कोशामध्ये महत्त्वपूर्ण माहितीने युक्त अशी ३६ परिशिष्टे देण्यात आलेली आहेत. ही परिशिष्टे निश्चितच

विद्यार्थ्यांच्या ज्ञानात भर घालणारी आहेत असा आमचा विश्वास आहे.

सर्व स्तरांवरील शिक्षण घेणाऱ्या विद्यार्थ्यांना हा कोश उपयुक्त ठरेल असाही आमचा विश्वास आहे.

या कोशरचनेसाठी महाराष्ट्र राज्य माध्यमिक व उच्च माध्यमिक शिक्षण मंडळाच्या लेखक मंडळाच्या सदस्य असलेल्या डॉ. विजया साळुंके यांचे बहुमूल्य मार्गदर्शन लाभले, यासाठी मी त्यांचा विशेष आभारी आहे. डायमंड पब्लिकेशन्सचा, तसेच अक्षरवेलचा कर्मचारी वर्ग यांचे या कोशनिर्मितीत महत्त्वपूर्ण योगदान आहे, याबद्दल मी त्यांचा आभारी आहे.

धन्यवाद

जॉन्सन बोर्जेस

अनुक्रम

सूर्यकुल

(Solar System)

Astronomy (ॲस्ट्रॉनॉमी) - खगोलशास्त्र

'ख' म्हणजे आकाश, म्हणून आकाशातल्या गोलांना 'खगोल' असे म्हणतात. अशा खगोलांचा अभ्यास करणाऱ्या शास्त्रास 'खगोलशास्त्र' म्हणतात. आर्यभट्ट, वराहमिहिर, भास्कराचार्य, गॅलिलिओ, कोपर्निकस, टॉलेमी, न्यूटन, केप्लर हे प्रसिद्ध खगोलशास्त्रज्ञ आहेत.

Big Bang Theory - महाविस्फोट सिद्धान्त

सूर्यकुलाच्या उत्पत्तीचा हा सिद्धान्त इ.स. १९४६ मध्ये कोलोरॅडो विद्यापीठातील पदार्थविज्ञानाच्या जॉर्ज गॅमो यांनी जगापुढे मांडला. या सिद्धान्तालाच 'बिग बँग सिद्धान्त' असे म्हणतात. आधुनिक काळातील, हा सर्वात अलीकडचा व सर्वमान्य असा सिद्धान्त म्हणून ओळखला जातो. विश्वउत्पत्तीबद्दल अगदी सुरुवातीच्या काळात विश्वाच्या प्रज्वलित केंद्रस्थानी अनंत पदार्थांचे समूह कसे स्थिर राहू शकले हे गॅमोने सांगितले आहे. त्यांच्या मतानुसार विश्वाच्या प्रारंभीच्या काळांत विश्वाचे केंद्रस्थान आत्यंतिक तापमानामुळे उकळण्याच्या अवस्थेत होते. त्या भागात बाष्प मोठ्या प्रमाणावर होते; अशा सर्वाधिक तापमानात 'अणू' नव्हे तर 'न्यूट्रॉन' होते. जसजसा विश्वाचा विस्तार होऊ लागला, तसतसे तापमान खूप कमी होऊ लागले. सुमारे ५.५ कोटी से. अंशाने तापमान कमी झाले. त्यामुळे न्यूट्रॉनचे कण गोठून एक घन पदार्थ (Solid) तयार झाला. त्यात विद्युत अणू दिसून आले व नंतर परमाणूंचे अस्तित्व दिसून आले. अशा प्रकारे परमाणूंची उत्पत्ती एका तासापेक्षा कमी वेळातच झाली. परंतु, तारे आणि ग्रहांच्या निर्मितीसाठी काही कोटी वर्षे लागली. सर्वात आश्चर्यकारक गोष्ट म्हणजे विश्वउत्पत्तीनंतर तीस कोटी वर्षांनी मानव निर्माण झाला असावा असे मानले जाते. आपले सूर्यकुल आकाशगंगा नावाच्या दीर्घिकेत आहे व अशा अनेक आकाशगंगा आहेत. आपल्या आकाशगंगेत सुमारे ५०० कोटी तारे असावेत. त्यामुळेच या विश्वाला अनादी व अनंत असे म्हटले जाते.

Clusters of Stars (क्लस्टर्स ऑफ स्टार्स) - **तारकासमूह**

आकाशामध्ये रात्री काही ताऱ्यांचे समूह ठळक दिसतात व सहज ओळखता येतात. या ताऱ्यांच्या समूहास 'तारकासमूह' म्हणतात. तारकासमूहातील ताऱ्यांचे एकमेकांपासूनचे अंतर व स्थान कायम असते. उत्तरेकडील आकाशात सात तेजस्वी ताऱ्यांचा एक तारका समूह दिसतो. त्याला 'सप्तर्षी' म्हणतात. या तारकासमूहाच्या मदतीने ध्रुवतारा शोधता येतो. ध्रुवतारा उत्तर दिशा दर्शवतो म्हणून उत्तर गोलार्धात रात्रीच्या वेळी दिशा शोधण्यासाठी सप्तर्षी तारकासमूहाची मदत होते. आकाशात यासारखे अनेक तारकासमूह दिसतात.

सूर्याच्या आकाशातील दृश्य भ्रमणमार्गाजवळ असलेल्या तारकासमूहांचे २७ भाग केले जातात व त्यांना 'नक्षत्रे' असे म्हणतात.

Comet (कॉमेट) - **धूमकेतू**

धूमकेतू गोठलेल्या द्रव्यांनी व धूलिकणांनी बनलेले असतात. धूमकेतू सूर्याभोवती प्रदक्षिणा घालतात. सूर्याच्या उष्णतेमुळे धूमकेतूतील द्रव्याचे वायूत रूपांतर होते. हे वायू सूर्याच्या विरुद्ध दिशेस फेकले जातात. त्यामुळे काही धूमकेतू लांबट पिसाऱ्यासारखे दिसतात. धूमकेतू जेव्हा सूर्याजवळ येतात तेव्हाच आपणास त्यांचा शेपटीकडचा भाग दृष्टीस पडतो. त्यांच्या दीर्घ लंबवर्तुळाकार कक्षेमुळे ते क्वचित व बऱ्याच काळानंतर दिसतात. हॅलेच्या धूमकेतूचा सूर्य-प्रदक्षिणा काळ ७६ वर्षे आहे तर एन-केच्या धूमकेतूचा ३.३ वर्षे आहे.

धूमकेतू

Dawn (डॉन) - **उष:काल / प्रात:काल / पहाट**

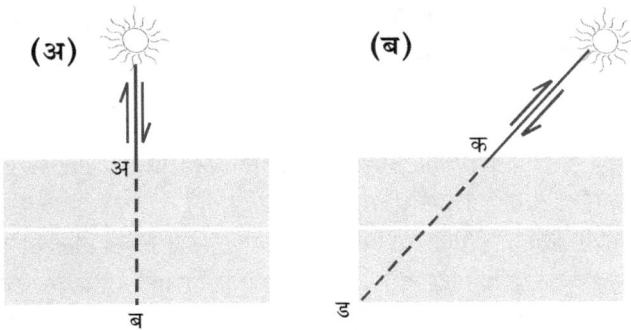

उष:काल/पहाट आणि संधिप्रकाश
(अ) विषुववृत्तावर (ब) समशीतोष्ण कटिबंधात

सूर्योदयापूर्वी काही वेळ आकाशात तांबूस रंगाची सूर्यप्रकाशाची आभा पसरलेली दिसते. रात्र आणि दिवस यांच्या दरम्यानच्या काळात ही जी सूर्यप्रकाशकिरणांची आभा दिसते व आकाश उजळून निघते त्यास उष:काल वा प्रात:काल, पहाट (Dawn) म्हणतात. सूर्य क्षितिजाखाली असला तरी त्याची किरणे आकाशात पसरलेली दिसतात. वातावरणात या प्रकाशकिरणांचे परावर्तन व विकिरण होते व तांबूस पिवळसर रंगाची आभा निर्माण होते. ऋतूनुसार व दिनमानानुसार उष:कालाचा कालावधी कमी-अधिक होतो. उन्हाळ्यात हा काळ जरा अधिक असतो तर हिवाळ्यात तो कमी असतो. तसेच विषुववृत्तापासून ध्रुवीय प्रदेशाकडे याचा कालावधी वाढत जातो.

Dwarf Planet (ड्वार्फ प्लॅनेट) - **बटुग्रह**

नेपच्यून ग्रहाच्या पलीकडे सूर्याभोवती प्रदक्षिणा घालणारे काही लहान आकाराचे खगोल आहेत. त्यांना 'बटुग्रह' म्हणतात. यांमध्ये प्रामुख्याने प्लुटोसारख्या खगोलांचा समावेश होतो.

Earth (अर्थ)- **पृथ्वी**

सूर्यकुलातील इतर ग्रहांप्रमाणे पृथ्वी हा देखील एक ग्रह आहे. सूर्यापासून पृथ्वी १४,९६,००००० (सरासरी) किमी. अंतरावर आहे. अवकाशातून पृथ्वीकडे पाहिल्यास ती चमकताना दिसते. पृथ्वीचा ७१% भाग जलव्याप्त असल्यामुळे अवकाशातून पृथ्वी निळसर रंगाची दिसते. पृथ्वीचा सरासरी व्यास हा १२,७३५ कि.मी. आहे. ती स्वत:च्या आसाभोवती एक प्रदक्षिणा सुमारे २४ तासांत पूर्ण करते. सूर्याभोवती एक फेरी पूर्ण

करण्यास सुमारे ३६५ दिवस ६ तास लागतात. पृथ्वीसभोवताली वातावरण आढळते. पृथ्वीच्या पृष्ठभागालगतच्या वातावरणात प्राणवायू, नत्रवायू, कर्बवायू, ओझोन इत्यादी वायू व धूलिकण आणि बाष्प आढळते. पृथ्वीला चंद्र हा एकच उपग्रह आहे.

Eclipses (एक्लीप्सेस)- ग्रहणे

ग्रहणे ही खगोलीय घटना आहे. अवकाशात अनेक परप्रकाशित व अपारदर्शक असे ग्रह आहेत. हे ग्रह गोलाकार असून ते विशिष्ट गतीने व कक्षेने अवकाशात भ्रमण करतात. अशा वेळी एका गोलाच्या आड दुसरा गोल आल्यास एका गोलाचा पूर्ण किंवा काही भाग झाकला गेल्याने दिसेनासा होतो. तसेच एका गोलाची छाया दुसऱ्या गोलावर पडून तो गोल किंवा त्याचा काही भाग दिसेनासा होतो. या स्थितीस ग्रहण म्हणतात. असे ग्रहण अवकाशात अनेक वेळा लागत असते. आपल्या अभ्यासाच्या दृष्टीने पृथ्वीवरून आपणास दिसणारे सूर्यग्रहण व चंद्रग्रहण महत्त्वाचे आहे. खगोलशास्त्रज्ञांच्या दृष्टीने प्रकाश, गणित, वातावरणशास्त्र, सजीवांचे वर्तन इत्यादींसाठी ग्रहणांचे निरीक्षण, नोंदी अभ्यास महत्त्वाचा असतो.

ऋतुचक्राप्रमाणेच ग्रहणांचेही चक्र असते. हे चक्र सुमारे अठरा वर्षांचे असते. सामान्यतः एका चक्रात सुमारे बेचाळीस सूर्यग्रहणे व अठ्ठावीस चंद्रग्रहणे अशी सत्तर ग्रहणे असतात. बहुतांश ग्रहणे खंडग्रास स्वरूपाची असतात. कंकणाकृती ग्रहण हे क्वचित होणारे असते.

Galaxy (गॅलॅक्सी) - दीर्घिका (तारकामंडळ)

तारकामंडळ

अवकाशात ताऱ्यांचे मिळून बनलेले विशाल, प्रदीर्घ आकारांचे तारकासमूह आहेत. या विशाल तारकासमूहांना 'दीर्घिका' किंवा 'तारकामंडळ' म्हणतात. या दीर्घिका ताऱ्यांसह स्वतःभोवती फिरतात. एका दीर्घिकेत १० हजार कोटी ते २० हजार कोटी तारे व हायड्रोजनचे प्रचंड ढग असतात; अशा असंख्य दीर्घिका अवकाशात पसरलेल्या आहेत. या दीर्घिकांनी आपले विशाल विश्व बनले आहे. आपली सूर्यमाला

अशाच एका दीर्घिकेत आहे. आपणास दिसणारे सर्व तारे याच दीर्घिकेतील आहेत. या आपल्या दीर्घिकेला 'आकाशगंगा' (Milky Way) म्हणतात. आकाशगंगेतील सुमारे ३००० तारे आपणास नुसत्या डोळ्यांनी दिसतात. इतर असंख्य तारे पाहण्यासाठी दुर्बिणीचा वापर केला जातो. आपली आकाशगंगा समोरून पाहिली तर ती वेटोळे घालून बसलेल्या सापासारखी (Spiral) दिसेल, तर बाजूने चपटी असणाऱ्या तबकडीसारखी दिसेल. आपली सूर्यमाला ज्या आकाशगंगेत आहे, ती तिच्या केंद्रापासून दूर आहे.

Halley's Comet (हॅलेज कॉमेट) - हॅलेचा धूमकेतू

ब्रिटिश खगोलशास्त्रज्ञ एडमंड हॅले यांनी सर्वप्रथम हे सिद्ध केले की, धूमकेतू हे एका कक्षेमध्ये (Orbit) भ्रमण करतात. त्यांनी असे अनुमान काढले की इ. स. १६८२ मध्ये त्यांना दिसलेला धूमकेतू इ. स. १७५९ मध्ये पुन्हा दिसेल. म्हणजेच हा धूमकेतू ७६ वर्षांनंतर दिसतो. त्यांचे हे अनुमान खरे ठरले व त्यांच्या गौरवार्थ या धूमकेतूला 'हॅले' हे नाव देण्यात आले.

Jupiter (ज्यूपिटर) - गुरू

सूर्यकुलातील हा सर्वात मोठा ग्रह आहे. या ग्रहापासून निघणाऱ्या रेडिओ लहरींमुळे खगोलशास्त्रज्ञांच्या दृष्टीने गुरू या ग्रहाचे महत्त्व खूपच वाढले आहे. गुरू या ग्रहाला 'बृहस्पती' असेही म्हणतात. सूर्यापासून ७७.८ कोटी किमी. अंतरावर असलेल्या या ग्रहाचा व्यास सुमारे १,४२,९८४ किमी. आहे. स्वत:भोवती एक फेरी पूर्ण करण्यास याला ९ तास ५० मिनिटे लागतात; तर सूर्याभोवती एक प्रदक्षिणा पूर्ण करण्यास ११ वर्षे ३१४ दिवस लागतात. या ग्रहाला तापमान नसावे असा अंदाज आहे. या ग्रहावर नेहमी ढग असतात. तेथील वातावरणांत हायड्रोजन, नायट्रोजन व मिथेन वायू असतात. या ग्रहाला एकूण ६१ उपग्रह आहेत. पृथ्वीपेक्षा आकारमानाने हा ग्रह १३१६ पट मोठा आहे. या ग्रहाचे वस्तुमान उरलेल्या सर्व ग्रहांच्या बेरजेच्या दुप्पट आहे. या ग्रहाच्या दक्षिण गोलार्धात 'तांबड्या रंगाचा एक डोळा' आहे. या ग्रहावर पिवळसर-निळ्या- करड्या रंगाचे पट्टे दिसतात. पृथ्वीवरून पाहिल्यास गुरू हा ग्रह शुक्राप्रमाणे तेजस्वी दिसतो. या ग्रहाचे स्वरूप द्रवरूप असल्यामुळे विषुववृत्तीय भाग फुगीर आहे. या ग्रहाचे वस्तुमान पृथ्वीपेक्षा ३१८ पटीने जास्त आहे. गुरूचे उपग्रह खूपच मोठे आहेत. ग्यानमीड व गॅलिस्टो हे दोन उपग्रह बुध या ग्रहाच्या आकारमानाएवढे आहेत. आय-ओ व युरोपा हे दोन उपग्रह चंद्राच्या आकारमानाएवढे आहेत.

Light Year (लाइट इयर) - **प्रकाश-वर्ष**

आकाशातील तारे एकमेकांपासून खूप दूर असल्याने त्यांच्यातील अंतर मोजण्यासाठी वापरल्या जाणाऱ्या परिमाणाला 'प्रकाश-वर्ष' असे म्हणतात.

प्रकाशकिरण एका वर्षात सुमारे ९,४६,०८० कोटी किलोमीटर अंतर कापतो. या अंतरालाच एक परिमाण मानून त्याला 'प्रकाश-वर्ष' असे म्हणतात. प्रकाशवर्ष हे कालमापनाचे परिमाण नसून अंतर सांगण्याचे परिणाम आहे. प्रकाश-वर्षाचे हे अंतर प्रकाश महिने, प्रकाश तास, प्रकाश मिनिटे व प्रकाश सेकंद अशा लहान लहान टप्प्यांत विभागता येते.

सूर्य व पृथ्वी यांच्यातले अंतर ८.३ प्रकाश मिनिटे आहे; पृथ्वी व चंद्र यांच्यातले अंतर १.२८ प्रकाश सेकंद आहे.

Mars (मार्स) - **मंगळ**

सूर्यकुलात पृथ्वीनंतर मंगळ हा चौथा ग्रह येतो. हा एक महत्त्वाचा ग्रह मानला जातो. सूर्यापासून तो २२ कोटी ७० लक्ष किमी. अंतरावर आहे. त्याचा सरासरी व्यास ६८०० किमी. आहे. स्वत:भोवती एक प्रदक्षिणा पूर्ण करण्यास याला २४ तास ३७ मिनिटे लागतात; तर सूर्याभोवती एक फेरी पूर्ण करण्यास याला ६८७ दिवस लागतात; मंगळावर तापमान कमी आहे. या ग्रहावर प्राणवायू नाही. त्यामुळे येथे जीवसृष्टी नसावी असा शास्त्रज्ञांचा अंदाज आहे. अलीकडे मंगळ ग्रहावरील वातावरणांत कार्बन-डाय-ऑक्साईड व पाण्याची वाफ आढळली आहे. मंगळाला दोन लहान उपग्रह आहेत. त्यांना अनुक्रमे 'फोबस' आणि 'डायमस' असे म्हणतात. पृथ्वीपासून हा ग्रह ५ कोटी ४२ लाख किमी. दूरवर आहे. मंगळावरील चुंबकत्व पृथ्वीच्या सुमारे १ / ३००० इतके आढळते. मंगळाचा पृष्ठभागही चंद्र या उपग्रहाप्रमाणे धुळीने व्यापलेला आहे. मंगळावर पाणी नाही परंतु तेथे नद्या व उपनद्यांच्या खोऱ्याची चिन्हे आहेत त्यावरून भूतकाळी या ग्रहावर पाणी असावे असे काही शास्त्रज्ञांना वाटते. मंगळावर ज्वालामुखीच्या उद्रेकाचे अवशेष, मोठमोठ्या दऱ्या व अधिक ओबडधोबड भूपृष्ठ आढळते. मंगळावरील तापमान उणे ६३° से. एवढे आहे.

Mercury (मर्क्यूरी) - **बुध**

सूर्यकुलात सूर्यापासून सर्वात जवळ असणारा ग्रह म्हणजे बुध होय. सूर्याच्या जवळ असल्यामुळे हा ग्रह पृथ्वीवरून सूर्यास्तानंतर आणि सूर्योदयापूर्वी थोडाच वेळ दिसू शकतो. दिवसा सूर्यप्रकाशामुळे हा ग्रह साध्या डोळ्यांनी दिसत नाही. सूर्यापासून हा ग्रह ५७९ लक्ष किमी. अंतरावर आहे. या ग्रहाचा सरासरी व्यास ४८८० किमी. असून बुधाचा

परिभ्रमण काल ८८ दिवसांचा व परिवलन काळ ५९ दिवसांचा आहे. याला एकही उपग्रह नाही. या ग्रहाचा मार्ग पूर्णपणे अंडाकृती आहे. सूर्यापासून हा ग्रह खूपच जवळ असल्याने व सूर्याच्या उष्णतेमुळे या ग्रहाचे तापमान १६६.८६° सें. एवढे आहे. या ग्रहाभोवती वातावरणाचा खूपच पातळ थर आहे. सूर्यकुलातील या ग्रहाचा काही भाग नेहमी सूर्यप्रकाशाच्या विरुद्ध बाजूला असतो. तो भाग नेहमी अंधारातच असतो. वातावरणाचा अभाव असल्यामुळे कोणत्याही प्रकारच्या सजीव सृष्टीचे या ग्रहावर अस्तित्व आढळत नाही. या ग्रहाचा पृष्ठभाग खडबडीत असून त्यावर ज्वालामुखी, पर्वत, टेकड्या, दऱ्या इत्यादी आहेत.

Meteors (मिटिऑर्स) - **उल्का (अशनि)**

कित्येक वेळा आकाशातून तारे तुटून पडत असल्यासारखे दिसते. कधी कधी तर अशा तुटून पडणाऱ्या ताऱ्यांची जणू वृष्टीच होत असल्याचेही दिसते. कोणत्याही दिवशी रात्री आकाशात एका भागाकडे लक्षपूर्वक पाहिले तर दर तासाला सुमारे सहा-सात तरी तारे निखळून पडल्याचे दिसते; अशा तुटून पडलेल्या ताऱ्यांना 'उल्का' अथवा 'अशनि' (Meteors) म्हणतात. उल्का तांबड्या, पिवळ्या इत्यादी विविध रंगांच्या असतात व त्यांचे आकारही लहान-मोठे असतात. उल्का हे लहान-मोठे आकाराचे दगड किंवा धातूंचे तुकडे असतात; अशा लक्षावधी, अब्जावधी उल्का अंतराळात प्रवास करीत असतात. जेव्हा त्या पृथ्वीजवळ येतात तेव्हा पृथ्वीच्या गुरुत्वाकर्षणाने ओढल्या जातात व पृथ्वीवर पडतात. वातावरणाशी झालेल्या घर्षणामुळे त्यात प्रकाश निर्माण होतो. लहान उल्का आकाशातच जळून जातात तर मोठ्या पृथ्वीवर पडतात. अत्यंत बारीक उल्का आकाशात पळभर दिसून लगेच नष्ट होतात, तर मोठ्या उल्का आकाशांत झपाट्याने परिभ्रमण करून मग पडलेल्या दिसतात. उल्का पृथ्वीवर पडून भूपृष्ठाचे विदारण झाल्याची उदाहरणे आहेत. भारतात अनेक राज्यात उल्का पडलेल्या आहेत. महाराष्ट्रातील बुलढाणा जिल्ह्यातील 'लोणार' सरोवर अशाच उल्कापातामुळे तयार झालेले आहे. भूपृष्ठावरील उल्कांच्या आघातामुळे मोठे खळगे निर्माण झाले आहेत. युएसएमधील ॲरिझोना राज्यात एक मैल व्यासाचा व ६०० फूट खोलीचा खळगा उल्कापातामुळे निर्माण झालेला आहे. उल्कापातामुळे सूर्यमालेतील ग्रह, उपग्रह आकाशस्थ गोलाच्या द्रव्याचे रासायनिक संघटन व संरचनेसंबंधीचे ज्ञान उपलब्ध होते.

Milky Way (मिल्की वे) - **आकाशगंगा**

आपली सूर्यमाला ज्या दीर्घिकेत आहे तिला 'आकाशगंगा' म्हणतात.

आपली आकाशगंगा दुर्बिणीतून पाहिली असता ती दूधगंगेसारखी दिसते. आपली

सूर्यमाला ही या आकाशगंगेतील एक लहान अशी खगोलीय रचना आहे.

आपल्या सूर्यमालेबाबत महत्त्वपूर्ण वैशिष्ट्ये खालीलप्रमाणे आहेत.

(१) सर्व ग्रहांच्या भ्रमणकक्षा एकाच पातळीत आहेत. त्यामुळे सूर्यमालेचा आकार सपाट तबकडीप्रमाणे आहे.

(२) सर्व ग्रहांच्या भ्रमणकक्षा कमी-अधिक फरकाने वर्तुळाकृती आहेत.

(३) सर्व ग्रहांचे परिभ्रमण अपसव्य असून शुक्र व युरेनस वगळता सर्व ग्रहांचे परिवलन देखील अपसव्यच आहे.

(४) काही अपवाद वगळता सर्व ग्रहांचा त्यांच्या आसाशी असलेला कल हा खूपच कमी आहे.

(५) संपूर्ण सूर्यमालेच्या एकूण वस्तुमानापैकी ९९.९% वस्तुमान एकट्या सूर्यात एकवटलेले आहे.

(६) सूर्य अतिशय मंद गतीने स्वत:भोवती फिरत असून त्याच्याभोवती फिरणाऱ्या ग्रहांची गती जास्त आहे.

(७) काही अपवाद वगळता सर्व ग्रहांचे उपग्रह ग्रहांप्रमाणेच अपसव्य दिशेने फिरतात.

(८) सूर्याच्या वस्तुमानाचा ९०% भाग हायड्रोजन व हेलियम या घटकांनी बनला आहे.

Moon (मून) - चंद्र

चंद्र हा पृथ्वीचा एकमेव उपग्रह आहे. आपल्या मुख्य ग्रहांच्या उपग्रहांशी जर तुलना केली तर चंद्र हा सूर्यमालेतील सर्वात मोठा उपग्रह मानला जातो.

चंद्राबाबतची आकडेवारी खालीलप्रमाणे -

१) व्यास	३४७५.६ कि.मी.
२) पृथ्वीपासूनचे अंतर :-	
कमीत कमी	३५६, ००० कि.मी.
जास्तीत जास्त	४०७, ००० कि.मी.
सरासरी	३८४, ४०३ कि.मी.
३) वस्तुमान	७३४, ५५६, ०००, ००० टन
४) परिवलन काळ	२७ दिवस, ७ तास, ४३ मिनिटे, ११.५ सेकंद
५) तापमान	- १६३° से. ते + ११७° से.

पृथ्वीवर जर एखाद्या व्यक्तीचे वजन ६५ कि.ग्रॅ. असेल तर त्याच व्यक्तीचे वजन चंद्रावर १०.७९ किग्रॅ. इतके असेल.

Neptune (नेपच्यून) - **वरुण**

वरुण या ग्रहाला 'नेपच्यून' असे म्हणतात. इ. स. १८८६ साली या ग्रहाचा शोध लागला. सूर्यापासून हा ४४९.४ कोटी किमी. अंतरावर असून याचा व्यास ४९,५२२ किमी. आहे. स्वत:भोवती एक प्रदक्षिणा पूर्ण करण्यास याला १८ तास लागतात. व सूर्याभोवती एक फेरी पूर्ण करण्यास १६४ वर्षे लागतात. याही ग्रहाभोवतालच्या वातावरणात मिथेन या विषारी वायूचे प्रमाण जास्त असावे असा शास्त्रज्ञांचा अंदाज आहे. या ग्रहाचे तापमान अतिशय कमी आहे. या ग्रहास दोन उपग्रह असून ट्रिटोन हा उपग्रह मोठा आहे. दुसरा 'नेरेईड' या नावाने ओळखला जातो.

Nebular Hypothesis of Solar System (नेब्युलर हायपोथीसिस ऑफ सोलर सिस्टम) - **सूर्यकुलाच्या उत्पत्तीची तेजोमेघ परिकल्पना**

इ. स. १७५५ मध्ये इमॅन्युअल कांट या जर्मन तत्त्ववेत्त्याने व १७७५ मध्ये फ्रेंच गणितज्ञ लाप्लास यांनी मांडलेल्या सिद्धान्ताचा या गटात समावेश होतो. त्यांनी मांडलेल्या तेजोमेघ परिकल्पनेनुसार -

(१) आकाशगंगेची निर्मिती अवकाशाच्या पोकळीत स्वत:भोवती मंद गतीने फिरणाऱ्या उष्ण, वायुरूप पदार्थांच्या तेजोमेघापासून झाली असावी.
(२) हा तेजोमेघ हळूहळू थंड होऊ लागला.
(३) थंड होण्याच्या प्रक्रियेने त्याचे आकुंचन झाले असावे.
(४) या आकुंचनामुळे त्याच्या परिवलन गतीत (rotational speed) वाढ झाली व त्यामुळे तेजोमेघाचे रूपांतर सपाट तबकडीत झाले असावे.
(५) तबकडीच्या सीमावर्ती प्रदेशात असलेल्या प्रचंड केंद्रोत्सारी प्रेरणेमुळे सीमावर्ती प्रदेशातील पदार्थांचे कण आकाशात फेकले गेले असावेत.
(६) फेकले गेलेले हे कण तेजोमेघाच्या गुरुत्वाकर्षण शक्तीमुळे कड्याच्या रूपात त्याच्याभोवती फिरू लागले व कणांच्या सांद्रिभवनाने ग्रह बनले.
(७) तेजोमेघाचे आणखी आकुंचन झाले.
(८) तेजोमेघाभोवती वरीलप्रमाणे आणखी कडी तयार झाली व त्यातूनच सध्याची ग्रहमाला बनली असावी.

या सिद्धान्तानुसार आकुंचन पावलेला तेजोमेघ म्हणजे ग्रहमालेच्या केंद्रभागी असलेला सूर्य हा प्रचंड वेगाने स्वत:भोवती फिरत असला पाहिजे. परंतु आपल्या ग्रहमालेचा

सूर्य हा स्वत:भोवती अतिशय मंद गतीने फिरत आहे. त्यामुळे या सिद्धान्ताची विश्वासार्हता कमी झाली.

Planet (प्लॅनेट) - **ग्रह**

ग्रह 'परप्रकाशित' व 'अपारदर्शक' असतात. यांना सूर्यापासून प्रकाश मिळतो त्यामुळे तो कमी-जास्त होत नाही व ते लुकलुकताना दिसत नाहीत. सूर्यमालिकेत ८ प्रमुख ग्रह आहेत. ते स्वत:च्या आसाभोवती आणि सूर्याभोवती ठरावीक मार्गांनी फिरतात. त्यांच्या दीर्घ वर्तुळाकृती फिरण्याच्या मार्गास 'कक्षा' म्हणतात. बुध (Merury), शुक्र (Venus), पृथ्वी (Earth), मंगळ (Mars), गुरू (Jupiter), शनी (Saturn), प्रजापती (Uranus), वरुण (Neptune) हा सूर्यापासून ग्रहांच्या असणाऱ्या अंतरानुसारचा क्रम होय. काही ग्रहांना एक किंवा अनेक उपग्रह आहेत. गुरू हा सर्वात मोठा ग्रह असून तो पृथ्वीपेक्षा १३०० पटीने मोठा आहे. शनी हा दुसरा मोठा ग्रह होय. कुबेर या ग्रहाचा शोध १९३० मध्ये लागला. कुबेर (प्लुटो) हा बटुग्रह म्हणून ओळखला जातो. हे सर्व ग्रह सूर्याभोवती पश्चिमेकडून पूर्वेकडे भ्रमण करीत आहेत.

Planetesimal Hypothesis of Solar System (प्लॅनेटीसिमल हायपॉथिसिस ऑफ सोलर सिस्टम)- **सूर्यकुलाच्या उत्पत्तीची आघात परिकल्पना**

आपली ग्रहमाला व आकाशगंगा ही दोन तेजोमेघांच्या आघातामुळे किंवा आकर्षणामुळे तयार झाली असावी असे मत मांडणाऱ्या दोन सिद्धान्तांचा या गटात समावेश होतो.

भरती सिद्धान्त : इ.स. १९०० मध्ये चेंबरलीन या भूवैज्ञानिकाने व मुल्टन या खगोलशास्त्रज्ञाने हा सिद्धान्त मांडला. त्यांच्या सिद्धान्तानुसार -

(१) सुरुवातीला अवकाशात काही आद्य द्रव्यांचे कण (Primordial Matter) इतस्तत: भटकत होते.

(२) या कणांतील मोठ्या आकाराच्या कणांच्या आकर्षणामुळे लहान कण त्यांच्याकडे खेचले गेले असावेत.

(३) मोठ्या कणांचा आकार आणखी मोठा होऊन त्यापासून महाकाय असे तेजोमेघ (Nebula) तयार झाले असावेत.

(४) एका महाकाय तेजोमेघाजवळून दुसरा तुलनेने लहान तेजोमेघ अगदी कमी अंतरावरून पुढे गेल्यामुळे लहान तेजोमेघावरील पदार्थ भरतीच्या स्वरूपात मोठ्या तेजोमेघाकडे खेचले गेले असावेत.

(५) भरती आलेल्या पदार्थांचे विविध अंतरावर सांद्रीभवन व शीतन होऊन आजचे ग्रह बनले असावेत.

या सिद्धान्तामुळे ग्रहांचे सध्याचे आकार व त्यांच्या भ्रमणकक्षांचे यथार्थ वर्णन करता येते. तसेच सूर्याची गती वाढण्याची प्रक्रिया आवश्यक नसल्याचेही स्पष्ट होते.

आघात सिद्धान्त : इ. स. १९२० मध्ये जेम्स जीन्स यांनी हा सिद्धान्त मांडला. त्यांच्या मतानुसार मोठ्या तेजोमेघावर भरती येण्याची प्रक्रिया घडली नसावी तर लहान तेजोमेघ मोठ्या तेजोमेघावर आपटून आघात झाला असावा. त्यामुळे जे द्रव्य बाहेर केले गेले त्यांच्या शीतनामुळे सध्याचे ग्रह बनले असावेत.

या सिद्धान्तावर प्रमुख आक्षेप असा घेतला जातो की, दोन तेजोमेघांची टक्कर होणे हा प्रकार अवकाशाच्या पोकळीत अतिशय दुर्मिळ असून तो केवळ आपल्याच आकाशगंगेच्या बाबतीत घडला असणे अगदीच अशक्य वाटते.

Planetoids or Asteroids (प्लॅनेटॉइड्स ऑर ॲस्टेरॉइड्स) - **लघुग्रह**

मंगळ आणि गुरू ग्रहाच्या कक्षेदरम्यान लक्षावधी लहान लहान आकाशस्थ गोल आहेत. यापैकी आकारानी जे मोठे आहेत त्यांना 'लघुग्रह' असे म्हणतात. सर्वप्रथम 'सेरस' या लघुग्रहाचा शोध लागला. सर्वात मोठा लघुग्रह ७७० किमी. व्यासाचा असून लहान लघुग्रह ९० किमी. व्यासाचा आहे.

शास्त्रज्ञांच्या मते, या सूर्यमालेत ५० हजारांपेक्षा अधिक लघुग्रह असावेत. लघुग्रहाचे क्षेत्र केवळ मंगळ व गुरू ग्रहाच्या कक्षेच्या दरम्यान नसून या कक्षेच्या बाहेरही 'लघुग्रहांचे' अस्तित्व आढळलेले आहे. सर्व लघुग्रहांचे आकार गोल न आढळता काहींचे आकार वेडेवाकडेही असल्याचे आढळून आले आहे.

Pluto (प्लुटो) - **कुबेर**

या ग्रहाला प्लुटो - कुबेर असे म्हणतात. हा एक बटुग्रह आहे. सूर्यापासून हा ग्रह ५९१ कोटी किमी. अंतरावर असून त्याचा व्यास २३९० किमी. आहे. स्वत:भोवती एक प्रदक्षिणा पूर्ण करण्यास त्याला ६$\frac{१}{३}$ दिवस म्हणजेच ६ दिवस ८ तास इतका काळ लागतो. सूर्याभोवती एक प्रदक्षिणा पूर्ण करण्यास २४८ वर्षे लागतात. पृथ्वीपासूनही हा ग्रह बऱ्याच जास्त अंतरावर असून याची फारशी माहिती उपलब्ध झालेली नाही. या ग्रहाला उपग्रह नाही.

Protoplanet Hypothesis of Solar System (प्रोटोप्लॅनेट हायपॉथसिस ऑफ सोलर सिस्टम) - **सूर्यकुलाच्या उत्पत्तीची आद्यग्रह परिकल्पना**

सी. एफ. व्हॉन वायझॅकर आणि जिरार्ड कुपिअर यांना या परिकल्पनेचे जनक मानण्यात येते (इ. स. १९४०). त्यांच्या मतानुसार -

(१) प्रारंभी अवकाशाच्या पोकळीत विरळ धूलिकणांनी व वायूंनी बनलेला एक अति थंड असा मेघ होता.

(२) या मेघाच्या प्रचंड अपसव्य गतीमुळे त्याचे हळूहळू आकुंचन होत होते व तो सपाट तबकडीसारखा पसरत होता.

(३) वेग आणि आकुंचन यामुळे सपाट तबकडीच्या विविध प्रदेशात भोवऱ्यांचे प्रदेश (Eddies or turbulence areas) निर्माण झाले.

(४) या विविध भोवऱ्यांच्या प्रदेशात आजूबाजूचे पदार्थ एकत्र होऊन तबकडी आाणखी आक्रसली (shrinking) असावी.

(५) भोवऱ्यात सापडलेल्या पदार्थांच्या शीतनामुळे व सांद्रीभवनामुळे त्याचे गोलाकृती ग्रह बनले असावेत व मध्यवर्ती अवशिष्ट तबकडीपासून सूर्य बनला असावा.

(६) या संपूर्ण प्रक्रियेला १ कोटी वर्षांचा काल लागला असावा.

(७) मध्यवर्ती सूर्याचे तपमान अनेक कोटी अंश सेल्सियस झाले असावे. त्यामुळे हायड्रोजनचे रूपांतरण हेलियममध्ये होण्याची प्रक्रियाही सुरू झाली असावी.

या सिद्धान्ताला खूपच मान्यता मिळाली; कारण यामुळे आपल्या आकाशगंगेतील सर्व ग्रह, त्यांचे विविध आकारांचे उपग्रह, लघुग्रह (Asteroids) लघुग्रहांचे पट्टे, धुमकेतू आणि सौर वारे (solar winds) इत्यादींचे सुस्पष्ट व तार्किक विवेचन करता येते.

Satellite (सॅटेलाइट) - **उपग्रह**

काही खगोल सूर्याभोवती स्वतंत्रपणे न फिरता विशिष्ट ग्रहांभोवती फिरतात. अशा खगोलांना त्या ग्रहाचे उपग्रह म्हणतात.

सूर्यमालेतील बहुतेक ग्रहांना उपग्रह आहेत. उपग्रहांसह ग्रह सूर्याभोवती प्रदक्षिणा घालतात.

खालील तक्त्यात आपल्या सूर्यमालेतील ग्रहांचे उपग्रह दिले आहेत :

ग्रह	उपग्रह संख्या
बुध	०
शुक्र	०
पृथ्वी	१
मंगळ	२
गुरू	६१
शनी	३१
युरेनस	२२
नेपच्यून	२

बुध व शुक्र हे ग्रह सोडल्यास बहुतेक ग्रहांना उपग्रह आहेत. मंगळाला दोन उपग्रह असून त्या प्रत्येकाचा व्यास १५ मैलांपैक्षा कमी आहे. त्यापैकी एकाचे नाव 'फोबोस' असून तो मंगळाच्या पृष्ठभागापासून ४००० मैल अंतरावर आहे. मंगळाभोवती तो एक प्रदक्षिणा आठ तासात पूर्ण करतो. मंगळाच्या दुसऱ्या उपग्रहाचे नाव 'डायमस' आहे. चंद्र हा पृथ्वीचा उपग्रह असून त्याचा व्यास, ३४७५.६ किमी. असून पृथ्वीपासून तो ३८४,४०३ किमी. (सरासरी) अंतरावर आहे व पृथ्वीभोवती एक प्रदक्षिणा पूर्ण करण्यास त्याला २७ दिवस, ७ तास, ४३ मिनिटे, ११.५ सेकंद लागतात. गुरू या ग्रहाला ६१ उपग्रह आहेत. त्यांपैकी दोन आकाराने आपल्या चंद्राएवढे आहेत व दोन त्यापेक्षाही मोठे असून ते बुध या ग्रहाएवढे आहेत. सूर्यकुलातील बहुतेक उपग्रह पश्चिमेकडून पूर्वेकडे फिरतात. फक्त गुरूचे तीन उपग्रह पूर्वेकडून पश्चिमेकडे फिरतात. शनीला ३१ उपग्रह, युरेनसला २२ व नेपच्यूनला २ उपग्रह आहेत. शनीच्या सभोवती एकाच्या आत एक अशी तीन कडी (वलये) आहेत. ही वलये खडक व धुळीपासून तयार झाली आहेत. अन्य उपग्रहाप्रमाणेच परावर्तित सूर्यप्रकाशांमुळे ही कडी प्रकाशित दिसतात.

Saturn (सॅटर्न) - **शनी**

सूर्यकुलात गुरू या ग्रहाच्या खालोखाल शनी हा ग्रह मोठा आहे. सूर्यापासून हा १४२.६ कोटी किमी. अंतरावर असून याचा व्यास १२०,७०० किमी. आहे. स्वत:भोवती एक फेरी पूर्ण करण्यास १०.६ तास लागतात. तर सूर्याभोवती एक फेरी पूर्ण करण्यास २९.४६ वर्षे इतका अवधी लागतो. याचे वैशिष्ट्य म्हणजे याच्याभोवती सोनेरी रंगाची तीन वलये आढळतात. दुर्बिणीच्या साहाय्याने निरीक्षण केल्यास या ग्रहाभोवतीची कडी दिसतात. शनीचा एखादा उपग्रह फुटून त्याच्या ठिकऱ्यातून ही कडी निर्माण झाली असावीत असा शास्त्रज्ञांचा अंदाज आहे. इ.स. १९८० मध्ये 'व्हॉयेजर' या अवकाश यानाने शनीचे अतिशय जवळून फोटो घेतले असून त्यावरून शनीला अधिक कडी असल्याचे स्पष्ट झाले आहे. टायटन, ॲटलस हे प्रमुख उपग्रह होय.

Solar System (सोलर सिस्टम) - **सूर्यकुल**

सूर्यकुलात नक्षत्र, ग्रह, उपग्रह, उल्का आणि धूमकेतू या सर्वांचा समावेश होतो. आपली पृथ्वी सूर्यकुलातील एक ग्रह आहे. सूर्यकुलात पृथ्वीसह एकूण आठ ग्रह आहेत. तसेच त्यांतील काहींना उपग्रहदेखील असतात. हे सर्व ग्रह आणि उपग्रह सूर्याभोवती पश्चिमेकडून पूर्वेकडे भ्रमण करीत असतात. अशा प्रकारे ग्रह आणि उपग्रह यांचे मिळून सूर्याचे एक कुटुंबच तयार झाले आहे. त्यालाच सूर्यकुल अथवा सूर्यमाला (Solar System) असे म्हणतात.

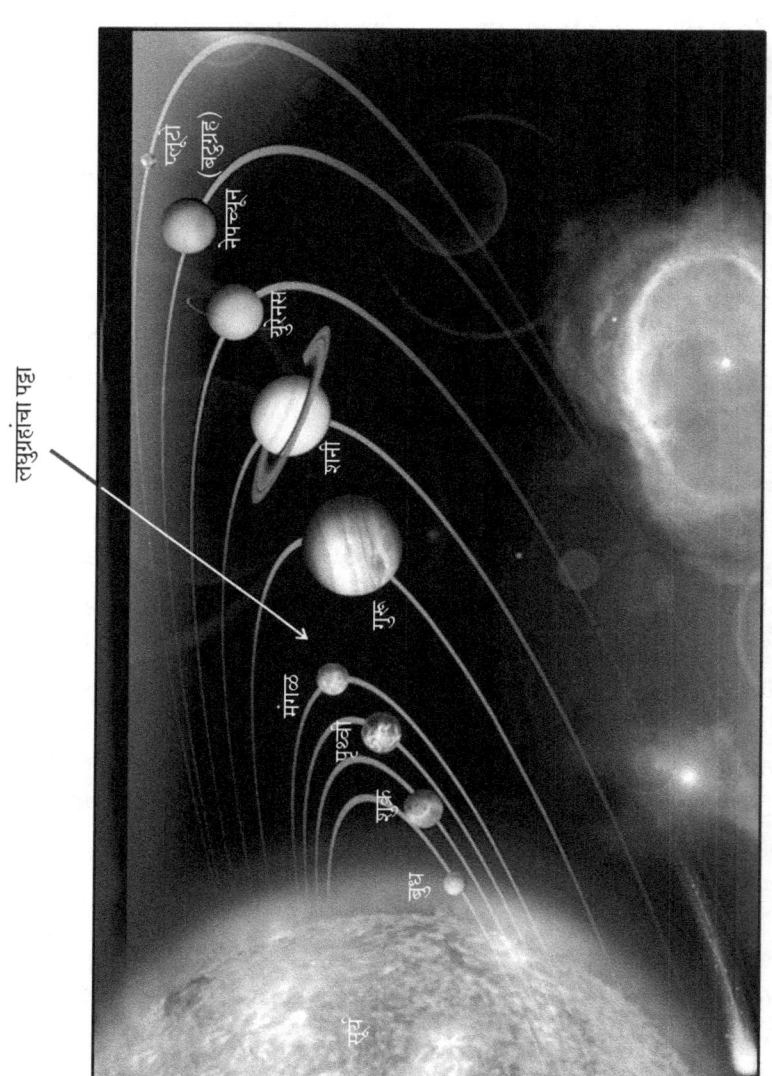

सूर्य व सूर्यमाला

शास्त्रज्ञांच्या मते, विश्वाच्या पसाऱ्यात असंख्य आकाशगंगा आहेत व अगणित सूर्यकुले आहेत. त्यापैकी आपले सूर्यकुल ही अफाट विश्वाच्या पसाऱ्यात एक छोटीशी आकाशस्थ रचना मानली जाते.

आपल्या सूर्यमालेत बुध, शुक्र, पृथ्वी, मंगळ, गुरू, शनी, प्रजापती, वरुण असे आठ ग्रह सूर्यापासून अनुक्रमाने येतात. त्यापैकी पृथ्वी, मंगळ, गुरू, शनि आणि प्रजापती या पाच ग्रहांना उपग्रह आहेत. हे ग्रहाभोवती नियमितपणे भ्रमण करीत असतात. सूर्यकुलातील मंगळ आणि गुरू या ग्रहांच्या कक्षांच्या दरम्यान अनेक लघुग्रह आहेत. त्यांची संख्या ३०,००० पेक्षा देखील जास्त असावी असा शास्त्रीय अंदाज आहे. सूर्यमालेतील वरील सर्व ग्रह परप्रकाशित आहेत. सूर्यापासून मिळणाऱ्या प्रकाशामुळे रात्री ते चमकताना दिसतात. सूर्यमालेमध्ये मंगळ व गुरू या ग्रहांच्या दरम्यान असंख्य लहान लहान खगोलांचा एक पट्टा निर्माण झाला आहे. या पट्ट्यातील खगोलांना लघुग्रह म्हणतात. हे ग्रहसुद्धा सूर्याभोवती प्रदक्षिणा करतात. नेपच्यून ग्रहाच्या पलीकडे सूर्याभोवती प्रदक्षिणा घालणारे काही लहान आकाराचे खगोल आहेत. त्यांना बटुग्रह म्हणतात. यामध्ये प्रामुख्याने प्लूटोसारख्या खगोलांचा समावेश होतो. सूर्य आणि लघुग्रहांचा पट्टा यांच्या दरम्यान असलेल्या ग्रहांना अंतर्ग्रह म्हणतात. बुध, शुक्र, पृथ्वी व मंगळ हे अंतर्ग्रह आहेत. लघुग्रहांच्या पट्ट्यापलीकडील ग्रहांना बहिर्ग्रह म्हणतात. यांत गुरू, शनी, युरेनस व नेपच्यून यांचा समावेश होतो.

ग्रह व त्यांच्या गतीचे नियंत्रण करणारी प्रेरणा किंवा शक्ती म्हणजे 'गुरुत्वाकर्षण' होय. हे न्यूटन या शास्त्रज्ञाने सिद्ध केले. सूर्यकुलातील पृथ्वीची व इतर ग्रहांची स्थिती व सुरक्षितता गुरुत्वाकर्षण व स्थितिसातत्य यांच्यावर अवलंबून आहे. यामुळे सूर्यकुलात बरीच नियमितता दिसून येते.

Space (स्पेस) - अवकाश

खगोलादरम्यान असलेल्या सलग पोकळीला अवकाश असे म्हणतात. अमर्याद अवकाशात ताऱ्यांमधील परस्पर आकर्षणामुळे त्यांचे असंख्य समूह तयार झाले आहेत. या समूहांचा आकार सामान्यपणे मध्यभागी फुगीर व कडांना निमुळता होत गेलेला असतो. त्यांना 'दीर्घिका' असे म्हणतात.

Stars (स्टार्स) - तारे

सूर्य हा एक तारा आहे. तारे हे स्वयंप्रकाशी असतात. ते पृथ्वीपासून ग्रहांच्या मानाने फार दूर आहेत. त्यामुळे ते स्थिर वाटतात. प्रत्यक्षात ते देखील एका केंद्राभोवती फिरतात; पण त्यांच्या व पृथ्वीच्या मधील अवाढव्य अंतरामुळे त्यांचे भ्रमण पृथ्वीवर लक्षात येऊ शकत नाही. प्रत्यक्षात हे तारे फार मोठे म्हणजे सूर्याएवढे किंवा त्याच्यापेक्षाही

मोठे आहेत. परंतु, ते फारच दूर असल्यामुळे त्यांचा आकार लहान वाटतो. काही शास्त्रज्ञांच्या मते ताऱ्यांनाही गती आहे. पण, त्यांची गती आपणांस जाणवत नाही कारण ताऱ्यांमधील व पृथ्वीमधील अंतर फार आहे.

Steady State Theory (स्टेडी स्टेट थियरी) - **स्थिर स्थिती सिद्धान्त**

इ. स. १९०७ च्या सुमारास केंब्रिज विश्वविद्यालयातील हरमान बोंडी (Hermann Bondi),थॉमस गोल्ड (Thomas Gold) आणि फ्रेड हॉईल (Fred Hoyle) यांनी हा सूर्यकुलाच्या उत्पत्तीचा 'स्थिर स्थिती सिद्धान्त' मांडला. त्यांच्या मते, विश्वाची सध्याची जी स्थिती आहे ती सुरुवातीच्या काळीही अशीच होती आणि अनंतकाळापर्यंत अशीच राहील. त्यांच्या मते, विश्वाच्या अवकाशात अनेक तारकापुंज (Galaxies) आहेत. हे तारकापुंज हायड्रोजन वायूपासून निर्माण झालेले आहेत. त्यातील एखाद्या ताऱ्याचा प्रचंड स्फोट होऊन सूर्यकुल तयार झाले असावे.

Sun (सन) - **सूर्य**

आकाशगंगेतील सूर्याचे स्थान

सूर्यमालेतील केंद्रस्थानी असलेला 'तेजोगोल' सूर्य असून आकाशगंगेतील तो एक मोठा 'तारा' आहे. सूर्य हा प्रकाश व उष्णतेचा प्रचंड स्रोत आहे. सूर्यमालेतील सर्वात मोठा ग्रह गुरू आहे त्याच्या दहापट व्यास सूर्याचा आहे. सूर्याचा सरासरी व्यास १४२६५०० किमी. आहे. सूर्य पृथ्वीपासून सुमारे १५ कोटी किमी. दूर आहे. सूर्याचा व्यास पृथ्वीच्या १०९ पटीने मोठा आहे. पृथ्वीपेक्षा सूर्य ३३४००० पट जड आहे; इतर ग्रहांप्रमाणे सूर्य आपल्या आसाभोवती २५ दिवसांत एक फेरी पूर्ण करतो. सूर्याच्या केंद्रस्थानी सुमारे १५ लाख अंश से. तापमान आहे. सूर्याच्या पृष्ठभागावरील तापमान सुमारे ६,००० से. एवढे आहे. सूर्याची गुरुत्वाकर्षण शक्ती पृथ्वीच्या तुलनेने २८ पटीने जास्त आहे. सूर्यप्रकाशापासून पृथ्वीला दर मिनिटास दर चौ. सेंमी. क्षेत्रास २ कॅलरीज इतकी उर्जा उपलब्ध होत असते. सूर्यमालेतील पृथ्वी या ग्रहावरील सजीव सृष्टीचा दाता म्हणून 'सूर्याचे' सूर्यमालेतील स्थान वैशिष्ट्यपूर्ण मानले जाते.

सूर्याच्या पृष्ठभागावर काळे डाग आहेत. काही डाग आकाराने लहान तर काही फार मोठे म्हणजे ९०,००० मैल व्यासाचे आढळून आले आहेत. हे डाग म्हणजे सूर्याच्या वातावरणात निर्माण होणाऱ्या वादळातील शांत पट्टे होत. सूर्यावरील डागांची संख्या बदलते आहे. साधारणत: दर अकरा वर्षांनी ही संख्या मोठी आढळून येते. मोठ्या आकाराच्या डागांच्या निर्मितीमुळे पृथ्वीवर चुंबकीय वादळे निर्माण होतात; अशा वेळी पृथ्वीवरील दूरध्वनी, तारायंत्रे, रेडिओ, दूरचित्रवाणी यांच्या संदेशवहनात अडथळे निर्माण होतात.

Titan - टायटन

टायटन हा शनीच्या ३१ उपग्रहांपैकी सर्वात मोठा उपग्रह आहे. या उपग्रहाचा व्यास ५१५० किमी. इतका असून, या उपग्रहाचा शोध इ. स. १६५५ मध्ये क्रिश्चियन ह्युजेन या डच खगोलशास्त्रज्ञाने लावला.

Universe (युनिव्हर्स) - विश्व

सर्व दीर्घिका, त्यांच्यातील अवकाश आणि ऊर्जा या सगळ्यांचा समावेश विश्वामध्ये केला जातो. विश्वाची निर्मिती एकाच वेळी झालेली नाही. ते क्रमाक्रमाने उत्क्रांत होत आहे. त्यामुळे काळ हा देखील विश्वाचा एक अविभाज्य घटक आहे. विश्व ही सर्वसमावेशक संकल्पना आहे. विश्वाला केंद्राच्या तसेच इतरही मर्यादा नाहीत. शास्त्रज्ञांच्या मतानुसार विश्वाची निर्मिती सुमारे १३०० कोटी वर्षांपूर्वी झाली असावी आणि तेव्हापासून हे विश्व सातत्याने विस्तारत आहे.

Uranus (युरेनस) - **प्रजापती**

जर्मन खगोलशास्त्रज्ञ विल्यम हर्षल यांनी १३ मार्च १७८१ रोजी या ग्रहाचा शोध लावला. हा ग्रह जर्मन देवता युरेनस या नावाने ओळखला जातो. या ग्रहाचे वस्तुमान पृथ्वीच्या सुमारे १५ पट आहे व हा ग्रह सूर्यापासून सुमारे २८६.९ कोटी किमी. दूरवर आहे. याचा व्यास ५१११८ किमी. आहे. या ग्रहाला स्वत:भोवती एक प्रदक्षिणा पूर्ण करण्यास १६ तास लागतात. सूर्याभोवती एक प्रदक्षिणा पूर्ण करण्यास ८४ वर्षे लागतात. या ग्रहाभोवती असलेल्या वातावरणांत मिथेनचे प्रमाण जास्त आहे. मिथेन हा एक विषारी वायू आहे. या ग्रहास २२ उपग्रह असून 'टीटीनिया' हा उपग्रह सर्वात मोठा आहे. हा ग्रहही शुक्र या ग्रहाप्रमाणे पूर्वेकडून पश्चिमेकडे परिवलन करतो म्हणजेच याही ग्रहावर सूर्य पश्चिमेकडून उगवतो व पूर्वेस सूर्यास्त होतो.

Venus (व्हीनस) - **शुक्र**

सूर्यकुलातील हा एक अत्यंत तेजस्वी असा ग्रह असून अंधाऱ्या रात्री त्यापासून पुष्कळ प्रकाश मिळतो. पहाटे हा ग्रह पूर्व क्षितिजावर व संध्याकाळी पश्चिम क्षितिजावर दिसतो. आपल्या पृथ्वीप्रमाणे या ग्रहावर देखील दिवस आणि रात्र आहेत. हा ग्रह सूर्यापासून १०.८२ कोटी किमी. अंतरावर आहे. या ग्रहाचा व्यास १२१०४ किमी. असून सामान्यपणे या ग्रहाएवढाच व्यास पृथ्वीचाही आहे. पृथ्वी व शुक्र यांच्यात बरेच साम्य आढळते; म्हणून या दोन ग्रहांना 'बहिणी बहिणी' (Sister Planets) असेही म्हणतात. या ग्रहावरही पृथ्वीप्रमाणे वातावरण आहे. हा ग्रह सतत ढगांनी आच्छादलेला आढळतो. हे ढग पिवळसर रंगाचे असतात. या ग्रहास उपग्रह नाहीत. शुक्राच्या कला दुर्बिणीद्वारे दिसू शकतात. शुक्र या ग्रहाचे एक वैशिष्ट्य असे आहे की, हा ग्रह स्वत:भोवती पूर्वेकडून पश्चिमेकडे स्वत:च्या आसाभोवती फिरतो; इतर ग्रहांच्या परिवलन गतीच्या उलट दिशेने हा ग्रह फिरतो. या ग्रहाला स्वत:च्या आसाभोवती एक फेरी पूर्ण करण्यास २४३ दिवस इतका अवधी लागतो तर सूर्याभोवती एक फेरी पूर्ण करण्यास २२४.५ दिवस किंवा २२४ दिवस १२ तास लागतात. या ग्रहावर वातावरण असून तेथे कार्बन-डाय-ऑक्साईड व कार्बन मोनॉक्साईड हे वायू असावेत असा शास्त्रज्ञांचा अंदाज आहे. या ग्रहावरील सरासरी तापमान ४५६.८५° सेल्सियस इतके आहे.

पृथ्वी

Earth

Alfvenn's Electromagnetic Theory (आल्फव्हेनूस इलेक्ट्रोमॅग्नेटिक थियरी) - **आल्फव्हेन विद्युत्‌चुंबकीय परिकल्पना**

इ. स. १९४२ मध्ये सूर्यमालेच्या उत्पत्तीसंबंधीची परिकल्पना डॉ. आल्फव्हेन यांनी मांडलेली आहे. त्यांच्या मते अवकाशातील तरंगत्या तेजोमेघातील अणुकण सूर्याकडे गुरुत्वाकर्षणांमुळे आकर्षिले गेले. त्याच सुमारास अणुकणांच्या आपापसातील घर्षणप्रक्रियेमुळे उष्णता निर्माण झाली व अणुकणांच्या अयनीभवनाची क्रिया घडून आली. सूर्याच्या विद्युत्‌चुंबकीय क्षेत्रामुळे तेजोमेघातील अयनीभवन झालेले कण सूर्याच्या विषुववृत्तीय पातळीत केंद्रित होऊन त्यापासून ग्रह निर्माण झाले हीच प्रक्रिया उपग्रहनिर्मितीच्या बाबतीत घडली असावी.

Annular Eclipse (ॲन्यूलर एक्लिप्स) - **कंकणाकृती ग्रहण**

कंकणाकृती ग्रहण हा सूर्यग्रहणाचा विशेष प्रकार आहे. खंडग्रास, खग्रास व कंकणाकृती ग्रहण हे सूर्यग्रहणाचे तीन प्रकार होत. अमावास्येच्या दिवशी सूर्यग्रहण स्थिती निर्माण होण्याची शक्यता असते.

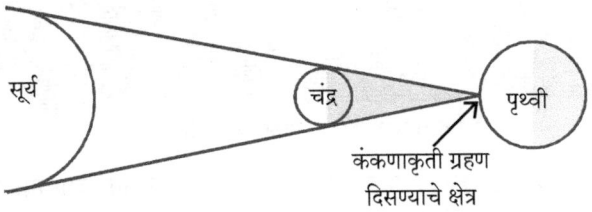

चंद्राची पृथ्वीभोवती फिरण्याची कक्षा दीर्घ वुर्तळाकार आहे. या दीर्घ वर्तुळाकार कक्षेच्या दोन केंद्रांपैकी एकाच्या जवळ पृथ्वी असते. त्यामुळे चंद्र कधी कधी पृथ्वीपासून जास्तीत जास्त दूर जातो. चंद्र पृथ्वीपासून जास्तीत जास्त दूर असताना सूर्य आणि पृथ्वी

यांच्यामध्ये चंद्र येतो. म्हणजेच चंद्राच्या 'अपभू' स्थितीमध्ये चंद्राच्या घनच्छायेचा भाग पृथ्वीपर्यंत पोहोचू शकत नाही. अशावेळी घनच्छायेच्या टोकाजवळील ठिकाणी पृथ्वीवरील लोकांना सूर्याचा मधला भाग, चंद्र आड आल्याने काळा दिसतो. चंद्रापेक्षा सूर्य खूपच मोठा असल्याने पृथ्वी व सूर्य ह्यांच्यामध्ये चंद्र येऊनही सूर्यबिंबाच्या कडेचा भाग दिसतो. हा सूर्यबिंबाचा भाग बांगडी (कंकण) सारखा दिसतो. म्हणूनच अशा ग्रहणास 'कंकणाकृती ग्रहण' (Annular Eclipse) असे म्हणतात. हे कंकणाकृती ग्रहण फारच थोडा वेळ टिकू शकते. सर्वसाधारणपणे ते दहा ते बारा सेकंदांपेक्षा जास्त वेळ राहात नाही. *(पहा : ग्रहणे.)*

Ascending Node (अॅसेंडिंग नोड) - **राहू**

पृथ्वीची सूर्याभोवती फिरण्याची कक्षा व चंद्राची पृथ्वीभोवती फिरण्याची कक्षा ह्या एकाच पातळीत नाहीत, तर त्यात ५ अंश, ८ मिनिटे ४३ सेकंद इतक्या अंशांचा कोन आहे. त्यामुळे चंद्र पृथ्वीच्या कक्षेच्या पातळीच्या काही वेळेस उत्तरेस तर काही वेळेस दक्षिणेस असतो.

चंद्र पृथ्वीभोवती फिरत असताना दक्षिणेकडून-उत्तरेकडे जाताना चंद्राची कक्षापातळी पृथ्वीच्या कक्षापातळीला जेथे छेदते त्या छेदनबिंदूस 'राहू' असे म्हणतात. *(पहा : केतू.)*

Ascending Node and Descending Node (असेंडिंग नोड अँड डिसेंडिंग नोड) - **राहू व केतू**

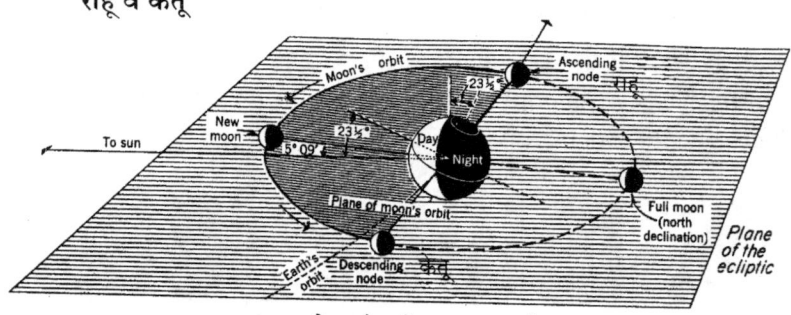

राहू व केतू चंद्राची कक्षा व पृथ्वी

चंद्र पृथ्वीभोवती फिरत असताना दक्षिणेकडून उत्तरेकडे जाताना चंद्राची कक्षापातळी पृथ्वी कक्षापातळीशी जेथे छेदते त्या छेदनबिंदूस राहू (Ascending Node) असे म्हणतात. त्याचप्रमाणे उत्तरेकडून-दक्षिणेकडे येताना चंद्र व पृथ्वी यांच्या कक्षापातळी जेथे छेदतात त्या छेदनबिंदूस केतू (Descending Node) असे म्हणतात. राहू व केतू हे दोन्ही बिंदू स्थिर नाहीत.

Atmosphere (ॲटमॉस्फियर) - **वातावरण**

पृथ्वीभोवती हवेचे जे आवरण आहे त्यास वातावरण असे म्हणतात. वातावरण हा पृथ्वीचा विशेष गुण आहे. सूर्यमालेतील अन्य ग्रहांना असे वातावरण लाभलेले नाही. वातावरणाच्या अस्तित्वामुळेच पृथ्वीवर सजीव सृष्टी आहे. पृथ्वीवरील हवामानाचे सर्व आविष्कार हे केवळ वातावरणामुळेच घडून येतात. पृथ्वीच्या पृष्ठभागापासून वातावरणाच्या बाह्य भागापर्यंत वातावरणाचे (१) तपांबर (Troposphere) (२)स्थितांबर (Stratosphere) (३) दलांबर (Inosphere) आणि बाह्यांबर (Exosphere) असे चार मुख्य विभाग मानले जातात.

भूपृष्ठापासून सुमारे ११ किमी. उंचीचा वातावरणाचा सर्वात खालचा थर म्हणजे तपांबर होय. विषुववृत्तावर त्याचा विस्तार अधिक उंचीपर्यंत तर ध्रुवावर तो केवळ ६ किमी. उंचीचा आहे. पृथ्वीवरील सर्व सजीव सृष्टीचा वातावरणाच्या याच थराशी संबंध येतो. तपांबरामध्ये समुद्रसपाटीवर हवेचा दाब सामान्यपणे १०१३ मिलीबार इतका असतो तर या थराच्या बाह्य सीमेपाशी म्हणजेच ११ किमी. उंचीवर तो २२६ मिलीबार

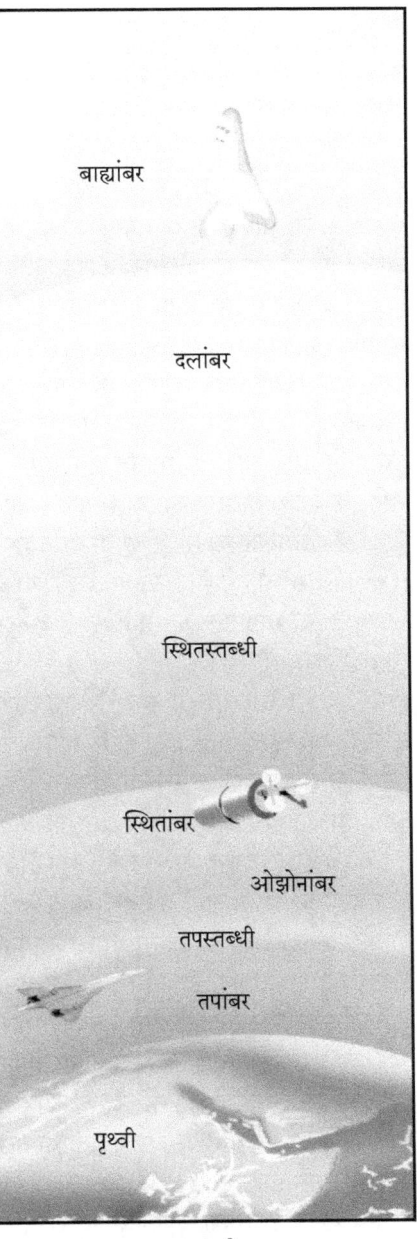

बाह्यांबर
दलांबर
स्थितस्तब्धी
स्थितांबर
ओझोनांबर
तपस्तब्धी
तपांबर
पृथ्वी

वातावरणाची रचना

पृथ्वी ❙ २१

इतका असतो. वातावरणातील सुमारे ६० ते ९० टक्के हवा ही तपांबरात असते. हवेचे वहन, अभिसरण आणि उत्सर्जन या तीनही महत्त्वपूर्ण क्रिया तपांबरातच घडून येतात. तपांबरात जसजसे वर जावे तसतसे हवेचे तापमान कमी कमी होत जाते.

हवेचे तापमान कमी होण्याचे हे प्रमाण प्रत्येक १६० मीटर उंचीला १ अंश सेल्सियस इतके असते. हवेचे तापमान कमी होण्याच्या या दराला ऱ्हास दर (Lapse Rate) असे म्हणतात. या भागातील वातावरणाला वहन, उत्सर्जन व अभिसरण या तीन क्रियांमुळे उष्णता मिळते व त्याच क्रियांनी ते थंड होते. तपांबराच्या वरच्या सीमेपासून सुमारे ३.२ किमी. उंचीपर्यंत असलेल्या वातावरणाच्या भागात हवेचे तपमान सर्वत्र समान असते. या भागाला तपस्तब्धी (Tropopause) असे म्हणतात.

तपस्तब्धीनंतर सुरुवात होणारा वातावरणाचा दुसरा थर म्हणजे स्थितांबर (Stratosphere) होय. तपांबराच्या पलीकडे या भागाचा विस्तार सुमारे ८० किमी. उंचीपर्यंत आढळतो. या भागात सूर्यापासून जितकी उष्णता मिळते तितकीच शोषली जाते. यामुळे वातावरणाच्या या भागात सर्वदूर तापमान सारखेच असते.

वातावरणाच्या स्थितांबर या थरात भूपृष्ठापासून सुमारे ४० किमी. उंचीवर ओझोन (Ozone) वायूचे प्रमाण जास्त आढळते. या थराला ओझोनांबर (Ozonosphere) असे म्हणतात. या भागात सूर्यापासून येणारी अल्ट्राव्हायोलेट किरणे (Ultraviolate Rays) शोषली जातात.

काही शास्त्रज्ञांच्या मते, स्थितांबराची उंची ५० किमी. असून त्या उंचीवर स्थितस्तब्धी (Stratopause) ही स्थितांबराची सीमा आहे. त्यापलीकडील वरच्या ८० किमी. उंचीपर्यंतच्या थराला या शास्त्रज्ञांनी मध्यांबर (Mesosphere) असे नाव दिले आहे. हा वातावरणातील सर्वात शांत थर आहे.

स्थितांबराच्या पलीकडे, भूपृष्ठापासून सुमारे ५०० किमी. अंतरापर्यंत वातावरणाच्या भागाला 'दलांबर' (Ionosphere) असे म्हणतात. या थरामध्ये मुक्त आयन (Ions) असल्यामुळे या थराला आयनांबर (Inosphere) असे म्हणतात. आयन विद्युतभारित असतात. यामधून प्रवाहित होणाऱ्या विद्युत् लहरींमुळेच आपण दूरपर्यंत दूरवाणी संदेश पाठवू शकतो. पृथ्वीच्या पृष्ठभागापासून ६० ते ९६ किमी. उंचीच्या थराला 'डी' थर असे म्हणतात. या थरात अल्प प्रमाणात ओझोन वायू असतो. या थरातून दीर्घ रेडिओ लहरी परावर्तित होतात. पृथ्वीच्या पृष्ठभागापासून ९६ ते १४४ किमी. उंचीपर्यंतच्या थराला 'ई' थर (मंडल) असे म्हणतात. या थरातून मध्यम रेडिओ लहरींचे परावर्तन होते. पृथ्वीच्या पृष्ठभागापासून १४४ ते ३६० किमी. उंचीपर्यंतच्या थराला एफ् थर असे म्हणतात. याच थरातून रेडिओच्या लघुलहरी परावर्तित होतात व रेडिओचे कार्यक्रम दूर अंतरापर्यंत ऐकू येतात. भूपृष्ठापासून ५०० ते ७५० किमी. उंचीपर्यंत आणि त्याच्याही पलीकडे

बाह्यांबर हा वातावरणाचा सर्वात बाह्य थर आहे.

हवामानशास्त्राच्या अभ्यासामध्ये वातावरणाच्या तपांबर, स्थितांबर, दलांबर आणि बाह्यांबर या चार प्रमुख भागांचा अभ्यास महत्त्वपूर्ण असा आहे.

वातावरणातील मुख्य वायूंचे शेकडा प्रमाण खालीलप्रमाणे आहे -

नत्रवायू (Nitrogen) ७८.०३% प्राणवायू (Oxygen) २०.९९%

आरगॉन (Argon) ०.९४%

कर्बाम्लवायू (Carbon-di-oxide) ०.०३%

उज्जवायू (Rare Gases) निऑन, हेलियम, ओझोन, हायड्रोजन, क्रिप्टॉन, झेनॉन, मिथेन ०.०१%

वरीलप्रमाणे वेगवेगळे वायू विशिष्ट प्रमाणात एकमेकांत मिसळून त्यांच्यापासून हवा तयार होते.

वातावरणाच्या खालच्या थरात नत्रवायूचे प्रमाण सर्व वायूंपेक्षा जास्त असते. प्राणवायू हा वातावरणातील दुसरा महत्त्वाचा वायू आहे. वातावरणातील जे वायू वजनाने जड किंवा जास्त घनतेचे असतात ते वातावरणाच्या अगदी खालच्या थरात आढळतात. पृथ्वीच्या गुरुत्वाकर्षणशक्तीमुळे वातावरणातील वायूंच्या घनतेत भिन्नता आढळून येते. भिन्न वायूंबरोबरच धूलिकण व पाण्याचे बाष्प हेदेखील वातावरणाचे महत्त्वाचे घटक आहेत. सूक्ष्म धूलिकण हे दोन प्रकारचे असून ते सेंद्रिय व असेंद्रिय पदार्थांपासून तयार होतात. वातावरणातील पाण्याचे बाष्प हा घटक पृथ्वीवर सतत सुरू असलेल्या बाष्पीभवनाच्या क्रियेद्वारे मिळतो. बाष्पाच्या प्रमाणावरच पर्जन्य, दव, धुके इ. ची निर्मिती अवलंबून असते. तसेच हवेतील बाष्पाच्या कमी-जास्त प्रमाणावर हवामानाचे स्वरूप अवलंबून असते.

Axis of the Earth (ॲक्सिस ऑफ द अर्थ) - **पृथ्वीचा आस**

पृथ्वी पश्चिमेकडून पूर्वेकडे फिरत असताना एका मध्यवर्ती काल्पनिक रेषेभोवती फिरते. या काल्पनिक रेषेलाच पृथ्वीचा आस असे म्हणतात. या आसाचे ध्रुवताऱ्याकडील टोक म्हणजे उत्तर ध्रुव व विरुद्ध टोक म्हणजे दक्षिणध्रुव होय. पृथ्वीच्या आसाचा रोख नेहमी

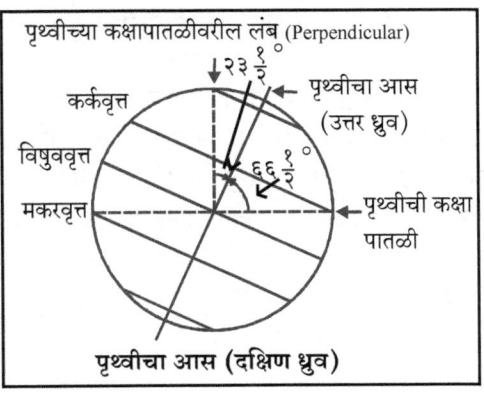

ध्रुवताऱ्याकडे असतो. पृथ्वी एका ठरावीक मार्गाने सूर्याभोवती लंबवर्तुळाकृती (Elliptical) कक्षेत प्रदक्षिणा पूर्ण करते. पृथ्वीचा आस व पृथ्वीची कक्षापातळी यात ६६°३०' इतके अंशात्मक अंतर आहे.

Baffon Hypothesis (बॅफॉन हायपॉथसिस) - **बॅफनची परिकल्पना**

इ. स. १७४९ मध्ये सर्वप्रथम बॅफन या फ्रेंच शास्त्रज्ञाने पृथ्वीच्या निर्मितीविषयी आपली कल्पना मांडली. त्यांच्या मते, सध्या अस्तित्वात असलेल्या सूर्याच्या तेजोमेघावर एक प्रचंड धूमकेतू येऊन आदळला त्यामुळे तेजोमेघाचे तुकडे झाले. सर्वात मोठा तुकडा आजचा सूर्य व इतर लहान मोठ्या तुकड्यांपासून ग्रह, उपग्रह बनले.

Binary Star Theory of Lyttleton (बायनरी स्टार थियरी ऑफ लिटलटन) - **लिटलटन यांचा जोडतारा सिद्धान्त**

इ. स. १९३६ साली आंग्ल खगोलशास्त्रज्ञ आर. ए. लिटलटन यांनी जोडतारा सिद्धान्त मांडला. या शास्त्रज्ञाच्या मतानुसार पूर्वी सूर्यास सूर्यापेक्षाही मोठा असा प्रचंड तारा (जोडतारा) सोबत होता. अशा मोठ्या जोडताऱ्यात आकस्मिक स्फोट होऊन मोठा तारा सूर्यापासून दूर फेकला गेला व त्या ताऱ्यामधील द्रव्य प्रचंड वेगाने दूर झाले. यातील काही द्रव्यसंचय मागे राहून त्या द्रव्यांचे वलय सूर्याभोवती फिरत राहिले. पुढे या द्रव्यापासून ग्रह तयार झाले.

Cephid Theory (सेफिड थियरी) - **डॉ. बॅनर्जी यांचा सेफिड सिद्धान्त**

भारतीय शास्त्रज्ञ डॉ. ए. सी. बॅनर्जी यांनी रूपविकारी ताऱ्यांचा सिद्धान्त मांडून पृथ्वीच्या उत्पत्तीच्या ज्ञानात अधिक भर टाकण्याचा प्रयत्न केला आहे. तारकासमुच्चयात सेफिड नावाचा तारा आहे. या ताऱ्याचे तेज नियमितपणे कमी-जास्त होते. हा तारा एकदा जास्त तेजस्वी होतो तर एकदा निस्तेज होतो म्हणून यास रूपविकारी तारा म्हणतात. या ताऱ्यात आकुंचन आणि प्रसरणाची क्रिया क्रमाक्रमाने घडत असल्यामुळे त्या ताऱ्याच्या तेजात या प्रकारचा फरक पडत असावा. या ताऱ्यात जर जास्त स्पंदने होत असतील तर विशिष्ट आण्विक शक्तीमुळे या ताऱ्यापासून द्रव्य बाहेर पडू शकते. या प्रकारची क्रिया विश्वनिर्मितीच्या अगदी सुरुवातीला घडली असावी. या परिस्थितीत अशा तेजोविकारी ताऱ्याजवळ एक दुसरा तारा येऊन पोहोचला असावा. या ताऱ्याच्या आकर्षणामुळे फार मोठा द्रव्यसमुच्चय बाहेर पडला असावा. हे द्रव्य थिजल्यावर सेफिड तारा विलग झाला असावा. पुढे त्या थिजलेल्या द्रव्यापासून ग्रहांची निर्मिती झाली असावी.

Circle of Illumination (सर्कल ऑफ इल्यूमिनेशन) - **प्रकाशवृत्त**

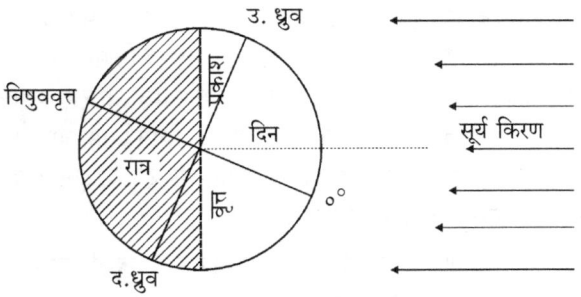

प्रकाशवृत्त आणि दिवस व रात्र

पृथ्वीवर सूर्यप्रकाश पडला म्हणजे तिचा अर्धा भाग उजेडात व अर्धा भाग अंधारात असतो. पृथ्वीवर उजेडाच्या भागात दिवस व अंधाराच्या भागात रात्र असते. दिवस व रात्र वेगळे करणाऱ्या वर्तुळाला प्रकाशवृत्त (Circle of Illumination) असे म्हणतात. पृथ्वी गोल असल्यामुळे प्रकाशवृत्त नेहमी तिचे दोन समान भाग करते. पृथ्वीने आपल्या कक्षेच्या पातळीशी प्रकाशवृत्ताएवढा (९० अंश) कोन केला असता तर दिवस आणि रात्र सर्वत्र समान झाले असते; कारण त्यामुळे प्रत्येक अक्षवृत्ताचा बरोबर अर्धा भाग प्रकाशात व अर्धा भाग अंधारात राहिला असता. परंतु पृथ्वीने आपल्या कक्षेच्या पातळीशी ६६°३०' अंशाचा कोन केला असल्यामुळे तिचा कधी उत्तर ध्रुव तर कधी दक्षिण ध्रुव सूर्याकडे वळलेला असतो. त्यामुळे दिवस व रात्र यांचा कालावधी असमान होतो.

Core of The Earth (कोअर ऑफ द अर्थ) - **पृथ्वीचा गाभा**

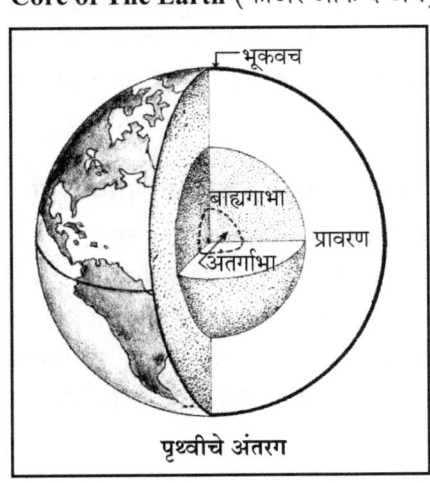

पृथ्वीचे अंतरग

पृथ्वीचे पृष्ठभागापासून अंतर्गत भागापर्यंत सर्वसाधारणपणे प्रमुख तीन भागांत- भूकवच, प्रावरण, गाभा - विभाजन करतात. यापैकी सर्वात आतला भाग म्हणजे गाभा होय. भूपृष्ठापासून २८९० किमी. पासून ६३७१ किमी. पर्यंत म्हणजेच भूकेंद्रा- पर्यंत असलेल्या भागास गाभा असे म्हणतात. प्रावरण व गाभा यांच्या सीमावर्ती भागास गटेनबर्ग विलगता असे म्हणतात. या ठिकाणी घनतेत तीव्र बदल

होत जातो. गाभ्याचे दोन भाग आहेत : (१) बाह्यगाभा (२) अंतर्गाभा.

बाह्य गाभ्यातून दुय्यम भूकंपलहरी जाऊ शकत नसल्याने हा भाग द्रवरूप असावा असा अंदाज आहे. द्रवरूप गाभा २८९० किमी. पासून ५१५० किमी. पर्यंत आहे. बाह्य गाभ्याची घनता गटेनबर्ग विलगतेजवळ १० असून अंतर्गाभ्याजवळ १२.३ इतकी आहे. अंतर्गाभ्याचा विस्तार ५१५० किमी. पासून ६३७१ किमी. पर्यंत आहे. याची घनता बाह्य गाभ्याच्या खालच्या भागालगत १३.३ असून केंद्रापाशी १३.६ इतकी आहे. बाह्य गाभ्याच्याभोवती घन परंतु लवचीक प्रावरण आहे.

पृथ्वीच्या एकूण घनफळाच्या फक्त १६% घनफळ व एकूण वस्तुमानाच्या मात्र ३२% वस्तुमान गाभ्याने व्यापले असून संपूर्ण गाभ्याची सरासरी घनता संपूर्ण प्रावरणाच्या सरासरी घनतेपेक्षा जवळजवळ दुप्पट आहे. लोह व निकेल यांपासून गाभा बनलेला आहे. काही प्रकारच्या उल्कांत अशाच प्रकारचे लोह व निकेल यांचे मिश्रण आढळते. आधुनिक संशोधनाचा हवाला देऊन असे सांगता येईल की, गाभ्यातील सिलिका द्रव्यावर अत्यधिक दाब पडून त्याचे रूपांतर जास्त घनतेच्या धातुमय पदार्थात झाले असावे. आणखी एक अनुमान असे की, गाभा हा धातुमय भाग अति-घन हायड्रोजनचा बनलेला असावा व तेथे दहा लक्ष मिलीबार वायुभाराएवढा भार असावा. पृथ्वीचा गाभा धातुमय आहे हे आता भू-पदार्थ वैज्ञानिक मान्य करतात. गाभ्यात शुद्ध लोह किंवा लोह निकेल हे पदार्थ आहेत असे गृहीत धरल्यास त्याची घनता आहे त्यापेक्षा जास्त असावयास हवी. परंतु, ती कमी आहे. याचा अर्थ गाभ्यात इतर काही कमी घनतेचे पदार्थ असावेत. सल्फाइड्स व कार्बाइड्स गाभ्यात आहेत असे गृहीत धरले जाते. पृथ्वी निर्माण होत असताना व नंतर तिच्या आकुंचनामुळे लोहसंयुगाचे रूपांतर धातूमध्ये व सिलिकेटचे रूपांतर सिलिकॉनमध्ये झाले असण्याची शक्यता आहे. हल्लीच्या अंदाजानुसार बाह्य गाभ्यात २०% सिलिकॉन व ८०% लोह आणि निकेल आहे. म्हणून या थरास निफे (nife) असे म्हणतात.

Dualistic Hypothesis (ड्युऑलिस्टिक हायपॉथसिस) - **जोडतारा परिकल्पना**

सूर्यकुलाची म्हणजे पर्यायाने पृथ्वीची उत्पत्ती दोन तेजोमेघांपासून झाली असावी असे मत काही शास्त्रज्ञांनी मांडलेले आहे. या परिकल्पनेत जेम्स, जीन्स व हेरॉल्ड जेफरीजची परिकल्पना, लिटलटनची परिकल्पना, चेंबरलीन व मूल्टन यांच्या परिकल्पनेचा समावेश होतो. याशिवाय लॉकीयरची उल्का परिकल्पना व भारतीय शास्त्रज्ञ डॉ. ए. सी. बॅनर्जी यांची जोडतारा कल्पना तसेच आल्फव्हेन यांच्या विद्युत्चुंबकीय परिकल्पना महत्त्वाच्या आहेत.

Earth (अर्थ) - **पृथ्वी**

पृथ्वी हा आपल्या आकाशगंगेतील (Galaxy) विलक्षण अलौकिक असा एक ग्रह आहे. सजीवांच्या अस्तित्वासाठी आवश्यक असलेले नेमके तापमान आणि सुसह्य तापमान कक्षा यामुळेच पृथ्वी हा एक आदर्श ग्रह आहे. पृथ्वीवरील सजीवसृष्टीच्या अस्तित्वासाठी सूर्यापासून पृथ्वीचे अंतर हा सगळ्यात महत्त्वाचा घटक आहे.

सजीवसृष्टीसाठी आवश्यक असणारे पृथ्वीचे पर्यावरण चार भागांमध्ये विभागले आहे. पहिला भाग लिथोस्फिअर (Lithosphere) म्हणजेच मृदावरण. दुसरा भाग हायड्रोस्फिअर (Hydrosphere) म्हणजेच जलावरण. पृथ्वीच्या एकूण भूपृष्ठीय क्षेत्रफळापैकी ७०.८ टक्के म्हणजेच ३६१ दशलक्ष वर्ग किलोमीटर इतका भाग हा सागरांनी व्याप्त आहे. यालाच हायड्रोस्फिअर असे म्हणतात. तिसरा भाग ॲटमॉस्फिअर (Atmosphere) हा म्हणजे पृथ्वीभोवती असलेले वायूंचे जीवनदायी वातावरण होय. चौथ्या भागात पृथ्वीवरील सजीवसृष्टीचा समावेश होतो. या भागाला बायोस्फिअर (Biosphere) असे म्हणतात. पृथ्वीचा आकार हा दोन ध्रुवांकडे चपटा असलेल्या गोलाप्रमाणे (Oblate Spheriod) आहे.

पृथ्वीसंबंधित तपशील :-

- सूर्यापासून तिसरा ग्रह, ग्रहमालेत आकारमानाने ५ वा मोठा ग्रह.
- विषुवृत्तीय (Equatorial) त्रिज्या - ६३५७ किलोमीटर
- विषुवृत्तीय परीघ (Circumference) - ४०,०७५ किलोमीटर
- क्षेत्रफळ (Surface Area) - ५१० दशलक्ष वर्ग कि.मी.
- समुद्रसपाटीपासून भूभागाची सरासरी उंची - ०.८८ कि.मी. / ८८० मी.
- भूभागाची सर्वात जास्त उंची - माउंट एव्हरेस्ट / ८८४८ मी.
- समुद्राची सरासरी खोली - ३.८ कि.मी. / ३८०० मी.
- समुद्राची सर्वात जास्त खोली - १०९२४ मीटर (प्रशांत महासागरातील मरियाना ट्रेंच)
- वजन ५.९७३ $\times$ १०^{२४} किलोग्रॅम
- सरासरी घनता (Density) - ५.५३ ग्रॅम प्रती घन सेंमी.
- सूर्यापासूनचे सरासरी अंतर - १४,९६,००००० किमी.
- पृथ्वीचा सूर्याभोवतालच्या परिभ्रमणाचा वेग (Orbit Speed) - १,०७,३२० कि.मी. प्रति तास.
- पृथ्वीचा सूर्याभोवतालच्या एका परिभ्रमणाचा (Revolution) कालावधी - ३६५ दिवस, ६ तास.

- पृथ्वीचा स्वत:च्या आसावर एका परिवलनाचा कालावधी (Rotation) - २३ तास, ५६ मिनिट्स, ४०९ सेकंड्स, (०.९९७२७ दिवस)
- पृथ्वीचा आसाचा अंशात्मक झुकाव (परिभ्रमणकक्षा पातळीशी केलेला कोन) - ६६°-३३'
- अवकाशयानाला, पृथ्वीच्या गुरुत्वाकर्षणाच्या कक्षेबाहेर घेऊन जाण्यासाठी लागणारी गती (Escape Velocity) - ११.१८६ किमी. प्रति सेकंद

Earth's Gravity (अर्थ्स ग्रॅव्हिटी) - **पृथ्वीचे गुरुत्वबल**

पृथ्वीच्या पृष्ठभागावरील सर्व वस्तूंवर आकर्षणबल प्रयुक्त होत असते. या कारणाने पृथ्वीवरील सर्व वस्तू तिच्या केंद्राकडे आकर्षिल्या जातात. पृथ्वीच्या पृष्ठभागाच्यावर उचललेली प्रत्येक वस्तू पृष्ठभागावर पडते, ती या आकर्षणबलामुळेच. अशा सर्व वस्तूंवर पडणाऱ्या पृथ्वीच्या प्रयुक्त आकर्षणबलाला 'गुरुत्वबल' असे म्हणतात. एखाद्या वस्तूला पृथ्वी ज्या बलाने आपल्या केंद्राच्या दिशेने ओढते त्याला त्या वस्तूचे वजन असे म्हणतात. म्हणजेच वस्तूचे वजन हे तिच्यावर कार्यरत पृथ्वीचे गुरुत्वबल होय. प्रसिद्ध शास्त्रज्ञ न्यूटन याच्या गुरुत्वाकर्षणाच्या नियमानुसार विश्वातील कोणत्याही दोन वस्तू कोठेही असल्या तरी त्यांच्यात परस्परांना आकर्षणारे गुरुत्वबल प्रयुक्त असते.

हे बल त्या वस्तूंच्या वस्तुमानाच्या गुणाकाराशी समानुपाती व वस्तूंमधील अंतराच्या वर्गाच्या व्यस्तानुपाती असते.

समजा दोन वस्तूंचे वस्तुमान m_1 आणि m_2 आहे आणि त्यांच्यामधील अंतर d आहे, तर न्यूटनच्या गुरुत्वाकर्षण नियमाप्रमाणे या दोन वस्तूंमधील आकर्षणबलाचे परिमाण (F) पुढील सूत्राने दिले जाते : -

$$F = G\frac{m_1 m_2}{d}$$

येथे G हा गुरुत्व स्थिरांक असून त्याचे मूल्य सर्व वस्तूंसाठी सारखेच असते. म्हणून 'G' ला विश्वगुरुत्व स्थिरांक म्हणतात. त्याचे मूल्य $6.67 \times 10^{-11} \frac{Nm^2}{kg^2}$ आहे.

Earth's Perihelion & Aphelion Position (अर्थ्स पेरिहेलिऑन अँड ॲफेलिऑन पोझिशन) - **पृथ्वीची उपसूर्य व अपसूर्यस्थिती**

पृथ्वीचा सूर्याभोवती फिरण्याचा भ्रमणमार्ग लंबवर्तुळाकृती असल्याने तिचे सूर्यापासूनचे अंतर कधी कमी वा कधी जास्त असते.

पृथ्वी सूर्यभ्रमण करीत असताना जानेवारीच्या पहिल्या आठवड्यात ती सूर्याजवळ

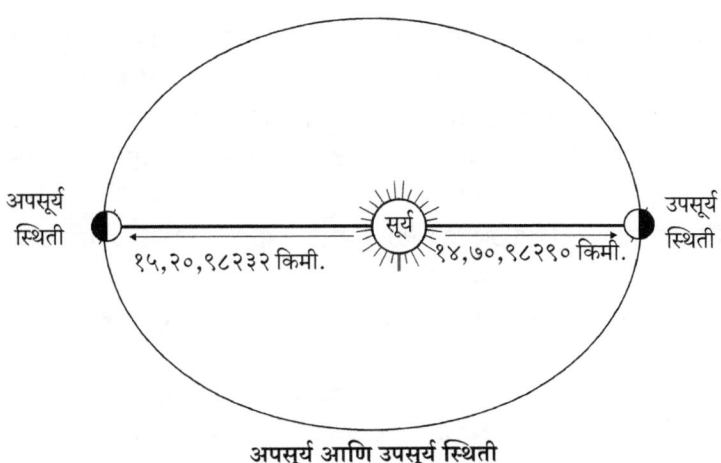

अपसूर्य स्थिती — १५,२०,९८२३२ किमी.

सूर्य — १४,७०,९८२९० किमी. — उपसूर्य स्थिती

अपसूर्य आणि उपसूर्य स्थिती

येते यालाच पृथ्वीची 'उपसूर्य स्थिती' (Perihelion) असे म्हणतात. या स्थितीला हे अंतर १४,७०,९८२९० किमी. असते. जुलैच्या पहिल्या आठवड्यात हे अंतर वाढून ते १५,२०,९८२३२ किमी. होते. यालाच पृथ्वीची 'अपसूर्यस्थिती' (Aphelion) असे म्हणतात. पृथ्वीचा तिच्या कक्षेवरील वेग अपसूर्य स्थितीत कमी होतो व उपसूर्यस्थितीत वाढतो.

Earth's Relief (अर्थ्स रिलीफ) - **पृथ्वीची भूरूपे**

पृथ्वीच्या पृष्ठभागावर भूमिखंडे व सागर विभाग या दोहोंचा समावेश आहे. पृथ्वीवरील जमीन व पाणी याचे प्रमाण अनुक्रमे २९ टक्के व ७१ टक्के आहे.

पृथ्वीवरील प्रमुख भूमिखंडे उ. अमेरिका, द. अमेरिका, युरोप, आफ्रिका, आशिया, ऑस्ट्रेलिया व अंटार्क्टिका ही असून युरोप सोडल्यास सर्व भूमिखंडांची दक्षिण टोके निमुळती झाली आहेत व त्यांच्या टोकाजवळ बेटे निर्माण झाली आहेत.

भूपृष्ठाचे स्वरूप सर्वत्र सारखे नाही तर त्यात उंचसखलपणा दिसून येतो; अशा उंचसखलपणावरून पृथ्वीवर पर्वत, पठारे व मैदाने अशी तीन प्रमुख भूरूपे दिसून येतात. भूशास्त्रानुसार ६०० मीटरपेक्षा जास्त उंचीचा भूप्रदेश म्हणजे पर्वत, ३०० ते ६०० मीटरपर्यंतचा उंचीचा प्रदेश म्हणजे पठार व ३०० मीटरपेक्षा कमी उंचीचा प्रदेश म्हणजे मैदान होय.

Earth's Revolution (अर्थ्स रेव्होल्यूशन) - **पृथ्वीचे परिभ्रमण**

पृथ्वी स्वतःभोवती फिरता फिरता सूर्याभोवती सुमारे ३६५ दिवसात ठरावीक मार्गाने एक प्रदक्षिणा पूर्ण करते. पृथ्वीच्या या गतीला पृथ्वीचे परिभ्रमण किंवा पृथ्वीची

वार्षिक गती असे म्हणतात. पृथ्वी सूर्याभोवती ज्या मार्गाने फिरते त्या भ्रमणमार्गाला पृथ्वीची कक्षा असे म्हणतात. पृथ्वीच्या आसाने आपल्या कक्षेच्या पातळीशी ६६°३०' एवढा कोन केलेला आहे. पृथ्वीची कक्षा लंबवर्तुळाकार असल्याने पृथ्वी आपल्या परिभ्रमणकाळात जेव्हा सूर्याच्या जवळ असते तेव्हा पृथ्वीची उपसूर्य स्थिती असते. जेव्हा ती सूर्यापासून अतिशय दूर असते त्या स्थितीला अपसूर्य स्थिती असे म्हणतात. पृथ्वीच्या परिभ्रमणाचा वेग उपसूर्य स्थितीत जास्त असतो. या उलट, अपसूर्य स्थितीत पृथ्वीच्या परिभ्रमणाचा वेग कमी असतो.

पृथ्वीचे परिभ्रमण व पृथ्वीच्या आसाचा तिरपेपणा यांच्या संयुक्त परिणामामुळे खालील घटना निर्माण होतात :-

(१) दिनमान व रात्रिमान यांच्या कालावधीत फरक पडतो.

(२) सूर्याचे भासमान भ्रमण - उत्तरायण व दक्षिणायन

(३) ऋतुचक्राची निर्मिती होते.

(४) कर्क, मकर व उप-ध्रुवीय वृत्ते यांची निश्चिती करता येते.

Eclipse (एक्लिप्स) - ग्रहण

पृथ्वी आणि चंद्र हे दोन्ही गोल अपारदर्शक आहेत. यामुळे त्यांचा जो भाग सूर्याच्या बाजूला असतो त्यावर प्रकाश पडतो, आणि उलट बाजूला त्यांची छाया पडते. चंद्राची परिभ्रमणाची कक्षा आणि क्रांतिवृत्त यांची पातळी एक नसते. या दोन्ही पातळ्यांचा एकमेकांशी ५ अंश आणि ८ मिनिट्सचा कोन आहे. या पातळ्या दोन ठिकाणी परस्परांस छेदतात. या दोन बिंदूंना राहू व केतू असे म्हणतात. पृथ्वीभोवती चंद्र फिरतो आणि हे दोन्ही सूर्याभोवती फिरतात. या परिभ्रमणामुळे कधी चंद्र, सूर्य आणि पृथ्वी यांच्यामध्ये येऊन सूर्यापासून पृथ्वीस मिळणारा प्रकाश रोखून धरतो (म्हणजेच सूर्य दिसेनासा होतो) तर कधी पृथ्वी, चंद्र व सूर्य यांच्यामध्ये येऊन चंद्रावर पडणारा सूर्यप्रकाश रोखून धरते (म्हणजेच चंद्र दिसेनासा होतो) या घटना जेव्हा घडतात तेव्हा त्यास ग्रहण असे म्हणतात.

Equator (इक्वेटर) - विषुववृत्त

पृथ्वीच्या पृष्ठभागावर दोन्ही ध्रुवांपासून सारख्या अंतरावर असणाऱ्या काल्पनिक वर्तुळाला विषुववृत्त म्हणतात. विषुववृत्ताने पृथ्वीचे दोन समान भाग होतात. उत्तर भागाला उत्तर गोलार्ध व दक्षिण भागाला दक्षिण गोलार्ध असे म्हणतात.

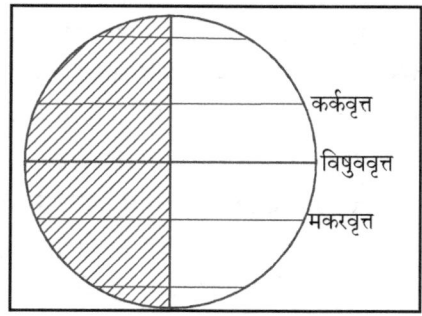

कर्कवृत्त

विषुववृत्त

मकरवृत्त

Equinox (इक्विनॉक्स) - **संपातबिंदू**

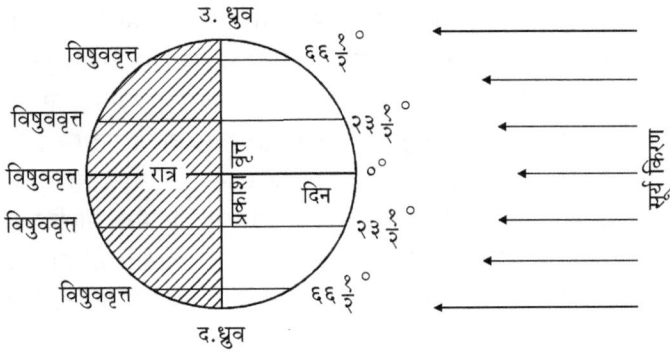

इक्विनॉक्स म्हणजे समान रात्री. २१ मार्च व २२ सप्टेंबर या दोन दिवशी सर्वत्र समान (१२-१२ तासांचे) दिनमान व रात्रिमान आढळत असल्यामुळे ह्या दिवसांना विषुवदिन असे म्हणतात. (विषुव म्हणजे दोन समान भाग करणारा) या दोन दिवशीं पृथ्वी आपल्या भ्रमणमार्गावर ज्या बिंदूवर असते त्या बिंदूंना संपातबिंदू (Equinox) असे म्हणतात. उत्तर गोलार्धात २१ मार्चला हिवाळा संपून उन्हाळा सुरू होतो म्हणून त्यास वसंतसंपात (Spring Equinox) असे म्हणतात. २२ सप्टेंबरला उन्हाळा संपून हिवाळ्याची सुरुवात होते म्हणून त्यास शरद् संपात (Autumnal Equinox) असे म्हणतात. २१ जून या दिवशी सूर्य हा जास्तीत जास्त उत्तरेकडे असतो व २१ डिसेंबरला तो जास्तीत जास्त दक्षिणेकडे असतो. या दोन दिवसांना 'अयनदिन' (Solastice) असे म्हणतात.

Gaseous Hypothesis of Kant (गॅसियस हायपॉथसिस ऑफ कांट) - **कान्टची तेजोमेघ परिकल्पना**

इ. स. १७५५ मध्ये जर्मन प्राध्यापक इमॅन्युअल कान्ट यांनी न्यूटनच्या गुरुत्वाकर्षणतत्त्वावर आधारित तेजोमेघ परिकल्पना (Gaseous Hypothesis) मांडली. या परिकल्पनेप्रमाणे अवकाशात आज जे सूर्य, ग्रह व तारे दिसतात तो संपूर्ण भाग गोलांच्या मूलभूत स्वरूपात असलेल्या घटक द्रव्यांनी व्यापलेला होता. म्हणजे अगदी सुरुवातीला सूर्य हा अवकाशात तरंगणारा आद्यद्रव्याचा, एका प्रचंड ढगासारखा वायुरूपी समुच्चय होता. हे सर्व आद्यद्रव्य गुरुत्वाकर्षणशक्तीमुळे एका बिंदूत केंद्रित झाले असावे. या केंद्रीकरणाच्या क्रियेत त्या कणांचा एकमेकांवर आघात होऊन, त्या द्रव्यसमुच्चयात,

उष्णता व गती निर्माण झाली असावी. त्यामुळे अशा द्रव्यसमुच्चयातून अतिप्रचंड विस्ताराचा तेजोमेघ (Nebula) निर्माण झाला असावा. त्यानंतर हा तेजोमेघ स्वत:भोवती अतिवेगाने फिरू लागला. तसेच त्याच्या प्रचंड गतीमुळे, केंद्रभागी 'केंद्रोत्सारी' प्रेरणा (Centrifugal Force) निर्माण झाली असावी. या विशिष्ट प्रेरणेमुळे प्रचंड वेगाने फिरणाऱ्या व उष्णता उत्सर्जित करणाऱ्या या तेजोमेघाच्या विषुववृत्तीय भागात फुगीरपणा येऊन त्या भागापासून एकामागून एक अशी द्रव्याची वलये निर्माण होऊन वेगळी झाली असावीत. कालांतराने ही वलये थंड होऊ लागली व त्यांचे ग्रह बनले असावेत. या मुख्य ग्रहापासून याच प्रकारच्या क्रियेमुळे उपग्रहांची निर्मिती झाली असावी. मूळ तेजोमेघापासून या प्रकारे ग्रह व उपग्रहांची निर्मिती झाल्यानंतर तेजोमेघाचा उरलेला भाग हा सूर्याच्या स्वरूपात उरला असावा. अशा रीतीने पृथ्वीची उत्पत्ती झाली असावी असे मानले जाते.

Great Circle and Small Circles (ग्रेट सर्कल अँड स्मॉल सर्कल) - **बृहद्वृत्त आणि लघुवृत्त**

पृथ्वीच्या पृष्ठभागावरून जाणारे व तिचे दोन सारखे भाग करणारे जे काल्पनिक वर्तुळ आहे त्याला बृहद्वृत्त असे म्हणतात. या अर्थाने विषुववृत्त हे एक बृहद्वृत्त होय. तसेच दोन बरोबर उलट बाजूकडील रेखावृत्ते मिळून देखील एक संपूर्ण वर्तुळ तयार होते. हीसुद्धा बृहद्वृत्तेच मानली जातात. ही गोष्ट विषुववृत्त सोडून इतर अक्षवृत्तांना लागू पडणार नाही म्हणून त्यांना लघुवृत्ते असे म्हणतात.

या बृहद्वृत्ताच्या अनुषंगाने पृथ्वीच्या गोलावरील दोन ठिकाणांमधील कमीत कमी अंतर ठरविता येते व हा मार्ग बोटींना अगर विमानांना सर्वात जवळचा ठरतो.

Greenwich Mean Time (ग्रिनिच मीन टाइम) - **ग्रिनिच वेळ**

ग्रिनिच हे ठिकाण लंडन शहराचा उपविभाग आहे. येथून जाणारे रेखावृत्त मूळ किंवा शून्य रेखावृत्त म्हणून मानलेले आहे. या रेखावृत्तावर सूर्य डोक्यावर आला की, त्या ठिकाणी दुपारचे १२ वाजले असे समजतात. हीच त्या ठिकाणची स्थानिक वेळ होय. ब्रिटिश बेटांची प्रमाणवेळ याच वेळेवरून ठरविली जाते. तसेच ती जगाची प्रमाणवेळ होय.

Histrory of Evolution of the Earth (हिस्टरी ऑफ इव्होल्यूशन ऑफ द अर्थ) - **पृथ्वीच्या उत्क्रांतीचा इतिहास**

सूर्यकुलाच्या उत्पत्तीबरोबरच पृथ्वीचीही उत्पत्ती झालेली आहे. कालांतराने तिचा पृष्ठभाग हळूहळू थंड होऊ लागला. थंड होण्याची ही प्रक्रिया भूपृष्ठावर, पृथ्वीच्या

अंतरंगापेक्षा वेगाने घडत गेली. पृथ्वीच्या अंतर्गत उष्णतेमुळे आतील विविध वायू उद्रेकाच्या स्वरूपात बाहेर पडू लागले. गुरुत्वाकर्षणामुळे, वायूंमुळे वातावरणाची निर्मिती झाली असावी. भूपृष्ठभाग जसजसा थंड होत गेला त्यानुसार पृथ्वीवर घनकवच निर्माण झाले असावे. कवच तयार होण्याची ही क्रिया अगदी सावकाश घडली. पृथ्वीच्या उत्क्रांतीच्या इतिहासाचा कालावधी खालील मुख्य पाच कालखंडांत विभागण्यात आलेला आहे :

(१) प्री-कॅम्ब्रीयन कालखंड
(२) पॅलॉझॉईक कालखंड
(३) मेसोझॉईक कालखंड
(४) निओझॉईक कालखंड
(५) क्वाटरनरी कालखंड

Hoyle's and Narlikar Theory (हॉयल अ‍ॅण्ड नारळीकर थेअरी) - **हॉईल व जयंत नारळीकर यांचा स्थिर स्थिती सिद्धान्त**

केंब्रिज विद्यापीठातील गणिततज्ज्ञ प्रा. फ्रॉइड हॉईल व डॉ. जयंत नारळीकर यांनी मांडलेल्या त्यांच्या 'स्थिर स्थिती सिद्धान्तानुसार' विश्वाची सध्याची स्थिती ही स्थिर आहे. सुरुवातीपासून ती अशीच होती व अनंत काळपर्यंत ती अशीच राहणार आहे. त्यांच्या सिद्धान्तानुसार हायड्रोजनद्वारा अव्याहतपणे तारकापुंज निर्माण होतात व हे तारकापुंज दूर दूर जातात. ज्यावेळी एखाद्या ताऱ्याचा प्रचंड स्फोट होतो त्यावेळी त्यातून मोठा तेजोमेघ निर्माण होऊन इतस्तत: फेकल्या गेलेल्या कणांपासून तारकापुंज निर्माण होतो.

Indian Standard Time (इंडियन स्टँडर्ड टाइम) - **भारतीय प्रमाणवेळ**

भारतात अलाहाबाद (८१° ५४' पूर्व रेखावृत्त) व बनारस (८३° पूर्व रेखावृत्त) ह्या ठिकाणांच्या दरम्यान गेलेल्या ८२°३० पूर्व रेखावृत्तावरील स्थानिक वेळ संपूर्ण भारतासाठी प्रमाणवेळ म्हणून मानण्यात येते. ही वेळ ग्रिनिच वेळेपेक्षा ५ तास ३० मिनीटे पुढे आहे. फाळणीपूर्व भारताच्या मध्यवर्ती भागातून हे रेखावृत्त जात असल्याने तेथील स्थानिक वेळ प्रमाणवेळेसाठी घेतली आहे.

Interior of the Earth (Holme's Theory) (इंटिरियर ऑफ दि अर्थ - होल्म्स थेअरी) - **पृथ्वीचे अंतरंग (होम्सचा सिद्धान्त)**

भूखंडाची निर्मिती व वितरण याबद्दल होम्स यांनी अत्याधुनिक शास्त्रीय सिद्धान्त मांडला. हा सिद्धान्त किरणोत्सर्जनाच्या प्रक्रियेवर आधारित आहे. पृथ्वीच्या अंतरंगात युरेनियम, थोरियम यासारखी किरणोत्सारी खनिजे असतात. ती आपल्या नैसर्गिक अवस्थेत अदृश्य किरणांच्या स्वरूपात उष्णता बाहेर टाकतात. त्यामुळे अंतरंगात प्रक्रमण

(Convective currents) प्रवाह निर्माण होत असावेत. होम्स यांनी पृथ्वीच्या अंतरंगाचे तीन थर कल्पिले आहेत :-

(१) ग्रॅनोडायोराइट (Granodiorite) : हा सर्वात बाहेरचा थर असून त्याची जाडी १० ते १२ किमी. आहे.

(२) अँफिबोलाइट (Amphibolite) : हा मधला थर ग्रॅनोडायोराइटखाली असून त्याची जाडी २० ते २५ किमी. आहे.

(३) इक्लोगाइट (Eclogite) : होम्स यांच्या मतानुसार हा सर्वात खालचा थर आहे. या थराचे दोन भाग त्यांनी कल्पिले, त्यापैकी वरचा भाग स्फटिकमय व खालचा भाग काचमय आहे असे होम्स यांनी प्रतिपादन केले.

होम्स यांच्या मतानुसार, अध:स्तरात म्हणजे प्रावरणात असलेल्या किरणोत्सारी पदार्थांमुळे प्रकमण प्रवाह निर्माण होतो. युरेनियम, थोरिअम व कवचात विपुलतेने आढळणारे पोटॅशियम यामुळे तापमानवाढीचे (खोलीनुसार) प्रमाण वाढते. यालाच तापमानप्रवणता (temperature gradient) असे म्हणतात. तापमानप्रवणता १ कि.मी. ला ३° से. पेक्षा जास्त वाढली तर प्रक्रमण प्रवाहांच्या निर्मितीस योग्य परिस्थिती निर्माण होऊन प्रावरणात हालचाल सुरू होते. जोपर्यंत तापमान प्रवणता प्रत्येक किमी. ला ३° सें पेक्षा कमी असते तोपर्यंत कवचात स्थिर परिस्थिती राहून प्रावरणातील हालचालींना प्रतिबंध होतो. होम्स यांनी पुढे असे प्रतिपादन केले आहे की, प्रावरणातील काही भाग हे प्लॅस्टिकसारखे थोडेसे लवचीक बनतात. वायुरूप किंवा द्रवरूप पदार्थांना कमी - अधिक प्रमाणात उष्णता दिल्यानंतर ज्याप्रमाणे त्यांची घनता बदलते, त्याप्रमाणे प्रावरणात कमी - अधिक उष्णतेमुळे घनतेचे भाग तयार होतात. प्रावरणातील जास्त तप्त भागांची उष्णतेमुळे घनता कमी होऊन त्यांचे प्रसरण होते, तर कमी तप्त भागांची प्रवृत्ती आकुंचन पावण्याची असते. घनतेत फरक पडल्यामुळे अत्यंत मंद गतीने घनरूप प्रावरणात हालचाली निर्माण होतात. या हालचाली दोन प्रकारच्या असतात. त्यांनाच प्रक्रमणप्रवाह असे म्हणतात. अंतर्गत भागातून भूपृष्ठाकडे ऊर्ध्वगामी प्रवाह निर्माण होतात. जेथे उष्णता वाढून प्रावरणाचे प्रसरण होते तेथे ही क्रिया आढळते, तर जेथे उष्णता कमी असते तेथे प्रावरण आकुंचन पावते; अशा ठिकाणी अधोगामी प्रवाह आढळून येतात.

अत्यंत तप्त व प्लॅस्टिकसारख्या लवचीक प्रावरणातून प्रवाह कवचाकडे म्हणजे ऊर्ध्वगामी दिशेने वाहतात. कवचाखाली आल्यावर ते क्षितिजसमांतर किंवा आडवे वाहू लागतात व नंतर अधोगामी होऊन परत प्रावरणाकडे वाहतात. विचलित म्हणजे अस्थिर प्रावरण व अविचलित म्हणजे स्थिर कवच यांच्यात घर्षण निर्माण होऊन कवचात प्रतिकर्ष निर्माण होते. प्रतिकर्ष म्हणजे कवच वर-खाली ओढले जाण्याची क्रिया. जेथे कवच

खाली ओढले जाते, तेथे खळगे पडतात व भूद्रोणी तयार होतात. भूद्रोणींच्या दोन्ही बाजूस कवचात आडवी म्हणजे समकक्ष किंवा क्षितिजसमांतर हालचाल होते. त्यामुळे भूद्रोणीतील अवसाद भरडले जाऊन घडीचे पर्वत तयार होतात. परंतु, भूद्रोणी तयार होत असताना त्यातील अवसाद खोलवर जाऊन वितळतात. त्यानंतर वर येणाऱ्या शिलारसामुळे पर्वताचे कणाश्मांनी युक्त गाभे तयार होतात. आल्प्स व पूर्वीच्या काळात टेथिस समुद्र (भूद्रोणी) उराल पर्वताच्या जागी असलेल्या भूद्रोणी एकमेकांपासून दूर व खाली जाणाऱ्या प्रक्रमण प्रवाहामुळे तयार झाल्या असाव्यात. पृथ्वीवरील काही समुद्र उदा. कोरल व टास्मन (ऑस्ट्रेलिया), आराफुरा (इंडोनेशिया), वेडडेल व रॉस (अंटार्क्टिका)हे समुद्र कसे तयार झाले असावेत याबद्दलही होम्स यांनी काही शास्त्रीय गोष्टी सांगितल्या आहेत.

वरील समुद्र ज्या ठिकाणी आहेत तेथील कवच पूर्वी खूपच विरळ होते. त्या विरळ कवचाखाली असलेला शिलारस आजूबाजूच्या प्रदेशाकडे गेल्याने तेथे अँफिबोलाइट स्तरात शिलारसाचे क्षरण व प्रवहन होऊन खळगे तयार झाले.

विषुववृत्त व ध्रुवप्रदेश यातील तापमानप्रवणता भिन्न आहे, असेही होम्स यांनी प्रतिपादन केलेले आहे. भूपृष्ठ विषुववृत्ताजवळ ध्रुवापेक्षा फुगीर असल्याने विषुववृत्तीय तापमान - प्रवणता, ध्रुवीय तापमान - प्रवणतेपेक्षा जास्त असते. यामुळे विषुववृत्तीय प्रदेशात प्रावरणातून भूपृष्ठाकडे म्हणजे खालून वर येणारे प्रवाह आढळतात तर ध्रुवप्रदेशात पृष्ठभागाकडून प्रावरणाकडे म्हणजे वरून खाली जाणारे प्रवाह आढळून येतात. वर येणारे प्रवाह कवचाखाली आडवे जाऊ लागले की, ते आपल्याबरोबर कवचाचा भाग उत्तरेकडे किंवा दक्षिणेकडे नेतील. कवचाच्या वरच्या भागात प्रवाहाचा वेग खालच्या भागापेक्षा कमी असल्याने वरच्या भागात भेगा पडतील. या कारणामुळे पूर्वी विषुववृत्तीय परिसरात टेथिस समुद्र निर्माण झाला असावा.

खंडप्रदेशात किरणोंत्सर्जनाचे प्रमाण सागरी किंवा किनाऱ्याजवळील भागापेक्षा जास्त असते असेही होम्स म्हणतात. त्यामुळे खंडप्रदेशात कवच कमी जाडीचे असून महासागराखाली मात्र कवच जाडसर आढळते. किरणोत्सर्जनाचे प्रमाण महासागराखाली कमी आढळते. त्यामुळे महासागराखाली कवच जाडसर आहे. भूखंडाखालून व महासागराखालून एकमेकांकडे येणाऱ्या प्रवाहांच्या एकीकरणानंतर खाली जाणारे प्रवाह निर्माण झाले असावेत.

वेगनर यांनी भूखंडवहनाचा जो सिद्धान्त सांगितला त्यासाठी आवश्यक असलेला पुरावा प्रक्रमण प्रवाह सिद्धान्तामुळे मिळतो. परंतु, उपकवचात प्रक्रमण प्रवाह खरोखरी निर्माण होतात की नाही हे अजूनही संशयास्पद आहे, असे काही शास्त्रज्ञांचे म्हणणे आहे.

International Date Line (इंटरनॅशनल डेट लाइन) - **आंतरराष्ट्रीय वाररेषा**

जगातील निरनिराळ्या देशातील प्रमाणवेळात परस्परसंबंध असावेत या उद्देशाने जगाचे एकूण २४ कालविभाग पाडण्यात आले. पृथ्वीच्या पश्चिम-पूर्व या दिशेने होणाऱ्या परिवलनामुळे पूर्व रेखावृत्तावरील स्थानिक वेळ पश्चिम रेखावृत्तावरील स्थानिक वेळेपेक्षा पुढे असते. रेखावृत्तावरील स्थानिक वेळांच्या या विसंगतीमुळे जगप्रवास करणाऱ्या जहाजावर किंवा जगप्रवास करणाऱ्या विमानांवर प्रवास केल्यानंतर वेळेच्या, वाराच्या आणि तारखेच्या बाबतीत घोटाळा होऊ शकतो.

हा घोटाळा दूर करण्याकरिता जगातील सर्व राष्ट्रांतील लोकांनी इ. स. १८८४ मध्ये वॉशिंग्टन येथे एकत्रित येऊन अमेरिकन प्रोफेसर डेव्हिडसन यांच्या नेतृत्वाखाली एक आंतरराष्ट्रीय वाररेषा ठरविली. ही रेषा ग्रिनिचच्या अगदी विरुद्ध बाजूला असलेल्या १८० रेखावृत्ताच्या अनुरोधाने काढली आहे. ही रेषा ओलांडताना वारात बदल करावा असा आंतरराष्ट्रीय नियम आहे.

'आंतरराष्ट्रीय वाररेषा' ओलांडताना पूर्वेकडे जाणाऱ्या प्रवाशांनी एक वार मागे करावा व पश्चिमेकडे जाणाऱ्या प्रवाशांनी एक वार पुढे करावा असे ठरले आहे.

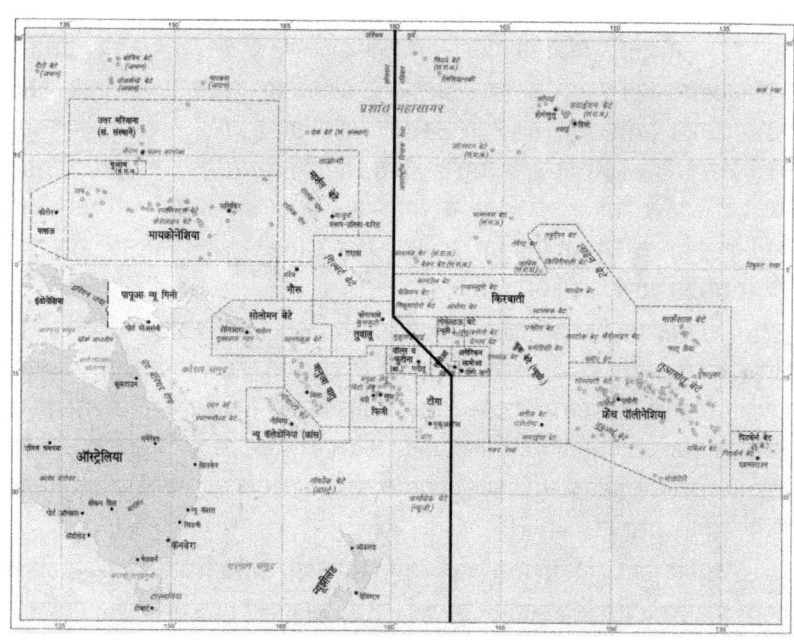

आंतरराष्ट्रीय वाररेषा

आंतरराष्ट्रीय वाररेषा संपूर्णपणे पॅसिफिक महासागरातून नेण्याचा प्रयत्न केला आहे. ही रेषा काही बेटांवरून गेली असती तर तेथील लोकांना सतत वार व तारीख बदलावी लागली असती कारण तेथे पूर्व बाजूला एक वार व तारीख आणि दुसऱ्या बाजूला दुसराच वार व तारीख असे दिसून आले असते. यासाठी ही रेषा वळवून पॅसिफिक महासागराच्या जलाशयातून नेली आहे.

Latitude (लॅटिट्यूड) - **अक्षांश**

पृथ्वीच्या पृष्ठभागावरील कोणतेही एखादे ठिकाण पृथ्वीच्या मध्याशी सरळ रेषेने जोडले असे मानले तर त्या सरळ रेषेने विषुववृत्ताच्या पातळीशी केलेला कोन म्हणजे त्या ठिकाणचे अक्षांश होय. दुपारी १२ वाजता सूर्याचा एखाद्या स्थानाशी किती उन्नतकोन आहे हे सेक्स्टंट (Sextant) या उपकरणाच्या साहाय्याने समजते. एखाद्या ठिकाणावरून सूर्याचा उन्नतकोन जेवढा असेल तेवढे त्या स्थळाचे अक्षांश राहतील. फक्त लक्षात ठेवण्यासारखी महत्त्वाची गोष्ट म्हणजे सूर्य एखाद्या स्थानाच्या दक्षिणेस असल्यास ते स्थान उत्तरेकडे व सूर्य उत्तरेस असल्यास ते स्थान दक्षिणेकडे आहे असे समजावे.

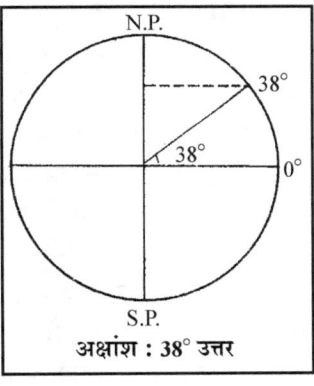

अक्षांश : 38° उत्तर

Lithosphere (लिथोस्फियर) - **शिलावरण**

भूकवच व त्याखालील लगतचा प्रावरणाचा एस्थेनोस्फियरचा भाग यास शिलावरण म्हणतात. शिलावरणाचा २९ टक्के भाग भूपृष्ठाने तर ७१ टक्के भाग जलव्याप्त आहे. या आवरणाची खोली सर्वत्र सारखी नाही. शिलावरणाची सरासरी जाडी १६ ते ४० किमी. च्या दरम्यान आहे. ते स्फटिकमय खडकांनी बनले आहे. स्तरित खडकांचे प्रमाण सर्वात जास्त असून शिलावरणाचे सियाल व सिमा असे दोन उपविभाग पडतात :-

(i) सियाल (Sial) : प्रामुख्याने भूमिखंडे सियालची बनलेली आहेत. सिलिका व ॲल्यूमिनियम या द्रव्यांच्या आधिक्यामुळे या थराला सियाल (Sial) असे नाव पडले. या थराची घनता सुमारे २.७ एवढी आहे. भूमिखंडाखाली याची सरासरी जाडी २९ किमी. आहे.

(ii) सिमा (Sima) : सिमा हा थर सियालच्या खाली आहे. सिलिका व मॅग्नेशियम या घटकद्रव्यांच्या प्रभावामुळे शिलावरणाच्या या थरास सिमा (Sima) असे म्हणतात.

सिमा थराची जाडी भूमिखंडाखाली १३ किमी. व सागरतळाखाली ३ ते ५ किमी. आहे. सिमा या थराची घनता २.९ ते ३.३ इतकी असून हा थर प्रामुख्याने बेसॉल्ट व गॅब्रो प्रकारच्या खडकांनी बनला आहे. सियाल व सिमा या थरांच्या दरम्यान घनतेत एकदम फरक पडतो यावरून तेथे 'कॉनरॅड विलगता' आहे असे मानले जाते. भूकंपलहरींच्या अभ्यासावरून हे आधुनिक अनुमान विकसित झाले आहे. कॉनरॅड विलगतेची घनता व स्वरूप मात्र सर्वत्र सारखे नाही.

Local Time (लोकल टाइम) - **स्थानिक वेळ**

पृथ्वीवरील कोणत्याही एका ठिकाणी सूर्य बरोबर डोक्यावर (ख-मध्य) मध्यान्ही आला म्हणजे त्या ठिकाणी दुपारचे बारा वाजलेत असे गृहीत धरून कालगणना केली जाते. या वेळेला 'स्थानिक वेळ' (Local Time) असे म्हणतात.

पृथ्वीच्या परिवलनामुळे प्रत्येक फेरीत प्रत्येक रेखावृत्त दिवसातून फक्त एकदाच सूर्यासमोर येते. रेखावृत्त सूर्यासमोर आले म्हणजे त्या रेखावृत्तावरील प्रत्येक स्थळी सूर्य ख मध्यावर (आपल्या डोक्यावर) दिसू लागतो. म्हणून एका रेखावृत्तावर जितकी स्थळे असतात त्या स्थळांची स्थानिक वेळ एकच असते. परंतु निरनिराळ्या रेखावृत्तावरील स्थळांच्या वेळा मात्र भिन्न भिन्न असतात. पृथ्वीवरील कोणतीही दोन ठिकाणे जर १५ अंश रेखावृत्ताच्या अंतरावर असतील तर त्यांच्या स्थानिक वेळांत १ तासाचा फरक पडतो.

Longitude (लॉंजिट्यूड) - **रेखांश**

पृथ्वीच्या पृष्ठभागावरील कोणत्याही एखाद्या स्थळातून जाणाऱ्या रेखावृत्ताची पातळी आणि ग्रीनिचमधून जाणाऱ्या मूळ रेखावृत्ताची पातळी यामध्ये पृथ्वीच्या आसाजवळ होणारा कोन त्या स्थळाचा रेखांश असतो.

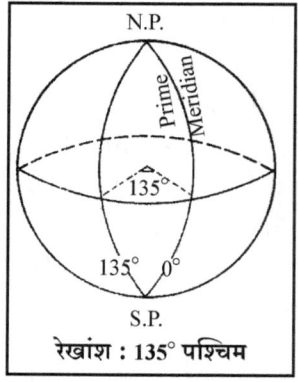

रेखांश : 135° पश्चिम

Lunar Eclipse (ल्यूनर एक्लिप्स) - **चंद्रग्रहण**

जेव्हा चंद्राचा काही भाग किंवा संपूर्ण चंद्रच पृथ्वीच्या छायेत आल्याने दिसेनासा होतो तेव्हा त्याला चंद्रग्रहण म्हणतात. चंद्रग्रहणाला आवश्यक असलेली परिस्थिती खालीलप्रमाणे आहे -

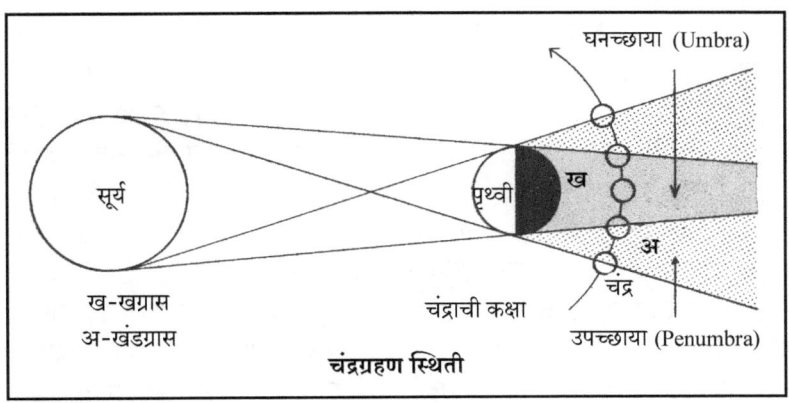

ख-खग्रास
अ-खंडग्रास

चंद्राची कक्षा

उपच्छाया (Penumbra)

चंद्रग्रहण स्थिती

(अ) आकाशात चंद्र व सूर्य हे एकमेकांच्या विरुद्ध दिशेला असले पाहिजेत. (ब) चंद्राची कक्षा व पृथ्वीची कक्षा यांमधील ५ अंश ८ मिनिटांचे कोनात्मक अंतर पूर्ण नाहीसे झाले पाहिजे.

चंद्र व सूर्य हे एकमेकांच्या विरुद्ध दिशेला फक्त पौर्णिमेलाच असतात. म्हणून चंद्रग्रहण केवळ पौर्णिमेलाच लागू शकते. दर पौर्णिमेला चंद्रग्रहण लागणार नाही. कारण चंद्राच्या आणि पृथ्वीच्या कक्षांमधील ५ अंश ८ मिनिटांचा कोन दर पौर्णिमेला नष्ट होणार नाही म्हणून चंद्रही पृथ्वीच्या छायेत येणार नाही. सूर्याचे किरण पृथ्वीवर पडले म्हणजे पृथ्वीची दुहेरी सावली पृथ्वीच्या विरुद्ध बाजूला पडते. यापैकी एक सावली त्रिकोणी आकाराची अथवा शंकूच्या आकाराची असते. तिला पृथ्वीची घनच्छाया (Umbra) असे म्हणतात. या घनच्छायेत कोठूनही सूर्यप्रकाश येऊ शकत नाही. या घनच्छायेला छायाशंकू असेही म्हणतात; कारण त्याचा आकार शंकूप्रमाणे असतो. चंद्र घनच्छायेत आल्यास खग्रास चंद्रग्रहणस्थिती असते. ह्या घनच्छायेच्या बाजूला एक पुसटशी छाया आढळते तिला विरळ छाया अथवा छायाकल्प (Penumbra) म्हणतात. जर चंद्राचा काही भागच झाकला गेला तर स्थितीस खंडग्रास चंद्रग्रहण म्हणतात.

Mantle (मँटल) - प्रावरण

पृथ्वीच्या शिलावरण व गाभा यांच्या दरम्यान असणाऱ्या थरास प्रावरण असे म्हणतात. प्रावरणातील खडक हे अतिकठीण अशा पायरॉक्झिन व ड्यूनाईट खडकांचे बनले आहेत.

भूपृष्ठापासून सुमारे ४२ किमी. अंतरावर प्रावरणास सुरुवात होते. शिलावरण आणि प्रावरण या दरम्यानच्या संक्रमणथरास 'मोहो विलगता' म्हणतात. या थराची खोली सुमारे २९०० किमी. असावी असा शास्त्रीय अंदाज आहे. प्रावरणाने पृथ्वीच्या अंतरंगाच्या

सर्वात जास्त म्हणजे ८३% भाग व्यापलेला आहे. पृथ्वीच्या एकूण वस्तुमानापैकी प्रावरणाचे वस्तुमान ६८% आहे. भूकंप व ज्वालामुखी यांची उत्पत्ती प्रावरणात होते.

प्रावरणाचे दोन उपविभाग आहेत - (१) बाह्य प्रावरण (२) अंतर्प्रावरण. भूकंप लहरीच्या आधुनिक काळातील अभ्यासांवरून प्रावरणाचे खालील तीन भाग पडतात.

(i) मोहोविलगतेपासून २०० किमी. खोलीपर्यंतचा भाग
(ii) २०० किमी. ते ७०० किमी. खोलीचा मध्यवर्ती भाग
(iii) ७०० किमी. पासून गाभ्याच्या बाह्यसीमेपर्यंतचा भाग.

प्रावरणात वाढत जाणारे तापमान व दाब यामुळे बहुतांश वस्तुमान काही प्रमाणात घनरूपाच्या गुणधर्माचे व काही प्रमाणात द्रवरूपाच्या गुणधर्माचे असते. प्रावरणात सातत्याने रासायनिक क्रिया चालू असतात. भूकवचावरील उंचसखलता, पर्वत इत्यादी आविष्कार निर्माण होण्यास प्रावरणातील बल व प्रवाह कारणीभूत असतात. म्हणूनच भूकंप-ज्वालामुखींचे उत्पत्तिस्थान प्रावरणात आहे.

Meridian of Longitudes (मेरीडियन ऑफ लाँजिट्यूड) - **रेखावृत्ते**

विषववृत्त हे एक काल्पनिक वर्तुळ आहे. या वर्तुळाचे ३६० सारखे भाग करतात व प्रत्येक भागाला अंश म्हणतात. या प्रत्येक अंशामधून विषुववृत्ताला छेदून जाणारी दक्षिणोत्तर वर्तुळे काढतात. ही वर्तुळे ३६० असतात. या वर्तुळांना रेखावृत्ते म्हणतात. रेखावृत्ते दोन्ही ध्रुवांत एकमेकांना येऊन मिळतात. त्यामुळे दोन रेखावृत्तांमधील अंतरही विषुववृत्ताकडून ध्रुवाकडे कमी कमी होत जाते. दोन रेखावृत्तांमधील अंतर विषुववृत्तावर सर्वात जास्त भरते. विषुववृत्त हे जसे सोयीचे व एक मध्यवर्ती निश्चित वृत्त ठरते तसे रेखावृत्तांचे बाबतीत नाही. त्यामुळे कोणतेतरी एक रेखावृत्त शून्य मानून त्यापासून पूर्व किंवा पश्चिमेस असलेल्या रेखावृत्तांचा त्यानुसार उल्लेख करता येतो. लंडनजवळील ग्रीनिचचे रेखावृत्त हे मुख्य रेखावृत्त धरले जाते. ग्रीनिचला 'रॉयल ॲस्ट्रॉनॉमिकल ऑब्झर्व्हेटरी' ही जुनी वेधशाळा आहे व तेथील रेखावृत्त मूळ रेखावृत्त मानावे असे इ. स. १८४४ मध्ये आंतरराष्ट्रीय संकेतानुसार ठरविण्यात आले आहे. या शून्य अगर मूळ रेखावृत्ताच्या पूर्वेस १८० व पश्चिमेस १८० रेखावृत्ते आहेत असे मानले जाते. १८० अंश पूर्व आणि १८० अंश पश्चिम रेखावृत्ते वेगळी नाहीत. या १८० अंश रेखावृत्ताला धरूनच आंतरराष्ट्रीय वाररेषा ठरविली आहे. या मूळ रेखावृत्ताच्या पूर्वेकडील सर्व स्थळांचे पूर्व रेखावृत्त व पश्चिमेकडील सर्व स्थळांचे पश्चिम रेखावृत्त मानले जातात. तसेच या शून्य अंश किंवा मूळ रेखावृत्तामुळे पृथ्वीचे पूर्व गोलार्ध आणि पश्चिम गोलार्ध असे दोन भाग झाले आहेत.

Mesozoic or Secondary Era (मेसोझॉईक ऑर सेकंडरी इरा) - **मेसोझॉईक सेकंडरी कालखंड**

पृथ्वीच्या इतिहासातील हा एक कालखंड आहे. २२५ दशलक्ष वर्षांपूवीपासून ते १९० दशलक्ष वर्षांपूर्वीच्या कालखंडास मेसोझोइक कालखंड म्हणतात.

भूशास्त्रज्ञ याच कालखंडाला 'सरपटणाऱ्या प्राण्यांचा कालखंड' असेही म्हणतात. याचेही तीन उपकालखंडांत विभाजन केले आहे :-

(i) ट्रिॲसिक काल (Triassic Age) : भूशास्त्रज्ञांच्या मते हा काळ 'गोंडवना भूखंड' निर्मितीचा आहे. याच काळात गोंडवना हा सलग भूखंड लॉरनेशिया भूखंडाच्या दक्षिणेस होता. या भूखंडापासून दक्षिण आफ्रिका, दक्षिण भारत, ऑस्ट्रेलिया, मादागास्कर इत्यादी भूभागांची निर्मिती झालेली आहे. या गोंडवनाच्या उत्तरेस 'टेथिस' नावाचा समुद्र होता. याच काळात प्राथमिक अवस्थेतील 'डायनॉसोर' हा प्राणी आढळतो. तसेच अतिप्राचीन काळातील सस्तन प्राणीही आढळतात. वाळवंटी प्रदेशातील काटेरी झुडुपे तसेच सूचिपर्णी वृक्षही याच काळातील वनस्पतीजीवन होय.

(ii) जुरॅसिक काल (Jurassic Age) : या कालखंडात जमिनीवरून सरपटणाऱ्या प्राण्यांची जास्तीत जास्त वाढ झाली. त्यांना भयानक स्वरूप प्राप्त झाले. पुढे या कालखंडात पृथ्वीचे तापमान वाढू लागले. प्राण्यांचे अस्तित्व कमी होऊ लागले.

(iii) क्रेटॅशस काल (Cretaceous Age) : पक्षी तसेच सस्तन प्राणी या काळात चांगले जोपासले गेले, विकसित झाले व त्यांची वाढ झाली. महासागराचे भूभागावरील आक्रमण सुरूच होते. या काळात भारतात भूभागास भेग पडून लाव्हारस बाहेर आला व त्यामुळे दक्षिण भारताचा मोठा भूभाग (सुमारे ४ लाख चौ. किमी. चा प्रदेश) लाव्हारसाने व्यापून टाकला. 'डायनॉसोर' हा प्रचंड पाणी नामशेष झाला. सपुष्प वनस्पतींचा प्रारंभ झाला.

Moon (मून) - **चंद्र**

चंद्र हा पृथ्वीचा उपग्रह असून पिकरिंग या शास्त्रज्ञाच्या मते तो पृथ्वीचाच भाग होता. पृथ्वीच्या प्रचंड गुरुत्वाकर्षणामुळे चंद्र विशिष्टगतीने पृथ्वीभोवती फिरत असल्याने त्याचा एकच भाग पृथ्वीवरून दिसतो.

पृथ्वीपासून चंद्र ३८४,४०३ किमी. (सरासरी) अंतरावर आहे. पृथ्वीप्रमाणे चंद्रावर हवेचे आवरण नाही. त्यामुळे तेथील उंचसखल भागाची झीज होत नसावी. चंद्राचा व्यास ३४७५.६ किमी. एवढा असून त्याचे गुरुत्वबल ३.३४ एवढे आहे. पृथ्वीच्या वजनाच्या ते १/८२ पट असून पृथ्वीच्या आकाराच्या तुलनेने चंद्र १/४९ इतका आहे. गुरुत्वाकर्षणाचा जोर पृथ्वीच्या गुरुत्वाकर्षणाच्या १/६ इतका आहे. चंद्र परप्रकाशित

आहे म्हणजे त्याला स्वत:चा प्रकाश नाही. चंद्र सूर्याचे प्रकाशकिरण परावर्तित करतो, सूर्यापासून मिळणाऱ्या प्रकाशकिरणांपैकी १/८ ते १/१० इतकाच प्रकाश परावर्तित करतो व बाकीचे प्रकाशकिरण चंद्र शोषून घेतो. चंद्रापासून निघालेले प्रकाशकिरण पृथ्वीवर येण्यास ११/४ सेकंद इतका वेळ लागतो. चंद्र आकाराने लहान व गुरुत्वाकर्षण शक्ती कमी म्हणून वायुरूप पदार्थ चंद्र धरून ठेवू शकत नाही म्हणून चंद्रावर वातावरण नाही व जीवसृष्टी नाही. चंद्रावर वातावरण नसल्याने काहीही ऐकू येत नाही व वजनविरहित स्थिती निर्माण होते.

Nebular Hypothesis of Laplace (नेब्यूलर हायपॉथसिस ऑफ लाप्लास) - **लाप्लासची तेजोमेघ परिकल्पना**

फ्रेंच खगोलशास्त्रज्ञ आणि गणिती लाप्लास यांनी १७९६ मध्ये आपली परिकल्पना जगापुढे मांडली. लाप्लासने सूर्यकुलाच्या उत्पत्तीपूर्वीच एक प्रचंड उष्ण आणि वेगाने फिरणारा तेजोमेघ अस्तित्वात होता हे गृहीत धरले आहे. सुरुवातीला या तेजोमेघाचा विस्तार प्रचंड होता. सूर्यकुलातील सर्वात दूरच्या वरुण (नेपच्यून) या ग्रहापर्यंत हा विस्तार असावा. हा तेजोमेघ अवकाशात अतिवेगाने फिरत असल्यामुळे त्यापासून एकसारखी खूप उष्णता बाहेर पडू लागली. त्यामुळे तेजोमेघाचा वरील भाग थंड होऊन आकुंचन पावत गेला. जसजसा हा तेजोमेघ आकुंचन पावत गेला तसतशी त्याची स्वत:भोवती फिरण्याची गतीही वाढत गेली. परिवलन गती वाढल्यामुळे केंद्रोत्सारी प्रेरणादेखील वाढली. यावेळी या तेजोमेघावर दोन प्रकारच्या शक्ती कार्य करू लागल्या. प्रथम गुरुत्वाकर्षणशक्तीमुळे तेजोमेघाचा बाह्यभाग केंद्रापासून वेगळा झाला. ही क्रिया सुरू असतानाच एक वेळ अशी आली की, विषुवृत्ताजवळील द्रव्य वलय स्वरूपात तेथेच राहिले. तेजोमेघाचा केंद्रभाग आकुंचन पावत राहिला आणि बाह्य भाग जास्त घन असल्यामुळे केंद्रीय आंतरभागाशी वेगमर्यादेत मागे पडला.

अशा प्रकारे त्यापासून एकामागून एक अशी द्रव्यांची वलये बाहेर फेकली गेली. हळूहळू ही वलये थंड होऊन आपआपल्या जागेत मूळ तेजोमेघाभोवती फिरू लागली. त्यांचेच ग्रह झाले व तेजोमेघाचा मूळ भाग सूर्य म्हणून अस्तित्वात राहिला. याचप्रमाणे वायुरूप ग्रहांपासून वलये निर्माण होऊन उपग्रहांची निर्मिती झाली.

Neozoic or Tertiary Era (निओझॉईक ऑर टर्शरी इरा) - **निओझॉईक किंवा टर्शरी कालखंड**

पृथ्वीच्या संदर्भातील भूगर्भशास्त्रीय कालखंडांपैकी हा सर्वात अलीकडील कालखंड होय. या कालखंडात पृथ्वीवर भयंकर भूहालचाली झाल्या. तसेच फार मोठ्या प्रमाणात ज्वालामुखीचे उद्रेक झाले. पक्षी व इतर सस्तन प्राणी यांची जास्तीत जास्त वाढ

झाली. पृथ्वीवर निरनिराळ्या वनस्पतींची निर्मिती झाली. पहिल्या मानवाच्या निर्मितीबाबत हा कालखंड महत्त्वाचा आहे. या कालखंडातील महत्त्वाच्या घटना खालीलप्रमाणे आहेत :-

(१) पृथ्वीवरील हवामान हळूहळू थंड होत गेले व उत्तर गोलार्धातील बराचसा भाग बर्फाने आच्छादित झाला. त्यामुळे सरपटणारे प्राणी व काही अजस्र प्राणी नामशेष झाले.

(२) या कालखंडाच्या सुरुवातीला अगदी उत्तरेला उत्तर समुद्राची निर्मिती झाली. या युगात सध्याच्या आल्प्स पर्वताच्या दक्षिण भागात टेथिस नावाचा समुद्र होता.

(३) या कालखंडात मध्यकाळात अल्पाईन पर्वत निर्माणकारी भूहालचाली घडून आल्या. त्या हालचालींमुळे संपूर्ण युरोप खंड वर उचलला जाऊन सध्याचा आकार तयार झाला.

(४) अमेरिका खंडाचे काही भाग वर उचलले जाऊन ते ठळक झाले.

(५) सागरावरील गाळाच्या संचयनाचे कार्य मोठ्या प्रमाणात सुरूच होते. टेथिस समुद्राच्या भूसंनतीच्या (trough) सखल भागात साठलेल्या गाळापासून वलीकरण प्रक्रियेमुळे सध्याच्या भूमध्य समुद्राच्या दोन्ही बाजूस पर्वतांची निर्मिती झाली. आल्पस्, कॉकेशस, हिंदूकुश, हिमालय हे पर्वत निर्माण झाले.

(६) आफ्रिकेच्या उत्तर भागात ॲटलास व मोरोक्को, आल्जिरियात पर्वतांच्या रांगा निर्माण झाल्या.

(७) टेथिस समुद्रातूनच हिमालयाची निर्मिती झाली आहे. या कालखंडातच हिमालय पर्वतामुळे गंगा, सिंधू, ब्रह्मपुत्रा इ. नद्यांच्या खोऱ्यांची निर्मिती झाली. गाळाचे प्रचंड संचयन होऊन आसाम व वायव्य भारतातील मैदानाचा भूभाग तयार झाला.

(८) या कालखंडातच टेथिस समुद्रामुळे वेगळ्या झालेल्या गोंडवना भूमिखंडाचे विखंडन व खंडवहन होऊन आफ्रिका खंडाची निर्मिती झाली. गोंडवनापासून दक्षिण भारताचे पठार तयार झालेले आहे.

(९) कोलंबियाचे पठार, ॲट्रीमचे पठार, स्कँडेनेव्हिया व दख्खनचे पठार ही ज्वालामुखीय पठारे याच कालखंडातील आहेत.

(१०) या कालखंडाचे आणखी एक वैशिष्ट्य म्हणजे अटलांटिक, पॅसिफिक महासागरात सागरी निक्षेपण प्रचंड प्रमाणात झाले व भूपृष्ठाच्या सततच्या घडामोडींमुळे सागरकिनाऱ्यावरील मैदानांची निर्मिती झाली.

(११) या कालखंडातच गोंडवना भूमिखंडाचे विखंडन होऊन आफ्रिका, भारतीय उपखंड, ऑस्ट्रेलिया, अंटार्क्टिका अशा भूभागाबरोबरच लहान आकाराची मादागास्कर, न्यूझीलंड, इंडोनेशिया इत्यादी सागरी खंडानजीकची बेटेही तयार झाली आहेत.

North & South Pole (नॉर्थ अँड साउथ पोल) - **उत्तर ध्रुव व दक्षिण ध्रुव**

पृथ्वीचे परिवलन ज्या आसाभोवती होते त्या आसाची दोन टोके म्हणजे ध्रुव होत. यापैकी आसाचे जे टोक ध्रुव ताऱ्याकडे रोखलेले आहे त्यास उत्तर ध्रुव आणि त्याच्या विरूद्ध बाजूच्या ध्रुवास दक्षिण ध्रुव म्हणतात. हे भौगोलिक उत्तर व दक्षिण ध्रुव होत.

Orbit of the Earth (ऑर्बिट ऑफ द अर्थ) - **पृथ्वीची कक्षा**

पृथ्वी एका ठरावीक मार्गाने सूर्याभोवती प्रदक्षिणा पूर्ण करते त्या मार्गास पृथ्वीची कक्षा असे म्हणतात. पृथ्वीची कक्षा ही पूर्ण वर्तुळाकार नसून लंबवर्तुळाकृती (अंडाकृती) आहे. पृथ्वीचा आस व पृथ्वीची कक्षापातळी यात ६६°३० अंशात्मक अंतर आहे.

Origin of the Earth (ओरिजिन ऑफ द अर्थ) - **पृथ्वीची उत्पत्ती**

पृथ्वीच्या उत्पत्तीसंबंधीच्या बऱ्याच परिकल्पना मांडलेल्या आहेत; अशा परिकल्पनांचे वर्गीकरण दोन गटांत केले आहे :

एकतारका परिकल्पना (Monistic Hypothesis) या परिकल्पनेस विश्वमेघ सिद्धान्त असेही म्हणतात. बॅफान, कांट, लाप्लास, वायझेकर या शास्त्रज्ञांनी सूर्यकुलाच्या उत्पत्तीसंबंधीच्या परिकल्पना मांडलेल्या आहेत. या परिकल्पनेनुसार तेजोमेघातील वायुरूप पदार्थांचे घनीभवन होऊन ग्रहमाला निर्माण झाली. या परिकल्पनेनुसार सूर्यकुलातील ग्रहांची उत्पती एकाच तेजोमेघापासून झाली आहे असे असून त्यासाठी अनेक पुरावे दिलेले आढळतात. कालपरत्वे या परिकल्पनांवर बरेच आक्षेप घेण्यात आले. आधुनिक विज्ञानाच्या संशोधनामुळे या परिकल्पनेत अनेक त्रुटी दिसू लागल्या व त्या ग्राह्य मानलेल्या नाहीत. *(दुसरी परिकल्पना (जोडतारा परिकल्पना) पहा पृष्ठ २६)*

Palaeozoic or Primary Era (पॅलेऑझॉईक ऑर प्रायमरी इरा) - **पॅलॉझॉईक किंवा प्रारंभिक कालखंड**

पृथ्वीच्या निर्मितीनंतर भूगर्भशास्त्रीयदृष्ट्या जे कालखंड केले जातात त्यातील हा प्रारंभिक कालखंड होय. हा कालखंड सुमारे ६०० दशलक्ष वर्षापूर्वी सुरू झाला. या कालखंडात पृथ्वीवर वनस्पती आणि प्राणिजीवनास प्रारंभ झाला. या कालखंडाचे खालीलप्रमाणे सहा उपविभाग पडतात :-

(i) कॅंब्रीयन काल (Cambrian Period) : या युगात पृथ्वीवरील सागरांचे भूमिखंडावर आक्रमण होऊन भूमिखंडाचे बरेचसे भाग पाण्याखाली झाकले होते. त्यामुळेच विस्तृत असे थरांचे खडक निर्माण झाले. हा काल सजीवसृष्टी निर्मितीच्या संदर्भातील प्रारंभीचा काल म्हणून ओळखला जातो.

(ii) ऑर्डोव्हिसियन कल (Ordovician Period) : भूपृष्ठावर महासागराचे आक्रमण मोठ्या प्रमाणात झाले. त्याचबरोबर ज्वालामुखी व भूकंपासारख्या घडामोडी अधिक प्रमाणात होत गेल्या.

(iii) सिलुरीयन काल (Silurian Period) : हा कालखंड सागरात माशांची उत्पत्ती व जमिनीवर वनस्पतींची निर्मिती यादृष्टीने फार महत्त्वाचा आहे.

(iv) डेवोनियन काल (Devonian Period) : पॅलॉझॉईक कालखंडाच्या या उपकालखंडात जगात पर्वत निर्माण करणाऱ्या हालचालीमुळे उंच पर्वतश्रेणी निर्माण झाल्या. सागराचे जमिनीवरील आक्रमण हे या काळातील वैशिष्ट्य होय. महासागरातील प्राणिजीवनाचे अस्तित्व हे या कालखंडाचे वैशिष्ट्य होय.

(v) कार्बोनिफेरस काल (Carboniferious Period) : हा काळ पृथ्वीच्या जीवनइतिहासात फार महत्त्वाचा आहे; कारण त्या काळात पृथ्वीवर कोळशाच्या खडकाची निर्मिती झाली; म्हणून या युगाला भूशास्त्रज्ञ 'Coal Age' म्हणतात. या कालखंडात पाण्यात व जमिनीवर जिवंत राहू शकणाऱ्या उभयचर प्राण्यांची निर्मिती झाली.

(vi) पर्मीयन काल (Permian Period) : या काळात हवामान उष्ण व कोरडे होते त्यावेळी सरपटणारे प्राणी, असंख्य कीटकांचे भूपृष्ठावरील अस्तित्व विशेषत्वाने जाणवते. या कालखंडाचे वैशिष्ट्य असे की, सूचिपर्णी गटातील दाट जंगले, सरपटणाऱ्या प्राण्यांचा विकास व जलचर तसेच भूपूष्ठावरील प्राणी यांची वाढ आणि प्रचंड आकाराची कासवे यांची निर्मिती होय.

Parallels of Latitudes (पॅरलल्स ऑफ लॅटिट्यूड) - **अक्षवृत्ते**

पृथ्वी आसाच्या उत्तर बिंदूस उत्तर ध्रुव व दक्षिण बिंदूस दक्षिण ध्रुव असे म्हणतात. उत्तर ध्रुव व दक्षिण ध्रुव यांच्या मध्यभागी पृथ्वीच्या परिघाभोवती जी पूर्व-पश्चिम काल्पनिक वर्तुळाकार रेषा मानली आहे, त्या रेषेस विषुववृत्त असे म्हणतात. हेच मूळ अक्षवृत्त असून त्यास शून्य अंश अक्षवृत्त असे म्हणतात. या वर्तुळाकार रेषेमुळेच म्हणजेच विषुववृत्तामुळे पृथ्वीगोलाचे समान दोन भाग होतात. विषुववृत्ताच्या उत्तरेकडील अर्धगोलास उत्तर गोलार्ध व दक्षिणेकडील अर्धगोलास दक्षिण गोलार्ध असे म्हणतात. विषुववृत्त शून्य अंश अक्षवृत्त मानून उत्तरेकडे व दक्षिणेकडे एक-एक अंशावर विषुववृत्ताला समांतर वर्तुळे काढली आहेत; अशी उत्तरेकडे ९० व दक्षिणेकडे ९० अशी एकूण १८० अक्षवृत्ते काढली जातात. शून्य अंशापासून ९० अंश उत्तर व दक्षिण दिशेच्या संदर्भात ती अक्षवृत्ते संबोधिली जातात. दोन्ही ध्रुवबिंदूंच्या स्वरूपात असल्याने बिंदुमय अक्षवृत्ते होत. विषुववृत्तापासून उत्तरेस २३°३०' या अक्षांशाच्या अक्षवृत्तास कर्कवृत्त (Tropic of Cancer) असे म्हणतात व उत्तरेकडील ६६°३०' या अक्षवृत्तास आर्क्टिकवृत्त असे म्हणतात. तसेच विषुववृत्ताच्या दक्षिणेस २३°३०' या अक्षवृत्तास मकरवृत्त (Tropic of Capricorn) असे म्हणतात व दक्षिणेकडील ६६°३०' या अक्षवृत्तास अंटार्क्टिक वृत्त असे म्हणतात. विषुववृत्त हे सर्वात मोठे अक्षवृत्त आहे. विषुववृत्त म्हणजे मोठे व बृहद् म्हणजे देखील मोठे म्हणूनच विषुववृत्तास बृहद्वृत्त (Great Circle) असे देखील म्हटले जाते.

Perigee and Apogee (पेरिजी अँड अपोजी) - **उपभू व अपभू स्थिती**

अपभू स्थिती

उपभू स्थिती

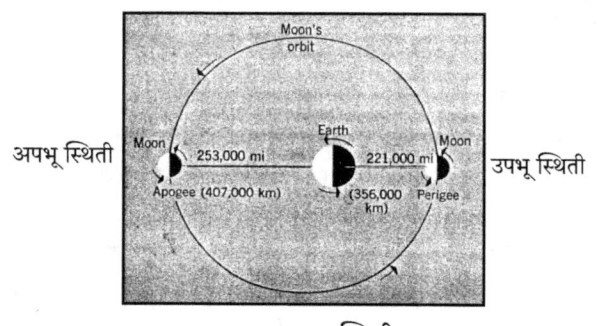

उपभू व अपभू स्थिती

ज्यावेळी चंद्र त्याच्या फिरण्याच्या कक्षेत पृथ्वीजवळ येतो त्यावेळची स्थिती 'उपभू स्थिती' (Perigee) म्हणून ओळखली जाते. यावेळी चंद्र व पृथ्वी यामधील अंतर ३,५६,००० किमी. इतके असते. जेव्हा चंद्र त्याच्या कक्षेत फिरत असताना पृथ्वीपासून दूर जातो त्यावेळची स्थिती 'अपभू स्थिती' (Apogee) म्हणून ओळखली जाते. यावेळी चंद्र व पृथ्वी यांमधील अंतर ४,०७,००० किमी. असते. उपभू व अपभू स्थितींपैकी उपभू स्थितीत चंद्राची गती जास्त असून अपभू स्थितीत कमी असते.

Phases of the Moon (फेजेस ऑफ दि मून) - **चंद्रकला**

चंद्र परप्रकाशित आहे. ज्या दिवशी आपल्याला त्याचा अर्धा भाग पूर्णपणे प्रकाशित दिसतो त्या दिवशी पृथ्वीच्या ज्या दिशेला सूर्य असतो त्याच्या विरुद्ध दिशेला चंद्र असतो, त्यामुळे सूर्याचे किरण चंद्रावर पडून तो प्रकाशमान दिसतो. ह्या चंद्राच्या अवस्थेला 'पौर्णिमा' (Full Moon) असे म्हणतात. जेव्हा चंद्र आणि सूर्य हे पृथ्वीच्या एकाच दिशेला असतात, तेव्हा चंद्राचा प्रकाशित भाग आपल्याला दिसू शकत नाही आणि अप्रकाशित भाग तेवढा पृथ्वीकडे असतो; म्हणून ह्या दिवशी चंद्र दिसत नाही.

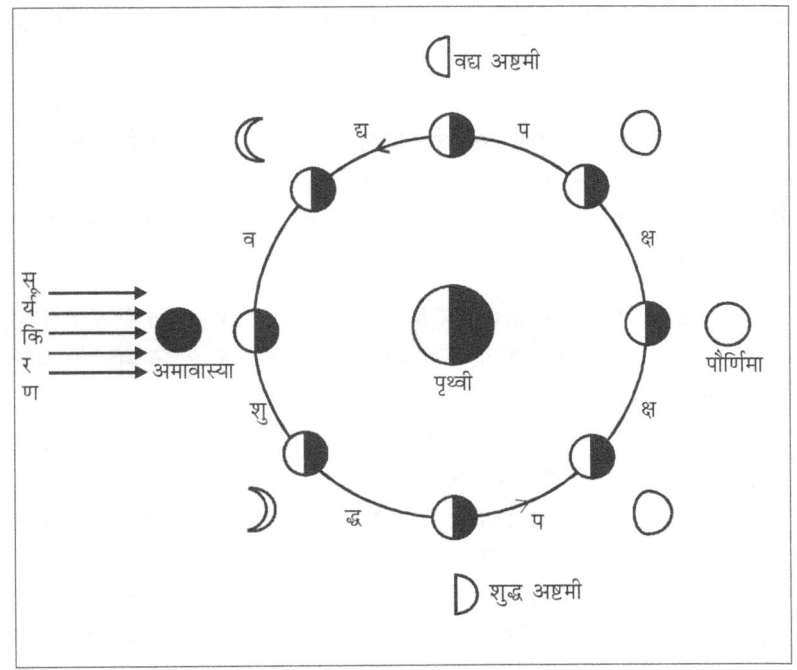

चंद्रकला

चंद्राच्या या अवस्थेला 'अमावास्या' (New Moon) असे म्हणतात. अमावस्येला चंद्र, सूर्य एकाच दिशेला सरळ रेषेत असल्याने त्यांच्यातील अंशात्मक अंतर ० अंश असते. नंतर सूर्य व चंद्र यांच्यातील हे दृश्य अंतर १२ अंशाने रोज वाढते. त्यालाच आपण तिथी म्हणतो. अमावस्येनंतरच्या पहिल्या तिथीपासून पौर्णिमेपर्यंतच्या तिथींना अनुक्रमे -

प्रतिपदा, द्वितीया, तृतीया, चतुर्थी, पंचमी, षष्ठी, सप्तमी, अष्टमी, नवमी, दशमी, एकादशी, द्वादशी, त्रयोदशी, चतुर्दशी व पौर्णिमा अशी नावे आहेत. अशा प्रकारे पौर्णिमेला चंद्र आणि सूर्यामध्ये १८० अंशाचे अंतर असते. म्हणजेच चंद्र व सूर्य एकमेकांसमोर असून एका सरळ रेषेत असतात व मध्ये पृथ्वी असते. पौर्णिमेनंतर रोज १२ अंशाने ते अंतर कमी होत जाते व अमावस्येला चंद्र-सूर्यातील अंतर पुन्हा शून्य अंश होते. अमावास्या ते पौर्णिमा यामधील तिथींनादेखील प्रतिपदा, द्वितीया या क्रमानेच नावे आहेत. अमावस्येपासून पौर्णिमेपर्यंतच्या कालास 'शुक्ल पक्ष' अथवा शुद्ध पक्ष

म्हणतात व पौर्णिमेनंतरच्या अमावास्येपर्यंतच्या कालास 'कृष्णपक्ष' अथवा 'वद्य पक्ष' असे म्हणतात.

अमावास्येपासून प्रत्येक तिथीला चंद्राचा पूर्वेकडील भाग जास्त जास्त प्रकाशित दिसू लागतो. प्रतिपदेपेक्षा द्वितीयेची चंद्रकोर थोडी मोठी व जरा जास्त वेळ दिसते. हे चंद्रदर्शनाचे प्रमाण वाढत जाऊन अष्टमीला आपल्याला चंद्राचा अर्धा भाग प्रकाशित दिसतो व पुढे पौर्णिमेला पूर्ण चंद्रबिंब दिसते. चंद्राच्या याच अवस्थांना चंद्राच्या कला असे म्हणतात.

Planetesimal Hypothesis of Chamberlen and Multon (प्लॅनेटेसिमल हायपॉथेसिस ऑफ चेंबरलेन अँड मुल्टन) - **चेंबरलेन व मुल्टन यांची ग्रहकण परिकल्पना**

इ. स. १९०५ मध्ये अमेरिकेतील शिकागो विद्यापीठातील भूगर्भशास्त्रज्ञ चेंबरलेन व खगोलशास्त्रज्ञ मुल्टन यांनी असे मत मांडले की, पूर्वी सूर्य आताप्रमाणेच एक तप्त असा वायूचा प्रचंड गोल होता. सूर्याच्या पृष्ठभागावर वायूचे प्रचंड उद्रेक होत होते. अशाच वेळी अवकाशात भटकणारा एक प्रचंड तारा सूर्याजवळून गेला असावा. हा तारा सूर्याच्या अगदी जवळ आल्यावर त्या ताऱ्याच्या अत्यधिक गुरुत्वाकर्षण-शक्तीमुळे सूर्याच्या पृष्ठभागावर भरती येऊन त्या ठिकाणचे द्रव्य भटकणाऱ्या ताऱ्याच्या दिशेने ओढले गेले असावे, परंतु हे द्रव्य त्या ताऱ्यापर्यंत न जाता सूर्याभोवतीच फिरत राहिले असावे. सूर्याभोवती फिरणाऱ्या या द्रव्यसमुच्चयांत गुरुत्वाकर्षणशक्तीमुळे निरनिराळी केंद्रे निर्माण झाली असावीत व या केंद्राभोवती द्रव्यसमुच्चयातील द्रव्य जमा होऊन त्याच्यापासून द्रव्याचे कण निर्माण झाले. अशारीतीने द्रव्यापासून ग्रहकण झाले. यातील मोठ्या ग्रहकणांकडे लहान ग्रहकण आकर्षिले जाऊन ग्रहकणांचा आकार वाढत गेला व कालांतराने त्यांचे ग्रहात रूपांतर झाले असावे.

Pre-cambrian-Era (प्री-कॅम्ब्रियन एरा) - **प्री-कॅम्ब्रीयन कालखंड**

पृथ्वीच्या उत्पत्तीपासूनचा हा कालखंड असून हा अती प्राचीन आहे. या कालखंडात पृथ्वीवर अग्निजन्य खडक निर्माण झाले असावेत. या कालखंडात भूपृष्ठाचा भागही फारच अस्थिर होता. या कालखंडात लॉरेन्शीयन भूमिखंड, बाल्टिक भूमिखंड, सैबेरियन भूमिखंड व गोंडवना भूमिखंडाची निर्मिती झाली.

Quadrature (क्वाड्रॅचर) : **क्वाड्रेचर अवस्था**

चंद्र व पृथ्वी यांच्या मार्गक्रमणात अशा दोन अवस्था येतात की, पृथ्वी, सूर्य व चंद्र परस्परांच्या काटकोनात असतात. या अवस्थांना 'क्वाड्रॅचर' (Quadrature) असे म्हणतात.

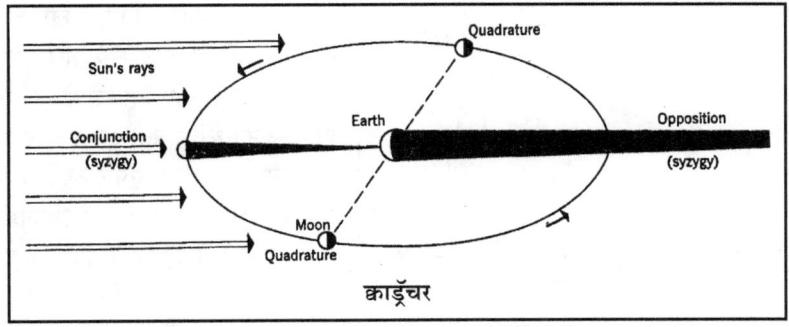

क्वाड्रॅचर

अष्टमी या तिथीला अशी स्थिती असते. एका चांद्रमासात चंद्र दोन वेळा सिझीजी (Syzygy) व दोन्ही वेळा क्वाड्रॅचर (Quadrature) या अवस्थेत असतो.

Quaternary Era (क्वार्टर्नरी एरा) - **क्वार्टर्नरी कालखंड**

पृथ्वीच्या उत्क्रांतीच्या इतिहासातील हे अगदी अर्वाचीन युग आहे. या कालखंडाचे दोन उपकालखंड आहेत :-

(i) प्लीस्टोसीन (Pleistocene) : या कालखंडात पृथ्वीवर हिमयुग अवतरले. त्यामुळे या युगाला भूगर्भशास्त्रज्ञ 'ग्रेट आइस एज' ('Great Ice Age') महाहिमयुग असे म्हणतात. या कालखंडात दक्षिण गोलार्धात सर्व भूमिखंडे मात्र बर्फापासून मुक्त होती. या कालखंडात पृथ्वीवर असलेल्या हत्ती, घोडे, उंट व इतर सागरीय प्राणी या सर्वांचे अवशिष्ट भाग आढळतात. त्याचप्रमाणे या कालखंडात आदिमानवांची पूर्णपणे वाढ होऊन त्यांच्या बुद्धीचा विकास झाल्याचे आढळते.

(ii) होलोसीन कालखंड (Holocene) : या कालखंडात वनस्पती, प्राणी पक्षी, मानव इत्यादींचा विकास झाला. मानवी संस्कृती उदयास आली. नद्यांच्या सुपीक मैदानात मानवी संस्कृती झपाट्याने विकसित होऊ लागल्या. म्हणून यास अर्वाचीन कालखंड असेही म्हणतात.

Revolution of the Moon (रेव्होल्यूशन ऑफ दि मून) - **चंद्राचे परिभ्रमण**

पृथ्वीप्रमाणे चंद्रालाही दोन गती आहेत - १) चंद्र स्वत:भोवती फिरतो. २) चंद्र स्वत:भोवती फिरता फिरता पृथ्वीभोवती फिरतो. चंद्राला स्वत:भोवती फिरण्यास जो २७ दिवस ७ तास इतका कालावधी लागतो तेवढाच कालावधी त्याला पृथ्वीभोवती एक प्रदक्षिणा पूर्ण करण्यास लागतो. परंतु, पृथ्वी ही स्थिर नसून तीदेखील स्वत:च्या आसाभोवती फिरताना सूर्याभोवती फिरत असल्यामुळे चंद्राच्या एका पृथ्वी प्रदक्षिणेच्या काळात ती आपल्या कक्षेवर पुढे गेलेली असते. त्यामुळे चंद्राला पृथ्वीच्या स्थानासमोर

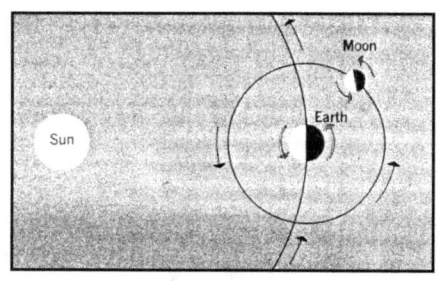

चंद्राचे परिभ्रमण

येण्यासाठी आणखी फिरावे लागते. याला सुमारे २ दिवस ५ तासांचा कालावधी लागतो; म्हणजे ते अंतर पार करून पृथ्वीभोवती एक प्रदक्षिणा पूर्ण करण्यास चंद्राला सुमारे २९ दिवस व १२ तास लागतात. या विशिष्ट कारणांमुळे प्रत्येक दिवशी चंद्रोदयाला सुमारे ४८ मिनिटे उशीर लागतो. चंद्रकक्षा ही लंबवर्तुळाकार असल्याने चंद्र व पृथ्वी यामधील अंतर सदैव सारखे नसते. हे अंतर कधी कमी तर कधी जास्त होते.

Revolution of the Earth (रेव्होल्यूशन ऑफ दि अर्थ) - **पृथ्वीचे परिभ्रमण**

पृथ्वीचे परिवलन होत असताना ती सूर्याभोवतीही पश्चिमेकडून-पूर्वेकडे फिरत असते. या पृथ्वीच्या दुसऱ्या गतीला 'परिभ्रमण' असे म्हणतात. पृथ्वीची ही प्रदक्षिणा सुमारे ३६५ किंवा $\frac{१}{४}$ दिवसात पूर्ण होते. हा काल म्हणजे वर्ष होय. म्हणूनच या गतीला पृथ्वीची वार्षिक गती असेही म्हणतात. पृथ्वी ज्या मार्गाने हे परिभ्रमण करते त्या मार्गाला कक्षा असे म्हणतात. या कक्षेवर पृथ्वीच्या परिभ्रमणाचा वेग ताशी सुमारे १०६५६० किमी. इतका असतो. सूर्यपरिभ्रमणाचा मार्ग पूर्ण वर्तुळाकार नसून किंचित लंबवर्तुळाकार आहे. या लंबवर्तुळाला दोन केंद्रे असतात. त्यापैकी एका केंद्राजवळ सूर्य आहे. यामुळे सूर्याभोवती फिरताना कधी पृथ्वी त्याच्या अधिक जवळ असते तर कधी ती अधिक दूर असते. या स्थितींना अनुक्रमे उपसूर्यस्थिती व अपसूर्यस्थिती म्हणतात. *(पाहा Earth's Revolution)*

Rossgunn's Tidal Theory (रॉसगन्स टायडल थियरी) - **रॉसगन यांचा भरती सिद्धान्त**

रॉसगन यांनी लाप्लास व जीन्स या शास्त्रज्ञांच्या मूळ कल्पनेवर आधारित भरती सिद्धान्त मांडलेला आहे. यांच्या मते, स्वत:भोवती फिरणारा व विखंडनाच्या अवस्थेतील एका ताऱ्याजवळ दुसरा तारा आला त्यामुळे दोन्ही ताऱ्यांवर मोठी भरती येऊन द्रव्य शिल्लक राहून दोन्ही तारे अलग झाले. हे भरतीचे द्रव्य थंड होऊन त्यापासून सूर्यमालेची उत्पत्ती झाली.

Rotation of the Earth (रोटेशन ऑफ दि अर्थ) - **पृथ्वीचे परिवलन**

पृथ्वीचा जो काल्पनिक आस मानलेला आहे. त्याभोवती पृथ्वी पश्चिम-पूर्व दिशेने २४ तासांत एक प्रदक्षिणा पूर्ण करते. या तिच्या गतीला परिवलन किंवा स्वांगपरिभ्रमण

किंवा दैनिक गती असे म्हणतात.

पृथ्वीच्या परिवलनाच्या गतीनुसार विषुववृत्तावरील प्रत्येक स्थळ २४ तासांत सुमारे ४०,००० किमी. फिरते, तर ध्रुवावर हा वेग शून्य असतो. पृथ्वीचा स्वत:भोवती फिरण्याचा वेग प्रचंड असला तरी तो आपणास जाणवत नाही याचे मुख्य कारण म्हणजे हा वेग जास्त असला तरी तो एकसारखा व आपल्या सभोवतालच्या सर्वच वस्तू एकसारख्या फिरत असल्यामुळे पृथ्वीच्या परिवलनाची आपणास जाणीव होत नाही. आकाशातील सूर्य, चंद्र, तारे आपल्याबरोबर फिरत नाहीत. पृथ्वी पश्चिमेकडून-पूर्वेकडे फिरत असल्यामुळे आकाशात सूर्य, चंद्र, तारे पूर्वेकडून पश्चिमेकडे जात आहेत असा भास होतो.

Size of the Earth (साईझ ऑफ दि अर्थ) - **पृथ्वीचा आकार**

पृथ्वीचा विषववृत्तीय परिघ ४०,०७५ किमी. आणि ध्रुवीय परिघ ४०,००९ किमी. आहे. पृथ्वीच्या परिवलनामुळे पृथ्वी ध्रुवाजवळ चपटी व विषुववृत्तीय भागात फुगीर झालेली आहे. त्यामुळे ध्रुवीय व्यास विषुववृत्तीय व्यासापेक्षा कमी भरतो. पृथ्वीच्या पृष्ठभागाचे एकूण क्षेत्रफळ सुमारे ५१० दशलक्ष वर्ग किमी. आहे. पृथ्वीच्या केंद्रावर दर चौरस मीटरला सुमारे ३०० कोटी कि. ग्रॅ. इतका भार आहे. या अत्यधिक दाबामुळेच पृथ्वीचा गाभा घनीभूत अवस्थेत आहे असे मानतात. पृथ्वीच्या परिवलनामुळे, विस्तारामुळे व लोहजन्य घटकद्रव्यांमुळे पृथ्वीमध्ये फार मोठ्या प्रमाणात आकर्षणशक्ती निर्माण झाली आहे. आकर्षण शक्तीमुळे पृथ्वीवरील प्रत्येक वस्तू पृथ्वीच्या केंद्राकडे खेचली जाते. या आकर्षणामुळे पृथ्वीभोवती असलेले विस्तृत वायुमंडल भूपृष्ठाला चिकटलेले आहे. अवकाशातील ग्रह, उपग्रह आणि नक्षत्र आकर्षणशक्तीमुळे बद्ध झालेले आहेत किंवा पृथ्वीबरोबर सर्व ग्रह, उपग्रह व नक्षत्र परस्पर आकर्षणांमुळे अधांतरी तरंगत आहेत.

Solar Eclipse (सोलर एक्लिप्स) - **सूर्यग्रहण**

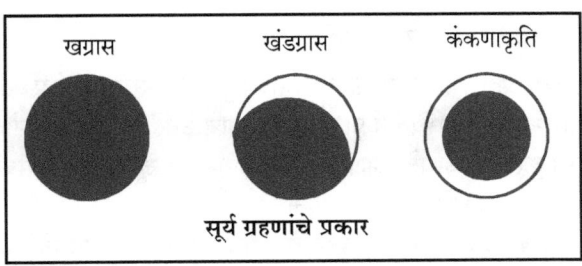

सूर्य ग्रहणांचे प्रकार

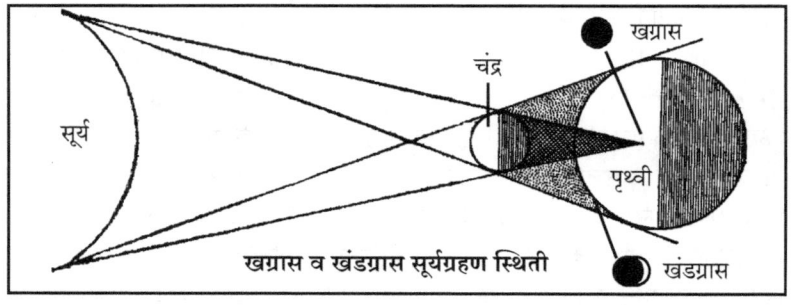

खग्रास व खंडग्रास सूर्यग्रहण स्थिती

पृथ्वी व सूर्य यांच्या दरम्यान चंद्र आल्याने, पृथ्वीवरून सूर्य पूर्ण वा त्याचा काही भाग दिसू शकत नाही. या स्थितीला सूर्यग्रहण म्हणतात. सूर्यग्रहण लागण्यास खालील दोन गोष्टी अनुकूल असाव्या लागतात : (अ) चंद्र व सूर्य पृथ्वीच्या एकाच बाजूला पाहिजेत. (ब) चंद्र व पृथ्वी यांच्या कक्षेच्या पातळीत जो ५ अंश ८ मिनिटांचा कोन आहे तो नाहीसा होऊन चंद्र पृथ्वीच्या कक्षेच्या पातळीवर आला पाहिजे.

वरील अवस्था फक्त अमावस्येलाच शक्य आहे कारण अमावस्येलाच चंद्र व सूर्य पृथ्वीच्या एकाच बाजूला असतात, परंतु प्रत्येक अमावस्येला ह्या दोन्ही ग्रहांच्या कक्षेच्या पातळीतील कोन नष्ट होणार नाही म्हणून सूर्यग्रहण दर अमावस्येला दिसणार नाही.

जेव्हा पृथ्वी व सूर्य ह्यामध्ये चंद्र येऊन सूर्याचा कोणताच भाग दिसत नाही तेव्हा त्या ग्रहणास 'खग्रास ग्रहण' असे म्हणतात. खग्रास ग्रहण फक्त सात-आठ मिनिटे टिकते कारण चंद्र हा सूर्याच्या मानाने फार लहान असल्यामुळे तो थोडा पुढे सरकताच सूर्य दिसू शकतो. चंद्रामुळे पृथ्वीवर पडणारा घनच्छायेचा भाग साधारणपणे १८० मैलांचा असतो. त्यामुळे खग्रास सूर्यग्रहण केवळ १८० मैलांच्या पट्ट्यातच दिसू शकेल. जेव्हा सूर्याचा काही भाग दिसत नाही व काही दिसतो तेव्हा त्या ग्रहणास 'खंडग्रास ग्रहण' असे म्हणतात. विरळ छायेचा भाग घनच्छायेच्या मानाने पृथ्वीवर बराच मोठा असतो. पृथ्वीवरील जो भाग चंद्राच्या घनच्छायेत अथवा विरळ छायेत येत नाही तेथे ग्रहण मुळीच दिसत नाही.

Solstice (सॉलस्टिस) - अयन स्थिती

पृथ्वीच्या प्रदक्षिणा मार्गावरील पृथ्वीच्या विशिष्ट सूर्यसापेक्ष स्थितीला अयन स्थिती असे म्हणतात. या स्थितीत पृथ्वीच्या आंसाचे उत्तर किंवा दक्षिण टोक सूर्याकडे जास्तीत जास्त कललेले असते. अशी स्थिती वर्षातून २१ जून व २२ डिसेंबर या दोनच दिवशी येते. यांना अयन दिवस असे म्हणतात.

२१ जून या दिवशी आंसाचे उत्तर टोक सूर्याकडे कललेले असते. या दिवसाला

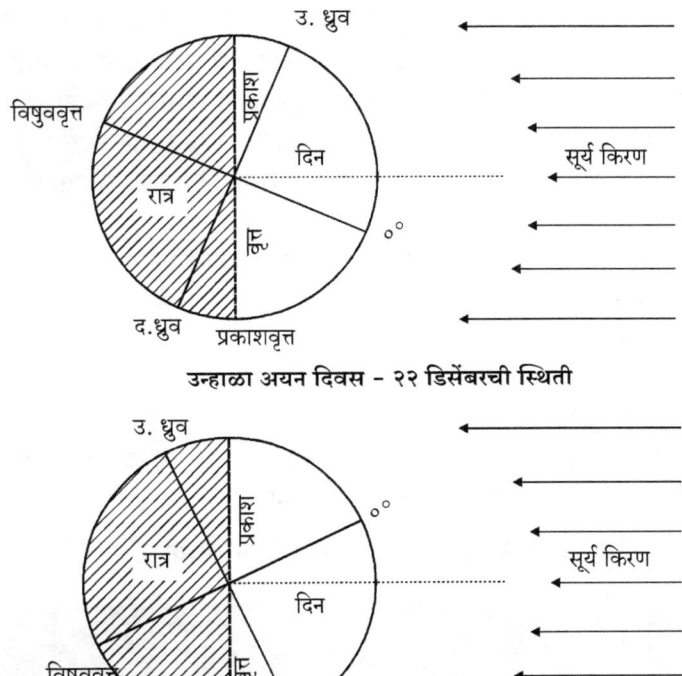

उन्हाळा अयन दिवस – २२ डिसेंबरची स्थिती

हिवाळा अयन दिवस – २२ डिसेंबरची स्थिती

उत्तर गोलार्धात उन्हाळ्यातील अयन दिवस (Summer Solstice) असे म्हणतात. तर २२ डिसेंबर या दिवशी आंसाचे दक्षिण टोक सूर्याकडे कललेले असते. या दिवसाला उत्तर गोलार्धात हिवाळ्यातील अयन दिवस (Winter Solstice) असे म्हणतात.

Standard Time (स्टँडर्ड टाइम) - **प्रमाण वेळ**

पृथ्वीच्या पृष्ठभागावरील प्रत्येक ठिकाणी स्थानिक वेळ निरनिराळी असते. ही वेळेची गैरसोय दूर व्हावी म्हणून प्रत्येक देशातील एखाद्या महत्त्वाच्या मध्यवर्ती ठिकाणाची जी स्थानिक वेळ असते; तीच त्या देशांसाठी प्रमाणभूत मानण्यात येते. या वेळेलाच 'प्रमाण वेळ' असे म्हणतात. मध्यवर्ती ठिकाणची स्थानिक वेळ प्रमाण वेळ म्हणून निवडली तर देशांतील कोणत्याही ठिकाणी स्थानिक वेळ आणि प्रमाण वेळ यांमध्ये फार फरक पडणार नाही.

प्रत्येक देशांत प्रमाणवेळ निरनिराळी दिसून येते. देशाचा पूर्व-पश्चिम विस्तार मोठा असल्यास तेथे एकच प्रमाणवेळ न राहता जास्त प्रमाणवेळा दिसून येतात. पृथ्वीवरील निरनिराळ्या देशातील प्रमाणवेळात सुसंबद्धता असावी यासाठी जगाचे २४ कालविभाग (Time Zones) उदा. यू. एस. ए. कॅनडा इ. करण्यात आले आहेत. ह्या कालविभागांची रचना ग्रीनिच ह्या मूळ रेखावृत्तावरून किंवा शून्य रेखावृत्तावरून केलेली आहे.

यू. एस. ए. मधील वेळेचे चार पट्टे खालीलप्रमाणे आहेत :-

(१) ईस्टर्न झोन

(२) सेंट्रल झोन

(३) माउंटन झोन

(४) पॅसिफिक झोन

त्याचप्रमाणे युरोपात एकूण तीन पट्टे दिसून येतात. प्रत्येक पट्ट्यांतील मध्यवर्ती ठिकाणची स्थानिक वेळ त्या पट्ट्यांतील प्रमाणवेळ मानण्यात येते.

Syzygy - (सीजिजि) - सूर्य, पृथ्वी व चंद्र यांची रेषीय स्थिती

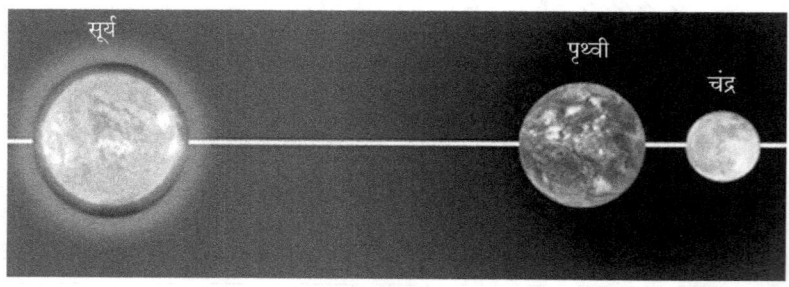

सीजिजि

आकाशात चंद्र व पृथ्वी त्यांच्या भ्रमणमार्गावर फिरत असताना दोन वेळा अशा येतात की, जेव्हा चंद्र, सूर्य व पृथ्वी अगदी सरळ रेषेत येतात. एका अवस्थेत पृथ्वी व सूर्य यांच्या दरम्यान चंद्र असतो. यावेळी पृथ्वी, चंद्र व सूर्य यामधील कोनात्मक अंतर शून्य असते. या स्थितीला 'कन्जक्शन' (Conjunction) असे म्हणतात. दुसऱ्या अवस्थेत चंद्र पृथ्वीच्या एका बाजूला येतो व विरुद्ध बाजूला सूर्य असतो. यावेळी सूर्य, पृथ्वी व चंद्र यामधील कोनात्मक अंतर १८० अंश असते. या अवस्थेला 'ऑपोझिशन' (Opposition) असे म्हणतात. वरील दोन्ही अवस्थांना 'सीजिजि' (Syzygy) असे म्हणतात.

The Sun's Zodiac (दि सन्स झोडिॲक) - **सूर्याचे राशिभ्रमण**

सूर्याच्या आकाशातील दृश्यभ्रमण मार्गाजवळ असलेल्या तारकापुंजाचे २७ भाग पडतात व त्यांना नक्षत्रे म्हणतात. या २७ नक्षत्रांचे आकाशात दिसणाऱ्या भ्रमणमार्गावर बारा भाग करतात त्यांना राशी म्हणतात. सूर्य आकाशातील ताऱ्यांतून ज्या वर्तुळाकार मार्गाने फिरलेला दिसतो त्या दृश्यमार्गाला क्रांतिवृत्त म्हणतात. उत्तरायण व दक्षिणायन या भासमान भ्रमणाप्रमाणेच सूर्य या राशीतून फिरतो आहे असे वाटते.

Tidal Hypothesis (टायडल् हायपॉथेसिस) - **भरती परिकल्पना**

ही परिकल्पना जेम्स जीन्स व हेरॉल्ड जेफ्रीज या शास्त्रज्ञांनी इ. स. १९१९ मध्ये जगापुढे मांडली. या सिद्धान्तानुसार आपला सूर्य प्रारंभी ग्रहांशिवाय एकटाच आकाशात भ्रमण करीत होता. तो प्रचंड वायूचा एक गोल होता. फिरता फिरता दुसरा एक मोठा तारा (सूर्य) या पहिल्या ताऱ्याजवळ आला. मोठा सूर्य पहिल्या सूर्याच्या फार जवळ आल्याने दुसऱ्या मोठ्या सूर्याच्या आकर्षणामुळे पहिल्या सूर्यावरील काही द्रव्य सुटून दुसऱ्या मोठ्या सूर्याच्या रोखाने जाऊ लागले. जसजसा मोठा सूर्य जवळ येत गेला तसतसे पहिल्या सूर्यापासून मोठमोठ्या आकाराचे द्रव्य सुटत गेले. यालाच भरती असे म्हटले आहे. मोठा सूर्य आला तसाच पुढे निघून गेला. मोठ्या सूर्याचे आकर्षण व त्याचा पुढे जाण्याचा वेगही अतिशय जास्त होता. त्यामुळे पहिल्या सूर्यापासून सुटलेले द्रव्य दुसऱ्या मोठ्या सूर्यापर्यंत पोहोचू शकले नाही. दुसरा सूर्य दूर निघून गेल्यावर पहिल्या सूर्यावरून सुटलेल्या द्रव्याचे आकर्षणदेखील कमी झाले. त्यामुळे हे द्रव्य अधांतरीच राहिले व पहिल्या सूर्याच्या आकर्षणातच फिरू लागले. त्या द्रव्याचेच पुढे ग्रह झाले. पहिल्या सूर्याच्या आकर्षणामुळे त्या ग्रहामध्येही लाटा निर्माण झाल्या व त्यापासून उपग्रहांची निर्मिती झाली व अशा तऱ्हेने सूर्यकुलाची उत्पत्ती झाली असावी.

Twillight (ट्वायलाइट) - **संधीप्रकाश**

सूर्यास्तानंतर काही वेळपर्यंत सूर्यप्रकाश आकाशात पसरलेला असतो. सूर्य क्षितिजाखाली गेलेला असला तरी सूर्यकिरणांच्या वातावरणातील परावर्तनाने व विकिरणाने तांबूस रंगाचा प्रकाश आकाशात पसरलेला दिसतो. यास संधिप्रकाश वा तिन्हीसांज म्हणतात. विषुववृत्तावर याचा कालावधी कमी असतो व ध्रुवाकडे जावे तसतसा तो वाढत जातो. दिवस व रात्र यांच्या दरम्यानच्या सीमेवरील हा कालावधी होय.

Types of Lunar Eclipses (टाइप्स ऑफ ल्यूनर एक्लिप्सेस) - **चंद्रग्रहणाचे प्रकार**

चंद्र जर पृथ्वीच्या विरळ छायेत आला तर त्याला प्रकाश मिळतो व त्यामुळे तो थोडा फिकट दिसत असला तरी दिसू शकतो. जेव्हा चंद्र पृथ्वीच्या घनछायेत येतो तेव्हा चंद्राचा जितका भाग ह्या घनछायेत असेल तितका आपणास दिसत नाही. चंद्र जर पूर्णपणे दिसेनासा झाला तर त्या ग्रहणास 'खग्रास ग्रहण' म्हणतात. जर चंद्राचा काही भाग दिसत नसेल व काही भाग दिसत असेल तर त्याला 'खंडग्रास ग्रहण' असे म्हणतात. जेव्हा चंद्रावर पृथ्वीची विरळ छाया पडण्यास सुरुवात होते त्यास 'स्पर्शकाल' म्हणतात. पृथ्वीच्या घनछायेत जेव्हा चंद्र येतो त्यास 'सम्मीलनकाल' असे म्हणतात. पृथ्वीच्या घनछायेतून चंद्र प्रथम बाहेर पडतो त्यास 'उन्मीलन काल' असे म्हणतात. चंद्र पृथ्वीच्या विरळ छायेबाहेर येतो त्याला 'मोक्षकाल' असे म्हणतात.

चंद्र पृथ्वीभोवती पश्चिमेकडून-पूर्वेकडे फिरत असल्यामुळे चंद्रग्रहण चंद्रबिंबाच्या पूर्वेकडूनच लागते व पूर्वेकडूनच सुटायला सुरुवात होते. चंद्राच्या बाबतीत कंकणाकृती ग्रहण कधीच घडून येणार नाही कारण चंद्रापेक्षा पृथ्वी बरीच मोठी आहे. तसेच चंद्र हा पृथ्वीला जवळ म्हणून पृथ्वीचा छायाशंकू बराच लांबवर पसरलेला असतो.

चंद्राचा जितका भाग घनच्छायेत गेला असेल त्यावर चंद्रग्रहणाचा काल अवलंबून असतो. चंद्राचा जास्त भाग घनच्छायेत असेल तर ग्रहण सुटण्यास तेवढाच जास्त वेळ लागेल. चंद्रग्रहण जास्तीत जास्त ३ तास ३० मिनिटे असू शकते व चंद्रग्रहण रात्र असल्यासच दिसते म्हणून चंद्रग्रहण एका वेळी पृथ्वीच्या अर्ध्या भागावरील लोकांनाच दिसू शकते.

Waxing Period (वॅक्सिंग पिरीअड) - **शुक्ल पक्ष**

अमावास्येनंतर प्रतिपदेपासून पौर्णिमेपर्यंतच्या पंधरवाड्याला शुक्ल पक्ष असे म्हणतात. या काळात चंद्राचा पृथ्वीवरून दिसणारा भाग दररोज वाढत जातो.

Wiezekar's Theory (वायझेकर्स थियरी) - **वायझेकरचा सिद्धान्त**

प्रसिद्ध जर्मन शास्त्रज्ञ वायझेकर यांनी इ. स. १९४३ मध्ये एक सिद्धान्त मांडला. सूर्यकुलाची चक्राकार गती, चक्राकार गतीची निरनिराळ्या ग्रहांत झालेली वाटणी व ग्रहांची सूर्यापासून सापेक्ष अंतरे सांगणारा बोडचा नियम; ह्या सर्वांचा विचार करून वायझेकर म्हणतात, तारे तयार होत असताना बऱ्याच ताऱ्यांच्याभोवती वायूचे एक मोठे आवरण राहते व या आवरणास चक्राकार गती असते. गुरुत्वाकर्षण आणि चक्राकार गती यांच्या योगाने या वायूच्या आवरणात भोवरे निर्माण होतात; असे भोवरे जेथे निर्माण होतात

तेथेच ग्रहनिर्मिती होत असावी; अशा भोवऱ्यात लहान मोठे वायुकण असतात. ते एकमेकांवर आपटतात. त्यामुळे लहान कण मोठ्या कणांना चिकटतात व मोठा कण जास्त मोठा होत जातो. त्याची गुरुत्वाकर्षण शक्तीही वाढत जाते. पुढे कालांतराने गुरुत्वाकर्षणांमुळे एका परिघावरील भोवऱ्यातील द्रव्य एकत्र येऊन त्यांचे ग्रह बनले असावेत. ताऱ्यांच्या सर्वात जवळच्या टिकाऊ परिघावर एक किंवा दोन भोवरे असतात. परिघाच्या आकाराप्रमाणे भोवऱ्यांचे प्रमाण वाढते. परीघ वाढला की भोवऱ्यांची संख्याही वाढते. साधारणपणे ज्या परिघावर भोवरे कमी तेथील ग्रह लहान व जेथे भोवरे जास्त तेथील ग्रह मोठे असतात. ज्यावेळी जास्त भोवऱ्यातील द्रव्य-संचय एकत्र यावयाचा असतो, त्यावेळी ते सर्व द्रव्य एकाच ग्रहात समाविष्ट होण्याचा संभव फारच कमी असतो. पुष्कळसे द्रव्य गुरुत्वाकर्षणाने एकत्र येईल आणि जे उरेल ते वेगळ्या केंद्राजवळ एकत्र होऊन उपग्रहाच्या स्वरूपात ग्रहाभोवती फिरत राहील. अशा प्रकारे ताऱ्याभोवती राहिलेल्या वायूच्या आवरणांपासून ग्रह व उपग्रह निर्माण होतील.

भूरूपशास्त्र

Geomorphology

Abrasion (ॲब्रेइझ्न) - **अपघर्षण**

अपघर्षण म्हणजे आघात होऊन घर्षण होणे. हा वाऱ्याच्या खनन कार्याचा एक प्रकार आहे. अपघर्षणाची क्रिया तीव्र वाऱ्याने होते. वाऱ्यात असलेले धूलिकण व रेती, वाळूचे कण हीच अपघर्षणाची हत्यारे आहेत. त्यांच्या आघाताने अपघर्षण होते. अपघर्षणकार्यामुळे खडक गुळगुळीत होतात व खडकांना खाचा पडतात. अपघर्षणाची क्रिया भूभागापासून जास्त उंचीवर होत नाही.

हिमनदीच्या तळात अणकुचीदार दगडधोंडे असतात. हे दगडधोंडे तळखडकावर घासले जाऊन त्यांच्यावर चरे पडतात. या घर्षणक्रियांमुळे खडक तासले जातात. त्यावर वळसे पडतात व ते भरडले जातात. त्या सर्व क्रियांचा समावेश अपघर्षण-क्रियेत होतो.

Acidic Rock (ॲसिडिक रॉक) - **आम्लधर्मी खडक**

आम्लधर्मी खडकांत सिलिका या घटकद्रव्याचे प्रमाण ८०% च्या आसपास असते. लोहभस्म, ॲल्युमिनियम, मॅग्नेशियम व चुना हे इतर पदार्थ त्यात असतात. यांचे प्रमाण २०% इतके असते. लोहाचे प्रमाण कमी असल्याने या खडकांचा रंग फिकट-पिवळा असतो. ग्रॅनाइट हे या प्रकारचे उत्तम उदाहरण आहे.

Aeolian Plains (एओलियन प्लेन्स) - **वाऱ्याच्या संचयन कार्यामुळे निर्माण होणारी मैदाने**

यामध्ये लोएस मातीच्या संचयनाने निर्माण होणाऱ्या मैदानांचा प्रामुख्याने समावेश होतो. वाळंवटी प्रदेशात वाऱ्याच्या घर्षणकार्यामुळे खडकांचे घर्षण होऊन अतिशय बारीक माती निर्माण होते. ही माती एका प्रदेशातून दुसऱ्या प्रदेशात नेली जाते. तेथे या मातीचे संचयन होऊन या मैदानांची निर्मिती होते. या मैदानांना लोएसचे मैदान म्हणतात.

Alkaline Soil (अल्कलाइन सॉइल) - **क्षारधर्मी मृदा**

ज्या मृदेमध्ये क्षाराचे (Na) व अल्कलीचे (OH) प्रमाण जास्त असते, त्या मृदेस 'क्षारधर्मी मृदा' असे म्हणतात. रसायनशास्त्रातील संकल्पनेनुसार ज्या मृदांचा आम्लविम्ल

निर्देशांक / सामू (पीएच) ७ पेक्षा अधिक असेल अशा मृदा क्षारधर्मी मृदा होत. या प्रकारची मृदा शुष्क, निमशुष्क व दलदलीच्या प्रदेशात आढळते. ही मृदा शेतीच्या दृष्टीने पूर्णपणे निरुपयोगी व नापीक असते. पाण्याचा निचरा न झाल्याने अशा जमिनी पाणथळ बनतात. ज्या ज्या ठिकाणी पाण्याचा अति वापर होतो अशा ठिकाणी अशा मृदेचे क्षेत्र वाढत आहे, कारण पाण्याच्या अति वापरामुळे जमिनी पाणथळ बनतात व अशावेळी पृष्ठभागावरील मृदेखालील क्षार पाण्यात विरघळतात. पाण्याचे बाष्पीभवन होत असताना केशाकर्षणक्रियेद्वारे व किनाऱ्यालगतच्या सखल भागात भरतीचे पाणी साचून राहिल्याने तेथील मृदा क्षारयुक्त बनते. या प्रकारच्या मृदा शेतीच्या दृष्टीने प्रतिकूल असल्या तरी सुपारी, नारळ आणि मसाल्याच्या पदार्थांची पिके या प्रकारच्या मृदाप्रदेशात घेतली जातात. भारतात जवळजवळ ७० लाख हेक्टर क्षेत्र अशा मृदेने व्यापले आहे.

Alluvial Fans (ॲल्यूव्हियल फॅन्स) - **पंखाकृती जलोढ / गाळाचा प्रदेश.**

डोंगराळ प्रदेशातून सखल प्रदेशाकडे वाहणाऱ्या नद्यांचा वेग खूपच कमी होतो. वेग कमी झाल्याने वाहून आणलेला माल वाहून नेणे शक्य नसल्याने जाडा भरडा माल टाकून देण्याची त्यांची प्रवृती असते. त्यामुळे अशा गाळाच्या संचयनाचे त्रिकोणाकृती प्रदेश निर्माण होतात. यास 'पंखाकृती जलोढ' असे म्हणतात. नदीमुखाशी तयार झालेल्या त्रिभुज प्रदेशाप्रमाणे ते दिसतात; परंतु त्यामध्ये गाळाऐवजी भरड पदार्थ जास्त असतात. जलोढ त्रिभुज उंचसखल असतात. तीव्र उतार असलेल्या अशा जलोढांना जलोढ शंकू (Alluvial Cones) असे म्हणतात.

Alluvial Plains (ॲल्यूव्हियल प्लेन्स) - **गाळाची मैदाने**

नद्यांच्या संचयनकार्यामुळे निर्माण झालेल्या सर्व मैदानांचा यामध्ये समावेश होतो; यांचे एकूण तीन प्रकार पडतात :

(अ) पर्वतीय मैदाने (Piedmont Plains)

(ब) पूर मैदाने (Flood Plains)

(क) त्रिभुज प्रदेश (Delta Plains)

गाळाची मैदाने चिकणमाती, बारीक वाळू यांनी बनलेली असतात. शेतीसाठी असे प्रदेश फारच सुपीक समजले जातात.

Alluvial Soils (ॲल्यूव्हियल सॉइल्स) - **गाळाच्या मृदा**

नद्यांनी वाहून आणलेल्या गाळाच्या संचयनामुळे गाळाची मृदा तयार होते; त्याचप्रमाणे किनारी मैदानात सागरी लाटांनी केलेल्या संचयनामुळेसुद्धा गाळाची मृदा तयार होते.

भूपृष्ठावरून वाहणाऱ्या जलप्रवाहाद्वारे निर्मितिस्थानापासून मृदाकण वाहत येऊन त्यांचे एखाद्या ठिकाणी संचयन होऊन निर्माण होणाऱ्या सर्व मृदांचा या प्रकारात समावेश होतो. या प्रकारच्या जमिनीत गाळाचे थर आढळतात. गाळाच्या जमिनी बहुधा नद्यांच्या पूर मैदानात व त्रिभुज प्रदेशात आढळतात. भारतातील गंगानदीचा त्रिभुज प्रदेश हे या प्रकारच्या जमिनीचे उदाहरण होय. या प्रकारच्या जमिनीत असेंद्रिय घटकद्रव्ये फार मोठ्या प्रमाणात असतात. प्रत्येक पुराच्यावेळी अशा जमिनीवर नवीन गाळाचे थर जमत असल्यामुळे या मृदेत गाळाचे जाड थर आढळतात. त्यामुळे या मृदा जास्त सुपीक असतात. गहू, तांदूळ, मका, ऊस, तेलबिया, कापूस इ. पिके या मृदेत चांगली वाढतात.

Antarctica - अंटार्क्टिका

अंटार्क्टिका हे जगातले सातवे महाद्वीप आहे, जे पूर्णपणे बर्फाने आच्छादित असून अत्यंत थंड क्षेत्र आहे. अंटार्क्टिक शब्द वास्तविक अँटी आर्क्टिक (आर्क्टिकच्या विरुद्ध दिशेला) आहे. आर्क्टिक हा शब्द उत्तर ध्रुवासाठी आहे.

सामान्यत: अंटार्क्टिक म्हणजे दक्षिण ध्रुव असे समजले जाते; परंतु ते खरे नाही. अंटार्क्टिकाचे संपूर्ण क्षेत्र एक कोटी चाळीस लाख चौरस किमी. आहे. परंतु थंडीच्या

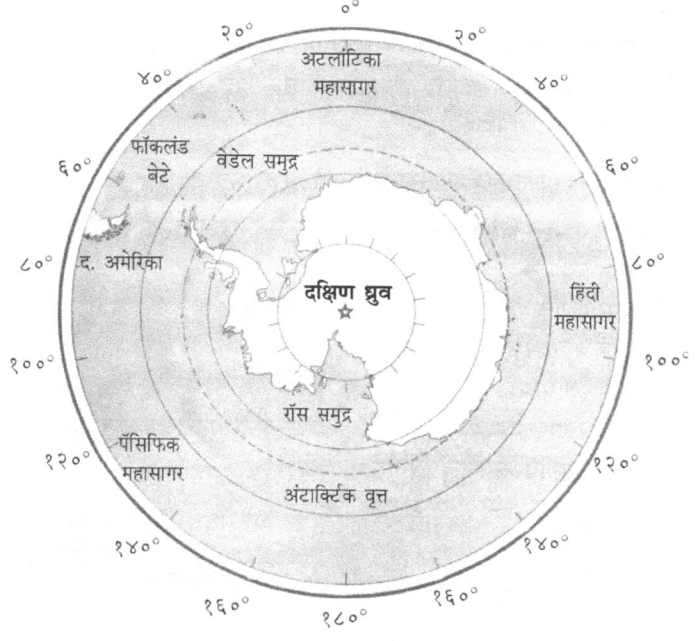

अंटार्क्टिका खंड

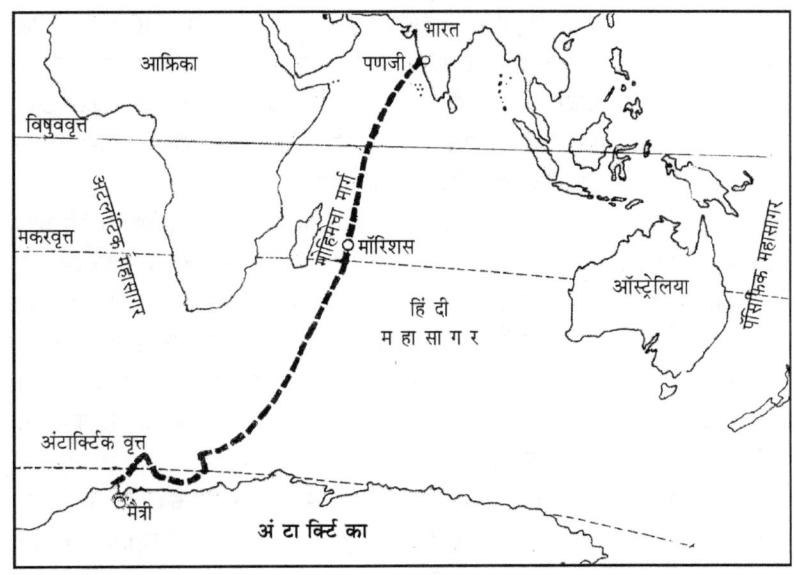

भारताची अंटार्क्टिका मोहिम

दिवसात जेव्हा समुद्र गोठतो तेव्हा हे क्षेत्रफळ वाढून दोन कोटी पन्नास लाख चौरस किमी. होते. एवढ्या विशाल क्षेत्राचा जो केंद्रीय प्रदेश आहे, तो दक्षिण ध्रुव आहे. नॉर्वेचा अमुंडसेन हा दक्षिण ध्रुवावर पोहचणारा प्रथम मानव बनला. त्याने १४ डिसेंबर १९११ रोजी दक्षिण ध्रुवावर पाय रोवले.

आज सुमारे दीड कोटी चौरस किमी. पसरलेल्या या विस्तृत महाद्वीपात विभिन्न प्रयोगांसाठी वेगवेगळ्या देशांची स्थायी केंद्रे बनली आहेत. या देशांमध्ये उत्तर अमेरिका, रशिया, जपान, स्वीडन, नॉर्वे, फ्रान्स, न्यूझीलंड आणि भारत या प्रमुख देशांचा समावेश होतो. पृथ्वीच्या वातावरणाचा, पृथ्वीच्या प्राचीन स्वरूपाचा, हिमयुगाचा, प्रदूषणाचा जागतिक हवामानावर होणाऱ्या परिणामांचा, ओझोन क्षयाचा (Ozone Hole) इत्यादींबाबत संशोधनासाठी अंटार्क्टिका हे आदर्श द्वीप मानले जाते. यामुळेच संशोधन करणाऱ्या वरील देशांमध्ये एक आंतरराष्ट्रीय करार स्थापन करण्यात आला आहे जो 'अंटार्क्टिक करार' (Antarctic Treaty) म्हणून प्रसिद्ध आहे. यामध्ये एकूण ४३ देश सहभागी आहेत. संशोधन करणाऱ्या विविध देशांतील सुमारे एक हजार व्यक्ती या खंडावर राहतात हीच येथील लोकसंख्या आहे. अंटार्क्टिकावर बर्फाचा सुमारे दोन किमी. जाडीचा थर आहे. यावर अनेक पहाड तसेच तलाव आहेत. आणि एक अद्भुत जिवंत ज्वालामुखी

आहे. 'विन्सन' हा अंटार्क्टिकावर सर्वात उंच पर्वत आहे. त्याची उंची ४९०० मीटर आहे. एका पहाडी शिखरावर भारताने आपले कायम- स्वरूपी संशोधनकेंद्र 'मैत्री' स्थापन केले आहे. अंटार्क्टिकावर भारताने पहिले पाऊल ९ जानेवारी, १९८२ या दिवशी ठेवले व 'दक्षिण गंगोत्री' या हवामान केंद्राची उभारणी केली. त्यानंतर लवकरच इ.स.१९८९ मध्ये 'मैत्री' या संशोधन केंद्राची स्थापना केली गेली.

अंटार्क्टिकामध्ये फक्त दोनच ऋतू आहेत. ऑक्टोबर ते फेब्रुवारीपर्यंत तेथे ग्रीष्म ऋतू असतो तर इतर महिने तेथे थंडी असते. ग्रीष्म ऋतूमध्ये तेथील तापमान १५ अंश से. पर्यंत असते तर भयंकर थंडीत तेथील तापमान उणे ८० अंश से. ते ९० अंश से. पर्यंत असते. अंटार्क्टिकावरील सुपरिचित पक्षी पेंग्विन आहे. तो ठुमकत ठुमकत चालतो; परंतु उडू शकत नाही. पेंग्विन शब्द लॅटिन 'पेंगुइस'पासून बनला आहे. त्याचा अर्थ चरबी किंवा लठ्ठपणा आहे. या पक्ष्याच्या सर्व बाजूंना असलेल्या ५ सेंमी. जाडीच्या चरबीच्या आवरणामुळे त्याला हे नाव पडले आहे.

संशोधनासाठी भारतीय तुकडी गोव्यातून विमानाने केप टाऊन (द. आफ्रिका) येथे जाते व तेथून जहाजाने दहा-बारा दिवसात अंटार्क्टिकाच्या किनाऱ्यावर पोहोचते. तेथून हेलिकॉप्टरने 'मैत्री' केंद्रावर जाता येते.

Antecedent Drainage System (अँटिसिडंट ड्रेनेज सिस्टम) - **पूर्ववर्ती जलप्रणाली**

काही वेळा नदीने आपल्या खोऱ्याचा विकास जवळ जवळ पुरा केला असला तरी काही भूविवर्तनिकी घटनांमुळे तिच्या प्रवाहातील प्रदेशाचा एखादा भाग वर उचलला जातो; अशा वेळी नदीची क्षरणक्रियेची गती प्रदेश उंचावण्याच्या गतीइतकी किंवा अधिक असेल तर नदीच्या प्रवाहावर कोणताही विपरीत परिणाम न होता तो तसाच पूर्ववत वाहू लागतो. अशास 'पूर्ववर्ती जलप्रणाली' म्हणतात.

Anthracite - अँथ्रासाइट

अत्यंत कठीण, एकसंध अशा या कोळशाच्या प्रकारात ८५ टक्के कार्बन असतो. बिट्युमिनस कोळशाचे रूपांतर अँथ्रासाइटमध्ये होते. हा सर्वोत्तम प्रतीचा कोळसा होय.

Applied Geomorphology (अप्लाईड जिओमॉर्फालॉजी) - **उपयोजित भूरूपशास्त्र**

भूरूपशास्त्राची ही एक आधुनिक शाखा आहे. भूरूपशास्त्राचा व्यावहारिक प्रात्यक्षिक उपयोग हाच उपयोजित भूरूपशास्त्राचा विषय होय. मानवाच्या औद्योगिक व आर्थिक प्रगतीसाठी भूरूपशास्त्राचा प्रत्यक्ष उपयोग कशाप्रकारे केला जातो, यासंबंधीचा अभ्यास या शाखेत केला जातो. खाणकाम भूरूपशास्त्र (Mining Geomorphology), अभियांत्रिकी भूरूपशास्त्र (Engineering Geomorphology), भूजलशास्त्र

(Geohydrology), भूचित्रशास्त्र (Photogeomorphology), आण्विक भूरूपशास्त्र (Nuclear Geomorphology) इत्यादी उपयोजित भूरूपशास्त्राच्या उपशाखा आहेत.

Arcuate Type Delta (आर्क्यूएट टाइप डेल्टा) - **धनुष्याकार त्रिभुज प्रदेश**

नद्यांच्या मुखाशी आणून टाकलेला गाळ हा खडकांचे बारीक तुकडे, वाळू, रेती, माती यांचा असतो. हा फार जाडाभरडा सच्छिद्र असल्यास तो जेथे टाकला जातो तेथे काही काळ राहिल्यावर त्यातील पाणी झिरपून हळूहळू निघून जाते. त्यामुळे गाळ खचून त्रिभुज प्रदेशाचा आकार सतत बदलत असतो. या झिरपलेल्या पाण्याचे प्रवाह निर्माण होऊन ते समुद्राच्या दिशेने वाहत जातात व त्यामुळे प्रवाहाच्या दिशेने काही गाळाचे किंवा रेतीचे दांडे या प्रदेशात तयार होतात. या सर्वांचे आकार समुद्राकडील भागात अर्धवर्तुळाकार असल्यामुळे त्यांना धनुष्याकृती त्रिभुज प्रदेश (Arcuate Type) म्हणून ओळखले जाते.

Arete (अॅरेट) - **शुककूट**

दोन हिमगव्हरांना अलग करणारा डोंगराचा भाग हिमानी क्रियेमुळे तीव्र उतारांचा बनवला जातो. करवतीसारखा आकार असलेल्या अशा धारदार कडांना 'शूककूट' असे म्हणतात. कालांतराने या शूककूटांची झीज होऊन त्या नाहीशा होतात व दोन हिमगव्हरे एकत्र येतात. हिमाच्छादित पर्वतीय प्रदेशात यांची निर्मिती होते.

Arroyo (अरोयो) - **मरूघळ**

वाळवंटी प्रदेशात मुसळधार पाऊस पडून गेल्यानंतर अल्पजीवी परंतु जोरदार जलप्रवाहांमुळे उभे खनन वेगाने होते व प्रत्येक जलप्रवाह घळईसारख्या खोल परंतु रुंद तळ असलेल्या दऱ्या तयार करतो; अशा घळ्यांना 'मरुघळ' असे म्हणतात.

Artesian well (आर्टेशियन वेल) - **आर्टेशियन विहीर**

दोन अपार्य (पाणी अडवू शकणाऱ्या) खडकांच्या थरांमध्ये असलेल्या पार्य (पाणी अडवू न शकणाऱ्या) खडकात पाणी साठलेले असल्यास त्या खडकाला छिद्र पाडल्यास पाणी उपलब्ध होते.

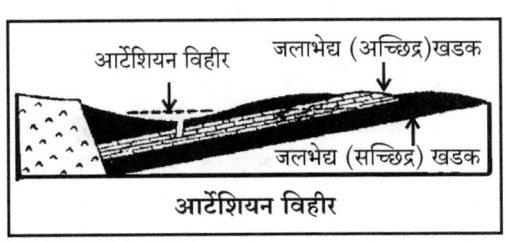

आर्टेशियन विहीर

हे पाणी केवळ स्वयंदाबाने भूपृष्ठावर येते. अशा विहिरींना आर्टेशियन विहीर म्हणतात.

फ्रान्समधील 'अर्टाइस' या प्रांतात प्रथमच या प्रकारची विहीर खोदण्यात आली, त्यामुळे या विहिरीस हे नाव पडले.

Ash and Cinder cone (ॲश अँड सिंडर कोन) - **राख व कंकरयुक्त शंकू**

ज्वालामुखीतून खडकांचे तुकडे, चुरा, राख इत्यादी पदार्थ बाहेर पडतात. याच्यामुळे तयार झालेल्या शंकूंना राख आणि कंकरयुक्त शंकू (Ash and Cinder Cone) असे म्हणतात. या शंकूंच्या नलिकेजवळील भाग कमकुवत असतो तेथून शिलारस येतो, त्यावेळी त्याच्या धक्क्याने शंकूचा पायथा दुभंगतो.

Asymmetrical Fold (असिमेट्रिकल फोल्ड) - **असंमित वळी**

भूपृष्ठांतर्गत आडव्या दिशेने होणाऱ्या हालचालींमुळे भूपृष्ठावर एका बाजूने जास्त दाब व दुसऱ्या बाजूने येणारा दाब त्यापेक्षा कमी असेल तर निर्माण होणाऱ्या वळीच्या कमी दाबाकडील भुजा मंद उताराची व जास्त दाबाकडील भुजा मध्यम उताराची असते. यास 'असंमित वळी' असे म्हणतात.

Attrition (ॲट्रीशन) - **संनिघर्षण**

वाळूचे कण व धूलिकण बरोबर घेऊन वारा वाहतो त्यामुळे खडक घासले तर जातातच पण खडकावर हे वाळू व धूलिकण आदळले जातात व त्यांचे तुकडे तुकडे होतात. ह्या परस्पर आघातामुळे वाळू-धूलिकणांचे आकार लहान होतात. ह्या क्रियेलाच 'संनिघर्षण' म्हणतात.

Bad lands (बॅड लँड्स) - **दुर्भूमी**

वाळवंटी प्रदेशात थोड्याशा पावसाने घळपाडी धूप (Gully Erosion) होऊन अत्यंत खडबडीत व लहान घळ्यांनी युक्त असे भूचित्र तयार होते. त्याला दुर्भूमी असे म्हणतात. पेंटेड डेझर्ट अरिझोना व दक्षिण डाकोटातील बॅड लँड्स ही यु एस ए मधील वाळवंटे याच प्रकारची आहेत.

Bajada (बहादा) - **बजदा**

वाळवंटातील खोलगट प्रदेशाच्या आजूबाजूस पर्वतमय प्रदेश असल्यास खोलगट प्रदेश बंदिस्त बनतो. थोड्याशा मुसळधार पावसानंतर पर्वतमय प्रदेशातून अनेक लहान जलप्रवाह खोलगट प्रदेशात वाहात येतात. त्यामुळे या खोलगट प्रदेशात पाणी पसरून स्तरपूर (Sheet flood) येतात. या नद्या असल्यामुळे त्यांतील पाणी नष्ट झाल्यावर सगळीकडे गाळाचे प्रचंड संचयन होते. खोलगट प्रदेशाच्या सीमावर्ती प्रदेशात जलोढ

त्रिभुज तयार होतात. ते एकमेकांत मिसळून खोलगट प्रदेशाच्या दिशेने कलणारा असा गाळाचा उतार तयार होतो; यास 'बजदा' असे म्हणतात.

Barchan - बारखण

चंद्रकोरावर्ती वाळूच्या टेकड्यांना 'बारखण' असे म्हणतात. वाऱ्यांच्या दिशेस तिरकस अशी त्यांची वाढ होते. या टेकड्या मध्यभागी फुगीर, बहिर्वक्र व एका बाजूस अंतर्वक्र उताराच्या असून दोन्ही टोकांना निमुळत्या होत गेलेल्या असतात. टोकांना पुच्छ (Horns) असे म्हणतात. या टेकड्या समूहाने तयार होतात. वाऱ्याची प्रचलित दिशा व वेग यांवर त्यांचा विस्तार अवलंबून असतो.

Basic Rocks (बेसिक रॉक्स) - अल्कधर्मी अग्निजन्य खडक

या प्रकारच्या अग्निजन्य खडकांत सिलिका ४०% आणि मॅग्नेशिअमचे प्रमाण ४०% असते. आयर्न ऑक्साइड व इतर पदार्थ २०% असतात. सिलिकाचे प्रमाण कमी असल्याने लाव्हारस पातळ असतो. त्यामुळे तो भूपृष्ठावर दूरवर पसरतो. या खडकाचा रंग काळा असून त्याची झीज लवकर होते. बेसॉल्ट हे याचे उल्लेखनीय उदाहरण आहे.

Batholith - बॅथोलिथ

भूगर्भातील तप्त लाव्हारस भूपृष्ठावर येण्याचा प्रयत्न करतो तेव्हा भूकवचामधील विस्तीर्ण पोकळीमध्ये लाव्हारसाचे संचयन होते. त्यापासून तयार होणाऱ्या विस्तीर्ण अशा खडकाला 'बॅथोलिथ' असे म्हणतात. या प्रकारचा खडक भूगर्भात अधिक खोलीवर असल्याने त्याचा पृष्ठभाग फारच थोड्या ठिकाणी पहावयास मिळतो.

Bay head beach (बे हेड बीच) - शीर्ष उपसागरी पुळण

जेव्हा, वाळूचे संचयन उपसागराच्या माथ्याकडील अरुंद भागावर म्हणजे शीर्षस्थानी होते, तेव्हा त्यास 'शीर्ष उपसागरी पुळण' असे म्हणतात. यालाच चंद्राकृती पुळण (Crescent beach) असेही नाव आहे.

Beaches (बीचेस) - पुळणी

वादळी लाटांनी गाठलेली मर्यादा व भांगांची भरतीरेषा किंवा मर्यादा यांच्या दरम्यान सागरजन्य पदार्थांचे (शंख, शिंपले, रेती इत्यादी) संचयन झालेले असते. या संचयनाचा उतार खुल्या समुद्राकडे असतो. त्याला 'पुळण' असे म्हणतात. पुळणीच्या जमिनीकडील भागांकडे मऊ रेती व बारीक पदार्थ असतात. साधारणपणे पुळणींचा आकार अंतर्वक्र असतो व जमिनीच्या बाजूवर वाळूच्या टेकड्या आढळतात. वाळू पुळणींच्या समुद्राकडील बाजूवर आणून टाकली जाते.

Belted Coastal Plain (बेल्टेड कोस्टल प्लेन) - **समुद्रकिनाऱ्यावरील पट्ट्यांची मैदाने**

नदीच्या घर्षणचक्रात समुद्रकिनाऱ्याजवळ या प्रकारच्या मैदानांची निर्मिती होते. समुद्रकिनाऱ्याजवळ नदीच्या घर्षणकार्यातील भिन्नतेमुळे त्या प्रदेशातील मृदू खडकांचे जास्तीत जास्त घर्षण होते. त्या मानाने त्या भागातील कठीण खडकांची झीज कमी झाल्याने कठीण खडकाचे भाग जसेच्या तसे शिल्लक राहतात. घर्षणकार्यातील भिन्नतेमुळे समुद्रकिनाऱ्यालगतचे प्रदेश पट्ट्यांप्रमाणे पसरलेले आढळतात, म्हणून या प्रकारच्या किनाऱ्याला Belted Coastal Plain म्हणतात.

Bergschrund (बर्गशृंड) - **शीर्ष-भेग**

हिमगव्हराचा माथा व त्यातील बर्फ यांच्या दरम्यान एक मोठी फट असते. या फटीस 'शीर्ष-भेग' असे म्हणतात. हिमगव्हरातून पुढे जाणारे बर्फ आणि हिमगव्हराची पार्श्वभित यांचा स्पर्श जेथे होतो तेथे थोडेसे बर्फ वितळते व भेगा तयार होतात. हिवाळ्यात या भेगा बर्फाने बुजून गेलेल्या असतात, तर उन्हाळ्यात मात्र त्या दृष्टीस पडतात. या भेगांतून बर्फाचे वितळणारे पाणी धबधब्यासारखे पडताना दिसते. त्या पाण्याबरोबर खडकाचे तुकडे, चुरा इत्यादी पदार्थ भेगेत पडतात. बर्गशृंड हा जर्मन शब्द आहे.

Berm - **बर्म**

किनाऱ्यावर वादळी लाटांमुळे वाळू, शंख, शिंपले व इतर सागरजन्य पदार्थांचे संचयन आढळून येते. त्याला 'बर्म' असे म्हणतात. समशीतोष्ण व शीत कटिबंधात हिवाळ्यात पश्चिमी वारे जोरदार असल्याने लाटांचा जोर जास्त असतो; कारण त्यामुळे बर्म जमिनींच्या बाजूकडे तयार होतात, तर उन्हाळ्यात लाटांचा जोर कमी असल्याने बर्म समुद्राच्या बाजूकडे तयार होतात.

Black Soil (ब्लॅक सॉइल) - **काळी मृदा**

बेसॉल्ट व ग्रॅनाइट खडकांचे विदारण (Weathering) होऊन काळी मृदा तयार होते. या मृदेस 'रेगूर मृदा' असेही म्हणतात. खोलगट भागातील काळ्या मृदेत क्षाराचे प्रमाण जास्त असते. खोल व गर्द काळ्या जमिनीतून पावसाच्या पाण्याचा लवकर निचरा होत नाही. या मृदेत पाणी धरून ठेवण्याची क्षमता जास्त असते; या मृदा पावसाच्या पाण्याने फुगतात व चिकट होतात. उन्हाळ्यात त्यांना भेगा पडतात. या मृदेत चुनखडी व मॅग्नेशियमचे प्रमाण अधिक असते तर नायट्रोजन, जैव कार्बन, फॉस्फेट यांचे प्रमाण कमी असते.

काळी मृदा सुपीक असून यात कापसाचे पीक भरपूर होते म्हणून या मृदेस कापसाची

'काळी मृदा' असेही म्हणतात. भारतात पश्चिमी मध्यप्रदेश, महाराष्ट्राचा जवळ जवळ संपूर्ण भाग, दक्षिण ओरिसा, दक्षिण व पश्चिम आंध्रप्रदेश व उत्तर कर्नाटक या भागात या प्रकारची मृदा आढळते.

Blind Valley (ब्लाइंड व्हॅली) - अंध दरी

चुनखडकाच्या प्रदेशात अंध दरीची निर्मिती होते. अवतरण छिद्रातून भूपृष्ठावरील पाणी भूपृष्ठाखाली गेल्यानंतर नदीच्या पात्राचा पुढील भाग कोरडा राहतो म्हणजे शुष्क दरीची निर्मिती होते. हीच स्थिती फार काळ राहिल्यास अवतरण छिद्रापर्यंत भूभाग खूपच झिजविला जातो. त्यामुळे संपूर्ण भाग अतिशय खोल होत जातो आणि अवतरण छिद्रापर्यंतच नदी वाहते. पुढे वाहण्याचे थांबते; म्हणजे पुढील नदीप्रवाहमार्गाला दरीची कोणतीच लक्षणे नसतात; अशा दरीला 'अंध दरी' म्हणतात.

Block Mountains (ब्लॉक माउंटन्स) - अवरोधी पर्वत / गट पर्वत

पर्वतनिर्माणकारी भूहालचालींमुळे पृथ्वीच्या कवचावर दाब किंवा ताण निर्माण होऊन भूपृष्ठाच्या कठीण भागाला घड्या पडण्याऐवजी भेगा पडतात. कधी कधी दोन समोरासमोर पडलेल्या भेगांतील भूपृष्ठाचा भाग वर उचलला जातो; अशा रितीने अवरोधी किंवा गट पर्वताची निर्मिती होते. यावर उचलल्या गेलेल्या भागाला हॉर्स्ट (Horst) असे म्हणतात. दोन समोरासमोरील पडलेल्या भेगांतील भाग कधी कधी खाली खचतो व त्या ठिकाणी खचदरी (Rift Valley) निर्माण होऊन तिच्या दोन्ही बाजूस गटपर्वतांची निर्मिती होते. जर खचदरी रुंद तळाची व लांबलचक असली तर अशा भव्य खचदरीस 'ग्रॅबेन' म्हणतात.

Blow Holes (ब्लो होलस्) - आघात छिद्र

सागर किनाऱ्यावर भूशिरातील खडकात गुहा तयार झाल्यानंतर गुहेच्या छपरावर लाटांचा मारा चालू होतो. त्यामुळे गुहेत कोंडलेल्या हवेचे आकुंचन-प्रसरण होते. कालांतराने छताच्या पृष्ठभागाकडील बाजूवर एक अरुंद चिंचोळा मार्ग तयार होतो. याला 'आघात नलिका' असे म्हणतात. आघात नलिकेतून पाण्याच्या व रेतीच्या सूक्ष्म कणांचा मारा चालू राहिल्यास ती पृष्ठभागावर येऊन पोहोचते व पृष्ठभागावर एक विवर दिसू लागते. यास 'आघात छिद्र' असे म्हणतात.

Blowouts (ब्लोआऊट्स) - वातगर्त

उष्ण वाळवंटी प्रदेशांत वाऱ्याच्या एकाच दिशेने वाहण्यामुळे एखाद्या भागावर सतत होणाऱ्या वाऱ्याच्या प्रहारामुळे तेथील खडकांचे कण दूरवर वाहून नेले जातात आणि तेथे खड्डे निर्माण होतात. या खड्ड्यांना 'वातगर्त' असे म्हणतात.

Bolson (बोलसन) - **बोलसन**

वाळवंटी प्रदेशांत काही अंतर्वाहिनी नद्यांमुळे खोरी तयार होतात. ही खोरी पर्वतांनी वेढलेली असतात; त्यांना संयुक्त संस्थानात व मेक्सिको मध्ये बोलसन असे म्हणतात.

Bridge (ब्रिज)- **पूल**

वाऱ्याच्या मार्गात एखादा मृदू खडक येतो तेव्हा वाऱ्याच्या घर्षणामुळे त्यात प्रथम गर्त निर्माण होते. वाऱ्याच्या सततच्या माऱ्यामुळे गर्त विस्तृत व खोल होत जाते व शेवटी खडकास आरपार छिद्र पडते. त्यास वातखिडकी (Rock Window) असे म्हणतात. वाऱ्याच्या निरंतर घर्षणामुळे वातखिडकीच्या खालच्या बाजूस खडकाच्या खालच्या पातळीपर्यंत घर्षण होते व तो भाग एखाद्या पुलासारखा दिसतो. या विस्तृत व रुंद प्राकृतिक आकारास पूल (Rock Bridge) असे म्हणतात.

Brown Soil (ब्राउन सॉइल) - **पिंगट रंगाची मृदा**

भूमध्यसागरीय हवामानाच्या प्रदेशात तेथील विशिष्ट हवामानाच्या परिस्थितीत पिंगट रंगाची मृदा तयार होते. ती काही बाबतीत चेस्टनट मृदेसारखी असते. या मृदेत असेंद्रिय घटकद्रव्यांचे प्रमाण जास्त परंतु नायट्रोजनचे प्रमाण कमी असते. या मृदेचे लहान लहान पट्टे उष्ण कटिबंधातील वाळवंटी मृदा व चेस्टनट मृदा यांच्या दरम्यान आढळतात.

Calcareous Organic Sedimentary Rocks (कॅल्कॅरियस् ऑर्‌गॅनिक सेडीमेंटरी रॉक्स)- **प्राणिजन्य सेंद्रिय खडक**

हे खडक मृत प्राण्याच्या अवशेषांपासून आणि सांगाड्यांपासून तयार होतात. जलाशयातील ऑइस्टर, मझल, कॉकल इत्यादी जातींचे कालव, सागरी गोगलगायी, प्रवाळ, जलशैव पाण्यातून कॅल्शियम व कार्बन यांचे संयुग शोषण करतात. यापासून त्यांची कवचे व शरीरे तयार होतात. अशा प्राण्यांच्या मृत शरीराचे अवशेष, सांगाडे यांचे संचयन होते. या संचयनापासून निर्माण झालेल्या खडकांत कॅल्शियम कार्बोनेटचे प्रमाण जास्त असल्याने त्यास 'चुनखडक' असे म्हणतात. खडू, शहाबादी फरशी, चुनामिश्रित पंकाश्म, डोलोमाइट इत्यादी चुनखडकांचे प्रकार आहेत.

Carbonaceous Organic Sedimentary Rocks (कार्बोनॅशियस ऑर्‌गॅनिक सेडीमेंटरी रॉक्स) - **वनस्पतिजन्य सेंद्रिय खडक**

कोट्यवधी वर्षांपूर्वी भूपृष्ठाच्या अंतर्गत हालचालींमुळे भूपृष्ठावरील विस्तीर्ण अरण्ये गाडली गेली. उष्णता व दाब यामुळे वनस्पतींची इतर घटकद्रव्ये नाहीशी होऊन त्यातील

कार्बन द्रव्ये फक्त शिल्लक राहिली. त्यातूनच दगडी कोळशाची निर्मिती झाली. दगडी कोळशातील कार्बनच्या कमी-अधिक प्रमाणावरून पीट, लिग्नाइट, बिटुमिनस, अँथ्रेसाइट असे प्रकार पडतात. अशा खडकांना वनस्पतिजन्य सेंद्रिय खडक म्हणतात.

Chemical Weathering (केमिकल वेदरिंग) - रासायनिक विदारण

बाह्य कारकांमुळे मूळ खडकावर रासायनिक क्रिया होऊन त्या खडकातील कण विरघळतात व त्यांचे गुणधर्म बदलून वेगळाच गुणधर्म असलेल्या खनिजद्रव्याच्या खडकांमध्ये रूपांतर होते.

वेगवेगळे वायू पाण्यात मिसळून आम्ले तयार होतात. या आम्लांचा परिणाम खडकांच्या रासायनिक विदारणावर होतो. रासायनिक क्रिया घडवून आणणाऱ्या वायूच्या प्रकारावरून रासायनिक विदारणक्रियेचे चार प्रकार पडतात :-

(१) ऑक्सिडेशन : पावसाच्या पाण्यात हवेतील निरनिराळे वायू विरघळलेले असतात. प्राणवायू पावसाच्या पाण्यात विरघळल्यास त्याचा परिणाम लोहमिश्रित खडकावर होतो. लोखंड गंजण्याची क्रिया म्हणजे 'ऑक्सिडेशन.' त्यामुळे खडक ठिसूळ होतो.

(२) कार्बोनेशन : पावसाच्या पाण्यात कार्बन-डाय-ऑक्साइड विरघळतो. त्यामुळे सौम्य कार्बन आम्ल तयार होते. चुनखडकावर त्याचा परिणाम होऊन खडक विरघळतात. या क्रियेला कार्बनीकरण (Carbonation) असे म्हणतात.

(३) हायड्रोशन किंवा जल अपघटन : पावसाचे पाणी खडकामध्ये मुरल्यावर त्या पाण्याचा खडकातील खनिजद्रव्यांशी संपर्क येतो. काही विशिष्ट खनिजद्रव्यांवर रासायनिक क्रिया होऊन खनिजद्रव्यांवर त्या क्रियेचा परिणाम होऊन त्यापासून त्या खडकाचे मातीत रूपांतर होते. या क्रियेला 'हायड्रेशन' असे म्हणतात.

(४) सोल्युशन किंवा द्रावणक्रिया : खनिज मीठ किंवा जिप्सम यासारख्या क्षारयुक्त खडकांवर पावसाचे पाणी पडल्यावर ते क्षार पाण्यात विरघळून द्रावण तयार होते व खडकाचे अस्तित्व नष्ट होते; अशा क्रियेला द्रावणक्रिया किंवा सोल्यूशन असे म्हणतात.

Chernozem Soil - चेर्नोझम मृदा

चेर्नोझम या रशियन शब्दाचा अर्थ Black Earth (काळी जमीन) असा होतो. ही मृदा अल्कलीयुक्त आहे. गवताळ प्रदेशातील गवताचे तंतू कुजून कॅल्शियमयुक्त अशा काळ्या मृदेस 'चेर्नोझम' म्हणतात. ही मृदा ओल धरून ठेवते. त्यामुळे कोरड्या प्रदेशातही उपयुक्त ठरते. युक्रेनमध्ये चेर्नोझम मृदेतील गव्हाची उत्पादकता जगप्रसिद्ध आहे.

जगातील फार मोठे क्षेत्र व्यापणारी ही मृदा गाळाच्या मृदेप्रमाणेच अत्यंत उपयुक्त

मानली जाते. गवताळ मातीचा मैदानी प्रदेश आणि चेर्नोझम गवताळ मैदानी प्रदेश शेतीच्या दृष्टीने जगातील सर्वात अनुकूल असे मृदाविभाग आहेत. यात कृषि - व्यवहारांचे फार मोठ्या प्रमाणात केंद्रीकरण झालेले दिसते; मृदेची सुपीकता हा घटक यात सर्वात महत्त्वाचा आहे.

चेर्नोझम मृदेच्या प्रदेशातील दोन महत्त्वाची पिके म्हणजे 'गहू' आणि 'मका' होत. रशिया आणि यू एस ए मध्ये फार मोठ्या क्षेत्रफळाच्या प्रदेशात गव्हाचे उत्पादन होते. यू एस ए मधील मका पट्टा दमट प्रदेशातील चेर्नोझम विभागात तर गहू पट्टा कोरड्या प्रदेशातील चेर्नोझम मृदाविभागात आहे.

Cirque (सर्क) - **हिमगव्हर**

डोंगराच्या दोन्ही बाजू जेथे एकत्र येतात तेथे एक नैसर्गिक खळगा असतो. हिमानी क्रियेमुळे हा खळगा रुंदावला जात बऱ्याच वेळेस डोंगरमाथ्यावरून पायथ्याकडे बर्फ घसरत असताना डोंगरउतारावरील काही ठिसूळ खडकांचे भाग झिजवले जाऊन खळग्यांची निर्मिती होते. नंतरच्या हिमानी क्रियेमुळे ते रुंदावतात. यास 'हिमगव्हर' असे म्हणतात; अशा खळग्यांची रचना विस्तीर्ण प्रेक्षागृहासारखी अर्धवर्तुळाकृती असते. या खळग्यांचे सर्व उतार तीव्र असतात. हिमगव्हराच्या अग्रभागी छोटासा उंचवटा असतो. यास हिमगव्हराचा उंबरठा (Threshold of glacier) असे म्हणतात. डोंगरमाथ्यावरून खाली आलेल्या बर्फाचा वेग कमी झाल्यामुळे खळग्याच्या अग्रभागी झीज पार्श्वभागापेक्षा कमी होऊन हा उंबरठा तयार होतो. कणहिमक्षरणक्रियेमुळे हिमगव्हराचा पार्श्वभाग आपल्या माथ्याकडे झिजवला जात असतो. यामुळे हिमगव्हराच्या भिंती तीव्र उताराच्या राखल्या जातात. हिमगव्हरातून हिमनद्यांचा उगम होतो.

Coal (कोल) - **दगडी कोळसा**

कोळसा पारंपरिक ऊर्जा संसाधन असून कोणत्याही देशातील औष्णिक विद्युत् केंद्रे, लोह, पोलाद, सिमेंट तसेच इतर उद्योगांचा आधारस्रोत आहे.

जगात कोळसा उत्पादनामध्ये भारताचा पाचवा क्रमांक आहे. परंतु, भारतात कोळशाचा दरडोई उपभोग फारच कमी आहे. जगातील एकूण संभाव्य साठ्यांपैकी ४० टक्के अमेरिकेत, ३१ टक्के रशियात, १८ टक्के चीनमध्ये तर ११ टक्के भारतात आहेत. भारतातील दगडी कोळशाच्या उत्पादनांपैकी ८३.५ टक्के उत्पादन पश्चिम बंगाल, बिहार, झारखंड व ओरिसा या राज्यांत होते.

दगडी कोळसा स्तरित प्रकारचा खडक आहे. प्राचीन काळी भूहालचालींमुळे, अथवा गाळाचे संचयन होत असताना भूपृष्ठावरील वने भूगर्भात गाडली गेली. अतिदाब

व उष्णता यामुळे वनस्पतींमधील पाणी नष्ट झाले व कार्बनी द्रव्ये शिल्लक राहिली, त्यांचेच कोळशात रूपांतर झाले. म्हणून हा वनस्पतिजन्य स्तरीत खडक होय.

कोळशाचे गुणवत्तेच्या आधारावर, अर्थात कोळशात असलेल्या कार्बनच्या प्रमाणावरून, एकूण चार प्रकार पडतात :-

(१) *अँथ्रासाइट* - यामध्ये कार्बनचे प्रमाण ९५% असते; हा उत्तम प्रतीचा कोळसा म्हणून मानला जातो.

(२) *बिटुमिनस* - यात कार्बनचे प्रमाण ६५ ते ८६ टक्के असते. हा सुद्धा उत्तम प्रतीचा कोळसा म्हणून मानला जातो.

(३) *लिग्नाइट* - हा निम्न दर्जाचा कोळसा असून ज्वलनामध्ये धुराचे प्रमाण जास्त असते. यात कार्बनचे प्रमाण ४५ ते ५० टक्के असते.

(४) *पीट* - हा लाकडाप्रमाणे जळणारा कोळसा असून धुराचे प्रमाण जास्त असते. यात कार्बन ४५ टक्के इतका असतो.

Coastal Plains (कोस्टल प्लेन्स) - **किनारपट्टीची मैदाने**

जगातील समुद्रकिनाऱ्यालगत निर्माण झालेल्या सर्व मैदानांना किनारपट्टीची मैदाने (Coastal Plains) म्हणतात. या मैदानांची निर्मिती अंतर्गत शक्तीच्या ऊर्ध्वगामी व अधोगामी भूहालचालींमुळे झाली आहे. या भूहालचालींमुळे एखाद्या ठिकाणी समुद्राचा तळभाग उंचावून तेथे मैदानांची निर्मिती होते.

Composite Cone (कॉम्पोझिट कोन) - **संमिश्र शंकू**

ज्वालामुखीच्या उद्रेकाचे वेळी काही वेळा शिलारस तर काही वेळा खडकाचे तुकडे व राख वर येत असतात. त्यामुळे संमिश्र शंकूची (Composite Cone) निर्मिती होते.

Cone in Cone (कोन इन कोन) - **शंकूत शंकू**

ज्वालामुखीच्या मुखाजवळचा भाग दुभंगून विस्तृत आणि खोलगट मुख तयार होते. त्याच्या तळभागावर शिलारसाचे संचयन होऊन त्या ठिकाणी दुसरा लहान शंकू तयार होतो. त्यालाच 'शंकूत शंकू' असे म्हणतात.

Conglomerate (काँग्लोमरेट) - **पिंडाश्म**

हा स्तरीत खडकाचा एक प्रकार आहे. वालुकाश्म खडकात मोठे दगडगोटे असतील तर त्यास 'पिंडाश्म खडक' म्हणतात. या खडकातील दगडगोटे लुंकणाशी एकजीव झाल्यामुळे मानवनिर्मित काँक्रीटसारखे दिसतात.

Consequent Drainage Pattern (कॉनसिक्वेंट ड्रेनेज पॅटर्न) - **अनुवर्ती निस्सार (जलप्रणाली) पद्धती**

एखाद्या प्रदेशाच्या स्वाभाविक रचनेला अनुसरून जर नद्यांचे प्रवाह वाहत असतील तर त्यांना 'अनुवर्ती निस्सार पद्धती' म्हणतात (Consequent Drainage Pattern). भूपृष्ठात होणाऱ्या हालचालीस अनुसरून नद्यांचे प्रवाह वाहतात.

Consequent Stream (कॉन्सिक्वेंट स्ट्रीम) - **अनुवर्ती प्रवाह**

कोणत्याही प्रदेशाच्या स्वाभाविक रचनेला अनुसरून वाहणाऱ्या मुख्य प्रवाहास 'अनुवर्ती प्रवाह' म्हणतात. या खोऱ्यातील सर्व नद्यांचा विकास या अनुवर्ती प्रवाहास अनुसरून होत असतो.

Continental Island (कॉन्टिनेंटल आयलंड) - **महाद्वीपीय बेटे**

एखाद्या मोठ्या भूखंडाशेजारी आढळणाऱ्या बेटांना महाद्वीपीय बेटे म्हणतात. ही बेटे मुख्य भूमीपासून अतिशय अरुंद समुद्रभागांनी वेगळी झालेली असतात. प्राचीन काळी ही बेटे म्हणजे मुख्य भूमिखंडाचेच भाग असून काही भूहालचालींमुळे त्यांच्यापासून वेगळी झाली असावीत. यामुळे मुख्य भूमिखंडाच्या प्राकृतिक व भूगर्भीय रचनेसारखीच या बेटांचीही रचना असते. या प्रकाराची बेटे बहुधा खंडाच्या समुद्रबूड जमिनीवर वसलेली आढळतात. सध्या भारताच्या आग्नेय भागात असलेले श्रीलंका हे बेट अती प्राचीन काळी भारताचा एक भाग होते. न्यू फाउंडलंड, सिसिली, मादागास्कर, ब्रिटिश बेटे, श्रीलंका, टास्मानिया ही या प्रकारच्या बेटांची उदाहरणे होत; अशा बेटांचे सर्वसाधारणपणे भूसंरचना व खडकांच्या दृष्टीने बऱ्याच प्रमाणात खंडभूमीशी साम्य असले, तरी खूप काळ दूर असल्याने प्राणी व वनस्पतिजीवनाच्या दृष्टीने मात्र त्यांच्यात काही प्रमाणात भिन्नता आढळते. न्यूझीलंड हे याचे उदाहरण होय.

Continental Pleateau (कॉन्टिनेंटल प्लॅटू) - **खंडांतर्गत पठारे**

ही विस्तृत अशी पठारे असून ती खंडाचा जवळ जवळ संपूर्ण भाग व्यापतात. आफ्रिकेचे पठार हे याचे उल्लेखनीय उदाहरण आहे. तसेच दख्खनचे पठार, स्पेनचे पठार, इंडोचायनाचे पठार इत्यादींचा या प्रकारात समावेश होतो.

Coves (कोव्ह) - **लघुनिवेशिका**

अरुंद, गोलाकार व अतिशय लहान प्रवेशद्वार असलेल्या उपसागरास 'कोव्ह' असे म्हणतात. दोन भूशिरांच्या दरम्यान असलेल्या रुंद व उघड्या सागराच्या भागास 'उपसागर' असे म्हणतात. उपसागर आखातापेक्षा लहान असून कोव्हपेक्षा मोठा असतो.

कठीण व मृदू खडकाचे पट्टे असल्यास मृदू खडक वेगाने झिजून 'कोव्ह' निर्माण होते. उदा. ग्रॅनाइट व चुनखडक अशा खडकांचे पट्टे असतील तर कोव्ह निर्मितीस अनुकूल असतात. द. इंग्लड मधील डॉर्सेट किनारा येथे कोव्ह आहेत.

Crag and Tail (क्रॅग अँड टेल) - **सुळका व शेपूट**

हे भूमिस्वरूप हिमनदीच्या 'अपक्षरण' व 'निक्षेपण' या दोन क्रियांमुळे संयुक्तरीत्या तयार होते; हिमनदीच्या मार्गात बऱ्याच वेळेस मोठ्या व कठीण खडकांचे अडथळे येतात. त्यामुळे या अडथळ्यांच्यावरून हिमनदी वाहते. या अडथळ्यांची थोडी अनियमित झीज होऊन त्यांना चरे पडतात. परंतु, अडथळ्यांच्या मागील बाजूस असलेले खडक मात्र सुरक्षित राहतात. बऱ्याच वेळेस अडथळे असिताश्मासारखे (बसॉल्ट) कठीण खडकीय असतात. त्याच्या मागे चुनखडीसारखे मृदू खडक असतात. हिमगाळाचे संचयन अडथळ्यांच्या मागे होऊन एक निमुळता शेपटीसारखा भाग तयार होतो.

Craters and Calderas - **क्रेटर्स आणि कॅलडेरास**

ज्वालामुखी शंकूच्या माथ्याच्या भागात ज्वालामुखीचे मुख नलिकेसारखे असते; अशा खोलगट भागाला (Crater) असे म्हणतात. याच्या मुखाचा तळभाग भूगर्भाशी नळीने जोडलेला असतो. या ज्वालामुखीचे मुख वेगवेगळ्या आकाराचे व भिन्न भिन्न ठिकाणी विस्तारलेले असते. संमिश्र शंकूचे मुख खोल पण कमी विस्ताराचे असते. खडकांचे तुकडे व राखेपासून व बेसिक लाव्हारसापासून तयार झालेल्या शंकूचे मुख जास्त विस्तृत असते. अशा विस्तृत ज्वालामुखी मुखालाच कॅलडेरा (Caldera) असे म्हणतात. स्फोटक ज्वालामुखीच्या उद्रेकामुळे मुळातील क्रेटरचा तळ व कडा कोसळल्याने विस्तृत ज्वालामुखी मुख तयार होते. सुमात्रा बेटावर टोबा सरोवराचा खळगा कॅल्डेरा आहे.

Crevasses (क्रिव्हॅसेस) - **हिमविदर**

हिमनदी उतारावरून पुढे सरकत असताना पृष्ठभागावर बर्फात अनेक भेगा पडतात. हिमनदीच्या निरनिराळ्या भागांतील असमान हालचालींमुळे या भेगा पडतात. हिमनदीचा अग्रभाग व मध्यभाग, पार्श्व व तळभागापेक्षा जास्त वेगाने पुढे जात असतो. जेथे उतारात एकदम बदल होतो, तेथे या भेगा जास्त रुंदावलेल्या आढळतात व जेथे त्या उभ्या दिशेने असतात तेथे हिमनदीची रुंदी वाढते. हिमनदीच्या काठावर हिमनदीचा वेग घर्षणामुळे मध्यभागापेक्षा कमी असतो तेथेही 'हिमविदरे' तयार होतात. मोठ्या हिमविदरात हिमप्रपात (Ice falls) आढळून येतात.

Crust Folding (क्रस्ट फोल्डिंग) - **वळीकरण**

दाबजन्य आडव्या हालचालींमुळे भूकवचावर दाब पडतो. खडकांच्या थरांना घड्या पडतात. या क्रियेला 'वळीकरण' (Folding) असे म्हणतात. त्यामुळे वळीपर्वत अथवा घडीचे पर्वत निर्माण होतात. हिमालय, आल्प्स, रॉकीज व अँडीज हे 'वलीपर्वत' आहेत.

वळीकरणामुळे भूकवचातील खडकाच्या थरांना वळ्या पडतात. वळीच्या उंच भागाला अपनती (Anticline) व वळीच्या खाली गेलेल्या भागाला अधोनती (Syscline) असे म्हणतात. अपनती व अधोनती वळ्यांमुळे संपूर्ण वळ्यांची रचना ही एखाद्या लाटेसारखी दिसते.

Cuesta Plains (क्वेस्टा प्लेन्स) - **क्वेस्टा मैदान**

एखादा भूप्रदेश जर कठीण आणि मृदू खडकांच्या थरांनी बनलेला असेल तर बाह्यशक्तीच्या घर्षणकार्यामुळे या प्रदेशातील सर्व भागांची सारख्याच प्रमाणात झीज होणार नाही. घर्षणकार्यातील या भिन्नतेमुळे त्या प्रदेशातील मृदू खडकांची जास्तीत जास्त झीज होऊन त्या प्रदेशात बशीच्या आकाराचे खोलगट भाग तयार होतात; हे खोलगट भाग कठीण खडकाच्या अवशिष्ट भागांनी वेष्टिलेले असतात. यास क्वेस्टा मैदान म्हणतात.

Cuspate Delta (कस्पेट डेल्टा) - **एकमुखी त्रिभुज प्रदेश**

नदीच्या मुखाशी भरती प्रवाह जोरदार असल्यास नदीचे पाणी एकाच मुखातून समुद्रास मिळते व अरुंद लहान त्रिभुज प्रदेश तयार होतात. यास 'एकमुखी त्रिभुज प्रदेश' असे म्हणतात. टायबर नदीने भूमध्यसमुद्राच्या काठावर या प्रकारचा त्रिभुज प्रदेश तयार केला आहे. कोकणातील नद्यांचे त्रिभुज प्रदेश काही अंशी या प्रकारात मोडतात.

Cuspate Foreland (कस्पेट फोरलँड) - **उभयाग्रभूमी (खाजण अग्रभूमी)**

किनाऱ्यावर जे खोलगट व थोडेसे पाणथळ भाग आढळतात त्याला 'उभयाग्र' किंवा 'खाजण' असे म्हणतात. किनाऱ्यानजीकच्या सागरी कड्याची - मोठ्या प्रमाणावर वर्षानुवर्षे झीज झाल्याने तेथील सागरजलात भरपूर वाळू असते. या वाळूचे वक्राकार लांबट दांडे तयार होतात. बरगड्यांप्रमाणे असलेल्या या वाळूच्या दांड्यांच्या दरम्यान खाजण तयार होते. यास कस्पेट फोरलँड म्हणतात. इंग्लंडच्या आग्नेय किनारपट्टीवर डोव्हर जवळ अशी उभयाग्रभूमी आहे.

Cycle of River Erosion (सायकल ऑफ रिव्हर इरोजन) - **नदीचे अपक्षरण चक्र**

उगमस्थानापासून मुखापर्यंत नदीप्रवाहाच्या तीन प्रमुख अवस्था कल्पिलेल्या आहेत :- (१) युवावस्था (२) प्रौढावस्था (३) वृद्धावस्था. वरील तीन अवस्थांमध्ये

ठरावीक प्रकारचे नदीचे कार्य आढळते. युवावस्थेत प्रामुख्याने नदी विध्वंसक कार्य करते. त्यामुळे अपक्षरणाची बरीच भूमिस्वरूपे याच अवस्थेत आढळतात. प्रौढावस्थेत नदी अपक्षरणाबरोबर संचयनाचे कार्य करू लागते. त्यामुळे या अवस्थेत अपक्षरण कार्य व संचयनकार्य या दोन्हींमुळे तयार होणारी संयुक्त भूमिस्वरूपे आढळतात. वृद्धावस्थेत अपक्षरण जवळजवळ थांबलेले असते व संचयनकार्य मोठ्या प्रमाणावर चाललेले आढळते. नदीच्या अपक्षरणकार्यामुळे विविध प्रकारची भूमिस्वरूपे तयार होतात.

Deflation (डिफ्लेशन) - अपवहन

अपवहन म्हणजे वाहून नेणे. वारा आपल्याबरोबर असंघटित पदार्थांना घेऊन जातो. या क्रियेलाच 'अपवहन' असे म्हणतात. वाऱ्याने खडकाचे सूक्ष्म कण किंवा धूलिकण वाहून नेल्याने भूपृष्ठांची झीज होते. त्यामुळे खडक उघडे पडतात. लहान लहान खड्डे पडतात.

Delta Plains (डेल्टा प्लेन्स) - त्रिभुज प्रदेश

या प्रकारच्या मैदानांची निर्मिती नदीच्या शेवटच्या टप्प्यात होते. या टप्प्यात नदीचा प्रवाह संथ असून ती समुद्राला येऊन मिळत असल्यामुळे तिचा वेग आणखीच मंदावतो. वेग कमी झाल्याने तिच्याबरोबर वाहत आलेला गाळ नदी ज्या ठिकाणी समुद्राला मिळते तेथे येऊन साचतो. ही क्रिया सतत सुरू राहिल्यास नदीच्या मुखाजवळील समुद्राचा तळभाग गाळाने भरून येतो. कालांतराने त्या ठिकाणी सुपीक, विस्तृत मैदानांची निर्मिती होते. येथे नदी अनेक मुखांनी समुद्राला येऊन मिळते. त्यामुळे नदीप्रवाहाच्या दरम्यान अशा प्रकारचे सुपीक प्रदेश आढळतात. अशा मैदानांचा आकार जवळपास त्रिकोणी असल्याने त्यांना त्रिभुज मैदाने (Delta Plains) म्हणतात. या प्रकारची मैदाने गंगा नदीच्या मुखाजवळ, मिसिसिपी, नाइल, पो, व्हँगहो इ. नद्यांच्या मुखाजवळ आढळतात. अशी मैदाने सपाट व विस्तृत असून त्यांची उंची समुद्रसपाटीपासून १५ मीटरपेक्षा जास्त नसते. या

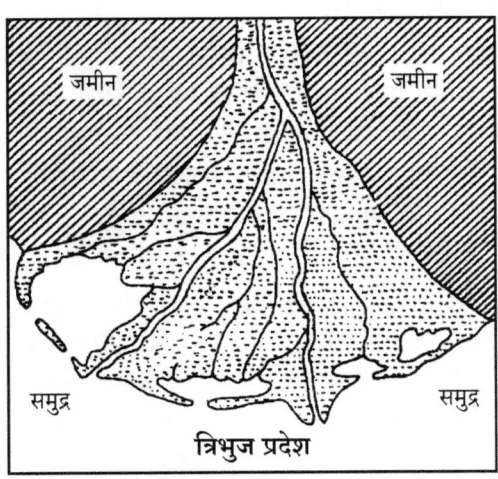

त्रिभुज प्रदेश

मैदानात अधूनमधून दलदलीचे प्रदेश व लहानमोठी सरोवरे आढळतात. असे मैदानी प्रदेश म्हणजे जगातील अतिशय दाट लोकवस्तीचे प्रदेश म्हणून ओळखले जातात. त्रिभुज प्रदेशांच्या निर्मितीस पुढील घटक साहाय्य करतात. :-

(१) *नद्यांचे लांब प्रवाह :* नद्या लांबलचक असल्यास त्यांतील गाळाचे प्रमाण भरपूर असते व त्यांना येऊन मिळणाऱ्या उपनद्यांची संख्याही जास्त असल्याने मुख्य नदीला गाळाचा सतत पुरवठा होत असतो. हा गाळ नदीमुखाशी टाकून दिला जातो.

(२) *नदीखोऱ्यातील खडकांचा प्रकार :* नदीच्या खोऱ्यात ठिसूळ व मृदू खडक असल्यास त्यांची झीज वेगाने होऊन नदीला भरपूर गाळ प्राप्त होतो. हिमालयातील नद्यांना वरील कारणामुळे भरपूर गाळ आढळतो. दख्खनच्या पठारावरील नद्यांना उत्तर भारतातील नद्यांच्या मानाने कमी गाळ असतो, कारण पठारावरील प्रस्तर हिमालयातील प्रस्तरापेक्षा कठीण आहेत.

(३) *नदीच्या मार्गात सरोवरांचा अभाव :* नदीच्या मार्गात सरोवरे असल्यास सरोवरांच्या तळशी गाळाचे संचयन होऊन नदीतील गाळाचे प्रमाण कमी होते. झेलम नदी वुलर सरोवरातून वाहताना बराच गाळ त्या सरोवरात टाकते. त्यामुळे झेलम नदीला नंतर जवळ जवळ गाळविरहित पाणी असते.

(४) *मंद भरती प्रवाह :* नदीमुखाशी जोरदार भरती प्रवाह असल्यास मुखालगतचा गाळ खुल्या समुद्रात वाहून नेला जातो व त्रिभुज प्रदेश निर्माण होणे कठीण जाते. त्रिभुज प्रदेशांचे पुढील प्रकार आढळतात.

Deltas (Type) (डेल्टास (टाइप)) - त्रिभुज प्रदेशांचे प्रकार

त्रिभुज प्रदेशांचे पुढील प्रकार आढळतात :-

(१) *अर्धगोलाकार त्रिभुज प्रदेश (Arcuate Delta) :* हे समुद्राच्या बाजूस बहिर्वक्र उताराचे असतात. नाईल नदीचा त्रिभुज प्रदेश वरील प्रकारात मोडतो. अशा त्रिभुज प्रदेशात सागरी लाटांमुळे गाळासारखे पदार्थ एका बाजूस फेकले जातात. किनाऱ्यापासून थोडेसे आत एका ठरावीक स्थानापासून नदी-प्रवाहाच्या शाखा-उपशाखा होण्यास सुरुवात होते. कैरोच्या उत्तरेस नाईलच्या अशा अनेक प्रवाह-शाखा आढळतात. डॅन्यूबचा त्रिभुज प्रदेशही वरील प्रकारात मोडतो. नाईलच्या त्रिभुज प्रदेशात सरोवरे आढळतात.

(२) *विहंगपद त्रिभुज प्रदेश (Bird Foot Delta) :* अती उथळ समुद्राला मिळणाऱ्या नद्या व भरपूर गाळ असलेल्या नद्या समुद्रात हळूहळू विस्तृत होणारा त्रिभुज प्रदेश तयार करतात. या त्रिभुज प्रदेशात असलेल्या नद्यांच्या उपशाखा खूपच लांब असतात. मिसिसिपी नदीने अशा प्रकारचा त्रिभुज प्रदेश मेक्सिकोच्या आखातात तयार केलेला आहे. मिसिसिपीच्या अनेक शाखा-उपशाखा गाळाच्या अरुंद संचयनाने अलग झालेल्या

आढळतात. गंगा, ब्रह्मपुत्रा या नद्यांच्या त्रिभुज प्रदेशाला सुंदरबन असे म्हणतात. सुंदरबनाच्या किनाऱ्यावर आवर्ते होतात. त्याशिवाय नैर्ऋत्य व ईशान्य मोसमी वाऱ्यांच्या वेळी वेगवेगळ्या दिशांनी प्रवाह वाहात असतात. वरील दोन कारणांमुळे त्रिभुज प्रदेश समुद्राकडे म्हणजे बंगालच्या उपसागराकडे, मिसिसिपी नदीच्या त्रिभुज प्रदेशाइतक्या वेगाने सरकू शकत नाही. त्याची वाढ अती मंद गतीने होत आहे.

(३) *एकमुखी त्रिभुजप्रदेश (Cuspate Delta)* : नदीच्या मुखाशी भरतीप्रवाह जोरदार असल्यास नदीचे पाणी एकाच मुखातून मिळते व अरुंद लहान त्रिभुज प्रदेश तयार करते. यास एकमुखी त्रिभुज प्रदेश असे म्हणतात. टायबर नदीने भूमध्यसमुद्राच्या काठावरील प्रकारचा त्रिभुज प्रदेश तयार केला आहे. रत्नागिरी जिल्ह्यातील सावित्री, वासिष्ठी, शास्त्री, काजली व मुचकुंदी नद्यांचे मुखाजवळील भाग वरील प्रकार मोडतात.

(४) खाडीचा त्रिभुज प्रदेश (Estuarine Delta) : नदीच्या मुखाशी अधोगामी हालचाली झाल्यास वरील प्रकारचा त्रिभुज प्रदेश तयार होतो. किनारपट्टीच्या अधोगामी हालचालींमुळे सागरपातळी थोडी उंचावून समुद्राचे पाणी आत येते व खाड्या तयार होतात. अशा खाड्यांतच गाळाचे संचयन होऊन त्रिभुज प्रदेश तयार होतात. या त्रिभुज प्रदेशात भरती प्रवाहामुळे गाळाचे सपाट प्रदेश तयार होतात. सीन नदीने उत्तर समुद्रावर, फ्रान्समधील लहावरे या बंदरानजीक वरील प्रकारचा त्रिभुज प्रदेश तयार केलेला आहे.

Dendation (डेन्डेशन) - अनाच्छादन

नदी उगमापासून संगमापर्यंत वा समुद्राला मिळेपर्यंत जात असताना एखादी खोल दरी तयार होते, तर काही ठिकाणी नदीचा गाळ पसरून मैदाने तयार होतात. ही जागोजागी आढळणारी भूशिल्पे (घळई, कुंभगर्त, धबधबा, नालाकृती सरोवर इ.) आहेत. थोडक्यात नदी वाहताना कधी झीज करते तर कधी भर घालीत पुढे जाते. या प्रक्रियेची एकूण परिणती भूप्रदेशाचे रूप बदलण्यात होते. पृथ्वीचा पृष्ठभाग कधी काळी वर येतो आणि त्यावर नदीसारख्या कारकशक्ती काम करू लागतात. यामुळे भूपृष्ठाची झीज होते. वरचा थर नाहीसा होतो. त्या खालचा थर वातावरणात उघडा पडतो व झिजू लागतो. अशा रीतीने ही प्रक्रिया अव्याहतपणे चालू राहते. परिणामी भूपृष्ठाचा एकेक थर निघत राहतो. जेथे ही प्रक्रिया कमी असते, तेथे उंचवटा राहतो व जेथे ही प्रक्रिया जास्त तीव्र असते तेथे खोलगट भाग तयार होतात. दऱ्याखोऱ्यांनी भरलेले प्रदेश अशा प्रकारे बनतात. या सर्व प्रक्रियेस अनाच्छादन असे म्हणतात.

या संपूर्ण प्रक्रियेत चार प्रक्रियांचा समावेश असतो, त्या खालीलप्रमाणे :

(१) अपक्षय (Weathering)

(२) वहन (Transportation)

(३) क्षरण (Erosion)

(४) संचयन (Deposition)

या चार प्रक्रिया एकमेकांशी संलग्न आहेत व त्या एकमेकांवर अवलंबूनदेखील आहेत. पूर, भूस्खलन, धूप इ. गोष्टींचा ह्या प्रक्रियेशी निकटचा संबंध आहे.

Deposition (डिपॉझिशन) - **निक्षेपण**

भूमिगत पाण्यात सतत खनिजे विरघळत असतात. जेव्हा खनिजसाठा पाण्याच्या कुवतीपेक्षा जास्त होतो तेव्हा पाण्यांतील खनिजे जलमार्गात निक्षेपित होऊ लागतात. याला 'निक्षेपण' म्हणतात. तसेच पाणी, हिमनदी, वारा, लाटा अशा कारकांबरोबर वाहात येणाऱ्या पदार्थांच्या संचयनातूनही निक्षेपण होते.

Depositional Plains (डिपॉझिशनल प्लेन्स) - **संचयन कार्यामुळे निर्माण झालेली मैदाने**

बाह्य शक्तीचे कारक पृथ्वीचे पृष्ठभागावर घर्षणाचे कार्य सतत करीत असतात. या क्रियेत निर्माण झालेले पदार्थ त्याच कारकांद्वारे दुसरीकडे वाहून नेले जातात. एखाद्या विशिष्ट ठिकाणी त्याचे संचयन होऊन तेथे गाळाच्या किंवा भरीच्या मैदानांची निर्मिती होते. या मैदानांना संचयनकार्यामुळे निर्माण झालेली मैदाने म्हणतात. पूर मैदाने, त्रिभुज प्रदेश ही त्याची उत्तम उदाहरणे होत.

Desert (डेझर्ट) - **वाळवंट**

ज्या प्रदेशामध्ये कमी पावसामुळे वनस्पती व प्राणी यांचा जवळ जवळ अभावच असतो अशा प्रदेशाला वाळवंट, ओसाड प्रदेश अथवा रूक्ष प्रदेश (Arid Land) असे म्हणतात. पृथ्वीच्या पृष्ठभागावरील सुमारे ८ दशलक्ष चौरस किमी. क्षेत्रफळाचा प्रदेश वाळवंटी स्वरूपाचा आहे.

नैसर्गिकरीत्या अनेक कारणांमुळे वाळवंटांची निर्मिती झाली आहे.

उदाहरणार्थ,

(१) सातत्याने जास्त वायुभाराच्या प्रभावाखाली असलेल्या प्रदेशात पावसाचे प्रमाण अत्यल्प असते. उदा. सहारा वाळवंट (आफ्रिका)

(२) खंडाच्या पश्चिम किनाऱ्यावर शीत सागरी प्रवाहामुळे भूपृष्ठालगत तापमान कमी असल्यामुळे पावसाचे प्रमाण कमी असते. उदा. आटाकामा व चिलीचा वाळवंटी प्रदेश

(३) खंडाच्या अंतर्गत भागात उन्हाळ्यात अतिउच्च तापमान व हिवाळ्यात अतिनिम्न तापमानामुळे अवर्षणाची स्थिती असते. उदा. गोबीचे वाळवंट

(४) पर्वतांच्या वातविन्मुख (Leeward) बाजूस पर्जन्यछायेच्या प्रदेशात अवर्षणाची स्थिती असते. उदा. महाराष्ट्रातील अवर्षणप्रवण क्षेत्र.

(५) ध्रुवीय हिमाच्छादित प्रदेश व अतिउंच हिमाच्छादित पर्वतीय रांगा यांना शीत वाळवंटे (Cold Deserts) असे म्हणतात.

जगाच्या पाठीवर २०° ते ३०° उत्तर व दक्षिण अक्षवृत्तांच्या दरम्यान कर्क व मकर वृत्तांच्या दोन्ही बाजूस वाळवंटी प्रदेश विस्तारलेले आहेत. दक्षिण अमेरिकेतील आटाकामा, आफ्रिकेतील सहारा व कलहारी, आशिया खंडातील अरबस्तानचे व भारतीय महावाळवंट (थर) तसेच पश्चिम आणि मध्य ऑस्ट्रेलिया हे प्रमुख उष्ण वाळवंटी प्रदेश आहेत. या सर्वांमध्ये सहारा वाळवंट हे सर्वात मोठे वाळवंट आहे.

Diegogarcia - दिएगोगार्शिया

या बेटाचे स्थान ७ अंश २ मिनिट दक्षिण अक्षांश व ७२ अंश २५ मिनिट पूर्व रेखांश असे आहे. हे स्थान हिंदी महासागराच्या दक्षिण भागात मध्यवर्ती आहे. हे बेट प्रवाळ बेटांचा प्रकार असून ते कंकणाकृती, घोड्याच्या नालेच्या आकारचे आहे. या

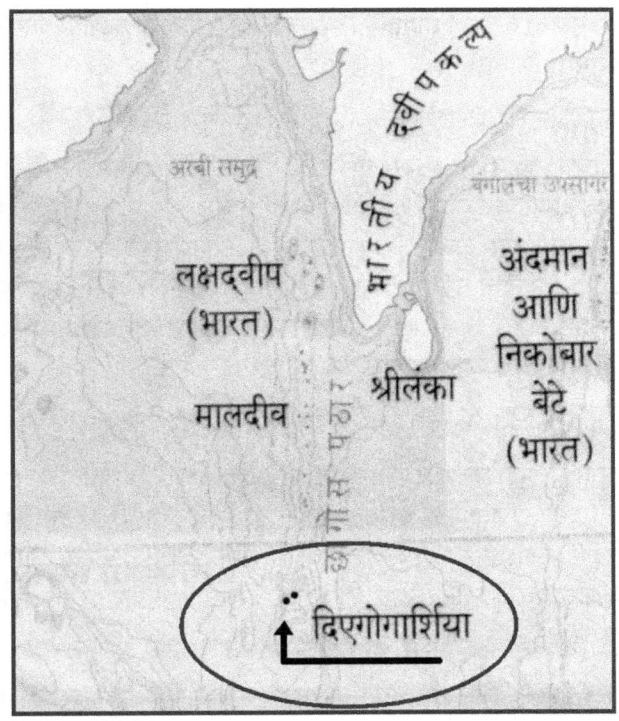

बेटाचा परिघ ६४ किमी. असून समुद्रसपाटीपासूनची जास्तीत जास्त उंची फक्त ८ मीटर आहे.

ब्रिटिशांनी सुएझच्या पूर्वभागातून माघार घेतल्यावर हिंदी महासागरातील बेटांच्या प्रदेशात नवीन तळ व वसाहती करण्यास सुरुवात केली. त्यास त्यांनी ब्रिटिश इंडियन ओव्हरसीज टेरिटोरी (B.I.O.T.) असे नाव दिले. हिंदी महासागरातील छागोस द्वीपसमूहातच दिआगो गार्सिया हे एक लहानसे बेट आहे.

दिआगोगार्सिया या बेटाचा शोध जेम्स हॉर्सबर्ग यांनी लावला. या बेटाचे वर्णन त्यानी ''जगातील एक वैशिष्ट्यपूर्ण आश्चर्य भूमी'' असे केले होते.

दिआगोगार्सिया येथील अमेरिकेचा नाविक दल दळणवळणाचे महत्त्वाचे केंद्र आहे. या बेटाची रचना, भूस्तरीय घडण व बेटाजवळची समुद्राची खोली या सर्व गोष्टी प्रचंड युद्ध नौका, विमानवाहू नौका व क्षेपणास्त्रांनी सुसज्ज पाणबुड्या, बोटीनी नांगर टाकण्याच्या दृष्टीने अत्यंत योग्य आहे. नैऋत्येला असलेला केप मार्ग व मोझांबिकची खाडी, वायव्येकडील तांबडा समुद्र, सुवेज मार्ग व तेलसमृद्धीचे इराणचे आखात, भारताची लक्षद्वीप व अंदमान बेटे व नाविक तळ, हिंदी व प्रशांत महासागर यांना जोडणारी मलाक्काची, सुंदाची व क्राची सामुद्रधुनी, कराची बंदर व कराची-काशगर हमरस्ता यामुळे याचे अनन्यसाधारण असे महत्त्व आहे.

Digitate Delta (डिजीटेट डेल्टा) - **विहंगपाद त्रिभुज प्रदेश**

नदीच्या मुखाशी गाळाचे संचयन होते. यामुळे नदीचा प्रवाह थांबतो आणि पाणी अधिक साचल्यावर जोर करून गाळाच्या दोन्ही बाजूंचे मार्ग काढून वाहू लागते. असे पुनः पुन्हा झाल्याने त्यास अनेक फाटे फुटतात. हे बोटाप्रमाणे मुख्य प्रवाहाकडून समुद्राकडे जाणारे दिसतात. यांनाच पक्ष्यांच्या पावलाप्रमाणे (Bird Foot Delta) दिसणारे किंवा हाताच्या पंजासारखे (Finger Type) दिसणारे त्रिभुज प्रदेश म्हणतात. मिसिसिपी, गंगा यांच्या त्रिभुज प्रदेशाचे फाटे 'हाताचा पंजा' प्रकाराचे आहेत.

Dissected Plateau (डिसेक्टेड प्लॅटू) - **विदीर्ण पठारे**

अत्यधिक पावसाच्या प्रदेशात पठारावरून वाहणाऱ्या नद्या शीघ्रप्रवाही असतात. या नद्यांच्या अपक्षयकार्यामुळे पठारांवर खोल व अरुंद दऱ्यांची निर्मिती होते. तसेच नद्यांच्या खननकार्यामुळे अशा पठाराच्या कडा ठिकठिकाणी कापल्या जातात. अशा रीतीने विदीर्ण पठारांची निर्मिती होते. स्कॉटलंड व वेल्समध्ये अशी पठारे आहेत.

Dolines - (डोलाइन्स) - **नरसाळाकृती विवर**

डोलाइन्स हे विलयछिद्रांचे विस्तृत स्वरूप आहे. डोलाइन्स हा भू-प्रकार

द्रावणक्रियेमुळे निर्माण होतो. डोलाइन हे नरसाळ्यासारखे विवर असते. चुनखडीच्या प्रदेशात भूमिगत पाण्याच्या कार्यामुळे डोलाइन्स निर्माण होतात.

Dome Shaped Plateau (डोम शेप्ड प्लॅटू) - घुमटाकार पठारे

जगातील काही पठारे घुमटाकार व विस्तृत अशी आहेत. ही पठारे भूहालचालींमुळे भूपृष्ठाचा एखादा भाग उंचावून निर्माण झालेली असतात. उत्तर वेल्सच्या भागात अशा प्रकारचे पठार आहे.

Drainage Pattern (Antecedent) (ड्रेनेज पॅटर्न (अँटेसेडंट)) - पूर्वोत्पन्न नदीप्रणाली

एखाद्या प्रदेशात एखाद्या नदीने आपल्या दरीचा विकास केल्यावर कधी कधी भूहालचालींमुळे तिच्या प्रवाहमार्गातील एखादा भूप्रदेश वर वर उंचावत असतो; जर त्या नदीची क्षयात्मक क्रिया त्या प्रदेशाच्या उंचावण्याच्या गतीबरोबर किंवा त्यापेक्षा अधिक असेल तर त्या नदीच्या प्रवाहावर भूहालचालींचा काहीही परिणाम न होता ती पूर्ववत् त्या उंचावणाऱ्या प्रदेशात आपल्या खोऱ्याचा विकास करण्याचे कार्य करीत असते; अशा नदीप्रणालीला पूर्वोत्पन्न किंवा पूर्ववर्ती नदीप्रणाली असे म्हणतात. यु एस ए मधील वायोमिंग राज्यातील विंड नदी प्रणाली या प्रकारची आहे.

Drainage Pattern (Dendritic) (ड्रेनेज पॅटर्न - डेन्ड्रायटिक) - वृक्षाकार नदीप्रणाली

समान घनतेचे खडक असलेल्या प्रदेशातून वाहणाऱ्या नद्यांचा विकास होऊन या प्रकारची प्रवाहप्रणाली निर्माण होते. अशा प्रदेशातून वाहणाऱ्या नद्या सर्व दिशांकडे सारख्या वाहत जातात. मुख्यनद्या व उपनद्या यांच्या खोऱ्यांचा सारख्या प्रमाणात विकास होऊन नदीच्या प्रवाहप्रणालीचे स्वरूप एखाद्या वृक्षाच्या प्रशाखांसारखे होते. या सादृश्यामुळे या प्रणालीला पादपानुरूप प्रवाहप्रणाली असे म्हणतात. या नदीप्रणालीचे उदाहरण म्हणजे गंगाजलप्रणाली व गोदावरी जलप्रणाली होय.

वृक्षाकार नदीप्रणाली

Drainage Pattern (Indeterminate) (ड्रेनेज पॅटर्न - इनडिटरमिनेट) - **अनिश्चित नदीप्रणाली**

एखाद्या प्रदेशात नद्यांचे स्वरूप व उगमस्थान यांविषयीची निश्चित माहिती उपलब्ध नसते. अशा प्रदेशात नदीप्रणाली अनिश्चित स्वरूपाची असते. फिनलंडमध्ये अनेक लहानमोठी सरोवरे इतस्तत: विखुरलेली आहेत. ही सरोवरे असंख्य लहान-मोठ्या नद्यांनी व उपनद्यांनी एकमेकांशी जोडली गेली आहेत. त्यामुळे या देशात कोणत्याही एखाद्या विशिष्ट नदीचे उगमस्थान व वाहण्याचा मार्ग शोधून काढणे कठीण झालेले आहे. या कारणामुळे फिनलंड देशातील नदीप्रणालींना अनिश्चित प्रवाहप्रणाली असे संबोधण्यात येते.

Drainage Pattern (Inland) (ड्रेनेज पॅटर्न - इनलँड) - **केंद्रोन्मुख नदीप्रणाली**

केंद्रोन्मुख नदीप्रणाली

मध्यभाग खोल व सभोवतालचा उंच भाग अशी भूरचना असलेल्या प्रदेशातील नद्या सभोवतालच्या उंच प्रदेशात उगम पावून मध्यभागातील एखाद्या सरोवराला किंवा खंडांतर्गत समुद्राला येऊन मिळतात. या प्रदेशातील नद्या मोठ्या समुद्राला जाऊन मिळू शकत नाहीत; अशा प्रदेशात वाहणाऱ्या नद्यांमुळे निर्माण झालेल्या प्रवाहप्रणालीला केंद्रोन्मुख प्रवाहप्रणाली किंवा अंतरोन्मुख प्रवाहप्रणाली असे म्हणतात; कारण या भागातील सर्व नद्या केंद्रभागाकडे किंवा मध्यवर्ती भागाकडे वाहत असतात. या प्रवाहप्रणालीचे स्वरूप केंद्रत्यागी प्रवाहप्रणालीच्या अगदी विरुद्ध असते. पर्वतान्तर्गत पठारी प्रदेशातील नद्या या प्रकारच्या असतात. तिबेटच्या पठारावरून वाहणाऱ्या नद्यांनी या प्रकारची प्रवाहप्रणाली निर्माण केली आहे. या प्रकारची प्रवाहप्रणाली स्वभावोद्भूत प्रवाहप्रणालीचे विशिष्ट स्वरूप असते.

आशिया खंडातील मध्यवर्ती पर्वतप्रदेशाच्या वायव्य भागात वरील प्रकारच्या प्रवाहप्रणालीने एक विस्तीर्ण प्रदेश व्यापलेला आहे. या प्रदेशाचे क्षेत्रफळ ८०,००० चौरस किमी. असून हा एक खोलगट असा भाग आहे. या प्रदेशातून वाहणाऱ्या नद्या पॅसिफिक महासागर व हिंदी महासागर यांना जाऊन न मिळता अंतर्गत भागातील सरोवरांना मिळतात.

Drainage Pattern (Intermittent) (ड्रेनेज पॅटर्न - इंटरमिटंट) - **विक्षेपात्मक नदीप्रणाली**

काही प्रदेशांत विशिष्ट भूरचनेमुळे त्या प्रदेशावरून वाहणाऱ्या काही नद्यांच्या मार्गात अडथळे निर्माण होतात व तेथे नद्या जमिनीत गुप्त होतात. नंतर पुढे पुन्हा एखाद्या भागातून भूपृष्ठावर येऊन भूपृष्ठावरून वाहू लागतात. या प्रकारच्या प्रवाहप्रणालीला 'विक्षेपात्मक प्रवाहप्रणाली' असे म्हणतात. भारतात हिमालय पर्वताच्या पायथ्याजवळ सतलज व गंगा नदीच्या मैदानाचा प्रदेश 'भाबर' या नावाने ओळखला जातो. या प्रदेशात वाहणाऱ्या नद्या भूपृष्ठाखालून वाहतात. हा प्रदेश जेथे संपतो त्या ठिकाणी नद्या परत भूपृष्ठावर येतात व पूर्ववत वाहू लागतात. पर्जन्याचे प्रमाण अतिशय कमी व अनिश्चित स्वरूपाचे असल्यास त्या प्रदेशातही या प्रकारची नदीप्रणाली आढळते. या नद्यांचे अस्तित्व उगमाजवळ पडणाऱ्या पावसाच्या प्रमाणावर अवलंबून असते. पावसाळ्यात पाण्याचे प्रमाण वाढल्यावर या नद्या वाहू लागतात. उन्हाळ्यात त्या वाहण्याचे बंद होते.

Drainage Pattern (Radial) (ड्रेनेज पॅटर्न (रेडियल)) - **केंद्रत्यागी नदीप्रणाली**

घुमटाकार पर्वत, ज्वालामुखी बेटे किंवा बेटाचे मध्यवर्ती पर्वतीय भाग या भागातील प्रवाहप्रणाली या प्रकारची असते. अशी भूरचना असलेल्या प्रदेशातून वाहणाऱ्या नद्या केंद्रभागातून उगम पावून सभोवताली चोहोबाजूंकडे वाहत जातात. म्हणून या प्रवाहप्रणालीला 'केंद्रत्यागी प्रवाहप्रणाली' म्हणतात. या प्रकारच्या नदीप्रणालीचे स्वरूप हे स्वभावोद्भूत प्रवाहप्रणालीसारखेच असते. कारण यातील सर्व नद्या भूप्रदेशाच्या उताराला व रचनेला अनुसरून वाहतात. श्रीलंकेमधील सर्व नद्या या प्रकारात मोडतात. भारतामध्ये अशा प्रकारची नदीप्रणाली कच्छ व मेघालयातील पठारी भागांत आढळते.

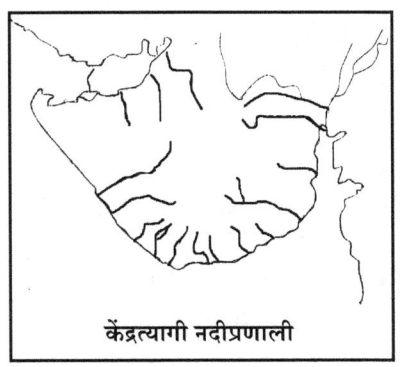

केंद्रत्यागी नदीप्रणाली

Drainage Pattern (Underground) (ड्रेनेज पॅटर्न-अंडरग्राऊंड) - **भूमिगत नदीप्रणाली**

या प्रकारची प्रवाहप्रणाली चुनखडीच्या प्रदेशात आढळते. चुनखडीच्या प्रदेशात भूपृष्ठावरून वाहणारे पाणी भूपृष्ठाच्या पृष्ठभागात मुरते. या मुरलेल्या पाण्यापासून जलप्रवाह

निर्माण होऊन ते भूपृष्ठाखालून वाहू लागतात. पाण्यात चुनखडीच्या खडकाचा बराचसा भाग विरघळून नद्यांच्या दऱ्यांचा विकास होतो; अशा प्रकारे अंतर्गत भागातून वाहणाऱ्या नद्यांच्या दऱ्यांचा विकास होतो. अंतर्गत भागातून वाहणाऱ्या या नद्यांच्या कार्यामुळे चुनखडीच्या प्रदेशात निरनिराळे भूविशेष निर्माण होतात.

Drainage Pattern (Rectangular) (ड्रेनेज पॅटर्न - रेक्टांग्युलर) - आयताकार नदीप्रणाली

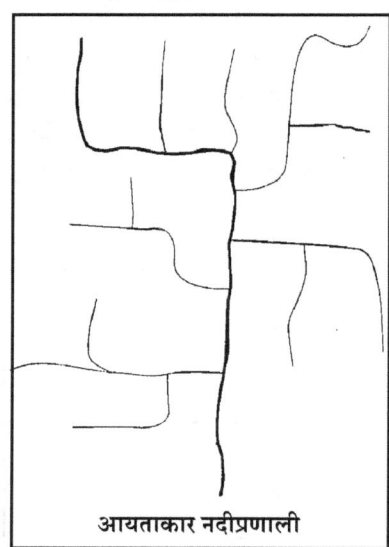

आयताकार नदीप्रणाली

काही ठिकाणी भूपृष्ठावरील खडकात आयताकार जोड असतात. अशा प्रदेशात नद्या व उपनद्या या जोडांना अनुसरून वाहतात. जोडाचा भाग इतर भागापेक्षा अधिक जास्त कमकुवत असल्यामुळे नद्या जोडाला अनुसरून आपले प्रवाह, मार्ग आक्रमतात. अशा रीतीने नद्या व उपनद्यांचा जास्तीत जास्त विकास होऊन त्या प्रदेशात आयताकार नदीप्रणालीची निर्मिती होते. उत्तर अमेरिकेतील ग्रँड कॅनियन प्रदेशात या प्रकारच्या प्रवाहप्रणाली आढळतात. भारतामध्ये कावेरी नदीच्या खोऱ्याचे प्रारूप असे आहे.

Drainage Pattern (Superimposed) (ड्रेनेज पॅटर्न - सूपरइंपोज्ड) - पूर्वरोपित नदीप्रणाली

एखाद्या नदीने भूपृष्ठावरील मूळ खडकात आपले खोरे खणून आपला प्रवाहमार्ग प्रस्थापित केल्यावर मूळ खडकांच्या थराखाली त्यापेक्षा भिन्न खडकांचा थर लागतो. या खडकावरूनही ती नदी आपल्या मूळच्या प्रवाहाने वाहू लागते. कालांतराने ती या खडकाच्या भागात पूर्वीप्रमाणे आपला प्रवाहमार्ग प्रस्थापित करते. या प्रकारच्या प्रवाहप्रणालीला पूर्वरोपित प्रवाहप्रणाली असे म्हणतात.

Drainage Pattern (Trellis) (ड्रेनेज पॅटर्न - ट्रेलिस) - जाळी सदृश्य नदीप्रणाली

एखाद्या भूप्रदेशात एकानंतर एक असे भिन्न भिन्न घनतेचे खडक असतात. अशा प्रदेशात जाळीसदृश्य प्रवाहप्रणाली निर्माण होते. कमीअधिक घनता असलेल्या अशा

भूरचनेच्या प्रदेशात मृदू खडकावरून वाहणाऱ्या मुख्य नद्या आपल्या दऱ्यांचा जास्तीत जास्त विकास करतात. परंतु त्यांना येऊन मिळणाऱ्या उपनद्यांचा पार्श्ववर्ती विकास कठीण खडकाच्या थरांमुळे खुंटतो. या नद्या कठीण खडकाचे थर टाळण्यासाठी आपल्या प्रवाहाची दिशा बदलून आपल्या दऱ्यांचा विकास करण्याचा प्रयत्न करतात. अशा रीतीने या प्रदेशात नद्या व उपनद्या यांच्या दऱ्यांचा विकास होऊन तयार होणारी प्रवाहप्रणाली जाळीसारखी दिसते. सर्वसामान्यपणे घडीच्या खडकाच्या प्रदेशात या प्रकारची प्रवाहप्रणाली आढळते.

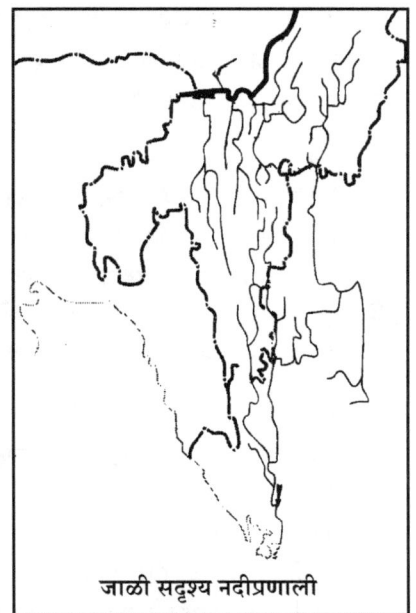

जाळी सदृश्य नदीप्रणाली

Dreikanter (ड्रेईकॅन्टर) - त्रिपृष्ठ शिलाखंड

अनेक दिशांनी वाहणाऱ्या वाऱ्याच्या घर्षणाने खडकाची आकृती त्रिकोणाकृती बनते. अशा खडकांवर वाऱ्याच्या घर्षणाचा एकसारखा प्रहार होत राहून एकामागून एक बाजू गुळगुळीत व सपाट केल्या जातात. यांनाच 'त्रिपृष्ठ शिलाखंड' म्हणतात.

Drumlins (ड्रमलिन्स) - हिमोढगिरी

हिमनदीबरोबर आलेली गुंडामृदा प्रचंड ढिगांच्या स्वरूपात टाकली जाऊन त्यापासून टेकड्या तयार होतात. या टेकड्यांना 'हिमोढगिरी' असे म्हणतात. हिमोढगिरींची उंची काही मीटर्सपासून सुमारे १०० मीटर्सपर्यंत असते. अनेक वेळेला बऱ्याच हिमोढगिरी एकत्रित आढळतात. उंचावरून पाहिल्यावर या हिमोढगिरी टोपलीत अंडी ठेवल्याप्रमाणे दिसतात म्हणून अशा भूमिस्वरूपास 'Basket Of Eggs Topography' असे म्हणतात. इंग्लिश लेक डिस्ट्रिक्ट येथील ईडन व्हॅलीत हिमोढगिरी आढळतात.

Dry Valley (ड्राय व्हॅली) - शुष्क दरी

चुनखडीच्या प्रदेशात वाहणारी नदी आपल्या दरीचा अतिशय जलद विकास करते पण ह्या नदीच्या प्रवाहाच्या मार्गात मध्येच अवतरणच्छिद्रे वाढली तर वाटेतच या

अवतरण-छिद्रातून नदी भूस्तराखाली जाते. त्यामुळे नदीच्या पुढील दरीत पाणी अजिबात पोहोचत नाही. ह्या जलविरहित दऱ्यांना 'शुष्क दरी' म्हणतात. इंग्लीश चॉक लँड प्रदेशात साऊथ डाऊन ही शुष्कदरी आहे.

Dyke - डाइक

जेव्हा शिलारस भूकवचाच्या खडकातील उभ्या फटीत शिरतो व तेथेच थंड होतो त्यावेळी तेथे स्तंभासारखा किंवा भिंतीसारखा लंबवत खडक तयार होतो. त्यास 'डाइक खडक' असे म्हणतात. हा खडकही स्फटिकमय असतो. या खडकाची जाडी व लांबी अनियमित असते. या खडकाची जाडी शेकडो मीटर तर लांबी कित्येक किलोमीटर असू शकते. दखखनच्या पठारावर अनेक ठिकाणी डाइक आढळतात.

Earthquake (अर्थक्केक) - **भूकंप**

भूपृष्ठावरील किंवा भूपृष्ठाखाली असलेल्या खडकांच्या संतुलनात क्षणिक अडथळा निर्माण होऊन भूपृष्ठ कंपायमान होते. याला 'भूकंप' असे म्हणतात.

भूकंपाच्या निर्मितीची कारणे खालीलप्रमाणे :

(१) पृथ्वीच्या भूकवचावर अंतर्गत व बाह्यगत शक्ती सतत कार्य करत असतात. पृथ्वीच्या अंतर्गत शक्तीच्या आघातामुळे भूपृष्ठावर हालचाली होतात. या हालचालींमुळे भूपृष्ठावरील किंवा भूकवचातील खडकांवर दाब अथवा ताण निर्माण होऊन खडकांना मोठ्या प्रमाणात तडे जातात. खडकांच्या थरात या प्रकारे हालचाल निर्माण होऊन पृथ्वीच्या संतुलनात अडथळे निर्माण होतात. त्यामुळे भूपृष्ठाला हादरे बसून भूकंप होतो; अशा भूकंपांना भ्रंशमूलक भूकंप (Tectonic Earthquake) असे म्हणतात. अलीकडे भारतात गुजरात, महाराष्ट्र येथे झालेले भूकंप याच प्रकारचे होते.

(२) ज्वालामुखीच्या प्रदेशात ज्यावेळी ज्वालामुखीचे उद्रेक होतात त्यावेळी ज्वालामुखीतून जोरात बाहेर पडणारा तप्त शिलारस, वायू व इतर पदार्थांच्या धक्क्यांमुळे भूपृष्ठाला हादरे बसून भूकंप होतात. यांना ज्वालामुखीय भूकंप (Volcanic Earthquake) असे म्हणतात.

(३) भूपृष्ठापासून अतिशय खोल पृथ्वीच्या अंतर्गत भागातील खडकांत रासायनिक स्फोट होऊन किंवा खडकातील खनिजद्रव्यांचे पुन: स्फटिकीकरण होऊन किंवा अणूंच्या स्थितीत बदल होऊन भूकंप होतात. त्यांना पातालिक भूकंप (Plutonic Earthquake) असे म्हणतात.

(४) पृथ्वीवर बाह्य शक्तीच्या कारकांच्या खनन व संचयन कार्यामुळे काही भागांची झीज होते तर काही भागात भर पडते. त्यामुळे भूपृष्ठाचे संतुलन बिघडून भूपृष्ठाला

सौम्य असे हादरे बसतात. यांना संतुलनमूलक भूकंप (Isostatic Earthquake) असे म्हणतात.

(५) अलीकडे भूकंपाच्या निर्मितिसंबंधात एक नवीन सिद्धान्त मांडलेला असून तो Elastic Rebound Theory या नावाने ओळखला जातो. यानुसार भूपृष्ठावर एखाद्या ठिकाणी गाळाच्या व इतर पदार्थांच्या अत्यधिक संचयनामुळे भूपृष्ठाचे संतुलन बिघडते. भूपृष्ठावरील पदार्थांच्या अत्यधिक भारामुळे त्याखाली असलेले पृथ्वीचे कवच कमकुवत होते. या कवचाखाली असलेले खडक दुभंगतात व विखंडित खडकाच्या तुकड्यांचे ऊर्ध्वगामी व अधोगामी स्थानांतर होते. यात खाली गेलेले खडकांचे तुकडे पुन: वर उचलले जातात व अशा रीतीने ते पूर्व स्थितीत येण्याचा प्रयत्न करतात. या हालचालींमुळे भूपृष्ठाला हादरे बसतात व भूकंप होतो.

भूकंपाच्या केंद्रापासून भूकंपाचे हादरे लहरींच्या स्वरूपात सर्व दिशांना जातात. ज्या ठिकाणी भूकंप होतो त्याला भूकंप केंद्र (Earthquake Focus) असे म्हणतात. भूकंपकेंद्रापासून निघणाऱ्या भूकंपलहरी त्या भूकंपकेंद्राच्या अगदी वर असलेल्या भूपृष्ठाच्या भागात सर्वात आधी पोहचतात. भूकंपकेंद्राच्या अगदी वर असलेल्या भूपृष्ठावरील या केंद्राला भूकंपाचे बाह्य केंद्र (Epicentre) असे म्हणतात. भूकंप केंद्र भूपृष्ठाखाली कधी कधी लहानशा भागापुरते मर्यादित असते तर कधी ते विस्तृतही असते.

Earth's Relief (अर्थस् रिलीफ) - **पृथ्वीची भूमिस्वरूपे**

पृथ्वीच्या पृष्ठभागावर भूमिखंडे व सागर विभाग या दोहोंचा समावेश आहे. त्यांचे क्षेत्रफळ पृथ्वीच्या एकूण क्षेत्रफळाच्या अनुक्रमे २८.३ व ७१.७ टक्के असे आहे. हे अनुमान आल्फ्रेड वेगनर यांचे आहे. त्याचप्रमाणे क्रॅमेल या शास्त्रज्ञाच्या मते, पृथ्वीच्या एकूण क्षेत्रफळाच्या २९.२ टक्के भाग जमिनीने व ७०.८ टक्के भाग पाण्याने व्यापला आहे. दोन्ही शास्त्रज्ञांच्या अनुमानावरून पृथ्वीवरील जमीन व पाणी यांचे प्रमाण २९ टक्के व ७१ टक्के मानतात.

पृथ्वीवरील प्रमुख भूमिखंडे उ. अमेरिका, द. अमेरिका, युरोप, आफ्रिका, आशिया ऑस्ट्रेलिया व अंटार्क्टिका ही असून युरोप सोडल्यास सर्व भूमिखंडांची दक्षिण टोके निमुळती झाली आहेत व त्यांच्या टोकाजवळ बेटे निर्माण झाली आहेत. उदा. दक्षिण अमेरिकेच्या टोकाजवळ टेरा-डेल-फिगो, द. आफ्रिकेच्या टोकाजवळ मालागासी, भारताच्या द. टोकाजवळ (आशिया) श्रीलंका, ऑस्ट्रेलियाच्या दक्षिण टोकाजवळ टास्मानिया हे बेट आहे.

पृथ्वीच्या पृष्ठभागावरील जमिनीचे स्वरूप सर्वत्र सारखे नाही तर त्यात उंच-सखलपणा दिसून येतो. अशा उंच-सखलपणावरून पृथ्वीवर पर्वत, पठारे व मैदाने अशी तीन प्रमुख भूमिस्वरूपे दिसून येतात. भूशास्त्रानुसार ६०० मीटरपेक्षा जास्त उंचीचा भूप्रदेश म्हणजे पर्वत, ३०० ते ६०० मीटरपर्यंतचा उंचीचा प्रदेश म्हणजे पठार व ३०० मीटरपेक्षा कमी उंचीचा प्रदेश म्हणजे 'मैदान' होय.

End Moraine (एन्ड मोरेन) - **अंत्य हिमोढ**

हिमनदीच्या अग्रभागी अनेक पार्श्वहिमोढ व मध्यहिमोढ एकत्र येऊन अंत्यहिमोढ तयार होतो. अंत्यहिमोढानजीक हिमनदीचे सीमाग्र (Snout) आढळते. हिमनदीच्या संचयनकार्यातून हिमोढ निर्माण होतात. यूएसएमधील ग्रेट लेक परिसरात अंत्य हिमोढ आढळतात.

Erg - अर्ग

वाळूची विस्तीर्ण मैदाने म्हणजे अर्ग. अर्गमध्ये सगळीकडे वाळूच वाळू असते. ही वाळू तपकिरी रंगाची व बारीक असते. या वाळवंटात वाळूच्या टेकड्या साधारणपणे वाळवंटाच्या मध्यभागी असतात. वाळवंटातील ऊर्मिचिन्हांवरून वाऱ्याची सर्वसामान्य दिशा कळू शकते. लिबिया, तुर्कस्थान व रब-अल्-खली (अरबस्थान) यांचा काही भाग अर्ग वाळवंटी प्रकारचा आहे.

Erosion (एरोजून) - **अपक्षरण**

अपक्षरण म्हणजे झिजणे. बर्फ, पाणी, वारा यांचे खडकांवरून वाहताना खडकांशी घर्षण होते व खडक झिजतात. यालाच अपक्षरण असे म्हणतात. हिमनदी, नदी, वारा, सागरी लाटा आणि भूजल यांच्यामार्फत अपक्षरण घडून येते, म्हणून यांना अपक्षरणाची कारके म्हणतात.

Erratic Rock (इरॅटिक रॉक) - **आगंतुक खडक**

हिमनदीने कार्य केलेल्या प्रदेशात अशा प्रकारचे खडक अनेक वेळा आढळतात. एखाद्या ठिकाणी जर स्थानिक खडकांपेक्षा भिन्न स्वरूपाचा किंवा प्रकारचा खडक सापडला तर त्यास 'आगंतुक खडक' असे म्हणतात; कारण हा खडक स्थानिक प्रदेशातला नसून तो दूरवरच्या प्रदेशाकडून तिथपर्यंत हिमनदीतून वाहात आलेला असतो. हिमनदीच्या माघारीनंतर अशा खडकांचे त्यांच्या मूलस्थानापासून खूप अंतरावर संचयन होते. आगंतुक खडकांचे वितरण पाहून हिमनदी हिमयुगात कशीकशी वाहात गेली असावी त्यासंबंधी अंदाज करता येतो. उत्तर जर्मनी व इंग्लडमध्ये असे 'पाहुणे' खडक आढळतात.

Eskers (एस्कर्स) - **हिमोढ कटक**

हिमनदीतील वाळू व भरड पदार्थ यांपासून वेगवेगळ्या आकाराचे नागमोडी लांबट डोंगरकडे तयार होतात. यास 'हिमोढ कटक' असे म्हणतात. एकएकट्या आढळणाऱ्या व नागमोडी आकाराच्या वाळूच्या व भरड पदार्थांच्या बांधास ओस (OS) असे म्हणतात. फिनलँड, पूर्व प्रशिया व स्वीडनमध्ये ते आढळतात. त्यांच्या दरम्यान दलदली व सरोवरे आढळून येतात.

Esturine Delta (एश्चुरिन डेल्टा) - **खाडीचा त्रिभुज प्रदेश**

नदीच्या मुखाशी अधोगामी हालचाली झाल्यास वरील प्रकारचा त्रिभुज प्रदेश तयार होतो. किनारपट्टीच्या अधोगामी हालचालींमुळे सागरपातळी थोडी उंचावून समुद्राचे पाणी आत येते व खाड्या तयार होतात; अशा खाड्यांतच गाळाचे संचयन होऊन 'त्रिभुज प्रदेश' तयार होतात. या त्रिभुज प्रदेशात भरतीप्रवाहामुळे गाळाचे सपाट प्रदेश तयार होता. युरोपातील ओब् व विश्चुला नद्यांचा त्रिभुज प्रदेश या प्रकारचा आहे.

Exfoliation (एक्सफोलिएशन) - **अपपर्णन**

दैनंदिन तापमानातील फरक व हवेतील बाष्प यांचा परिणाम होऊन खडकांच्या बाह्यभागातील आवरण सुटे होते व खडकाचे पापुद्रे निघतात याला अपपर्णन असे म्हणतात.

Extrusive Igneous Rocks (एक्स्ट्रुझिव्ह इग्नियस रॉक) - **बहिर्निर्मित अग्निजन्य खडक**

भूगर्भातील तप्त मॅग्मा भूपृष्ठाला पडलेल्या भेगांमधून ज्वालामुखीच्या उद्रेकातून लाव्हारसाच्या रूपाने पृष्ठभागावर येऊन पसरतो. कालांतराने तो थंड होऊन त्याचे कठीण खडकात रूपांतर होते. या खडकांना 'बहिर्निर्मित अग्निजन्य खडक' असे म्हणतात. यांना 'ज्वालामुखी खडक' असेही म्हणतात. हे खडक रंगाने काळे असून त्यातील स्फटिक फारच लहान असतात. बॅसाल्ट हा या प्रकारचा खडक होय.

Fan Fold (फॅन फोल्ड) - **पंखाकृती वळी**

भूपृष्ठावर दोन्ही बाजूंनी येणारा दाब सारख्याच प्रमाणात परंतु खूप तीव्र स्वरूपाचा असेल तर भूपृष्ठाला अनेक वळ्या पडतात. दोन्ही बाजूंकडून येणारा प्रचंड दाब वळीच्या मध्यभागी केंद्रित झाल्यामुळे या भागातील वळी वर रेटली जाते व त्याशेजारच्या वळ्या कमी उंचीच्या व पंख्याच्या आकाराप्रमाणे दिसतात, यावरून याला 'पंखाकृती वळ्या' असे म्हणतात. आल्प्स पर्वतात प्रस्तरभंगप्रक्रिया होताना या प्रकारच्या वळ्या निर्माण झालेल्या आढळतात.

Fault (फॉल्ट) - **प्रस्तरभंग**

भूगर्भीय हालचालींमुळे भूपृष्ठावर एका ठिकाणी दाब पडतो तर त्यावेळी दुसऱ्या ठिकाणी ताण निर्माण होतो. अंतर्गत भूहालचालींपैकी पर्वतनिर्माणकारी हालचालींमुळे निर्माण होणारा दाब व ताण यामुळे भूकवच कठीण खडकाने बनलेले असल्यास त्याला वळ्या न पडता वेगवेगळ्या दिशांनी तडे जातात किंवा भेगा पडतात. यालाच 'प्रस्तरभंग' म्हणतात.

Flood Plains (फ्लड प्लेन्स) - **पूरमैदाने**

या प्रकारच्या मैदानांची निर्मिती नदीच्या मधल्या टप्प्यात होते. या टप्प्यात नदी संथ प्रवाहाने वाहते. या स्थितीत नदीच्या घर्षणकार्यापेक्षा तिचे संचयनकार्य वाढलेले असते. याचा परिणाम म्हणजे नदीच्या पात्रात गाळाचे संचयन होऊन नदीचे पात्र उथळ होते, यामुळे पुराचे वेळी नदीतील पाणी सभोवताली प्रदेशात पसरते. प्रत्येक पुराचे वेळी ही क्रिया झाल्यास नदीच्या काठावर पाण्यातील गाळाचे संचयन होऊन कालांतराने त्याठिकाणी मैदानांची निर्मिती होते. ही मैदाने बहुधा पुराच्या पाण्याने तयार होत असल्याने यांना 'पूरमैदाने' असे म्हणतात. उत्तर अमेरिकेत मिसिसिपीच्या खोऱ्यात, तसेच चीनमधील बहुतेक नद्यांच्या काठावर अशी मैदाने निर्माण झालेली आहेत.

Folded Mountains (फोल्डेड माउंटन्स) - **घडीचे पर्वत (वळीचे पर्वत)**

पृथ्वीच्या पृष्ठभागास निरनिराळ्या वळ्या किंवा घड्या पडतात; अशा रीतीने घडीच्या पर्वताची निर्मिती होते; अशा प्रकारच्या घडीच्या पर्वताचे प्रमाण पृथ्वीवर सर्वात जास्त आहे. हिमालय, आल्प्स, रॉकी, ॲपेलेशियन ही सर्व घडीच्या पर्वताची उदाहरणे आहेत.

Geochemistry (जिओकेमिस्ट्री) - **भूरसायनशास्त्र**

पृथ्वीची रासायनिक संघटना, पृथ्वीतील विविध मूलद्रव्यांची विपुलता, त्यांचे वितरण व स्थानांतर यासंबंधीचे अध्ययन भूरसायनशास्त्रात केले जाते. खनिजनिक्षेपाचा शोध लावण्याच्या कार्यात भूभौतिक तंत्राप्रमाणेच भूरासायनिक पद्धतीचा वापर हल्ली बऱ्याच मोठ्या प्रमाणावर केला जात आहे. खनिजाचे प्राकृतिक व रासायनिक गुणधर्म, खनिजांची उत्पत्ती व उपस्थिती अवस्था याविषयीचे अध्ययन या शास्त्रात होत असते. प्राकृतिक भूगोलात पृथ्वीचे अंतरंग, खडक व खनिजे यांचा अभ्यास असल्यामुळे हे शास्त्र महत्त्वाचे आहे.

Geology (जिऑलॉजी) - **भूशास्त्र / भूगर्भशास्त्र**

भूशास्त्रात पृथ्वीच्या सर्व अंगोपांगांचा विचार करण्यात येतो. पृथ्वीतील अंतर्गत अथवा बहिर्गत शक्तीद्वारे भूपृष्ठावर परिवर्तन घडून येते. त्याचे अध्ययन या शास्त्रात होते.

भूकंप, ज्वालामुखी व पर्वत निर्माणक प्रक्रियांचा अभ्यास होतो. तसेच आंतरिक व विवर्तनिक (Internal and tectonic) शक्तीद्वारे खडकातील वलन, भ्रंश व संधी (Joints) इत्यादींची संरचना व त्याच्या निर्मितीस कारणीभूत होणाऱ्या प्रक्रियांचा विचार भूशास्त्रात केला जातो. याशिवाय शैलस्तराचा क्रम व शैलस्तरातील जीवाष्म यावरून भूशास्त्रीय इतिहासाचे (Geological History) आकलन होते. खडक व त्यातील जीवाष्म ही पृथ्वीच्या इतिहासाची मुखपृष्ठ व मलपृष्ठ होत.

Geomorphology (जिओमॉर्फालॉजी) - **भूरूपशास्त्र**

भूरूपशास्त्रालाच भूरचनाशास्त्र असेही म्हणतात. भूगर्भशास्त्र व भूगोलशास्त्राच्या संबंधामुळे भूरचनाशास्त्र निर्माण झाले. भूरूपशास्त्रात भूपृष्ठावर आढळणाऱ्या विविध भू-आकारांची निर्मिती, प्रकार, वितरण या दृष्टिकोनातून अभ्यास केला जातो. भूरूपशास्त्र हे भूगर्भशास्त्रांशी जवळीक साधणारे आहे. पृथ्वीचे अंतरंग, भूपृष्ठाची निर्मिती व घटना, भूरूपांची निर्मिती व विकास, भूपृष्ठाची जडणघडण व त्यासाठी कारणीभूत ठरणाऱ्या शक्ती, भूरूपांचे वर्गीकरण, वितरण, सौम्य हालचाली, भूकंप, ज्वालामुखी, बाह्यकारके, नदी, हिमनदी, भूमिगत पाणी, सागरी लाटा, वारा इ. व त्यांच्या कार्यामुळे निर्माण होणारी भूरूपे यांचा अभ्यास भूरूपशास्त्रामध्ये समाविष्ट होतो. प्राकृतिक भूगोलाची ही एक अत्यंत महत्त्वाची शाखा आहे.

Geomorphological Chemistry (जिओमॉर्फालॉजिकल केमिस्ट्री) - **भूरूपरसायनशास्त्र**

पृथ्वीची रासायनिक संघटना, पृथ्वीवरील विविध मूलद्रव्यांची विपुलता, त्यांचे वितरण आणि स्थानांतरणे (Abundance, distribution and migration) या संबंधीचे अध्ययन भूरूपरसायनशास्त्रात केले जाते. खनिज निक्षेपांचा शोध लावण्याच्या कार्यात भूरूपभौतिक तंत्राप्रमाणेच (Geomorphophysical techniques) भूरूपरासायनिक पद्धतींचा वापर हल्ली बऱ्याच मोठ्या प्रमाणात केला जातो.

Geomorphophysics (जिओमॉर्फोफिजिक्स) - **भूरूप भौतिकशास्त्र**

या शाखेत पृथ्वीतील द्रव्यांच्या भौतिक गुणधर्मांचे (Physical properties) अध्ययन केले जाते. मटेरियल सायन्स व भूरूपशास्त्र यांना जोडणारी ही शाखा होय. या शाखेत खडकांच्या विद्युतीय, चुंबकीय, भूकंपीय (Sesismic) व गुरुत्वाकर्षणीय (Gravitational) गुणधर्मांचा प्रामुख्याने अभ्यास केला जातो. त्यांच्या साहाय्याने खडकांच्या संरचना, खनिज-निक्षेपांची उपस्थिती व पृथ्वीच्या अंतरंगाचे स्वरूप याविषयी बहुमोल ज्ञान प्राप्त होते.

Geophysics (जिओफिजिक्स) - **भू-भौतिकीशास्त्र**

भूगर्भशास्त्र व प्राकृतिक भूगोल यांना जोडणारी ही एक शाखा आहे. या शाखेत पृथ्वीतील द्रव्यांच्या भौतिक गुणधर्मांचे अध्ययन केले जाते. या शाखेत खडकांच्या विद्युतीय, ज्वालामुखीय, चुंबकीय, भूकंपीय व गुरुत्वाकर्षणीय गुणधर्मांचा प्रामुख्याने अभ्यास केला जातो. तसेच या शास्त्राच्या मदतीने खडकांची संरचना, खडकातील खनिज निक्षेप व पृथ्वीच्या अंतरंगाचे स्वरूप याविषयीचे ज्ञान प्राप्त होते.

Glacial Plains (ग्लेसियल प्लेन्स) - **हिमनदीच्या संचयन कार्यामुळे निर्माण होणारी मैदाने**

हिमनदीतून वाहणाऱ्या बर्फाबरोबर निरनिराळ्या प्रकारचे पदार्थ वाहून येतात व या पदार्थांचे संचयन हिमनदीच्या निरनिराळ्या भागांत होते. या संचयनाला 'हिमोढ' असे म्हणतात. हा गाळ नदीच्या दोन्ही काठांवर फार मोठ्या प्रमाणात साचून त्या ठिकाणी मैदाने तयार होतात. त्यांना 'हिमोढाची मैदाने' म्हणतात. उत्तर जर्मनी, हॉलंडमध्ये अशी मैदाने आहेत.

Glaciated Plains (ग्लेसिएटेड प्लेन्स) - **हिमघर्षित मैदाने**

हिमनद्यांच्या घर्षणकार्यामुळे पूर्वीचा पृष्ठभाग खरवडून निघतो व त्या ठिकाणी सपाट मैदानी प्रदेशाची निर्मिती होते. फिनलंड व उत्तर कॅनडात या प्रकारची मैदाने आढळतात.

Glacier (ग्लेसियर) - **हिमनदी**

डोंगराच्या कुशीत असलेल्या खोल भागात विस्तीर्ण हिमक्षेत्र तयार झाल्यास त्यातील बर्फाची हालचाल होते. हिवाळ्यात त्यात बर्फ साचते व उन्हाळ्यात तापमान वाढल्यानंतर उताराच्या दिशेने व गुरुत्वशक्तीच्या प्रभावाने खालच्या थरातील बर्फ हळूहळू घसरू लागते; अशा पद्धतीने हिमक्षेत्रापासून दूर जाणाऱ्या बर्फास 'हिमनदी' असे म्हणतात. हिमनद्यांचा आकार जिव्हाकृती (Tongue like) असतो.

हिमकणांचे पुनर्घटन, आंतरकणीय परिवर्तन, प्लास्टिक विकृतीकरण व पत्रित प्रवाह या सर्व घटनांच्या संयुक्त परिणामांमुळे हिमनदी पुढे सरकते :

(१) *हिमकणांचे पुनर्घटन (Regelation) :* हिमस्तरांत वरच्या थरांच्या भारामुळे दाब निर्माण होतो. त्यामुळे विलयनबिंदू उतरतो व थोडे पाणी निर्माण होऊन हालचाल होते. परंतु, रात्री तापमान कमी झाल्यावर विलयनबिंदू वाढून हालचाल मंदावते.

(२) *आंतरकणीय परिवर्तन (Intergranular Transformation) :* बर्फाच्या कणांची बॉलबेअरिंगप्रमाणे यांत्रिक हालचाल होते.

(३) *प्लास्टिक विकृतीकरण (Plastic Deformation) :* बर्फ प्लास्टिकसारखे लवचीक असल्यामुळे त्याचे विकृतीकरण होते.

(४) *पत्रित प्रवाह (Laminar Flow) :* उतारावरून जाताना गुरुत्वशक्तीच्या प्रभावाने बर्फाचे थर दुभंगतात. दुभंगलेल्या थरांची विभंग पातळीवर हालचाल होते. यास 'पत्रित प्रवाह' म्हणतात.

हिमनद्या अतिशय मंद गतीने वाहतात. त्यांचा वेग साधारणपणे २४ तासांत काही सेंटीमीटर्सपासून १० मीटर्सपर्यंत असतो. उन्हाळ्यात त्यांचा वेग हिवाळ्यातील वेगापेक्षा जास्त असतो. वेग मध्यभागी जास्त असून काठाशी म्हणजे बाजूला घर्षण होत असल्याने कमी असतो. तसेच हिमनदीची गती तळभागापेक्षा पृष्ठभागावर जास्त असते.

Gneiss (नीस) - **पट्टिताश्म**

अनेक प्रकारच्या अग्निजन्य खडकांपासून पट्टिताश्म (नीस) हा रूपांतरित खडक तयार होतो. यात गार, फेल्सफार, अभ्रक आणि हॉर्नब्लँड ही खनिजे असतात. परंतु, या खनिजांची पुनर्रचना होऊन त्यांचे स्तर तयार झालेले दिसतात. त्याला ग्रॅनाईट नीस (Granite Gneiss) असेही म्हणतात.

Gorge (गॉर्ज) - **घळई**

तीव्र उताराचे काठ असलेल्या व अरुंद तळ असलेल्या दरीला घळई असे म्हणतात. घळईचे काठ ६० अंशापेक्षा जास्त तीव्र उताराचे असतात. नदीच्या युवावस्थेत अधोगामी खनन पार्श्ववर्ती खननापेक्षा जास्त असते. कारण नदीतील पदार्थ तळ घासून काढीत पुढे जात असतात. तळावर जोड असल्यास तळाची उभी झीज लवकर होते. परंतु, सगळ्याच नद्या घळ्या निर्माण करतात असे नाही. पंकाश्मासारख्या मृदू स्तरित खडकांच्या प्रदेशात अधोगामी खननाची क्रिया जोरदार होते. अधोगामी क्रिया चालू असताना, भूपृष्ठाची ऊर्ध्वगामी हालचालही चालू असल्यास तळ अधिकच खोल खणला जातो. यास महाघळई (कॅनियन) म्हणतात.

Graben - ग्रॅबन

भूकवचाला समोरासमोर दोन भेगा पडतात व या दोन भेगांच्या दरम्यानचा भाग खाली खचून खोलगट दरीसारखा भाग तयार होतो त्यास 'ग्रॅबन' म्हणतात. ग्रॅबन हा जर्मन भाषेतील शब्द असून त्याचा अर्थ 'खोलगट दरी' असाच आहे. सामान्य प्रस्तरभंगक्रियेमुळे ग्रॅबन तयार होतात. ऱ्हाईन नदी ग्रॅबन मधून वाहते. भरपूर लांब व रुंद खचदरी म्हणजे ग्रॅबन होय.

Ground Moraine (ग्राऊंड मोरेन) - **भूहिमोढ**

हिमनदीच्या तळावर अवजड दगडगोट्यांचे व थोड्याशा गाळाचे संचयन होते. यास 'भूहिमोढ' म्हणतात.

Ground Water (ग्राऊंड वॉटर) - **भूजल**

पृथ्वीच्या पृष्ठभागाखाली वाहणाऱ्या पाण्यास भूजल किंवा भूमिगत पाणी असे म्हणतात. पृष्ठभागावर पडणाऱ्या पावसापैकी व बर्फ वितळून तयार झालेल्या पाण्यापैकी $\frac{१}{३}$ किंवा त्यापेक्षा जास्त पाण्याची कमी-अधिक तपमानानुसार वाफ होते. सुमारे $\frac{१}{२}$ पाणी जमिनीवरून नद्यांच्या रूपाने वाहून जाते व $\frac{१}{६}$ पाणी जमिनीत मुरते. जमिनीत मुरलेले पाणी खडकातून पाझरून भूपृष्ठाखालून वाहात असते.

शिलारसाचा उद्रेक होत असताना द्रवरूप पदार्थही त्याआधी बाहेर टाकले जात असतात; अशा वेळी शिलारसातील खनिज द्रव्यात असलेले पाणी आजूबाजूच्या प्रस्तरातील भेगा, चिरा, फटीत साचते, अशा पाण्यास 'शिलारसजन्य जल' (Magmatic water) असे म्हणतात. स्तरित किंवा अवसादी खडकांची निर्मिती सागरीय प्रदेशात व तळ्याच्या काठी चालू असताना खडकातील थरांत जे पाणी साचून राहते, त्याला 'सहजात जल' (Connate Water) असे म्हणतात. पावसाचे व बर्फ वितळून तयार झालेले पाणी पार्य खडकातून, खडकांच्या भेगांतून आत झिरपते व जमिनीखालून वाहते; अशा पाण्यास वायुमंडली जल (Meteoric Water) असे म्हणतात. भूजलाच्या दृष्टीने वायुमंडलीय जल म्हणजे पाऊस, हिमवर्षाव यांद्वारे वातावरणातून होणारा पाणीपुरवठा जास्त महत्त्वाचा असतो.

Gully Erosion (गली इरोजन) - **घळई धूप**

अनाच्छादित तीव्र उतारांच्या पृष्ठभागावरून जोरात वाहणाऱ्या पाण्यांच्या प्रवाहामुळे खोल खाचरे किंवा घळ्या पडून पाणी वाहून जाते. त्यामुळे मृदा नापीक होते. उन्हाळ्यात मृदेला तडे पडल्यानेही घळ्या तयार होतात. यालाच 'घळई धूप' असे म्हणतात.

Hammada (हमादा) – **खडकाळ वाळवंट**

खडकाळ वाळवंटास 'हमादा' असे म्हणतात. खडकावरील वाळू व धूळ वाऱ्याने वाहून नेली जाते व फक्त उघडेबोडके खडक वाळवंटात शिल्लक राहतात. वाऱ्याच्या घर्षणाने हमादातील खडकांचे पृष्ठभाग गुळगुळीत होतात. लिबिया मधील हमादा एल होमूरा हे या प्रकारचे आहे.

Hanging Valleys (हँगिंग व्हॅलीज) - **लोंबत्या दऱ्या**

ज्या पर्वतीय प्रदेशात हिमानीकार्य झालेले असते तेथे लोंबत्या दऱ्या आढळतात. मुख्य हिमनदी, पूर्वीच्या नदीच्या दरीतून वाहात असताना तिला अनेक मार्गांनी उपनद्या येऊन मिळतात. त्यांच्या दऱ्या मुख्य हिमनदीच्या दरीपेक्षा थोड्या उंचीवर असतात. हिमनदीतील बर्फ वितळून गेल्यावर या नद्या मुख्य हिमनदीच्या काठावर लोंबत्या दृष्टीस पडतात. उपनद्यांची खोरी मुख्य हिमनदीपेक्षा आकाराने लहान असतात. त्यांत बर्फ कमी सामावले जाते. त्यामुळे त्यांची झीज मुख्य नदीपेक्षा कमी होते. हिमयुगापूर्वी मुख्य नदी व उपनद्या यांचे तळ एकाच पातळीत असतात, पण हिमयुगानंतर मात्र मुख्य नदीची झीज जास्त होऊन तिचा तळ अधिक खोल होतो व उपनद्यांची खोरी काठावर राहतात. बर्फ वितळल्यावर उपनद्यांतील पाणी 'यू' दरीत उंचावरून धबधब्याप्रमाणे पडते. यास 'लोंबत्या दऱ्या' असे म्हणतात. आल्प्स व रॉकी पर्वतश्रेणीत अशा दऱ्या आढळतात.

Headland Beach (हेडलँड बीच) - **भूशिर पुळण**

जेव्हा वाळूचे संचयन भूशिराच्या अग्रभागी किंवा आखाताच्या दोन्ही बाजूंस भूशिराच्या माथ्यालगत होते तेव्हा 'भूशिर पुळण' तयार होते. वाऱ्याचा वेग जास्त असल्यास व लाटांतील वाळूचे प्रमाण जास्त असल्यास संचयनास आखातासारख्या बंदिस्त जागेची आवश्यकता नसते. त्यामुळे भूशिराच्या अग्रभागी संचयन होते.

Himalaya (हिमालय) – **हिमालय पर्वत**

हिमालय ही जगातील सर्वात उंचवळी व पर्वतरांग आहे. ८,००० मी. पेक्षा उंच असलेली जगातील बहुतेक सर्व शिखरे हिमालयात आहेत. जगातील पूर्व-पश्चिम पर्वतरांगांपैकी ही सर्वात लांब पर्वतरांग सुमारे २,५०० किमी. असून तिची रुंदी सुमारे ४०० किमी. आहे. तिने ५,००,००० चौ. किमी. प्रदेश व्यापला आहे. सिंधूचा वरचा भाग व त्सांगपो (ब्रह्मपुत्रा) यांच्या खोऱ्यांनी तिबेटचे पठार हिमालयाच्या श्रेणीपासून वेगळे केलेले आहे. माउंट एव्हरेस्ट ८८४८ मीटर्स, माउंट K-2 (८६११ मी.), कांचनगंगा (८५९८ मी.), धवलगिरी ८१७२ मी., नंगापर्वत ८१२६ मी., नंदादेवी ७८१६ मी. इ. शिखरे हिमालयात आहेत.

हिमाद्रीच्या दक्षिणेस हिमाचल (लेसर हिमालय) पर्वताच्या रांगा आहेत. हा डोंगराळ प्रदेश सुमारे ७५ किमी. रुंद व ५००० मी. पर्यंत उंच असून त्यात अनेक दिशांना गेलेल्या पर्वतरांगा आहेत. येथील उत्तर उतार अरण्यमय व सौम्य, दक्षिण उतार खडे व उघडे आहेत. त्याच्या दक्षिणेस शिवालिक रांगा असून त्यांची उंची ८०० मी. पर्यंत आहे. हिमालय चंद्रकोरीच्या आकाराचा असून तो दक्षिणेकडे बहिर्वक्र आहे. त्याची

दक्षिण सीमा ३०० मी. उंचीची असून अवघ्या १५० किमी. मध्ये तो ८,००० मी. उंची गाठतो. त्यात अनेक हिमक्षेत्रे असून त्यांतून हिमनद्या व जोरदार जलप्रवाह उगम पावतात. हिमालयाच्या निरनिराळ्या भागांना काश्मीर-हिमालय, पंजाब-हिमालय वगैरे निरनिराळी नावे आहेत. आसाम-हिमालयाच्या दक्षिणेस भारत-ब्रह्मदेश सरहद्दीवरून जाणाऱ्या पातकई व इतर रांगांचा समावेश पूर्वांचल या पर्वतश्रेणीत होतो. हिमालयाचे भारतातील सर्वोच्च शिखर नंदादेवी (७,८१७ मी.) हे कुमाऊँ-हिमालयात आहे. हिमालयाला त्याची पूर्ण उंची गाठावयास ६० ते ७० लक्ष वर्षे लागली. त्यामुळे त्यातून वाहणाऱ्या नद्या उंच उंच पर्वतांना भेदून गेलेल्या दिसतात. हिमालयाला पुरेशी उंची प्राप्त झाल्यामुळे भारतात मोसमी हवामानाचा प्रभाव दिसून येतो.

Himalaya : Economic Importance (हिमालय : इकनॉमिक इम्पॉर्टन्स) - हिमालयाचे आर्थिक महत्त्व

भारताच्या प्राकृतिक रचनेचा एक प्रभावी घटक म्हणजे 'हिमालय पर्वत' होय. जगातील सर्वात उंच असलेल्या या घडीपर्वताची उंची ८००० मीटरपेक्षा अधिक आहे. भारताच्या दृष्टीने हिमालयाचे महत्त्व याप्रमाणे :

(१) संरक्षणाच्या दृष्टीने भारताची उत्तर बाजू अतिशय मजबूत झालेली आहे. (२) हिमालयामुळे ध्रुवीय प्रदेशाकडून येणारे शीत वारे अडविले जातात. (३) मोसमी वारे अडविल्यामुळे पर्जन्य पडतो. (४) हिमालयातून अनेक नद्यांचा उगम होतो. (५) या नद्यांना बाराही महिने पाणी असते. (६) नद्या जलवाहतुकीस उपयुक्त आहेत. (७) घनदाट जंगलातून लाकूड व औषधोपयोगी वनस्पती उपलब्ध होतात. (८) अनेक प्रकारचे उपयुक्त प्राणी उदा. कस्तुरी मृग. (९) विविध प्रकारची खनिजे आढळतात. (१०) सृष्टिसौंदर्याने नटलेला असल्याने थंड हवेची ठिकाणे आहेत. (११) अनेक तीर्थक्षेत्रे आहेत. (१२) हिमालयामुळे सुपीक गाळाच्या उत्तर भारतीय मैदानांची निर्मिती झाली आहे. (१३) पर्वतउतार व नद्यांच्या सुपीक खोऱ्यात शेती केली जाते. उदा. सफरचंद, केशर, चहा ही पिके घेतली जातात. (१४) जलसिंचनाच्या क्षेत्राची निर्मिती व जलविद्युत उत्पादन.

Himalaya : Regional Divisions (हिमालय : रिजनल डिव्हिजन्स) - हिमालयाचे प्रादेशिक विभाग

हिमालयाचे पंजाब हिमालय, कुमाऊँ हिमालय, नेपाळ हिमालय व आसाम हिमालय असे प्रादेशिक विभाग पडतात :

(१) *पंजाब हिमालय* : यात सिंधू नदीपासून सतलज नदीपर्यंतच्या प्रदेशाचा समावेश होतो. जोजीला खिंड याच भागात आहे. येथील नंगा पर्वत हा सर्वात उंच पर्वत

आहे. या प्रदेशाच्या उत्तरेकडील भागात लहान-मोठी सरोवरे आहेत. येथील दाल, वूलर इत्यादी सरोवरे जगप्रसिद्ध मानली जातात. या प्रदेशाच्या दक्षिणेस पीरपंजाल पर्वत श्रेणी आहे.

(२) *कुमाऊँ हिमालय* : पश्चिमेस सतलज नदीपासून पूर्वेस काली नदीपर्यंत या प्रदेशाचा विस्तार असून यात नंदादेवी, बद्रीनाथ, केदारनाथ, त्रिशूल, माना, गंगोत्री ही उंच शिखरे आहेत. गंगा व यमुना या नद्या याच भागातून उगम पावतात.

(३) *नेपाळ हिमालय* : काली नदीपासून पूर्वेस तिस्ता नदीपर्यंत या प्रदेशाचा विस्तार आहे. या भागाची उंची ७००० मीटरपेक्षा जास्त असून अतिउंच शिखरे याच भागात आहेत. माउंट एव्हरेस्ट, कांचनगंगा, धवलगिरी, गोसाईनाथन, अन्नपूर्णा व मकालू ही येथील शिखरे असून हा भाग नेहमी बर्फाने आच्छादलेला असतो.

(४) *आसाम हिमालय* : तिस्ता नदीपासून पूर्वेस नामचा बरवा पर्वतापर्यंत याचा विस्तार आहे. नामचा बरवा, कुलाकांगारी व चोमोलहरी ही येथील प्रमुख शिखरे मानली जातात.

Himalayeen : Mountain Regions (हिमालयीन : माउंटन रिजन्स) - हिमालयातील पर्वतीय प्रदेश

भारताच्या प्राकृतिक रचनेचा एक प्रभावी घटक म्हणजे 'हिमालय पर्वत' होय. या पर्वताचा बराच भाग नेहमी हिमाच्छादित असल्याने हा पर्वत 'हिमवान, हिमाद्री, हिमाचल किंवा हिमालय' या नावाने ओळखला जातो. काही वेळा याचा उल्लेख 'श्वेताद्री' (White Mountain) असाही केला जातो. जगातील सर्वात उंच व सर्वात तरुण असलेल्या या घडीपर्वताची उंची ८००० मीटरपेक्षा अधिक आहे. या पर्वतरांगा भारताच्या संपूर्ण उत्तर सीमेवरून पूर्व-पश्चिम दिशेने सुमारे २५०० किमी. पसरलेल्या आहेत. त्यांची रुंदी १५० ते ४०० किमी. व क्षेत्रफळ सुमारे ५,००,००० चौ. किमी. आहे. पश्चिमेकडे सिंधू व पूर्वेस ब्रह्मपुत्रा नदीखोऱ्यांच्या दरम्यान हिमालय पसरला आहे. हिमालयाचा आकार चापासारखा (Arc) आहे. हिमालय म्हणजे 'प्रचंड धनुष्य' मानले जाते. हिमालयाची दक्षिण सीमा पूर्वेकडे १५० मीटर तर पश्चिमेकडे ३०० मीटर समोच्च रेषांनी निश्चित केलेली आहे. हिमालय ही एकच पर्वतरांग नसून अनेक पर्वतरांगा परस्परांना समांतर पसरल्या आहेत. या पर्वतरांगा अनेक ठिकाणी नद्यांच्या खोऱ्यांनी छेदल्या आहेत. हिमालयात अनेक लहान-मोठी पठारे आहेत. त्यामध्ये चेरापुंजी पठार, शिलाँग पठार, लडाख पठार महत्त्वाची आहेत. आसामपासून काश्मीरपर्यंत सुमारे २५०० किमी. लांबीच्या हिमालय पर्वतरांगा वायव्य दिशेने पसरल्या आहेत.

Historical Geomorphology (हिस्टॉरिकल जिओमॉर्फॉलॉजी) - **भूरूप इतिहासशास्त्र**

शैलस्तरांचा (Rock Strata) क्रम व शैलस्तरावरील जीवाश्म यांवरून भूरूपशास्त्रीय इतिहासाचे (Geomorphological History) आकलन होते. खडक व त्यांतील जीवाश्म (Fossils) ही पृथ्वीच्या इतिहासाची पृष्ठे होत. भूशास्त्रीय कालक्रमानुसार (Geological Time) पृथ्वीच्या इतिहासाचे अध्ययन या शाखेत केले जाते.

Hoodos - Demoiselles (हुडूज - डेमॉयूसेलेस) - **भूस्तंभ**

ओसाड, वाळवंटी प्रदेशांत एखाद्या अरुंदीत मृदू खडकाच्या भागावर कठीण खडक असेल तेथे भूस्तंभाची निर्मिती होते. या भागांत पावसाचे पाणी वाऱ्याच्या खननकार्यात मदत करीत असते. वारा व पाणी यांच्या संयुक्त झिजेमुळे कठीण खडकाच्या आजूबाजूचा मृदू खडक झिजतो परंतु, कठीण खडकांमुळे त्याच्या खाली असलेल्या मृदू खडकाची झीज होत नसून उलट त्याचे संरक्षण होते. कालांतराने पर्याप्त झिजेनंतर हा भाग त्या जागी अवशिष्टपणे उंच उभा राहतो. त्याचा आकार स्तंभासारखा वाटतो म्हणून त्यास 'भूस्तंभ' म्हणतात. भूस्तंभ गोलाकार असतात. भूस्तंभाच्या शिरो-भागावर लहान किंवा मोठा खडक असतो तेव्हा त्याला हुडोस (Hoodos) म्हणतात. यू एस ए मधील युटाह प्रांतात ब्राइस कन्थन भागात तसे हुडूज तयार झाले आहेत.

Hot Springs (हॉट स्प्रिंग्ज) - **उष्ण पाण्याचे झरे**

भूपृष्ठापासून खोल खोल आत गेल्यास तापमानात वाढ होते. त्यामुळे अधिक खोलवरचे पाणी अधिक उष्ण असते. ज्वालामुखीय प्रदेशांत व जेथे स्फोट होऊन गेले आहेत अशा प्रदेशांत खडकांच्या जोडातून अथवा भेगेतून उष्ण पाणी सावकाश भूपृष्ठावर येत असते त्यांनाच 'उष्ण पाण्याचे झरे' म्हणतात. त्या पाण्यात मोठ्या प्रमाणात खनिजे विरघळलेली असतात म्हणून त्यांना खनिज झरे (Mineral Springs) असेही म्हणतात.

क्षारांचे किंवा खनिजांचे संचयन झऱ्यांच्या मुखालगत होत असते. काही झऱ्यांतील पाण्याला औषधी महत्त्व असते; अशा प्रकारचे झरे न्यूझीलंड, उत्तर अमेरिकेतील यलोस्टोन पार्क, आइसलँड येथे आढळतात. या झऱ्यातील पाण्याचे तापमान २१° सेल्सिअसपासून पाण्याच्या उत्कलनबिंदूपर्यंत (१००° से.) असू शकते.

Ice Berg (आइस बर्ग) - **हिमनग**

जेव्हा महाद्वीपीय हिमनदी किंवा हिमस्तर पुढे पुढे सरकत असताना त्यांचे अग्रभाग समुद्राला जाऊन मिळतात. त्यावर समुद्राच्या लाटांचा आघात होऊन अग्रभागाजवळील हिमराशी फुटतात व त्यांचे मोठे मोठे तुकडे समुद्रात तरंगत वाहू लागतात. अशा तरंगणाऱ्या

हिमराशीच्या तुकड्यांना 'हिमनग' म्हणतात. हिमनगाचा पाण्याखालील भाग हा पाण्यावर दिसणाऱ्या भागापेक्षा खूप मोठा असतो. तसेच सर्वात मोठ्या हिमनगांची लांबी हा ६० कि.मी. इतकी असू शकते.

Ice Ages (आइस एजेस) - **हिमयुगे**

सुमारे १० हजार वर्षांपूर्वी पृथ्वीच्या बऱ्याच भागांचे हवामान खूप थंड होते. उत्तर गोलार्धातील उच्च अक्षांशात व विषुववृत्ताजवळील खूप उंच प्रदेशात अनेक हिमक्षेत्रे तयार झालेली होती. उत्तर गोलार्धात सुमारे ३ कोटी १२ लक्ष चौ. किमी. पृष्ठभाग बर्फाने आच्छादलेला होता. यापैकी निम्मे आवरण उत्तर अमेरिकेत व उर्वरित युरेशिया, ग्रीनलँड या प्रदेशांवर होते. आपल्या मूल स्थानापासून हिमक्षेत्रातील हिम हिमनदीच्या स्वरूपात सर्व दिशांनी पसरत होते. या कालखंडास 'हिमयुग' असे म्हणतात. आतापर्यंत अशी चार हिमयुगे प्लायस्टोसिन काळानंतर निर्माण झाली असावीत असे समजण्यात येते. हिमयुगातील तापमान शून्याखाली, खूपच कमी होते पण दोन हिमयुगांच्या मधल्या काळात तपमान वाढून हिमक्षेत्रे वितळतात. या उष्ण काळास आंतरहिमानी कल्प (Interglacial Period) असे म्हणतात.

Ice Caps (आइस कॅप्स) - **हिमटोप**

उच्च अक्षवृत्तातील पठारे व बेटे यांवर हिमस्तरांच्या तुलनेने कमी जाडीचे बर्फाचे आच्छादन असते. यांना 'हिमटोप' असे म्हणतात. स्कँडिनेव्हियन देशात नोव्हा झेमल्या (आर्क्टिक रशिया), आइसलँडचा काही भाग व न्यूझीलंडचे दक्षिण बेट येथे 'हिमटोप' आहेत.

Igneous Rocks (इग्नियस रॉक्स)- **अग्निजन्य खडक**

तप्त शिलारस थंड होऊन निर्माण झालेल्या कठीण खडकांना 'अग्निजन्य खडक' म्हणतात. अग्निजन्य किंवा अग्निज म्हणजे अत्यंत प्रखर उष्णतेपासून निर्माण झालेले खडक म्हणूनच त्यांना 'अग्निजन्य खडक' असे नाव मिळाले आहे. पृथ्वीतलावर हे खडक सर्वात प्रथम निर्माण झाल्याने त्यांना प्राथमिक खडक किंवा मूलभूत खडक म्हणतात. अग्निजन्य खडकांपासून इतर खडकांची निर्मिती झाल्याने त्यांना पालक खडक (Parent Rocks) असेही म्हणतात.

अग्निजन्य खडकांचे खालील गुणधर्म महत्त्वाचे मानले जातात : (१) अग्निजन्य खडक विस्तीर्ण आकाराचे व कठीण असतात. (२) खडकांत निरनिराळ्या आकाराचे स्फटिक अनियमित स्वरूपात असतात. (३) खडकांत थर नसतात परंतु मजबूत जोड मात्र आढळतात. (४) खडक अच्छिद्र असतात; त्यात पाणी मुरत नाही. (५) खडकांत

प्राणी आणि वनस्पतींचे अवशेष नसतात. (६) खडकांत अनेक प्रकारची खनिजे आढळतात. (७) खडकांत सिलिका, लोह आणि मॅग्नेशियम या घटकद्रव्यांचे प्रमाण जास्त असते. (८) वालुकाद्रव्य जास्त प्रमाणात असलेल्या अग्निजन्य खडकांना 'आम्लधर्मी अग्निजन्य खडक' असे म्हणतात. (९) स्तरित खडकांपेक्षा अत्यंत मंद गतीने त्यांची झीज होते. (१०) खडकांमधील स्फटिक गोलाकार नसतात.

Igneous Rocks (Volcanic Bomb) (इग्नियस रॉक्स : (व्होलूकॅनिक बॉम्ब)) - **अग्निजन्य खडकांचा स्फोटक प्रकार**

ज्वालामुखीचा स्फोट झाल्यावर लाव्हारस बाहेर फेकला जातो. या लाव्हारसाच्या संचयनापासून खडक तयार होतात. यांना 'ज्वालामुखी खडक' असे म्हणतात. ज्वालामुखीच्या उद्रेकाबरोबर बाहेर पडणाऱ्या पदार्थांत खडकांचे मोठमोठे व निरनिराळ्या आकाराचे तुकडे प्रामुख्याने आढळतात. यांनाच 'व्होल्कॅनिक बॉम्ब' (Volcanic Bomb) असे म्हणतात.

Inconsequent Drainage System (इनूकॉन्सिक्वेंट ड्रेनेज सिस्टिम) - **प्रत्यानुवर्ती निस्सार पद्धती**

काही प्रदेशांतील प्रवाहांचा विकास तेथील स्वाभाविक भू-रचनेस किंवा खडकास अनुसरून होत नाही त्यांना 'प्रत्यानुवर्ती निस्सार पद्धती' म्हणतात.

Indeterminate System (इनूडिटरमिनेट सिस्टिम) - **अनिश्चित निस्सार पद्धती**

काही प्रदेशांतील भूरचना आणि जलप्रवाह यांचे स्वरूप असे काही विचित्र किंवा दुर्बोध असते, की त्यांचे पृथक्करण कोणत्याही पद्धतीने करता येत नाही. त्यामुळे एखाद्या विशिष्ट नदीचा मार्ग किंवा काही वेळा तर उगमही शोधून काढणे कठीण होते. तेव्हा अशांना 'अनिश्चित निस्सार पद्धती' म्हणतात.

India : Geological Regions (इंडिया : जिऑलॉजिकल रिजन्स) - **भारताचे भूगर्भशास्त्रीय प्रदेश**

भारताचे तीन भूगर्भशास्त्रीय प्रदेश आहेत. हे तीन प्रदेश म्हणजे : (१)भारतीय द्वीपकल्पीय पठार (Indian Peninsular Region) (२) उत्तरेकडील पर्वतीय प्रदेश (Nothern Mountain Region) (३) इंडो-गँजेटिक प्रदेश (Indo-Gangetic Region)

(१) *भारतीय द्वीपकल्पीय पठार* (Indian Peninsular Plateau) : पश्चिमेकडे कच्छ, काठेवाडपासून दक्षिणेकडे कन्याकुमारीपर्यंत, पूर्व व पश्चिम घाटांसह देशाच्या

एकूण भौगोलिक क्षेत्रफळाचा ७% भाग या विभागात समाविष्ट होतो. अशा पठारांना 'प्राचीन प्रदेश' (Old Shields) असेही म्हणतात. जगातील सर्वात प्राचीन अशा भूभागांमध्ये याचा समावेश होत असून आर्कियन (Archaean) व प्रोटेरोझॉइक (Proterozoic) युगात नीस व शीस्ट खडकांपासून तो तयार झाला आहे. या दोन खडकप्रकारांनी पठाराचा निम्मा भाग व्यापला आहे. भारतीय पठारी प्रदेशाची भूस्तररचना अतिशय भक्कम व स्थिर मानली जात असे परंतु महाराष्ट्र पठारांवर वारंवार होणाऱ्या भूकंपामुळे या कल्पनेला हादरा बसला आहे.

(२) *उत्तरेकडील पर्वतीय प्रदेश* (Northern Mountain Region) : उत्तरेकडील हिमालय पर्वतश्रेणी हा अर्वाचीन वळीपर्वत आहे. उत्तरेस काश्मीरपासून पूर्वेस मणिपूर पर्यंत या पर्वतरांगा पसरल्या असून गाळाच्या थरांना घड्या पडल्यामुळे त्यांची निर्मिती झाली आहे. अनेक ठिकाणी प्रस्तरभंग झाले असून, भूस्तर वर-खाली सरकले आहेत. सागरांमध्ये निर्माण झालेल्या स्तरित किंवा गाळाच्या खडकांपासून हा पर्वतीय प्रदेश निर्माण झाला असला तरीही काही ठिकाणी प्राचीन रूपांतरित खडक आणि अंतरनिर्मित अग्निजन्य खडक आढळतात. बंगालच्या उपसागरातील अंदमान-निकोबार बेटे यांचाही समावेश याच प्रकारच्या भूस्तर रचनेमध्ये होतो. भारतीय भू-भागाच्या क्षेत्रफळाचा १५ टक्के भूभाग या प्रदेशात येतो.

(३) *इंडो-गँजेटिक प्रदेश* (Indo-Gangetic Region) : भारतीय द्वीपकल्पीय पठार आणि उत्तरेकडील पर्वतीय प्रदेश या दरम्यान हा प्रदेश आहे. पश्चिमेकडे राजस्थानपासून पूर्वेकडे पश्चिम बंगालपर्यंत विस्तृत असे गाळाचे मैदान आहे. त्यात काही ठिकाणी दगड-गोटे व वाळूचे संचयन म्हणजे 'भाबर' तर काही प्रदेशांत जुना गाळ, नवा गाळ साठला आहे. जुन्या गाळाच्या संचयनाला 'भांगर' व नव्या गाळाच्या संचयनाला 'खादर' असे म्हणतात. या प्रदेशातील गाळांच्या थरांची जाडी ५०० मीटर्स ते ४००० मीटर्स आहे.

Inland Drainage System (इनलँड ड्रेनेज सिस्टिम) - **अंत:स्थलीय निस्सार पद्धती**

काही प्रदेशातील नद्यांचे प्रवाह भोवतालच्या उंच प्रदेशातून मध्यभागी असलेल्या खोलगट भागाकडे वाहतात. अशा प्रदेशात मध्यभागी असलेल्या सरोवरास किंवा समुद्रास हे प्रवाह मिळतात. हा प्रकार अरीय निस्सार पद्धतीच्या बरोबर उलटा आहे.

Inorganic Rocks (इनऑर्गॅनिक रॉक्स) - **असेंद्रिय खडक**

नद्या, हिमनद्या, मुरणारे पाणी, समुद्र लाटा, वारा या बाह्य कारकांमुळे खडकांची यांत्रिक (कायिक) आणि रासायनिक झीज होते. लहान लहान दगड, गोटे, वाळू, माती,

रेती, चिखल इत्यादींच्या संचयनापासून असेंद्रिय खडकांची निर्मिती होते. या खडकात प्राणी आणि वनस्पतींचे अवशेष आढळत नाहीत. असेंद्रिय खडकांचे विदारणप्रक्रियेनुसार दोन उपप्रकार केले जातात. स्तरित खडकांच्या प्रकारांपैकी हा एक खडकांचा प्रकार आहे.

Inselberg (इन्सेलबर्ग) - **द्वीपगिरी**

वाळवंटी प्रदेशांत काही भाग मृदू व कठीण खडकांनी बनलेले असतात. अपवहन व अपघर्षण क्रियेमुळे मृदू खडक झिजून कठीण खडकाचे उंच भाग शिल्लक राहतात. या भूआकारांना द्विपगिरी असे म्हणतात. द्वीपगिरी प्रामुख्याने ग्रॅनाइट खडकांचे असतात. या द्वीपगिरीचा आकार पिरॅमिडसारखा दिसतो.

Interlocking Spurs (इंटरलॉकिंग स्पर्स) - **गुंफित गिरिपाद**

उगम झाल्यावर नदी वाहात असताना तिला ठिकठिकाणी अडथळे निर्माण होतात. या अडथळ्यांना वळसे घालून जात असताना नदीत वळणे निर्माण होतात. नदीच्या खोऱ्याच्या दिशेने पसरलेल्या अनेक गिरिपादांमुळेच हे अडथळे निर्माण होतात. त्यामुळे प्रत्येक गिरिपादाला वळसा घालीत असताना नदीला वळण प्राप्त होते. खोऱ्यात उभे राहून उगमस्थानाच्या दिशेने पाहिले असता हे गिरिपाद एकमेकांत गुंफल्यासारखे दिसतात. गुंफित गिरिपाद फक्त उगमस्थानाच्या प्रदेशातच आढळून येतात.

Intermittent Drainage System (इंटरमिटंट ड्रेनेज सिस्टिम) - **खंडित निस्सार पद्धती**

काही प्रदेशांतून वाहणाऱ्या नद्यांच्या मार्गात विशेष प्रकारचा भौगोलिक पट्टा किंवा अडथळा येतो व तेथे नद्या जमिनीखाली गुप्त होतात आणि पुढे लांब कोठेतरी दिसून येतात. हिमालयातील भाबर प्रदेशांत अशा प्रकारचा लपंडाव नद्या खेळतात. या प्रकारास 'खंडित निस्सार पद्धती' म्हणतात.

Intermontane Plateau (इंटरमॉन्टेन प्लॅटू) - **पर्वतांतर्गत पठारे**

या प्रकारची पठारे भूखंडनिर्माणकारी भूहालचालींमुळे निर्माण होतात. या पठारांचे मुख्य वैशिष्ट्य म्हणजे जवळजवळ सर्व बाजूंनी ही पठारे उंच पर्वतांच्या रांगांनी वेढलेली असतात. ही पठारे विस्तृत व उंच असतात. या प्रकारात येणारे काही पठारी प्रदेश पर्वताच्या रांगांनी असे वेढलेले असतात की, त्यावरून वाहणाऱ्या नद्या समुद्राला जाऊन मिळू शकत नाहीत. तिबेट पठार पर्वतांतर्गत पठार आहे.

Intrusive Igneous Rocks (इन्ट्र्युझिव इग्नियस रॉक्स) - **आंतरर्निर्मित अग्निजन्य खडक**

भूगर्भातील तप्त मॅग्मा भूपृष्ठावर न येता वायूची तीव्रता कमी झाल्यावर भूगर्भामध्ये असणाऱ्या भेगा व पोकळ्यांमध्ये जाऊन साठतो. त्या ठिकाणी थंड होऊन त्यापासून खडक तयार होतात त्यालाच 'आंतरर्निर्मित अग्निजन्य खडक' असे म्हणतात. भूकवचापासून अधिक खोलीवर हे खडक आढळतात; म्हणून यांना 'पातालिक खडक' (Plutonic Rock) असेही म्हणतात. ग्रॅनाईट हा पातालीय अग्निजन्य खडक आहे.

Isoclinal Fold (आयसोक्लिनल फोल्ड) - **द्विप्रवणक वळी / द्विकल वळी**

काही वेळा भूपृष्ठावर एका बाजूने खूप जास्त दाब व दुसऱ्या बाजूने सौम्य दाब निर्माण झाल्यावर खूप जास्त दाबाकडील भुजेवर सौम्य दाबाकडील भुजा इतकी झुकलेली असते की, त्या परस्परांना जवळ जवळ समांतर दिसतात व या भुजांचा उतारही एकाच बाजूला असतो. या प्रकारच्या वळ्यांना द्विप्रवणक वळी किंवा द्विकलवळी असे म्हणतात. हिमालय व रॉकी पर्वतांत या प्रकारचे वळीकरण झाले आहे.

Isostasy (आयसोस्टसी) - **समस्थायित्व सिद्धान्त**

पृथ्वीच्या पृष्ठभागावर प्रथम खंड व महासागर निर्माण झाले. नंतर पर्वत, पठार, मैदान, समुद्रतळ इत्यादी भूरूपे तयार झाली. भूपृष्ठावरील पर्वतमय उंचवटे व सागरी तळ यांचा परस्पर संबंध आहे तरी पण ते एकाच पातळीत नसतात. परंतु, वरील सर्व भूभाग एकमेकांशी मात्र संतुलित अवस्थेत असतात. भूपृष्ठावरील बहिर्गत शक्तीमुळे भूरूपाची झीज होते. झिजेमुळे तयार झालेला गाळ समुद्रात साचतो त्यामुळे पर्वत, सखल भाग व समुद्र यांतील समतोल बिघडतो. हा समतोल किंवा कमी-अधिक उठाव हा प्रकार निरनिराळ्या खंडात असणाऱ्या गुरुत्वाकर्षणीय संतुलनामुळे (Gravitational equilibrium) निर्माण होतो. जेव्हा भूरूपाच्या संतुलनात परिवर्तने घडतात तेव्हा पृथ्वीवर भूकंप, ज्वालामुखीसारख्या भूहालचाली घडून येतात. परंतु, कालांतराने निसर्ग एका विशिष्ट पद्धतीने पृथ्वीवर संतुलन घडवून आणतो. ते म्हणजे सर्व भूरूपे पृथ्वीच्या अंतरंगातील भूकवचाखाली असलेल्या अध:स्तरावर एकमेकांना तोलून उभी असतात. त्यांच्यामध्ये जे संतुलन निर्माण झालेले असते त्याला समस्थायित्व (Isostasy) म्हणतात. (Iso = सम; Stasy = तोल). डटन (Dutton) या अमेरिकन भूशास्त्रज्ञाने १८१९ साली पृथ्वीवरील निरनिराळ्या भूरूपांचे निरीक्षण केले व उंचप्रदेश व त्यांना असलेला संलग्न सखल प्रदेश यांमध्ये एक प्रकारचे संतुलन असते; हे तत्त्व लक्षात घेऊन समस्थायित्वाचा सिद्धान्त (Theory of Isostasy) प्रस्थापित करण्याचा प्रयत्न केला.

एकंदरीत समस्थायित्व म्हणजे पृथ्वीवरील समान दाबामुळे आलेले संतुलन होय.

Kames (केम्स) - **कंकतगिरी**

अंत्यहिमोढाच्या लगत वाळू व भरड पदार्थ अनियमितपणे आणि अत्यंत क्लिष्ट स्वरूपात टाकून दिले जातात. त्यांना 'कंकतगिरी' असे म्हणतात. कंकतगिरीमध्ये छोटी छोटी विवरे (Kettles) आढळून येतात. या विवरात पाणी साठून सरोवरे तयार होतात. कंकतगिरी व विवरे अशा सामूहिक भूरूपाला 'नॉब अँड केटल' टोपोग्राफी म्हणतात. स्कॉटलंड मध्ये हे भूरूप आढळते.

Karst Window (कार्स्ट विंडो) - **कार्स्ट खिडकी**

अवतरण छिद्रे व डोलाइन यांचे छत उद्ध्वस्त झाल्यामुळे कार्स्ट खिडकीची निर्मिती होते. ही छत नसलेली विवरे असतात. ह्यामधून भूमिगत जलाची क्रिया किंवा भूमिगत जलप्रवाह पाहता येतो. चुनखडकाच्या प्रदेशात भूमिगत पाण्याच्या कार्यामुळे अशी विवरे तयार होतात.

Lava Flow - (लाव्हा फ्लो) – **लाव्हा खडक**

ज्वालामुखीतून लाव्हारस सावकाश वर येऊन भूपृष्ठावर पसरतो. ही क्रिया वारंवार घडल्यास शिलारसाचे थरांवर थर साचून त्याचे खडकात रूपांतर होते. याला 'लाव्हा फ्लो' (Lava Flow) असे म्हणतात. पृथ्वीवरील बराचसा भाग या प्रकारच्या खडकांनी व्यापलेला आहे. या प्रकारचा खडक काचेसारखा चकचकीत असून त्याला लहान लहान छिद्रे असतात.

Lacolith - (लॅकोलिथ) - **अग्निजन्य खडकाचा प्रकार**

हा अग्निजन्य खडकाचा प्रकार आहे. भूपृष्ठाखालीच पण कमी खोलीवर लॅकोलिथ खडकांची निर्मिती होते. आकाराने हे खडक बॅथोलिथपेक्षा लहान असतात; तरी पण बॅथोलिथ खडकांशी लॅकोलिथ खडकांचे साधर्म्य आढळते. भूपृष्ठांची झीज झाल्यावर हे खडक स्पष्टपणे ओळखता येतात. लॅकोलिथ खडक नेहमी स्तरित खडकांत आढळतात. यू एस ए मध्ये युटाह राज्यात हेन्री पर्वतीय प्रदेशात लॅकोलिथ आहेत.

Lacustrine Plains (लॅकुस्ट्राईन प्लेन्स) - **सरोवरात गाळाचे संचयन होऊन निर्माण होणारी मैदाने**

भूपृष्ठावरून वाहणाऱ्या नद्या सरोवरांना येऊन मिळाल्यावर त्या ठिकाणी त्यांचा वेग कमी होतो. त्यामुळे त्यांच्याबरोबर वाहून आलेला गाळ सरोवराच्या तळभागावर जमा होतो. ही क्रिया सतत सुरू राहिल्यास कालांतराने सरोवराचा तळभाग गाळाने भरून येतो व त्या ठिकाणी मैदानांची निर्मिती होते.

Land Slide (लँड स्लाइड) - **भूस्खलन**

माती व खडक यांची पर्वत, डोंगर अथवा कड्यावरून मोठ्या प्रमाणात होणारी अधोगामी घसरण म्हणजेच 'भूस्खलन' होय.

भूस्खलन ही एक नैसर्गिक - पर्यावरणीय आपत्ती आहे. ती प्रामुख्याने भूरूपिय स्वरूपाची असली तरीही पर्यावरणातील मानवी हस्तक्षेपांमुळे तिचे गांभीर्य वाढले आहे.

उताराचे संतुलन बिघडल्यामुळे भूस्खलन होते. हे संतुलन बिघडण्याची क्रिया काही दिवस अथवा काही आठवडे आधी सुरू झालेली असते. भूस्खलनामुळे वस्ती, गावे, शेतजमीन, रस्ते व अन्य वाहतूक मार्ग मातीच्या ढिगाऱ्याखाली गाडले जातात व मोठ्या प्रमाणात प्राणहानी व वित्तहानी होते. त्यामुळेच भूस्खलन ही एक विध्वंसक स्वरूपाची पर्यावरणीय आपत्ती आहे. हिमालय पर्वतीय प्रदेशात व पश्चिम घाटात पावसाळ्यात भूस्खलन होण्याच्या घटना घडतात.

Lapies - (लॅपीज) - **खडकांचा एक भू-प्रकार**

कार्बन-डाय-ऑक्साईडयुक्त पाणी जेव्हा चुनखडीच्या प्रदेशातून वाहते तेव्हा खडकाचा काही भाग विरघळतो. त्यामुळे खडकांना असलेल्या भेगा रुंदावतात; अशा अनेक भेगा खडकांना पडलेल्या असतात. या भू-प्रकाराला फ्रेंच भाषेत लॅपीज (Lapies), जर्मन भाषेत कारेन (Karren), इंग्लंडमध्ये क्लिंट् (Klint), सैबिरियात बोगास (Bogas) असे म्हणतात.

Lateral Moraine (लॅटरल मोरेन) - **पार्श्वहिमोढ**

हिमनद्यांच्या दोन्ही काठांवर दगडधोंड्यांच्या राशी आढळतात त्यांना 'पार्श्वहिमोढ' असे म्हणतात. हिमनदीच्या संचयनकार्यामुळे हिमोढ निर्माण होतात, त्यांतील हा एक प्रकार आहे.

Laterite Soil (लॅटेराइट सॉइल) - **(जांभेय थराची) तांबडी मृदा**

लॅटेराइट ही संज्ञा लॅटिन भाषेतील लॅटर ब्रिक (Later Brick) म्हणजे तांबूस रंगाची वीट या अर्थाने वापरला गेला आहे. या मृदेचा वापर विटा तयार करण्यासाठी मोठ्या प्रमाणावर केला जाई. हॅमिल्टन यांनी लॅटेराइट ही संज्ञा प्रथम वापरली.

उष्णकटिबंधीय प्रदेशात अतिशय उष्ण व दमट किंवा आर्द्र हवामान असलेल्या दाट अरण्यांच्या क्षेत्रांत ही वैशिष्ट्यपूर्ण मृदा निर्माण होते. जमिनीतल्या थरातील सेंद्रिय व असेंद्रिय घटक त्या जमिनीतून झिरपणाऱ्या पाण्याबरोबर खालच्या थरात वाहून येतात.

परिणामी या मृदेत सेंद्रिय द्रव्याचे प्रमाण कमी असते. सिलिकेट, मँगेनीज, ॲल्युमिनियम, लोह यांची संयुगे, यांचे प्रमाण जास्त असते म्हणून या मृदा अनुत्पादक ठरतात. लोहभस्मांच्या (Al_2O_3, Fe_2O_3, Fe_3O_4) आधिक्यामुळे या मृदेचा रंग तांबडा असतो. ही मृदा फारशी उत्पादक नसते. परंतु, हिच्या सान्निध्यात बॉक्साइटचे मोठे साठे सापडतात. ही मृदा मुख्यत्वे आशिया, आफ्रिका व अमेरिकेच्या उष्णकटिबंधीय प्रदेशातल्या डोंगरउतारावर आढळते. ही मृदा भारतात सह्याद्री घाटमाथा व उतारावर (कोकणात) आढळून येते.

Lava Cones (लाव्हा कोन्स) - शिलारसाचे शंकू

काही वेळा केवळ शिलारसाच्या संचयनामुळे शंकू तयार होतात त्यांना 'लाव्हा शंकू' (Lava Cones) असे म्हणतात. हे शंकू घुमटाकार असतात त्यांचा उतार तीव्र असतो. सिसिलीतील माउंट एटना, जपानमधील फुजियामा हे लाव्हा शंकू होत.

Lava Plateaus (लाव्हा प्लॅटू) - शिलारसाच्या संचयनापासून निर्माण झालेली पठारे / लाव्हा पठार

शिलारसाच्या संचयनापासून निर्माण झालेल्या पठारांना 'ज्वालामुखीय पठारे' असेही म्हणतात. पृथ्वीवरील ज्या प्रदेशात नेहमी ज्वालामुखीचे उद्रेक होतात अशा प्रदेशात या प्रकारची पठारे निर्माण होतात. ही पठारे ज्वालामुखीतून बाहेर पडणाऱ्या बेसिक शिलारसाची बनलेली असतात. दख्खनचे पठार लाव्हा पठार आहे.

Levees (लेव्हिज) - पूरतट

नदीच्या पात्रात गाळाचे संचयन होते व तळ उंचावला जातो. पुराचे वेळी मोठे दगडगोटे काठापासून दूर जाऊ शकत नाहीत. ते काठावरच टाकून दिले जातात व त्यांच्याच आजूबाजूला गाळ साचून नंतर काठ उंचावले जातात. यांना 'पूरतट' म्हणतात. विक्रमी पुराच्या वेळी हे पूरतट पाण्याचा भार सहन करू न शकल्याने ढासळून पुराचे पाणी पूरमैदानात वेगाने घुसून अतोनात हानी होते व शेते बुडतात. गंगेच्या मैदानी प्रदेशातून वाहणाऱ्या नद्यांनी पूरतट निर्माण केले आहेत.

Limestone Cave (लाइमस्टोन केव्ह) - चुनखडीच्या गुहा

भूपृष्ठाखाली भूमिगत पाण्याचे कार्य सुरू असते. चुनखडीच्या प्रदेशांत विलयछिद्रातून पाणी खोलवर जाते व आत कठीण व जलाभेद्य खडकाच्या पृष्ठभागावरून उताराला अनुसरून ते पाणी वाहू लागते; म्हणजे भूमिगत पाण्याचे जलाभेद्य खडकावर पात्र तयार होते यालाच 'गुहा' असे म्हणतात.

Lobate Type Delta (लोबेट टाइप डेल्टा) - **क्षीणाकार त्रिभुज प्रदेश**

नदीचे त्रिभुज प्रदेश मुखाकडे अधिक रुंद असतात; पण नदीच्या मुखाशी जमीन खचत असल्यास किंवा त्यावर लाटांचा आघात होत असल्यास त्यांना विशिष्ट असा कोणाताच आकार प्राप्त होत नाही. लाटांच्या आघातात किंवा जमीन खचल्याने क्षीण होणारे हे त्रिभुज प्रदेश असतात. त्यांना क्षीणाकार (Lobate) प्रकार म्हणतात. हडसन नदीचा त्रिभुज प्रदेश अशा स्वरूपाचा आहे. हा खंडित स्वरूपाचा त्रिभुज प्रदेश असतो.

Loess - (लोएस) - **स्तरित खडकाचा प्रकार**

हा स्तरित खडकाचा एक प्रकार आहे. लोएसचा शब्दश: अर्थ वरून ओतलेला असा आहे. वाळवंटी प्रदेशातील वाऱ्यामुळे वाळूपेक्षा सूक्ष्म आकाराचे कण व धुळीचे कण वाळवंटापलीकडील क्षेत्रांत दूर अंतरावर नेले जातात आणि तेथे ते थरांच्या स्वरूपात साचत जातात. लोएस पिवळ्या किंवा भुऱ्या रंगाची माती आहे. यात वाळूकणांपेक्षा लहान आणि मातीपेक्षा मोठे कण असतात. ते पाण्यात सहज विरघळतात. या मातीत थर आढळत नाहीत. लोएस मातीत सामान्यत: सिलिका, फेल्ससार, अभ्रक, क्वार्ट्स, ॲल्युमिनियम इ. घटक आढळतात. लोएस हे नाव फ्रान्सच्या अल्सेस प्रांतातील लोएस नावाच्या गांवावरून पडले आहे. लोएस सच्छिद्र असून पाणी धरून ठेवण्याचा त्याचा गुणधर्म असतो. चीनमध्ये लोएसचा व्यापक प्रदेश आहे.

Lopolith - (लोपोलिथ) - **अग्निजन्य खडकाचा प्रकार**

हा अग्निजन्य खडकाचा प्रकार आहे. जेव्हा लाव्हारस खोलगट किंवा उथळ भागांत साचतो आणि कालांतराने थंड होऊन बशीच्या आकारासारखा भूआकार निर्माण होतो त्यालाच लोपोलिथ असे म्हणतात. लोपोलिथ हा शब्द जर्मन भाषेतील 'लोपास' (Lopas) यावरून तयार झालेला आहे. याचा अर्थ सरळ खोरे हा आहे.

Magma (मॅग्मा) - **लाव्हारस**

पृथ्वीच्या अंतरंगातील मॅग्मा हे एक घटक द्रव्य आहे. खडकांचे तुकडे, वितळलेल्या खडकांचा द्रव, विविध वायू, खनिजद्रव्ये-संयुगे, पाण्याची वाफ यांच्या भूपृष्ठाखालील तप्त मिश्रणास मॅग्मा म्हणतात. मॅग्मा थंड होण्याच्या क्रियेतून अंतर्गत अग्निजन्य खडक निर्माण होतात.

Marble (मार्बल) - **संगमरवर**

हा मुख्यत: कॅलसाइट व डोलोमाइट या खनिजांनी बनलेला खडक असून लाइमस्टोन इत्यादी कार्बोनेट खडकांच्या औष्णिक किंवा प्रादेशिक रूपांतरणातून निर्माण

होतो. लिमोनाइट, हेमेटाइट ही द्रव्ये त्यात असल्यास त्याला गुलाबी, हिरवा, पिवळा हे रंग प्राप्त होतात. संगमरवर हा रूपांतरित खडक अत्यंत उपयुक्त व टिकाऊ असतो.

Matterhorn Peak (मॅटरहॉर्न पीक) - गिरिशृंग

हिमगव्हराच्या माथ्याकडे झीज होत जाते. कालांतराने तीन-चार हिमगव्हरे एकत्र येऊन डोंगरमाथ्याचा प्रदेश निमुळता व त्रिकोणाकृती बनतो; अशा शृंगाकृती सुळक्यास गिरिशृंग असे म्हणतात. मॅटरहॉर्नची झीज होऊन त्याजागी सपाट प्रदेश तयार होतो. त्याला खिंड (Col) असे म्हणतात. स्वित्झर्लंड मधील या शिखराच्या नावावरून या भूरूपास ओळखले जाते.

Meanders (मिअँडर्स) - नागमोडी वळणे

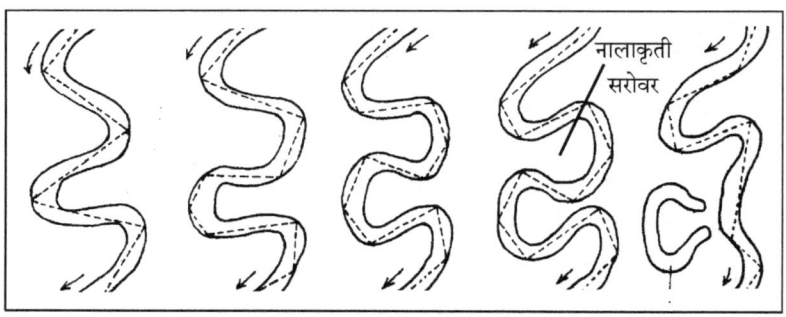

नागमोडी वळणे

नद्यांच्या प्रौढावस्थेत नद्या वळणे घेऊन वाहू लागतात. यांना नागमोडी वळणे (Meanders) असे म्हणतात. या अवस्थेत नदीचा नवोन्मेष झाल्यास नदीच्या अपक्षय कार्यात वाढ होऊन नद्या जुन्या नागमोडी वळणातच खोल व अरुंद दऱ्या खणतात. दऱ्या खणून जी नागमोडी वळणे तयार होतात. त्यांना Entrenched Meanders किंवा Ingrown Meanders असे म्हणतात. या अवस्थेत नद्यांच्या वळणांचा विस्तार वाढत जातो. या क्रियेत काही वेळेस वळणाच्या दरम्यानच्या जमिनीचा भाग नदीच्या अपक्षय कार्यामुळे झिजून नाहीसा होतो व त्या ठिकाणी नैसर्गिक पुलासारखा भाग तयार होतो. उत्तर भारतातील नद्यांनी अशी नागमोडी वळणे व नालाकृती सरोवरे तयार केली आहेत.

Medial Moraine (मिडियल मोरेन) - मध्यहिमोढ

दोन हिमनद्यांचा जेथे संगम होतो तेथे दोन पार्श्वहिमोढ एकत्र येऊन 'मध्यहिमोढ' तयार होतो.

Mesa - (मेसा) - **खडकांचा एक भू-प्रकार**

वाळवंटी प्रदेशांत कठीण व मृदू खडकांचे थर क्षितिज समांतर पसरलेले आढळतात. यातील मृदू खडकांच्या थरांची झीज होऊन कठीण खडकांचे भाग उंच टेबलाच्या आकारासारखे शिल्लक राहतात. यांना 'मेसा' असे म्हणतात. कोलोरॅडो पठारी प्रदेशात मेसा आढळतात.

Metamorphic Rocks (मेटॅमॉर्फिक रॉक्स) - **रूपांतरित खडक**

अग्निजन्य व स्तरित खडकांवर उष्णता, दाब आणि रासायनिक क्रिया यांचा परिणाम होतो व त्यामुळे त्या खडकातील भौतिक व रासायनिक समतोल बिघडतो. हा समतोल नव्याने स्थापन केला जात असताना खडकांचे रूपांतरण घडून येते. अशा नवनिर्मित खडकांना रूपांतरित खडक म्हणतात. प्रसिद्ध शास्त्रज्ञ वर्सेस्टरच्या मते, ''ज्या खडकाचे विघटन न होता स्वरूप व रचना यांच्यात परिवर्तन झालेले असते अशा सर्व खडकांचा समावेश रूपांतरित खडकांत होतो. 'Metamorphe' या ग्रीक शब्दाचा अर्थच 'बदललेल्या स्वरूपाचा' (Changed Form) होतो. रूपांतरणाची क्रिया जेव्हा अग्निजन्य खडकांत होते तेव्हा त्यास 'अग्निजन्य रूपांतरित (Meta lgneous Rocks) खडक' असे म्हणतात. रूपांतरणाची क्रिया जेव्हा स्तरित खडकांत होते तेव्हा त्यास 'स्तरित रूपांतरित खडक' (Meta Igneous Rocks) असे म्हणतात. जेव्हा एखाद्या रूपांतरित खडकांचे पुनर्रूपांतरीकरण होते तेव्हा त्यास 'पुनर्रूपांतरित खडक' (Remetamorphic Rocks) असे म्हणतात. दाब व उष्णता यांपैकी एकामुळे किंवा दोन्हींमुळे सामान्यत: खडकांचे भौतिक रूप बदलते; तर उष्णतेमुळे भौतिक आणि रासायनिक अशी दोन्ही रूपे बदलतात. हे खडक अच्छिद्र, स्फटिकमय व कठीण असतात. चुनखडक रूपांतरित होऊन संगमरवर होतो.

Mineral (मिनरल्स) - **खनिजे**

खनन (खणणे) ही क्रिया केल्यावर जे मिळते, ते खनिज. पृथ्वीच्या भूपृष्ठातील असेंद्रिय मूळपदार्थ किंवा त्यांचे मिश्रण म्हणजेच 'खनिजे' होय. खडकांची बांधणी या मूलद्रव्य किंवा खनिजांनी केलेली असते. दोन वा अधिक रासायनिक गुणधर्मांची मूलद्रव्ये एकत्र येऊन ही खनिजे बनतात.

सुमारे १५०० खनिजे ज्ञात आहेत. बरीचशी खनिजे संयुगातून तयार झाली आहेत. मूलद्रव्यस्वरूपातील सुमारे १०५ खनिजे ठाऊक आहेत. रसायनशास्त्रातील 'पीरिऑडिक टेबल' (Periodic Table) या तक्त्यात त्यांचा उल्लेख असतो. अर्थात, त्यात काही वायूंचाही समावेश आहे.

धातू खनिजांमध्ये लोह, सोने, चांदी, तांबे, ॲल्यूमिनियम इत्यादींचा समावेश होतो. अधातू खनिजांमध्ये अभ्रक, चुनखडी, कोळसा, खनिजतेल इत्यादींचा समावेश होतो.

Mineralogy (मिनरालॉजी) - **खनिजशास्त्र**

खनिजांचे प्राकृतिक (Physical), प्रकाशीय (Optical), स्फटिकीय (Crystallographic) व रासायनिक गुणधर्म, खनिजांची उत्पत्ती व उपस्थिती अवस्था या विषयीचे अध्ययन खनिजशास्त्रांत केले जाते. अनुकूल परिस्थितीत खनिजे नैसर्गिक स्फटिकांच्या रूपात आढळतात. स्फटिकांचा आकार, वर्गीकरण, स्फटिकांच्या आण्विक संरचना (Crystal structure) यांचा अभ्यास स्फटिकशास्त्रात (Crystallography) केला जातो. स्फटिकशास्त्र ही खनिजशास्त्राचीच एक उपशाखा आहे.

Monoclina Fold (मोनोक्लिना फोल्ड) - **एकप्रवणक वळी / एककल वळी**

भूपृष्ठावर एका बाजूने पडणाऱ्या दाबांपेक्षा दुसऱ्या बाजूने पडणारा दाब जास्त असेल तर वळीची एक भुजा मंद उताराची व दुसरी भुजा तीव्र उताराची किंवा उभी असते. या प्रकारच्या वळ्यांना एकप्रवणक वळी असे म्हणतात.

Moraines (मोरेन्स) - **हिमोढ**

हिमनदीत गुंडामृदा आढळते. ती तळात किंवा पृष्ठभागावर असते. हिमनदीतून वाहणाऱ्या गुंडामृदेस 'हिमोढ' असे म्हणतात. हिमनदीमुळे निक्षेपित होणाऱ्या गुंडामृदेसही हिमोढ असे नाव आहे. हिमनदीमध्ये हिमोढ वेगवेगळ्या ठिकाणी आढळतात. त्यांच्या स्थानांवरून त्यांचे वेगवेगळे प्रकार पाडलेले आहेत. हिमनदीला होणारा हिमपुरवठा कमी होत गेल्याने, तपमान वाढल्याने हिमोढ संचयित होतो.

Mountain Deserts (माउंटन डेझर्ट्स) - **पर्वतीय वाळवंटे**

वाळवंटात, पठारी डोंगराळ प्रदेशात कमी-अधिक झीज होऊन कडेकपाऱ्या, टोकदार शिखरे व शुष्क खोरी यांनी युक्त असे भूदृश्य तयार होते. सहारातील ॲटलास पर्वत व तिबेत्सी पर्वतात वरील प्रकारची वाळवंटेच आहेत.

Mountains (माउन्टन्स) - **पर्वत**

पर्वत म्हणजे पृथ्वीवरील उठावाचा ठळक प्रकार असून सर्वसामान्य भाषेत ते पृथ्वीवरील एखाद्या प्रदेशाच्या सर्वसामान्य पातळीपेक्षा उंच असलेले उंचवटे असतात. भूशास्त्रात ६०० मीटरपेक्षा उंच असलेल्या उंचवट्याला 'पर्वत' असे म्हणतात. सर्वसामान्यपणे कोणत्याही पर्वतात खालील वैशिष्ट्ये आढळतात. :-

(१) पृथ्वीवरील सर्व पर्वत गाळाच्या खडकांपासून तयार झाले आहेत. (२)पृथ्वीवरील मुख्य पर्वत एका विशिष्ट दिशेकडे वाकलेले असून त्यांचा विस्तार सर्वसाधारणपणे पूर्व-पश्चिम किंवा उत्तर-दक्षिण या दिशेने झालेला आहे. तसेच जगातील बहुतेक पर्वतरांगा या खंडाच्या किनाऱ्यांना समांतर अशा पसरलेल्या आहेत. (३)घडीच्या पर्वतातील खडकांच्या थरांची जाडी ही त्यांच्या सभोवतालच्या मैदानांपेक्षा जास्त आहे. तसेच या थरांची रुंदी कमी असून लांबी जास्त आहे. (४) उंच शिखरे, सुळके, खोल अरुंद दऱ्या, तीव्र उतार, दाट अरण्ये ही पर्वतीय भूरूपाची वैशिष्ट्ये असतात.

कोबर या शास्त्रज्ञाने वरील निरीक्षणावरून असे अनुमान काढले आहे की, पृथ्वीवरील प्रत्येक पर्वताची निर्मिती ही पूर्वी पृथ्वीवर असलेल्या अरुंद, लांब व उथळ समुद्रात गाळाचे संचयन होऊन, त्याला पर्वतनिर्माणकारी भूहालचालींमुळे घड्या पडून झाली. आल्प्स, हिमालय, अँडीज, रॉकी हे जगप्रसिद्ध पर्वत आहेत.

Mushroom Rock (मश्रुम रॉक) - **भूछत्र खडक**

वाळवंटातील खडकावर वाऱ्याची प्ररोही क्रिया (Sandblasting) होते. खडकावर येऊन आपटणाऱ्या वाऱ्याच्या स्तंभात खालच्या बाजूस जाडीभरडी वाळू असते तर वरच्या बाजूस हलकी व बारीक वाळू असते. त्यामुळे खडकांचे माथ्यालगतचे भाग कमी झिजले जातात तर तळालगतच्या भागाचे अध:कर्तन होते. त्यामुळे खडकास वैचित्र्यपूर्ण आकार प्राप्त होतात; अशा प्रकारे माथ्याची कमी झीज झालेला पण तळाकडे जास्त झीज झालेला खडक 'भूछत्र खडक' म्हणून ओळखला जातो. खडकाळ वाळवंटात अशा प्रकारचे भूछत्र खडक बरेच असल्याने वाळवंटी प्रदेशात त्याला 'मशरूम टोपोग्राफी' असे म्हणतात. कोलोरॅडो पठारावर भूछत्र खडक निर्माण झाले आहेत.

Nappes (नॅपीज) - **ग्रीवा खंड**

भूपृष्ठावर दोन्ही बाजूंकडून पडणारा दाब जास्त तीव्र स्वरूपाचा असेल तर निर्माण झालेल्या वळ्यांच्या आसावर खूप ताण पडतो. त्यामुळे आसाजवळील वळ्यांचा भाग दुभंगतो. जास्त दाबाकडील वळीची भुजा कमी दाबाकडील वळीच्या भुजेवर सरकते अशा खंडित झालेल्या वळीला 'ग्रीवा खंड' असे म्हणतात. आल्प्स पर्वतात अशा प्रकारच्या वळ्या आढळतात.

Nivation (निवेशन) - **कणहिमक्षरण**

हिमाच्छादित प्रदेशात दिवसा व विशेषत: उन्हाळ्यात तपमान शून्याच्या वर गेल्यानंतर बर्फ वितळते व प्रामुख्याने रात्री व हिवाळ्यात पाणी गोठते. या क्रियेमुळे व

पाण्याचे अपवादात्मक प्रसरण होत असल्यामुळे पाणी गोठत असताना तयार होणाऱ्या बर्फास जास्त जागा लागत असल्याने खडकातील जोड, फटी व भेगा रुंदावून खडकांचे तुकडे होतात. या प्रकारे होणाऱ्या झिजेस 'कणहिमक्षरण' असेम्हणतात.

Normal Fault (नॉर्मल फॉल्ट) - **साधा प्रस्तरभंग**

अंतर्गत हालचालींमुळे भूपृष्ठावरील खडकावर ताण पडून एकसंध खडकाला तडे जातात किंवा भेगा पडतात. त्यामुळे भेगेजवळील दोन्ही भूभाग क्षितिजसमांतर परंतु एकमेकांच्या विरुद्ध दिशांनी सरकतात. या प्रकारच्या भेगेला प्रसामान्य भेग किंवा 'साधा प्रस्तरभंग' म्हणतात.

Obsequent Streams (ऑब्सिकेंट स्ट्रीम्स) - **प्रत्यानुवर्ती नवीन प्रवाह**

मुख्य नदीच्या प्रवाहाच्या विरुद्ध दिशेने वाहात जाऊन परवर्ती नद्यांना मिळणाऱ्या प्रवाहांना 'प्रत्यानुवर्ती साहाय्यक जलप्रवाह' (Obsequent Streams) म्हणतात.

Old Shields (ओल्ड शील्डस्) - **प्राचीन पठारे**

ही पठारे अतिशय कठीण अशा खडकांपासून निर्माण झाली आहेत. उत्तरेकडील प्राचीन भूमिखंडांचे विखंडन होऊन कॅनडाचे पठार, स्कँडेनेव्हियाचे पठार व सैबेरियाचे पठार ही पठारे निर्माण झाली. प्राचीन भूमिखंडांचे विखंडन होऊन दक्षिण अमेरिका, ऑस्ट्रेलिया, आफ्रिका, हिंदुस्थान ही खंडे निर्माण झाली. या खंडांत जी प्राचीन पठारे आढळतात ती या प्राचीन खंडाचे भाग होत. ऑस्ट्रेलिया खंडात ऑस्ट्रेलियाचे, भारतात दख्खनचे, आफ्रिकेत आफ्रिकेचे, दक्षिण अमेरिकेत ब्राझीलचे पठार ही प्राचीन पठारे आहेत. प्राचीन ढाल प्रदेशाचे हे खंडित झालेले भाग होत.

Order of Streams (ऑर्डर ऑफ स्ट्रीम्स) - **जलप्रवाहांची श्रेणी**

उगमस्थानाच्या प्रदेशात स्वतंत्रपणे वाहणाऱ्या अत्यंत कमी लांबीच्या व उपनदी नसलेल्या जल प्रवाहास प्रथम श्रेणीचे जलप्रवाह (First order streams) असे म्हणतात. दोन प्रथम श्रेणीचे जलप्रवाह एकत्र येऊन द्वितीय श्रेणीचा जलप्रवाह (Second order stream) तयार होतो. दोन द्वितीय श्रेणीचे जलप्रवाह एकत्र घेऊन तृतीय श्रेणीचा जलप्रवाह (Third order stream) तयार होते; अशा रीतीने जलप्रवाहांची श्रेणी वाढत जाऊन नदीच्या खोऱ्यांचा विकास होतो. जलप्रवाहांना श्रेणी देण्याची ही पद्धती स्ट्रालर (Strahler) या भूशास्त्रज्ञाने सांगितली आहे. प्रवाह प्रणालीचा अभ्यास करण्याचे हे एक तंत्र आहे.

Organic Rock (ऑरगॅनिक रॉक) - **सेंद्रिय खडक**

पृथ्वीवरील वनस्पती व प्राण्यांच्या अवशेषांच्या संचयनामुळे स्तरीत सेंद्रिय खडक तयार होतात. वनस्पती व प्राणी यांच्या मृत्यूनंतर त्यांचे कुजलेले अवशेष भूपृष्ठाखाली दबले जातात. ह्यावर गाळाचे संचयन होत राहते. त्यामुळे दाब निर्माण होऊन कालांतराने त्यापासून खडक तयार होतात. ह्या खडकांना 'सेंद्रिय खडक' असे म्हणतात. काही सेंद्रिय खडकांत कॅल्शियम कार्बोनेटचे प्रमाण तर काही सेंद्रिय खडकांत कार्बनचे प्रमाण जास्त असते. या खडकांचे प्रामुख्याने दोन प्रकार आहेत. ते पुढीलप्रमाणे : (१) वनस्पतिजन्य खडक, (२) प्राणिजन्य खडक.

वनस्पतिजन्य खडकांत कार्बनचे प्रमाण जास्त असते. भू-हालचालींमुळे वनस्पती भूपृष्ठाखाली गाडली गेल्यानंतर त्यावर गाळाचे संचयन होत राहिल्याने उष्णता व दाब यांमुळे त्या दबलेल्या वनस्पतीचे कोळशात रूपांतर होते. प्रथम कोळसा नंतर विविध परिवर्तनामुळे लिग्नाइट, बिटुमिनस, ॲन्थ्रासाइट इत्यादींची निर्मिती होते.

प्राणिजन्य खडकात कॅल्शियम कार्बोनेटचे प्रमाण प्रामुख्याने आढळते. हा रासायनिक पदार्थ विशिष्ट प्राण्यांच्या सांगाड्यापासून तयार होतो. सर्वच प्राण्यांच्या अवशेषांपासून असे खडक तयार होत नाहीत. जे प्राणी क्षार ग्रहण करतात असे विशिष्ट प्रकारचे प्राणी मेल्यानंतर त्यांची हाडे पाण्याच्या एखाद्या ठिकाणी साठून संघटित होतात. त्या खडकांना 'चुनखडक' म्हणतात.

Out Washed Plain (आउट वॉश्ड प्लेन) - **उत्क्षालित मैदान**

अग्रभागातून उगम पावणाऱ्या जलप्रवाहांच्या संचयनकार्यामुळे हे भूस्वरूप तयार होते. अनेक हिमनद्या एकत्र आल्यास मोठ्या प्रमाणात गाळाचे संचयन होते. हिमस्तर वितळल्यानंतरदेखील बरीच लांबलचक उत्क्षालित मैदाने तयार होतात.

Ox-bow Lake (ऑक्स-बो-लेक) - **नालाकृती सरोवरे**

गुरुत्वशक्तीच्या प्रभावामुळे नदीचे पाणी दूरवरपर्यंत सरळ एका रेषेत वाहू शकत नाही. प्रौढावस्थेत उतार व वेग कमी होतो. त्यामुळे मार्गात येणाऱ्या शिलाखंडासारख्या अडथळ्यांना वळसे घालूनच नदीला पुढे जावे लागते; अशा अडथळ्यांच्या परिसरात संचयनास सुरुवात होते तर विरुद्ध बाजूस पाणी जोराने आपटल्याने खननक्रिया वाढते, असा प्रकार नदीच्या मुखाच्या बाजूस वारंवार घडतो. त्यामुळे नदीस वळणे प्राप्त होतात. त्यांना 'नागमोडी वळणे' असे म्हणतात. कालांतराने ही वळणे तीव्र होतात. सतत चालू असलेल्या खननक्रियेमुळे तीव्र झालेल्या वळणांच्या दोन्ही बाजू अत्यंत अरुंद होतात. हा अरुंद भाग खननक्रियेने नंतर नाहीसा होऊन नदी नवीन मार्ग काढून सरळ वाहू लागते व

जुने पात्र टाकून देते. नदीच्या तुटलेल्या अर्धचंद्राकृती पात्रास नालाकृतिसरोवर (Ox-bow lake) असे म्हणतात. उत्तर भारतातील अनेक नद्यांनी अशी नालाकृती सरोवरे निर्माण केली आहेत. *(पान क्र. १०८ वरील आकृती पहा.)*

Paleontology (पॅलिओंटॉलॉजी) - **पुराजीवशास्त्र**

खडकांमध्ये आढळून येणाऱ्या प्राचीनकालीन प्राणी व वनस्पती यांच्या अवशेषास 'जीवाश्म' असे म्हणतात. पुराजीवशास्त्राद्वारे प्राचीन काळातील नैसर्गिक, भौगोलिक परिस्थिती (Geographical Conditions), प्राणी व वनस्पतिजीवन व उत्क्रांती यांसंबंधीचे विस्तृत ज्ञान प्राप्त होते. खडकांचा स्तरक्रम (Sequence), खडकांच्या संरचना व खडकांतील जीवाश्म यांवरून विविध कालखंडांतील भूरूपशास्त्रीय घडामोडींचे ज्ञान प्राप्त होते. भूशास्त्रीय कालानुक्रमानुसार शैलस्तरांचे अध्ययन स्तरशास्त्र (Stratigraphy) या शाखेत केले जाते.

Parallel Retreat Theory of Slope (पॅरलल रिट्रीट थिअरी स्लोप) - **एल. सी. किंगचा समांतर माघारी उतार सिद्धान्त**

एल. सी. किंगने उताराची उत्क्रांती होत असताना हळूहळू कोणते भूदृश्य (Land Scape) तयार होतात असे सूत्रबद्ध विचार मनात घेऊन हा सिद्धान्त मांडला. त्या दृष्टीने किंग या तज्ज्ञाने उताराचे पुढील भाग पाडले :

(१) शीर्ष उतार (बहिर्वक्र उतार)
(२) उभट उतार (कड्याचा उतार)
(३) डबर उतार (पायथा उतार)
(४) पदभूमी (पदस्थली)

शीर्ष उतार हा अधिक क्षरणामुळे व मृदाघसरणामुळे (Soil Creep) बहिर्वक्र स्वरूपाचा तयार होतो. उभट उतार हा तेथील मृदाप्रवाहामुळे कठीण व मूळ खडकांचा भाग कड्यासारखा (Clift) उभट असतो. डबर उतार (Talus Slope) हा उताराच्या पायथ्याशी गाळ साचून कोणत्याही कोनात व गाळ जसा असेल तसा तयार होतो. साधारपणे तिरपा उतार असतो.

उताराचा शेवटचा भाग म्हणजे पदभूमी (Pediment) होय. भूपृष्ठप्रवाहामुळे हा उतार तयार होत असून तो मंद असा अंतर्वक्र उताराचा असून जवळजवळ सपाट भूमंचासारखा असतो. डबर उतारापासून नदीच्या पात्रापर्यंत पदभूमीचा विस्तार दिसून येतो. पुढे लक्षात ठेवण्यासारखी बाब म्हणजे भूपृष्ठावरील शेजारी-शेजारी असणाऱ्या अनेक पदभूमी एकत्र येतात. त्यात असलेले उंचवटे झिजतात व एकच विस्तृत सपाटी

तयार होते. तिलाच पदस्थली (Pediplains) म्हणतात. पदभूमीच्या निर्मितीत पत्रित प्रवाह (Sheet Flow) व दरीप्रवाह (Valley Flow) आलटून-पालटून क्षरणाचे कार्य करतात. यावेळी उतार मागे हटत जातो व पायथ्याशी सूक्ष्म गाळाची पातळ पदभूमीची सपाटी तयार होते.

किंगने उतारावरून वाहणारे जलप्रवाहाचे दोन प्रकार मानले. एक जलप्रवाह शीर्ष उतारावर पत्रित किंवा पसरट (Sheet) होऊन खाली येतो; तर कड्यासारख्या (Scarp) उतारावरून वाहताना एक धारेचा प्रवाह खाली येतो. यात असे दिसून येते की, धाराप्रवाह जास्त क्षरणक्षम असतो. त्यामुळे बहिर्वक्र उताराची उत्क्रांती होत असते. निमशुष्क प्रदेशात या प्रकाराची प्रक्रिया घडत असते. किंग यांनी उताराची समांतर माघार ही शुष्क व निमशुष्क प्रदेशांत योग्य प्रकारे होते असे प्रतिपादन केले आहे.

Pedestals (पेडेस्टल्स) - **चबुतरे**

अध:कर्तनाची क्रिया अतिशय जोरदार असल्यास भूछत्र खडकाची अरुंद मान कालांतराने पूर्णपणे झिजून नष्ट होते. वरील रुंद भाग खाली पडतो. कमी-अधिक कठीणतेच्या खडकात मृदू खडकांची झीज होऊन कठीण खडक चबुतऱ्यासारखे शिल्लक राहतात. यास 'चबुतरे' असे म्हणतात. वाळंवटी प्रदेश वाऱ्याच्या खननकार्यामुळे चबुतरे निर्माण होतात.

Pediments (पेडिमेंट्स) - **शिलापद**

वाळवंटी प्रदेशातील पर्वतमय भागांच्या पायथ्याशी विस्तीर्ण असे झिजेचे मैदान तयार होते. यावर कधी-कधी दगडधोंड्यांच्या संचयनाचा अगदी लहान असा थर असतो; तर कधी ही मैदाने पूर्णपणे उघडी असतात. या झिजेच्या मैदानांची पर्वताकडील बाजू तीव्र उताराची असते व खोलगट भागाकडील बाजू सौम्य उताराची असते. यावर वाळू, भरड पदार्थ इत्यादींचे संचयन आढळते; अशा मैदानास 'शिलापद' असे म्हणतात.

Pedogeography (पेडोजिऑग्रॅफी) - **मृदा भूगोल**

मृदांचा अभ्यास ज्या शास्त्रात केला जातो, त्याला 'Pedology' असे म्हणतात. तसेच त्याच्या व भूगोल शास्त्राच्या संबंधातून मृदा भूगोल ही शाखा निर्माण झाली. भूपृष्ठावर आढळणाऱ्या विविध मृदांचा तसेच त्यांच्या वितरणाचा अभ्यास या शास्त्रात केला जातो.

Peneplain (पेडॉलॉजी) - **मृदाशास्त्र**

भूपृष्ठावरील खडकाचे विखंडन होऊन तयार होणाऱ्या मातीच्या थराला मृदा (Soil) म्हणतात. मृदेची रचना (Structure) व पोत (Texture) यांचा अभ्यास

मृदाशास्त्रात होतो. मृदा ज्या घटकद्रव्यापासून बनली आहे त्या घटकद्रव्याच्या कणाची मांडणी तसेच मृदेतील खनिजद्रव्याचा आकार व एकसंधपणा याचाही अभ्यास होत असतो. या सर्व बाबींचा अभ्यास करणाऱ्या शास्त्रास मृदाशास्त्र (Pedology) म्हणतात. प्राकृतिक भूगोलात खडकापासून मृदा कशी तयार होते, मातीचे वर्गीकरण, मातीत असणारे सेंद्रिय व असेंद्रिय पदार्थ यांसंबंधीचा अभ्यास करण्यात येतो. मृदाशास्त्र ही आंतर-विद्या शाखा आहे.

Peneplains (पेनिप्लेन) - **समतलप्राय मैदाने**

ही नद्यांच्या घर्षणकार्यामुळे निर्माण होतात. अपक्षय चक्राच्या भिन्न अवस्थांपैकी वृद्धावस्थेत या प्रकारच्या मैदानाची निर्मिती होते. अशा मैदानाची निर्मिती म्हणजे कोणत्याही नदीचे एक अपक्षयचक्र पूर्ण झाल्याचे चिन्ह असते. या अवस्थेत नदी ज्या भागावरून वाहते त्याचा पूर्वीचा उतार नाहीसा होतो व संपूर्ण प्रदेशाची उंची समुद्रसपाटीपर्यंत कमी झालेली असते. अशा जवळपास सपाट झालेल्या भागाला 'समतलप्राय मैदान' म्हणतात. डब्ल्यू एम् डेविस यांनी ही संकल्पना मांडली.

Perennial Rivers (पेरेनियल रिव्हर्स) - **नित्य नद्या**

काही नद्यांच्या खोऱ्यात वर्षभर पाणी आढळते; कारण त्यांच्या पाणलोटाच्या क्षेत्रात पावसाचे प्रमाण जास्त असते; अशा नद्यांना 'नित्य नद्या' बारमाही नद्या म्हणतात.

Petrification (पेट्रिफिकेशन) - **अश्मीभवन**

भूमिगत पाणी एखाद्या भूभागावरून वाहत असताना तेथील मूळ खनिजे दुसरीकडे वाहून घेऊन जाते व त्या ठिकाणी भिन्न खनिजे आणून टाकून तेथील खनिजांची भरपाई केली जाते. या क्रियेलाच 'अश्मीभवन' असे म्हणतात.

Petrology (पेट्रॉलॉजी) - **पाषाणशास्त्र**

भूकवचाच्या सघन पदार्थाला 'शैल' किंवा 'खडक' म्हटले जाते. बहुतेक सामान्य शैलांत एक किंवा अधिक खनिजे असतात. खडक म्हणजे पाषाण. पाषाणशास्त्र ही भूशास्त्राची महत्त्वाची शाखा असली तरी प्राकृतिक भूगोलाशी या शाखेचा संबंध आहे. खडकाचे खनिजात्मक, रासायनिक, संरचनात्मक व घटनात्मक (Structural) गुणधर्म व खडकाची उत्पत्ती यासंबंधीचा अभ्यास पाषाणशास्त्रात केला जातो. वास्तुशिल्प व स्थापत्य क्षेत्रातील शैलाच्या उपयोगाच्या अध्ययनास शिलाशास्त्र (Lithology) म्हणतात.

Phocolith - (फॅकोलिथ) - **अग्निजन्य खडकाचा प्रकार**

भूगर्भातील खडकांना जेव्हा घडीचा आकार प्राप्त होतो तेव्हा अशा खडकांमध्ये अपनती आणि अभिनती असतात. तेथे लाव्हारसाचे संचयन होऊन भूआकार निर्माण होतो. त्यालच फॅकोलिथ म्हणतात. हा अग्निजन्य खडकाचा प्रकार आहे. कॉर्नडॉन हिल (इंग्लंड) हा फॅकोलिथ आहे.

Phyllite - (फिलाइट) - **पंकाश्म खडकाचा प्रकार**

पंकाश्म (Shale) खडकाच्या निम्नश्रेणीय प्रादेशिक रूपांतरणातून यांची निर्मिती होते.

Physical Geomorphology (फिजिकल जिओमॉर्फोलॉजी) - **भौतिक भूरूपशास्त्र**

पृथ्वीमधील आंतरिक अथवा पृथ्वीवरील बाह्य शक्तीद्वारे (Internal or external forces) भूपृष्ठावर जे नित्य परिवर्तन घडून येते त्याचे अध्ययन भौतिक भूशास्त्रात केले जाते. पृष्ठीय जल, भूजल, वारा, समुद्र, हिमनद्या, सरोवरे यांसारख्या बाह्य तसेच भूकंप, ज्वालामुखी, पर्वतनिर्माणक प्रक्रिया यांसारख्या आंतरिक निसर्गशक्तींद्वारे भूपृष्ठावर जे बदल घडून येतात त्यांचा अभ्यास भौतिक भूरूपशास्त्रात समाविष्ट केला जातो.

Piedmont Plains (पिमाँ प्लेन्स) - **पर्वतीय मैदाने**

पर्वतातून नद्या उगम पावल्यानंतर त्या नद्यांचे पाणी कधी कधी पर्वतांच्या पायथ्याजवळ सभोवतालच्या प्रदेशात पसरते. अशा रीतीने नदीच्या पात्रावरून बाहेर पसरलेल्या पाण्याचा वेग कमी झाल्यामुळे त्या पाण्याबरोबर बाहेर आलेला गाळ पर्वतांच्या पायथ्याजवळील प्रदेशात साचतो. कालांतराने पर्वताच्या पायथ्याजवळ मैदानांची निर्मिती होते. मैदानाच्या या विशिष्ट स्थानांमुळे याला 'पर्वतीय मैदान' असे म्हणतात.

या मैदानांचा विस्तार पर्वतांतून वाहत येणाऱ्या नद्यांतील गाळाच्या प्रमाणांवर अवलंबून असतो. उत्तर भारतातील पर्वतीय प्रदेशात या प्रकारची विस्तृत मैदाने आढळतात. या ठिकाणी या मैदानांना भाबर (Bhabar) म्हणतात. ही मैदाने नदीच्या वरच्या टप्प्यात निर्माण होतात.

Piedmont Plateau (पिमाँ प्लॅटू) - **पर्वतपदीय पठारे**

जगातील काही पठारी प्रदेश उंच पर्वतरांगांच्या पायथ्याशी निर्माण झाले आहेत. या पठारांना 'पर्वतपदीय पठारे' असे म्हणतात. या प्रकारच्या पठारांची निर्मिती होत असताना ही पठारे एका बाजूने पर्वतरांगांनी व दुसऱ्या बाजूने समुद्राने किंवा मैदानांनी वेष्टिलेली असतात. यू एस ए मधील ॲपलशियन पर्वताच्या पायथ्याला असा पिमाँ प्रदेश आहे.

Pillars (पिलर्स) - **स्तंभ**

अधोमुखी व ऊर्ध्वमुखी लवणस्तंभ यांची वाढ अधिक झाल्यास हे दोन्ही निक्षेप परस्परांना जोडले जातात तेव्हा स्तंभाची निर्मिती होते. हे स्तंभ, छत व गुहेचा तळ यांना जोडलेले असतात.

Plains (प्लेन्स) - **मैदाने**

समुद्रसपाटीपासून फार उंची नसलेल्या पृथ्वीवरील विस्तृत व सपाट प्रदेशांना 'मैदाने' म्हणतात. मैदानांच्या बाबतीत खालील वैशिष्ट्ये महत्त्वाची आहेत :

(१) जगातील बहुतेक मैदानांची समुद्रसपाटीपासूनची उंची १५० मीटरपेक्षा जास्त असते.

(२) काही मैदाने सपाट तर काही उंचसखल असतात. काही मैदाने उतरती असतात तर काही कमी उंचीच्या लहान लहान टेकड्यांनी वेढलेली असतात.

(३) मैदानांच्या स्थितीच्या दृष्टीने विचार केल्यास भिन्न भिन्न खंडांत मैदाने भिन्न भिन्न ठिकाणी आढळतात. काही मैदाने समुद्रकिनाऱ्याला लागून तर काही कोरड्या हवामानाच्या तर काही दमट हवामानाच्या प्रदेशांत आढळतात. मैदानाच्या भूरचनेचा विचार केल्यास या बाबतीतही वेगवेगळ्या मैदानांत भिन्नता आढळते. काही मैदाने चुनखडीच्या खडकांची, काही वाळूच्या खडकांची असतात तर काही गाळाच्या संचयनामुळे निर्माण झालेली आढळतात. भारतातील गंगेचे मैदान गाळाच्या संचयनातून निर्माण झाले आहे.

Plateaus of Hot & Dry Climate (प्लॅट्युज ऑफ हॉट अँड ड्राय क्लायमेट) - **कोरड्या हवामानात आढळणारी पठारे**

अशा प्रदेशात पाऊस कमी पडत असल्याने पठारांवर अपक्षयाची क्रिया फारच कमी प्रमाणात होते. त्यामुळे अशा हवामानातील पठारे जवळजवळ सपाट अशी असतात. वाऱ्याबरोबर वाहून आलेल्या मातीच्या व रेतीच्या संचयनाने पठारावरील पूर्वीचे खोलगट भाग भरून येतात. त्यामुळे पठारी प्रदेश अधिक सपाट होत जातो.

Plate Tectonic Theory (प्लेट टेक्टोनिक थिअरी) - **भूपट्ट विवर्तनीचा सिद्धान्त**

पृथ्वीच्या कठीण दृढ भूखंडाचे भाग म्हणजेच प्लेट्स (Plates) होत. या प्लेट्सची निर्मिती, स्वरूप व संचलन म्हणजे Plate Tectonic होय. हा सिद्धान्त 1960 च्या दशकातील एक महत्त्वाची उपलब्धी होय. ह्या दोन संकल्पनांवर आधारित आहे. पहिला भूखंडवहन व दुसरा समुद्रतळाचे प्रसरण होय. आतापर्यंत २० लहान व ६ मोठ्या प्लेट (भूपट्ट) ओळखण्यात आल्या. मोठ्या प्लेट्स म्हणजेच इंडो-ऑस्ट्रेलियन प्लेट, अमेरिकन

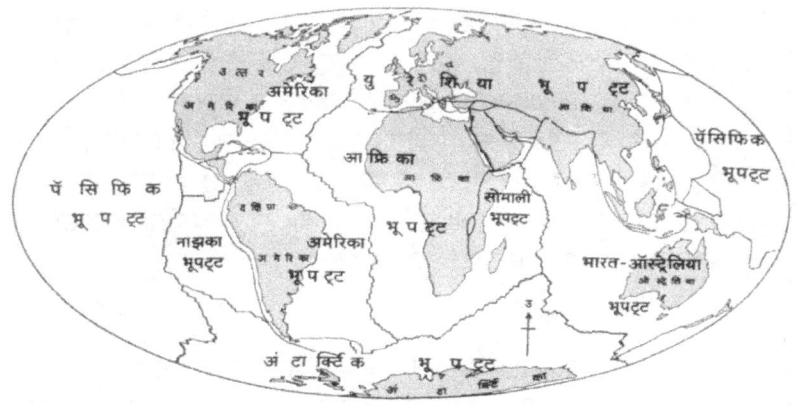

पृथ्वीवरील प्रमुख भूपट्टे

प्लेट, पॅसिफिक प्लेट, आफ्रिकन प्लेट व अंटार्क्टिक प्लेट होत. Plate ही कल्पना प्रथम J.T.Wilson याने १९६५ मध्ये मांडली. मॅकेंझी व पार्कर यांनी प्लेट संचलनास आइलरच्या भूमितीय सिद्धान्ताच्या आधारे १९६७ साली सखोलपणे मांडले. आज Plate Tectonic च्या आधारावर भूखंड वहन सिद्धान्त खरा ठरला आहे. जगात ज्वालामुखी, भूकंप मोठ्या प्रमाणात प्लेटच्या सीमेजवळच जास्त घडून येत असल्यामुळे प्लेट विवर्तनाच्या सिद्धान्ताला मोठे महत्त्व मिळाले आहे.

पृथ्वीचे शिलावरण (Lithosphere) हे एकसंध नसून ते अलग-अलग अशा दृढ भूखंडांनी बनलेले आहे. त्यांना भूपट्ट (Plate) म्हणतात.

पृथ्वीचे कवच हे सहा पट्ट्यांत (तबकांत) विभागले गेले आहे. हे पट्टे वेडेवाकडे असून त्या भूपट्ट्यांमधील जागा भरून काढणाऱ्या छोट्या-छोट्या भूपट्टांची संख्या विसाच्या वर आहे. ही सर्व तबके (भूपट्टे) सतत एकमेकांच्या व पृथ्वीच्या आसाच्या अनुरोधाने सरकत आहेत. त्यामुळे तबकांच्या कडा एकमेकांवर घासल्या जातात. पृथ्वीवरील ज्वालामुखी व भूकंप यांचे प्रदेश या तबकांच्या सीमावर्ती प्रदेशात एकवटलेले आहेत. मुख्य ६ भूपट्टे पुढीलप्रमाणे आहेत :

(१) युरेशियन भूपट्ट (Eurasian Plate) (२) इंडो-ऑस्ट्रेलियन भूपट्ट (Indo-Australian Plate) (३) आफ्रिकन भूपट्ट (African Plate) (४) अमेरिकी भूपट्ट (American Plate) (५) पॅसिफिक भूपट्ट (Pacific Plate) (६) अंटार्क्टिक भूपट्ट (Antarctic Plate)

भूखंड वहन सिद्धान्त, सागरतळ विस्तार कल्पना, भूकंप व ज्वालामुखी क्रिया या

सर्व बाबींचा एकत्रित व शास्त्रीय विचार करून हेस या भू-वैज्ञानिकाने सन १९६० मध्ये भूपट्ट विवर्तनी सिद्धान्त मांडला. यानुसार हे भूपट्ट १०० ते १५० किमी. जाडीच्या वस्तुमानाचे बनलेले असून आकाराने असमान आहेत असे दिसूनआले.

या भूपट्टांच्या (Plate) सरकण्याचा वेग दर वर्षाला काही मिलीमीटर ते काही सेमीपर्यंत आहे. तसेच प्रत्येक भूपट्टाचा खंड (Continent) हा एक भाग असून खंडाभोवतीचा सागर हा त्या भूपट्टाचा उर्वरित भाग आहे. म्हणजेच जेव्हा भूपट्ट सरकतो; याचा अर्थ खंड तसेच महासागर तळ सुद्धा सरकतो.

Plateaus (प्लॅटूज) - **पठारे**

पठार हा पृथ्वीवरील विस्तृत असा उंच भाग असून सभोवतालच्या प्रदेशापासून एकदम उंचावलेला उठावाचा प्रकार असतो. जगातील बहुतेक सर्व पठारांची निर्मिती ही भूहालचालींमुळे झाली आहे. भूहालचालींमुळे समुद्राचा तळभाग किंवा खंडाचा एखादा भाग वर उंचावून पठारांची निर्मिती होते. पठाराची उंची सर्वत्र सारखी असते. परंतु, त्याचा पृष्ठभाग उंचसखल असतो. सर्वसामान्यपणे समुद्रसपाटीपासून पठारांची उंची ३०० ते ९०० मीटरच्या दरम्यान असते; पण काही पठारे यापेक्षाही उंच आढळतात. दख्खनचे पठार, तिबेट पठार ही जगप्रसिद्ध पठारे आहेत.

Plateaus of Aerial Deposition (प्लॅटुज् ऑफ एरियल डिपॉझिशन) - **वाऱ्याच्या संचयन कार्यामुळे निर्माण झालेली पठारे**

जगातील काही पठारे वाऱ्याच्या संचयनकार्यामुळे निर्माण झाली आहेत. वाऱ्याच्या संचयनकार्यामुळे पठारांसारख्या उंच भागाची निर्मिती होते. उदा. उत्तर चीन मधील लोएसचे पठार.

Plateaus of Glacial Deposition (प्लॅटुज् ऑफ ग्लेसियल डिपॉझिशन) - **हिमनद्यांच्या संचयन कार्यामुळे निर्माण झालेली पठारे**

हिमनदीच्या संचयनकार्यामुळे पृथ्वीवरील काही प्रदेशांत पठारांच्यासारख्या उंच प्रदेशांची निर्मिती झालेली आढळते.

Plateaus of Glacial erosion (प्लॅटुज ऑफ ग्लेशियल इरोजन) - **हिमनद्यांच्या घर्षण कार्यामुळे निर्माण झालेली पठारे**

प्लायस्टोसिन हिमयुगात पृथ्वीचा १/५ भाग हिमाच्या जाड आवरणाने झाकला होता. जसजसे पृथ्वीचे तापमान वाढू लागले तसतसा या ठिकाणी असलेल्या हिमाचा विस्तार कमी होत गेला. त्यामुळे हिमाच्या घर्षणकार्यामुळे तेथील पर्वतासारख्या उंच

भागाचे घर्षण होऊन पठारासारखे प्रदेश तयार झाले आहेत. याचे उल्लेखनीय उदाहरण म्हणजे ग्रीनलँडचे पठार आणि अंटार्क्टिकाचे पठार ही आहेत.

Playa - प्लाया

पर्वतीय प्रदेशांत असलेल्या दऱ्यांतून वाहणाऱ्या नद्यांमुळे विस्तृत असे खोलगट भाग तयार होतात. त्यात पाणी साठून सरोवर तयार होते. त्यांना 'प्लाया' म्हणतात. पुन: त्यात निक्षेपण होऊन सपाट मैदान तयार होते. यू एस ए मध्ये ग्रेट बेसिन अँड रेंज भागात प्लाया निर्माण झाले आहेत.

Plucking (प्लकिंग) - उत्पाटन

हिमनदीच्या खोऱ्यातील प्रस्तर संधी किंवा जोडयुक्त असल्यास त्यात बर्फ शिरून बर्फाच्या भाराने खडकांचे तुकडे तुकडे होतात. हिमनदी पुढे जात असल्यामुळे हे तुकडे उखडले जातात व त्यांपैकी काहींचा हिमनदीबरोबर प्रवास चालू होतो. या प्रकारे खडक खुडला जाण्याच्या क्रियेस 'उत्पाटन' असे म्हणतात. हिमनदीच्या घर्षणक्रियेमुळे हिमनदीच्या पात्रातील खडक खूपच विचलित होतात.

Plutonic Rock (प्लुटॉनिक रॉक) - पातालिक खडक

बऱ्याच वेळा अंतर्गत भागातील तप्त मॅग्मा (Magma) भूपृष्ठावर न येता अंतर्गत भागातच थंड होतो. त्यापासूनही कठीण अशा खडकांची निर्मिती होते. त्यांना 'अंतर्गत अग्निजन्य' खडक असे म्हणतात. यांची निर्मिती भूपृष्ठापासून बऱ्याच खोलवर होत असल्याने त्यांना 'पातालिक खडक' (Plutonic Rock) असेही म्हणतात. अंतर्गत भागात मॅग्मा सावकाश थंड होत असल्याने स्फटिकीभवनास जास्त काळ लागतो; म्हणून त्यातील स्फटिक मोठे असतात. भूपृष्ठाची झीज झाल्यावर हे खडक उघडे पडतात. 'ग्रॅनाइट' खडक याचे उत्तम उदाहरण आहे. आंध्रप्रदेशात हैदराबादजवळ, कर्नाटक राज्यात व अबू पर्वतावर हे खडक आढळतात.

Pocket Beach (पॉकेट बीच) - लघु पुळण

अरुंद उपसागरात किंवा कोव्हमध्ये वाळूचे संचयन होऊन लघु-पुळण तयार होते. दंतुर किनारपट्टीवर अशा तऱ्हेचे अनेक लघुपुळण तयार होतात.

Podzol Soil (पॉडझॉल सॉइल) - पॉडझॉल मृदा

मध्यकटिबंधातील दमट हवामानाच्या प्रदेशात या प्रकारची मृदा आढळते. या प्रकारची मृदा जरी उष्ण कटिबंधातील दमट हवामानाच्या प्रदेशात आढळत असली तरी ज्या भागात दीर्घ हिवाळा व अल्पकाळ टिकणारा उन्हाळा आहे, अशाच भागात या

प्रकारच्या मृदा चांगल्या परिपक्व झालेल्या आढळतात. मध्य कटिबंधात सूचिपर्णी वृक्षांच्या जंगलांनी आच्छादलेल्या प्रदेशात या प्रकारच्या मृदा आढळतात. येथे पावसाचे प्रमाण जास्त असले तरी त्या मानाने बाष्पीभवनाचे प्रमाण कमी असते. त्यामुळे मृदेच्या वरच्या थरांतील खनिज द्रव्ये झिरपणाऱ्या पाण्याबरोबर खालच्या थरापर्यंत वाहून नेली जातात; अशी मृदा राखाडी किंवा पांढुरक्या रंगाची असते. या मृदेत सेंद्रिय घटकांचे प्रमाण कमी असल्यामुळे लागवडीस उपयुक्त नसते. कॅनडाच्या उत्तर भागात, सोव्हिएट रशियाच्या सूचिपर्णी अरण्यांनी व्यापलेल्या भागात ही मृदा विस्तृत प्रमाणात आढळते. याशिवाय युरोपचा व उत्तर अमेरिकेचा वायव्य भाग व न्यूझिलंडमध्ये ही मृदा आढळते. ज्या भागातील जंगल तोडण्यात आले आहे त्या भागातील या प्रकारच्या मृदेवर वाढलेल्या गवताळ प्रदेशावर पशुपालनव्यवसाय चालतो.

Polije (पोल्जे) - **महाकुंड**

उव्हॉला हा भू-प्रकार सतत खाली खचल्यामुळे महाकुंडाची निर्मिती होते. काही वेळा महाकुंडात वाळूचा जाड थर असतो व जलप्रवाह लुप्त होतात. यात सुळक्यासारखे भूभाग किंवा स्तंभाकृती चुनखडक दिसतात यांना हम्स (Hums) म्हणतात. युरोपमधील पूर्वीच्या युगोस्लाव्हियातील चुनखडीच्या प्रदेशात महाकुंडनिर्मिती आढळते.

Pot Holes (पॉट होल्स) - **रांजण खळगे**

नदीच्या पात्रात खाचखळगे असतात. पुराच्या वेळी अशा खाचखळग्यांवर भोवरे निर्माण होतात. अणकुचीदार दगडधोंडे भोवऱ्यामुळे खळग्यांचे तळ खूप वेगाने उकरतात. वर्षानुवर्षे हीच क्रिया चालत राहिल्यावर पात्रात विवरे तयार होतात. उन्हाळ्यात पात्र कोरडे पडल्यावर ती दृष्टीस पडतात. अहमदनगर जिल्ह्यातील निघोज जवळ असे महाकाय रांजणखळगे निर्माण झाले आहेत.

Principle of Uniformitarianism (प्रिन्सिपल ऑफ युनिफॉर्मिटॅरियॅनिझम) - **समानतावादाचे तत्त्व**

अठराव्या शतकात खऱ्या अर्थाने भूरूपशास्त्रीय विचारांना सुरुवात झाली. 'आधुनिक भूरूपशास्त्राचा जनक' असे सार्थ नामाभिधान जेम्स हटन यांना दिले जाते. पृथ्वीवरील सर्वच भूविशेष क्षणिक प्रलयांतून निर्माण झालेले नसून बहुतांश भूरूपे हळूहळू उत्क्रांत होत आली आहेत. शेकडो-हजारो वर्षांचा कालावधी झाल्यानंतर पर्वताचा सुळका तयार होतो किंवा पठाराचे मैदान तयार होते. भूरूपाच्या उत्क्रांतीची उत्पत्ती अतिशय गुंतागुंतीची आहे. निसर्गाच्या प्रक्रिया शास्त्रशुद्ध व नियमित असतात. वाहता वारा, पाणी, बर्फ यांच्या कालमानात नियमबद्धता आहे. त्यामुळे त्यांचे कार्यही विशिष्ट गतीनेच

व चाकोरीतूनच होत असते. हे महत्त्वाचे तत्त्व जेम्स हटनने सांगितले. या तत्त्वाला समानतावाद (Uniformitarianism) असे म्हणतात.

Push Moraines (पुश मोरेन्स) - **प्रणोद हिमोढ**

हॉलंडच्या पूर्वभागात हिमोढांच्यावर बर्फाचा दाब आल्यामुळे काही ठिकाणी घड्या पडलेल्या आढळतात. दाबाच्या कमी-अधिक तीव्रतेमुळे लहान प्रमाणात घड्यांचे वेगवेगळे प्रणोदासारखे (Thrust) प्रकार आढळतात. यास 'प्रणोद हिमोढ' असे म्हणतात.

Quartzite - क्वार्टझाइट

वालुकाश्म व क्वार्ट्झ प्रचुर खडकांच्या औष्णिक व प्रादेशिक रूपांतरणातून याची निर्मिती होते. क्वार्ट्झ हा यातील सर्वात विपुल व आवश्यक घटक असून फेल्ससार / फेल्सफार, अभ्रक, एपिटोड, क्लोराइट, हेमेटाइट ही खनिजे आढळतात. रस्ते बांधणी व पायाभरणीच्या कामासाठी वापरला जातो. कडप्पा खडकसमूहात क्वार्ट्झाइट मिळतो.

Ramp Valley - रॅम्प व्हॅली

रॅम्प व्हॅलीची निर्मिती प्रतिकूल प्रस्तरभंगक्रियेमुळे होते. काही वेळेस भूकवचावर दोन भेगांच्या बाजूकडील भूभाग उभ्या हालचालींमुळे वर उचलले जातात आणि दोन भेगांच्या दरम्यानचा भाग खोल दरीसारखा दिसतो. यालाच 'रम्प दरी' असे म्हणतात. आसाममधील ब्रह्मपुत्रा नदीची दरी हे उल्लेखनीय उदाहरण आहे.

Recessional Moraine (रिसेशनल मोरेन) - **क्रमापसारी हिमोढ**

हिमनद्यांची माघार चालू असताना बर्फाचा पुरवठा वाढल्यास हिमनद्या थोड्याशा पुढे जातात व त्या ठिकाणी हिमोढ तयार होतात. यास 'क्रमापसारी हिमोढ' असे म्हणतात.

Recumbent Fold (रिकम्बंट फोल्ड) - **परिवलित वळी**

भूगर्भातील भूहालचालींमुळे भूपृष्ठावर पडणारा दाब विषम असल्याने काही वळ्यांच्या दोन्ही भुजा एकाच अंगाला इतक्या झुकलेल्या असतात, की त्या परस्परांना समांतर असतातच परंतु, त्याचवेळी त्या भूपृष्ठालादेखील समांतर असतात या वळ्यांना परिवलित वळी असे म्हणतात. आल्प्समध्ये अशा प्रकारचे वलीकरण आढळते.

Reg - रेग

दगडाळ वाळवंटास 'रेग' असे म्हणतात; अशा वाळवंटात अणकुचीदार दगड, गोटे व भरड पदार्थ असतात. वारा अशा पदार्थांना वाहून नेऊ शकत नाही. वाळूच्या

मैदानांपेक्षा दगडाळ मैदाने उंटाच्या साहाय्याने ओलांडणे सोपे जाते. लिबिया व इजिप्तमधील वाळवंटाचे काही भाग वरील प्रकारात मोडतात.

Rapids (रॅपिड्स) - धावत्या

भूकंप, ज्वालामुखीक्रिया, विषम खनन व विदारण यामुळे नदीच्या पात्रात तीव्र उतार किंवा छोट्या पायऱ्या तयार होतात. यावरून पाणी अती वेगाने वाहते. त्यामुळे अशा भागास धावत्या (Rapids) असे म्हणतात. येथे नदीचे पाणी फेसाळ असून पाण्याचा वेगही जास्त असल्यामुळे त्याची झीज पात्राच्या इतर भागांपेक्षा लवकर होते व खूप कालावधीनंतर त्या नष्ट होतात. विस्तीर्ण पठारी प्रदेशातून वाहणाऱ्या नद्यांवर बऱ्याच वेळेस धावत्या आढळून येतात.

Residuel Mountains (रेसिड्युअल माउंटन्स) - अवशिष्ट पर्वत

भूपृष्ठावर अनाच्छादनाच्या कार्यामुळे उंच भागातील विदारित पदार्थ सखल भागाकडे नेले जातात; यामुळे उंच भागात दऱ्या निर्माण होत असतात. मृदू खडक लवकर झिजतात तर कठीण खडक सावकाश झिजतात. यामुळे भूपृष्ठावर उंच-सखल भाग निर्माण होतात व उंच भाग पर्वत म्हणून शिल्लक राहतात. वास्तविक झिजेच्या या कारणाने प्रत्येक पठार व पर्वत यांच्या रूपांत बदल होत असतो व अधिकाधिक खडबडीत भाग निर्माण होत असतो. या सर्वांना शेवटी अवशिष्ट म्हणजे उर्वरित पर्वताचे स्वरूप येते.

Reverse Fault (रिव्हर्स फॉल्ट) - प्रतिकूल प्रस्तरभंग

कधी कधी अंतर्गत शक्तीमुळे भूपृष्ठावर दाब व ताण पडून भूपृष्ठावरील खडकास तडे जातात. त्यामुळे भूपृष्ठावरील खडकाचे थर एकमेकांकडे सरकतात, याला 'प्रतिकूल प्रस्तरभंग' म्हणतात. यामुळे मूळ खडकाच्या पृष्ठभागाचा विस्तार कमी होतो.

Richter Scale (रिश्टर स्केल) - रिश्टर मापक्रम

भूकंपाच्या अभ्यासात भूकंपामुळे किती नुकसान व प्राणहानी झाली यावरून भूकंपाच्या तीव्रतेची योग्य कल्पना येऊ शकत नाही. भूकंपाच्या धक्क्याचा जोर किंवा महत्ता त्याच्या परिणामांपेक्षा त्या धक्क्यातून किती ऊर्जा विमुक्त झाली, यावर ठरविणे हे अधिक शास्त्रीय आहे. अमेरिकेतील कॅलिफोर्निया इन्स्टिट्यूट ऑफ टेक्नॉलॉजी येथील भूवैज्ञानिक चार्ल्स एफ्. रिश्टर यांनी १९३५ मध्ये भूकंपाची तीव्रता ठरवण्याचा एक नवीन मापक्रम तयार केला. याच मापक्रमाचा आता सर्व भूकंपीय अभ्यासांत वापर होतो. या मापक्रमातील (Scale) मापनात भूकंपाच्या धक्क्यामुळे उत्पन्न होणाऱ्या लाटांचा

उपयोग करतात. कोणत्याही भूकंपाची नोंद ज्या ज्या स्थानात झाली असेल तेथील भूकंपलेखावरून त्या जागी येऊन पोहोचलेल्या लाटांची शक्ती समजते. अर्थात भूकंपाच्या केंद्रबिंदूपासून (Focus) जसजसे दूर जावे तसतशी लाटांची शक्ती (ऊर्जा) कमी होत जाते. सर्व भूकंपांची तुलना करणे सोपे जावे म्हणून भूकंपाच्या धक्क्यांच्या विविध स्थानकात झालेल्या नोंदीवरून त्या लाटेची केंद्रबिंदूपासून १०० किमी. अंतरावर असलेल्या स्थानावरील शक्ती भूकंपलेखात (Seismograph) किती भरली असती हे गणिती सूत्राने काढतात व हा आकडा त्या भूकंपातील ऊर्जेचा द्योतक मानतात.

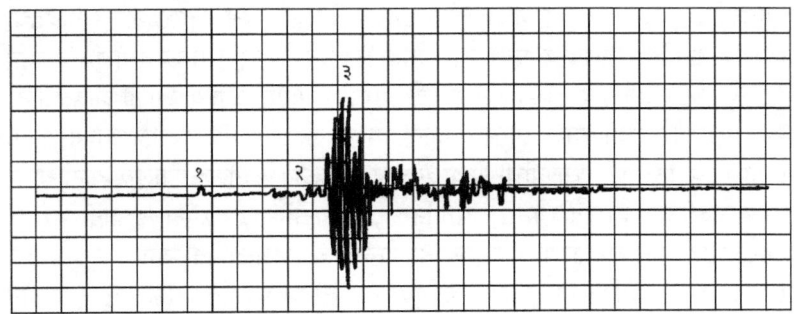

१) प्राथमिक तरंग २) द्वितीय तरंग ३) पृष्ठ तरंग

भूकंप तरंग

रिश्टर मापक्रमात अगदी अत्यल्प ऊर्जेच्या भूकंपाच्या धक्क्याला 'शून्य' पायरी दिली आहे. त्यापुढे १,२,३ अशा चढत्या क्रमाने ९ पर्यंत पायऱ्या आहेत. या मापक्रमात प्रत्येक पुढच्या पायरीला भूकंपाचा जोर दहापटींनी वाढत जातो. थोडक्यात, पायरी क्र. १ मध्ये जी शक्ती असेल त्यापेक्षा पायरी क्र. २ ची शक्ती दहापट असेल आणि तिसऱ्या पायरीच्या भूकंपाची शक्ती १०० पट होईल. भूकंपाच्या वर्गीकरणासाठी रिश्टर मापक्रम अत्यंत उपयुक्त ठरतो; कारण मापक्रमातील प्रत्येक पायरीचा क्रम मापनाने निश्चित करता येतो. तसेच सागरात घडून येणाऱ्या भूकंपाच्या ऊर्जेचीही नेमकी कल्पना यामुळे येते.

आतापर्यंत जे मोठे भूकंप झाले ते सर्वसाधारणत: ८.५ ते ९ रिश्टर स्केल या प्रमाणाचे होते.

Rift Valley (रिफ्ट व्हॅली) - **खचदरी**

समोरासमोर प्रस्तरभंग झाल्यानंतर जर या प्रस्तरभंगातील प्रक्षेत विरुद्ध दिशांनी असतील तर अधोगामी हालचाल होऊन खचदऱ्या तयार होतात. या खचदऱ्या लांब, उंच, तीव्र काठाच्या व सपाट तल असलेल्या अशा असतात. ताण व दाब या दोन्ही

गोष्टींमुळे खचदऱ्या निर्माण होऊ शकतात. विरुद्ध दिशांनी ताण निर्माण झाल्यानंतर मधला भाग खचतो. मधल्या भागावर दोन्ही बाजूंनी दाब येत असताना त्याच्या बाजूचे भाग खचलेल्या भागावर आरोहण करीत असल्यामुळे दरी निर्माण होते. व्युत्क्रमी प्रस्तरभंगामुळे अशी परिस्थिती निर्माण होते. विस्तृत प्रमाणात म्हणजे खूप मोठ्या क्षेत्रात खडकांना कधी कधी बाक येऊन कमानीसारखे भाग निर्माण होतात. कमानीच्या मध्यभागी त्यांच्या अक्षानजीक असलेले खडक दुभंगून खचदऱ्या तयार होतात. आशिया व आफ्रिका यांच्या सीमावर्ती प्रदेशात पूर्व आफ्रिकेची खचदरी आहे. ही उत्तरेस जॉर्डनच्या खचदरीशी संलग्न आढळते. या दोन्ही खचदऱ्यांची लांबी ४८०० की. मी. पेक्षा जास्त असून तांबड्या समुद्राने या दोन्ही खचदऱ्या एकमेकीस जोडलेल्या आहेत. मृत समुद्र व गॅलीली समुद्र (टायबेरिआ सरोवर) या दोन्ही जलाशयांचे पृष्ठभाग सागरपातळीच्या खाली आढळतात. मृत समुद्राची पातळी भूमध्य सागर - पातळीच्या खाली ७५० मीटर्स आहे. इतक्या प्रचंड प्रमाणात या ठिकाणी खचण्याची क्रिया झालेली आढळते. आफ्रिकेच्या पूर्व किनाऱ्यावर या खचदरीच्या भागात न्यासा, टांगानिका, व्हिक्टोरिया, रुडॉल्फ इत्यादी सरोवरे आढळतात. मृत समुद्राच्या परिसरात या खचदरीचा अध:क्षेपित भाग असून भूमध्य सागराकडे ऊर्ध्वक्षेपित भाग आहे. ऱ्हाईनची खचदरी व्हॉस्जेस व ब्लॅक फॉरेस्ट या दोन पर्वतांच्या दरम्यान आढळते. भारतात शिपकी ला (हिमाचल प्रदेश)पर्यंतचा सतजल नदीचा मार्ग एका नतिलंब खोऱ्यात आढळतो. पाकिस्तानमधील मिठाचे डोंगर (Salt ranges) हा एक प्रस्तरभंगांनी युक्त असा भाग आहे. अंत:स्थ हालचालींपासून अलिप्त व स्थिर अशा दख्खनच्या पठारावर नर्मदा - सोन विभंग खोरे असून ते क्रिटॅशिअस कालापूर्वी उत्तर मादागास्करमधील विभंग खोऱ्याशी संलग्न होते, असे काहींचे मत आहे, तसेच झालेले असावेत असाही एक अंदाज आहे.

Ripple Mark (रिपल मार्क्स) - **ऊर्मिचिन्हे**

वाळवंटी प्रदेशांत वाळूचे कमी-अधिक संचयन झालेले असते. त्यामुळे पृष्ठभागांवर निरनिराळ्या आकारांच्या लाटा आल्यासारख्या दिसतात. या लाटांचा आकार व क्रम पाण्याच्या लाटांसारखाच असतो. यांनाच उर्मिचिन्हे असे म्हणतात. वाऱ्याच्या दिशेला या लाटांचा आकार लंबवत असून त्यांची उंची २ ते ३ सेंमी. पेक्षा कमी असते. वाऱ्याची दिशा बदलल्यावर यांचाही विस्तार व दिशा बदलते.

River Capture (रिव्हर कॅप्चर) - **जलापहरण**

काही वेळा एक नदी दुसऱ्या नदीचा प्रवाह आपल्याकडे ओढून घेते अशा प्रकाराला नदी प्रवाह-चौर्य अथवा जलापहरण किंवा चांचेगिरी किंवा सरिता आत्मसात म्हणतात.

River Meanders (रिव्हर मिअॅन्डर्स) - **नदीची नागमोडी वळणे**

नदी मैदानी प्रदेशातून वाहू लागल्यामुळे तिच्या प्रवाहाचा वेग मंद होतो. त्यामुळे नदीची घर्षणशक्ती व वहनशक्ती क्षय पावते. त्या मानाने संचयन अधिक होऊ लागते. या अवस्थेत ऊर्ध्वधर घर्षण फारच मर्यादित असते. पार्श्ववर्ती घर्षण मात्र सतत सुरू असल्याने नदीच्या पात्राची रुंदी अधिकाधिक वाढू लागते. यामुळे प्रवाहाचा आकार बदलू लागतो. नदीला वळणे निर्माण होतात. या वळणाच्या बहिर्वक्र बाजूस झीज होते. त्याचवेळी अंतर्वक्र बाजूस संचयन होते. यामुळे ही वळणे अधिक अधिक नागमोडी स्वरूपाची होऊ लागतात. बहिर्वक्र बाजूस सतत खनन झाल्याने तेथे पात्रास शीघ्र उतार येतो; तर अंतर्वक्र बाजूस संचयन झाल्याने तेथे उतार मंद असतो. *(पहा पृष्ठ १०८)*

River Pattern (Drainage Pattern) (रिव्हर पॅटर्न (ड्रेनेज पॅटर्न)) - **नदीप्रणाली (निस्सार पद्धती)**

नदी वाहू लागल्यावर ती आपली दरी खोदण्यास सुरुवात करते. दरीचे रूप हळूहळू बदलत असते. हा बदल खडकांचा प्रकार, खडकांची रचना, त्या प्रदेशातील पर्जन्य आणि उपनद्यांचा विकास यावर अवलंबून असतो. कोणत्याही दरीचा विकास आणि उपनद्यांची निर्मिती यांमुळे प्रवाहाचा जो विशिष्ट क्रम निर्माण होतो, त्यास जलनिस्सार पद्धती (Drainage Pattern) असे म्हणतात.

कोणत्याही प्रदेशाची भूरचना आणि पर्जन्यमान लक्षात घेतल्यास निस्सार पद्धतीचे स्वरूप पुढीलप्रमाणे बदलत जाते - नदी प्राथमिक अवस्थेत ओहोळाच्या स्वरूपात असते. → ओहोळाचे रूपांतर नदीत होते आणि बाजूच्या प्रदेशातून वाहत येणाऱ्या उपनद्यांमुळे निस्साराचे दीर्घीकरण होते. → या उपनद्यांच्या साहाय्याने नद्या मिळून भरपूर सुधारित अवस्था तयार होते. → मुख्य नदी आणि उपनद्या यांच्या उगमाकडे अधिकाधिक विस्तार होत जातो. → नद्या, उपनद्या, साहाय्य नद्या यांचे एकाग्र जाळे निर्माण होते.

River Rejuvenation (रिव्हर रिजुवीनेशन) - **नदीचे पुनरुज्जीवन**

खननचक्र चालू असताना त्यामध्ये भूपृष्ठाच्या हालचालींमुळे अडथळे निर्माण होतात. त्यामुळे खननचक्र अपूर्ण राहते. खननचक्राच्या कोणत्याही अवस्थेमध्ये हे खंडित होऊ शकते. जमिनीचे उंचावणे किंवा खाली खचणे, सागराच्या पातळीतील बदल, भूकंप व ज्वालामुखीसारखे भूप्रक्षोभ आणि हवामानातील स्थित्यंतरे इ. कारणांमुळे खननचक्र खंडित होते व नदी पुन्हा खनन कार्यास आरंभ करते. यालाच 'नदीचे पुनरुज्जीवन' असे म्हणतात. कोलोरॅडो नदीचे व जर्मनीतील मोसेले नदीचे पुनरुज्जीवन झाले आहे.

River Valley (रिव्हर व्हॅली) - **नदीचे खोरे**

सलगपणे पसरलेल्या डोंगराळ किंवा टेकड्यांच्या प्रदेशात मध्यभागी सखल प्रदेश आढळून येतो. यास 'नदीचे खोरे' असे म्हणतात. काही नद्यांच्या खोऱ्यात वर्षभर पाणी आढळते; कारण त्यांच्या पाणलोटाच्या प्रदेशात दीर्घकालपर्यंत पाऊस पडत असतो किंवा झरे, ओढे, यामुळे पाण्याचा सतत पुरवठा होत असतो. दीर्घकाळ व भरपूर पाऊस पडणाऱ्या प्रदेशात उगम पावणाऱ्या नद्या बारमाही व मोठ्या असतात. काही नद्यांना उन्हाळ्यात बर्फ वितळून पाणी पुरवठा होतो. नदीच्या अवस्थेनुसार खोऱ्याचा विकास होत असतो.

Roches Moutonnes (French) (रोशे मोटोनीज् (फ्रेंच)) - **मेषशिला**

हिमनदीच्या मार्गात मोठ्या खडकांचा अडथळा असल्यास या खडकांच्या दोन वेगवेगळ्या बाजूंची वेगवेगळ्या प्रकारे झीज होते. हिमनदी ज्या दिशेने येते त्या दिशेकडील खडकांची बाजू कमी व नियमित झिजविली जाते तर विरुद्ध बाजूची झीज अनियमितपणे व जास्त होते. विरुद्ध बाजूस खडकांचे तुकडे खुडले जातात व त्या बाजूलाच खडकांना अनियमितपणा प्राप्त होतो. हिमनदीकडील बाजू घर्षणामुळे गुळगुळीत होते व त्यावर बर्फातील दगडधोंड्यांमुळे चरे पडतात. ज्या ठिकाणी घर्षणाची क्रिया जास्त असते त्याच प्रदेशात हे भूमिस्वरूप दृष्टीस पडते. अठराव्या शतकात फ्रान्समध्ये मेंढीच्या कातडीपासून बनविलेले शिरटोप (Wigs) वापरले जात असत. वरील प्रकारे झिजलेल्या खडकांचे आकार या शिरटोपाप्रमाणे दिसत असल्यामुळे त्यास 'मेषशिला' हे नाव मिळालेले आहे.

Rock Benches (रॉक बेंचेस) - **प्रस्तर पायऱ्या**

हिमनदीच्या खोऱ्यात बऱ्याच वेळेस काठोकाठ बर्फ भरलेले नसते, यामुळे मुख्य हिमनदीला मिळणाऱ्या उपनद्या व मुख्य नदी यांच्यात तीव्र उतार निर्माण होतात. बर्फाने झीज झाल्यानंतर बर्फ वितळल्यावर मुख्य नदी व उपनद्या यांच्या दरम्यान मुख्य नदीच्या दोन्ही काठांवर पायऱ्यांसारखे भाग तयार होतात. यांना 'प्रस्तर पायऱ्या' असे म्हणतात.

Rock Cycle (रॉक सायकल) - **खडक चक्र**

भूपृष्ठावरील वेगवेगळ्या खडकांचे अपक्षरण होऊन गाळाचे खडक तयार होतात. गाळाच्या व अग्निज खडकांपासून आत्यंतिक दाब व उष्णतेमुळे रूपांतरित खडक तयार होतात. असे तीनही प्रकारचे खडक भूपट्टांचा ऱ्हास होताना प्रावरणात जातात. प्रावरणाच्या वरच्या भागातून येणाऱ्या शिलारसापासून अग्निज खडकांची निर्मिती होते. थोडक्यात अग्निज खडक → स्तरित खडक → स्तरित-रूपांतरित किंवा अग्निज-रूपांतरित खडक

व त्यापासून पुन्हा प्राथमिक (अग्निज) खडक असे चक्र सतत चालते. याला खडक चक्र असे म्हणतात.

Sand bar (सँड बार) - **वाळूचा दांडा**

खुल्या समुद्रात पण किनाऱ्याजवळील तरंगकृत मंचाच्या समुद्राकडील बाजूवर किनाऱ्यास समांतर असे वाळू, शंख, शिंपले यांचे संचयन आढळते. यास 'वाळूचा दांडा' असे म्हणतात. इंग्लंडच्या डॉस्सेट भागात १६ मैल लांबीचा चेसिल बीच हा वाळूचा दांडा तयार झाला आहे.

Sand Dunes (सँड ड्यून्स) - **वालुकागिरी**

वाऱ्याच्या वेगाच्या तीव्रतेनुसार वाळवंटात वाळूकण व रेती यांचे वहन होत असते. वाऱ्याचा वेग जेव्हा मंद होतो तेव्हा वाळूकण व रेती एका ठिकाणी साचतात व त्यांचे ढीग तयार होतात. यांनाच 'वालुकागिरी' असे म्हणतात. या वालुकागिरीचा आकार प्रथम चंद्रकोरीसारखा नंतर गोलाकार होत जातो. ज्या दिशेने वारा वाहत असतो तिकडे वालुकागिरीचा उतार तीव्र असतो.

Sand Levees (सँड लेव्हिज) - **वाळूतट**

वाऱ्याच्या निक्षेपकार्यामुळे निर्माण होणारे वाळूचे तट हा एक भू-विशेष आहे. वाळूतटाचा वरचा भाग सपाट असतो व याचा विस्तार वाऱ्याच्या दिशेशी समांतर असतो. वाळूतटाची लांबी सुमारे १६० किमी. व रुंदी ३ कि.मी. इतकी असते. असे वाळूतट सहारात आढळून येतात.

Sand Sheet (सँड शीट) - **वालुकास्तर**

वारा वाहून आणलेल्या वाळूचे कण थराच्या स्वरूपाने एखाद्या विस्तृत भागांत साठवितो; अशा अत्यंत सपाट वालुकामय प्रदेशाला 'वालुकास्तर' असे म्हणतात. वालुका-स्तराला समतलप्राय वाळवंट (Desert Peneplain) असेही म्हणतात.

Sandstone (सँडस्टोन) - **वालुकाश्म (रेतीखडक)**

हा स्तरित खडकांपैकी अत्यंत कठीण, टणक खडक असून त्यात ग्रॅनाइट खडकांपासून विघटित झालेल्या क्वार्ट्ज (गारगोटी) प्रमाण अधिक असते. हे खडक छिद्रमय असतात. या खडकांत सिलिका, कॅल्शियम आणि लोह ऑक्साइडचे प्रमाण यामध्ये स्थानपरत्वे वेगवेगळे कॅल्शियम आढळत असल्यामुळे हे खडक विविध रंगांत आढळतात. लोह ऑक्साइडचे प्रमाण जास्त असल्यामुळे लालरंगाचा वालुकाश्म तयार

होतो. दिल्लीचा लाल किल्ला आणि फत्तेपूर सिक्रीतील तसेच सांची, सारनाथ येथील बांधकामासाठी विंध्य पर्वतातून आणलेला लाल वालुकाश्मच वापरलेला आहे.

Schist (शिस्ट) - **सुभंगुर**

अभ्रकी अथवा लोलकीय वैपुल्य असलेल्या खडकांना सुभंगुर (शिस्ट) असे म्हणतात. हा रूपान्तरित खडक अनेक प्रकारच्या स्तरित आणि अग्निजन्य खडकांपासून बनतो.

Sea Caves, Arches, Stumps (सी-केव्हज, आर्चेस, स्टम्प्स) - **सागरी गुहा, कमानी स्तंभ, अवशिष्ट स्तंभ**

किनाऱ्यावरील कमकुवत व जोड असलेल्या खडकांच्या भागांत सागरी लाटांचा सतत मारा होऊन एक भगदाड पडते व त्याची खोली वाढू लागते. हवेचे आकुंचन व प्रसरण होऊन त्या फटी रुंदावतात. कालांतराने तेथे गुहा तयार होते. समुद्राच्या दोन्ही बाजूंनी अशा रीतीने गुहा निर्माण झाल्यास झीज वाढत जाऊन कालांतराने त्या गुहा एकमेकीस मिळतात व आरपार असे भगदाड तयार होते. यास 'सागरी कमान' असे म्हणतात.

सागरी लाटांच्या माऱ्यामुळे कालांतराने सागरी कमानीचे छत कोसळून पडते व भूशिराच्या समुद्राकडील भाग भूशिरापासून तुटून स्तंभासारखा शिल्लक राहतो. यास 'सागरी स्तंभ' असे म्हणतात. सागरी स्तंभ सागरी पृष्ठभागावर दिसतात.

Seasonal Rivers (सिझनल रिव्हर्स) - **हंगामी नद्या**

ज्या नद्यांची पात्रे कोरड्या ऋतूत कोरडी पडतात त्या नद्यांना हंगामी नद्या म्हणतात. त्यांना 'रांजणखळगे' असेही म्हणतात. जवळ जवळ तयार झालेल्या अनेक रांजणखळग्यांच्या दरम्यानचा भाग झिजवला जाऊन तेथे 'डोह' तयार होतो. दक्षिण भारतात अनेक हंगामी नद्या आढळतात.

Seismology (सैस्मॉलॉजी) - **भूकंपशास्त्र**

भूकंपांचा सर्वंकष अभ्यास ज्या शास्त्रात करतात त्यास भूकंपशास्त्र म्हणतात. भूकंपशास्त्राद्वारे भूकंपलहरींची नोंद भूकंपमापी यंत्रावर (Seismograph) केली जाते व त्यात प्राप्त होणाऱ्या माहितीची नोंद भूकंप अभिलेखात (Seismogram) होते. लहरीचा वेग, उत्पत्ती व प्रभावक्षेत्र यांची माहिती भूकंपशास्त्रात होते. तसेच खनिजनिक्षेप व शैलसंरचना यांची माहिती प्राप्त होते. भूकंपाचा अभ्यास प्राकृतिक भूगोलात होत असला तरी खनिजसंशोधनात भूकंपशास्त्र महत्त्वाची कामगिरी बजावते.

Shell or Clay Rock (शेल ऑर क्ले रॉक) - **पंकाश्म**

बारीक चिकण माती किंवा गाळापासून हे स्तरित खडक बनतात. या खडकात कॅओलिनचे प्रमाण जास्त असते. यात ॲल्यूमिनियम, फेल्सपार, अभ्रक व इतर खनिजे समाविष्ट असतात. हे खडक नरम व अच्छिद्र असतात. हा खडक चिनीमातीची भांडी, विटा, सिमेंट यांसाठी उपयोगात आणतात.

Shore Platforms (शोअर प्लॅटफॉर्म) - **तरंगकृत मंच**

किनाऱ्यावर लाटांच्या माऱ्यामुळे तयार झालेल्या सपाट व खडबडीत भागास 'तरंगकृत मंच' असे म्हणतात. किनाऱ्यावर भरती रेषा व ओहोटी रेषा यांच्या दरम्यानचा भाग सतत झिजत असतो.

Sill and Sheet - सिल व शीट

जेव्हा लाव्हारस जलजन्य किंवा रूपांतरित खडकांच्या आडव्या भेगेत येऊन साठतो व कालांतराने थंड होऊन या प्रकारच्या अग्निजन्य खडकाची निर्मिती होते याला सिल (Sill) असे म्हणतात. सिल बऱ्याच वेळा समांतर असतात. ते जास्त लांबीचे व कमी-जास्त जाडीचेही असू शकतात. जेव्हा त्यांची जाडी जास्त असते तेव्हा त्याला 'सिल' असे म्हणतात आणि पातळ खडकास 'शीट' असे म्हणतात.

Sink holes (सिंक होल्स) - **अवतरण छिद्रे**

सिंक होलची निर्मिती कार्बन-डाय-ऑक्साइडयुक्त भूमिजल भूस्तरात शिरल्याने होते. ह्या पाण्याची द्रावणक्रिया फारच प्रभावी असते. खडकजोडांचा विस्तार वाढत जाऊन अवतरण छिद्राची निर्मिती होते. सिंक होल हे खोल खड्डे असून ज्यांची खोली काही मीटरपासून जास्तीत जास्त ३० मीटरपर्यंत असते. अवतरण छिद्रे वाढल्यास त्यांना विलय छिद्रे (Swallow Holes) असे म्हणतात. इंग्लंडमधील यॉर्कशायर येथील 'गेपिंग घिल' हे सिंक होल आहे.

Sinking Streams (सिंकिंग स्ट्रीम्स) - **अधोगामी ओढे**

चुनखडीच्या प्रदेशात अवतरण छिद्रे तयार झालेली असतात. ह्या अवतरण छिद्रांना ओलांडून फार मोठ्या नद्यांचे प्रवाह जाऊ शकतात आणि इतर लहान नद्या किंवा ओढे हे अवतरणच्छिद्रातून खाली जातात. यांना अधोगामी ओढे असे म्हणतात. भूस्तराखाली ओढ्यांमुळे गुहा निर्माण होतात. ह्या गुहेतून भूमिगत नद्या वाहतात व कित्येक किलोमीटर्स वाहिल्यानंतर भूपृष्ठावर पुन्हा प्रकट होतात.

Slate (स्लेट) - **कडाप्पा**

स्तरित पंकाश्म खडकापासून गतिक रूपांतरणप्रक्रियेतून स्लेट या धूसर काळ्या रंगाच्या खडकाची निर्मिती होते. अभ्रक, क्लोराइट, कार्ट्झ, फेल्सफार इ. खनिजे यामध्ये असतात. भारतात कडाप्पा खडक समूह आंध्र व राजस्थानमध्ये मिळतो.

Slope (स्लोप) - **उतार**

भूरूपशास्त्रांत ज्या भूरूपांचा अभ्यास केला जातो त्या सर्वांना उतार (Slope) असतोच. क्षरण- क्रियेतून उताराची निर्मिती होत असल्यामुळे उताराच्या उत्क्रांतीचा अभ्यास महत्त्वाचा ठरतो. भूरूपशास्त्रांत उताराला महत्त्व आहे. याचप्रमाणे मानवी जीवनांतही उताराचे फायदे आहेत. प्रामुख्याने कृषी, दळणवळण व जलसिंचन या बाबी उतारांवर अवलंबून असतात. सपाट मैदानी भाग सोडल्यास जमिनीवरील व पाण्याखालील सर्व भूरूपांच्या पृष्ठांना उतार असतोच व या उताराच्या निर्मितीसाठी गुरुत्वाकर्षण हा महत्त्वाचा घटक कारणीभूत ठरतो.

भूपृष्ठावरील उताराची निर्मिती ही पृथ्वीच्या अंतर्गत व बहिर्गत शक्तीमुळे होत असते. भूकंप, ज्वालामुखी यांसारख्या तीव्र हालचाली व वाहते पाणी, हिम, वारा या मंद हालचालीतून उतार उदयाला येतात. यांच्यामुळे होणाऱ्या क्षरण, वहन, संचयन या प्रकाराच्या क्रियांमधून भूपृष्ठाची उंची क्षरणात कमी होणे तसेच गाळाने उंची वाढणे या दोन्ही बाबी येतात. अशा प्रकारे बाह्य शक्ती व अंतर्गत शक्ती यांचे परस्परपूरक कार्य होऊन उताराची उत्क्रांती होत असते.

उताराच्या निर्मितीनुसार त्याचे खालील प्रकारे वर्गीकरण करण्यात येत आहे :

(१) विवर्तनिक उतार (Tectonic Slopes) : या प्रकारचे उतार हे भूगर्भीय हालचालींमुळे होतात. ज्वालामुखी, भूकंप, वलन व भ्रंश यांमुळे भूपृष्ठावर उतार तयार होतात. त्यांनाच 'विवर्तनिक उतार' म्हणतात. खचदरीच्या दोन्ही काठांवरील उतार हे याचे उदाहरण आहे. तसेच ज्वालामुखी शंकू व पठार यांचे उतार या प्रकारात मोडतात. ज्वालामुखीच्या उद्रेकांतून बाहेर पडलेल्या पदार्थांच्या निक्षेपणामुळे उतार तयार होतात. बेसिक लाव्हामुळे मंद उताराचे शंकू व ॲसिड लाव्हामुळे तीव्र उताराचे शंकू निर्माण होतात.

(२) क्षरणात्मक उतार (Erosional Slope) : वाहते पाणी, हिमनदी, वारा व समुद्री लाटा इत्यादींच्या क्षरण, वहन व निक्षेपणकार्यामुळे जे भूपृष्ठावर उतार दिसतात त्यांना 'क्षरणात्मक उतार' म्हणतात. पर्वतीय प्रदेशांत नद्या व हिमनद्या आपल्या खोऱ्यांतील उंच भागी असे उतार तयार करतात. त्यांना Valley Slopes व Glaciated Valley Slopes म्हणतात. समुद्री लाटांमुळे किनाऱ्यावरील कड्यांची झीज होऊन तीव्र उतार

तयार होतात. तसेच कड्यांची (Cliff) उंची पण कमी होत असते.

(३) संचयनात्मक उतार (Depositional Slope) : नदी, वारा व हिमनद्यांनी तयार केलेल्या पदार्थांचे संचयन भूपृष्ठावर होऊन उताराची निर्मिती होते. नदीने वाहून आणलेल्या गाळाच्या संचयनाने पुराचे मैदान व पूरस्तर तयार होतात. पूरतटाजवळ तीव्र उतार दिसून येतो. वाळवंटात वालुकागिरी (Sand dunes) व बारखन तयार होऊन उतारांची निर्मिती होते. ज्वालामुखीतून बाहेर पडलेल्या राख, लॅपिला, ब्रेसिया यांच्या संचयनाने उतारांचे शंकू तयार झालेले दिसतात.

मृदा प्रवहण (Soil Flowage) व भूमिपात (Land Slides) : खडकावर कायिक व रासायनिक अपक्षयाची क्रिया होऊन मूळ खडकापासून कण वेगळे होतात. तसेच मृदा तयार होते. ही मृदा उतारावरून पाणी, वारा, बर्फ यांमुळे खाली सरकते. यालाच भूपृष्ठवाह (Overland Flow) म्हणतात; अशा हालचालीत सूक्ष्म मातीच्या सरपटीपासून शिलापात (Soil Creep) व भूमिपात (Land Slides) होण्यापर्यंत हालचाली होत असतात. बाष्पधारण केलेली मृदा गुरुत्वाकर्षणशक्तीच्या प्रभावाने वाहत किंवा सरपटत म्हणजेच घसरत जाते. या क्रियेलाच प्रवहण (Flowage) म्हणतात. सूक्ष्म मृदेसोबतच जाडाभरडा गाळ, शिलाखंड यांची मात्र वेगाने घसरण (Slides) होते.

हिमप्रदेशात जलांशांमुळे माती जलसंपृक्त होते व ती वाहू लागते. या मृदावहनाला डबरवाह (Talus) असे म्हणतात. या डबरासह, हिम वाहत येत असल्यामुळे तो जास्त वेगाने खाली सरकतो.

Slope Decline Theory (स्लोप डिक्लाइन थियरी) - डेव्हिसचा घटता उतार सिद्धान्त

डेव्हिसची क्षरणचक्राची संकल्पना (१८९९) सर्वमान्य ठरली आहे. क्षरणचक्राच्या अवस्थेनुसार उताराचा भाग कमी होऊन उताराचे स्वरूप बदलते. उभे क्षरण व पार्श्वक्षरण होऊन उताराचा ऱ्हास होत असतो.

विसाव्या शतकाच्या प्रारंभापासून डेव्हिसने उतारांचे निरीक्षण करून उतारांचा गुणात्मक अभ्यास केला आहे. उताराच्या वरच्या भागात 'बहिर्वक्र उतार' असतो. या उतारावर क्षरण व वहन या प्रक्रिया काम करतात. हे होत असताना भूरूप संरचना (Structure), प्रक्रिया (Process) व काल अवस्था (Stage) या तीन गोष्टींचा परिणाम घडत असतो. खडकांची संरचना, झिजेतून निर्माण झालेला गाळ व गाळ वाहून जाण्याचा वेग या सर्व गोष्टींच्या परस्पर संबंधातून निर्माण होणारे प्रतिबिंब म्हणजे उतार होय व तोही कालपरत्वे बदलत जातो, हे या सिद्धान्ताचे मर्म आहे. (Slope form is time dependent)

डेव्हिसने सूक्ष्म गाळाच्या घसरणाची कल्पना मांडून बहिर्वक्र उताराच्या वरच्या

भागातून गाळ घसरत येऊन पायथ्याशी जमा होतो. या हालचालीला सूक्ष्म मातीचा सरपट (Soil Creep) म्हणतात. ही हालचाल होण्यास असलेली आवश्यक बाब म्हणजे गुरुत्वाकर्षण होय. उतारावरून अशा घसरण्याला प्रवहण (Flowage) असेही म्हणतात. यामुळेच बहिर्वक्र उताराचा ऱ्हास होतो असे डेव्हिसचे मत आहे.

Slope Replacement Theory (स्लोप रिप्लेसमेंट थियरी) - पेन्कचा बदली उतार सिद्धान्त

वाल्टर पेंक या जर्मन तज्ज्ञाने उताराचा विचार करताना भौमितिक व गणितीय दृष्टिकोन ठेवून आधुनिक विचार मांडले. बाह्यशक्ती आणि उतार यांचा अंतर्गत शक्तीशी असणारा संबंध पेंकने (१९२४) प्रस्थापित केला.

पेंकच्या सिद्धान्तात सांगितले आहे की, उताराची झीज होते व मूळ उताराशी समांतर असा उतार मागे हटतो. या प्रक्रियेला समांतर माघार (Parallel Retreat) असे म्हटले आहे. उताराच्या माघारीचा वेग उताराच्या वक्रतेवर अवलंबून असतो. कालपरत्वे उतार झिजतो व समांतरपणे मागे जातो. या झिजेत निर्माण झालेला गाळ पायथ्याशी साचत जाऊन एक नवीन पण काहीसा अंतर्वक्र उतार (Concave Slope) तयार होतो. तेच या सिद्धान्ताचे मर्म आहे.

अँथनी यंग या तज्ज्ञाने या उताराला बदली उतार (Replacement Slope) असे म्हटले आहे.

पेंकने उताराचे स्वरूप व त्याचा कोन हा नदीच्या क्षरणकार्याच्या वेगावर अवलंबून असतो असे सांगितले. नदीचे क्षरणकार्य वेगाने झाले तर नदीचे पात्र खोल होते व उतार झिजून तो बहिर्वक्र होतो. तसेच उताराच्या उत्क्रांतीच्या प्राथमिक अवस्थेत उतार हा अंतर्वक्र अवस्थेत बदलतो. त्यानंतर खालून वर उतार बदलत जातो (Slope Replacement) म्हणून या सिद्धान्तास पेंकचा 'बदली उतार सिद्धान्त' असे म्हणतात. पेंकने आपल्या सिद्धान्तात प्रतिपादन केले की, एका तीव्रशैल उतारावर क्षरणक्रिया सारख्या प्रमाणात होऊन गुरुत्वाकर्षणामुळे झीज खाली येऊन पायथ्याशी जमा होते. उतार अशा तऱ्हेने सतत बदलत जातात.

Slope Theories (स्लोप थियरीज) - उताराचे सिद्धान्त

भूपृष्ठावरील टेकड्या किंवा डोंगर यांचे उतार व उंची क्रमाक्रमाने कमी होत जाते. बफनने १७५५ मध्ये हा विचार मांडला व टेकडीची झीज तिच्या उताराच्या कोनाशी समप्रमाण होते हे नमूद केले. फिशरने इ.स. १८६६ मध्ये गणिती पद्धतीने दाखविले की, जेथे तुटलेला कडा असतो, तो झिजत झिजत मागे जातो.

उताराच्या अंतरंगाचा अभ्यास गिल्बर्ट (१८७७) याने करून आपले विचार मांडले. त्यांच्या मते, सर्व उतार सारखे नसतात व त्यामध्ये होणारे बदल समान गतीने होत नाहीत. यामागची कारणे म्हणजे खडकाचा प्रकार, हवामानाचा प्रभाव व क्षरणप्रक्रिया होय.

उतारावर बाह्य कारके कार्य करतात. उतारावर मातीची सरपट (Creep) होते. ती वाहून गेल्यावर उतारात बदल होतो. हे गिल्बर्टने स्पष्ट केले. डेव्हिस व पेंक या भूशास्त्रज्ञांनी उताराच्या उत्क्रांतीचा गुणात्मक अभ्यास केला. दऱ्या-डोंगरांचे उतार मंद होत जाऊन ते शेवटी सर्व सपाट होतात. म्हणजेच उतार नुसतेच झिजत नाहीत तर भूरूपांची उंचीसुद्धा कमी होते हे सांगितले. हॉर्टनने द्रविक (Hydraulic) उतार सिद्धान्त मांडला. त्यात क्षरणप्रक्रिया व उताराचा प्रकार यांबाबतचे सखोल शास्त्रीय विवेचन केले.

सॅव्हिगीरने उताराच्या आकृतीचा विचार करून उताराचे तीन विभाग पाडले. एक शीर्ष उतार (Crest Slope) जो जलविभाजकाच्या शिखरभागाकडे असतो. दुसरा मधला उतार जो बराच सरळ असतो. त्याला मध्य उतार म्हणतात व तिसरा जो उतार पायथ्याजवळ असतो, त्याला पायथा उतार (Basal Slope) म्हणतात. लॉसन व बाउलिंग यांनी सांगितले की, अपक्षयाची क्रिया ही सर्व उतारांवर सारखी नसून माथ्याकडे जास्त व पायथ्याकडे कमी असते.

भूपृष्ठावर भूरूपाच्या उताराची निरनिराळी स्वरूपे आढळतात. त्यांच्या स्वरूपात सतत बदल होत असून तो बदल कालसापेक्ष असतो. उताराची उत्क्रांती व स्वरूप यासंबंधात खालील सिद्धान्त महत्त्वाचे ठरले आहेत :

(१) डेव्हिसचा घटता उतार सिद्धान्त (Slope Decline Theory of W. M. Davis)

(२) पेन्कचा पुनर्बदली उतार सिद्धान्त (Slope Replacement Theory of W.Penk)

(३) किंगचा समांतर माघारी उतार सिद्धान्त (Parallel Retreat Theory of L.C. King)

Snow Line (स्नो लाइन) - हिमरेषा

भूपृष्ठावर सागरपातळीपासून ज्या कमीत कमी उंचीवर कायम व भर उन्हाळ्यातही बर्फ आढळते किंवा पाणी गोठलेल्या स्वरूपात असते, त्या उंचीवर कल्पिलेल्या रेषेस 'हिमरेषा' असे म्हणतात. अक्षांश, उंची व भूप्रदेशाचा उतार, ऋतुमान यानुसार हिमरेषेची उंची कमी-जास्त होते. विषुववृत्तीय प्रदेशात हिमरेषा अधिक उंचीवर असते तर ध्रुवीय प्रदेशात ती कमी उंचीवर असते. हिमनदीचे स्थान, अस्तित्व व कार्य या दृष्टीने हिमरेषा महत्त्वाची असते.

Soil (सॉइल) - **मृदा**

मृदा ही संपूर्ण जीवसृष्टीचा मुख्य आधार आहे. मृदा हे वनस्पतींना आधार देणारे व अन्न पुरवणारे माध्यम आहे. शेतीव्यवसायाच्या दृष्टीने मृदा अत्यंत महत्त्वाची आहे. थोडक्यात, मृदा हे अत्यंत महत्त्वाचे नैसर्गिक संसाधन आहे.

भूपृष्ठावरील मातीच्या पातळ थराला 'मृदा' म्हणतात. त्यात घन, द्रव व वायू यांचे मिश्रण असते.

मृदा ही खडकांच्या विदारणामुळे (Weathering) तयार झालेली असते. ज्या खडकांपासून मृदा तयार होते त्या खडकांचे गुणधर्म त्या मृदेत आढळतात.

भूपृष्ठावर विदारण, खनन, वहन, संचयन या क्रियांमुळे मृदेची निर्मिती होते. मूळ खडकाचे विदारण किंवा झीज क्रियेमुळे बारीक चुरा होतो. या द्रव्यात सेंद्रिय घटक मिसळून जे द्रव्य तयार होते. त्यास मृदा म्हणतात. मृदेच्या अभ्यासाच्या शास्त्राला मृदाशास्त्र (Pedology) म्हणतात.

मृदेची महत्त्वाची कार्ये याप्रमाणे : (१) वनस्पतींच्या बीजांना मृदेपासून संरक्षण, ऊब व ओलावा मिळतो. (२) मृदा वनस्पतींना आधार देते. (३) मृदा वनस्पतींच्या मुळांना पाणी पुरविते. (४) वनस्पतिवाढीसाठी आवश्यक असलेली नायट्रोजन, पोटॅश, फॉस्फरस, लोह इ. असंख्य खनिजद्रव्ये मृदा पुरविते. (५) मृदेतील रसायनांमध्ये बदल घडवून आणणाऱ्या असंख्य जीवाणूंना मृदा आश्रय देते.

भारतातील मृदेचे पुढीलप्रमाणे आठ प्रकार पडतात : (१) पर्वतीय मृदा (२) गाळाची मृदा (३) तांबडी मृदा (४) काळी मृदा (५) लॅटेराइट मृदा (६) वाळवंटी मृदा (७) क्षारयुक्त आणि अल्कली मृदा (८) पीत मृदा.

भारतातील अधिकांश मृदा नद्यांद्वारे निर्माण झालेली आहे.

Soil Profile (सॉइल प्रोफाइल) - **मृदेचा उभा छेद**

मृदा निर्माण झाल्यावर तिच्यातील आडवी थररचना वैशिष्ट्यपूर्ण असते. मृदेचा उभा छेद घेतला असता मृदेचे आडवे थर दिसून येतात. 'अ' 'ब' व 'क' अशा अक्षरांनी संबोधून या थरांची विभागणी केली जाते. मृदेचे वर्गीकरण त्यांच्या दृश्य स्तरावरून केले जाते. अ थराच्या जाडीवर मृदेची सुपीकता अवलंबून असते. मृदेच्या उभ्या छेदांचे स्पष्टीकरण पुढील आकृतीत दर्शविले आहे.

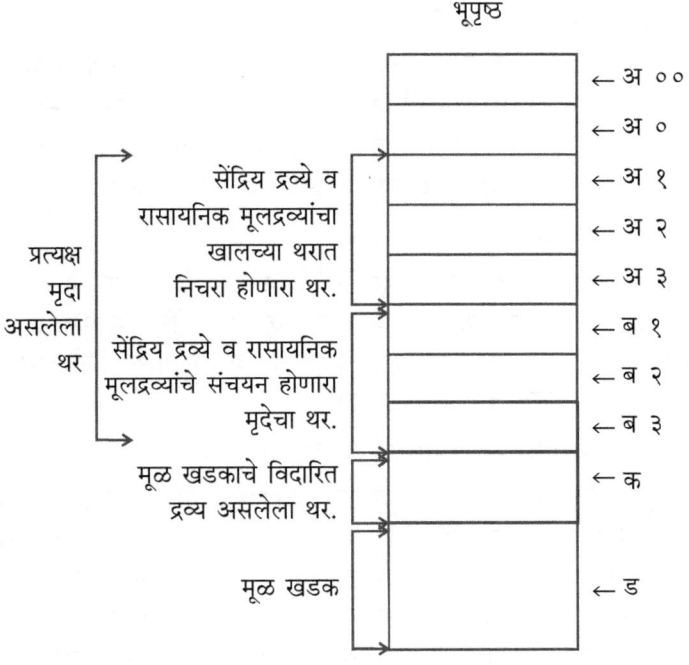

मृदेच्या उभ्या छेदाची रचना :

अ ०० - पालापाचोळा व सेंद्रिय पदार्थांचे आच्छादन

अ ० - अंशत: कुजलेल्या सेंद्रिय पदार्थांचा थर

अ १ - गडद रंगाची मृदा, भरपूर सेंद्रिय द्रव्यांनी युक्त

अ २ - सेंद्रिय द्रव्य कणांचा व पोषक खनिज द्रव्य कणांचा निचरा झालेला फिकट रंगाचा थर

अ ३ - 'अ' शी साम्य असलेला परंतु 'ब' मध्ये विलीन होणारा थर.

ब १ - 'ब' शी साम्य असणारा परंतु 'अ' मध्ये विलीन होणारा थर

ब २ - गर्द रंगाचा, पोषकद्रव्य कणांचा जास्तीत जास्त संचयन झालेला थर.

ब ३ - 'क' मध्ये विलीन होणारा थर

क - मूळ खडकाचे विदारित द्रव्य असलेला थर

ड - मूळ खडक

Solution (सोल्युशन) - द्रावणक्रिया

द्रावणक्रिया भूमिजलात असलेल्या कार्बन-डाय-ऑक्साइड व ऑक्सिजन यांच्या प्रमाणावर अवलंबून असते. पावसाच्या पाण्यात वातावरणातूनच हे दोन्ही घटक सामावलेले असतात. जेव्हा हे पाणी मुरते तेव्हा खडकाचा बराचसा भाग विरघळतो. हे विरघळलेले पदार्थ पाण्याबरोबर खाली जात असतात. या क्रियेस द्रावणक्रिया म्हणतात.

Spit (स्पिट) - संलग्न दंड

दंतुर किनाऱ्यावर हे भूरूप दिसून येते. तिरकस, दीर्घतट प्रवाहाबाहेर आलेले वाळू, शंख, शिंपले इत्यादी भरड पदार्थ किनाऱ्यावरील खाडीच्या मुळाशी साठतात. संचयनाचे प्रमाण हळूहळू वाढत जाऊन त्याचे एक टोक जमिनीच्यापुढे आलेल्या भागास जोडले जाते. यास 'संलग्न दंड' असे म्हणतात.

Stalactite (स्टॅलॅक्टाइट) - अधोमुखी लवणस्तंभ

भूमिगत पाण्याने तयार केलेल्या गुहेमध्ये त्याचे निक्षेपकार्य होत असते. ह्या गुहांच्या छतातून भूपृष्ठावरील पाणी नेहमी पाझरत असते. ह्या पाझरणाऱ्या पाण्यात चुनखडीचा अंश असतो. पाणी पाझरत असताना बाष्पीभवनामुळे पाणी आटत असते, तेव्हा त्यातील पदार्थ छताला चिकटत असतो; अशा प्रकारे निक्षेपणाला सुरुवात होते. ही अधोमुख लवणस्तंभाची प्रारंभिक अवस्था असते. अशा क्रियेमुळे जलबिंदू जेथून पाझरत असतो त्या मार्गाला अनुसरून कमी जाडीचे परंतु लांब अशा प्रकारचे निक्षेपण हळूहळू होत असते. हे निक्षेपण छतापासून गुहेच्या तळाकडे लटकत असते. ती आकृती स्तंभासारखी दिसते म्हणून त्यांना 'अधोमुखी लवणस्तंभ' असे म्हणतात. असे लवणस्तंभ कुआलालंपूरजवळ बातु केव्हज येथे आढळतात.

Stalagmite (स्टॅलॅग्माइट) - ऊर्ध्वमुखी लवणस्तंभ

चुनखडीच्या प्रदेशांतील गुहांच्या छतांमधून क्षारयुक्त पाणी झिरपत असताना क्षाराचे संचयन होऊन ह्या प्रकारचा भू-विशेष तयार होतो. छतातून पाझरणारे पाणी गुहेच्या तळावर पडते. नंतर बाष्पीभवनाने ते आटते व हेच क्षारनिक्षेपण उभा कमी जाडीचा थर तयार करते. ती उभ्या स्तंभासारखी आकृती दिसते म्हणून यांना 'ऊर्ध्वमुखी लवणस्तंभ' म्हणतात. पर्यावरणीय बदलास व मानवी हस्तक्षेपास हे स्तंभ संवेदनशील असतात.

Step or Terrace Fault (स्टेप ऑर टेरेस फॉल्ट) - पायऱ्यांचा प्रस्तरभंग / पदविक्षेप प्रस्तरभंग

भूपटलभ्रंशामुळे काही वेळेस खडकाला एकमेकांना समांतर अशा पुष्कळशा भेगा पडून खडकाच्या तुकड्यांचे स्थानांतर होऊन त्या तुकड्यांमुळे पायऱ्या पायऱ्यांची

रचना निर्माण होते. यास 'पायऱ्यांचा प्रस्तरभंग' असे म्हणतात. या पायऱ्या खडकांच्या भेगेच्या दोन्ही बाजूंकडील थर वर वर सरकल्याने अथवा खाली सरकल्यामुळेही निर्माण होतात. यू एस ए मधील ग्रेट बेसिन या भागात असा प्रस्तरभंग झाला आहे.

Stock - स्टॉक

हे खडक भूपृष्ठावरील भेगात शिलारस अडकल्याने तेथेच थंड झाल्याने निर्माण होतात. हेही एखाद्या स्तंभासारखे उभे असतात. त्यांचा पाया मात्र गोलाकारअसतो. हे खडक बॅथोलिथ प्रमाणे पण कमी उंचीचे असतात.

Stone Lattice (स्टोन लॅटिस) - **जाळीदार खडक**

धूलिकण-युक्त वाऱ्याच्या मार्गात मृदू व कठीण कणांपासून निर्मित खडक येत असेल तर धूलिकणांच्या प्रहाराने मृदू कण बाजूला होतात आणि कठीण कण त्याच स्थितीत राहतात. त्यामुळे हा खडक जाळीसदृश्य नक्षीकाम असल्यासारखा निर्माण होतो; अशा खडकांना 'जाळीदार खडक' असे म्हणतात.

Structural Geomorphology (स्ट्रक्चरल जिओमॉर्फोलॉजी) - **संरचनात्मक भूरूपशास्त्र**

आंतरिक व विवर्तनिक (Internal and tectonic) शक्तीद्वारे खडकांमध्ये निर्माण होणाऱ्या संरचनांचा अभ्यास या शाखेत केला जातो. खडकांचे वलन (Folding), भ्रंश (Faulting), सांधे (Joints) इत्यादी संरचना व त्यांच्या निर्मितीस कारणीभूत होणाऱ्या प्रक्रियांचा (Forces or processes) विचार संरचनात्मक भूरूपशास्त्रात केला जातो.

Subsequent Stream (सब्सिक्वेंट स्ट्रीम) - **अनुवर्ती साहाय्यक जलप्रवाह**

मुख्य नदीच्या प्रवाहाच्या दिशेस अनुसरून वाहत जे प्रवाह परवर्ती नद्यांमध्ये मिसळतात त्यांना 'अनुवर्ती साहाय्यक जलप्रवाह' म्हणतात. काही विचारवंत ते प्रवाह मुख्य नदीच्या दिशेने पण नंतर, म्हणजे नव्याने, वाहात असल्याने त्यांना 'अनुवर्ती नवीन प्रवाह' (Resequent Streams) म्हणतात. हे प्रवाह मुख्य नदीला समकोनात मिळतात. मुख्य नदीच्या विकासानंतर या उपनद्या निर्माण होत असल्याने त्यांना परवर्ती प्रवाह म्हणतात.

Superimposed Drainage System (सुपरइम्पोज्ड ड्रेनेज सिस्टिम) - **अध्यारोपित निस्सार पद्धती**

जेव्हा एखादी नदी भूपृष्ठावरील मूळ खडकात आपले खोरे खणून तिचा विकास घडवत असते तेव्हा मूळ खडकाच्या खालच्या खडकाचा थर जरी भिन्न प्रकारचा असला

तरी ती आपली मूळची प्रवाहपद्धती न बदलता वाहू शकते. यास अध्यारोपित निस्सार पद्धती म्हणतात.

Symmetrical Fold (सिमेट्रिकल फोल्ड) - **संमित वळी**

भूपृष्ठावर अंतर्गत शक्तीमुळे पडणारा दाब दोन्ही बाजूंनी सारखाच असेल तर भूपृष्ठाला पडलेल्या वळ्यांच्या दोन्ही बाजूंकडील उतार सारखाच असतो. म्हणजेच वळ्यांच्या दोन्ही भुजा सम उताराच्या असल्यास अशा वळ्यांना संमित वळी किंवा समनत वळी असे म्हणतात. घुमटाकार पर्वतांची निर्मिती अशाच प्रकारच्या वळ्यांमधून होते. या पर्वतांच्या पायथ्याजवळ खनिज तेलाचे साठे आढळतात. निसर्गात अशा वळ्या क्वचितच निर्माण होतात.

Tarn (टार्न) - **हिमानी सरोवर**

उन्हाळ्यात हिमगव्हरातील बर्फ वितळते. हिमगव्हराच्या खोलगट भागात पाणी साचून सरोवर निर्माण होते. यास 'हिमानी सरोवर' म्हणतात. हिमगव्हाराच्या वेगवेगळ्या भागांची कमी-अधिक झीज झाल्याने हे खळगे तयार झालेले असतात. इंग्लिश लेक डिस्ट्रिक्ट येथील 'रेड टार्न' हे असे सरोवर आहे.

Tectonic or Dynamical Geomorphology (टेक्टॉनिक ऑर डायनॅमिकल जिओमॉर्फॉलॉजी) - **परिवर्तन भूरूपशास्त्र**

भूकवचातील संरचनात्मक परिवर्तनांमुळे (Structural changes in the earth crust) स्थलरूपांत (Topography) होणाऱ्या बदलांचा अभ्यास या शाखेत केला जातो. स्थलरूपाची उत्क्रांती व वर्णन (Evolution of land forms and their description) यांचा समावेश भूरूपशास्त्रात (Geomorphology) केला जातो. परिवर्तनभूरूपशास्त्र व भूरूपशास्त्र या भौतिक भूरूपशास्त्राच्या उपशाखा मानल्या जातात.

Terrarosa (टेरारोसा) - **भूमिगत पाण्याच्या क्षरण कार्याचा भू-आकार**

पाणी जेव्हा भूपृष्ठात प्रवेश करण्याचा प्रयत्न करते तेव्हा वरच्या खडकांवर लाल मातीच्या कणांचे अवशेष राहतात. जलप्रवेशावेळी हे कण तसेच राहिलेले असतात. प्रामुख्याने खडकांतील जोडात हे कण आढळतात. या भू-रूपाला टेरारोसा म्हणतात.

Theory of Cycle of Erosion (थियरी ऑफ सायकल ऑफ इरोजन) - **(नदीचा) अपक्षयचक्र सिद्धान्त**

नदीच्या घर्षणकार्यामुळे भूप्रदेशाच्या स्वरूपात क्रमाक्रमाने जे परिवर्तन होत जाते त्यांचा काळजीपूर्वक अभ्यास करून अमेरिकेतील प्रख्यात भूरचनाशास्त्रज्ञ डब्ल्यू. एम.

डेव्हिस (W. M. Davis) यांनी नदीच्या अपक्षयचक्राची कल्पना मांडून याकडे सर्व शास्त्रज्ञांचे लक्ष आकर्षित केले. ही अपक्षय चक्राची कल्पनाच पुढे नदीचा अपक्षय चक्राचा सिद्धान्त (Theory of Cycle of Erosion) म्हणून प्रसिद्ध झाली. या अवस्था याप्रमाणे : (१) प्रारंभिक अवस्था (Initial Stage) (२) संक्रमित अवस्था (Sequential Stage) (३) अंतिम अवस्था (Ultimate Stage).

एखाद्या नवनिर्मित भूभागावर नद्या व इतर बहिर्गत शक्तींच्या कारकांच्या अपक्षयकार्याचा परिणाम होऊन त्याचे जवळपास सपाट प्रदेशात (समतलप्राय मैदानात) रूपांतर होणे म्हणजे अपक्षयचक्र पूर्ण होणे. अपक्षयचक्राच्या निरनिराळ्या अवस्थांमधून जी विशिष्ट अशी भूरूपे निर्माण होतात, त्याला 'भौगोलिक चक्र' असे म्हणतात.

पूर्वी या सिद्धान्ताचा प्रयोग नदीच्या अपक्षयकार्यापुरता मर्यादित होता; परंतु हल्ली या सिद्धान्ताचा उपयोग बहिर्गत शक्तीच्या निरनिराळ्या कारकांच्या अपक्षय कार्यामुळे निर्माण होणाऱ्या स्थलाकृतीचा अभ्यास करण्यासाठीदेखील केला जातो. बाह्यशक्तीची ही सर्व कारके या चक्रातून भूप्रदेशावर कार्य करीत असतात.

Theory of Isostacy (थिअरी ऑफ आयसोस्टसी) - **संतुलन सिद्धान्त**

भूकवचात प्रारंभिक अवस्थेपासून मोठ्या घडामोडी, हालचाली होत आहेत. या सर्व हालचाली भूकवचात संतुलन राखण्यासाठी होत असाव्यात असे शास्त्रज्ञांचे मत आहे. भूपृष्ठावरील सर्व भूरूपांचा एकमेकांशी समतोल साधला गेला आहे. काही शास्त्रज्ञांचे असे मत आहे की, भूखंडे ही कमी घनतेची म्हणजे हलक्या द्रव्याची बनलेली असल्याने (भूखंडे, घनता २.९) ती सागरतळावर (सागरतळ घनता ३.३) तराफ्याप्रमाणे वाहात आहेत. हिमगिरींचा फक्त १/१० भागच सागरावर दिसतो व उर्वरित ९/१० भाग पाण्याखाली असतो. त्याचप्रमाणे भूखंडावरील पर्वत त्यांच्यापेक्षा जड द्रव्यावर तरंगत असावेत. काही शास्त्रज्ञांचे असे मत आहे की, भूपृष्ठावर काही उंच प्रदेश केवळ ते कमी घनतेचे असल्याने तयार झालेले आहेत. वरील विवेचनावरून दोन गोष्टी लक्षात येतात. - (१) भूमिखंडे ही सियालची (म्हणजे सिलिकेट ऑफ ॲल्यूमिना) बनलेली असून त्यांची घनता २.९ इतकी आहे. (२) सागरतळ सीमाचे (म्हणजे सिलिकेट ऑफ मॅग्नेशियम) या द्रव्याचे बनलेले असून त्यांची घनता ३.९ इतकी आहे, तर भूमिखंडावरील पर्वत त्याहीपेक्षा हलक्या द्रव्याचे बनलेले असून त्यांची घनता २.७ इतकी आहे.

एरी व प्रॅट यांनी संतुलन सिद्धान्ताविषयी दोन वेगवेगळे मतप्रवाह मांडले. एरी यांच्या मतानुसार पर्वतांना 'मुळे' असतात. पर्वत हे हलक्या पदार्थांचे बनलेले आहेत. त्यांना पृष्ठभागाखाली आधार आहे. जेवढ्या वस्तुमानाचे क्षेत्र ते भूपृष्ठावर व्यापतात तेवढेच वस्तुमान भूपृष्ठाखाली आधारासाठी त्यांना उपलब्ध असल्याने ते संतुलित अवस्थेत

आहेत. पृष्ठभागावर त्यांची जेवढी घनता असते तितकीच घनता पृष्ठभागाखाली त्यांच्या वस्तुमानाची असते. पर्वतांच्या खाली मूळ आधारक्षेत्र त्यांना उपलब्ध असते; म्हणून पर्वतांना मुळे (roots) असतात असे म्हटले जाते. पर्वतांना अशा प्रकारचा आधार नसल्यास वाळूच्या किल्ल्याप्रमाणे हे पर्वत कोसळून पडले असते.

तर प्रॅट यांच्या मतानुसार- (१) भूकवचावरील खडक हे कमी-अधिक अशा वेगवेगळ्या घनतेचे असतात. (२) कमी घनतेचे हलके खडक व जास्त घनतेचे जड खडक हे एकाच समान परंतु त्यांच्यापेक्षा अधिक घन पदार्थांवर तरंगत असतात. (३) हलक्या घनतेचे खडक असलेले पर्वत आजूबाजूच्या प्रदेशापेक्षा जास्त उंचीचे दिसतात. (४) हलक्या व जड घनतेचे खडक ज्या घन पदार्थांवर 'तरंगत' असतात, त्या पदार्थांची पूर्ती पातळी (Compensation Level) समान आहे. म्हणजे तो पदार्थ एकाच पातळीत आहे. येथे सीमा या थराचा पृष्ठभाग म्हणजेच 'पूर्ती पातळी' होय.

उत्तुंग पर्वतांची झीज होऊन झिजेपासून तयार झालेले अवसाद दूरवर नेले जातात व नंतर त्यांचे निक्षेपण होते. यामुळे खोलगट भागात भारवाढ होऊन तेथील भाग खचतो व बऱ्याच वेळेस झीज होत असलेले पर्वत त्यांचे वजन कमी झाल्यामुळे ऊर्ध्वगामी हालचालींमुळे उचलले जातात. ही भूकवचाची संतुलन राखणारी समयोजित (adjusting) हालचाल आहे. झिजेचा वेग कमी झाल्यानंतर भूकवच संतुलित अवस्थेप्रत येते व संतुलनाची अवस्था गाठल्यानंतर झीज होण्याची क्रिया थांबते.

Thrust Fault (थ्रस्ट फॉल्ट) - दाबरूपी प्रस्तरभंग

अंतर्गत हालचालींमुळे काही वेळेस भूपृष्ठावरील खडकांच्या थरावर दोन्ही बाजूंकडील प्रचंड दाब पडल्यास तेथे प्रस्तरभंग होऊन भेगेच्या एका बाजूकडील खडक दुसऱ्या बाजूवर आलेले किंवा झुकलेले दिसतात. त्यावेळी खडकस्तर वर सरकताना क्षितिजसमांतर हालचाल झाल्याने रचना पूर्ण बदलते; यास दाबरूपी प्रस्तरभंग असे म्हणतात.

Till Plain (टिल प्लेन) - टिल प्लेन

हिमनदीचा अग्रभाग जसजसा मागे सरकू लागतो त्याप्रमाणे प्रत्येक वेळी हिमनदीच्या मुखाजवळ बारीक गाळाचे संचयन होऊन या प्रकारच्या मैदानांची निर्मिती होते. या मैदानांत गाळांचे असंख्य थर आढळतात. गाळाच्या अशा प्रकारच्या संचयनाने काही ठिकाणी हजारो चौ. किमी. जागा व्यापली आहे; अशा प्रदेशांत काही उंचसखल भागही असतात. यामध्ये उंचसखल भाग बऱ्याच प्रमाणात असल्याने या मैदानाला 'Sag and Swell Topography' म्हणतात. या प्रकारच्या गाळाच्या संचयनाची जाडी शेकडो मीटर असते. या मैदानांच्या निर्मितीत भूमिमोढाचा बराचसा भाग असतो. तसेच या

मैदानात गारगोटी व वाळू यांचे प्रमाण जास्त असते. युरोपमध्ये या प्रकारच्या मैदानाला (Glacial Drift) ग्लेसियल ड्रिफ्ट म्हणतात.

Tombolo (टोम्बोलो) - भूबद्ध द्वीप

किनाऱ्यालगत एखादे बेट असते. वाळूच्या दांड्यामुळे ते किनाऱ्याशी जोडले जाते, अशा प्रकारे जोडणारा जो दांडा असतो त्याला 'भूबद्ध द्वीप' असे म्हणतात.

Trellic Drainage (ट्रेलिस ड्रेनेज) - जाळीसदृश निस्सार पद्धती

एखादा भूप्रदेश भिन्न खडकांचा तयार झालेला असतो. येथील मृदू खडक असलेल्या प्रदेशातील खोऱ्यांचा विकास लवकर होतो तर त्यांना मिळणाऱ्या उपनद्यांचा पार्श्ववर्ती विकास कठीण खडकांमुळे फार हळूहळू होतो. कित्येक वेळा या उपनद्या आपल्या प्रवाहाची दिशा बदलून खोऱ्यांचा विकास करण्याचा प्रयत्न करतात. यामुळे वेगवेगळ्या नद्यांची खोरी जाळीवर चढलेल्या वेलीप्रमाणे विकसित होताना दिसतात. यामुळे या प्रवाहास 'जाळीसदृश निस्सार पद्धती' म्हणतात. प्रत्येक अपनतीमध्ये वेगवेगळी खोरी विकसित होतात, यामुळे संपूर्ण क्षेत्रातील निस्सारक्षेत्र जाळीसदृश क्रमाने विकसित होताना दिसते.

Trough's Ends (ट्रफ्स एंड) - अंत्य खळगे

अनेक वेळा तीन-चार हिमगव्हरे जवळ जवळ असतात. त्यातील हिमनद्या नंतर एकत्र येतात व एक प्रचंड आकाराची हिमनदी तयार होते. या हिमनदीत हिमगव्हरातील हिमनद्यांपेक्षा खूप मोठ्या प्रमाणात बर्फ साचते. त्यामुळे ही मोठी हिमनदी खूपच मोठ्या प्रमाणावर झीज करते. बर्फ वितळल्यावर छोटी हिमगव्हरे व त्यांच्यातील हिमनद्यांच्या संगमाने तयार झालेली मोठी हिमनदी यांच्या दरम्यान तीव्र उताराचे कड्यासारखे भाग उघडे पडतात. या खाली मोठ्या हिमनदीने कोरलेला मोठा खळगा असतो. यास 'अंत्य खळगे' असे म्हणतात. स्विस आल्प्समध्ये झरमॅट व्हॅलीज् हे अंत्य खळगे भूरूप आहे.

Underground Drainage System (अंडरग्राऊंड ड्रेनेज सिस्टिम) - भूमिगत निस्सार पद्धती

चुनखडीच्या प्रदेशातून वाहणारे प्रवाह चुनखडी पाण्यात विरघळल्याने एखाद्या पृष्ठभागावरून गुप्त होऊन भू-पृष्ठाच्या खालून वाहू लागतात. पुढे बरीच चुनखडी विरघळवून या नद्या आपल्या दऱ्यांचा विकास करतात. त्यांना 'भूमिगत निस्सार पद्धती' म्हणतात.

U-Shaped Valley (यू-शेप्ड व्हॅली) - **यू आकाराची दरी**

डोंगराळ भागात नद्यांनी तयार केलेल्या दऱ्या असतात. हिमयुगात त्यांत काठोकाठ बर्फ साचते; बर्फाच्या अंगी झीज घडवून आणण्याची प्रचंड शक्ती असल्याने पूर्वीच्या खोऱ्यांचे काठ घासले जाऊन तीव्र उताराचे, उभ्या भिंतीप्रमाणे भूआकार निर्माण होतात. तळावर बर्फाचा जास्तीत जास्त भार असल्याने तळाची झीज होऊन तळ सपाट व रुंद होतो; अशा तीव्र उताराच्या व रुंद दरीस 'यू' आकाराची दरी असे म्हणतात. पूर्वीच्या दरीतील गिरिपाद हिमनदीच्या खननकार्याने झिजले जाऊन त्यांच्या अवशिष्ट भागास त्रिकोणाकृती रूप प्राप्त होते. त्यांना कृतशुंड (Bluff) असे म्हणतात. हिमनदीच्या पात्रात हिम वितळून गेल्यावर लांबट सरोवरांची मालिका आढळते. यास रिबन लेक्स (Ribbon Lakes) म्हणतात. या प्रकारची दरी हे पर्वतीय हिमनद्यांच्या कार्याचे व्यवच्छेदक भूरूप आहे.

Uvala - उव्हॉला

काही वेळेस एका ओळीत अनेक डोलाइन्स (नरसाळ्यासारखे विवर) तयार होतात किंवा डोलाइन्सचा विस्तार वाढल्यामुळे ते परस्परांना जोडले जातात तेव्हा दोन डोलाइन्समधील भू-भाग सावकाशपणे लोप पावतो त्यामुळे उव्हॉलाची निर्मिती होते. काही वेळा भूजलाच्या वरचे छत नाहीसे झाल्यामुळेसुद्धा ह्या भू-प्रकारची निर्मिती होते.

V - Shaped Valley (व्ही-शेप्ड व्हॅली) - **'व्ही' आकाराची दरी**

उगमस्थानापासून नदी जशी दूरदूर जाते तशी काठांची थोडी झीज चालू होते व काठ एकमेकांपासून दूर जाऊ लागतात. घळईपेक्षा 'व्ही' आकाराची दरी कमी खोल असते व तिचे काठ घळईसारखे उभे नसून कललेले असतात. 'व्ही' दरीचे काठ साधारणपणे ३०° पर्यंत कललेले असतात. 'व्ही' दरी व घळई यांच्या काठांची झीज विदारणक्रियेमुळे होत असते. 'व्ही' दरीचा विकास चालू असताना जर ऊर्ध्वगामी हालचाल सुरू झाली तर 'व्ही' दरीचे रूपांतर घळईत होते. ट्रिकार्ट यांच्या मतानुसार रासायनिक विदारण जेथे जास्त असते तेथे 'व्ही' आकाराच्या दऱ्या प्रामुख्याने तयार झालेल्या आढळून येतात. 'व्ही' दरीच्या परिसरात नदीचे पात्र अरुंद असल्याने या ठिकाणी धरण बांधणे सोयीचे असते. 'व्ही' आकाराची दरी हे नदीच्या खननकार्याचे व्यवच्छेदक भूरूप आहे.

Varves (व्हार्व्ह्ज) - **ऋतुस्तर**

हिमनदीच्या कार्यामुळे सरोवरे तयार होतात. या सरोवरातील चिखली खडकात पट्टीत निक्षेपण (Banded Deposition) होते. अशा प्रकारच्या पट्टीत असलेल्या सरोवरातील गाळास 'ऋतुस्तर' असे म्हणतात.

ऋतुस्तरांची जास्तीत जास्त जाडी १० मीटरपेक्षा जास्त आढळत नाही. साधारणत: वर्षाला एक ऋतुस्तर तयार होतो; अशा ऋतुस्तरांची संख्या मोजून स्वीडिश शास्त्रज्ञ डी. जीर यांनी हिमनद्यांच्या माघारीस वेगवेगळ्या विभागात किती वर्षे लागली असावीत त्याबद्दल अनुमान काढले आहे. ऋतुस्तरांवरून हिमनद्यांचा कालानुक्रम Chronology ठरविण्यास मदत होते.

Vertical Fault or Tear Fault (व्हर्टिकल फॉल्ट ऑर टेअर फॉल्ट) - **उभा प्रस्तरभंग / भेगरूपी प्रस्तरभंग**

कित्येकदा वेळा अंतर्गत भूहालचालींमुळे भूपृष्ठावरील खडकांवर दाब व ताण निर्माण झाल्यामुळे भूपृष्ठावरील एकसंध खडकाला सरळ उभ्या दिशेनी तडे जातात व भेगेजवळील खडकांच्या भागात क्षितिजसमांतर स्थानांतर होते. विशेषत: भूकंपाच्या वेळी अशी प्रक्रिया घडून येते. या भेगांनाच उभा प्रस्तरभंग असे म्हणतात.

Volcanic Cones (व्होल्कॅनिक कोन्स) - **ज्वालामुखीचे शंकू**

ज्वालामुखीच्या उद्रेकाच्या वेळी शिलारस, पाण्याची वाफ, चिखल, गंधक व रासायनिक पदार्थ भूकवचाला पडलेल्या भेगांतून वाट काढीत वर येतात. ही भेग नळीसारखी असते. नळीसारख्या या वाटेचे भूपृष्ठावरील तोंड म्हणजेच ज्वालामुखीचे मुख होय. कित्येकदा मुख्य नळीपासून दुसरी नळी निघते व दुय्यम मुख तयार होते. शिलारस, वाफ व राख एकामागून एक असे किंवा काही कालावधीच्या अंतराने भूपृष्ठावर साचत जातात; अशा संचयनामुळे संचय डोंगर किंवा टेकड्या तयार होतात. त्यांचा आकार शंकूसारखा असतो; म्हणून यांना 'ज्वालामुखीचे शंकू' असे म्हणतात. जपानमधील माउंट फुजी हा ज्वालामुखी शंकू आहे.

Volcanic Mountains (व्होल्कॅनिक माउंटन्स) - **ज्वालामुखीचे पर्वत किंवा संचयनाने निर्माण झालेले पर्वत**

ज्वालामुखीचा उद्रेक होतो तेव्हा त्याच्या मुखातून शिलारस बाहेर पडतो व त्याबरोबरच मोठ्या प्रमाणात ज्वालामुखीय राख, वाफ व वायूही बाहेर पडतात. शिलारस किंवा लाव्हारस भूपृष्ठावर आल्यावर थंड होऊन त्याचे घनीभवन होते व अग्निजन्य खडकांची निर्मिती होते. ज्वालामुखीची राख व लाव्हा यांच्या संचयनामुळे भूपृष्ठावर जे शंक्वाकार उंचवटे होतात त्यांना 'ज्वालामुखीय पर्वत' म्हणतात.

Volcanic Rifts (व्होल्कॅनिक रिफ्ट) - **ज्वालामुखीय भेगा**

ज्वालामुखीच्या प्रदेशात शिलारसाच्या उद्रेकांमुळे स्फोट होऊन भूपृष्ठावर अनेक खोलगट व विस्तृत भेगा पडतात. त्यांना 'ज्वालामुखीय भेगा' असे म्हणतात.

Volcano (व्होल्कॅनो) - ज्वालामुखी

पृथ्वीच्या अंतरंगात प्रचंड उष्णता असते. त्यामुळे विशिष्ट खोलीवरचे खडक वितळतात. त्याचबरोबर उष्ण वायूही असतात. वायू हलके असल्याने वर येण्याचा प्रयत्न करतात. खंडीय तबकड्यांच्या सीमा किंवा भूपृष्ठास निर्माण झालेल्या तड्यांमधून (Cracks) बाहेर येण्याची संधी मिळाल्याने ते वायू व अन्य पदार्थ पृष्ठभागावर येतात. या क्रियेलाच ज्वालामुखीय क्रिया असे म्हणतात.

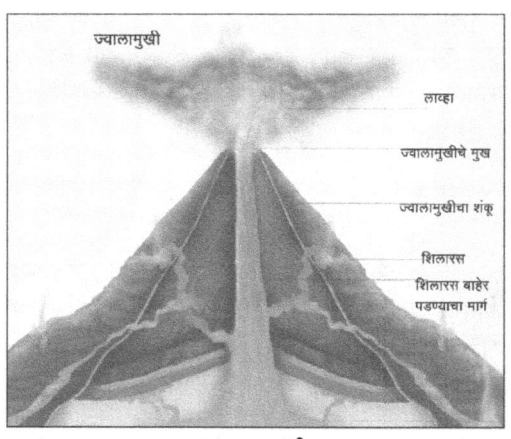

ज्वालामुखी
लाव्हा
ज्वालामुखीचे मुख
ज्वालामुखीचा शंकू
शिलारस
शिलारस बाहेर पडण्याचा मार्ग

ज्वालामुखी

पृथ्वीच्या अंतरंगातून भूपृष्ठावर येणारा लाव्हारस ज्या जागेतून वर येतो त्या जागेला (Point) ज्वालामुखी असे म्हणतात. रोमन लोकांची अग्निदेवता ही 'Vulcan' या नावाने ओळखली जाते, म्हणूनच 'Volcano' हे नाव तयार झाले.

पृष्ठाखालून वर येणारा लाव्हारस सुमारे ३ किमी. खोलीवर एका मोकळ्या पोकळीत (Chamber) साचतो व पृष्ठावर येताना नळीसारख्या भेगेतून वर येतो त्याला नळीचा ज्वालामुखी (Central Volcano) असे म्हणतात. या ज्वालामुखीपासून टेकड्यांची निर्मिती होते. काही वेळा भूपृष्ठाची भेग लांब व विस्तीर्ण असते. त्यातून लाव्हारस बाहेर पडतो त्यास रेषीय ज्वालामुखी (Linear Volcano) किंवा भेगीय ज्वालामुखी (Fissure Volcano) असे म्हणतात.

ज्वालामुखीतून लाव्हारस, राख, वायू, ज्वालामुखीय गोळे इत्यादी पदार्थांचा उद्रेक होतो. स्फोटक वायूंचे प्रमाण अधिक असल्यास स्फोटासारखा आवाज होऊन पदार्थ फेकले जातात, किंवा अशा वायूंचे प्रमाण कमी असेल तर शांतपणे लाव्हा पसरत जातो.

ज्या ज्वालामुखीचे उद्रेक सतत वा थोड्या कालावधीनंतर होत राहतात त्यांना 'जागृत (Active) ज्वालामुखी' म्हणतात. ज्यांचा उद्रेक होऊन बराच काळ लोटला आहे पण भावी काळात पुन: उद्रेकाची शक्यता असते अशा ज्वालामुखींना 'निद्रिस्त (Dormant) ज्वालामुखी' म्हणतात. ज्यांचा उद्रेक होऊन बराच काळ लोटला आहे व भावी काळात उद्रेक होणार नाही अशी खात्री असते, अशा ज्वालामुखींना 'मृत (Extinct) ज्वालामुखी' म्हणतात.

ज्वालामुखी क्रियांच्या परिणामांमुळे शंक्वाकृति टेकड्या (Cones), ज्वालामुख (Crater), ज्वालामुखीय स्तंभ (Volcanic Neck And Volcanic Spines), ज्वालामुखीय उशा (Lava Pillows) अशी विविध भू-रूपे तयार होतात.

ज्वालामुखीय उद्रेकातून बाहेर आलेल्या पदार्थांचे भूकवचावर अनेक ठिकाणी संचयन झालेले आहे. या पदार्थांच्या अभ्यासामुळे पृथ्वीच्या अंतरंगाचे गूढ उकलण्यास मदत झालेली आहे. ज्वालामुखीच्या खडकापासून बनलेली जमीन एवढी सुपीक असते की, हवाई, जावा बेट इत्यादी ठिकाणी ज्वालामुखीच्या उद्रेकाचा सदैव धोका असूनही तेथील प्रदेशात दाट लोकसंख्या आढळते.

अंतर्गत भागात लाव्हारसाचे साठे आहेत. त्यावरील दाब कमी झाल्यास ज्वालामुखीचा उद्रेक होतो. नवीन संशोधनानुसार तबकड्यांच्या हालचाली भूकंप व ज्वालामुखीस कारणीभूत होतात असे समजले जाते. तबकड्यांच्या सीमावर्ती भागात भूकवच अधू असून त्याला भेगा असतात. यांपैकी काही भेगा पृष्ठभागानजीक असतात. त्यामुळे लाव्हारसाचा उद्रेक होतो. केंद्रीय उद्गीरणानंतर बऱ्याच वेळेस लाव्हारसाचा शंकू बनतो. शंकूच्या माथ्यावर कुंड असते. या कुंडातून लाव्हारस बाहेर येतो. नंतरच्या उद्रेकावेळी लाव्हारस अतिशय जोराने बाहेर आल्यास कुंड खचते व तेथे एक प्रचंड खळगा तयार होतो. त्याला काहील (Celdera) असे म्हणतात. अशा खळग्यात नंतर पाणी साचून सरोवरे तयार होतात. हवाई बेटावरील किलाऊ (Kilauea) येथे कॅल्डेरा भूरूप आहे.

सर्वात जास्त ज्वालामुखी सागरतळावर आढळून येतात. प्रशांत महासागर तळावर दहा हजारांपेक्षा जास्त ज्वालामुखी आढळून येतात. बंगालच्या उपसागरतळावरही बरेच ज्वालामुखी असून त्यामुळे तेथे अनेक बेटे दर वर्षी तयार होतात व पूर्वीची नाहीशी होतात. सागरमध्य पर्वतरांगांवर व तबकांच्या सीमावर्ती प्रदेशात ज्वालामुखीचे उद्रेक नेहमी होत असतात. भूपृष्ठावरील विभंग प्रदेशातही ज्वालामुखी आढळून येतात. जपानमधील फुजियामा, अमेरिकेतील सेंट हेलेन्स हे विभंग प्रदेशातील ज्वालामुखी आहेत. हिमालयात प्रचंड प्रमाणात वलीकरण झालेले असूनही एकही जागृत ज्वालामुखी तेथे नाही. तर आइसलंडमध्ये अर्वाचीन काळात वलीकरण झालेले नसून अनेक ठिकाणी अंतर्गत भागात लाव्हारसाचे साठे आढळून आलेले आहेत. ज्या ज्वालामुखीमधून उद्रेकाची क्रिया सतत चालू असते, त्याला 'जागृत ज्वालामुखी' म्हणतात, तर ज्याचा उद्रेक अनिश्चित कालानंतर होतो त्याला 'निद्रिस्त ज्वालामुखी' असे म्हणतात. ज्या ज्वालामुखीतून उद्रेक होण्याची क्रिया थांबलेली असते त्यास 'मृत ज्वालामुखी' असे म्हणतात. ज्वालामुखीच्या नलिकेतून बाहेर पडणाऱ्या विविध पदार्थांनीच उद्रेकानंतर ही नलिका कायमची बंद होऊन ज्वालामुखी मृत बनतो.

Volcano (Types) (व्होल्कॅनो (टाइप्स)) - **ज्वालामुखीचे प्रकार**

(१) ढालसदृश ज्वालामुखी (Shield Volcano) : हे पसरट आकाराचे असून प्रामुख्याने त्यांत असिताश्म व इतर सिकतधर्मी खडक असतात. हवाई बेटावरील मौनालोआ ज्वालामुखी वरील प्रकारात मोडतो; अशा प्रकारच्या ज्वालामुखींना 'हवाईप्रकारचा ज्वालामुखी' असेही म्हणतात.

सिकतधर्मी लाव्हारसात वालुकाद्रव्याचे प्रमाण खूपच कमी असून अशा प्रकारचा लाव्हारस चिकट नसल्याने दूरवर पसरतो. दक्षिण अमेरिकेतील पॅराना विभाग व आइसलंडमधील लाकी विभागात वरील प्रकारचे ढालसदृश ज्वालामुखी आहेत.

(२) घुमटाकृती ज्वालामुखी (Domal Volcano) : बऱ्याच वेळेस लाव्हारसात वालुकाद्रव्याचे प्रमाण खूपच असते; असा आम्लधर्मी लाव्हारस दूरवर पसरत नाही; कारण तो खूप चिकट असतो व त्यापासून ऱ्होयोलाइट खडक तयार होतात. न्यूझीलंडमधील तरावेरा पर्वत व मध्य फ्रान्समधील पर्वत वरील प्रकारच्या आम्लधर्मी ज्वालामुखींपासून तयार झालेले असावेत.

(३) रक्षायुक्त ज्वालामुखी (Ash Cone) : लाव्हारसातून राख व भरड पदार्थ जास्त प्रमाणात बाहेर पडल्यास वरील प्रकारचे ज्वालामुखी बनतात. उत्तर अमेरिकेतील कॅस्केड पर्वताच्या दक्षिण भागात, इडाहो राज्यातील मून जिल्ह्यात व मेक्सिकोमधील ज्वालामुखी हे सर्व रक्षायुक्त ज्वालामुखी समजले जातात.

(४) संयुक्त ज्वालामुखी (Composite Volcano) : एकाच ठिकाणी अनेकदा वारंवार उद्रेक होऊन वरील प्रकारचे संयुक्त ज्वालामुखी तयार होतात. यापैकी जो मुख्य शंकू असतो तो राख व शिलारसापासून बनलेला असतो, त्यानंतर मोठा स्फोट होऊन पूर्वी तयार झालेल्या कुंडाचा माथा उडवून लावला जातो व तेथे दुय्यम शंकू तयार होतो. सिसिलीमधील एटना ज्वालामुखीच्या उतारावर अनेक दुय्यम शंकू आढळतात. लिपारी बेटातील (इटली) स्ट्रॉंबोलीचा ज्वालामुखी वरील प्रकारचा आहे. या ज्वालामुखीच्या माथ्यावरील हिमकणांत व त्यावरील धुरात लाव्हारसाच्या प्रकाशाचे परिवर्तन होते. त्यामुळे स्ट्रॉंबोलीला भूमध्य समुद्राचे दीपगृह असे म्हणतात.

Water Divide (वॉटर डिव्हाइड) - **जलविभाजक**

डोंगरमाथ्याच्या प्रदेशात चोहोबाजूंनी उतार असतात. यापैकी प्रमुख व विस्तृत उतारावरून पावसाचे पाणी वाहात जाते. त्यामुळे दोन विरुद्ध दिशांनी दोन प्रमुख जलप्रवाह निर्माण होतात. त्यातील डोंगरमाथ्यास जलविभाजक (Water divide) असे म्हणतात; कारण या माथ्यामुळे माथ्यावर पडणाऱ्या व साचणाऱ्या पाण्याचे विभाजन होते. मोठ्या जलविभाजकाच्या दोन विरुद्ध बाजूस दोन विस्तृत पाणलोटांची क्षेत्रे (Catchment areas)

तयार होतात. प्रत्येक पाणलोटाच्या क्षेत्रांत अनेक उपनद्या व एक मुख्य नदी आढळून येते. सह्याद्रीच्या रांगा या प्रमुख जलविभाजक आहेत.

Water Table (वॉटर टेबल) - भूमिगत पाण्याची पातळी

पृथ्वीच्या पृष्ठभागाखाली वाहणाऱ्या पाण्यास भूजल किंवा भूमिगत पाणी असे म्हणतात. पृष्ठभागावर पडणाऱ्या पावसापैकी व बर्फ वितळून तयार झालेल्या १/३ किंवा त्यापेक्षा जास्त पाण्याची कमी-अधिक तापमानानुसार वाफ होते. अर्धे पाणी जमिनीवरून नद्यांच्या रूपाने वाहून जाते व १/६ पाणी जमिनीत मुरते. जमिनीत मुरलेले पाणी खडकांतून पाझरून भूपृष्ठाखालून वाहात असते.

शिलारसाचा उद्रेक होत असताना द्रवरूप पदार्थही त्याआधी बाहेर टाकले जातात. अशा वेळी शिलारसातील खनिजद्रव्यांत असलेले पाणी आजूबाजूच्या प्रस्तरातील भेगा, चिरा, फटीत साचते, अशा पाण्यास शिलारसजन्य जल (Magmatic Water) असे म्हणतात. स्तरित किंवा अवसादी खडकांची निर्मिती सागरीय प्रदेशांत व तळ्यांच्या काठी चालू असताना खडकातील थरांत जे पाणी साचून राहते, त्याला सहजात जल (Connate Water) असे म्हणतात. पावसाचे व बर्फ वितळून तयार झालेले पाणी खडकांतून, खडकांच्या भेगांतून झिरपते व जमिनीखालून वाहते. अशा पाण्यास वायुमंडली जल (Meteoric Water) असे म्हणतात. भूजलाच्या दृष्टीने वायुमंडलीय जल म्हणजे पाऊस व हिमवर्षाव याद्वारे वातावरणातून होणारा पाणीपुरवठा जास्त महत्त्वाचा असतो.

भूपृष्ठाखाली पाणी मुरण्याचे प्रमाण व क्रिया, खडकप्रकारांवर अवलंबून असतात. अग्निजन्य व रूपांतरित खडक सच्छिद्र नसल्याने त्यांत पाणी मुरत नाही. बहुतेक अग्निजन्य व रूपांतरित खडक हे पाण्याच्या दृष्टीने जलाभेद्य, अपार्य, रंध्ररहित समजले जातात. भरीव व स्फटिकमय खडक हे जलाभेद्य असतात.

पिंडाश्म व वालुकाश्म हे सच्छिद्र असतात. त्याचप्रमाणे अनेक प्रकारचे खडक सच्छिद्र असून अशा खडकांत पाणी राहू शकते. पंकाश्मासारखे खडक मात्र जलाभेद्य असतात.

चुनखडक हा सच्छिद्र नाही, परंतु त्यात अनेक उभ्या-आडव्या संधी, चिरा, फटी, जोड असल्याने चुनखडकातून पाणी झिरपते. जमिनीखाली अनेक प्रकारच्या जलाभेद्य खडकांत जोड, संधी भेगांत पाण्याचा साठा असतो; अशा पाणी धरून ठेवणाऱ्या खडकांना जलजशैल (Aquifer) असे म्हणतात. जलजशैलाच्या विस्तारावर अंतर्गत जलसाठ्यांचे प्रमाण अवलंबून असते. कोकण, मलबार व कारवार आणि कारोमांडल किनाऱ्यावर भूजल पृष्ठभागावर आढळते तर राजस्थान, दक्षिण पंजाब या ठिकाणी बऱ्याच खोलीवर सुमारे ३० ते ६० मीटर्स किंवा त्यापेक्षा जास्त खोलीवर भूजल असते. भूपृष्ठाखाली

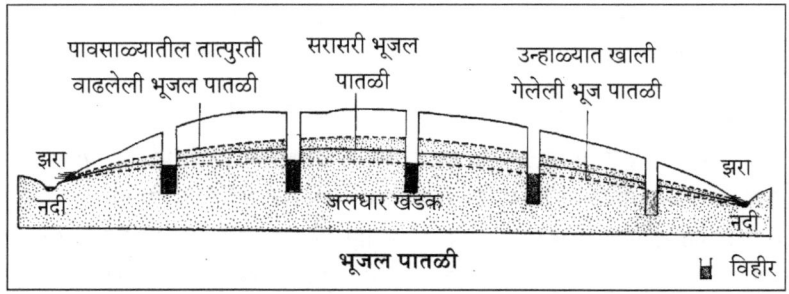

भूजल पातळी

१५०० मीटर्स खोलीपासून भूजलाचे प्रमाण झपाट्याने कमी होत जाते. १०,००० मीटर्स खोलीवर ते अजिबात आढळत नाही. जास्त खोलीवरील खडकांवर कवचाचा दाब खोलीनुसार वाढत जाऊन छिद्रे बुजल्यामुळे सच्छिद्रता नष्ट होऊन ते जलाभेद्य होतात.

अंतर्गत भागातील पाण्याच्या पातळीस 'जलरेषा' किंवा 'जलपातळी' असे म्हणतात. जलरेषेखाली असलेला खडकांचा भाग हा जलसंपृक्त असतो. जेथे जलरेषा भूपृष्ठावर आलेली असते तेथे पाणी तलावांच्या स्वरूपात आढळून येते. असे तलाव आटत नाहीत. भूस्वरूप, वृष्टीचे प्रमाण व खडकांचा प्रकार यावर जलरेषा अवलंबून असते. भरपूर व दीर्घकाल वृष्टी होणाऱ्या प्रदेशात जलरेषा पृष्ठभागानजीक असते, तर महाराष्ट्राच्या अर्धशुष्क भागात ती जमिनीत खोलवर आढळते. पाझरतलाव व कालवे महाराष्ट्रात जेथे आहेत त्यांच्या निकटवर्ती परिसरात जलरेषा कालवे, तलाव नसलेल्या प्रदेशांपेक्षा पृष्ठभागाजवळ आलेली आहे. वृष्टीच्या कालात जलरेषा पृष्ठभागाजवळ आढळते तर कोरड्या ऋतूत ती खूपच खोलवर गेलेली आढळून येते.

पावसाचे पाणी भूपृष्ठावर पडल्यावर जलभेद्य खडकांच्या भागातून ते जमिनीत मुरते. असे खडक असलेले भाग विशिष्ट मर्यादेपर्यंत पाण्याने संपृक्त होतात; अशा रीतीने भूमिगत पाण्याने संपृक्त झालेल्या जलभेद्य खडकांतील पाण्याच्या पातळीला भूमिगत पाण्याची पातळी किंवा 'जलरेषा' असे म्हणतात. भूमिगत पाण्याची पातळी ही पर्जन्याचे प्रमाण, खडकाची रचना, भूस्वरूप इत्यादी घटकांवर अवलंबून असते.

स्थलपरत्वे पावसाच्या प्रमाणात व तसेच जमिनीतून पाणी मुरण्याच्या प्रमाणात भिन्नता आढळत असल्यामुळे काही भागांत पाण्याची पातळी भूपृष्ठाला अगदी जवळ तर काही भागांत ही भूपृष्ठापासून फार खोलीवर आढळते.

भूपृष्ठात पुष्कळ खोल खणल्यावर विहिरींना पाणी लागते. विहिरीतील पाण्याची उंची ही भूमिगत पाण्याच्या पातळीवर अवलंबून असते. भूमिगत पाण्याचा उपसा वाढल्याने अनेक भागांत पाण्याची पातळी खोल झाली आहे.

Waterfalls (वॉटरफॉल्स) - **धबधबे**

नदीच्या पात्रात कठीण खडकांनंतर मृदू खडक असल्यास, त्या मृदू खडकांची कठीण खडकांपेक्षा अधिक वेगाने झीज होते व पात्रात एक कड्यासारखा भाग तयार होतो. या कड्यावरून नदी खाली उडी घेते. यालाच 'धबधबा' असे म्हणतात. धबधब्यातील पाण्याच्या आघातामुळे धबधब्याच्या तळाशी प्रपातगर्ता Plunge pool तयार होते. नदीच्या पात्रात कठीण खडक तिरकस किंवा उभा असल्यासही धबधबे तयार होतात. कमी-अधिक कठीणतेचे खडक आडवे असल्यासही धबधबे तयार होतात. नायगारा हा जगप्रसिद्ध धबधबा आहे.

Wegner's Continental Drift Theory (वेगनर्स कॉन्टिनेंटल ड्रिफ्ट थियरी) - **वेगनर यांचा खंडवहन सिद्धान्त**

(१) वेगनर यांच्या मतानुसार पुराजीव कालात म्हणजे सुमारे २० कोटी वर्षांपूर्वी पृथ्वीवर एकच महाखंड होता. त्याच्या आजूबाजूस एकच विस्तीर्ण महासागर होता. महाखंडास वेनूगर यांनी अखिल भूमी 'पँजिया' (Pangea) असे नाव दिले तर महासागरास अखिलसागर 'पॅन्थालसा' (Panthalsa) असे नाव दिले. (२) मध्यजीव महाकल्पाच्या शेवटी क्रिटॅशिअस कालात सुमारे १४ कोटी वर्षांपूर्वी अखिलभूमी दुभंगली व तिचे दोन तुकडे झाले. यापैकी उत्तरेकडील तुकड्यास लॉरेशिया व दक्षिणेकडील तुकड्यास गोंडवनभूमी अशी नावे वेगनर यांनी दिली. लॉरेशियापासून उत्तर अमेरिका, युरोप व हिमालयाच्या उत्तरेकडील आशिया निर्माण झाले तर गोंडवन भूमीत दक्षिण अमेरिका, आफ्रिका, अंटार्क्टिका, द्वीपकल्पीय भारत व अरबस्तान, ऑस्ट्रेलिया, आग्नेय आशिया व न्यूझीलंड यांचा समावेश होता. या दोन्ही तुकड्यांच्या दरम्यानच्या समुद्रास वेगनर यांनी टेथिस (Tethys) असे नाव दिले. गोंडवनभूमी हे नाव मध्य भारतातील गोंड या द्रविड वंशाच्या लोकांच्या वसतिस्थानावरून दिलेले आहे.

(३) वेगनर यांच्या मतानुसार लॉरेशिया व गोंडवनभूमी यांची विषुववृत्ताकडे व पश्चिमेकडे हालचाल होऊन त्यांना प्रचंड भेगा पडल्या आणि त्यांचे अनेक तुकडे होऊन विविध बाजूंना हालचाली सुरू झाल्या. सियालने बनलेली भूमिखंडे (घनता २.९) हलकी असल्याने ही सीमांच्या थरांवरून (घनता ३.३) सरकली असावीत असेही वेगनर यांनी प्रतिपादन केले.

(४) नवजीवन महाकल्पात म्हणजे सुमारे साडेसहा कोटी वर्षांपूर्वी खंडांना त्यांच्या सद्य:स्थितीमधील जागा प्राप्त झाल्या असाव्यात.

(५) सियालखंडाची हालचाल दोन दिशांनी झाली असावी, असेही प्रतिपादन वेगनर यांनी केले. यापैकी एक हालचाल पश्चिमेकडे होती. यामुळे दोन्ही अमेरिका खंडे-

पश्चिमेकडे 'वाहात' गेली असावीत; अजूनही अशा प्रकारची अत्यंत मंद हालचाल अटलांटिक महासागरातील मध्यवर्ती पर्वतश्रेणीच्या पायथ्यालगत परंतु पश्चिमेकडे होत आहे. दुसरी हालचाल विषुववृत्ताच्या दिशेने झाली. विषुववृत्ताकडे होणाऱ्या हालचालींमुळे गोंडवनभूमीचे तुकडे होऊन ऑस्ट्रेलिया, द्वीपकल्पीय भारत, आफ्रिका हे भाग निर्माण झाले असावेत.

(६) अंटार्क्टिका खंडाची परिस्थिती मात्र थोडी वेगळी असल्याचे दिसते. नवजीवन महाकल्पातच अंटार्क्टिका खंड गोंडवनभूमीपासून अलग होऊन त्याच्या सद्य:स्थितीकडे सरकू लागले असावेत; म्हणजेच तत्पूर्वी त्याचे स्थान थोडे उत्तरेला असल्याने तेथील हवामान उष्ण होते. अत्यंत निबिड अरण्यांची वाढ त्या ठिकाणी होत आहे. शिवाय गोंडवनाच्या इतर खंडप्रदेशाकडूनही अंटार्क्टिकाकडे प्राण्यांची स्थलांतरे घडली असावीत. याच सुमारास ऑस्ट्रेलिया खंड अंटार्क्टिकापासून अलग होऊन पूर्वेस व उत्तरेस वाहात गेले असावे. अगदी अलीकडच्या काळातील हिमयुगामुळे अंटार्क्टिकावर शेकडो मीटर्स जाडीचे बर्फाचे थर साचून त्याचा चेहरामोहरा पालटून त्याचे रूपांतर 'श्वेतखंडात' झाले.

Yardang - यारदांग

वाळवंटी प्रदेशांत मृदू व कठीण खडकांचे थर एकमेकांना समांतर व काहीसे कललेले असतात. वाऱ्याच्या घर्षणकार्यामुळे मृदू खडक लवकर झिजतात व खडकांचे तुकडे वाऱ्याबरोबर दूर जातात; परंतु कठीण खडकांची झीज होत नाही, त्यामुळे मृदू खडक नाहीसे होतात तेथे खोलगट भागाची निर्मिती होते. या भूआकाराला यारदांग असे म्हणतात. मध्य आशियातील वाळवंटात यारदांग निर्माण झाले आहेत.

Zeugen - झ्युज्येन

उंचवटे व वाफे यांनी युक्त असे भूमिस्वरूप म्हणजे झ्युजेन. वाळवंटी प्रदेशात कठीण व मृदू खडक एकमेकांवर आडवे असल्यास व त्यात जोड, संधी असल्यास झ्युज्येन तयार होतात. वाळवंटातील अत्यधिक तपमानकक्षेमुळे व दहिवरामुळे पाण्याचे अपवादात्मक प्रसरण होऊन जोड रुंदावतात व खोल जातात. जोड खोलपर्यंत गेल्यानंतर कठीण खडकाखाली असलेला मृदू खडक उघडा पडतो व वाऱ्यामुळे घर्षणकार्य त्या मृदू खडकावर जोडाच्या भागात चालू होते. त्यामुळे मृदू खडक जास्त झिजला जातो व तेथे लांबट खळगे किंवा वाफे तयार होतात. या वाफ्यांच्या दोन्ही बाजूंस उंचवटे असतात, अशा भूमिस्वरूपास झ्युज्येन म्हणतात. अरबस्तानातील वाळवंटी प्रदेशात पूर्वेकडे झ्युजेन निर्माण झाले आहेत. काही अभ्यासकांच्या मते यातूनच पुढे भूछत्र खडक निर्माण होतात.

जलावरण

Hydrosphere

Abyssal Deposits (ॲबिसल डिपॉझिट्स) - **अतिखोल सागरतळावरील (अगाधीय) निक्षेप**

सागरीय मैदाने व सागरी डोह या सागरतळभागांवर साचणाऱ्या गाळाला अगाधीय किंवा अतिखोल सागरतळावरील निक्षेप असे म्हणतात. साधारणपणे ३००० मी. खोलीवर या प्रकारचे निक्षेप आढळतात.

Abyssal Plain (अबिसल प्लेन) - **सागरी मैदान**

हा सागरतळाचा सपाट व सखल भाग असतो. याची खोली सर्वसाधारणत: २००० ते ६००० मीटरपर्यंत व उतार १:१००० असतो. थोडक्यात एका किलोमीटर अंतरात फक्त १ मीटर इतका उंचीतील फरक असतो.

Antipodal Arrangement (ॲन्टिपोडल अँरेंजमेंट) - **प्रतिपाद रचना**

जेव्हा भूखंडाच्या विरुद्ध सागरी प्रदेश, तर सागरी प्रदेशाच्या विरुद्ध भूखंडाचा भाग अशी रचना असते, याला प्रतिपाद रचना असे म्हणतात. उदा: आशिया व ऑस्ट्रेलियाच्या विरुद्ध बाजूस अटलांटिक महासागर आहे.

Atoll Coral Rocks (ॲटॉल कोरल रॉक्स) - **वलयाकार प्रवाळ खडक**

काही काही ठिकाणी समुद्राच्या तळभागावर समुद्रातील प्रवाळ कीटकांच्या अवशिष्ट भागांपासून वलयाकार प्रवाळ खडकांची निर्मिती होते. कधी कधी यांचा आकार किंचित पसरट अशा बशीसारखा असतो. या वलयाकार प्रवाळ खडकांच्या मधोमध उथळ सरोवर असते. कधी कधी या सरोवराच्या मध्यभागात लहानसे बेट असते. अशा प्रकारची निर्मिती अगदी सुरुवातीला समुद्रातील एखाद्या लहानशा बेटाच्या किनाऱ्याने अनुतट प्रवाळ खडकांच्या स्वरूपात होते. हे बेट भूहालचालींमुळे खाली बुडाल्यावर या बेटाच्या किनाऱ्यांवर असलेले अनुतट प्रवाळ खडक वलयाकार प्रवाळ खडकाच्या

स्वरूपात बाहेर येतात. या खडकांच्या मधोमध असणाऱ्या सरोवरात प्रवाळ कीटक जिवंत असतात. हिंदी महासागर व पॅसिफिक महासागर भागात वलयाकार प्रवाळ खडक अधिक प्रमाणात आहेत. मार्शल द्वीपसमूहाच्या प्रदेशात या प्रकारचा सर्वात मोठा भूआकार आहे.

Barrief Reef coral Rocks (बॅरीयर रिफ कोरल रॉक्स) - **परातट प्रवाळ खडक**

खंडाच्या किनाऱ्यांपासून अतिशय दूर समुद्रात या प्रकारचे खडक आढळतात. या प्रकारच्या खडकांच्या मालिकेची लांबी २०० मीटरपर्यंत असते. भूमीखंडाचा किनारा व प्रवाळमालिका यांच्या दरम्यान समुद्राचा भाग ३०० मीटरपासून ६ किमी. विस्तारापर्यंत असतो. तसेच यांच्या दरम्यान खाऱ्या पाण्याचे सरोवर असते. ही प्रवाळमालिका ठिकठिकाणी खंडित झालेली असते. ऑस्ट्रेलियाच्या पूर्व किनाऱ्यांवर ग्रेट बॅरियन रिफ नावाची प्रवाळमालिका प्रसिद्ध आहे. ही पूर्व किनाऱ्याला समांतर आहे.

Barrier Islands (बॅरियर आयलंड्स) - **रोधक द्वीपे**

अनेक वेळा वाळूचा दांडा खूप अंतरापर्यंत किनाऱ्यास समांतर असतो. त्यामुळे जलवाहतुकीस अडथळा निर्माण होतो. यालाच रोधक द्वीपे (Barrier lslands) असे म्हणतात. त्यामुळे उथळ पाण्याचे लांबलचक भाग किनाऱ्यावर समांतर आढळून येतात. त्यांना 'साउंड' असेही म्हणतात. यू एस ए पूर्व किनारपट्टीच्या प्रदेशात मेटोंमकिन व सेडार बेटे या प्रकारची रोधक बेटे आहेत.

Bathyal Deposits (बेथियल डिपॉझिट्स) - **खंडान्त उतारावरील निक्षेप**

सागरबूड जमीन संपताच सागरतळाचा उतार एकदम वाढतो. या सागरतळाला 'खंडान्त उतार' असे म्हणतात. या भागात दोन प्रकारचे निक्षेप सापडतात. एका प्रकारास उतलीय (Neritic) निक्षेप म्हणतात. शंख, शिंपले, प्राण्यांचे अवशेष अशा गाळाचे प्रमाण यामध्ये अधिक असते.

दुसरा प्रकार महासागरी (Pelagic) निक्षेपाचा आहे. सागराचा हा तळ फार खोल असल्यामुळे तेथे सागरजन्य निक्षेपांचे प्रमाण जास्त असते. या निक्षेपांमध्ये निळा, हिरवा, तांबडा चिखल तसेच प्रवाळ कीटकांचे अवशेष असतात. हा गाळ मऊ असतो. त्या गाळाचे कालांतराने स्तरित खडक बनतात.

Bay (बे) - **उपसागर**

किनारपट्टीच्या आत गेलेल्या सागराच्या लहान भागास उपसागर म्हणतात. उदाहरणार्थ : बंगालचा उपसागर, उत्तर अमेरिकेतील हडसनचा उपसागर.

Bay Head Beach (बे-हेड बीच) - **उपसागरी शीर्ष पुळण**

जेव्हा वाळूचे संचयन उपसागराच्या माथ्याकडील अरुंद भागावर म्हणजे शीर्षस्थानी होते, तेव्हा त्यास 'उपसागरी शीर्ष पुळण' असे म्हणतात. यालाच चंद्राकृती पुळण (Crescent Beach) असेही नाव आहे.

Bay or Re-entrant and Headland or Promontorie (बे ऑर रि-एन्ट्रन्ट अँड हेडलँड ऑर प्रमॉन्टरी) - **आखात व भूशिर**

सागरकिनाऱ्यावरील भूभाग मृदू आणि कठीण खडकांच्या थरांनी बनलेला असल्यास लाटांच्या निरंतर आघाताने मृदू खडकांची जास्तीतजास्त झीज होते. अशा भूदृश्याला 'आखात' असे म्हणतात. यातील कठीण खडकाचा भूभाग समुद्रात घुसल्याप्रमाणे दिसतो त्यास भूशिर म्हणतात.

Bays (बेज) - **आघात नलिका**

समुद्रात एका मुखाने मिळणाऱ्या नदीच्या खोऱ्यात समुद्राचे पाणी आत शिरून खाडीचा किनारा तयार होतो. अशा भागात खडकाळ भागात चिंचोळा-लांब गुहेसारखा मार्ग तयार होतो. त्या गुहेत कोंडलेल्या हवेचे आकुंचन व प्रसरण होते. कालांतराने छताच्या पृष्ठभागाकडील बाजूवर एक अरुंद, चिंचोळा मार्ग तयार होतो, यालाच 'आघात नलिका' असे म्हणतात.

Bay (बे) - **खाडीचा किनारा**

समुद्रास एका मुखाने मिळणाऱ्या नदीच्या खोऱ्यात समुद्राचे पाणी आत शिरून खाडीचा किनारा तयार होतो. नद्यांनी वाहून आणलेला गाळ मुखाशी साचत नसेल तर अशा खाड्या तयार होतात. खाड्या जास्त खोल असल्यास तेथे उत्तम बंदरे निर्माण होतात.

Beach (बीच) - **पुळण**

जलतरंगघर्षित चबुतऱ्यावर सागरी लाटांच्या निक्षेपांमुळे तयार झालेल्या भूमिस्वरूपाला 'पुळण' असे म्हणतात. पुळण हे सागरी लाटांद्वारे सहजपणे वाहून आणल्या जाणाऱ्या पदार्थांच्या संचयनामुळे तयार झालेले असते. त्यामुळे पुळण हे अस्थायी स्वरूपाचे असते.

पुळणामधील संचयनाचा उतार खुल्या समुद्राकडे असतो. पुळणाच्या जमिनीकडील भागाकडे मऊ रेती व बारीक पदार्थ असतात. साधारणपणे पुळणाचा आकार अंतर्वक्र असतो. तसेच जमिनीच्या बाजूवर वाळूच्या ओहोटीच्या मर्यादेनजीक जलशैव युक्त (Sea-weeds) खडक असतात. पुळण हे पर्यटकांना आकर्षित करणारे असते.

Berm - बर्म

किनाऱ्यावर वादळी लाटांमुळे वाळू, शंख, शिंपले व इतर सागरजन्य पदार्थांचे संचयन आढळून येते. त्यालाच 'बर्म' असे म्हणतात.

Blow Holes (ब्लो होल्स) - **आघात छिद्र**

भूशिरातील खडकात गुहा तयार झाल्यानंतर गुहेच्या छपरावर लाटांचा मारा होतो. त्यामुळे गुहेत कोंडलेल्या हवेचे आकुंचन व प्रसरण होते. कालांतराने छताच्या पृष्ठभागाकडील बाजूवर एक अरुंद चिंचोळा मार्ग तयार होतो, यालाच 'आघात छिद्र' असे म्हणतात.

Blue Mud (ब्ल्यू मड) - **निळ्या रंगाचा चिखल**

जवळजवळ सर्व सागरतळाच्या समुद्रबूड जमिनीवर व भूवेष्टित समुद्रतळावर या रंगाचा चिखल आढळतो. आयर्न सल्फाइड खनिजांच्या अंश असलेल्या खडकांची झीज होऊन जे पदार्थ प्राप्त होतात त्यापासून या प्रकारचा चिखल तयार होतो.

Coastlines of Emergence (कोस्टलाइन्स ऑफ इमर्जन्स) - **उन्मग्न किनारे**

पृथ्वीवरील काही भागांत समुद्राची पातळी खाली जाऊन किंवा किनाऱ्यावरील भूप्रदेश उंचावून पूर्वीचे समुद्रकिनाऱ्याचे भाग पाण्याबाहेर उघडे पडले आहेत. अशा उघड्या पडलेल्या किनाऱ्यांना 'उन्मग्न किनारे' असे म्हणतात. समुद्रकिनाऱ्यांवरील भूप्रदेशाच्या प्राकृतिक रचनेनुसार या किनाऱ्यांचे पुन: दोन प्रकार पडतात :

(अ) समुद्रकिनाऱ्यांवरील पर्वत, टेकड्या व उंच पठारे यांनी व्याप्त असलेला भूप्रदेश उंचावून निर्माण होणारे समुद्रकिनारे.

(ब) समुद्रकिनाऱ्यांवरील सखल व सपाट भूप्रदेश उंचावून निर्माण होणारे समुद्रकिनारे.

Coastline of Submergence (कोस्टलाइन ऑफ सबमर्जन्स) - **जलमग्न समुद्रकिनारे**

समुद्रकिनाऱ्यांवरील भूप्रदेश खाली खचल्यामुळे किंवा समुद्राची पातळी उंचावल्यामुळे पूर्वी भूपृष्ठावर उघडे असलेले समुद्रकिनाऱ्याचे भाग समुद्राच्या पाण्याखाली बुडतात. अशा किनाऱ्यांना 'जलमग्न समुद्रकिनारे' असे म्हणतात.

समुद्रकिनाऱ्यांवरील प्राकृतिक रचनेचा विचार करून या प्रकारच्या समुद्रकिनाऱ्यांचे एकूण दोन प्रकार पडतात :

(अ) टेकड्या, पर्वत व पठारे यांसारख्या भूमिस्वरूपांनी व्यापलेले जलमग्न किनारे (Submerged Upland Coasts) (ब) सखल व सपाट मैदानांनी व्यापलेले जलमग्न किनारे (Sumerged Lowland Coasts).

Compound Coasts (कम्पाउंड कोस्ट्स) - **संश्लिष्ट वा संमिश्र किनारे**

समुद्रकिनाऱ्यांवर जलमग्न आणि उन्मग्न या दोन्ही समुद्रकिनाऱ्यांची वैशिष्ट्ये मिळतात. त्या सर्व किनाऱ्यांना 'संश्लिष्ट समुद्रकिनारे' असे म्हणतात.

Compound Hook (कम्पाउंड हुक) - **बहुमुखी किंवा संयुक्त आकडी किंवा हुक**

भूसंलग्न दांड्याच्या अग्रभागास अनेक फाटे फुटून ते वक्र होऊन किनाऱ्याकडे वळल्यास 'बहुमुखी किंवा संयुक्त आकडी किंवा हुक' या भूमीस्वरूपाची निर्मिती होते. लोअर बे न्यूयॉर्क हार्बर येथे संयुक्त हुक आहे.

Compound Sea Wave (कम्पाउंड सी वेव्ह) - **संयुक्त लाटा**

दोन किंवा जास्त लाटा भिन्न दिशांनी एकमेकींकडे वाहत येऊन एखाद्या ठिकाणी एकत्र येतात, तेव्हा एक वेगळीच लाट तयार होते. तिला 'संयुक्त लाट' म्हणतात. तिचा आकार व स्वरूप अतिशय क्लिष्ट असते.

Connecting Bar or Tombolo (कनेक्टिंग बार वा टोम्बोलो) - **संयोजक दांडा किंवा भूबद्ध द्वीप किंवा टोंबोलो**

स्पीट, पुळण, वाळूचा दांडा इत्यादी किनाऱ्यालगत एखादे बेट असते. वाळूच्या दांड्यामुळे ते किनाऱ्यांशी जोडले जाते; अशा प्रकारे जोडणारा जो दांडा असतो त्याला इटली या देशात 'टोंबोलो' असे म्हणतात. यालाच भूबद्ध द्वीप किंवा संयोजक दांडा असेही म्हणतात. हे भूमीस्वरूप इटली देशाच्या पश्चिम किनाऱ्यावर आढळते. टोंबोलोचा उपयोग दळणवळणाचा मार्ग म्हणून केला जातो.

Continuous Zone (कंटिन्युअस झोन) - **संलग्न पट्टा**

हा पट्टा व भूंखडमंच पट्टा यांच्या मर्यादा ठरविणे फारच अवघड आहे. परंतु, ज्या मर्यादेपर्यंत तस्करी रोखण्यासाठी अन्वेषण जहाजे ठेवलेली असतात व इतर देशांच्या मासेमारी व खनिज संशोधन बोटींना प्रवेश नाकारण्यात येतो त्या मर्यादेपर्यंत हा पट्टा असतो.

Continental Shelf (कॉन्टिनेंटल शेल्फ) - **समुद्रबूड जमीन किंवा भूखंड मंच**

भूखंडाचा समुद्रात बुडालेला उथळ भाग म्हणजे भूखंड मंच. सागरकिनाऱ्याजवळील पाण्यात बुडालेली किंवा जलमग्न जमीन म्हणजे समुद्रबूड जमीन.

किंवा - ''जमिनीचा भाग संपल्यानंतर जी जमीन सागरात झेपावत (सरकत) पुढे जाते तिला समुद्रबूड जमीन असे म्हणतात.''

समुद्रबूड जमिनीची सरासरी खोली १०० फॅदम किंवा १८० मीटर असते.

Continental Slope (कॉन्टिनेंटल स्लोप) - **खंडान्त उतार / भूखंड उतार**

'समुद्रबूड जमीन संपल्यानंतर सागरात तीव्र उताराच्या भागाला खंडान्त उतार म्हणतात.'

याची सरासरी खोली १०० ते २००० फॅदम किंवा १८० ते ३६०० मीटरपर्यंत आढळते. सर्व महासागरांच्या एकूण क्षेत्रापैकी ८.५५ टक्के क्षेत्र भूखंड उताराने व्यापले आहे.

Coral Islands (कोरल आयलंड्स) - **प्रवाळ बेटे**

समुद्रजलात राहणाऱ्या प्रवाळ नावाच्या अतिसूक्ष्म कीटकांच्या अवशिष्ट भागांपासून प्रवाळ खडकाची निर्मिती होते आणि खडक पाण्याबाहेर येऊन तेथे बेट तयार होते.

प्रवाळ कीटक मेल्यावर त्यांच्या सांगाड्यांचे समुद्रतळावर संचयन होते. त्यात चुन्याचे प्रमाण जास्त असते. उष्ण कटिबंधातील समुद्रभागांत या प्रकारची असंख्य बेटे आढळतात. उदा: क्रिसमस, सालोमन, मालदीव इ. ठिकाणी भू-हालचाली झाल्या आहेत. अशाच भागांत प्रवाळ खडक पाण्याच्या बाहेर सुमारे ३ ते ३ $\frac{१}{२}$ मीटर येतात. जिवंत प्रवाळ कीटकांची पाण्याच्या बाहेर कधीच वाढ होऊ शकत नाही. प्रवाळांची बेटे ही नुसतीच प्रवाळ कीटकांच्या अवशिष्ट भागांपासून बनलेली नसतात, तर त्यांत काही प्रमाणावर इतर प्राण्यांच्या अवशिष्ट भागांचा समावेश होतो. यांत मॉल्युस्का, फोरॅत्रमनिफेरा व इचिनोडर्म या कीटकांचा प्रामुख्याने समावेश होतो.

Coves (कोव्हज) - **लघुनिवेशिका किंवा अर्धवर्तुळाकार कोनाडे**

सागरकिनाऱ्यावरील भूभाग कठीण व मृदू खडकांच्या थरांनी बनलेला असून हे थर परस्परांना क्षितिजसमांतर अवस्थेत पसरलेले असल्यास दोन कठीण खडकांच्या दरम्यान मृदू खडकांचा थर असल्यास सागरी लाटांचा मारा समुद्राच्या सान्निध्यातील कठीण खडकावर होऊन कठीण खडकावर भेगा पडतात. या भेगांतून पाणी आत प्रवेश करून आतील मृदू खडकांची झीज होते. कालांतराने आतील मृदू खडक झिजले जाऊन तेथे अर्धवर्तुळाकार कोनाड्यांची निर्मिती होते. त्यांनाच कोव्ह किंवा लघुनिवेशिका किंवा अर्धवर्तुळाकार कोनाडे असे म्हणतात.

Creek (क्रीक) - **खाडी**

नदीमुखामध्ये सागराचे पाणी जेथपर्यंत जाते, त्या भागास 'खाडी' म्हणतात. महाराष्ट्राच्या पश्चिम किनाऱ्यावर अशा अनेक खाड्या आहेत. उदा: ठाण्याची खाडी, वसईची खाडी.

Dalmatian Coast (डाल्मेशियन कोस्ट) - **डाल्मेशियन किनारा**

समुद्रकिनाऱ्याला जवळजवळ समांतर अशा पर्वताच्या रांगा असलेला भूप्रदेश भूहालचालींमुळे खाली खचून या प्रकारचा किनारा तयार होतो. समुद्रकिनाऱ्यावर असलेल्या पर्वताच्या रांगा समुद्रात खचल्यामुळे त्यांच्या माथ्याजवळील पाण्याबाहेर उघडे असलेले भाग लांबच लांब बेटासारखे दिसतात. ही बेटे व समुद्रकिनारा यांच्या दरम्यान लांबच लांब समुद्राचा भाग पसरलेला असतो. ॲड्रीयॅटिक समुद्रकिनाऱ्याचा काही भाग या प्रकारचा आहे.

Deep Sea Plains (डीप सी प्लेन्स) - **सागरी मैदान**

'भूखंड उतारानंतर बहुतेक सागरतळ सखल, सपाट व मंद उताराचे असतात. त्याला सागरी मैदान म्हणतात.' सागरी मैदान म्हणजे केवळ सपाट सागरतळ नव्हे; तर त्यावर टेकड्या, पर्वतरांगा, पठार तसेच खोल भाग आढळतात. काही वेळा ज्वालामुखीय पर्वताची शिखरे समुद्रपातळीच्या बाहेर आलेली आढळतात (त्यांना बेटे म्हणतात.)

सागरी मैदानाची सरासरी खोली २००० ते ३००० फॅदम किंवा ३६०० ते ५४०० मीटर दरम्यान असते. सर्व महासागरांच्या एकूण क्षेत्रफळापैकी ७६.९ टक्के म्हणजे सर्वात जास्त क्षेत्र सागरी मैदानांनी व्यापले आहे.

Destructive Sea Waves (डिस्ट्रक्टिव्ह सी वेव्ज) - **विध्वंसक लाटा**

वायुभारातील अचानक झालेला बदल, भूकंप, ज्वालामुखी या सागरतळावर होणाऱ्या हालचालींमुळे जास्त उंचीच्या, वेगात वाहणाऱ्या व जास्त काळ टिकणाऱ्या लाटा निर्माण होतात. त्यांना विध्वंसक लाटा म्हणतात. या लाटा दूरवर हजारो मैल लांबपर्यंत पसरतात आणि किनाऱ्यावर विध्वंस घडवून आणतात. उदा: त्सुनामी लाटा.

Diatom Ooze - डायटॉम ऊझ

सागरात डायटॉम नावाची अतिसूक्ष्म वनस्पती असते. या वनस्पतीच्या अवशिष्ट भागांपासून तयार होणाऱ्या गाळाला 'डायटॉम ऊझ' असे म्हणतात. या वनस्पतीच्या पेशींमध्ये मुख्यत्वेकरून सिलिका या घटकद्रव्याचे प्रमाण जास्त असते. या वनस्पती कमी तपमान असलेल्या सागरभागांत वाढतात. या वनस्पतींच्या अवशिष्ट भागापासून तयार होणारा गाळ पिवळसर रंगाचा असतो.

Equilibrium Theory of Tides (इक्वीलिब्रियम थियरी ऑफ टाईड्स)- **भरती-ओहोटीचा संतुलन सिद्धान्त :**

न्यूटन या शास्त्रज्ञाच्या गुरुत्वाकर्षणाच्या सिद्धान्तानंतर सागरपृष्ठावर निर्माण होणाऱ्या भरती-ओहोटीच्या निर्मितीवर प्रकाश पडला.

नियमानुसार विश्वातील सर्व वस्तूंमध्ये परस्पर आकर्षण असून हे आकर्षण पदार्थांच्या वस्तुमानावर व त्यांतील अंतरावर अवलंबून असते. दोन वस्तूंतील अंतर जितके कमी तितकी आकर्षणशक्ती अधिक असते.

चंद्र आणि सूर्य या दोन आकाशस्थ गोलांची पृथ्वीवर कार्य करणारी आकर्षणशक्ती इतर गोलांच्या मानाने जास्त आहे. त्यातही चंद्र पृथ्वीला अधिक जवळ असल्यामुळे त्याचे पृथ्वीवरील आकर्षण सूर्यापेक्षा जास्त आहे. सूर्य आकाराने चंद्रापेक्षा मोठा असला तरी तो पृथ्वीपासून चंद्रापेक्षा ३८९ पट अंतरावर आहे. त्यामुळे सूर्याचा भरती-ओहोटीशी असलेला संबंध सहज जाणवत नाही.

सागरपृष्ठावरील पाणी हे द्रवरूप असल्याने चंद्र-सूर्याची गुरुत्वाकर्षणशक्ती त्यावर कार्य करू शकते. त्यामुळे आकर्षणशक्तीत सापडलेल्या पाण्याच्या पृष्ठभागात फुगवटा (bulge) निर्माण होतो.

पृथ्वीच्या स्वांगपरिमणामुळे पृथ्वीच्या पृष्ठभागावर सर्व ठिकाणी केंद्रोत्सारी प्रेरणा कार्य करीत असते. परंतु, पृथ्वीची जी बाजू चंद्रासमोर असते, तेथे मात्र केंद्रोत्सारी प्रेरणेपेक्षा चंद्राची आकर्षणशक्ती अधिक असते.

याउलट, चंद्राच्या विरुद्ध दिशेला जी बाजू असते तेथे केंद्रोत्सारी प्रेरणा अधिक असते. अशा रीतीने पृथ्वीच्या मध्यवर्ती भागापासून दोन विरुद्ध दिशांना, दोन वेगळ्या शक्ती कार्य करतात. या दोन्ही शक्तींच्या दिशेने पाण्याला फुगवटा निर्माण होतो.

चंद्राकडील बाजूवर येणारी समुद्राची भरती व त्याच्या विरुद्ध बाजूकडे असलेल्या समुद्राच्या भागावर येणारी भरती या दोन्ही भरती, अशा रीतीने एकाच वेळी दोन विरुद्ध ठिकाणी आढळतात. चंद्राच्या आकर्षणामुळे चंद्राच्या विरुद्ध बाजूस असलेल्या पृथ्वीचा घनभागही चंद्राकडे थोडासा झुकतो. त्यामुळे विरुद्ध बाजूस निर्माण होणारी भरतीसुद्धा समोरच्या बाजूइतकीच मोठी आढळते. पृथ्वीवर ज्या दोन ठिकाणी ती येते त्यांच्या मधल्या भागी अर्थातच पाणी खाली जाते किंवा मागे जाते. भरतीच्या ठिकाणी वाढलेले पाणी आणि या ओहोटीच्या ठिकाणी कमी झालेले पाणी ह्यांच्या प्रमाणात सारखेपणा असतो.

चंद्राकडील बाजूस असलेली आकर्षणशक्ती व विरुद्ध बाजूवर कार्य करणारी केंद्रोत्सारी प्रेरणा यांतील संतुलनामुळे दोन विरुद्ध ठिकाणी भरती निर्माण होत असल्यामुळे या सिद्धान्तास 'संतुलन सिद्धान्त' असे म्हणतात.

Fathom - फॅदम

महासागराची खोली फॅदम या परिमाणात मोजली जाते. १ फॅदम म्हणजे ६ फूट किंवा १.८ मीटर.

Flood Tide (फ्लड टाईड) - **भरतीचा पूर**

निखार अवस्थेनंतर पाणी हळूहळू वाढत जाऊन किमान पातळीपासून उच्च पातळीपर्यंत जाणाऱ्या समुद्राच्या पाण्याच्या हालचालीस 'भरतीचा पूर' असे म्हणतात.

Fiord Coast (फियॉर्ड कोस्ट) - **फियॉर्ड किनारा**

हिमनद्यांच्या मुखाजवळील जमिनीचा भाग भूहालचालींमुळे खचून या प्रकारचे समुद्रकिनारे निर्माण होतात. हिमनद्यांच्या मुखाजवळील जमीन खचल्यावर हिमनद्यांच्या दऱ्यांमधून समुद्राचे पाणी जमिनीत शिरते. जमिनीत शिरलेल्या अशा समुद्राच्या फाट्यांना फियॉर्ड्स असे म्हणतात आणि यावरून अशा किनाऱ्यांना फियॉर्ड किनारे असे नाव पडले आहे. नॉर्वेचा किनारा फियार्ड प्रकारचा आहे.

Fringing Reef Coral Rocks (फ्रिंनिंग रीफ कोरल रॉक्स) - **अनुतट प्रवाळ खडक**

खंडाच्या किनाऱ्याला लागून समुद्रभागांत या प्रकारचे खडक आढळतात. यांनाच 'अनुतट प्रवाळ खडक' असे म्हणतात. त्यांचा पृष्ठभाग ओबडधोबड असतो. जसजशी या खडकांची ऊर्ध्वगामी वाढ होते त्याच प्रमाणात या खडकांची बहिर्गत वाढ होत असते. त्यामुळे हे जास्त रुंद असतात. त्या खडकांचा विस्तार समुद्राच्या बाजूकडे एकसारखा वाढत असतो; कारण याच भागांत प्रवाळ कीटक जिवंत असतात. पॅसिफिक महासागरात फिजी बेटांजवळ अनुतट प्रवाळ खडक आहेत.

Globigerian Ooze - **ग्लोबीजेरियन ऊझ**

छिद्रमय शरीर असलेल्या ग्लोबिजेरिन नावाच्या प्राण्याच्या कवचापासून या प्रकारचा गाळ तयार होतो. हे गोल आकाराचे प्राणी असून त्यांच्या कवचांत कॅल्शिअम कार्बोनेट या घटकद्रव्याचे प्रमाण जास्त असते. या प्राण्याच्या अवशिष्ट भागापासून तयार होणारा गाळ हा बहुधा पांढऱ्या रंगाचा असतो. या प्रकारच्या गाळात ६४ टक्के कॅल्शिअम कार्बोनेटचे प्रमाण असते. उबदार सागर भागांत या प्रकारचे प्राणी मोठ्या प्रमाणात आढळतात. त्यामुळे समशीतोष्ण कटिबंधात येणाऱ्या सागरभागांत या प्रकारचा गाळ आढळतो.

Green Mud (ग्रीन मड) - **हिरव्या रंगाचा चिखल**

ग्लुकोनाइट या पदार्थाच्या अत्यधिक प्रमाणामुळे चिखलाला हिरवा रंग येतो. १००० फॅदमपासून ९००० फॅदमपर्यंत खोली असलेल्या सागराच्या तळभागांवर या प्रकारचा चिखल आढळतो.

Gulf (गल्फ) - **आखात**

जमिनीत आत घुसलेल्या सागराच्या निमुळत्या होत जाणाऱ्या भागास आखात म्हणतात. उदा: कच्छचे आखात.

Half Nehrung Coast (हाफ नेहरुंग कोस्ट) - **हाफ नेहरुंग किनारा**

नद्या समुद्राला येऊन मिळतात अशा विस्तृत भूप्रदेशांत सखल भाग खचल्यामुळे पाण्याखाली जातो व समुद्राचे पाणी दूरवर जमिनीकडे किनारी क्षेत्रांत पसरते. सागराला मिळणाऱ्या नद्यांच्या दऱ्यांचे भाग बुडाल्याने विस्तृत व उथळ खाड्यांचा भूप्रदेश निर्माण होतो. याचबरोबर खाड्यांच्या मुखांशी लाटांच्या संचयनकार्यामुळे लांबच लांब वाळूचे दांडे तयार होतात. या वाळूच्या दांड्यांना 'नेहरुंग' असे म्हणतात. वाळूचे दांडे व खाड्यांचे किनारे यांच्या दरम्यान खाऱ्या पाण्याची सरोवरे तयार होतात त्यांना 'हाफ' असे म्हणतात. नेहरुंग व हाफ या दोन्ही वैशिष्ट्यांनी संयुक्त किनाऱ्यांस 'हाफ नेहरुंग किनारे' असे म्हणतात.

Headland Beach (हेडलँड बीच) - **भूशिर पुळण**

जेव्हा वाळूचे संचयन भूशिराच्या अग्रभागी किंवा आखाताच्या दोन्ही बाजूंस भूशिराच्या माथ्यालगत होते, तेव्हा भूशिर पुळणाची निर्मिती होते. वाऱ्याचा वेग जास्त असल्यास व लाटांवरील वाळूचे प्रमाण जास्त असल्यास संचयनास आखातासारख्या बंदिस्त जागेची आवश्यकता नसते. त्यामुळे भूशिराच्या अग्रभागी संचयन होते.

High Tide (हाय टाईड) - **समा**

चंद्र आकाशात जास्तीतजास्त वर आला म्हणजे भरती पूर्ण होते त्या वेळी चढत जाणाऱ्या समुद्रपाण्याने अत्युच्च पातळी गाठलेली असते तिला समा (High Tide) असे म्हणतात. ती साधारणपणे १२ मिनिटे टिकते व समा संपल्यानंतर ओहोटी सुरू होते.

Hook (हूक) - **आकडा किंवा हुक**

भूसंलग्न दांड्याचा समुद्राकडील भाग वक्र होऊन किनाऱ्याकडे वळल्यास त्यास हुकासारखा आकार प्राप्त होतो; म्हणून अशा भूसंलग्न दांड्यास 'अंकुश किंवा हुक' या नावाने ओळखतात.

Hydrosphere (हायड्रोस्फिअर) - **जलावरण**

महासागर, सागर (समुद्र), उपसागर, आखात, खाडी, सामुद्रधुनी इत्यादी प्रकारचे भाग मिळून जलावरण तयार झाले आहे. नद्या, बर्फाच्छादित प्रदेश तसेच वातावरणातील बाष्प हे देखील जलावरणाचेच भाग आहेत.

Hypsographic or Hypsometric Curve (हिप्सोग्राफिक ऑर हिप्सोमेट्रिक कर्व्ह)- क्षेत्रोन्नती आलेख

सागरतळाची रचना स्पष्ट करण्यासाठी आणि भूपृष्ठाबरोबर त्याची तुलना करण्यासाठी जमिनीवरील विविध उंचींचे प्रदेश व त्यांचे क्षेत्रफळ आणि सागरतळातील निरनिराळ्या खोलींचे भाग व त्यांचे क्षेत्रफळ हे ज्या आलेखाद्वारे दाखविले जाते त्यास क्षेत्रोन्नती आलेख (Hypsometric Curve OR Hypsographic curve) म्हणतात.

समुद्रसपाटीपासून जमिनीच्या उंचीच्या आणि सागराच्या खोलीच्या आकडेवारीवरून क्षेत्रोन्नती आलेख तयार केला जातो. त्यात आडव्या अक्षांवर समुद्रसपाटीपासूनच्या प्रत्येक उंची किंवा खोलीवर पृथ्वीचे किती क्षेत्रफळ आहे तसेच उभ्या अक्षांवर समुद्रसपाटीपासूनची उंची व खोली दाखविली जाते.

Internal Waters (इन्टर्नल वॉटर्स) - अंत:स्थ जल

यामध्ये खाड्या, उपसागर व खाजणांचा (लॅगून्सचा) समावेश होतो. प्रादेशिक समुद्राची जी मर्यादा म्हणजे पायाभूत रेषा असते, तिच्या आत हा पट्टा असतो. उभ्या रेषांनी अंत:स्थ जल हा पट्टा दाखविण्यात आला आहे.

Island (आयलंड) - बेट

सर्व बाजूंनी पाण्याने वेढलेल्या जमिनीच्या भागास 'बेट' असे म्हणतात. राजकीय भूगोलाच्या अभ्यासामध्ये तर बेटांचा अभ्यास अनन्यसाधारण असा आहे. भूराजनैतिक दृष्टिकोनातून बेटांचे राजनैतिक महत्त्व मोठे मानले जाते.

बेटे महासागर, समुद्र, सरोवरे, नद्या इत्यादी प्रदेशांत आढळतात. काही काही बेटे अतिशय विस्तृत असून त्यांच्यातील बेटांचे गुण-विशेष कायम आहेत. म्हणजेच त्यांच्यात काहीही बदल झालेला आढळत नाही. अशी बेटे चिरकालीन स्वरूपाची असतात. काही काही बेटे लहान आकाराची असून अस्थायी स्वरूपाची असतात. ब्रिटिश बेटे, न्यूझीलंड यांसारख्या विस्तृत बेटांची प्राकृतिक रचना मोठ्या भूमिखंडासारखी असून त्यावर सर्व प्रकारची भूमिस्वरूपे आढळतात. काही काही बेटांची उंची समुद्रसपाटीपासून अतिशय कमी असते. अशा बेटांवर भरतीच्या लाटा तसेच समुद्रप्रवाह यांचा सतत आघात होत असतो. कधी कधी या प्रकारची बेटे नाहीशी होतात.

Isohalines (आयसोहलाइन्स) - समक्षार रेषा

नकाशात सागरजलाच्या क्षारतेचे वितरण दाखविण्यासाठी समक्षार रेषा काढतात. नकाशात समान क्षारतेची ठिकाणे परस्परांना जोडल्यामुळे ज्या रेषा तयार होतात त्यांना

'समक्षार रेषा' म्हणतात. ३५% हजारी समक्षार रेषा म्हणजे ज्या रेषेने दाखविलेल्या सागरभागातील पाण्याची क्षारता हजारी ३५ आहे. त्यापेक्षा जास्त किंवा कमी नाही. समक्षार रेषांचा उपयोग नाविक आणि पाणबुडे यांना होतो. कोणत्या समुद्रात जहाजाचा किती भाग पाण्यात बुडेल हे समजण्यास त्यांचा उपयोग होतो.

Lake (लेक) - सरोवर

भूपृष्ठावरील सखल भागात नैसर्गिकरीत्या तयार झालेल्या जलाशयास सरोवर म्हणतात. उत्तर अमेरिका खंडातील पंचमहासरोवर तसेच आफ्रिका खंडातील व्हिक्टोरिया सरोवर ही जगप्रसिद्ध सरोवरे आहेत.

Littoral Deposits (लिटोरल डिपॉझिट्स) - सागरतटीय निक्षेप किंवा किनारीय निक्षेप

सागराच्या भरती व ओहोटीच्या मर्यादांमध्ये हे निक्षेप तयार होतात. हा गाळ खूपच जाडाभरडा असतो. मोठमोठे दगड, गोटे व भरड वाळू यांचाच भरणा असतो. उथळ भागात खेकड्यांसारखे अनेक जलचर प्राणी वास्तव्य करतात. त्यामुळे त्यांचे अवशेष व शंख-शिपलेदेखील मोठ्या प्रमाणांवर आढळून येतात.

Long Shore Current (लाँग शोअर करंट) - लाँग शोअर प्रवाह

वाऱ्याचा असमान दाब पडून आणि जलकण चक्राकार गतीने फिरल्यानंतर किनाऱ्याकडे येत असताना लाटेचा वेग कमी होतो. जलकणांचे तळभागाशी घर्षण होऊन किनाऱ्यावर येऊन लाट फुटते. लाट फुटल्यामुळे काही प्रवाह निर्माण होतात त्यांना 'लाँग शोअर प्रवाह' म्हणतात. हे प्रवाह किनाऱ्याला समांतर असतात.

Looped Bar (लुप्ड बार) - वक्राकार दांडा किंवा लूप

भूसंलग्न दांड्यास अंकुशाचा आकार मिळाल्यानंतर दांड्याची टोके किनाऱ्याकडे वाढत जाऊन किनाऱ्याला मिळतात. या वर्तुळाकार वाळूच्या दांड्याना लूप असे म्हणतात.

Low Tide (लो टाइड) - निखार

चंद्र मावळण्याच्या सुमारास ओहोटी पूर्ण होते. त्या वेळी उतरत जाणाऱ्या पाण्याने किमान पातळी गाठलेली असते. तिला 'निखार' असे म्हणतात. ही अवस्थाही १२ मिनिटे टिकते; यानंतर पुन्हा भरती सुरू होते.

समेची अवस्था गाठल्यानंतर पाण्याची पातळी निखाराच्या वेळेपर्यंत हळूहळू कमी होते. उच्च पातळीवरून (समा) किमान पातळीपर्यंत (निखार) उतरत जाणाऱ्या समुद्राच्या हालचालीस ओहोटी (Ebb) म्हणतात.

Marine Deposits (मरीन डिपॉझिट्स) - **सागरीय निक्षेप**

भूपृष्ठावर नद्या, वारे, हिमनद्या, सागरी लाटा या बहिर्गत कारकांच्या प्रभावामुळे खननाची क्रिया सर्वत्र चालू असते. अनाच्छादन होत असताना कारकांनी निर्माण होणाऱ्या झीजेमुळे पदार्थ शेवटी समुद्राकडे वाहून आणले जातात व त्यांचे सागरतळावर संचयन होते. याबरोबरच समुद्रात असणाऱ्या वनस्पती व प्राणी यांचे अवशेष कुजल्यानंतर त्यापासून तयार होणारे पदार्थ सागरतळावर साचतात. या सर्व पदार्थांच्या संचयाला सागरीय निक्षेप (Marine Deposits) असे म्हणतात.

Marine Dunes and Dune Belts (मरीन ड्यून्स अँड ड्यून बेल्ट्स) - **सागरी टेकड्या व टेकड्यांचे पट्टे**

सागरी किनाऱ्यावरील वाळूच्या संचयनाने या प्रकारच्या टेकड्या निर्माण होतात. किनाऱ्यावरील वाळू अतिशय वेगाने वाहणाऱ्या वाऱ्यामुळे जमिनीकडे फेकली जाऊन त्या वाळूमुळे लहान मोठ्या टेकड्या निर्माण होतात. यांनाच 'सागरी टेकड्या' असे म्हणतात. यांची उंची २५ ते ४० मीटर्स असते. कधी कधी अशा टेकड्या एका रांगेत निर्माण होतात. यांना 'टेकड्यांचे पट्टे' म्हणतात.

Mud Flats and Salt Marshes (मड फ्लॅट्स अँड सॉल्ट मार्शेस) - **मृत्तिकासंचय व दलदली**

संलग्न दांडा व अपतट दांडा यामुळे खाड्या बंदिस्त होतात. या ठिकाणी नद्या व त्यांच्या वितरिका (Distributaries - शाखा-उपशाखा) येत असल्यास मातीचे व गाळाचे थरांवर थर साचतात. त्यास पट्टिका संचय म्हणतात. चेन्नई शहराच्या किनाऱ्यावर कूम नदीने अशा तऱ्हेचे संचय निर्माण केलेले आहेत. मृत्तिकासंचयात पाण्याचे प्रमाण वाढल्यास तेथे पाणथळ जागा व दलदली तयार होतात.

Natural Chimney (नॅचरल चिमनी) - **नैसर्गिक चिमणी**

समुद्राकाठच्या गुहांचा पूर्णपणे विकास झाल्यानंतर सागरी लाटांमुळे गुहांच्या छताची पण झीज होते व छतावर छिद्र पडते. जेव्हा लाटेद्वारे पाणी गुहेवर आदळते तेव्हा गुहेतील हवा दाबली जाते व वरती छताला छिद्र असल्यामुळे शीळ घातल्यासारखा आवाज येतो - यालाच 'नैसर्गिक चिमणी' असे म्हणतात.

Neap Tides (निप टाइड्स) - **भांगेची भरती-ओहोटी**

चंद्र पृथ्वीभोवती प्रदक्षिणा घालताना महिन्यातून दोनदा चंद्र व सूर्याची स्थिती एकमेकांस काटकोनात असल्याने कमी आकर्षणशक्तीमुळे नेहमीपेक्षा लहान भरती-ओहोटी येते त्याला भांगेची भरती - ओहोटी म्हणतात. प्रत्येक महिन्याच्या शुक्ल

व कृष्ण अष्टमीला चंद्र व सूर्याची स्थिती पृथ्वीला काटकोन करते. त्यामुळे या दिवशी भरती निर्माण करणारी चंद्राची व सूर्याची शक्ती एकमेकांच्या विरुद्ध कार्य करीत असतात त्यामुळे अशा वेळी येणारी भरती सरासरी भरतीपेक्षा लहान व ओहोटी सरासरी ओहोटीपेक्षा उंच असते अशा भरती - ओहोटीस भांगाची भरती - ओहोटी म्हणतात.

Neutral or Negative Coasts (न्यूट्रल ऑर नेगेटिव्ह कोस्ट्स) - **न्यूट्रल कोस्ट्स**

ज्या समुद्रकिनाऱ्यांची वैशिष्ट्ये ही उन्मग्न किंवा जलमग्न समुद्रकिनाऱ्यांच्या वैशिष्ट्यांशी मिळतीजुळती नसतात, त्या किनाऱ्यांना Neutral or Negative Coasts असे म्हणतात. त्रिभुज प्रदेशांमुळे तयार होणारे किनारे, हिमनद्यांच्या संचयनाने निर्माण होणारे किनारे व समुद्रकिनाऱ्यांवर भूपटल भ्रंश होऊन होणारे किनारे या प्रकारात मोडतात.

Ocean (ओशन) - **महासागर**

दोन खंडांदरम्यान पसरलेल्या खाऱ्या पाण्याच्या विस्तीर्ण साठ्यास महासागर म्हणतात. पॅसिफिक (प्रशांत), अटलांटिक, हिंदी आणि आर्क्टिक हे पृथ्वीवरील चार महासागर आहेत.

Ocean Currents (ओशन करंट्स) - **समुद्रप्रवाह**

सागरी प्रवाह महासागराची एक महत्त्वाची व शक्तिशाली हालचाल आहे. या हालचालीत सागरजल एका निश्चित दिशेने व ठरावीक गतीने सतत पुढे जाते किंवा वाहते.

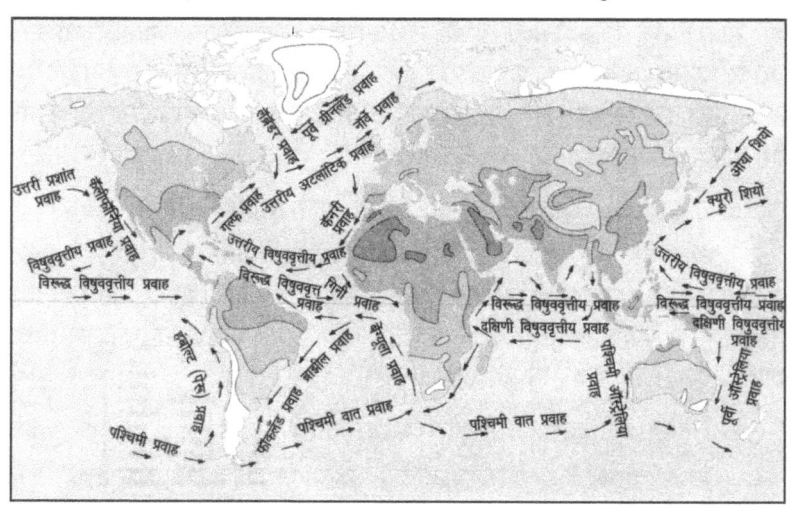

महासागरी प्रवाह

भूपृष्ठावरील नद्यांप्रमाणेच ही हालचाल महासागरात असल्याने सागरी प्रवाह महासागरात वाहणारी एक विशाल जलराशींची नदीच आहे, जी नियमित आणि निश्चित दिशेने वाहत असते. गल्फ स्ट्रीम हा वैशिष्ट्यपूर्ण असा उष्ण प्रवाह आहे.

सागरपृष्ठभागावरील समुद्रप्रवाहाची गती ताशी ३ ते ११ किमी. असते. समुद्रप्रवाहाची रुंदी व खोली भरपूर असते.

समुद्रप्रवाह निर्मितीची कारणे याप्रमाणे :

(१) सागरजलाच्या तापमानातील भिन्नता.
(२) प्रचलित वारे.
(३) सागरजलाच्या क्षारता व घनतेतील भिन्नता.
(४) पृथ्वीचे परिवलन.
(५) पृथ्वीची गुरुत्वाकर्षणशक्ती.
(६) खंडाचा आकार.
(७) सागराला येऊन मिळणाऱ्या नद्या आणि पर्जन्यप्रमाण.
(८) बाष्पीभवनाचा वेग.

Ocean Deeps & Trenches (ओशन डीप्स अँड ट्रेन्चेस) - **सागरी डोह व गर्ता**

"सागरतळावर जे खोलगट भाग असतात त्यांना 'सागरी डोह' म्हणतात. तर काही सागरी डोह अतिखोल, अरुंद व तीव्र उताराचे असतात त्यांना 'सागरी गर्ता' म्हणतात." सागरी डोह चारही बाजूंनी मंद उतार कलता होऊन मध्यभागी खोलगट भागामुळे तयार झाले आहेत; तर काही ठिकाणी सागरी डोह अधिक खोलीचे दरीसारखे तीव्र उताराचे, अरुंद असतात त्यांना 'गर्ता' म्हणतात.

सामान्यत: सागरी डोह व गर्ता ज्वालामुखी किंवा भूकंपाच्या प्रदेशालगतच्या समुद्रतळावर आढळतात. जगात एकूण सागरी डोह व गर्ता ५७ असून त्यांपैकी सर्वात जास्त म्हणजे ३२ गर्ता पॅसिफिक महासागरात आहेत; तर १९ गर्ता अटलांटिक महासागरात व उरलेल्या ६ गर्ता हिंदी महासागरात आहेत. जगातील सर्वात खोल गर्ता पॅसिफिक महासागरातील मरियाना गर्ता असून तिची खोली ११०२२ मीटर आहे. या गर्तेचा शोध १९५७ मध्ये रशियन जहाजाने लावला.

Oceanic Ridge (ओशनिक रिज) - **सागरी पर्वत**

सागरतळावरील जलमग्न पर्वताला सागरी पर्वत असे म्हणतात. हे पृथ्वीच्या पृष्ठभागावरील सर्वांत मोठे व सर्वांत लांब असे भूरूप असते. हे पर्वत ज्वालामुखीय प्रक्रियेतून तयार झाले आहेत. त्यांची एकत्रित लांबी सुमारे ५०,००० किमी इतकी आहे. हा पर्वतीय भाग जगातील सर्वात मोठे व सर्वांत जास्त तीव्रतेचे भूकंपप्रवण क्षेत्र आहे.

Oceanography (ओशानोग्रॅफी) - **सागरविज्ञान**

महासागराच्या असाधारण खोलीमुळे समुद्रतळ कसे आहेत, त्यात कोणत्या प्रकारचे जीवजंतू राहतात, कोणत्या प्रकारची वनस्पती आढळते. इ. प्रश्नांचा अभ्यास सागर विज्ञानात प्राकृतिक व जीवशास्त्रीय दृष्टिकोनातून केला जातो.

प्राकृतिक अभ्यासात सागरतळरचना, त्याचे स्वरूप, सागरजलाचे गुणधर्म (तापमान, घनता, क्षारता,) सागरजलाच्या हालचाली (लाटा, समुद्रप्रवाह, भरती - ओहोटी) व सागरी निक्षेप तर इ. चा; सागरी जीवजंतू, वनस्पती, मासेमारीक्षेत्र, खनिजे इ. चा अभ्यास आर्थिक व व्यापारीदृष्ट्या केला जातो.

'सागराविषयीचा शास्त्रीय पद्धतीने अभ्यास करणाऱ्या विद्याशाखेस सागरशास्त्र म्हणतात.' किंवा 'सागरतळाची रचना, सागरजलाचे गुणधर्म, त्याच्या हालचाली, सागरातील जीवसृष्टी व खनिजे या सर्वांचा एकत्रित अभ्यास म्हणजे सागरविज्ञान.'

सागराच्या आधुनिक संशोधनाला खरी सुरुवात एकोणिसाव्या शतकात झाली. 'सर जॉन मरे' यांनी 'चॅलेंजर'च्या मदतीने संशोधन सुरू केले. १८७३ - १८७६ दरम्यान त्यांनी 'चॅलेंजर' जहाजाच्या सफरीने अटलांटिक महासागराची माहिती मिळविली.

Oozes (ऊझेस) - **सागरीय निक्षेपांचा एक प्रकार**

सागरीय मैदाने व सागरी डोह या सागरतळ भागांवर साचणाऱ्या गाळामध्ये प्राणिज अंश जास्त प्रमाणात असतात म्हणून या सागरीय निक्षेपांना 'ऊझ' असे म्हणतात.

Oscillatory Sea Waves (ऑसिलेटरी सी वेवूज) - **आंदोलित लाटा**

समुद्र पृष्ठभागावरील वाहणाऱ्या वाऱ्याच्या असमान दाबामुळे या लाटेची निर्मिती होते. वारे वेगाने वाहत असल्यास लाटेच्या माथ्यावर तिची पुढे जाण्याची गती वाढते; मात्र, त्याच वेळी खोलगट भागात ती मंदावते. त्यामुळे लाटा अधिकाधिक वर उंचावतात त्यांचे अग्रभाग तीव्र उताराचे होतात. त्यावेळी लाटेच्या माथ्यावरील पाणी वेगाने खाली येते त्यामुळे पाण्याचे फवारे उडतात. या लाटा किनाऱ्यावर येऊ लागल्या, की तेथील उथळ समुद्रामुळे व पाणी पुरेसे नसल्याने लाटेचा मुखाजवळील भाग पुढे झुकतो त्यामुळे लाटेला अर्धचंद्राकार प्राप्त होतो व लाटेचा विस्तार कमी होतो. द्रोणीचा भाग समुद्राच्या उथळपणामुळे नाहीसा होतो त्यामुळे उंचावलेला पण पुढे झुकलेल्या लाटेचा शीर्ष भाग द्रोणीचा आधार गेल्यामुळे वेगाने खाली येऊन फुटतो. किनाऱ्यावर फुटलेल्या या लाटेला फेसाळलेली लाट (Surf) म्हणतात. जेथे लाट फुटते त्या समुद्राच्या भागाला विभंजन (Breaker Zone) विभाग म्हणतात.

Pocket Beach (पॉकेट बीच) - **लघु-पुळण**

अरुंद उपसागरात किंवा कोव्हमध्ये वाळूचे संचयन होऊन लघु-पुळण तयार होते. दंतुर किनारपट्टीवर अशा प्रकारच्या अनेक लघुपुळणी तयार होतात. वेंगुर्ल्यानजीक, डहाणू नजीक आणि बोर्डीनजीक अशा पुळणी कोकणच्या किनाऱ्यावर आहेत. त्यामध्ये गुहागरची पुळण सर्वात मोठी आहे. या ठिकाणी दांडा तयार होतो. मुख्य किनारा व वाळूचा दांडा यांमधील उथळ जलाशयास जर्मन भाषेत 'हाफ' (Half) असे म्हणतात व वाळूच्या दांड्याला 'नेहरुंग' म्हणतात.

Pteropod Ooze (टेरोपॉड ऊझ) – **सागरीय निक्षेपांचा एक प्रकार**

टेरोपॉड हे सागरात राहणारे अतिसूक्ष्म असे प्राणी असून पाण्यावर तरंगत जात असतात. हे मऊ शरीराचे प्राणी असतात. याबरोबरच टेरोपॉड नावाचे सूक्ष्म कीटक सागरपाण्यात भ्रमण करीत असतात. या प्राण्यांच्या सांगाड्यात चुनखडी या घटकद्रव्याचे प्रमाण जास्त असते. या प्राण्याच्या अवशिष्ट भागांपासून तयार होणाऱ्या निक्षेपाला 'टेरोपॉड ऊझ' असे म्हणतात.

Radiolarian Ooze (रेडिओलॅरियन ऊझ) - **सागरीय निक्षेपांचा एक प्रकार**

सागरांतील रेडिओलॅरियन प्राण्याच्या अवशिष्ट भागांपासून तयार होणाऱ्या गाळाला 'रेडिओलॅरियन ऊझ' असे म्हणतात. या प्राण्याच्या कवचात सिलिका या घटकद्रव्याचे प्रमाण जास्त असते.

Range of Tide (रेंज ऑफ टाइड) - **भरतीची कक्षा**

भरतीच्या वेळी समुद्रपाण्याची पातळी जास्तीतजास्त वर आलेली असते, तर ओहोटीच्या वेळी ती कमाल प्रमाणात खाली गेलेली असते. समुद्रपाण्याच्या पातळीतील या फरकाला भरतीची कक्षा म्हणतात किंवा ''भरती आणि ओहोटी यांच्या उंचीतील फरकाला भरतीची कक्षा म्हणतात.''

Red Clay Deposits (रेड क्ले डिपॉझिट्स) - **तांबड्या मातीचे संचयन**

अतिखोल सागरभागांत प्राण्यांच्या कवचाचे भाग विरघळतात; अशा खोल सागरांत तांबड्या मातीचे संचयन आढळते. याचाही सागरीय निक्षेपांत समावेश करतात. खोल सागरभागात या प्रकारचा निक्षेप विस्तृत प्रमाणात आढळतो.

Red Mud (रेड मड) - **तांबडा चिखल**

लोखंडाचा अंश असलेल्या खडकाची झीज होऊन प्राप्त होणाऱ्या पदार्थांच्या संचयनापासून या प्रकारचा चिखल तयार होतो. लोह प्राणिदामुळे या चिखलाला तांबडा रंग येतो. या प्रकारचा चिखल काही सागरतळावरच आढळतो.

Ria Coast (रिया कोस्ट) - **रिया किनारा**

नद्यांच्या मुखाजवळ जमिनीचा भाग भूहालचालींमुळे खचतो यामुळे नद्यांच्या मुखाजवळील जमिनीचा भाग पाण्यात बुडून समुद्राचे पाणी नद्यांच्या मुखातून नद्यांच्या खोऱ्यांमध्ये आतपर्यंत शिरते. नद्यांच्या मुखातून अशा रीतीने समुद्राचे पाणी आत शिरले म्हणजे समुद्राचे फाटे समुद्रकिनाऱ्यांवरील जमिनीत आत शिरल्यासारखे दिसतात. या प्रकारच्या समुद्रकिनाऱ्यांना 'रिया किनारे' असे म्हणतात. स्पेनमधील गॅलिसिया किनारा या प्रकारचा आहे.

Salinity of Ocean Water (सॅलिनिटी ऑफ ओशन वॉटर) - **सागरजलाची क्षारता**

सर्व क्षारयुक्त पदार्थांना विरघळून घेण्याचा गुणधर्म पाण्याचा असल्याने हे क्षार पदार्थ नदीच्या पाण्याबरोबर सागरात येतात. बाष्पीभवनामुळे सागराच्या पाण्याची वाफ होते. मात्र, अनेक विरघळलेले क्षार तसेच राहतात. त्यामुळे सागराचे पाणी खारट किंवा लवणयुक्त असते. त्यालाच 'सागरजलाची क्षारता' किंवा 'लवणता' म्हणतात. किंवा सागरजलातील क्षारांच्या अस्तित्वाला सागरजलाची क्षारता म्हणतात. पृथ्वीवरील एकूण जलाशयांपैकी ९७ टक्के पाणी खारट आहे.

सागरजलाच्या क्षारतेचा परिणाम तापमान, घनता, पाण्याचा दाब, लाटा, समुद्रप्रवाह आणि सागरी वनस्पती आणि प्राणिजीवनावर होतो. पाण्यात क्षार असल्यास ते लवकर गोठत नाही. त्याचा गोठणबिंदू शून्याच्या खाली जातो. क्षार असल्याने पाण्याचा जडपणा वाढतो. घनता वाढली, की पाण्याचे गुणधर्म बदलतात. क्षारतेवर बाष्पीभवनाचा वेगही अवलंबून असतो. अशा प्रकारे क्षारतेवर अनेक गोष्टी अवलंबून असतात.

सागरजलाची क्षमता १००० ग्रॅम वजनी सागरजलात किती ग्रॅम क्षार आहेत यावरून ठरविली जाते.

पृथ्वीवरील महासागरांची सरासरी क्षारता दरहजारी ३५ आहे. त्यामध्ये सोडियम क्लोराइडचे प्रमाण सर्वाधिक असते म्हणून क्षारता असते.

Sand Bars and Lagoons (सँड बार्स अँड लॅगून्स) - **वाळूचे दांडे व खाजण**

समुद्रकिनाऱ्यावर सागरी लाटांचा मारा जास्त असतो. त्यामुळे किनाऱ्याची झीज होते. झिजेमुळे तयार झालेले पदार्थ परत जाणाऱ्या लाटांबरोबर मागे मागे जाऊन पाणी शांत होते व पदार्थांचे संचयन होते. यामध्ये वाळूचे प्रमाण जास्त असते. अशा प्रकारे वाळूचे संचयन होऊन समुद्रकिनाऱ्याजवळ वाळूच्या दांड्यांची निर्मिती होते.

वाळूचे दांडे वाढत गेल्यास नदीच्या मुखाशी किंवा अन्य ठिकाणी खाऱ्या पाण्याची सरोवरे निर्माण होतात. या सरोवरांनाच 'खाजण' अथवा 'लॅगून्स' असे म्हणतात.

Sea (सी) - **समुद्र**

जमिनीने पूर्णत: किंवा अंशत: वेढलेल्या खाऱ्या पाण्याच्या जलभागास 'सागर' किंवा 'समुद्र' असे म्हणतात. बरेच समुद्र हे महासागराचे भाग असतात. ते अंशत: जमिनीने वेढलेले असतात. उदा: अरबी समुद्र हा हिंदी महासागराचाच भाग आहे. काही समुद्र जमिनीने पूर्णत: वेढलेले असतात. उदा. कास्पियन समुद्र इत्यादी.

Sea Arches (सी आर्चेस) - **सागरी कमान किंवा नैसर्गिक कमानी**

सागरकिनाऱ्यावर भूभागाचा एखादा लांबच लांब डोंगररांगेसारखा भाग समुद्राकडे गेला असल्यास त्या डोंगररांगेच्या दोन्ही बाजूंनी लाटांचा मारा होत राहतो. त्यामुळे विरुद्ध बाजूंची झीज होऊन गुहांची निर्मिती होते. कालप्रवाहात दोन्ही बाजूंच्या गुहांचा विकास होऊन दोन्ही गुहा परस्परांना मिळतात. त्यामुळे मोठा बोगदा तयार होतो. खडकाच्या अवशिष्ट भागाला कमानीसारखा आकार प्राप्त होतो. त्याला सागरी कमान किंवा नैसर्गिक कमान असे म्हणतात.

Sea Caves (सी केव्हज) - **सागरी गुहा**

सागरकिनाऱ्यावर असलेल्या खडकांना अनेक जोड असतील तर सागरी लाटांच्या आघातामुळे ह्या जोडांची रुंदी वाढून अतिशय जलद गतीने लहान-लहान गुहांची निर्मिती तेथे होते. ह्या गुहा अस्थायी स्वरूपाच्या असतात. समुद्राकाठच्या गुहा शेकडो मीटर लांब व खोल असू शकतात.

Sea Cliff (सी-क्लिफ) - **समुद्रकडा**

लाटांच्या आघातामुळे कड्याच्या पायथ्याशी झीज अधिक प्रमाणात होते. मात्र, त्यावरील कमी झिजलेला भाग समुद्राकडे कललेला किंवा पुढे आल्यासारखा वाटतो. त्यालाच 'लटकता कडा' (Hanging Cliff) असे म्हणतात. कालांतराने लटकत्या कड्याचा आधार नष्ट झाल्याने कडा कोसळतो व पुन्हा सरळ कडा तयार होतो.

Sea Waves of Translation (सी-वेवूज ऑफ ट्रान्सूलेशन) - **स्थानांतरीत लाटा**

आंदोलित लाटा उथळ समुद्रकिनाऱ्यावर जेथे जेथे फुटतात तेथे स्थानांतरीत लाटा निर्माण होतात. या लाटा ज्या दिशेने जातात त्याच दिशेने या लाटांमधील पाण्याचे कण पुढे - पुढे जातात. यात पाण्याचे कण गोलाकार फिरत नाहीत. या लाटांमुळे समुद्रकिनाऱ्याची कमी - अधिक प्रमाणात झीज होते.

हि प्रक्रिया सुरू राहिल्याने लहान लहान लाटा किनाऱ्याला समांतर एका ठिकाणाहून दुसऱ्या ठिकाणी स्थानांतरित होतात म्हणून त्यांना 'स्थानांतरित लाटा' म्हणतात.

Sea-Waves (सी वेव्ज) - **समुद्रलाटा**

सागरजलाच्या अस्थिरतेचे सहज आढळणारे रूप म्हणजे लाटा. लाटेच्या पार्श्वरेषेवर (Profile) आढळणाऱ्या उंच भागास लाटेचे शिखर (Crest) आणि खोल भागास लाटेची गर्ता (trough) असे म्हणतात. दोन शिखरांमधील अंतरास लाटेची लांबी (wave's length) आणि शिखर व खोल भाग अशा उंचीस लाटेची उंची (wave's hight) असे म्हणण्याचा प्रघात आहे. शिखरावरील जलकण हे लाट ज्या दिशेने पुढे सरकत असेल त्याच दिशेने पुढे जाताना दिसतात. परंतु, खोल भागातील कण लाटेच्या विरुद्ध दिशेने फिरताना दिसतात. याचा परिणाम असा होतो की, खोल भागाच्या उजवीकडील व डावीकडील शिखरातील जलकण स्वत:भोवती वर्तुळाकृती मार्गाने फिरतात.

समुद्रामध्ये कमी - जास्त तीव्रतेच्या लाटा निर्माण होण्यामागे वारा हेच कारण आहे. जास्त तरंग लांबीची (wave length) लाट जास्त काळ टिकून राहते. अशा लाटेचा वेगही जास्त असतो.

लाटेची उंची हीसुद्धा वाऱ्याच्या वेगावर अवलंबून असते. सामान्यत: महासागरात आढळणाऱ्या या लाटांचा वेग एकदम कमी होतो आणि तळभागाशी होणाऱ्या जलकणांच्या घर्षणामुळे लाटेची उंचीदेखील वाढते. उंची प्रमाणापेक्षा जास्त झाल्यास लाट फुटते. फुटणाऱ्या लाटेस भग्नोर्मी असे म्हणतात. उतरत्या किनारपट्टीवर ही लाट एकापेक्षा अधिक वेळा फुटलेली आढळते.

समुद्रबूड जमिनीच्या खोलीवरही लाटांचे फुटण्याचे प्रमाण अवलंबून असते.

Shallow Water Deposits (शॅलो वॉटर डिपॉझिट्स) - **उथळ सागरभागातील निक्षेप**

सागराच्या सुमारे २०० मीटर ते ४०० मीटर खोलीपर्यंत हे निक्षेप साचतात. या खोलीपर्यंतच्या सागरतळाला सागरबूड जमीन म्हणतात.

Shore (शोअर) - **जलाधिकृत किनारा**

समुद्रकिनाऱ्यावरील कड्यांच्या पायथ्यापासून समुद्राकडील उथळ पाण्याच्या भागापर्यंत समाविष्ट होणाऱ्या संपूर्ण भागाला जलाधिकृत किनारा (Shore) म्हणतात. जमिनीकडील समुद्रकडा ही जलाधिकृत किनाऱ्याची अंतिम मर्यादा असते. जलाधिकृत किनाऱ्याचे दोन भागांत विभाजन करतात. समुद्राकडील कमीतकमी पाण्याची पातळी असलेल्या भागापासून जमिनीकडील समुद्राच्या सरासरी पातळी असलेल्या भागापर्यंत पसरलेल्या जलाधिकृत किनाऱ्याच्या भागाला Fore Shore असे म्हणतात. हा भाग जिथे संपतो त्यापासून समुद्रकड्यापर्यंत पसरलेल्या जलाधिकृत किनाऱ्याच्या भागाला

Back Shore असे म्हणतात. समुद्राकडे जलाधिकृत किनाऱ्याचा भाग ज्या ठिकाणी संपतो तेथून पुढे समुद्राच्या भागाला Off Shore असे म्हणतात.

Spits (स्पिट्स) - **भूसंलग्न दांडा किंवा बाकदार दांडा किंवा स्पिट्स**

वाळूच्या दांड्याप्रमाणे किनाऱ्याजवळ बऱ्याच वेळा स्पिट्स तयार होतात. स्पिट हा वाळूच्या दांड्यांचाच एक प्रकार आहे. यामध्ये फरक इतकाच आहे, की हे वाळूचे दांडे वाकलेले असतात. किनाऱ्याला बाक असलेल्या ठिकाणी हे तयार होतात. हे अतिशय सावकाशपणे तयार होतात. कधी-कधी या वाळूच्या दांड्याला शाखा निर्माण होतात.

Spring Tides (स्प्रिंग टाईड्स) - **उधाणाची भरती - ओहोटी**

अमावस्या व पौर्णिमेला सूर्य, चंद्र व पृथ्वी एकाच सरळ रेषेत आल्यामुळे त्यांच्या आकर्षणाचा सर्वात जास्त प्रभाव पडल्यामुळे उधानाची भरती - ओहोटी येते. यात येणारी भरती सरासरी भरतीपेक्षा मोठी तर ओहोटी सरासरी ओहोटीपेक्षा लहान असते. अशा भरती - ओहोटीस उधानाची भरती - ओहोटी म्हणतात.

Stacks and Stump (स्टॅक्स अँड स्टम्प) - **सागरी स्तंभ व अवशिष्ट स्तंभ**

सागरी कमानीची निर्मिती झाल्यावरसुद्धा लाटेचे झिजेचे कार्य अव्याहतपणे सुरू असते. त्यामुळे कमानीचे छत कोसळते. त्यामुळे पूर्वीचे कमानीचे जे भाग शिल्लक राहतात ते सागरात उंचच्या उंच स्तंभासारखे दिसतात. यांनाच सागरी स्तंभ म्हणतात.

Strait (स्ट्रेट) - **सामुद्रधुनी**

दोन मोठ्या जलाशयांना जोडणाऱ्या पाण्याच्या चिंचोळ्या भागास 'सामुद्रधुनी' म्हणतात. सामुद्रधुनीच्या दोन्ही बाजूस भूमिखंडाचा भाग असतो. मलाक्काची सामुद्रधुनी, जिब्राल्टरची सामुद्रधुनी या प्रसिद्ध आहेत.

Tsunami (त्सुनामी) - **त्सुनामी लाटा**

समुद्रतळावर किंवा तळाखाली होणारा भूकंप हे त्सुनामीच्या निर्मितीतले पहिले व महत्त्वाचे कारण मानण्यात येते. मात्र, याचबरोबर सागरतळावर होणारे ज्वालामुखीचे उद्रेक किंवा सागरतळावरील उंचसखल प्रदेशांत दरड कोसळण्यासारख्या घटनाही त्सुनामीच्या निर्मितीस कारण ठरतात.

एकदा या लाटा भूकंपप्रदेशाजवळच्या समुद्रावर तयार झाल्या की, त्या वेगाने आजूबाजूच्या प्रदेशात पसरतात. वाऱ्याचा वेग आणि भूकंपस्थानाचे किनाऱ्यापासून असलेले अंतर यावर त्सुनामीच्या लाटांची तीव्रता ठरते.

ताशी ८०० किमी. च्या वेगाने या लाटा किनाऱ्याकडे सरकू शकतात, किनाऱ्याकडे येताना समुद्रतळाची खोली कमी होत जात असल्यामुळे लाटांचा वेग कमी होतो, पण त्यांची उंची सतत वाढत राहते. त्यामुळे किनाऱ्यावर वीस मीटर किंवा त्याहीपेक्षा जास्त उंचीच्या लाटा येऊन आपटतात. ही सगळी घटना इतकी वेगवान असते, की त्यापासून बचाव करायला किंवा त्याची सूचना द्यायला खूपच कमी अवधी मिळतो.

'त्सुनामी' हा शब्द जपानी असून त्याचा अर्थ आहे 'हार्बर वेव्हज' किंवा 'बंदरातील लाटा.' निर्मितीच्या ठिकाणापासून हजारो मैलांचा प्रवास करणाऱ्या या लाटा प्रचंड विध्वंसक ऊर्जेची साठवण करीत किनाऱ्यापर्यंत पोचतात आणि किनाऱ्याजवळ मोठी हानी करतात. त्यांच्या आकस्मिकपणे येण्यामुळे किनाऱ्यावरचे गाफील जनजीवन अस्ताव्यस्त व संकटग्रस्त होते.

या आपत्तीच्या पूर्वसूचनेबाबत आपल्याकडे फारशी प्रभावी यंत्रणा नाही. जगात इतरत्र ही यंत्रणा खूपच कार्यक्षम व परिणामकारक आहे. होनोलुलू इथे 'पॅसिफिक त्सुनामी वॉर्निंग सिस्टिम' ही पॅसिफिकमधल्या सर्व त्सुनामींबाबत पूर्वसूचना देण्याचे काम करते. या यंत्रणेचे एकूण २६ देश सभासद आहेत. या यंत्रणेमार्फत पॅसिफिक महासागर प्रदेशातील त्सुनामीजनक भूकंपांचे अनुमान करणे, या प्रदेशातील भूकंपमापन यंत्रे व भरती-ओहोटी मापन केंद्रे यांचे नियंत्रण करणे इत्यादी कामे केली जातात. 'नोआ' या नॅशनल वेदर सर्व्हिसमार्फत दोन त्सुनामी सूचनाकेंद्रे नियंत्रित केली जातात. 'अलास्का त्सुनामी वॉर्निंग सेंटर' हे अलास्का, कोलंबिया, वॉशिंग्टन, ओरेगॉन यासाठी त्सुनामी पूर्वसूचनांचे प्रभावी काम करते.

Terrigenous Deposits (टेरीजिनीस डिपॉझिट्स)- **भूजन्य निक्षेप**

वारा, वाहते पाणी, हिमनद्या आणि समुद्राच्या लाटा या बहिर्गत शक्तींच्या कारकांच्या अपक्षय कार्यामुळे जमिनीवरील खडकांची एकसारखी झीज होते. या क्रियेत तयार होणारे पदार्थ बहिर्गत शक्तींच्या कारकांद्वारे समुद्रात वाहून येतात व समुद्रतळावर त्यांचे संचयन होते यालाच भूजन्य निक्षेप असे म्हणतात.

Territorial Sea (टेरिटोरियल सी) - **प्रादेशिक समुद्र / राष्ट्रीय सागरी सीमा विभाग**

पायाभूत रेषा किंवा समुद्रसपाटीच्या पातळीपासून खुल्या समुद्रात ज्या मर्यादिपर्यंत देशाची सार्वभौम सत्ता चालते, त्या मर्यादिपर्यंतच्या पट्ट्याला प्रादेशिक समुद्राचा मुख्य पट्टा म्हणतात. हा राष्ट्रीय सागरी सीमा विभाग असतो.

The High Sea (द हाय सी) - **खुला समुद्र**

समुद्रकिनाऱ्यापासून ३६० किमी. च्या पलीकडील समुद्र हा मुक्त वा खुला समुद्र म्हणून ओळखला जातो. या पट्ट्यांमध्ये कोणत्याही एका देशाचा अधिकार नसतो, तर खुल्या समुद्रांतील नैसर्गिक संपत्तीवर संपूर्ण मानवाचा परंपरागत हक्क आहे. मानवाचा अनमोल ठेवा खुल्या समुद्रात आहे. ज्या देशांजवळ अद्ययावत तंत्र, पैसा व संघटनाचातुर्य आहे ते देश खुल्या समुद्रांतील नैसर्गिक साधने हस्तगत करू शकतात, परंतु यावरही नियंत्रण राहावे म्हणून संयुक्त राष्ट्रसंघटनेतर्फे 'आंतरराष्ट्रीय सागरतळ' ही संस्था स्थापन केली असून खुल्या समुद्रातील संपत्ती मिळविण्यासाठी या संस्थेची परवानगी घ्यावी लागते व त्यासाठी विशिष्ट मोबदला द्यावा लागतो.

Tidal Inlet (टायडल इनलेट) - **भरती-ओहोटी प्रवेशद्वार**

सागरी लाटांच्या आघातांमुळे वाळूचे दांडे विघटित होतात. त्या ठिकाणाला 'भरती-ओहोटी प्रवेशद्वार' (Tidal Inlet) असे म्हणतात. यातून भरतीच्या वेळी पाणी आत शिरते व ओहोटीच्या वेळी ते बाहेर पडते. प्रवेशद्वारांची संख्या वाढत गेल्यास सरोवरात गाळाच्या निक्षेपणाची भर पडून दलदल निर्माण होते.

Tides (टाइड्स) - **भरती - ओहोटी**

सर जॉन मरे यांच्या मतानुसार - 'चंद्र व सूर्य यांच्या आकर्षणशक्तीमुळे समुद्रतळ नियमितपणे वर उचलला जातो व खाली येतो व त्यामुळे समुद्राच्या पाण्याला फुगवटा येऊन ते वर उंचावते आणि फुगवटा ओसरून त्याची पातळी खाली येते या हालचालीला भरती - ओहोटी म्हणतात.'

भरती - ओहोटीचा संबंध सूर्य व चंद्राशी असल्याचे स्पष्ट होते. त्यातही चंद्र पृथ्वीला जवळ असल्यामुळे त्याच्या स्थितीचा समुद्रावर अधिक प्रभाव पडतो. भरती-ओहोटीच्या अवस्था याप्रमाणे आहेत :

(i) भरती (Tide) : विशिष्ट वेळेला समुद्राचे पाणी हळूहळू किनाऱ्याकडे वाढत जाऊन कमाल पातळी गाठते. या सागरजलाच्या वाढत जाणाऱ्या पातळीला 'भरती' म्हणतात.

(ii) ओहोटी (Ebb) : भरतीचे पाणी हळूहळू समुद्राकडे ओसरत जाऊन किमान पातळीपर्यंत येते. या प्रक्रियेस 'ओहोटी' म्हणतात.

Types of Tide (टाइप्स ऑफ टाइड) - **भरती-ओहोटीचे प्रकार :**

१) Diurnal Tides - दैनिक भरती-ओहोटी : दोन भरती किंवा दोन ओहोटींमधील अंतर सुमारे २४ तास ४८-५० मिनिटे इतके असते.

२) Semi-Diurnal Tides - अर्ध दैनिक भरती-ओहोटी : दोन भरती किंवा दोन ओहोटींमधील अंतर सुमारे १२ तास २४-२५ मिनिटे इतके असते.

३) Spring Tides - उधानाची भरती-ओहोटी : पंधरवड्यातून फक्त एकदा, पौर्णिमेला किंवा अमावस्येला ही भरती किंवा ओहोटी आढळते. यावेळी समुद्राचे पाणी फार मोठ्या प्रमाणावर वर चढते किंवा खाली जाते.

४) Neap Tides - भांगेची भरती-ओहोटी : पंधरवड्यातून एकदा अष्टमीच्या दिवशी हा प्रकार आढळतो. या दिवशी समुद्रपृष्ठावर लहान भरती किंवा लहान ओहोटी येते.

५) Monthly Tides - मासिक भरती-ओहोटी : चंद्राच्या उपभू किंवा अपभू या स्थितींच्या वेळी महिन्यातून एकदा भरती-ओहोटी येते.

६) Equinovential Spring Tides - षण्मासिक किंवा सांपातिक भरती-ओहोटी: दर सहा महिन्यांनी सूर्याच्या भासमान भ्रमणामुळे सांपातिक भरती-ओहोटी येते.

७) Yearly Tides - वार्षिक भरती-ओहोटी : सूर्याच्या उपसूर्य व अपसूर्य या स्थितींच्या वेळी वर्षातून एकदा ही भरती-ओहोटी येते.

या सर्व प्रकारांपैकी अर्धदैनंदिन भरती-ओहोटी, ही नेहमी १२ तास २६ मिनिटे इतकी असते.

सागरपृष्ठावर निर्माण होणाऱ्या भरती-ओहोटीचा संबंध चंद्र व सूर्याच्या गुरुत्वाकर्षणशक्तीशी आहे. यापैकी चंद्राचा भरती-ओहोटीशी अधिक जवळचा संबंध असल्याचे सिद्ध झाले आहे.

Water Hemisphere (वॉटर हेमिस्फियर) - **जलगोलार्ध**

पृथ्वीच्या दक्षिण गोलार्धात पाण्याचे प्रमाण जास्त असल्याने त्याला जलगोलार्ध असे म्हणतात.

Wave Built Platform (वेव बिल्ट प्लॅटफॉर्म) - **तरंगनिर्मित मंच**

तरंगकृत मंचावरील झिजेने तयार झालेले पदार्थ त्या मंचाच्या समुद्राकडील भागावर साचले जातात. तेथे एक मंच तयार होतो, याला तरंगनिर्मित मंच असे म्हणतात. यालाच अपतट मंच (Offshore Terrace) असेही म्हणतात. अग्रतटावर असलेल्या कड्यांची झीज होऊन तरंगनिर्मित मंचावर निक्षेपण होत असते. भरड वाळू व खडे यांचे प्रामुख्याने संचयन बारीक पदार्थांपेक्षा तरंगनिर्मित मंचावर झालेलेअसते.

Wave Cut Platform (वेव कट् प्लॅटफॉर्म) - *तरंगघर्षित चबुतरा किंवा मंच*

सागरी लाटांच्या प्रहारांमुळे किनाऱ्यावर समुद्रकडा निर्माण होतो. या समुद्राकड्यावर लाटांचा सतत आघात होत असल्यास प्रथम कड्याच्या पायथ्याजवळ कपार निर्माण होते. कालांतराने कपारीचे रूपांतर गुहेत होते. गुहेवरील खडकयुक्त छपराचा भाग सागरतळावर लोंबकळत राहतो व त्याचा भार असह्य झाल्यास तो सागरात कोसळतो आणि किनारा मागे सरकतो, त्यामुळे समुद्रकड्याच्या पायथ्यापासून सागराकडे उतार असलेला चबुतरा निर्माण हातो. त्यालाच 'तरंगनिर्मित चबुतरा' असे म्हणतात.

विरघळलेले शिलाखंड लाटांमार्फत सागराकडे वाहून नेले जातात. लाटांमार्फत या शिलाखंडाचे शेवटी बारीक सामग्रीत रूपांतर होते. या सामग्रीचा मारा लाटांद्वारे तरंगघर्षित चबुतऱ्यावर व समुद्रकड्यावर होऊन चबुतरे विशाल आकाराचे बनतात. ओहोटीच्या काळात चबुतऱ्यांचा पृष्ठभाग सागरजलाच्या वर उघडा पडतो. या तरंगनिर्मित चबुतऱ्यालाच सागराचा 'अग्रकिनारा' (Fore Shore) असे म्हणतात.

हवामानशास्त्र
Climatology

Absolute Humidity (ॲब्सोल्युट ह्युमिडिटी) - **निरपेक्ष आर्द्रता**

हवेची निरपेक्ष आर्द्रता म्हणजे हवेत प्रत्यक्ष असलेले बाष्पाचे प्रमाण होय. यावर हवेची निरपेक्ष आर्द्रता अवलंबून असते व दर कि. ग्रॅ. ला किती ग्रॅम या प्रमाणात ती सांगता येते. त्याचप्रमाणे दर घनमीटर हवेत किती घन सेंटिमीटर बाष्प आहे त्या प्रमाणातही ती सांगता येते. हवेचे तापमान जास्त असल्यास बाष्पीभवनाची क्रिया अधिक होते व बाष्पाचे प्रमाण वाढते. त्यामुळेच सागरपृष्ठावरील हवेची निरपेक्ष आर्द्रता ही विषुववृत्तीय व उष्ण कटिबंधातील भागात अधिक असते तर ध्रुवाकडे ती कमी कमी होत जाते. त्याचप्रमाणे ऋतूप्रमाणे आणि जमीन व पाणी यांच्या वितरणानेही निरपेक्ष आर्द्रतेत फरक पडतो. हिवाळ्यात तापमान कमी असल्याने बाष्पीभवनाचे प्रमाण घटते व निरपेक्ष आर्द्रताही कमी होते. निरपेक्ष आर्द्रता कमी असल्यास बाष्पदाब कमी होतो व ती वाढल्यास बाष्पदाब वाढतो. त्यामुळे बाष्पदाब हेसुद्धा निरपेक्ष आर्द्रता सांगण्याचे प्रमाण धरता येते. त्याचप्रमाणे हवेच्या तापमानात दिवसा व रात्री फरक असल्याने बाष्पीभवनाच्या प्रमाणातही फरक पडतो. त्यामुळे दिवसा निरपेक्ष आर्द्रता जास्त असेल तर त्यामानाने रात्री ती कमी असते.

Adiabatic Cooling (ॲडिॲबॅटिक कूलिंग) - **ॲडिॲबॅटिक शीतलन**

उष्ण हवेचे संवहन प्रवाह वर जाऊ लागतात, तसातसा त्यांच्यावरील वायुभार कमी होत जातो; कारण उंचीनुसार हवेची घनता कमी होते. त्यामुळे वर चढणारी हवा बॉयलच्या नियमाप्रमाणे प्रसरण पावते. या प्रसरणाच्या क्रियेत शक्ती म्हणजे उष्णता खर्च होते व म्हणून ती हवा थंड होऊ लागते. ही हवेच्या शीतलनाची प्रक्रिया भौतिक गतिशील कारणामुळे होते. ती उष्णतेच्या निघून जाण्यामुळे होत नाही. (Without transfer of heat) उष्णतेत हा आपोआप होणारा बदल असल्यामुळे त्याला ॲडिॲबॅटिक बदल (Adiabatic change) म्हणतात व अशा गतिशील प्रकारे होणाऱ्या शीतलनाला ॲडिॲबॅटिक शीतलन (Adiabatic cooling) असे म्हणतात. प्रसरण पावण्यामुळे थंड

होण्याचा व दाबले जाण्यामुळे (Compression) उष्ण होण्याचा वायूचा भौतिक गुणधर्म आहे. यानुसार वर चढणारी हवा थंड होते; तर खाली उतरणारी हवा दाबली जात असल्यामुळे गरम (Adiabatic warming) होते.

वर चढणाऱ्या कोरड्या हवेच्या शीतलनाचा दर साधारणत: दर १०० मीटरला १° से. असतो. खाली उतरणाऱ्या हवेचा गरम होण्याचा दरही हाच आहे. हा दर सर्वत्र व नेहमी सारखा असतो.

Advection Fog (ॲडव्हेक्शन फॉग) - **संपर्कीय धुके**

दोन विषम तापमान असलेल्या वायुराशी परस्परांच्या संपर्कात आल्यामुळे थंड होतात व त्यांच्यातील बाष्पाचे सांद्रीभवन होऊन या प्रकारचे धुके निर्माण होते म्हणून त्याला संपर्कीय धुके असे म्हणतात. या प्रकारचे धुके निर्माण होण्यासाठी हवेचा वेग मंद असावा लागतो.

Air Pressure (एअर प्रेशर) - **हवेचा दाब**

गुरिक या शास्त्रज्ञाने सिद्ध केल्यापासून हवेला वजन असते ते मान्य झाले आहे. वातावरणातील हवा इतर कोणत्याही पदार्थाप्रमाणे गुरुत्वाकर्षणाने खेचली जाते व हे बल (force) म्हणजे हवेचे वजन ठरते. वजन असलेल्या व पृथ्वीभोवती प्रचंड प्रमाणात विस्तारलेल्या वातावरणाचा पृथ्वीच्या पृष्ठभागावर दाब पडेल हे ओघाने आले. ठरावीक क्षेत्रातील याच दाबाला किंवा बलाला (force) वायुभार, वायुदाब, हवेचा दाब (Air pressure) असे म्हणतात.

ठरावीक आकाराच्या हवेच्या स्तंभाची वातावरणाच्या शेवटपर्यंत कल्पना केली तर त्या हवेचे भूपृष्ठावर जे वजन पडेल तो तेथील वायुभार समजला जातो. उदा. १ चौ. इंचाच्या हवेच्या स्तंभाचे समुद्रसपाटीवरील वजन साधारण १४.७ पौंड असते. किंवा १ चौ. सें मी. स्तंभाचे वजन २.७ कि. ग्रॅ. असते. वायुभार मोजण्यासाठी पाऱ्याचा उपयोग करतात. पायाच्या स्तंभाच्या उंचीच्या परिमाणात म्हणजे मिलीमीटर वा इंच या स्वरूपात वायुभार सांगितला जातो. वायुभार मोजणाऱ्या यंत्राला वायुभारमापक (Barometer) म्हणतात व त्यात पाऱ्याचा उपयोग होतो. हा वायुभारमापक गिर्यारोहक, वैमानिक इत्यादींना वापरणे कठीण असल्याने ॲनेरॉइड बॅरॉमिटर तयार करण्यात आला. त्यात मिलिबार हे परिमाण असते.

एक मिलिबार म्हणजे दर चौ. सें. मी. क्षेत्रात १००० डाईन्स इतके बल होय, आणि एक डाईन म्हणजे तेवढ्याच क्षेत्रातील १ ग्रॅम वजनाचे बल किंवा भार होय.

१९९६ नंतर मिलिबारऐवजी हेक्टोपास्कल (hpa) या मापाच्या वापरास सुरुवात

झाली आहे. परंतु, अजूनही मिलिबारच जास्त प्रचलित आहे. १ मिलिबार = १०० हेक्टोपास्कल असे प्रमाण असल्याने मिलिबारचे हेक्टोपास्कलमध्ये गणित करणे कठीण नाही.

समुद्रसपाटीवर सामान्य वायुभार १०१३.२ मिलिबार धरला जात असला तरी त्यातही कालपरत्वे व स्थानपरत्वे थोडाफार फरक पडतो. समुद्रसपाटीवरील भारही कमी-जास्त होत असतो. तो साधारणपणे ९९६ ते १०२४ मिलिबार या दरम्यान बदलत असतो. कमीत कमी वायुभार ९९६ मिलिबारच्या जवळ व जास्तीत जास्त वायुभार १०३० मिलिबारच्या जवळ असतो.

वायुदाब व वारे हे हवामानशास्त्रातील अत्यंत महत्त्वाचे घटक आहेत. वायुभार व वारे हे हवामानाचे नियंत्रक म्हणूनच महत्त्वाचे आहेत.

वायुभार म्हणजे हवेचे वजन होय. वातावरणातील हवेला वजन असून तिचा भार किंवा दाब प्रत्येक वस्तूवर पडलेला असतो. वायूला वजन असते हे सर्वप्रथम ऑटो फॉन गेरिक या जर्मन शास्त्रज्ञाने मॅगूडेबुर्ग या गावी १७व्या शतकात सिद्ध केले. तसेच इटालियन शास्त्रज्ञ टॉरिसेली याने सर्वप्रथम हवेचा दाब मोजण्याचा यशस्वी प्रयत्न केला. हवेचा दाब पौंड, इंच किंवा मिलीबार या परिमाणात मोजतात. समुद्रसपाटीवर हवेचा दाब १०१३.२५ मिलीबार आढळतो. जेव्हा हवेचा दाब ३० इंचांपेक्षा जास्त असतो तेव्हा त्यास जास्त दाब (High Pressure) व ३० इंचांपेक्षा कमी असतो तेव्हा त्यास कमी दाब (Low Pressure) असे म्हणतात. वायुभार दर्शविण्यासाठी समभार रेषांचा उपयोग केला जातो. भारतातील हवेच्या स्थितिदर्शक नकाशात या रेषा ठळक अशा काळ्या रंगात असतात व त्यावर वायुभारदर्शक मूल्यही लिहिलेले असते. कमी वायुभाराचे क्षेत्र 'L' या अक्षराने तर जास्त वायुभाराचे क्षेत्र 'H' अक्षराने दाखवितात. अतिशय तीव्र स्वरूपाचा कमी वायुभार 'D' या अक्षराने दाखवतात. पृथ्वीवरील वायुदाबाचे पट्टे शेजारील आकृतीत दाखविले आहेत.

पृथ्वीवरील वायूदाब

Airmasses (एअर मासेस) - **वायुराशी**

वायुराशी म्हणजे वातावरणाचा एक जाड व विस्तृत भाग होय, ज्यामध्ये क्षितिजसमांतर किंवा आडव्या दिशेने उष्णतामान व आर्द्रता जवळपास सारखी असते.

वायुराशीचे हे वैशिष्ट्य आहे की, हवेचा हा मोठा हिस्सा हालचाल करतो व एका दिशेने प्रवास करतो. ध्रुवाकडील थंड वायुराशी विषुववृत्ताकडे व विषुववृत्ताकडील उष्ण वायुराशी ध्रुवाकडे प्रवास करतात व अशा रीतीने उष्णतामानांची देवाण-घेवाण करून पृथ्वीवरील उष्णतामानांतील असमानता दूर करून उष्णतामानाचे संतुलन राखतात.

वायुराशी आकाराने प्रचंड मोठी असते. ती हजारो चौ. किमी. क्षेत्र व्यापते व हजारो मीटर उंच असते. ती इतकी मोठी असल्यामुळे संपूर्ण वायुराशीचे गुणधर्म बराच काळ टिकून असतात व तिच्या संपर्कात जे प्रदेश येतील त्यांच्या हवामानावर तिचा परिणाम होतो.

Alto-Stratus (अल्टो-स्ट्रेटस) - मध्य स्तरित ढग

हे स्तराप्रमाणे पसरलेले ढग असतात, पण त्यांची उंची खऱ्या स्तरीय ढगांपेक्षा जास्त असते. ते करड्या किंवा निळसर रंगाचे असून त्यांची रचना रेषेदार (Fibrous) दिसते. कापसी-स्तरित ढगांपेक्षा ते खाली असतात व त्यांच्यापेक्षा ते दाटही असतात म्हणून त्यांच्यामधून सूर्यप्रकाश जात नाही; पण सूर्य किंवा चंद्र अतिशय मंद दिसतो. ते हिमकणांबरोबर पाण्याच्या कणांचे बनलेले असतात व त्यापासून व्यापक प्रदेशात पाऊसही पडतो.

Anti Cyclone (ॲन्टिसायक्लॉन) - प्रत्यावर्त

केंद्राकडील जास्त वायुभार प्रदेशाकडून आजूबाजूच्या कमी वायुभार प्रदेशाकडे जेव्हा चक्राकार गतीने वारे वाहतात त्यास प्रत्यावर्त (Anti cyclone) असे म्हणतात. आवर्तापेक्षा प्रत्यावर्त ही मंद गतीने पुढे सरकतात. उत्तर गोलार्धात प्रत्यावर्तातील वारे घड्याळाच्या काट्याच्या दिशेने तर दक्षिण गोलार्धात घड्याळाच्या काट्याच्या विरुद्ध दिशेने वाहतात.

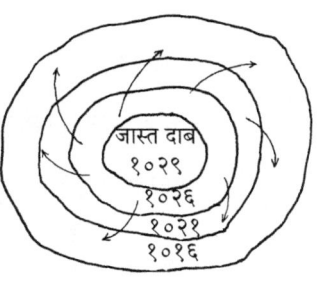

प्रत्यावर्ताची कल्पना सर्वप्रथम सर फ्रान्सिस गाल्टन यांनी मांडली. याच्या मते प्रत्यावर्त हा चक्रीवादळाचाच प्रकार असतो. परंतु आवर्ताच्या अगदी उलट याच्या मध्यभागी हवेचा दाब असतो व म्हणजेच तो मध्यभागी जास्त व बाहेर कमी असतो.

Antitrade Winds or Westerlies (अँटिट्रेड विंडस ऑर वेस्टरलीज) - **प्रतिव्यापारी वारे वा पश्चिमी वारे**

दोन्ही गोलार्धात २५ अंश ते ३५ अंश अक्षवृत्ताच्या दरम्यान पसरलेल्या जास्त दाबाच्या पट्ट्यातून ६० अंश अक्षवृत्ताच्या जवळ असलेल्या हवेच्या कमी दाबाच्या पट्ट्यांकडे जे वारे वाहतात त्यांना प्रतिव्यापारी वारे (Antitrade Winds) असे म्हणतात. या वाऱ्यांच्या वाहण्याच्या मूळ दिशेवर परिणाम होऊन त्यांची सर्वसाधारण दिशा पश्चिम-पूर्व अशी असते; म्हणूनच प्रतिव्यापारी वाऱ्यांना पश्चिमी वारे (Westerlies) असे म्हणतात. हे वारे वर्षभर नियमित वाहतात व ते मोठ्या क्षेत्रावर प्रभाव टाकतात म्हणून त्यांना ग्रहीय वारे (Planetary winds) म्हणतात.

Atmosphere (ॲटमॉस्फियर) - **वातावरण**

पृथ्वीभोवती असणारे भिन्न भिन्न वायूंच्या मिश्रणाचे आवरण म्हणजे वातावरण होय. वातावरण हा पृथ्वीचा विशेष गुण आहे. वातावरण आहे म्हणूनच पृथ्वीवर सजीव सृष्टी आहे. वातावरणामुळे पृथ्वीचे दिवसा सौरशक्तीतील हानिकारक व दाहक उष्णतेपासून संरक्षण होते. तसेच रात्री पृथ्वीतून उत्सर्जनाने सर्व उष्णता आकाशात निघून जात नाही.

पृथ्वीच्या या वातावरणातील वायूंचे प्रमाण खालीलप्रमाणे आहे.

नायट्रोजन (N_2)	-	७८.०३%
ऑक्सिजन (O_2)	-	२०.९९%
अरगॉन (A)	-	०.९३%
कार्बन डाय ऑक्साइड (CO_2)	-	०.०३%
हायड्रोजन (H_2)	-	०.०१%

तसेच हेलियम (He), ओझोन (O_3), निऑन (Ne), क्रिप्टॉन (Kr) व झेनॉन (Xe) हे सर्व वायू ०.०१% या प्रमाणात असतात. पृथ्वीच्या पृष्ठभागापासून वातावरणाच्या बाह्य भागापर्यंत वातावरणाचे खालील मुख्य चार विभाग मानले जातात :

१) तपांबर (Troposphere) २) स्थितांबर (Stratosphere), ३) दलांबर (Inosphere) ४) बाह्यांबर (Exosphere)

Alto-Cumulus (अल्टो-क्युम्युलस) - **मध्य-पुंज ढग**

ढगांचे गोळे एका ओळीत रचून ठेवावेत असे पसरलेले हे ढग असतात. त्यामुळे त्यांच्या लहरी दिसतात. कापसी - पुंज मेघापेक्षा ते खाली व अधिक घन असतात व त्यांची छाया पडते. ते प्रामुख्याने पाण्याच्या कणांचे बनलेले असतात व पाऊस देतात.

Autumnal Equinox (ऑटम्नल इक्विनॉक्स) - **शरद संपात**

जेव्हा पृथ्वीवर सूर्याचे भासमान दक्षिणायन घडून येते तेव्हा सूर्याची लंबवत किरणे कर्कवृत्तापासून मकरवृत्तापर्यंत दक्षिणेकडे सरकतात. या काळात ज्या दिवशी सूर्य लंबरूपात विषुववृत्तावर लंबरूप तळपतो त्याला (२३ सप्टेंबर) शरद संपात असे म्हणतात.

Blizard or Buran (ब्लिझार्ड ऑर बुरान) - **हिमवादळे**

अत्यंत कमी तापमान असलेल्या उच्च अक्षवृत्तीय प्रदेशात बर्फाच्या वावटळी निर्माण होतात. यांनाच ब्लिझार्ड असे म्हणतात. ह्या वाऱ्यांचा वेग जास्त असतो. (ताशी ५० किमी. पेक्षा जास्त) ह्या वाऱ्यांचा वृष्टीसाठी अजिबात उपयोग होत नाही, परंतु वातावरणात कित्येक मीटर उंचीपर्यंत हवेत हिमकण व्यापलेले असतात.

Bora (बोरा) - **भूमध्य समुद्रावरील वारे**

भूमध्य समुद्राचा उपविभाग ॲड्रीयॅटिक समुद्राच्या किनारपट्टीच्या प्रदेशात ईशान्येकडून वाहात येणाऱ्या थंड, कोरड्या वाऱ्यांना बोरा वारे म्हणतात. हिवाळ्यात युरोप खंडावर जास्त वायुभार व भूमध्य समुद्रावर कमी वायुभार निर्माण झाल्यास बोरा वाऱ्यांची निर्मिती होते. हिवाळ्यात वाहणारे हे वारे थंड व कोरडे असल्याने इटलीवर त्यांचा अधिक परिणाम होतो. हे स्थानिक वारे होत.

Bouys Ballot's Law (बॉईज बॅलॉटस लॉ) - **बॉईज बॅलॉटचा नियम**

सर्वप्रथम बॉईज बॅलॉटने हे जाणले की, वाहणाऱ्या वाऱ्याकडे पाठ करून उभे राहिले असता उत्तर गोलार्धात वारे उजव्या हाताला जास्त जाणवतात म्हणजे उच्चभार उजव्या हाताला असतो व दक्षिण गोलार्धात ते डाव्या हाताला जाणवतात. म्हणजे उच्चभार डाव्या हाताला असतो. याला बॉईज बॅलॉटचा नियम म्हणतात. उत्तर गोलार्धात वारे थोडे उजवीकडे व दक्षिण गोलार्धात थोडे डावीकडे वळून वाहातात असे हा नियम सांगतो. अर्थात, हे विचलन (Deflection) नेहमी सारख्याच प्रमाणात होईल असे नाही.

Camulus (क्युम्युलस) - पुंज ढग

सुमारे २ ते ५ किमी. उंचीवर निर्माण होणारे हे दाट ढग आहेत. हे कापसाचे गोळे ढिगात रचावेत असे दिसतात. त्यांचा तळभाग सपाट असतो. पण माथे उंच व घुमटाकार किंवा कोबीप्रमाणे वक्र असतात. त्यांचा आडवा विस्तार कमी असतो म्हणून हे ढग आकाशात इतस्तत: विखुरलेले असतात. ते बहुतेक पाण्याच्या कणांचे बनलेले पण माथ्याजवळ हिमकणांनी मिश्रित असतात. हवा जोराने वर चढल्यामुळे ते तयार होतात. त्यांचा रंग पांढरा असेल तर ते पाऊस देत नाहीत. उलट ते चांगल्या हवेचे निदर्शक असतात. परंतु, त्यांचा विकास पुंज-पावसाळी ढगात झाल्यास ते जोरदार पाऊस देतात.

Chinook (चिनूक) - उत्तर अमेरिकेतील उष्ण व कोरडे वारे

भूपृष्ठावरून वाहणाऱ्या वाऱ्यांवर पर्वताचा खूपसा परिणाम होत असतो. वाऱ्याचे प्रवाह पर्वताच्या अडथळ्यांमुळे बदलतात. उत्तर अमेरिकेतील उष्ण व कोरडे वारे रॉकी पर्वताच्या पूर्वेकडे वाहतात. त्यांना चिनूक (Chinook) असे म्हणतात. रॉकी पर्वताच्या पश्चिमेकडील प्रदेशात जास्त वायुभार निर्माण झालेला असतो. त्याचवेळी त्याच्या पूर्वेकडील प्रदेशावर कमी वायुभार असतो. त्यामुळे पश्चिमेकडून पूर्वेकडे रॉकी पर्वताला अनुसरून ते वर चढतात. जेव्हा हे वारे रॉकी पर्वताच्या पूर्व उतारावरून खाली उतरतात, तेव्हा वाऱ्याचे तापमान वाढते. दक्षिण कोलोराडो ते उत्तर कॅनडापर्यंतच्या वाऱ्यांचे क्षेत्र आहे. यामुळे गोठलेल्या मृदेतील बर्फ वितळते म्हणून यांना 'स्नो-ईटर्स' म्हणतात.

Cirro-Cumulus (सिरो-क्युम्युलस) - कापसी-पुंज ढग

पुंज ढगांबरोबर मिसळलेले कापसी ढग कापसी ढगांपेक्षा कमी उंचीवर आढळतात. ते पुंजक्यांप्रमाणे अथवा लहरींप्रमाणे दिसतात. तेही हिमकणांचे बनलेले असून त्यांची छाया पडत नाही. ते आकाशात असतील तर आकाशाला मॅकरेल आकाश (Mackerel sky) असे म्हणतात; कारण निळे आकाश मॅकरेल माशाप्रमाणे पांढऱ्या चकचकीत खवल्यांनी बनलेले दिसते.

Cirrostratus (सिरोस्ट्रॅटस) - कापसी स्तरित ढग

स्तरित ढगांबरोबर मिसळलेले कापसी ढग कमी उंचीवर आढळतात. ते पातळ आडव्या स्तरात पसरले असून जवळजवळ सर्व आकाश व्यापतात. त्यामुळे आकाशाचा रंग दुधी दिसतो. हे ढगही पांढरे, रेशमासारखे मऊ असून इतके पातळ असतात की, त्यातून सूर्यप्रकाश जातो. त्यांच्यामुळे सूर्य व चंद्राभोवती खळे (Halo) पडते. त्यांच्यापासूनही पाऊस पडत नाही; पण ते येणाऱ्या वादळाची सूचना देतात.

Cirrus (कापसी किंवा सिर्रस ढग) - **कापसी किंवा सिर्रस ढग**

वातावरणात सर्वात जास्त उंचीवर आढळणारे हे ढग आहेत. त्यांची सरासरी उंची ८ ते १२ किमी. असते; पण ध्रुवावर ते यापेक्षा खाली आढळतात. यांचे वैशिष्ट्य म्हणजे हे पांढऱ्या पातळ पिसासारखे दिसतात; म्हणून ते मऊ, रेशमी वाटतात. आकाशात ते विखुरलेले असतात. त्यांचा रंग पांढरा शुभ्र व चकचकीत असतो कारण ते हिमकणांचे बनलेले असतात; म्हणून त्यांना कापसी ढग म्हणतात. त्यापासून पाऊस पडत नाही. उलट, ते स्वतंत्र व तुरळक असतील तर चांगल्या हवेची सूचना देतात; पण ते इतर ढगांबरोबर मिश्रितही आढळतात.

Climate (क्लायमेट) - **हवामान**

एखाद्या ठिकाणी किंवा प्रदेशात असलेली हवेची स्थिती व स्थित्यंतराची मोठ्या काळाकरिता काढलेली सरासरी म्हणजे हवामान होय. म्हणजे हवामान हे हवेच्या स्थितीवरच अवलंबून असते. परंतु, हवेच्या स्थितीची मोठ्या काळाकरिता सरासरी घेतलेली असल्यामुळे हवामानात त्या स्थितीची नियमित वैशिष्ट्ये दिसून येतात. ही सरासरी साधारणपणे ३० ते ३५ वर्षे इतक्या दीर्घ काळाकरिता काढलेली असल्यामुळे काळानुसार हवामानात फारसा बदल दिसत नाही; पण प्रदेशानुसार मात्र त्यात बदल पडू शकतो. कारण वेगवेगळ्या प्रदेशात बऱ्याच कारणांमुळे हवेची स्थिती अगदी भिन्न असू शकते. हवामान म्हणजे एखाद्या स्थानावरील वातावरणाचे स्वरूप, हवेचे तापमान, हवेचा दाब, हवेतील आर्द्रता इ. साठी त्या वातावरणाचे सतत काळजीपूर्वक निरीक्षण करणे आवश्यक असते. या अभ्यासावर परिणाम करणारे घटक म्हणजे अक्षांश, समुद्रसपाटीपासूनची उंची, जमीन व पाणी यांचे वितरण, प्रचलित वारे, समुद्रप्रवाह हे होत.

Climatology (क्लायमेटॉलॉजी) - **हवामानशास्त्र**

पृथ्वीतलावर आढळणाऱ्या निरनिराळ्या प्रकारच्या हवामानाचे व त्याच्या घटकांचे सांगोपांग विवरण करणारे शास्त्र म्हणजे हवामानशास्त्र होय.

हवामानशास्त्र ही भौतिक किंवा प्राकृतिक भूगोलातील एक शाखा आहे; पण एकीकडे ती वातावरणविज्ञानाशी (Meterology) घनिष्ठ रीतीने संबंधित आहे. वातावरणविज्ञान हे वातावरणातील घडामोंडीची भौतिक कारणमीमांसा करणारे व त्यातील गतिशीलतेचा (Dynamics) अभ्यास करणारे शास्त्र आहे. हवामानशास्त्र वातावरणातील घडामोडींच्या विवेचनासाठी विज्ञानाची मदत घेते; पण त्याचवेळी हवामानशास्त्रात या घडामोडींचा व पृथ्वीतलाचा एकमेकांवर होणारा परिणाम, हवामानातील विविधता व

हवामानाचे पृथ्वीवर होणारे वितरण हा वातावरणविज्ञानात नसलेला भौगोलिक भागही मोडतो. उष्णतामान, वायुभार, वारे, आर्द्रता व पर्जन्य हे हवामानाचे प्रमुख घटक आहेत. हवामानशास्त्रात या घटकांचे व त्यातील बदलांचे सतत निरीक्षण व मापन वेधशाळेत केले जाते. यासाठी तापमापके (Thermometers), दाबमापके (Barometers), आर्द्रतामापके (Hygrometers), वातदिशादर्शके (windvanes), वायुवेगमापके (Anemometers), पर्जन्यमापके (Rain guages) इत्यादी उपकरणे वापरली जातात. भारतात एकूण ५५७ वेधशाळा असून मुख्य वेधशाळा पुण्यात आहे व दिल्लीतील मौसम भवन हे मुख्य केंद्र आहे.

Coalescence Theory (कोअॅलसेन्स थियरी) - **संयोग सिद्धान्त**

हा सिद्धान्त ढगांतील जलकणांचा असमान आकार गृहीत धरतो. त्यांची गतीही वेगवेगळी असते व ते वेगवेगळ्या गतीने एकमेकांवर आपटत असतात. या क्रियेत मोठे कण लहान कणांना धरून ठेवतात व ते आपसात मिसळल्यामुळे मोठा कण अधिक मोठा होतो व तो अधिक लहान कणांची मिळवणी करू शकतो अशा तऱ्हेने तो कण मोठा होत जाऊन पावसाचा थेंब बनतो.

उष्ण प्रदेशात अशा प्रकारे हिमकणांच्या साहाय्याशिवाय पावसाचे थेंब तयार होतात; वर चढणारी हवा जोराची असेल तर थेंबाचा आकार पुष्कळ मोठा होतो व मुसळधार पाऊस पडतो. उष्ण प्रदेशातील गडगडाटी पाऊस (Thunder storm) अशा प्रकारचा असतो. परंतु वर चढणारी हवा जोराची नसेल तर त्या मानाने लहान आकाराच्या थेंबांचा रिमझिम पाऊस पडतो. पण कोणत्याही परिस्थितीत जलकण एकत्र मिळून पुरेशा मोठ्या आकाराचा थेंब बनणे अत्यावश्यक आहे.

या दोन्ही क्रिया वेगळ्या घडत नसून एकत्रही घडू शकतात व पर्जन्यनिर्मितीत दोन्ही क्रियांचा सहभाग असणे सहज शक्य आहे.

Cold Wave or Spell (कोल्ड वेव ऑर स्पेल) - **शीतलहरी**

काही वेळा ध्रुवीय वाऱ्यांचे झोत मध्य अक्षवृत्तीय प्रदेशात येतात. या लहरी अगदी थंड आणि कोरड्या असतात. ह्या वाऱ्यात बर्फ अजिबात नसतो. या वाऱ्यांच्या प्रभावामुळे तपमानात अल्पावधीत तीव्र घट होते म्हणून यास शीतलहर म्हणतात.

Condensation (कन्डेनूसेशन) - **सांद्रीभवन**

सांद्रीभवनाची क्रिया हे भूपृष्ठावरील वृष्टीचे एकमेव कारण आहे. हवेत बाष्प अदृश्य स्वरूपात असते. हवा बाष्प ग्रहण करीत असते. बाष्पधारणक्षमता संपल्यावर

मात्र बाष्प ग्रहण करू शकत नाही. म्हणजे हवा बाष्पसंपृक्त होते; अशा हवेत आणखी बाष्पाची भर पडली तर त्या जास्तीच्या बाष्पाचे सांद्रीभवन होते. वायुरूप बाष्पाचे जलरूपात परिवर्तन होण्याच्या क्रियेलाच सांद्रीभवन (Condensation) म्हणतात.

हवा थंड होण्यामुळेसुद्धा बाष्पाचे जलकणात रूपांतर होत असते. एका विशिष्ट तापमानाच्या असंपृक्त हवेचे तापमान त्या हवेची सापेक्ष आर्द्रता १००% होईपर्यंत जर कमी करीत राहिले तर त्या तापमानावर ती हवा संपृक्त होईल. म्हणजे असंपृक्त हवेचे तापमान कमी होत गेले तर तिची बाष्पधारणशक्ती कमी होत जाते व शेवटी एका विशिष्ट तापमानाच्या पातळीवर असंपृक्त हवा संपृक्त होते. त्या तापमानाच्या पातळीलाच 'दवबिंदू' तपमान (Dew Point Temperature) असे म्हणतात. त्याच हवेचे तापमान जर आणखी खाली गेले तर हवा दवबिंदूच्या पातळीवर जितके बाष्प धारण करता येईल तितके धारण करते व जास्तीच्या बाष्पाचे जलात रूपांतर होते. यास सांद्रीभवन असे म्हणतात.

Conduction (कंडक्शन) - **संचालन / वहन**

दोन असमान उष्णतेचे पदार्थ एकमेकांच्या संपर्कात आले असताना, जास्त उष्णतेच्या पदार्थांकडून कमी उष्णतेच्या पदार्थाकडे उष्णतेचे वहन होऊन दोन्ही पदार्थांचे उष्णतामान सारखे होते. या प्रक्रियेला संचालन वा वहन (conduction) असे म्हणतात.

दिवसा पृथ्वीचा पृष्ठभाग सूर्यातपाने तापतो; पण त्यावरील हवा थंड असते. म्हणून पृथ्वीच्या पृष्ठभागाकडून सर्वात खालच्या हवेच्या थरात उष्णतेचे संचालन वहन होते.

रात्रीच्या वेळी संचालनाची दिशा उलट असते. पृथ्वीच्या पृष्ठभाग हवेपेक्षा अधिक थंड होतो म्हणून त्याच्या संपर्कातील हवेच्या थराकडून त्याच्याकडे उष्णतेचे संचालन होते व तो हवेचा थर वरील हवेच्या थरांपेक्षा अधिक थंड होतो.

Convectoinal Precipitation (कन्व्हेक्शनल प्रेसिपिटेशन) - **आरोही पर्जन्य**

सूर्याच्या उष्णतेने भूभाग तापल्यावर हवेचा खालचा थरही तापतो व वर चढू लागतो. याला संवहन प्रवाह म्हणतात; वर चढताना तो ॲडिॲबॅटिक दराने थंड होत जातो. त्यामुळे त्याची सापेक्ष आर्द्रता वाढते. ही सापेक्ष आर्द्रता १००% होण्यापूर्वीच वर चढणाऱ्या हवेला स्थिरता प्राप्त झाली म्हणजे ती आजूबाजूच्या हवेइतकी थंड झाली तर तिचे वर चढणे थांबते व पावसाची इतर प्रक्रियाही थांबते पण ती बाष्पयुक्त असून अस्थिर असली तर वर चढतच जाते व तिची सापेक्ष आर्द्रता १००% झाल्यानंतर म्हणजे दवबिंदूनंतर तिच्यात संघनन सुरू होते. संघननामुळे तिच्या बाष्पातील गुप्त उष्णता मुक्त होऊन तिचा शीतलनाचा ॲडिॲबॅटिक दर कमी होतो. अशी हवा पुष्कळ काळ अस्थिर राहते व खूप

उंचीपर्यंत वर चढते. व त्यामध्ये ऊर्ध्व विस्ताराचे पाऊस देणारे ढग (Cumulo-nimbus) तयार होतात. या ढगांपासून गडगडाटांसह व विजांसह मुसळधार पाऊस पडतो. तो थोड्या अवकाशात पण भरपूर प्रमाणात पडतो. विषुववृत्तीय प्रदेशात असा पाऊस रोजच दुपारी पडतो. याला आरोही पर्जन्य (Convectional Precipitation) म्हणतात. सरळ वर चढणारे हवेचे संवहन प्रवाह हे या प्रकारच्या पर्जन्याचे मूळ कारण आहे.

Coriolis Force (कॅरिओलिस फोर्स) - कॉरिओलिस बल किंवा विक्षेप बल

पृथ्वीला स्वांगपरिभ्रमणाची निश्चित गती आहे; म्हणून वाऱ्यांचे विचलन पृथ्वीच्या गतीशी संबंधित राहील. स्वांग पृथ्वीच्या परिभ्रमण गतीमुळे (Rotation of the earth) वाऱ्यांवर विक्षेप बल कार्य करते असे दिसते. वाऱ्यांच्या वलनाला किंवा विक्षेपाला पृथ्वीची स्वांगपरिभ्रमण गती कारणीभूत आहे हे फ्रेंच शास्त्रज्ञ कॉरिओलिसने सांगितले म्हणून या विक्षेप बलाला कॉरिओलिस बल (Coriolis Force) असे म्हणतात. विक्षेप बल हे खरोखर बल नसून १) पृथ्वीची गती व २) वाऱ्यांची गती यांचा परस्पर परिणाम होय. हा परिणाम म्हणजे वाऱ्यांचे विचलन होते असा केवळ भासमान बल (Apparent Force) होय.

Cumulo-Nimbus (क्युम्युलो-निम्बस) - पुंज पावसाळी ढग

हे अत्यंत वैशिष्ट्यपूर्ण ढग आहेत. ते वादळाचे निदर्शक आहेत. वादळात हवा जोराने खूप उंचीपर्यंत वर चढत गेल्यामुळे त्यांचा खूप ऊर्ध्व विस्तार होतो. खूप तापलेल्या अस्थिर हवेचा संवहन प्रवाह जोराने वर चढल्यामुळेही हे अति ऊर्ध्व विस्ताराचे ढग तयार होतात. हे अत्यंत घनदाट ढग असून त्यांचा पाया सपाट २-३ किमी. उंचीवर व माथा वाऱ्याच्या दिशेने पुढे ओढलेला एखाद्या ऐरणीसारखा १५-२० किमी. उंचीपर्यंत आढळून येतो. हे ढग पर्वतकाय ढीग रचल्याप्रमाणे दिसतात. त्यांत पाण्याचे व हिमाचे कण असून व ते काळ्या रंगाचे असून फार जोराचा वादळी पाऊस देतात व त्याबरोबर गारपीटही होते; पण हा पाऊस फार काळ टिकत नाही.

Cycle of Season (सायकल ऑफ सिझन) - ऋतुचक्र

पृथ्वीवर मुख्यत: दोन ऋतू असतात. ते म्हणजे उन्हाळा व हिवाळा. मार्च २१ ते सप्टेंबर २२ या काळात उत्तर गोलार्धात सूर्यकिरण विषुववृत्तापासून कर्कवृत्तापर्यंत दोनदा लंबरूप पडतात व इतर ठिकाणी ते कमी तिरपे पडतात. यामुळे सूर्याची उष्णता जास्त मिळते. त्यामुळे हा काळ उत्तर गोलार्धातील उन्हाळा होय.

२२ सप्टेंबरनंतर दक्षिण ध्रुव सूर्याकडे कलू लागतो. त्यामुळे सूर्याचे किरण विषुववृत्तापासून मकरवृत्तापर्यंत दोनदा लंबरूप पडतात व दक्षिण गोलार्धात ते सर्व ठिकाणी

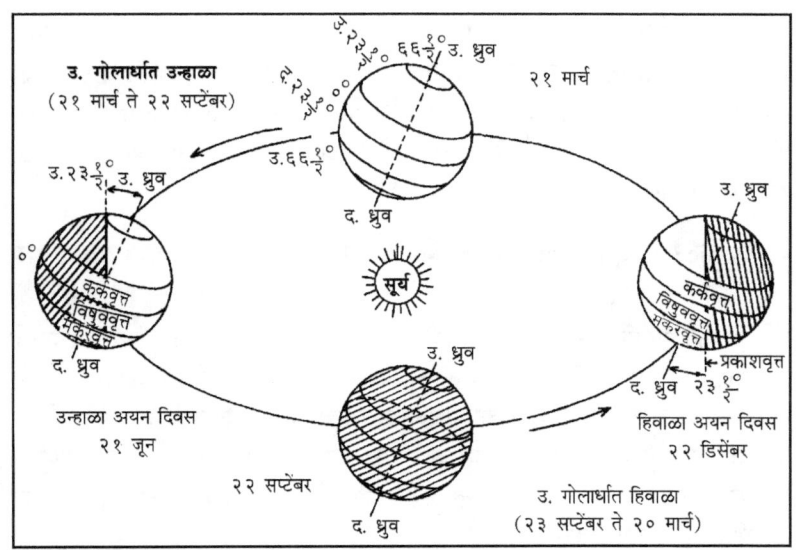

उ. गोलार्धात उन्हाळा
(२१ मार्च ते २२ सप्टेंबर)
२१ मार्च
उ. ध्रुव
द. ध्रुव
सूर्य
कर्कवृत्त
विषुववृत्त
मकरवृत्त
प्रकाशवृत्त
उन्हाळा अयन दिवस
२१ जून
हिवाळा अयन दिवस
२२ डिसेंबर
२२ सप्टेंबर
उ. गोलार्धात हिवाळा
(२३ सप्टेंबर ते २० मार्च)

ऋतुचक्र

कमी तिरपे पडतात. या काळात उत्तर गोलार्धात किरणे अधिक तिरपी पडून दिनमानही कमी होऊ लागते. थोडक्यात, या काळात सूर्याची उष्णता कमी असते व त्यामुळे उत्तर गोलार्धात हिवाळा तर दक्षिण गोलार्धात उन्हाळा होय; अशा प्रकारे दोन्ही गोलार्धांत उलटसुलट ऋतुचक्र असते.

Cyclone (सायक्लॉन) - **आवर्त**

जास्त वायुभार प्रदेशाकडून कमी वायुभार प्रदेशाकडे चक्राकार गतीने जेव्हा वारे वाहतात, तेव्हा त्यास आवर्त (Cyclone) असे म्हणतात. आवर्तातील केंद्रभागात समभाररेषेचे मूल्य सर्वात कमी असते. या भागास आवर्ताचे केंद्र (Eye of cyclone) असे म्हणतात. उत्तर गोलार्धात आवर्तातील वारे घड्याळाच्या काट्याच्या विरुद्ध दिशेने (अपसव्य दिशेने) तर दक्षिण गोलार्धात घड्याळाच्या काट्याच्या दिशेने (सव्य दिशेने) वाहतात.

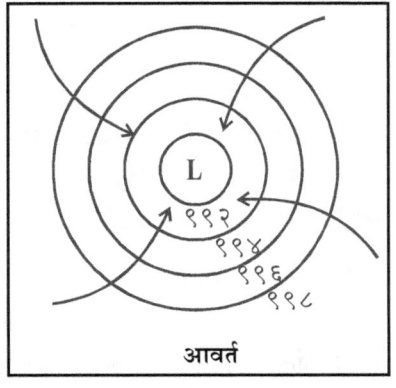

L
९९२
९९४
९९६
९९८

आवर्त

आवर्त ज्या प्रदेशात निर्माण होतात, त्यानुसार आवर्ताचे दोन प्रकार पडतात : (१) उष्णकटिबंधात निर्माण होणारे आवर्त. यांना चक्रीवादळे (Tropical Cyclone) म्हणतात. (२) समशीतोष्ण कटिबंधात निर्माण होणारे आवर्त (Temperate Cyclone)

आवर्ताच्या स्थितीत समभार रेषांचा आकृतिबंध सोबतच्या आकृतीत दाखवल्याप्रमाणे असतो.

Cyclonic Precipitation (सायक्लॉनिक प्रेसिपिटेशन) - **आवर्त किंवा चक्रवातीय पर्जन्य**

कोणत्याही चक्रवातात केंद्रभागी अल्पभार (Low Pressure) असून त्याकडे वाहणारे वारे केंद्रानुवर्ती (Converging) असतात. अल्पभार केंद्राजवळ हे वारे वर चढतात. वर चढणारे वारे बाष्पयुक्त असल्यास त्यांची पाऊस देण्याची क्षमता असते, व दवबिंदूनंतर संघनन होऊन ते पाऊस देतात. जगात चक्रवातांपासून व्यापक प्रमाणावर पाऊस होतो. चक्रवातांचे २ प्रमुख प्रकार आहेत : १) उष्णकटिबंधीय चक्रवात २) मध्यकटिबंधीय चक्रवात.

Dew (ड्यू) - **दव**

वातावरणातील बाष्पयुक्त हवेचा भूपृष्ठावरील लोखंडी वा धातूच्या वस्तू, झाडांची पाने, गवताची पाती इत्यादी थंड वस्तूंशी संपर्क आल्यास त्या हवेतील बाष्पाचे सांद्रीभवन होते व त्याचे सूक्ष्म जलकणांत रूपांतर होते; असे जलकण थंड वस्तूंच्या पृष्ठभागावर चिकटतात. अशा जलबिंदूंना दव असे म्हणतात. बाष्पयुक्त हवा शून्य अंश सेल्सियसपेक्षा जास्त दवबिंदूस पोहोचली तरच दव निर्माण होते. हिवाळ्यात मोठ्या प्रमाणात दवनिर्मिती होते.

Diffuse Daylight (डिफ्यूज डेलाइट) - **मंद दिवाप्रकाश**

परावर्तन व प्रकीर्णनामुळे फेकला गेलेला सर्व सूर्यप्रकाश अंतराळात निघून जात नाही. त्यातील काही भाग मंदप्रकाशाच्या रूपात वातावरणातच राहतो. याला मंददिवाप्रकाश (Diffuse daylight) असे म्हणतात. या प्रकाशामुळे सूर्योदयापूर्वी किंवा सूर्यास्तानंतर काही काळ संधिप्रकाश दिसतो.

Doldrums (डोल्ड्रम्स) - **शांतपड**

पृथ्वीवरील नित्य वाऱ्यांच्या दरम्यान जे शांतपड आहेत तेथे वातावरण शांत व हवा अत्यंत मंद असते. विषुववृत्तीय अल्पभारपट्ट्याच्या शांतपडात स्थानिक खारे व मतलई वारे वाहतात किंवा गडगडाटी वादळामध्ये (Thunderstorm) तात्कालिक जोराचे

वारे वाहतात. एरवी पूर्वेकडून वाहणारे अत्यंत मंद वारे व वर जाणारे संवहनप्रवाह हेच या पट्ट्याचे वैशिष्ट्य आहे.

Drizzle (ड्रिझल) - **रिमझिम पाऊस**

साधारणपणे ०.५ मिमी. पेक्षा कमी व्यास असलेल्या जलकणांच्या वर्षावाला रिमझिम असे म्हणतात. हे जलकण धुक्याशी संबंधित असून वातावरणात यावेळी दृश्यता कमी झालेली असते. याला झाकळ (mist) असे म्हणतात.

Dynamic Inversion (डायनॅमिक इनूवर्जन) - **गतिशील व्युत्क्रमण**

जेव्हा हवेचे अभिवहन प्रवाह (Advection currents) वाहिल्यामुळे व्युत्क्रमणाची स्थिती उद्भवते, तेव्हा त्याला गतिशील व्युत्क्रमण (Dynamic inversion) म्हणतात. थंड हवेचे प्रवाह उष्ण प्रदेशात वाहत येतात व उष्ण हवेला वर ढकलून ते भूपृष्ठावर पसरतात.

Dynamic Theory of Cyclone (डायनॅमिक थियरी ऑफ सायक्लोन) - **आवर्ताचा गतिजन्य सिद्धान्त**

या सिद्धान्ताची मांडणी लॅपार्ट व शॉ या शास्त्रज्ञांनी केली. त्यांच्या मते २२०० मीटर्स उंचीवरील उष्ण व थंड वायुराशी सीमेवर आवर्त निर्माण होतात. उष्णतेमुळे तापलेली हवा विरळ होऊन वर जाऊ लागते आणि उंचीवरील थंड वायुराशीबरोबर उष्ण वायुराशीचा संपर्क झाल्यामुळे आवर्त वारे निर्माण होतात. अनेक आक्षेपांमुळे हा सिद्धान्त ग्राह्य मानला जात नाही.

Earth's Albedo (अर्थ्स अल्बेडो) - **निष्क्रिय सौरशक्ती**

शास्त्रज्ञांच्या अनुमानानुसार वातावरणात येणाऱ्या एकूण सौरशक्तीपैकी ३५% सौरशक्ती वातावरणातील ढग, लहान धूलिकण, हवेचे अणू व पृथ्वीचा पृष्ठभाग (प्रामुख्याने पाणी) यांच्यापासून विकिरण व परावर्तन या दोन क्रियांमुळे परत अवकाशात लघुलहरींच्या स्वरूपात पाठविली जाते. या सौरशक्तीला निष्क्रिय सौरशक्ती असे म्हणतात.

नष्ट होणाऱ्या या सौरशक्तीपैकी २०% पृथ्वीच्या पृष्ठभागापासून, २७% ढगांपासून व ६०% वातावरणातून परावर्तित झालेली असते.

Eddy Theory of Cyclone (एडी थियरी ऑफ सायक्लोन) - **चक्रवाताची भोवरा कल्पना**

या कल्पनेनुसार उष्ण व थंड वायुराशींमधील आघाडीवर वरच्या वातावरणात साधारणपणे २००० मीटर उंचीवर काही कारणाने भोवरे पैदा होतात. या भोवऱ्यांत

अल्पभारकेंद्र (Trough) असते. असा एखादा भोवरा खाली उतरतो व त्यानंतर भूपृष्ठावर त्याच्याभोवती चक्रवाताचा विकास होतो. ब्रिटिश शास्त्रज्ञ ही कल्पना मांडतात. परंतु वरच्या वातावरणातील घडामोडींबद्दल निश्चित सांगता येत नाही.

Electrically Conductive Layers (इलेक्ट्रिकली कन्डक्टिव लेअर्स) - **विद्युत्संचालनयुक्त स्तर**

पृथ्वीच्या वातावरणातील आयनांबरात विद्युतभारित कण व इलेक्ट्रॉन एकत्र जमून काही वेगवेगळे स्तर तयार झाले आहेत. या थरांमध्ये विद्युतसंचालन प्रबळ असते व म्हणून रेडिओ तरंग परावर्तित होतात.

D हा स्तर ८०किमी. खाली मध्यांबरात ६० किमी. पर्यंत देखील आढळून येतो. तो सूर्यकिरणांनी अत्यंत प्रभावित असल्याने रात्री निर्बल असतो. या स्तरापासून अधिक लांबीचे दीर्घ रेडिओ तरंग परावर्तित होतात. परंतु मध्यम किंवा लघु लांबीचे तरंग शोषले जातात. यापुढील E स्तराला केनेली-हेविसाइड स्तर म्हणतात कारण या नावाच्या शास्त्रज्ञांनी त्याचे अस्तित्व शोधले. येथून मध्यम लांबीचे रेडिओ तरंग परावर्तित होतात. येथे उल्का चमकतात. तसेच या व D स्तरात निशादीप्ती मेघही (Noctilucent clouds) असतात. या थरात १२० किमी. उंचीवर विद्युत्भारित कणांचे आधिक्य आढळते. या स्तराच्या वर असणाऱ्या स्तराला F स्तर किंवा त्याचे संशोधन करणाऱ्या शास्त्रज्ञाच्या नावाने ॲप्लेटन (Appleton) स्तर म्हणतात. हा थर लघु रेडिओ तरंगांना परावर्तित करतो. या स्तराचे F_1 व F_2 असे २ भाग केले आहेत. या स्तरात विशेषत: F_2 भागात साधारण १००० किमी. उंचीपर्यंत धृवीय ज्योती चमकताना दिसतात. यातील F_1 भागात उष्णतामान ७५० से. पर्यंत पोहोचते व F_2 स्तरात ते अधिक वाढते.

Exosphere (एक्झोस्फियर) - **अंतिम अंबर**

आयनांबराच्या पलीकडील वातावरणातील व उष्णांबरातील शेवटचा थर म्हणजे अंतिम अंबर (Exosphere) होय. येथे पृथ्वीच्या वातावरणातील अत्यधिक उष्णतामान जवळजवळ १७००° से. असावे असा अंदाज आहे.

Ferrel's Law (फेरेल्स लॉ) - **फेरेलचा नियम**

वाऱ्यांच्या विक्षेपाकरिता पृथ्वीच्या स्वांगपरिभ्रमणाप्रमाणे पृथ्वीच्या ठिकाणी असलेली केंद्रापकर्षक शक्ती (Centrifugal force) कारणीभूत ठरते हे फेरेलने दाखवून दिले. या स्वांगपरिभ्रमणामुळेच पृथ्वीच्या ठिकाणी केंद्रापासून दूर लोटणारी केंद्रापकर्षक शक्ती निर्माण झाली आहे व ती गुरुत्वाकर्षणाच्या विरुद्ध दिशेने कार्य करते.

पृथ्वीचे उत्तर व दक्षिण ध्रुव पृथ्वीच्या अक्षाची भूपृष्ठाशी मिळालेली टोके आहेत

म्हणून स्वांगपरिभ्रमणाचे ते अक्षबिंदू आहेत. जो पदार्थ ध्रुवाकडे म्हणजे परिभ्रमणाच्या अक्षाकडे जातो त्याची गती मूळगतीपेक्षा वाढते व जो पदार्थ ध्रुवापासून म्हणजे परिभ्रमणाच्या अक्षापासून दूर जातो त्याची गती मूळगतीपेक्षा कमी होते.

हा नियम 'अ' स्थानाकडून 'ब' स्थानाकडे जाणाऱ्या वाऱ्याला लावला तर असे दिसेल की, तो परिभ्रमणाच्या अक्षाकडे जात असल्यामुळे त्याची मूळ गतीही वाढेल व तो 'क' स्थानावर पोहोचण्याऐवजी थोडा अधिक पुढे पोहोचेल. उलट 'ब' स्थानाकडून 'अ' स्थानाकडे वाहणारा वारा परिभ्रमणाच्या अक्षापासून दूर जात असल्याने त्याची मूळ गतीही कमी होईल व तो 'क' स्थानावर पोहोचण्याऐवजी त्याच्या थोडा मागे पडेल. अशा प्रकारे फेरेलच्या नियमानुसार हॅडलेच्या स्पष्टीकरणापेक्षा वाऱ्यातील अधिक विक्षेप दाखविता येतो.

Fog (फॉग) - धुके

दिवसा सूर्याच्या उष्णतेमुळे हवेमध्ये बाष्प जास्त असते. रात्री उष्णतेच्या विसर्जनामुळे तापमान कमी होते. तापमान कमी झाल्यावर सापेक्ष आर्द्रता वाढते व बाष्पाचे सांद्रीभवन होऊन जलकण तयार होतात. हे जलकण हवेतील धूलिकणांभोवती जमू लागतात. यालाच धुके (Fog) असे म्हणतात. धुके म्हणजे जमिनीला स्पर्श करणारे मेघच होत. धुके हे मेघाचेच दुसरे रूप आहे. धुक्याचेसुद्धा ढगासारखे स्थलांतर होत असते.

Fohn (फॉन) - आल्प्स पर्वताच्या उतारावरील वारे

युरोप खंडातील आल्प्स पर्वताच्या उताराला अनुसरून वाहणाऱ्या उष्ण व कोरड्या वाऱ्यांना फॉन वारे असे म्हणतात. मध्य युरोपमध्ये हे वारे सुरू होतात व आल्प्स पर्वतावर चढतात. तेथे हवेतील बाष्पाचे सांद्रीभवन होऊन पाऊस पडतो व पुढे उत्तरेकडे हे वारे कोरडे वाहतात. उत्तरेकडील उतारावरून हे वारे खाली उतरताना हवा आकुंचन पावते. त्यामुळे हवेची उष्णता वाढते.

Frigid Zone (फ्रिजिड झोन) - शीत कटिबंध

दोन्ही गोलार्धांत ६६°३०' च्या पलीकडे ध्रुवापर्यंत असलेल्या पट्ट्याला शीतकटिबंध म्हणतात. येथील सरासरी उष्णतामान कमी व हवामान नेहमी थंड असते. उन्हाळ्यात ते थोडे उबदार होते; पण हिवाळ्यात सतत गोठणबिंदूखाली असते; कारण या भागात सूर्याची किरणे नेहमीच तिरपी पडतात. उन्हाळ्यात २४ तासांचा दिवस असतो; पण हिवाळ्यात २४ तासांची रात्र असते.

Front (फ्रंट) - **आघाडी**

विभिन्न वायुराशी प्रवास करतात, तेव्हा एकमेकींच्या संपर्कात येतात. या वायुराशींचे उष्णतेचे व आर्द्रतेचे गुणधर्म भिन्न असतात. ते त्यांना त्यांच्या स्रोत प्रदेशातून व त्यांनी ज्या प्रदेशातून प्रवास केला तेथून प्राप्त झालेले असतात. भिन्न गुणधर्मांच्या वायुराशींची घनताही भिन्न असते. उष्ण वायुराशी थंड वायुराशीपेक्षा अधिक हलकी असते. साहजिकच अशा भिन्न गुणधर्मांच्या वायुराशी जेव्हा एकमेकींजवळ येतात, तेव्हा एकमेकींमध्ये मिसळत नाहीत; तर त्यांच्या एकमेकींना भिडणाऱ्या दोन्ही बाजूंच्या दरम्यान एक सीमारेषा तयार होते. तिला आघाडी (Front) असे म्हणतात. ही आघाडी वास्तविक एक तिरपी कललेली संक्रमण पेटी (Sloping zone of Transition) असते. तिचा संक्रमण तल किंवा पृष्ठ (Plane or Surface of Transition) असतो. याला आघाडीचे पृष्ठ (Frontal Surface) असे म्हणतात व त्याचा वायुराशीच्या उंचीपर्यंत ऊर्ध्व विस्तार असतो. आघाडीची रुंदी ५ ते ८० किमी. पर्यंत असते. ती भूपृष्ठावर जेथे टेकते, त्या तिच्या भूपृष्ठावरील विस्ताराला भूतल आघाडी (Surface Front) असे म्हणतात. ही आघाडी शेकडो किमी. पसरलेली असते. समशीतोष्ण कटिबंधात अशी आघाडी निर्माण होऊन लघुभारकेंद्र निर्माण होऊन सौम्य आवर्त निर्माण होते.

Frontal Fog (फ्रंटल फॉग) - **वातसीमेवरील धुके**

विषम गुणधर्माच्या वायुराशींच्या सीमा ज्या ठिकाणी एकत्र येतात, तेथे बाष्पयुक्त उष्ण हवा शीत वायुराशीवर चढते. उष्ण वायुराशीतील बाष्पाचे सांद्रीभवन होऊन निर्माण होणाऱ्या धुक्याला वातसीमेवरील धुके असेही म्हणतात. विस्तृत प्रदेशात या प्रकारचे धुके पडलेले असते.

Frost (फ्रॉस्ट) - **दहिवर**

वातावरणातील बाष्पयुक्त हवेचा भूपृष्ठावरील थंड वस्तूंच्या पृष्ठभागाशी संपर्क आल्यास त्या हवेतील बाष्पाचे सांद्रीभवन होते व सूक्ष्म जलकण निर्माण होतात. हवेचे तापमान शून्य अंश सेल्सियसपेक्षा कमी झाल्यास वस्तूच्या पृष्ठभागावर चिकटलेले दवबिंदू गोठतात. या गोठलेल्या जलबिंदूंना 'दहिवर' असे म्हणतात. पिकांना दहिवर घातक असते.

Global Energy Budget (ग्लोबल एनर्जी बजेट) - **पृथ्वीच्या ऊर्जेचे अंदाजपत्रक**

पृथ्वीच्या वातावरणातील हवा सूर्यकिरणांना पारदर्शक आहे; म्हणजे प्रत्यक्ष सूर्यकिरणांकडून हवा उष्णता ग्रहण करीत नाही; म्हणून सूर्यातप पृथ्वीच्या पृष्ठभागापर्यंत पोहोचतो. तरीदेखील वातावरणातून येताना काही प्रमाणात सूर्यातपाची वाटणी होते व

म्हणून सगळा १००% सूर्यातप पृथ्वीचा पृष्ठभाग तापविण्यासाठी प्राप्त होत नाही. जी सूर्यातपाची मात्रा पृथ्वीच्या पृष्ठभागाला तापविते, तिचे उष्णतेत रूपांतर होऊन पृथ्वीचा पृष्ठभाग ती सर्व उष्णता विकिरित करतो. पृथ्वी घेतलेली सगळी ऊर्जा परत फेकते (Black body) व त्यापासून वातावरण तापत जाते. म्हणूनच पृथ्वीच्या पृष्ठभागाचे सरासरी एकूण उष्णतामान वाढतही नाही किंवा घटतही नाही. अशा प्रकारे पृथ्वी उष्णतेचे संतुलन (Heat balance) साधते. येणाऱ्या सूर्यातपाची मात्रा व त्याची वाटणी आणि पृथ्वीच्या विकिरणाने साधलेले उष्णतेचे संतुलन याला पृथ्वीवरील ऊर्जेचे बजेट (Global energy budget) असे म्हणतात.

Global Warming (ग्लोबल वॉर्मिंग) - **जागतिक तापमानवृद्धी**

एकूण पृथ्वीवरील तापमानात व महासागरातील तापमानात दिवसेंदिवस वाढ होत चाललेली आहे. म्हणजेच परिवेश बदलत चाललेला आहे. तापमानातील ही वाढ अंशत: माणसाच्या विविध प्रकारच्या क्रिया-प्रतिक्रियांमुळे, हालचालींमुळे, माणसाच्या निसर्गातील हस्तक्षेपामुळे होत आहे याची जाणीव होऊ लागलेली आहे. हवामानात होणाऱ्या बदलाचा परिणाम माणसावर व एकूण जीवसृष्टीवर होऊ लागलेला आहे. काही प्राणिजाती नष्टही होण्याची शक्यता आहे.

वातावरणात होणाऱ्या बदलाचे जे कारण आहे त्याला हरितगृह परिणाम (Greenhouse Effect) असे म्हणतात. जागतिक उष्णता अगर तापमानाचा हा आधार मानला जातो. याचा नेमका अर्थ म्हणजे १८०० च्या मध्यात तीन वायूंच्या (Gases) प्रमाणात वाढ झाली. या वाढीचा परिणाम उष्णता बंदिस्त होण्यावर झाला. हे तीन वायू म्हणजे (१) *कार्बन-डाय-ऑक्साइड* - ऊर्जानिर्मितीसाठी माणसाने कोळसा व तेल यांच्या ज्वलनास प्रारंभ केला की मोठ्या प्रमाणात कार्बन डायऑक्साइडमध्ये वाढ होत जाते. (२) *मिथेन* - जंगले जाळणे, भाताची खाचरे (Rice Paddies), जमीन भरणा (Land-Fills) आणि दूध, अन्नपदार्थ यांच्या अधिकाधिक प्राप्तीसाठी जनावरांना गोठ्यात बांधून ठेवणे, त्यांच्या पचनक्रियेवर परिणाम घडवून आणणे यामुळे मिथेन वायूची निर्मिती वाढत जाते आणि (३) *क्लोरोफ्ल्यूरोकार्बन्स किंवा CFCs* - याचा उपयोग वातानुकूलित यंत्रे (Air Conditioners), रेफ्रिजरेटर्स यासारख्या यंत्रात केला जातो. यामुळे ओझोनचा थर पातळ होतो. त्यामुळे सूर्याच्या तीव्र किरणांपासून आपले संरक्षण कमी कमी होऊ लागते. या वर उल्लेखिलेल्या तीन वायूंचे प्रमाण वाढत गेल्यास त्याचे विपरीत परिणाम परिवेशावर आणि जीवजातींवर होत जातात. म्हणून जागतिक तापमान वृद्धी हा आधुनिक काळातला मुख्य आणि गंभीर असा हवामानबदल आहे. पृथ्वीच्या वातावरणात कार्बन-डाय-ऑक्साइड, मिथेन,

क्लोरोफ्लुरोकार्बन, नायट्रस ऑक्साइड्स हे उष्णताशोषक वायू औद्योगिकीकरणामुळे वाढत आहेत. हे वायू पृथ्वीला हरित गृह (Green House) बनवितात. या वायूंनी शोषलेली उष्णता पृथ्वीचे तापमान वाढवते. यालाच 'जागतिक तापमानवृद्धी' असे म्हणतात. रेफ्रिजरेटरमध्ये वापरला जाणारा CFC (क्लोरोफ्लुरोकार्बन) हा वायू आणि औद्योगिक प्रक्रियांमध्ये वापरले जाणारे फ्रिऑन, हेकॉन्स, मिथाईल, कार्बन-टेट्रा-क्लोराइड हे वायू पृथ्वीच्या वातावरणातील ओझोन थराच्या छिद्राला (Ozone Hole) कारणीभूत ठरले आहेत. ओझोनचा थर सूर्याकडून येणाऱ्या प्रकाशातील ९९ टक्के अतिनील किरण गाळून सूर्यप्रकाश पृथ्वीवर पाठवितो.

पाच वर्षांच्या अभ्यासानंतर आणि एक लाखांहून अधिक शास्त्रीय पेपर्सचा आढावा घेण्याबरोबरच अनेक 'रिव्ह्यू मीटिंग्ज्' ना उपस्थित राहिल्यानंतर संयुक्त राष्ट्र संघाच्या (UNO) अखत्यारीत काम केलेल्या इंटर गव्हर्न्मेंटल पॅनेल ऑन क्लायमेट चेंजने (IPCC) आपल्या कामाचा अहवाल म्हणून सादर केलेल्या १७०० पानांपेक्षा जास्त पानांचा मजकूर आता सर्वत्र चर्चेचा विषय झाला आहे.

जागतिक तापमानवाढीच्या संदर्भातील या अहवालाचे महत्त्व आता संपूर्ण जगाला पटू लागलेय. १९२ सदस्य राष्ट्रांपैकी ११३ सरकारांचे प्रतिनिधी आणि ६२० जगप्रसिद्ध शास्त्रज्ञांनी एकत्र बसून जागतिक तापमानवाढीविषयी एकवाक्यता निर्माण केली आहे. तापमानवाढीला जबाबदार असणाऱ्या कार्बन-डाय-ऑक्साइडसारख्या वायूंचे वातावरणातील प्रमाण १९९० च्या दशकापेक्षा २००० ते २००५ या कालावधीत ११ टक्क्यांनी वाढले. ही बाब चिंतेची असल्याचे IPCC चा चौथा अहवाल (२९ जानेवारी २००७) सांगतो. जगातून एकूण जेवढा कार्बन-डाय-ऑक्साइड हवेत सोडला जातो, त्यात एकट्या अमेरिकेचा वाटा २५ टक्के एवढा आहे. IPCC च्या अहवालानुसार २०५० पर्यंत आर्क्टिक प्रदेशातील बर्फाच्या आवरणावर या तापमानवाढीचा गंभीर परिणाम होणार आहे. त्यामुळे समुद्रपातळी दरवर्षी २० ते ४० मि. मी. ने वाढेल असा अंदाज आहे. ही तापमानवृद्धी अशीच राहिली तर या शतकाच्या मध्यानंतर हिंदी महासागरातील मालदीव बेटे, सुंदरबनचा तसेच बांगलादेशाचा बराचसा भाग आणि इंडोनेशियाची किमान दोन हजार बेटे पाण्याखाली जातील. भारताच्या किनारपट्टीवरील प्रभावदेखील असाच विनाशकारी असेल. इतकेच नव्हे जागतिक तापमानवृद्धीमुळे भविष्यात उष्णतेच्या लाटा जास्त संख्येने येण्याची शक्यता वाढेल आणि भारतासह अनेक देशांना तडाखा देणाऱ्या चक्रीवादळांची तीव्रता वाढेल. या सर्व परिस्थितीत भर म्हणून दुष्काळ, वादळे या नैसर्गिक आपत्तींमुळे तब्बल वीस कोटी लोक विस्थापित होऊन जगाची अर्थव्यवस्थाच कोलमडण्याचा धोका आहे.

Green House Gases (ग्रीन हाउस गॅसेस) - **हरितगृह वायू**

हरितगृह परिणामांना (Green house effect) कारणीभूत ठरणाऱ्या वायूंना हरितगृह वायू म्हणतात. यात कार्बन डाय ऑक्साईड (CO_2), मिथेन (CH_4) नायट्रोजनचे ऑक्साइड्स (NO, NO_2, N_2O), क्लोरोफ्लूरो कार्बन्स (CFC - 11, CFC - 12), ओझोन (O_3) या वायूंचा समावेश होतो. हरितगृह वायूचे हवेतील प्रमाण वाढल्यास तापमानातही वाढ होत असते. हरितगृह वायूंची निर्मिती वेगवेगळ्या प्रकारे विविध केंद्रांतून होते. उदा. उद्योगधंदे, वीजनिर्मिती केंद्र (औष्णिक), शीतकरण यंत्रनिर्मितीचे उद्योग इ. हरितगृह वायू निर्माण करणारे जगातील प्रमुख १२ देश याप्रमाणे : युनायटेड स्टेट्स ऑफ अमेरिका (१७.६%), रशिया (१२%), ब्राझील (१०.५%), चीन (६.६%), भारत (३.९%), जपान (३.९%), जर्मनी (२.८%), इंग्लंड (२.७%), इंडोनेशिया (२.४%), फ्रान्स, (२.१%), इटली (२.१%) व कॅनडा (२%). कंसातील आकडे हे त्या देशाचे वायू उत्सर्जनाचे प्रतिशतप्रमाण दर्शवितात.

Green House Effect (ग्रीन हाउस इफेक्ट) - **हरितगृह परिणाम**

प्लास्टिक किंवा काचेसारख्या पारदर्शक आवरणात (घरात) झाडे ठेवली जातात. विशेषत: थंड हवामानात झाडे वाढवण्यासाठी अशा प्रकारच्या आवरणाचा उपयोग केला जातो. यालाच हरितगृह म्हणतात. हरितगृहांच्या विशिष्ट अशा रचनेमुळे त्यांच्यामध्ये सूर्याची ऊर्जा पकडून ठेवणे शक्य होते. त्यांच्या पारदर्शक आवरणामुळे प्रकाश आत येतो. परंतु, त्यामुळे निर्माण झालेली उष्णता मात्र बाहेर पडू शकत नाही; ती झाडांच्या वाढीसाठी कामी येते.

वातावरणातून पुष्कळसा सूर्यप्रकाश पृथ्वीपर्यंत पोहोचून पृथ्वीचा पृष्ठभाग तापतो. ह्यापैकी काही ऊर्जा वातावरणात पुन्हा परावर्तित होते. ह्या परतलेल्या ऊर्जेपैकी काही ऊर्जा वातावरणाच्या खालच्या थरामधील कार्बन-डाय-ऑक्साइड आणि बाष्पाद्वारे शोषली जाते आणि उष्णतेच्या रूपाने पुन्हा पृथ्वीकडे फेकली जाते. ही प्रक्रिया हरितगृहातील उष्णता साठवून ठेवण्यासारखीच घडते. कार्बन-डाय-ऑक्साईड CO_2 (कर्बद्विप्रणिल वायू) प्रमाणेच नायट्रस ऑक्साइड (N_2O), मिथेन (CH_4) हे वायू आणि क्लोरोफ्लुओरो-कार्बन (CFC) हे वातावरणातील पदार्थ पृथ्वीवर उष्णता रोखून ठेवतात. या परिणामालाच हरितगृह परिणाम असे म्हणतात. या परिणामाला कारणीभूत असणाऱ्या वायूंना एकत्रितपणे 'हरितगृह वायू' (Green House Gases) असे म्हणतात. सध्या वातावरणामधील हरितगृह वायूंचे प्रमाण वाढत चालले आहे. त्यामुळे वातावरणात अधिकाधिक उष्णता पकडून ठेवली जात आहे. हरितगृह परिणाम तीव्र झाल्यामुळे जागतिक

तापमानाच्या सरासरीमध्ये जी वाढ होते आहे त्यालाच जागतिक तापमानवाढ (Global Warming) असे म्हणतात.

वातावरणाची 'काचेच्या पात्रा'शी तुलना 'जोसेफ फोरिअर' या फ्रेंच हवामानतज्ज्ञाने १९२७ मध्ये केली. पृथ्वीभोवतालचा हवेचा थर सूर्याची किरणे आत येऊ देतो याची जाणीव त्याला झाली होती परंतु जीवित सृष्टीपासून उष्णता निर्माण होते हे मानायला तो तयार नव्हता. इ. स. १८५० मध्ये 'जेम्स टेंडाल' नावाच्या ब्रिटिश शास्त्रज्ञाने पुढे जाऊन आणखी काही प्रयोग केले. वातावरणातील कोणते घटक किती प्रमाणात सूर्याची उष्णता पकडून ठेवतात यासंबंधी प्रयोग केल्यावर काही आश्चर्यकारक गोष्टी स्पष्ट झाल्या. वातावरणातील ऑक्सिजन व नायट्रोजन हे वायू उष्णता धरून ठेवीत नाहीत. वातावरणातील ९९% वायूंना उष्णता किंवा वीज विरोधक क्षमता नाही. उरलेल्या १% मधील कार्बन डाय ऑक्साईड वायू, मिथेन, पाण्याची वाफ, यांसारख्या वायूंच्या अस्तित्वामुळे पृथ्वी हा ग्रह उबदार राहिला आहे.

हे उष्णता (सौर ऊर्जा) धरून ठेवणारे वायू सुरक्षित आवरणासारखे आहेत. इतर वायू 'सौर ऊर्जा' परावर्तित करतात, याउलट १% प्रमाण असलेले कर्बद्विप्रणिल वायू, मिथेन, पाण्याची वाफ, हे वायू उष्णता धरून ठेवतात म्हणूनच पृथ्वीचे तापमान जीवसृष्टीसाठी योग्य आहे.

हे उष्णता धरून ठेवणाऱ्या वायूचे वातावरणांतील प्रमाण अगदी नगण्य असले तरी पृथ्वी उबदार ठेवण्यात त्यांचा फार मोठा वाटा आहे. उदाहरणार्थ, पाण्याच्या वाफेचे वातावरणातील प्रमाण फक्त १% आहे आणि कर्बद्विप्रणिल वायू फक्त ०.०३५% पण हे नसते तर पृथ्वीवर फक्त बर्फ असता. या नगण्य प्रमाणात असलेल्या वायूंची सौरऊर्जा धरून ठेवण्याची क्षमता लक्षात घेतली तर त्यांच्या प्रमाणात होणाऱ्या थोड्याफार बदलाने किती मोठ्या प्रमाणात परिणाम होतो याची कल्पना येईल.

वातावरणातील वाढत्या कार्बन डाय ऑक्साईड वायूच्या प्रमाणाची दखल स्वीडिश रसायनशास्त्रज्ञ 'स्वाते आऱ्हेनिस' यांनी घेतली. हा पहिला शास्त्रज्ञ की ज्याला 'फोरिअर' व 'टेंडाल' (Fourier & Tyandal) यांच्या 'Greenhouse Theory चं' गांभीर्य जाणवलं. आजूबाजूच्या परिसरात त्याने नजर टाकली तेव्हा त्याच्या लक्षात आलं की, कारखान्यांच्या धुराड्यांचं जंगलच उभं राहिलं आहे. इंजिनं, भट्ट्या सर्व धूर ओकत आहेत. त्याच्या अंदाजाने लाखो टन कर्बद्विप्रणिलवायू वातावरणात सोडला जात होता. वातावरणातील कार्बन डाय ऑक्साईड वायूचे प्रमाण व वातावरणाचे तापमान यांच्या परस्परसंबंधांची त्याला जाणीव नव्हती. वातावरणात कमालीचा बदल होत आहे इतकेच तो सांगू शकत होता. तापमानात वाढ होईल असा अंदाज त्याने वर्तविला होता.

Hadley's Explanation (हॅडलीज एक्स्प्लनेशन) - **हॅडलेचे स्पष्टीकरण**

पृथ्वीच्या स्वांगपरिभ्रमणाचा वाऱ्यांच्या दिशेवर कसा परिणाम होतो; हे प्रथम हॅडले या शास्त्रज्ञाने स्पष्ट केले.

वास्तविक पाहता वारा भूपृष्ठावरून वाहात असताना त्याच्याखालून भूपृष्ठ परिवलनामुळे सरकत असते; पण आपल्याला वाऱ्याची दिशा बदलली असे वाटते. उत्तर गोलार्धात परिभ्रमण (Rotation) घड्याळाच्या काट्याच्या विरुद्ध (Anti-clockwise) म्हणजे डावीकडे असते म्हणून वारे उजवीकडे वळलेले वाटतात आणि दक्षिण गोलार्धात ते घड्याळाच्या काट्याच्या दिशेने (Clockwise) म्हणजे उजवीकडे असते म्हणून वारे डावीकडे वळलेले वाटतात.

Hail (हेल) - **गारा**

वर्षामेघांच्या खालच्या भागात तयार होणारे पाण्याचे थेंब एकत्र येऊन मोठ्या आकाराचे पाण्याचे थेंब बनतात. वादळाच्या वेळी वातावरणात निर्माण होणाऱ्या हवेच्या ऊर्ध्वगामी प्रवाहामुळे हे थेंब मेघातून वरवर ढकलले जातात. अतिउंचीवर हवेचे तापमान गोठणबिंदूखाली असल्याने पावसाचे थेंब गोठून त्यापासून हिमकण तयार होतात. हे हिमकण त्यांवरील बाष्प गोठल्याने मोठे होतात. त्यांचा आकार वाढतो व वजन वाढल्यामुळे ते खाली येऊ लागतात. खाली येताना त्याच्या पृष्ठभागावर गोठणाऱ्या जलबिंदूमुळे ते मोठे होतात व त्यांचे गारांमध्ये रूपांतर होते.

Harmatten (हार्मेटन) - **पश्चिम आफ्रिकेतील वारे**

पश्चिम आफ्रिकेत पूर्वेकडून किंवा ईशान्येकडून जे वारे वाहतात त्या वाऱ्यांना हार्मेटन असे म्हणतात. उपउष्णकटिबंधातील उत्तर आफ्रिकेतील जास्त वायुभाराच्या प्रदेशात ह्या वाऱ्यांची निर्मिती होते. हे वारे सहाराच्या वाळवंटी प्रदेशावरून वाहतात.

Hill Fog (हिल फॉग) - **टेकडीवरील धुके**

बाष्पयुक्त हवा टेकडीवर पसरते. रात्री टेकडीवरील तापमान घटते व हवेतील बाष्पाचे सांद्रीभवन होऊन सकाळी टेकडीवर दाट धुके पडते व टेकडीला टेकलेल्या ढगासारखे दिसते. या प्रकारच्या धुक्याने संपूर्ण टेकडी झाकून जाते.

Humidity (ह्युमिडिटी) - **आर्द्रता**

वातावरणात बाष्पाच्या स्वरूपात असलेल्या पाण्याच्या अस्तित्वाला आर्द्रता असे म्हणतात. हवेच्या आर्द्रतेचे स्वरूप वातावरणातील बाष्पाच्या प्रमाणावर अवलंबून असते व हवेतील बाष्पाचे प्रमाण हवेच्या बाष्पधारणशक्तीवर अवलंबून असते. हवेची बाष्पधारणशक्ती त्या हवेच्या तापमानावर अवलंबून असते. हवेचे तापमान जितके जास्त

तितकीच बाष्पधारणशक्ती जास्त असते. हिवाळ्यापेक्षा उन्हाळ्यात हवा जास्तीत जास्त बाष्प धारण करू शकते; म्हणून उन्हाळ्यात पर्जन्य पडण्याची शक्यता जास्त असते. समुद्रवर्ती भागातील वातावरणात आर्द्रता जास्त असते. विशिष्ट उष्णतामानावर हवेमध्ये कमाल धारणाशक्ती इतके बाष्प सामावलेले असेल तर त्या हवेला संपृक्त (Saturated) हवा असे म्हणतात.

Hygrometer (हायग्रॉमिटर) - **आर्द्रतामापक**

हवेतील आर्द्रता (Humidity) मोजण्यासाठी ज्या उपकरणाचा वापर केला जातो त्यास आर्द्रतामापक असे म्हणतात. यामध्ये ओल्या व कोरड्या फुग्याचा तापमापक आर्द्रता मोजण्यासाठी वापरला जातो. दोन्ही फुग्यांमध्ये पारा भरलेला असतो. कोरड्या फुग्याचा तापमापक हवेचे प्रत्यक्ष तापमान दर्शवितो तर ओल्या फुग्याचा तापमापक त्यापेक्षा कमी तापमान दर्शवितो.

हवा उष्ण व कोरडी असल्यास बाष्पीभवनाची क्रिया तीव्र स्वरूपात होते व त्यामुळे ओल्या फुग्यातील पाऱ्याच्या स्तंभाची उंची ही कोरड्या फुग्याच्या तापमापकातील पाऱ्याच्या स्तंभाच्या उंचीपेक्षा फारच कमी असते, म्हणजे दोन्ही तापमानातील फरक जास्त असतो. या उलट, आर्द्र व कमी तापमानाच्या स्थितीत बाष्पीभवनाची क्रिया मंद होते व ओल्या फुग्याच्या तापमापकातील पाऱ्याच्या स्तंभाची उंची जास्त असते. म्हणजेच दोन्ही तापमापकांतील तापमानातील फरक कमी असतो. दोन्ही तापमापकांतील पाऱ्याच्या स्तंभातील उंचीच्या फरकावरून हवेची सापेक्ष आर्द्रता काढता येते. यासाठी प्रमाणित तक्त्याचा उपयोग केला जातो.

थोडक्यात, जेव्हा दोन्ही तापमानांत फरक जास्त असेल तर हवा कोरडी आहे असा निष्कर्ष निघतो. याउलट, दोन्ही तापमानांतील फरक फारच कमी असेल तर हवा दमट आहे असा निष्कर्ष निघतो; जर दोन्ही तापमानांतील फरक शून्य असेल तर हवेची सापेक्ष आर्द्रता (Relative Humidity) १०० टक्के असते.

Ice-crystal Theory (आइस क्रिस्टल थियरी) - **बर्फस्फटिक सिद्धान्त**

१९३३ मध्ये बर्जीरॉनने हा सिद्धान्त मांडला. त्याच्या मतानुसार ढगांमध्ये असंख्य जलकण, अतिशीत जलकण (Supercooled droplets) व बर्फाचे कण असतात. ढगातील बाष्पाचे संघनन बर्फाच्या रूपातच (Sublimation) असते. -१२° से. च्या खाली उष्णतामान असताना ही क्रिया चांगली होते; अशा तऱ्हेने हिमस्फटिकांचा आकार वाढला की ते खाली पडू लागतात. खाली उष्णतामान जास्त असेल तर ते वितळून पावसाचे थेंब बनतात व पाऊस पडतो. भूपृष्ठानजीकचे उष्णतामान गोठणबिंदूखाली असेल तर हिमवर्षा होते.

Insolation (इनूसोलेशन) - **सूर्यतप**

सूर्यापासून किरणांच्या प्रामुख्याने लघु लहरींद्वारे मिळणाऱ्या उष्णतेला किंवा ऊर्जेला सूर्यतप (Insolation) असे म्हणतात. यालाच सौर्य विकिरण (Solar radiation) किंवा सौर्यशक्ती असेही म्हणतात. सूर्यातप हाच पृथ्वीवरील उष्णतामानाचा स्रोत आहे. कोळसा, जलशक्ती, खनिजतेल असे ऊर्जेचे सर्व स्रोत म्हणजे रूपांतरित सूर्यशक्तीच होय. सूर्याच्या केंद्रातील तापमान १५ लाख अंश व पृष्ठभागाचे तापमान ६७०० अंश असून त्याच्या पृष्ठभागावरील दर चौरस मीटर क्षेत्रातून सतत १,००,००० अश्वशक्ती इतकी ऊर्जा विकिरित होत असते. यातील फार थोडा हिस्सा पृथ्वी व सूर्यामधील १४८८ लक्ष किमी. अंतर पार करून जवळजवळ ९ मिनिटांत सूर्यकिरणांच्या रूपात पृथ्वीपर्यंत पोहोचतो; पण त्यावर पृथ्वीवरील सर्व सजीव सृष्टी व हवामानाच्या अनेक घडामोडी अवलंबून आहेत. इनकमिंग सोलर रेडिएशनचे संक्षिप्त रूप यावरून इनसोलेशन हा शब्द बनला आहे.

Intensity of Rainfall (इन्टेंसिटी ऑफ रेनफॉल) - **पर्जन्याची तीव्रता**

झालेल्या पर्जन्याच्या मात्रेला किंवा परिमाणाला त्यासाठी लागलेल्या वेळेने भागले असता पर्जन्याची तीव्रता प्राप्त होते. यावरून पडलेल्या पावसाचे जमिनीत निचरण झाले की, तो प्रामुख्याने वाहून गेला हे आपणास समजते. पर्जन्याच्या तीव्रतेवर पुराचा अंदाजही व्यक्त करता येतो.

Inversion of Temperature (इन्वर्जन ऑफ टेम्परेचर) - **उष्णतामानाचे व्युत्क्रमण**

उष्णतामान उंचीनुसार घटण्याऐवजी उलट ते वाढते. म्हणजे वातावरणाचा खालचा थर थंड व वरचे थर क्रमाने उष्ण होत गेलेले दिसतात. या नेहमीपेक्षा विपरीत घटनेला उष्ण-तापमानाचे व्युत्क्रमण किंवा विपरीतता (Inversion of Temperature) असे म्हणतात. अर्थात, व्युत्क्रमण हा अपवाद असल्याने ते फक्त काही भागात आणि काही काळापुरते मर्यादित असते. व्युत्क्रमण तापऱ्हासदर (Negative Lapse Rate) उलटा झालेला असतो; म्हणजे उष्णतामानाचा ऱ्हास खालून वरच्या दिशेने न होता उलट वरून खालच्या दिशेने होतो.

Inversion or Radiations Fog (इन्वर्जन ऑर रेडिएशन फॉग) - **भूव्युत्क्रम किंवा उत्सर्जन धुके**

तापमानाच्या विपरीततेमुळे याप्रकारचे धुके निर्माण होते. त्यासाठी हवा शांत असावी लागते. भूपृष्ठ दिवसा सौरशक्तीमुळे तापते व रात्री उष्णतेचे विसर्जन झाल्यामुळे ते

थंड होते. रात्री जलद उष्णता उत्सर्जन झाल्यास भूपृष्ठालगतचा हवेचा थरसुद्धा थंड होतो. हवेचे तापमान दवबिंदूवर आल्यास सांद्रीभवन होऊन धुक्याची निर्मिती होते. भूपृष्ठालगतचे हवेचे थर थंड व त्यावरील हवेचे थर उबदार अशी ही स्थिती असल्याने होणाऱ्या तापमानविपरीततेमुळे (व्युत्क्रम) हे धुके निर्माण होते म्हणून त्याला भूव्युत्क्रम धुके (Ground Inversion Fog) तसेच भूपृष्ठाने उत्सर्जनाने उष्णता विसर्जित केल्यामुळे निर्माण होणारे धुके म्हणून त्याला उत्सर्जन धुके (Radiation Fog) असेही म्हणतात.

Ionosphere (आयनोस्फियर) - **आयनांबर किंवा दलांबर**

वातावरणाच्या मध्यसीमेपासून म्हणजे ८० किमी. पासून जवळजवळ ४८० कि.मी. उंचीपर्यंत आयनांबराचा विस्तार आहे. अर्थात, या थराची उंची अनिश्चित आहे. या थरात सूर्याच्या अतिनील किरणांमुळे (Ultraviolet rays) हवेचे अणू विद्युत्भारित (Ionized) होतात म्हणून या थराला आयनांबर (Ionosphere) किंवा दलांबर असे नाव देण्यात आले आहे. हवेचे कण विद्युत्भारित असल्यामुळे या थरात उष्णतामान खूप वाढते. परंतु, या भागात हवा अत्यधिक विरळ असल्यामुळे हे उष्णतामान जाणवणार नाही किंवा साध्या तापमापकाने मोजताही येणार नाही. अतिशय जास्त उष्णतामानामुळे आयनांबराला उष्णांबर (Thermosphere) असेही म्हणतात; अर्थात, उष्णांबर आयनांबराच्या पलीकडेही पसरले आहे.

आयनांबराचे वैशिष्ट्य म्हणजे येथून पृथ्वीवरील रेडिओतरंग परावर्तित होतात. हा थर येणारे रेडिओतरंग शोषून घेतो व पुन्हा पृथ्वीकडे पाठवितो. या गुणधर्माचा पृथ्वीवरील दूरसंपर्क (Telecommunication) व्यवस्थेत फार उपयोग होतो. याच थरापासून वातावरणात उल्का चमकतात. या थरात हवेचे कण विद्युत्भारित असल्याने येथे विद्युत्चुंबकीय घटना घडतात; म्हणून याच थरात उत्तर ध्रुवावर अरोरा बोरिऑलिस व दक्षिण धृवावर अरोरा ऑस्ट्रालिस नावाचा प्रकाश किंवा ज्योती दिसते. सूर्याच्या अग्निज्वाळांचा (Sunflames) परिणाम होऊन या थरात विद्युत्चुंबकीय वादळे होतात व त्याचा परिणाम रेडिओ तरंगांवर होतो. वास्तविक रेडिओतरंग पृथ्वीवरील विरुद्ध स्थानांवरही पोहोचतात व अंतराळात निघून जात नाहीत; या वस्तुस्थितीवरूनच शास्त्रज्ञांनी आयनांबराचे अस्तित्व शोधून काढले आहे.

Isobars (आयसोबार्स) - **समभारदर्शक रेषा**

नकाशावर वायुभार दाखविण्यासाठी समभारदर्शक रेषांचा (lrobars) उपयोग करतात. सर्व स्थळे समुद्रसपाटीवर कल्पून सारखा भार दाखविणाऱ्या स्थळांना जोडणाऱ्या रेषांना समभारदर्शक रेषा (lsobars) असे म्हणतात. समभारदर्शक रेषा

काढण्यासाठी महत्त्वाची गोष्ट म्हणजे स्थळांची उंची लक्षात घेऊन तेथील प्रत्यक्ष भार समुद्रसपाटीवर उतरविला जातो; कारण उष्णतामानाप्रमाणे वायुभारदेखील उंचीनुसार विशिष्ट प्रमाणात कमी होतो. समोष्णतादर्शक रेषा काढताना उष्णतामान जसे समुद्रसपाटीवर उतरवावे लागते, तसाच समभारदर्शक रेषा काढताना वायुभार समुद्रसपाटीवर आणावा लागतो व अशा प्रकारे उंचीनुसार वायुभारावर होणारा परिणाम काढून टाकला जातो. भारतीय हवामानदर्शक नकाशांत (Indian weather maps) समभारदर्शक रेषा २ मिलिबारच्या अंतराने काढलेल्या असतात. या रेषांमुळे भारात पडणारा फरक कळतो.

Isobar Patterns (आयसोबार्स पॅटर्न) - **समभार रेषांचे आकृतिबंध**

वायुभार दर्शविण्यासाठी समभार रेषांचा उपयोग केला जातो. समभार रेषा म्हणजे समुद्रसपाटीपासून समान वायुभार असणाऱ्या ठिकाणांना जोडणाऱ्या रेषा. भारतीय हवेची स्थितिदर्शक नकाशात या रेषा ठळक अशा काळ्या रंगात असतात व त्यावर वायुभारदर्शक मूल्यही लिहिलेले असते. कमी वायुभाराचे क्षेत्र L या अक्षराने तर जास्त वायुभाराचे क्षेत्र H या अक्षराने दाखवतात. अक्षराने अतिशय तीव्र स्वरूपाचा कमी वायुभार दाखवला जातो.

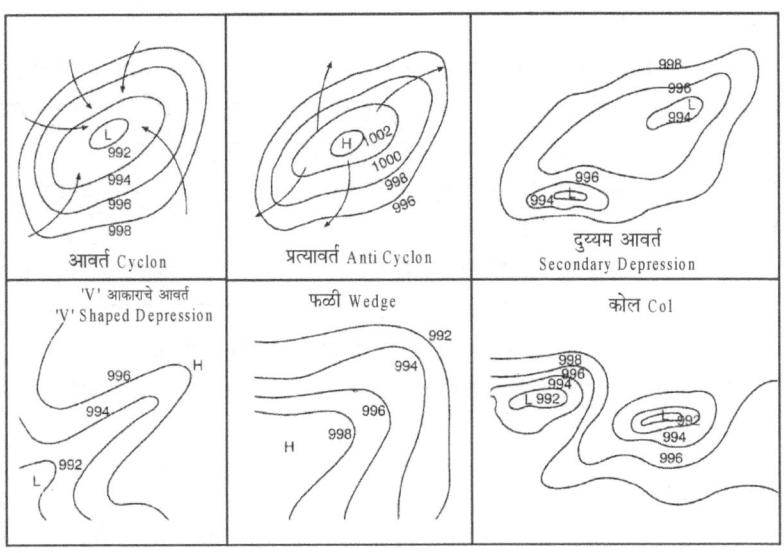

समभार रेषांचे आकृतीबंध

भारतातील हवेच्या स्थितिदर्शक नकाशावर आढळणारे समभार रेषांचे प्रमुख आकृतीबंध पुढीलप्रमाणे आहेत :

(१) आवर्त - जास्त वायुभार प्रदेशाकडून केंद्राकडील कमी वायुभार प्रदेशाकडे चक्राकार गतीने जेव्हा वारे वाहतात तेव्हा त्यास आवर्त असे म्हणतात. आवर्तातील वायुभाराच्या वितरणाचा आकृतिबंध वर्तुळाकृती किंवा लंबवर्तुळाकृती असतो. केंद्रभागी समभाररेषेचे मूल्य सर्वात कमी असते. या भागास आवर्ताचा डोळा असे म्हणतात. उत्तर गोलार्धात आवर्तातील वारे घड्याळ्याच्या काट्याच्या विरुद्ध दिशेने (अपसव्य दिशेने) तर दक्षिण गोलार्धात घड्याळ्याच्या काट्याच्या दिशेने (सव्य दिशेने) वाहतात.

(२) प्रत्यावर्त - केंद्राकडील जास्त वायुभार प्रदेशाकडून आजूबाजूच्या कमी वायुभार प्रदेशाकडे जेव्हा चक्राकार गतीने वारे वाहतात तेव्हा त्यास प्रत्यावर्त असे म्हणतात. प्रत्यावर्तातील समभार रेषांचा आकृतीबंध वर्तुळकार समभार रेषांनी दाखवलेला असतो. अवार्तापेक्षा प्रत्यावर्त ही मंद गतीने पुढे सरकतात. उत्तर गोलार्धात प्रत्यावर्तातील वारे घड्याळाच्या काट्याच्या दिशेने तर दक्षिण गोलार्धात घड्याळाच्या काट्याच्या विरुद्ध दिशेने वाहतात.

(३) दुय्यम आवर्त - जेव्हा मुख्य आवर्तातच दुसरे कमी भाराचे आवर्त तयार होते तेव्हा त्यास दुय्यम आवर्त असे म्हणतात. यातील वाऱ्यांशी दिशा ही मुख्य आवर्तातील दिशेप्रमाणेच असते. मुख्य आवर्ताबरोबर दुय्यम आवर्त भ्रमण करते.

(४) तीव्र वायुभाराचे आवर्त - झपाट्याने वायुभार कमी होऊन मर्यादित प्रदेशात तीव्र स्वरूपाचा कमी वायुभाराचा प्रदेश तयार होतो. यातील समभार रेषा जवळजवळ दिसतात व मध्यभागी D अक्षराने हा प्रदेश दाखवलेला असतो.

(५) v आकाराचा कमी वायुभाराचा प्रदेश - यात हवेतील कमी वायुभाराचे वितरण इंग्रजी v आकारासारखे दिसते.

(६) फळी - यात जास्त वायुभाराचे वितरण इंग्रजी v आकारासारखे दिसते व मध्यभागी हवेचा जास्त भार असतो. यातील वाऱ्यांची दिशा प्रत्यावर्ताप्रमाणे दिसते.

(७) कोल - समोरासमोरच्या दोन आवर्तांच्या किंवा प्रत्यावर्तांच्या मधल्या भागास कोल असे म्हणतात. कोलच्या भागात वायुभार सर्वत्र सारखा असतो व या भागात हवा शांत असते.

Jet Streams (जेट स्ट्रीम्स) - **जेट वारे**

दुसऱ्या महायुद्धात अमेरिकन वैमानिकांना २० ते ३० हजारफूट उंचीवर अत्यंत वेगवान वाऱ्यांचा सामना करावा लागला. पुढे संशोधनानंतर खरोखर ताशी २०० ते

३०० मैल (सु. ३२० ते ४८० कि.मी.) वेगाने वाहणारे वारे आढळून आले. ते जेट वैमानिकांना प्रथम कळले म्हणून त्यांना जेट प्रवाह किंवा वारे (Jet streams) असे म्हणतात. हे वारे दोन्ही गोलार्धांत उपध्रुवीय प्रदेशापासून संपूर्ण पृथ्वीवर गोलाकार पट्ट्यात वाहतात. या पट्ट्यात भारउतार अतिशय तीव्र असल्याने त्यांचा वेग प्रचंड असतो.

Khamsin (खामसीन) - उत्तर आफ्रिकेतील उष्ण व कोरडे वारे

उत्तर आफ्रिकेतील उष्ण व कोरड्या वाऱ्यांना खामसीन असे म्हणतात. अरबी भाषेत खामसीन या शब्दाचा अर्थ पन्नास असा होतो. हे वारे एप्रिल ते जून महिन्याच्या दरम्यान सतत ५० दिवस वाहत असल्याने त्यांना खामसीन असे म्हटले जाते. खामसीन वारे फक्त उष्ण व कोरडे नसून हे वारे धूलिकणांचे फार मोठ्या प्रमाणात वहन करतात.

Koppen's Classification of Climates (कोपेन्स क्लासिफिकेशन ऑफ क्लायमेट्स) - कोपेनचे हवामानाचे वर्गीकरण

ऑस्ट्रिया देशातील व्लादिमीर कोपेनने तयार केलेले जागतिक हवामानाचे वर्गीकरण फार प्रसिद्ध आहे; कारण ते सयुक्तिक, सोपे व वास्तवाच्या बरेच जवळ जाणारे आहे. त्याने पहिल्यांदा १९१८ मध्ये हे वर्गीकरण दिले. यात त्याने जगाच्या नकाशात हे वर्गीकरण दाखविलेले आहे. यानंतर १९३६ साली फक्त काही भागातील हवामानाच्या प्रकारांचा त्याने ऊहापोह केला आहे.

कोपेनच्या वर्गीकरणाची काही वैशिष्ट्ये :

१) कोपेनने आपल्या हवामानाच्या वर्गीकरणासाठी वार्षिक व मासिक सरासरी उष्णतामान व पर्जन्याचाच प्रमुख आधार म्हणून उपयोग केला आहे. परंतु, त्याने स्थानिक वनस्पतींचाही या आधारांमध्ये अंतर्भाव केला आहे; कारण त्याच्या मते कोणत्याही प्रदेशातील हवामानाचा सर्वतोपरी दृश्य परिणाम तेथील वनस्पतींच्या रूपात पाहावयास मिळतो.

२) उष्णतामान व पर्जन्यमानाची नुसती वार्षिक सरासरी उपयोगाची नाही; तर उष्णतामानाच्या बाबतीत कमाल व किमान उष्णतामान लक्षात घेणे अतिशय आवश्यक आहे; म्हणून कोपेनने हवामान प्रकाराच्या सीमारेषा ठरविताना सर्वात उष्ण व सर्वात थंड महिन्याचे उष्णतामान विचारात घेतले होते.

३) जगात सपाट व सखल प्रदेश (Lowlands) पर्वतीय प्रदेशांपेक्षा पुष्कळ अधिक असल्याने कोपेनने आपले वर्गीकरण प्रामुख्याने सखल प्रदेश दृष्टीसमोर ठेवून केले आहे; व ते सपाट व सखल प्रदेशांना लागू पडते. पर्वतीय प्रदेशात हवामानाचे प्रकार उंचीनुसार बदलतात. उंच भागातील हवामानाचा त्याने वेगळा प्रकार केला आहे.

४) कोपेनच्या वर्गीकरणाचे एक आगळे वैशिष्ट्य म्हणजे त्याने हवामानाचे प्रकार सांगण्यासाठी अक्षरांचे सांकेतिक (Symbolic) नामाभिधान वापरले आहे.

५) कोपेनने आपल्या वर्गीकरणासाठी व विशेषत: सीमांसाठी उष्णतामान व पर्जन्याचे आकडे वापरल्यामुळे त्याचे वर्गीकरण वस्तुनिष्ठ (Objective) व म्हणून अधिक शास्त्रीय झाले आहे; म्हणून त्याच्या वर्गीकरणात काही दोष असूनही ते मान्यताप्राप्त आहे. जगातील हवामानशास्त्रज्ञ व भूगोलशास्त्रज्ञ जागतिक हवामानाच्या प्रकारांचे वितरण समजण्यासाठी त्याचा एक उपयुक्त साधन म्हणून उपयोग करतात.

६) कोपेनचे वर्गीकरण सोपे व सुटसुटीत आहे.

७) हे वर्गीकरण निरीक्षणावर आधारित (Empirical) आहे.

कोपेनने केलेले हवामानाचे ११ प्रकार व त्यांचे उपप्रकार असे एकत्र मांडता येतील :

(१) AF — उष्णकटिबंधीय उष्ण व दमट हवामान, वर्षभर पाऊस

(२) AW — उष्णकटिबंधीय सॅव्हाना प्रकारचे हवामान

(३) BS — अर्ध-शुष्क स्टेपी प्रकारचे हवामान

(४) BW — शुष्क वाळवंटी हवामान

(५) Cf — मध्य कटिबंधीय उबदार व दमट हवामान, वर्षभर पाऊस

(६) Cw — मध्य कटिबंधीय उबदार व दमट हवामान, हिवाळा कोरडा

(७) Cs — मध्य कटिबंधीय उबदार व दमट हवामान, उन्हाळा कोरडा

(८) Df — मध्य कटिबंधीय थंड वृक्षवाढीचे हवामान, वर्षभर पर्जन्य

(९) Dw — मध्य कटिबंधीय थंड वृक्षवाढीचे हवामान, हिवाळा कोरडा

(१०) ET — शीत कटिबंधीय अत्यंत थंड टुंड्रा हवामान

(११) EF — शीत कटिबंधीय अत्यंत थंड नेहमी बर्फाच्छादनाचे हवामान

उपप्रकार

a		उष्ण उन्हाळा
b }	- C व D हवामानाचे	उबदार उन्हाळा
c		शीतल व छोटा उन्हाळा
		उन्हाळ्याच्या सुरुवातीला पाऊस; बाकी उन्हाळा कोरडा.
d	- D हवामानाचा -	अत्यंत थंड हिवाळा

H	-	E हवामानाचा - उंच पर्वतावरील ध्रुवीय हवामान
h	-	B हवामानाचा - उष्ण व कोरडे हवामान
K	-	B हवामानाचा - शीतल कोरडे हवामान
K^1	-	B हवामानाचा - थंड कोरडे हवामान
s	-	B हवामानाचा - उन्हाळा कोरडा, थोडा पाऊस हिवाळ्यात
w	-	B हवामानाचा - हिवाळा कोरडा, थोडा पाऊस हिवाळ्यात
n	-	B व C हवामानाचे वारंवार धुके
n^1	-	उच्च आर्द्रता
i	-	A व C हवामानाचा - वार्षिक उष्णतामानांतर अत्यंत कमी
m	-	A हवामानाचा - उष्ण कटिबंधीय मोसमी हवामान
g	-	A व C हवामानाचा - उष्ण कटिबंधीय प्रकारचे हवामान
w^1 }	-	A हवामानाचे - उष्ण कटिबंधीय शरद ऋतूत पावसाचे हवामान
w^{11}	-	उष्ण कटिबंधीय दोन पावसाचे ऋतू.

Land Breeze (लँड ब्रीझ) - **मतलई वारे किंवा भूमीय मंद वारे**

जमीन लवकर थंड होते आणि पाणी त्यावेळी उबदार असते. त्यामुळे सागरावर कमी वायुभार व जमिनीवर जास्त वायुभार असतो. तेव्हा जमिनीकडून पाण्याकडे वारे आपल्या नियमानुसार वाहतात त्यांनाच मतलई वारे किंवा भूमीय वारे (Land Breeze) असे म्हणतात. मतलई वारे थंड आणि कोरडे असतात. किनारी प्रदेशातील हे स्थानिक दैनंदिन वारे होत.

Lapse Rate (लॅप्स रेट) - **उष्णतामानाचा ऱ्हास दर / लोपदर**

उंचीनुसार वातावरणाचे उष्णतामान ज्या दराने कमी होते, त्याला उष्णतामानाचा सामान्य ऱ्हास दर किंवा सामान्य ताप-ऱ्हासक्रम (Normal Lapse Rate) असे म्हणतात; यालाच उष्णतामानाचे ऊर्ध्व उतारमान (Vertical Temperature Gradient) असेही म्हणतात. सामान्यपणे १६० मी. उंचीला १ अंश से. ने तापमान कमी होते व यास सामान्य लोपदर म्हणतात.

Magnetosphere (मॅग्नेटोस्फियर) - **चुंबकीय थर**

पृथ्वीवरील चुंबकीय क्षेत्र (Magnetic Field) अंतराळापर्यंत पसरले आहे. अंतिम अंबरातील व त्यापलीकडील लक्षणीय अशा या क्षेत्राला चुंबकीय थर (Magnetosphere) असे म्हणता येईल - याला Von Allen या संशोधकाच्या नावावरून व्हॉन ऑलेन विकिरण

पट्टा (Von Allen Radiation belt) असेही म्हणतात. या भागात प्रामुख्याने हायड्रोजन व हिलियमचे विद्युद्भारित कण असून सूर्यापासून इलेक्ट्रॉन व प्रोटॉन, ज्यांना 'सूर्यवारा' (Solar Wind) असे म्हणतात, ते आकर्षित होतात.

Measurement of Temperature (मेजरमेंट ऑफ टेम्परेचर) - **हवेच्या तापमानाचे मापन**

हवेच्या तापमानाचे मापन करण्यासाठी पाऱ्याच्या तापमापकाचा उपयोग केला जातो. निरनिराळ्या प्रमाणावर तापमापके तयार केलेली आहेत. जर्मन भौतिकशास्त्रज्ञ फॅरनहाइट याने १७१४ मध्ये विशिष्ट प्रमाणावर तापमापक तयार केला. हे फॅरनहाइट तापमापक म्हणून ओळखले जाते. यावर पाण्याचा उत्कलनबिंदू २१२° फॅ. व बर्फाचा विलयबिंदू ३२° फॅ. ने दर्शविला जातो. दोन्ही बिंदूंच्या दरम्यान समान १८० भाग करतात, म्हणजे प्रत्येक भाग १° फॅ. तापमान दर्शवितो. स्वीडनमधील खगोलशास्त्रज्ञ सेल्सियस याने १७४२ मध्ये जो तापमापक तयार केला, त्यावर पाण्याचा उत्कलनबिंदू १००° से. व बर्फाचा विलयबिंदू ०° से. दाखविला. या दोन्ही बिंदूंच्या दरम्यान समान १०० भाग केले असता प्रत्येक भाग १° से. तापमान दर्शवतो. १° से. तापमान म्हणजे १.८ फॅ. तापमान असे समजण्यात येते.

सेंटिग्रेडचे फॅरनहाइटमध्ये रूपांतर करण्यासाठी,

°फॅ. = (°से. × ९/५) + ३२° हे सूत्र वापरले जाते.

फॅरनाहइटचे रूपांतर सेंटिग्रेडमध्ये करण्यासाठी

°से. = (°फॅ. - ३२°) × ५/९ हे सूत्र वापरले जाते.

साध्या तापमापकाच्या साहाय्याने हवेचे जास्तीत जास्त (कमाल) व कमीत कमी (किमान) तापमान मोजता येते. परंतु, या दोन्ही तापमानांची स्वतंत्र नोंद घेण्यासाठी साध्या तापमापकाच्या तत्त्वात व कार्यात काही बदल करून कमाल व किमान तापमापक तयार केले गेले. तसेच साधा तापमापक वापरल्यास तेथे निरीक्षक सतत हजर राहणे गरजेचे असते, यासाठी साध्या तापमापकाऐवजी कमाल व किमान तापमापक वापरणे सोयीचे होते. या तापमापकामुळे तापमानाची नोंद करणे सोयीचे झाले. कमाल तापमान प्रत्येक दिवशी दुपारी १ ते ३ च्या दरम्यान नोंदविले जाते. किमान तापमान पहाटे ३ ते ५ च्या दरम्यान नोंदविले जाते.

Mesosphere (मेसोस्फियर) - **मध्यांबर**

स्थित सीमेपलीकडे म्हणजे ५० ते ८० किमी. च्या पट्ट्याला मध्यांबर (Mesosphere) अशी संज्ञा आहे. मेसो (Meso) म्हणजे ग्रीक भाषेत मधला. स्थितांबर

व ८० किमी. पलीकडील आयनांबर यांच्या दरम्यान हा पट्टा असल्यामुळे तसेच स्थितांबर व आयनांबर हे वैशिष्ट्यपूर्ण थर आहेत, पण त्यांच्या मधल्या पट्ट्यात फारशी काही वैशिष्ट्ये नसल्यामुळे त्याला केवळ मध्यांबर असे म्हणतात.

Meteorology (मिटीओरॉलॉजी) - **वातावरणशास्त्र**

प्राधान्याने हवेच्या स्थितीचा अभ्यास करणारे शास्त्र म्हणजे वातावरणशास्त्र (Meteorology) होय. हे शास्त्र फार थोड्या काळात दररोज सतत बदलणाऱ्या हवेच्या स्थितीचे मोजमाप करून त्याच्या नोंदी ठेवते, ही स्थिती निर्माण करणाऱ्या घटनांची कारणे शोधते व पुढील स्थितीचे अंदाज वर्तविते. हवेच्या घटकांचे मोजमाप करण्यासाठी अनेक वेधशाळा उभारलेल्या असतात व मोजमापाची निरनिराळी साधने व यंत्रे तेथे वापरली जातात. वातावरणाच्या उंच थरातील हवेची स्थिती पाहण्यासाठी फुगे सोडले जातात. आता रडार, रेडिओलहरी व उपग्रहांमुळे हे मापन करणे अतिशय सुलभ झाले आहे.

Mistral (मिस्ट्रल) - **दक्षिण फ्रान्समधील थंड व कोरडे वारे**

दक्षिण फ्रान्समधील लॉरेन्स नदीच्या खोलगट प्रदेशातून उत्तरेकडे वाहणाऱ्या कोरड्या आणि थंड वाऱ्यांना 'मिस्ट्रल' असे म्हणतात. ह्या वाऱ्यांचा उदय मध्य युरोपच्या प्रदेशात झालेला असतो. ऱ्होन दरीच्या प्रदेशात हे वारे तीव्र गतीने वाहतात. हिवाळ्यात उत्तर युरोपमध्ये वायुभार जास्त असतो आणि भूमध्यसागराच्या पश्चिमेकडील प्रदेशात कमी वायुभाराचे केंद्र निर्माण झालेले असते. त्यामुळे ह्या वाऱ्यांची गती अधिक प्रभावी असते.

Monsoon Winds (मॉन्सून विंड्स) - **मोसमी वारे**

भूपृष्ठावरील वारे उन्हाळ्यात आणि हिवाळ्यात आपल्या प्रवाहाची दिशा बदलतात म्हणजे ऋतूनुसार त्यांचा वाहण्याचा मार्ग बदलतो; अशा वाऱ्यांना 'मोसमी वारे' असे म्हणतात; मान्सून हा शब्द अरबी भाषेतील मौसम किंवा मलायामधील मलायी या शब्दाचा प्रयोग केला जातो. अरबी सागरावरून वाहणाऱ्या वाऱ्यासाठी मौसम हा शब्द प्रथम उपयोगात आणला. इ. स. १६८६ मध्ये हॅले या इंग्लंडमधील शास्त्रज्ञाने मान्सून वाऱ्याविषयी सिद्धान्त मांडला. औष्णिक फरकांमुळे हे मोसमी वारे वाहतात असे त्यांनी सांगितले. मान्सून वारे हे तापमान, वायुभार, वारा, वृष्टी अशा प्रक्रियांची एक साखळीच आहे. काहींच्या मते, केवळ उन्हाळ्यात सागरांकडून भूमीकडे वाहतात त्यांनाच 'मान्सून वारे' म्हटले जाते. काही शास्त्रज्ञांनी हिवाळ्यातील भूमीकडून सागराकडे वाहणाऱ्या वाऱ्यांनाही मान्सून मानले आहे. वातावरणशास्त्रज्ञ मात्र 'भूपृष्ठाजवळील व भूपृष्ठापासून

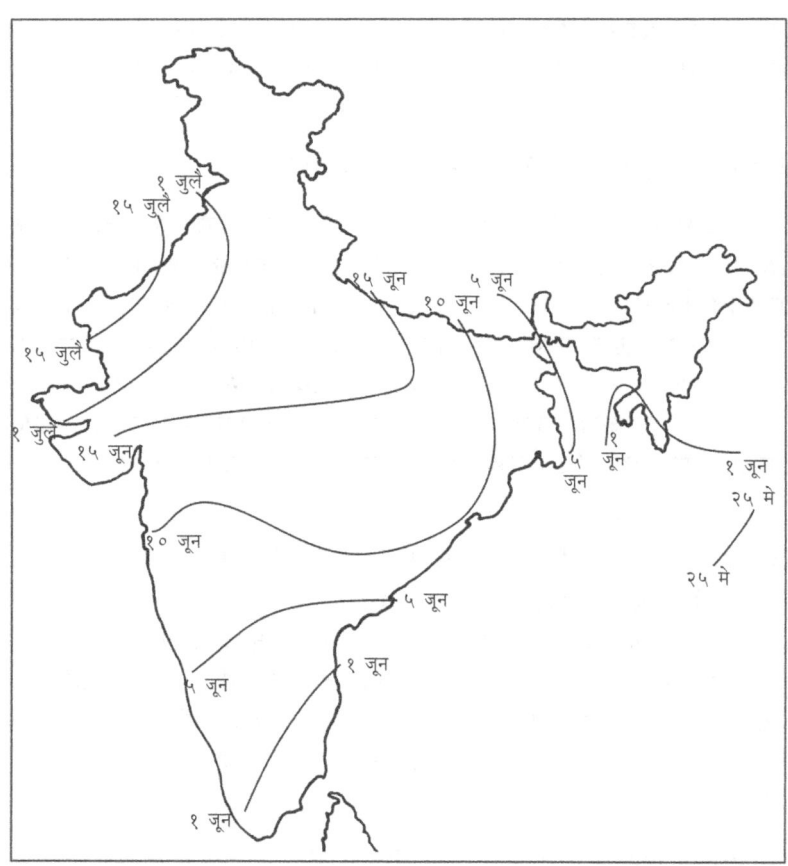

भारतातील मान्सून आगमन काळ

उंच वातावरणातील ऋतू परिवर्तनानुसार वाहणाऱ्या वाऱ्यांना 'मान्सून वारे' असे म्हणतात.' दक्षिण आशिया आणि हिंदी महासागर या प्रदेशात मोसमी वाऱ्यांचे चक्र निर्माण होऊन मोसमी हवामान प्रकार निर्माण झाला आहे.

Mountain and Valley Winds (माउंटन अँड व्हॅली विंड्स) - **डोंगरी आणि दरी वारे**

खारे वारे आणि मतलई वारे या वाऱ्यांसारखेच हे वारे पण डोंगरदऱ्यांच्या प्रदेशांतील स्थानिक स्वरूपाचे असतात. दिवसा दरीतील उष्णता वर उचलली जाते व ती प्रसरण पावते. ही उंच गेलेली हवा पर्वतावर पसरते. दिवसा डोंगरमाथ्याकडे वाहणाऱ्या वाऱ्यांनाच

दरी वारे (Valley Winds) असे म्हणतात. डोंगरमाथ्यावर काही वेळेला या वाऱ्यांमुळे थोडासा पाऊस पडतो.

रात्री पर्वतावरील थंड व जड हवा दरीच्या खोलगट भागाकडे सरकत असते. या डोंगरमाथ्याकडून दरीकडे वाहणारे जे वारे असतात; त्यांना डोंगरी वारे (Mountain Winds) असे म्हणतात.

Nimbo-Stratus (निम्बो स्ट्रॅटस) - पावसाळी स्तरित ढग

हे दाट, आकारविहीन, खडबडीत स्तरात पसरलेले पावसाळी ढग आहेत. ते ओथंबून आल्याप्रमाणे खूप खाली उतरलेले दिसतात. ते काळ्या रंगाचे असून सूर्याला झाकतात. त्यांच्यापासून सतत बराच वेळ पाऊस पडतो. ते बहुतेक पाण्याच्या कणांचे बनलेले असतात; पण त्यात हिमकण असतील तर त्यापासून हिमवर्षा होते.

Orographic Precipitation (ओरोग्राफिक प्रेसिपिटेशन) - प्रतिरोध पर्जन्य

वाहणाऱ्या बाष्पयुक्त वाऱ्यांच्या मार्गात पर्वत, उंच पठाराची कडा किंवा डोंगररांग आडवी आली, तर वाऱ्याला प्रतिरोध निर्माण होऊन त्याला वर चढावे लागते; वर चढताना हवा थंड होत जाते व तिची सापेक्ष आर्द्रता वाढते. १००% सापेक्ष आर्द्रता म्हणजे दवबिंदूत पोहोचल्यानंतर हवेत संघनन होऊन ढग तयार होतात. आणि ही हवा अस्थिर असते व वर चढत जाते. ढगांपासून पर्वताच्या वातसन्मुख बाजूला (Windward Side) पाऊस पडतो. पर्वताच्या प्रतिरोधामुळे पडणाऱ्या या पावसाला प्रतिरोध पर्जन्य असे म्हणतात. भारतातील मोसमी पाऊस हा प्रतिरोध पर्जन्य होय.

Ozonosphere (ओझोनोस्फियर) - ओझोन थर

स्थितांबराचाच एक हिस्सा म्हणजे ओझोन थर होय (Ozonosphere). या भागात ओझोन वायूचे आधिक्य असल्यामुळे त्याला हे नाव पडले आहे. ओझोन वायू म्हणजे ऑक्सिजनचे तीन अणू मिळून (O_3) बनलेला वायू होय. ३५ ते ५० किमी. उंचीच्या दरम्यान सूर्याच्या अतिनील किरणांमुळे ऑक्सिजनचे काही रेणू (O_2) फुटून विलग होतात व असे ऑक्सिजनचे एकेक अणू दुसऱ्या ऑक्सिजनच्या रेणूबरोबर संयोग पावून ($O + O_2 = O_3$) ओझोन तयार होतो.

वातावरणातील या ओझोन थराचे पृथ्वीवरील जीवसृष्टीच्या दृष्टीने अत्यंत महत्त्व आहे; कारण या थरात सूर्याची दाहक व अत्यंत प्रखर अशी अतिनील किरणे (Ultra-Violet Rays) शोषली जातात व ती जमिनीवर पोहोचत नाहीत; अशा प्रकारे ओझोन थर पृथ्वीवरील सृष्टीकरिता सुरक्षाकवचाचे काम करतो.

Planetary Winds (प्लॅनेटरी विन्ड्स) - **ग्रहीय वारे किंवा नित्य वारे**

कमी व जास्त वायुभाराच्या पट्ट्याच्या अनुरोधाने पृथ्वीच्या पृष्ठभागावर होणाऱ्या हवेच्या हालचालीस 'वारा' असे म्हणतात. पृथ्वीवरील निर्माण झालेल्या वायुभार प्रदेशातून वाहणाऱ्या वाऱ्यास 'ग्रहीय वारे' अथवा 'नित्य वारे' असे म्हणतात. हे वारे वर्षभर वाहतात. व्यापारी व पूर्वीय वारे, प्रतिव्यापारी वा पश्चिमी वारे आणि ध्रुवीय वारे हे ग्रहीय वारे होत.

Polar Front Theory of Cyclone (पोलर फ्रंट थियरी ऑफ सायक्लोन) - **आवर्ताचा ध्रुवीय सीमा सिद्धान्त**

नॉर्वेतील शास्त्रज्ञ जर्कनस यांनी आर्वताच्या निर्मितीविषयीचा सिद्धान्त मांडला असून हा सिद्धान्त महत्त्वपूर्ण मानला जातो.

पृथ्वीच्या ३०° ते ६५° उत्तर व दक्षिण अक्षवृत्ताच्या मर्यादेत विषुववृत्ताकडून वाहत येणाऱ्या उबदार वायुराशी व ध्रुवीय प्रदेशांकडून वाहत येणाऱ्या थंड व कोरड्या वायुराशी एकत्र आल्यामुळे आवर्त निर्माण होतात. उष्ण वायुराशी व थंड वायुराशी ज्या भागात संमीलित होतात त्या भागास फळी किंवा सीमा (Front) असे म्हणतात. थंड व उबदार राशी ज्या पातळीवर एकत्र येतात त्या पातळीस 'Surface of Discontinuity' असे म्हणतात. या सीमापातळीजवळ कमी दाबाचे केंद्र तयार होते. या पातळीजवळच आवर्त वाऱ्याची निर्मिती होते. कमी दाबाच्या केंद्राजवळ वायुराशी आपापल्या स्थितीत येण्याचा प्रयत्न करतात तेव्हाच चक्रीवादळ निर्माण होते. उत्तर अॅटलांटिक महासागर व उत्तर पॅसिफिक महासागरी प्रदेशात यांची निर्मिती होते.

या स्थितीत एकीकडे उष्ण वायुराशी थंड वायुराशीवर तर दुसरीकडे थंड वायुराशी उष्ण वायुराशीवर आरूढ होण्याचा प्रयत्न करीत असते. जेव्हा या वायुराशी एकमेकांची जागा घेतात तेव्हा आवर्त नाहीसा होतो. याला आर्वताचा अंत (Occlusion) असे म्हणतात. आर्वताचा अंत झाल्यावरही काही वेळेस थंड वायुराशीजवळ शिल्लक राहिलेला उबदार वायुराशीचा भाग दुसऱ्या आवर्ताची निर्मिती करतो. यास दुसरा (Secondary cyclone) आवर्त असे म्हणतात.

Polar Winds (पोलर विंड्स) - **ध्रुवीय वारे**

दोन्ही ध्रुवांवर अति थंडीमुळे सतत वर्षभर उच्चभार असतो. उन्हाळ्यात त्याचा थोडासा संकोच होतो एवढेच. या उच्चभाराकडून वर्षभर विषुववृत्ताकडे ध्रुवीय वारे वाहतात. अर्थात, ते उपध्रुवीय अल्पभारप्रदेशात पश्चिमी वाऱ्यांना भेटतात व तेथे मध्यकटिबंधीय चक्रवातांची निर्मिती होते. हे वारे देखील व्यापारी वाऱ्यांप्रमाणे पूर्वी (Easterlies) आहेत.

व्यापारी वाऱ्यांप्रमाणेच कॉरिलिस बलामुळे त्यांची दिशा उत्तर गोलार्धात ईशान्येकडून (उत्तर-पूर्व) व दक्षिण गोलार्धात आग्नेयेकडून (दक्षिण-पूर्व) असते.

Precipitation (प्रेसिपिटेशन) - **पर्जन्य वा वृष्टी**

पर्जन्य हे देखील आर्द्रतेचे किंवा संघननाचे एक रूप आहे. पर्जन्य ढगांतून होतो; पण त्यासाठी ढगांमध्ये काही प्रक्रिया व्हावी लागते. पर्जन्य पाण्याचा किंवा हिमाच्या रूपात होतो. पाण्याच्या रूपातील पर्जन्याला पाऊस किंवा वर्षा म्हणतात व हिमाच्या रूपातील पर्जन्याला हिमपात किंवा हिमवर्षा म्हणतात.

ढगांमध्ये अत्यंत सूक्ष्म ०.०१ ते ०.५ मि. मी. इतके सूक्ष्म जलकण किंवा हिमकण तरंगत असतात. ते सूक्ष्म असल्यामुळे हलके असून हवेत तरंगत राहू शकतात; वर जाणारी थोडीशी हवा त्यांना वरच तरंगत ठेवण्यास पुरेशी असते. ते खाली येऊ लागले तरी त्यांचे चटकन बाष्पीभवनही होऊन जाते. म्हणजे ढगांपासून पाऊस पडण्यासाठी ढगातील जलकण पुरेशा मोठ्या आकाराचे झाले पाहिजेत; तोपर्यंत ढग असूनही पाऊस पडत नाही. अगदी काळे ओंथबलेले ढगही चटकन पाऊस देत नाहीत. पावसाची प्रक्रिया म्हणजे ढगांतील जलकणांपासून पावसाचे मोठे थेंब बनण्याची प्रक्रिया होय. ढगातील जलकणांपेक्षा पावसाच्या थेंबाचा आकार मोठा असल्याने तो तरंगत राहू शकत नाही व म्हणून खाली पडतो. तो मोठा असल्याने फुटतो व त्यातील काही कणांचे बाष्पीभवन झाले तरी तो पाण्याच्या रूपात भूपृष्ठावर येतो. खाली पडणाऱ्या या पाण्याच्या थेंबांनाच पाऊस व हिमकणांना हिमवर्षा म्हणतात.

Pressure Gradient (प्रेशर ग्रॅडियंट) - **वायुभार उतार**

पृथ्वीवर कमी व जास्त दाबाचे पट्टे निर्माण होतात. पृथ्वीच्या भूभागावर जसे उंचसखल भाग आढळतात, तसाच वायुभारातही चढ-उतार आढळतो. कमी आणि जास्त दाबाचे प्रदेश आढळतात. वायुभार समभार रेषांनी दर्शविला जातो. जास्त वायुभारांकडून कमी वायुभाराकडे असलेल्या वायुभाराच्या उतारास 'वायुभार उतार' (Pressure Gradient) असे म्हणतात. समभार रेषा जवळ जवळ असतील तर तेथील वायुभार उतार तीव्र असतो व समभार रेषातील अंतर जास्त असेल तर वायुभार उतार मंद असतो.

Radiation (रेडिएशन) - **विकिरण**

पृथ्वी सूर्यातपापासून घेतलेल्या सर्व उष्णतेचे विकिरण करते म्हणजे दीर्घ लहरींमध्ये (Long-waves) उष्णता सोडून देते.

वातावरणातील जलबाष्प उष्णतेचा चांगला शोषक आहे. त्याखालोखाल कार्बन डाय ऑक्साइड आणि ओझोन हे वायूही उष्णतेच्या वेगवेगळ्या लहरींचे शोषण करतात; नंतर हवेकडूनही या घेतलेल्या उष्णेतेचे विकिरण होते व हवा थंड होते; अशा तऱ्हेने हवेकडून एकूण सर्व ६५% उष्णतेचे अंतराळात विकिरण होते.

पृथ्वीचे विकिरण ही सतत होणारी प्रक्रिया आहे. दिवसा सूर्यातप मिळत असताना पृथ्वीचा पृष्ठभाग विकिरण करीत असतो व त्यामुळे हवा तापत जाते. रात्री सूर्यातप मिळत नाही; पण पृथ्वीचे विकिरण चालू असते. त्यामुळे पृथ्वीचा पृष्ठभाग थंड होतो. त्याचप्रमाणे हवेकडूनही अंतराळाकडे उष्णतेचे विकिरण होऊन वातावरण थंड होत जाते. साधारणपणे पहाटे २-४ वाजल्यापासून सूर्योदयापर्यंत पहाटेच्या सुमारास वातावरण सर्वात थंड असते. हिवाळ्याच्या लांब रात्री विशेषत: आकाश निरभ्र व हवा कोरडी असेल तर उष्णतेचे अत्यधिक विकिरण होऊन वातावरण खूपच थंड होते.

Rain Shadow Zone (रेन शॅडो झोन) - **पर्जन्यछायेचा प्रदेश**

प्रतिरोध पर्जन्यात बाष्पयुक्त हवा वातसन्मुख चढावावरून वर चढणारी बाष्पयुक्त हवा पर्वतमाथ्यावर पोहोचते तेव्हा जोरदार पाऊस पडतो. पर्वतमाथ्यावरून ही हवा पलीकडे विरुद्ध बाजूच्या उतारावर गेली की, तिचे अध:सरण (आकुंचन) होते. अधोगामी प्रवाहामुळे हवा खाली उतरते; जशी हवा खाली येते तसा तिच्यावरील दाब वाढतो त्यामुळे तिचे आकारमान कमी होते व याचाच परिणाम म्हणजे हवेचे तापमान वाढते व बाष्पधारणाशक्ती वाढते. यामुळे सापेक्ष आर्द्रता कमी होत जाते व पावसाचे प्रमाण कमी होत जाते. थोडक्यात, पर्वतरांगेच्या विरुद्ध बाजूला पाऊस पडत नाही अशा भागाला पर्जन्यच्छायेचा प्रदेश असे म्हणतात. सह्याद्रीच्या पूर्वेस असा पर्जन्यच्छायेचा प्रदेश निर्माण झाला आहे.

Rainy Days (रेनि डेज) - **पर्जन्याचे दिवस / पर्जन्य दिन**

ज्या दिवशी पाऊस ०.२५ मिमी. पेक्षा जास्त पडतो, त्याला पर्जन्याचा दिवस म्हणतात. तसेच हा पाऊस जर १ मिमी. पेक्षा अधिक झाला तर त्याला ओला दिवस (Wet Day) म्हणतात. पावसाचे प्रमाण पर्जन्य दिनांवर अवलंबून असते.

Range of Temperature (रेंज ऑफ टेम्परेचर) - **उष्णतामानांतर किंवा तापमानकक्षा**

जास्तीत जास्त व कमीतकमी उष्णतामानातील फरक म्हणजे उष्णतामानांतर किंवा तापमानकक्षा (Range of Temperature) होय. दुपारच्या व पहाटेच्या उष्णतामानांतील

फरक दैनिक उष्णतामानांतर दाखवतो. तर जुलै व जानेवारी महिन्यांच्या सरासरी उष्णतामानांतील फरक वार्षिक उष्णतामानांतर दाखवितो; त्यावरून हवामानाची समता किंवा विषमता ओळखली जाते. ते जितके कमी तितके हवामान सम व जितके जास्त तितके हवामान विषम म्हटले जाते.

Relative Humidity (रिलेटिव ह्युमिडिटी) - **सापेक्ष आर्द्रता**

हवेतील तापमानाचा व बाष्पाचा घनिष्ठ संबंध आहे. हवेच्या विशिष्ट तापमानावर व दाबावर काही ठरावीक बाष्प राहू शकते. त्यापेक्षा बाष्प जास्त झाले तर त्याचे जलकणांत रूपांतर होऊ लागते.

एका विशिष्ट तापमान व आकारमानाच्या हवेतील निरपेक्ष आर्द्रता व त्याच तापमानावरील त्याच हवेची बाष्पधारणशक्ती यांच्या गुणोत्तराला सापेक्ष आर्द्रता असे म्हणतात. म्हणजे हवेतील प्रत्यक्षात असलेले बाष्प व बाष्पधारणशक्ती यांचे गुणोत्तर सापेक्ष आर्द्रता दर्शविते. सापेक्ष आर्द्रता टक्केवारीत व्यक्त केली जाते. बाष्पसंपृक्त हवेची आर्द्रता १०० टक्के मानली जाते. या बाष्पसंपृक्त हवेची तुलना करून असंपृक्त हवेची आर्द्रता टक्क्यांत स्पष्ट करण्यात येते.

$$\text{सापेक्ष आर्द्रता } (\%) = \frac{\text{निरपेक्ष आर्द्रता}}{\text{बाष्पसंपृक्तता}} \times १००$$

उदा. १०° से. तापमान असलेल्या एका घनमीटर हवेची बाष्पधारणशक्ती १० ग्रॅम इतकी असते; जर त्या हवेत त्याच तापमानावर फक्त ८ ग्रॅम बाष्प असेल (निरपेक्ष आर्द्रता) तर त्या हवेची सापेक्ष आर्द्रता खालीलप्रमाणे होईल.

$$\text{सापेक्षा आर्द्रता} = \frac{८}{१०} \times १०० = ८०\%$$

Rime (राइम) - **हिमकणांचा एक प्रकार**

एखाद्या प्रदेशात धुके पडल्यावर धुक्यातील जलकण वाऱ्याबरोबर वहात जाऊन टेलिफोन व विजेचे लाकडी खांब, तारा, झाडाची पाने इत्यादी वस्तूंवर जमा होतात. या प्रदेशाचे तापमान गोठणबिंदूखाली गेल्यास वस्तूवर जमा झालेल्या जलकणांचे हिमकणात रूपांतर होते. अशा प्रकारे निर्माण झालेल्या हिमकणांना राइम असे म्हणतात. राइम हे दहिवरांपेक्षा वेगळे असते कारण दहिवराचे स्वरूप गोठलेल्या (थिजलेल्या) धुक्यासारखे असते. दहिवरांतील हिमकणांचा आकार राइममधील हिमकणांच्या आकारापेक्षा मोठा असतो. राईमला गोठलेले धुके म्हणतात.

Saturated Air (सॅच्युरेटेड एअर) - **बाष्पसंपृक्त हवा**

ठरावीक परिमाणाच्या हवेत विशिष्ट तापमानावर ती हवा जितके बाष्प धारण करू शकते त्यापेक्षा जर ह्या हवेत बाष्प कमी असेल तर ती हवा असंपृक्त (Unsaturated Air) होय.

या उलट, एका विशिष्ट परिमाणाच्या हवेत विशिष्ट तापमानावर ती हवा जितके बाष्प धारण करू शकते तितके बाष्प त्या हवेत असेल तर ती हवा बाष्पसंपृक्त होय.

Sea Breeze (सी ब्रीझ) - **खारे वारे किंवा सागरीय मंद वारे**

दिवसा सूर्याच्या उष्णतेमुळे जमीन लवकर तापते त्यामुळे तेथे वायुभार कमी होतो. याउलट, सागर थंड असतो कारण पाणी सावकाश तापत असते. त्यामुळे सागरावर वायुभार जास्त असतो. त्यामुळे सागरावरील जास्त दाबाकडून जमिनीकडील कमी दाबाकडे जे वारे वाहतात त्यांना 'खारे वारे' असे म्हणतात. खारे वारे सागरीय निर्मितीचे असल्याने त्यांना (Sea Breeze) सागरीय मंद वारे असेही म्हणतात. हे दैनंदिन स्थानिक वारे होत.

Six's Dual Thermometer (सिक्स ड्युएल थर्मोमिटर) - **सिक्सचा जोड तापमापक**

हल्ली दोन स्वतंत्र तापमापक वापरण्याऐवजी 'U' आकाराच्या नळीसारखा कमाल व किमान तापमापक वापरतात.

यास सिक्सचा जोड तापमापक म्हटले जाते; कारण सिक्स या शास्त्रज्ञाने हा तापमापक तयार केला. यात 'U' आकाराच्या काचेच्या नळीमध्ये किमान तापमान मोजले जाण्याच्या बाजूकडील नळीचा फुगा मद्यार्काने (अल्कोहोलने) पूर्ण भरलेला असतो तर कमाल तापमानाच्या बाजूकडील नळीचा फुगा अर्धाच भरलेला असतो व त्यात हवेची पोकळी असते. 'U' आकाराच्या नळीच्या तळाकडील भागात पारा भरलेला असतो. दोन्ही नळ्यांमध्ये एकाच बाजूने सरकणारे पोलादी दर्शक पाऱ्यावर तरंगत असतात.

कार्य : तापमान वाढले की पारा प्रसरण पावतो व कमाल तापमान असलेल्या बाजूकडे वर सरकतो. यामुळे मद्यार्क पोकळी असलेल्या फुग्यामध्ये सरकतो व दर्शक पाऱ्याबरोबर वर सरकतो. नंतर तापमान कमी झाले तरी दर्शक खाली येऊ शकत नाही. जेव्हा तापमान कमी होते तेव्हा किमान तापमान दर्शविणाऱ्या नळीतील पारा आकुंचन पावतो, तसा दर्शक खाली सरकू लागतो. ज्या ठिकाणी मद्यार्क खाली घसरतो, त्यानंतर तापमान वाढले तरी दर्शक वर न येण्याची रचना केलेली असल्याने, तो किमान तापमान ज्या ठिकाणी असते तेथेच राहतो. या तापमापकावर किमान व कमाल तापमान मोजण्यासाठी घातलेले आकडे परस्पर विरुद्ध असतात. या रचनेमुळे कमाल व किमान तापमान समजू शकते. तापमानातील दर्शक मूळ स्थितीत आणण्यासाठी लोहचुंबकाचा

वापर करतात. दर्शक कमाल व किमान तापमानाच्या ठिकाणीच स्थिर रहात असल्याने निरीक्षक आपल्या सोयीनुसार त्यांची नोंद करू शकतो.

उपयोग : एखाद्या ठिकाणचे कमाल तापमान मोजण्यासाठी कमाल तापमापकाचा उपयोग होतो व त्याच ठिकाणाचे किमान तापमान मोजण्यासाठी किमान तापमापकाचा उपयोग होतो. 'U' आकाराच्या तापमापकामुळे दोन्ही तापमान (कमाल व किमान) एकाच तापमापकावरून पहाता येते.

Snow Fall (स्नो फॉल) - **हिमवृष्टी**

वातावरणात हवेच्या प्रवाहाबरोबर वर जाणाऱ्या हवेचे तापमान पुरेसे कमी झाले की, हवा बाष्पसंपृक्त होते. हवेतील जलबाष्पाचे सांद्रीभवन होते. हवेचे तापमान शून्य अंश सेल्सियसपेक्षा कमी असेल तर सांद्रीभवनाच्या क्रियेत बाष्पाचे अतिसूक्ष्म हिमकणात रूपांतर होते. हे हिमकण आकाशात तरंगत असतात. अनेक सूक्ष्म हिमकण एकत्र येऊन त्यांचा आकार वाढतो. हिमकणांचा आकार मोठा झाल्यावर ते हवेत तरंगू शकत नाहीत. ते भूपृष्ठावर पडू लागतात. यालाच हिमवृष्टी असे म्हणतात.

Solar Constant (सोलर कॉन्स्टंट) - **सौरस्थिरांक**

सूर्यापासून पृथ्वीकडे येणारी ऊर्जा वातावरणात शोषून शेवटी भुपृष्ठावर जेवढी येते त्यापासून दर चौरस सें. मी. ला दर मिनिटास २ कॅलरी उष्णता मिळते. या दर चौरस सें. मी. ला दर मिनिटास मिळणाऱ्या ऊर्जेस सौरस्थिरांक असे म्हणतात. हा स्थिरांक स्थानपरत्वे, त्याचप्रमाणे जमीन व महासागरावर भिन्न असतो.

Solar Radiation (सोलर रेडिएशन) - **सौरप्रारण**

सूर्यापासून निघालेल्या शक्तीस विद्युतचुंबकीय प्रारण (Electro-magnetic Radiation) असे नाव आहे. उष्णता व प्रकाश यांचे कोणत्याही माध्यमाशिवाय स्थानबदल घडून येतात, त्या क्रियेला प्रारण असे म्हणतात. वातावरण व पृथ्वी यांनी उत्सर्जित केलेल्या शक्तीस अनुक्रमे वातावरणातील प्रारण व भूप्रारण असे म्हटले जाते. प्रारण ही प्रारंभिक शक्ती असून त्यामुळे भूपृष्ठावर वातावरणतापमान भिन्नता निर्माण होते. त्यामुळे कमी व जास्त दाबाचे प्रदेश निर्माण होऊन त्यांचे पर्यवसान हवामान घडविण्यात होते.

वस्तूचे तापमान कितीही असले तरी त्यापासून प्रारणशक्ती बाहेर पडत असते. सूर्याचे तापमान प्रचंड असल्याने त्यापासून निघणारी प्रारणशक्ती लघुतरंग स्वरूपाची असते. यामध्ये अतिनील व 'क्ष' किरण तरंग असतात व अतिरिक्त दीर्घ तरंग असतात.

ज्या प्रारणतरंगाची लांबी १ / २५० ते १ / ६७०० मिमी. असते, अशा प्रारणतरंगांना सौरशक्ती असे म्हणतात. पृथ्वीच्या वातावरणाची उष्णता प्रामुख्याने या

सौरशक्तीवरच अवलंबून असते. या तरंगावलीचा दृश्य भाग आपल्याला इंद्रधनुष्याच्या स्वरूपात दिसतो.

एकूण १००% सौर प्रारणापैकी ६५% पृथ्वीकडे येते. कारण ३५% भाग अंतराळात परत जातो. या ६५% पैकी १४% भाग वातावरणात शोषला जातो; म्हणजे ५१% भाग भूपृष्ठावर पोहोचतो. यापैकी ३४% भाग भपृष्ठाकडून दीर्घ तरंगाच्या स्वरूपाच्या वातावरणात पाठविला जातो; अशा रीतीने ३४% दीर्घतरंग भूप्रारण, १४% लघुतरंग सौरप्रारण मिळून ४८% ऊर्जा पृथ्वीच्या वातावरणात उष्णतेच्या स्वरूपात शोषली जाते व तितकीच अवकाशात उत्सर्जित केली जाते.

भूपृष्ठावर सौरशक्तीचे वाटप सर्वत्र सारखे नसते. अनेक वेळा त्यात बदल घडून येतात. यांपैकी सूर्यकिरणांचा भूपृष्ठाशी होणारा कोन व दिनमान हे प्रमुख घटक आहेत.

(१) सूर्यकिरणाचा भूपृष्ठाशी होणारा कोन स्थलपरत्वे कमी - अधिक असतो व अक्षवृत्तानुसार त्यात बदल घडून येत असतो. सूर्यकिरणाचा क्षितिजाशी होणारा कोन कमी असल्यास किरणे तिरपी पडतात व क्षितिजाशी काटकोन होत असल्यास किरणे सरळ म्हणजे लंब पडतात. लंब किरणांपासून मिळणाऱ्या शक्तीचे प्रमाण तिरकस किरणांपासूनच्या शक्तीपेक्षा जास्त असते; कारण त्यांना वातावरणाच्या कमी जाडीच्या भागातून प्रवास करावा लागतो. त्यामुळे बाष्प व धूलिकण हे घटक उष्णता शोषून घेतात. विषुववृत्तावर हा कोन नेहमीच जास्त असल्याने सौरशक्ती मोठ्या प्रमाणात निर्माण होत असते, तर उच्च अक्षवृत्तात आणि ध्रुवांवर कोन कमी असल्याने सौरशक्ती कमी प्रमाणात भूपृष्ठावर निर्माण होते. कारण त्या प्रदेशात वातावरणाच्या जास्त जाडीच्या भागांतून सूर्यकिरण येतात, त्यामुळे बाष्प व धूलिकणांच्या द्वारे त्यांच्या शक्तीचे शोषण जास्त होते.

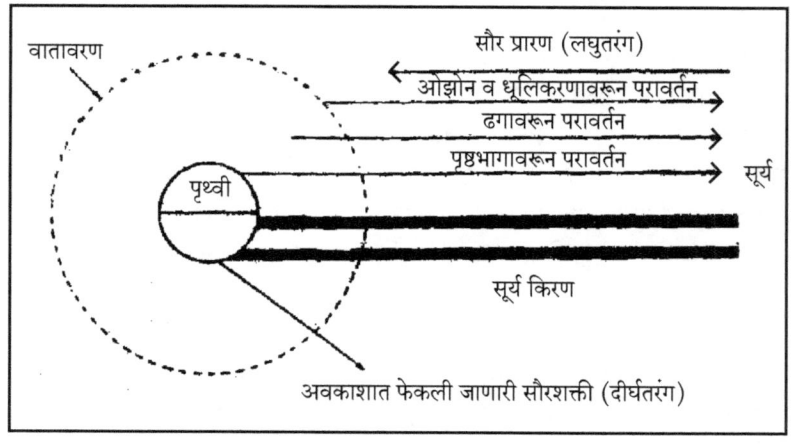

(२) पृथ्वीवर एखाद्या ठिकाणी मिळणाऱ्या सौरशक्तीचे प्रमाण तेथील दिनमानानुसार बदलत असते. पृथ्वी दिवसा उष्णता ग्रहण करते व रात्री ती विसर्जित करते. उन्हाळ्यात दिनमान मोठे असते; त्या ठिकाणी प्रकाश जास्त काळ मिळतो व रात्रिमान लहान असल्याने मिळालेल्या शक्तीचे पूर्णपणे उत्सर्जन न झाल्याने उष्णता साचून राहते. याउलट हिवाळ्यात रात्रिमान मोठे असते व दिनमान लहान असते. त्यामुळे किरणही तिरकस असल्याने शक्ती कमी प्रमाणात मिळते व मिळालेल्या शक्तीचे मोठ्या रात्रिमानामुळे मोठ्या प्रमाणात उत्सर्जन होऊन वातावरण थंड राहते.

(३) सौरशक्ती वर्षभर सारखी मिळत नाही. कारण वर्षभर पृथ्वी व सूर्य यांतील अंतर सारखे नसते. ३ ते ४ जुलैच्या सुमारास पृथ्वी सूर्यापासून जास्तीत जास्त दूर म्हणजे अपसूर्यस्थितीत असते, तर १ ते २ जानेवारीस ती सूर्यापासून कमीत कमी अंतरावर म्हणजे उपसूर्यस्थितीत असते. पृथ्वी अपसूर्यस्थितीत असताना उष्णता कमी मिळते, तर उपसूर्यस्थितीत असताना ती जास्त मिळते.

(४) सौरशक्तीच्या मूल्यांकात होणारा बदलही कमी-जास्त होत असतो. त्यामुळे मिळणाऱ्या शक्तीचे प्रमाण कमी - अधिक होते. दर सेकंदाला सौरपृष्ठावरून सुमारे १.९ कॅलरी प्रारण बाहेर पडते. यात अल्पांशाने बदल होतात व त्याचेही अल्पांशाने सौरशक्तीवर परिणाम होतात.

भूपृष्ठावर सौरशक्ती निरनिराळ्या विभागांत एकसारखी नसल्याने तेथील वातावरणाच्या उष्णतेत भिन्नता आढळून येते. याचाच अर्थ भूपृष्ठावर निरनिराळ्या ठिकाणी तापमानात भिन्नता आढळून येते. कोणत्याही ठिकाणचे तापमान त्या ठिकाणच्या वातावरणातील संचयित उष्णतेवर अवलंबून असते. ज्या कारकांवर भूपृष्ठावरील उष्णतेचे वाटप अवलंबून असते, तीच कारके प्रामुख्याने तापमानाच्या भिन्न वाटपास जबाबदार असतात.

Static Inversion (स्टॅटिक इन्वर्जन) - स्थिर व्युत्क्रमण

भूपृष्ठाकडून रात्री विशेषत: हिवाळ्यातील लांब रात्री अत्यधिक विकिरण झाल्यामुळे भूपृष्ठ थंड होते. संचालनाच्या प्रक्रियेमुळे भूपृष्ठालगतचा हवेचा थरही थंड होतो. त्यामानाने वरचे हवेचे थर उष्ण असतात. यावेळी उष्णतामानाचा ऱ्हास ऋण (Negative) आढळून येतो. म्हणजे हा ऱ्हास खालून वर न होता वरून खाली होतो. परंतु, ही स्थिती निर्माण होण्यासाठी हवेचे प्रवाह असणे आवश्यक नाही. ती स्थिर हवेत निर्माण होते, म्हणून तिला स्थिर किंवा अप्रवाही व्युत्क्रमण (Static Inversion) म्हणतात. ह्या प्रकारचे व्युत्क्रमण समशीतोष्ण व शीतकटिबंधातील मैदानावर हिवाळ्यात मोठ्या प्रमाणावर आढळून येते.

Steam Fog (स्टीम फॉग) - **वाफेचे धुके**

काही सागरी विभागात थंड हवा सागरातील उष्ण प्रवाहावरून वाहत जाते. तेव्हा सागराच्या पृष्ठभागावरून वाफ बाहेर पडताना दिसते. ही वाफ धुक्याप्रमाणे दिसते म्हणून तिला वाफेचे धुके असे म्हणतात. गल्फ स्ट्रीम या उष्ण प्रवाहातील हवेत स्टीम फॉग निर्माण होते.

Strato-Cumulus (स्ट्रॅटो क्युम्युलस) - **स्तरित पुंज ढग**

स्तरात पसरलेले पण मधून-मधून ढगांचे गोळे रचलेले असावेत असे दिसणारे हे ढग आहेत. स्तरित व पुंज ढगांच्या मिश्रणाने हे ढग बनलेले असून अतिशय कमी उंचीवर आढळतात. त्यांचा रंग करडा किंवा काळसर असून ते मऊ वाटतात. ते पाण्याच्या कणांचे बनलेले असतात व पाऊस देतात.

Stratopause (स्ट्रॅटोपॉज) - **स्थितस्तब्धी**

पृथ्वीच्या वातावरणातील स्थितांबराच्या वरील सीमेला स्थित सीमा असे म्हणतात. या थरात तापमान सर्वत्र –५६° सें. असते. हे तापमान या थरात स्थिर असते; म्हणून या विभागाला स्थितस्तब्धी असे म्हणतात.

Stratosphere (स्ट्रॅटोस्फियर) - **स्थितांबर**

तपस्तब्धीपलीकडे स्थितांबराची (Stratosphere) सुरुवात होते. हा वातावरणाचा थर साधारणपणे तपस्तब्धीपासून ५० किमी. उंचीपर्यंत पसरला आहे.

स्थितांबराचे संशोधन तिजरे डी बोर्ट या शास्त्रज्ञाने केले. या थराला स्थितांबर असे नाव देण्याचे कारण या थरात उष्णतामान जवळपास सारखे असते, हे होय. ते उंचीनुसार कमी होत नाही तर उलट थोडे वाढतेच.

Stratus (स्ट्रॅटस) - **स्तरित ढग**

वातावरणात सर्वात खाली किंवा कमी उंचीवर आढळणारे हे ढग असून उंचीवरच्या धुक्याप्रमाणेच असतात. ते स्तराप्रमाणे पसरलेले असल्यामुळे त्यांना स्तरित ढग म्हणतात. ते पाण्याच्या कणांचे बनलेले असून सलग स्तरात पसरतात. त्यांचा स्तर तुटलेला असेल तर त्याला खंडस्तरीत ढग (Fracto-Stratus) असेही म्हणतात. स्तरित ढगांपासून रिमझिम पाऊस पडतो.

Summer Solstice (समर सॉलस्टिस) - **कर्क संक्राती**

वसंत संपातापासून (Vernal Equinox) बरोबर तीन महिन्यांनी म्हणजे २१ जून रोजी सूर्याची लंबरूप किरणे कर्कवृत्तावर पडतात. सूर्याचे उत्तरायण इथे संपते. या दिवसाला कर्क संक्राती असे म्हणतात.

Temperature (टेम्परेचर) - **उष्णतामान / तापमान**

वातावरणाने प्राप्त केलेल्या उष्णतेला उष्णतामान (Temperature) असे म्हणतात. हे उष्णतामान तापमापकाच्या (Thermometers) साहाय्याने मोजले जाते व ते केवळ हवेचे मोजले जाते, त्यावर प्रत्यक्ष सूर्यकिरणे पडू नयेत, व ते जमीन किंवा इमारती वगैरेंच्या संपर्कात येऊ नये यासाठी ते स्टीव्हनसन्स स्क्रीन या हवा खेळती असलेल्या लाकडी पेटीत जमिनीपासून उंच स्टँडवर ठेवले जाते. तापमापक नेहमी जमिनीपासून काही फूट उंचावर ठेवतात; कारण ते जमिनीच्या संपर्कात ठेवले तर ते संचालनाने जमिनीची उष्णता ग्रहण करील व तीच मोजील. परंतु, उष्णतामान हवेचे मोजावयाचे असते म्हणून तापमापक जमिनीपासून दूर खुल्या हवेत ठेवले जाते.

वातावरणाचे उष्णतामान पृथ्वीकडून मिळणाऱ्या उष्णतेपासून प्रामुख्याने निर्माण होत असल्याने व त्यासाठी काही प्रक्रिया घडण्याचा काळ जात असल्याने वातावरणाचे उष्णतामान जास्तीत जास्त सूर्यातप मिळण्याच्या काळाच्या मागे पडते; म्हणून दिवसाचे जास्तीत जास्त उष्णतामान भर दुपारी १२ वाजता म्हणजे जास्तीत जास्त सूर्यातपाच्या वेळी नसते तर ते २ ते ४ च्या दरम्यान असते.

Temperature (Daily / Annual Distribution) (टेंम्परेचर (डेली / ॲन्युअल डिस्ट्रीब्युशन) - **तापमानाचे दैनिक व वार्षिक वितरण**

महिन्याचे, ऋतूचे, वर्षाचे किंवा कोणत्याही दीर्घ मुदतीचे सरासरी तापमान हे सरासरी दैनिक तापमानावर आधारलेले असल्याने सरासरी दैनिक तापमान फार महत्त्वाचे असते. काही देशांत दिवसातील वेगवेगळ्या निश्चित वेळी असलेल्या तापमानाची सरासरी काढून सरासरी दैनिक तापमान काढतात. संयुक्त संस्थानात दिवसाचे कमाल व किमान तापमान यांच्या सरासरीवरून दैनिक सरासरी तापमान काढतात.

दिवसाच्या २४ तासांतील तापमानाचा अभ्यास केल्यास त्याच्यात निश्चित असा क्रम आढळतो. तसेच त्यावरून मिळणारी सौरशक्ती व भूपृष्ठापासून होणारे उत्सर्जन यांतील संतुलन लक्षात येते. दैनिक तापमानाच्या या निश्चित क्रमाला दैनिक तापमानाचे चक्र (The Mean Daily March or Cycle of Temperature) असे म्हणतात. सकाळी सूर्योदयापासून २ ते ४ वाजेपर्यंत भूपृष्ठापासून होणाऱ्या उत्सर्जनापेक्षा सौरशक्ती जास्त असल्याने तापमान वाढत असते. परंतु दुपारी तीनपासून पुढे भूपृष्ठापासून होणारे उत्सर्जन जास्त असते. सौरशक्तीचा विचार केल्यास जास्तीत जास्त सौरशक्ती ही मध्यान्हाच्या जवळपास मिळत असल्याचे आढळते.

संपूर्ण वर्षाच्या तापमानाचा अभ्यास केल्यास त्यातही वरीलप्रमाणे तापमानाचा एक निश्चित असा क्रम आढळतो. याला तापमानाचे वार्षिक चक्र (The Annual March or Cycle of Temperature) असे म्हणतात. हिवाळ्याच्या मध्यापर्यंत प्रत्येक दिवशी सौरशक्तीचे प्रमाण वाढत जाते. उन्हाळ्याच्या मध्यापासून हिवाळ्याच्या मध्यापर्यंत ते कमी कमी होत जाते.

Temperature (Horizontal Distribution) (टेम्परेचर (हॉरिझाँटल डिस्ट्रीब्युशन))
- तापमानाचे क्षितिजसमांतर वितरण

यामध्ये विषुववृत्तापासून उत्तरेकडील किंवा दक्षिणेकडील भागाचा विचार करत असल्यामुळे बऱ्याच ठिकाणी अक्षवृत्ते ही वेगवेगळ्या तापमानांच्या प्रदेशांना मर्यादित करतात. या आधारावरच शास्त्रज्ञांनी पृथ्वीवरील तापमानाचे एकंदर तीन विभाग कल्पिले असून या विभागांना कटिबंध असे म्हणतात. हे कटिबंध खालीलप्रमाणे : १) उष्ण कटिबंध २) समशीतोष्ण कटिबंध ३) शीत कटिबंध.

तापमानाचे क्षितिज-समांतर वितरण पुढील घटकांवर अवलंबून असते :

(१) अक्षवृत्त (२) उंची (३) समुद्रसान्निध्य (४) वारे (५) प्रवाह (६) भूप्रदेशाचे उतार (७) पृष्ठभागाचा प्रकार (८) वनस्पती (९) अभ्राच्छादित आकाश.

(१) अक्षवृत्त - उष्णतामानाचा सर्वात मोठा नियंत्रक सूर्यातप (Insolation) आहे आणि सूर्यातपाचे प्रमाण अक्षांशानुसार बदलते. कारण अक्षांशानुसार सूर्याची किरणे लंब अथवा तिरपी होत जातात; म्हणून उष्णतामान प्रामुख्याने अक्षांशाप्रमाणे ठरते. जितके अक्षांश कमी तितकी सूर्यकिरणे सरळ व प्रखर असतात म्हणून विषुववृत्ताजवळ उष्णतामान नेहमी जास्त असते व ध्रुवाकडे विशेषत: उच्च अक्षांशावर उष्णतामान कमी होत जाते. उष्णतामानाच्या वितरणावर अक्षांशाचा प्रभाव सर्वात जास्त असल्याने समतापदर्शक रेषा (lsotherms) अक्षवृत्तानुसार पूर्व-पश्चिम जातात. इतर घटकांचा प्रभाव जितका कमी असेल तितक्या त्या सरळ असतात.

(२) उंची - भूपृष्ठापासूनची उंची हा तापमानवाटणीवर परिणाम करणारा दुसरा महत्त्वाचा घटक आहे. उंचीनुसार तापमान कमी होत जाते; कारण वातावरणाला उष्णता प्रामुख्याने भूपृष्ठापासून वहनक्रियेने प्राप्त होते. सौरशक्तीमुळे प्रथम भूपृष्ठ तापते आणि नंतर ती उष्णता पृष्ठभागावर असलेल्या हवेच्या पहिल्या थराला पुरविली जाते. त्यानंतर क्रमाक्रमाने वातावरणाचे वरचे थर तापतात; म्हणजेच पृथ्वीचा पृष्ठभाग हा सूर्याखालोखाल उष्णतेचा साठा असून त्यामुळे वातावरण तापते. साहजिकच या उष्णतेच्या साठ्यालगत असलेले थर जास्त तापतात व त्यापासून दूरवर असलेले थर कमी तापतात. हवेच्या खालच्या थरात धूलिकणांचे व बाष्पाचे प्रमाण जास्त असते; म्हणून वातावरणातील हवेचे घटक उष्णता जास्त सामावून घेतात; यामुळे हवेच्या भूपृष्ठालगतच्या थरात तापमान जास्त असते, तर भूपृष्ठापासून जो जो उंच जावे, तोतो वातावरण विरळ व स्वच्छ होत

असल्याने उष्णतेचे ग्रहण कमी होते त्यामुळे तापमान कमी आढळते. उंचीनुसार तापमान कमी होण्याचा दर १६० मीटर्सला १ सें. किंवा १००० फुटांस ३.५६ फॅ. इतका आढळतो. त्याला पर्यावरणातील तापमानाची घट असे म्हणतात.

(३) समुद्रसान्निध्य - जमीन व पाणी तापण्याच्या क्रियेत फरक आढळतो. पाण्याची पारदर्शकता, हालचाल व बाष्पीभवन यांमुळे व त्याची आणि जमिनीची विशिष्ट उष्णता वेगळी असल्याने जमीन पाण्यापेक्षा लवकर तापते व निवते.

जमीन अपारदर्शक असल्याने जमिनीत फक्त १ मीटरपर्यंत सूर्यातपाचा परिणाम पोहोचू शकतो; तर पाण्यामध्ये तो सुमारे २० मीटर्सपर्यंत जाऊ शकतो. यामुळे ठरावीक किरणांना जमिनीचे विशिष्ट क्षेत्र तापविण्यास जितका वेळ लागतो त्यापेक्षा कितीतरी अधिक वेळ पाण्याचे तेवढेच क्षेत्र तापविण्यासाठी तेवढ्याच तीव्रतेच्या सूर्यकिरणांना लागतो.

पाण्याची सतत हालचाल चालू असल्याने बरीच सरमिसळ होते व वेगवेगळ्या ठिकाणचे समुद्राचे पाणी एकमेकांत मिसळू शकते. त्यामुळे पाण्यातील उष्णतेचे वाटप बऱ्याच खोलीवर व दूरवर होते आणि त्यामुळे किरणांची शक्ती विखुरली जाते.

पाण्याचे सतत बाष्पीभवन चालू असते. त्याकरिता उष्णता मोठ्या प्रमाणात वापरली जाते. आयनिक प्रदेशातील समुद्रावर बाष्पीभवनाचे प्रमाण जास्त असते. बाष्पीभवनाचा वेग तापमानाबरोबर वाढत असल्याने जलभागांचे तापमान जमिनीवरील तापमानाप्रमाणे एकदम वाढू शकत नाही. पाण्याची विशिष्ट उष्णता जमिनीपेक्षा २.५ पटींनी जास्त असल्याने एखाद्या क्षेत्रातील जमीन तापण्यास जेवढा वेळ लागतो त्यापेक्षा जास्त वेळ पाण्याचे तेवढेच क्षेत्र तापण्यास लागतो.

वरील कारणांमुळे सारख्याच परिस्थितीत पाणी जमिनीपेक्षा उशिरा तापते व निवते. त्यामुळे पाण्याच्या आसमंतात असलेल्या भूप्रदेशावर त्याचा परिणाम होतो, परंतु समुद्रापासून दूरच्या प्रदेशात मात्र हा परिणाम आढळत नाही. दक्षिण गोलार्धात पाण्याचे प्रमाण जमिनीपेक्षा जास्त असल्याने एकाच अक्षवृत्तावरील स्थळांच्या तापमानात सरासरी भिन्नता आढळते.

(४) वारे - वारे उष्णतेचे वहन करतात. उष्णकटिबंधात समुद्राकडून किनाऱ्यावर येणाऱ्या वाऱ्यामुळे तापमान कमी होते. उच्च अक्षांशाकडून येणारे वारे शीत प्रदेशाकडून येत असल्याने हिवाळी तापमानात चांगली घट होते. त्याचप्रमाणे मध्यअक्षांशाकडून (उष्ण) ध्रुव प्रदेशाकडे म्हणजे शीत प्रदेशाकडे वाहणाऱ्या वाऱ्यामुळे तापमानात वाढ होते.

(५) समुद्रप्रवाह - समुद्रप्रवाहांचा लगतच्या हवामानावर परिणाम होतो. उष्ण

प्रवाहावर हवा उबदार व बाष्पयुक्त असते; तर थंड प्रवाहांवरील हवा थंड असते. उष्ण प्रवाहावरील हवेच्या अधिक तापमानामुळे त्याची बाष्प सामावण्याची शक्ती जास्त असते; तर थंड प्रवाहावरील हवेचे तापमान कमी असल्याने त्यावरील हवेची बाष्पधारणा कमी असते.

(६) भूप्रदेशाचा उतार - आल्प्स व हिमालयासारख्या पूर्व - पश्चिम पसरलेल्या दक्षिणेकडील उतारावर उत्तरेकडील उतारापेक्षा सूर्यकिरणे कमी तिरकस असल्याने तेथील (दक्षिणेकडील) उतारावर तापमान जास्त असते व उत्तरेकडील उतारावर कमी असते. उत्तरेकडील उतारावर किरण-शलाका जास्त क्षेत्र व्यापतात; तर दक्षिणेकडील उतारावर त्या कमी क्षेत्र व्यापतात. यामुळे उत्तरेकडील उतारावर तापमान कमी आढळते. या कारणास्तव जास्त उष्णता लागणारी पिके डोंगराच्या दक्षिणेकडील उतारावर घेतली जातात व तेथे वसाहतीही जास्त आढळतात.

(७) पृष्ठभागाचा प्रकार - भूपृष्ठाचे वेगवेगळे प्रकार असतात. बर्फाच्छादित, कणाश्मयुक्त, वालुकामय व मृत्तिकामय असे अनेक प्रकार आढळून येतात. प्रत्येक पृष्ठभागाची उष्णताग्रहणशक्ती वेगवेगळी असल्याने त्या पृष्ठभागावर निरनिराळे तापमान आढळते. बर्फाळ पृष्ठभाग, मिळणाऱ्या सौरशक्तीचा ७० ते ८० टक्के भाग परावर्तित करत असल्याने व उर्वरित उष्णतेचा काही भाग बर्फाचे बाष्पीभवन करण्यात खर्च होत असल्याने बर्फाळ पृष्ठभागावर तापमान फारच कमी आढळते. गवताळ प्रदेश १४% ते ३७% सौरशक्तीचे परावर्तन करतो, तर सूचिपर्णी अरण्यातून सुमारे १०% उष्णता परत पाठविली जाते. काळसर जमिनीवरून सुमारे ८% ते १४% सौरशक्तीचे परावर्तन होते. वालुकामय जमिनी त्याची विशिष्ट उष्णता कमी असल्याने सौरशक्ती लवकर ग्रहण करतात व रात्री लवकर उत्सर्जित करतात म्हणून तपमान कमी आढळते. पृष्ठभागाच्या प्रकारांचा विचार प्रामुख्याने सौक्ष्मिक हवामानशास्त्रात केला जातो.

(८) वनस्पती - दाट जंगलव्याप्त प्रदेश व झाडी नसलेले प्रदेश यांच्या तापमानातही फरक आढळतो. अत्यंत निबिड अरण्यात सूर्यकिरण अडवले गेल्याने जमिनीवर येऊ शकत नाहीत, त्यामुळे झाडाच्या सावलीतील तापमान मोकळ्या जागेपेक्षा कमी असते. दिवसा बाष्पोच्छ्वासावाटे झाडे बाष्प बाहेर टाकत असल्यानेही झाडालगत हवेचे तापमान कमी आढळते.

(९) अभ्राच्छादित आकाश - दिवसा आकाशात ढग आलेले असल्यास सूर्यकिरणांना अडथळा होतो. त्यामुळे ढगांच्या खाली असलेल्या भूपृष्ठावर कमी तापमान आढळते. या उलट रात्री आकाशात कमी उंचीवर ढग असल्यास भूपृष्ठाने विसर्जित केलेली उष्णता पृथ्वीवर साठविली जाते व त्यामुळे ढगाळ रात्री तापमान कमी आढळते.

उन्हाळ्यातील निरभ्र रात्री हिवाळ्यातील ढगाळ रात्रीपेक्षा थोड्या सुखकारक असतात त्यामुळेच भारतासारख्या आयनिक प्रदेशातील देशात भरपूर सूर्यप्रकाश असतो. त्याचा वापर इंधनाकरिता करणे शक्य झाल्यास भारताची इंधनसमस्या सुटू शकेल व तेलासाठी खर्च होणारे परकीय चलन वाचेल.

Temperature (Vertical Distribution) (टेम्परेचर (व्हर्टिकल डिस्ट्रिब्युशन)) - **उभ्या दिशेतील वितरण**

वातावरणातील तापमानाच्या निरनिराळ्या निरीक्षणावरून असे आढळून आले आहे की, भूपृष्ठापासून जसजसे उंच जावे तसतसे हवेचे तापमान कमी कमी होत जाते. शास्त्रज्ञांच्या अनुमानानुसार १६० मीटर उंचीला १ अंश सेंग्रे. किंवा ३०० फूट उंचीला १ अंश फॅ. याप्रमाणे तापमान कमी होते. तापमान कमी होण्याच्या या क्रमाला Normal Lapse Rate किंवा Vertical gradient of temperature असे म्हणतात. हवेचे तपमान उंचीनुसार कमी होण्याचा हा क्रम पृथ्वीवर भिन्न भिन्न असतो. तसेच त्यात ऋतूनुसार थोडाफार बदलही होतो. उन्हाळ्यात काही ठिकाणी १६० मीटर उंचीला १.१ अंश सेंग्रे. याप्रमाणे तर हिवाळ्यात काही ठिकाणी दर १६० मीटर उंचीला ०.८ सेंग्रे. याप्रमाणे तापमान कमी होते.

Temperate Zone (टेम्परेट झोन) - **समशीतोष्ण कटिबंध**

दोन्ही गोलार्धांत २३°.३०' ते ६६°.३०' अक्षांशाच्या दरम्यान म्हणजे उत्तर गोलार्धात कर्कवृत्त ते आर्क्टिकवृत्तापर्यंत व दक्षिण गोलार्धात मकरवृत्त ते अंटार्क्टिका-वृत्तापर्यंत समशीतोष्ण कटिबंधाचा विस्तार आहे. तेथे उन्हाळ्यात उष्णतामान जास्त असते. पण हिवाळ्यात खूप घसरते. ऋतूनुसार दिवस-रात्रीच्या कालावधीत खूप अंतर पडते. परंतु, तो २४ तासांपेक्षा कमी असतो. ६६°.३०' ही त्याची मर्यादा आहे. या पलीकडे उन्हाळ्यात २४ तासांचा दिवस व हिवाळ्यात २४ तासांची रात्र असते.

Terrestrial Heat Balance of Earth (टेरेस्ट्रियल हीट बॅलन्स ऑफ अर्थ) - **पृथ्वीचे उष्मासंतुलन**

पृथ्वीच्या पृष्ठभागाला जो ५१% सूर्यतप प्राप्त होतो; त्याने पृथ्वीचा पृष्ठभाग तापतो व याचे रूपांतर उष्णतेत होते. परंतु, पृथ्वी ही उष्णता धरून ठेवत नाही. ती कृष्णगोल (Black body) आहे; म्हणून मिळालेली सर्व उष्णता पृथ्वी विकिरणाद्वारे परत फेकते. हे विकिरण दीर्घ तरंगांमध्ये असते. (Long wave earth's radiation) या विकिरणामुळे वातावरण तापत जाते. कारण उष्णतेचे दीर्घ तरंग वातावरणातील हवा ग्रहण करू शकते.

हे विकिरण पृथ्वीकडून येत असल्यामुळे वातावरण खालच्या दिशेने वर तापत जाते; म्हणून वातावरणाचे उष्णतामान तपांबरात उंचीनुसार कमी होताना आढळते. मिळालेली सर्व उष्णता (६५%) पृथ्वी व पृथ्वीचे वातावरण परत पाठविते. म्हणून पृथ्वीचे सरासरी उष्णतामान बदलत नाही. ते वाढतही नाही व कमीही होत नाही. अशा प्रकारे पृथ्वी उष्णतेचे संतुलन राखते व यालाच पृथ्वीचे उष्मासंतुलन असे म्हणतात.

The Monsoons (द मॉन्सून्स) - मोसमी वारे

'मोसम' या ऋतू अर्थी असलेल्या अरबी शब्दावरून ऋतूनुसार वाहणारे या अर्थाने मोसमी वारे व त्यावरून मान्सून (The Monsoon) हा शब्द आला आहे. हे वारे नियमितपणे विशिष्ट काळात किंवा ऋतूत वाहणारे वारे आहेत. यांचे वैशिष्ट्य हे की, उन्हाळा व हिवाळा या ऋतूत या वाऱ्यांच्या दिशेत व गुणधर्मात संपूर्णपणे उलटा-पालट होते. वास्तविक हे वारे व्यापारी वाऱ्यांचेच एक रूप आहे किंवा अतिशय मोठ्या प्रमाणावर खारे व मतलई वाऱ्यांचे ते रूप आहे असेही म्हणता येईल.

The Westerlies (द वेस्टरलीज) - पश्चिमी वारे

व्यापारी वाऱ्याप्रमाणे पश्चिमी वाऱ्यांचा उगम उपोष्ण उच्चभार प्रदेशात होतो. पण ते व्यापारी वाऱ्यांच्या उलट दिशेने वाहातात. त्यांचा रोख उपध्रुवीय अल्पभारपट्ट्याकडे असतो. व्यापारी वारे विषुववृत्ताकडे म्हणजे कमी अक्षांशाकडे वाहात जातात तर पश्चिमी वारे उष्णप्रदेशाकडून उच्च अक्षांशाकडे वाहात जातात. फेरेलच्या नियमानुसार ते उत्तर गोलार्धात उजवीकडे व दक्षिण गोलार्धात डावीकडे वळून वाहातात. म्हणून उत्तर गोलार्धात त्यांची दिशा नैर्ऋत्येकडून (दक्षिण-पश्चिम) ईशान्येकडे व दक्षिण गोलार्धात वायव्येकडून (उत्तर-पश्चिम) आग्नेयेकडे असते. सरासरी दिशा पश्चिमेकडून असल्याने त्यांना पश्चिमी वारे (The Westerlies) म्हणतात; प्रतिव्यापारी वारे असे म्हणत नाही.

Thornthwaite's Classification of Climates (थॉर्नवेट्स क्लासिफिकेशन ऑफ क्लायमेट्स) - थॉर्नवेटचे हवामानाचे वर्गीकरण

इतर सांख्यिकीय (Quantitative) वर्गीकरणांमध्ये थॉर्नवेटचे वर्गीकरण महत्त्वाचे आहे. कोपनने आपल्या वर्गीकरणात बाष्पीभवनाचा मुद्दा लक्षात घेतला होता. वनस्पतीच्या वाढीसाठी नुसते पर्जन्यमान उपयोगाचे नाही, तर त्याबरोबर बाष्पीभवनाचे प्रमाण किंवा तीव्रताही लक्षात घेणे आवश्यक आहे, हे त्याने जाणले; म्हणून पर्जन्यमान व उष्णतामानाचा संयुक्त विचार केला. परंतु, पर्जन्याची परिणामकारकता ठरविण्यासाठी तेवढे पुरसे नाही. म्हणून थॉर्नवेटने 'पर्जन्याच्या परिणामकारकतेचे गुणोत्तर प्रमाण '(Precipitation

Effectiveness Ratio)' ज्याला त्याने P-E Ratio असे म्हटले ते काढले. हे प्रमाण पर्जन्याची परिणामकारकता ठरविण्यासाठी अधिक चांगले आहे. वनस्पतींच्या वाढीसाठी पर्जन्याची परिणाकारकता ठरविण्यासाठी त्याने P-E Ratio चा उपयोग केला. हे गुणोत्तर असे काढता येते.

$$\text{PE} = \frac{\text{महिन्यातील एकूण पर्जन्य}}{\text{महिन्यातील एकूण बाष्पीभवन}} \quad \frac{\text{P(total precipitation)}}{\text{E(total Evaporation)}}$$

यावरून वर्षाचे एकूण गुणोत्तर काढता येईल. १२ महिन्यांचे PE गुणोत्तर एकत्र केले असता त्यांची बेरीज वर्षाचे गुणोत्तर दाखवील. याला त्याने PE index असे म्हटले आहे.

PE ratio किंवा PE index तयार करण्यासाठी त्याने एक सूत्र तयार केले.

$$\text{PE Ratio} = 11.5\left(\frac{P}{T-10}\right)\frac{10}{9}$$

PE index तयार करून व वैशिष्ट्यपूर्ण वनस्पतींबरोबर सांगड घालून थॉर्नवेटने आर्द्रतेचे ५ विभाग (Humidity provinces) पाडलेले आहेत. ते असे -

आर्द्रतेचे विभाग	वैशिष्ट्यपूर्ण वनस्पती	PE index
(A) दमट (Wet)	सदाहरित वने (Rainforest)	१२८ आणि जास्त
(B) आर्द्र (Humid)	वने (Forest)	६४-१२७
(C) अर्ध-आर्द्र (Sub humid)	गवताळ प्रदेश (Grassland)	३२-६३
(D) अर्ध-शुष्क (Semi arid)	स्टेपी (Steppe)	१६-३१
(E) शुष्क (Arid)	वाळंवट (Desert)	१६ पेक्षा कमी

हे पाच आर्द्रतेचे विभाग विशिष्ट ऋतूतील पावसाच्या केंद्रीकरणानुसार खालील

चार उपप्रकारांत विभागता येतील :

r = सर्व ऋतूत भरपूर पाऊस

s = उन्हाळ्यात कमी पाऊस (हिवाळ्यात जास्त)

w = हिवाळ्यात कमी पाऊस (उन्हाळ्यात जास्त)

d = सर्व ऋतूत अल्प पाऊस

वेगवेगळ्या प्रदेशात साधारण सारखेच उष्णतामान असेल तर, वनस्पतीची वाढ व प्रकार, PE index व त्यात आर्द्रतेची ऋतूनुसार होणारी विभागणी यानुसार ठरेल.

हवामानाचे प्रकार ठरविताना पर्जन्याप्रमाणे उष्णतामानही लक्षात घ्यावयास हवे. त्यासाठी थॉर्नवेटने औष्णिक कार्यक्षमता (Thermal efficiency) ज्याला तो TE ratio म्हणतो ती काढली आहे. १२ महिन्यांच्या TE ratio ची बेरीज करून वर्षाचा TE index मिळतो. TE ratio काढण्याचे सूत्र याप्रमाणे -

$$\text{TE ratio} = \frac{T-32}{4}$$

TE index च्या आधारावर थॉर्नवेटने खालील सहा औष्णिक विभाग पाडले आहेत-

उष्णतामानाचे विभाग	TE index
A^1 उष्णकटिबंधीय (Tropical)	१२८ आणि जास्त
B^1 सौम्य औष्णिक (Mesothermal)	६४-१२७
C^1 अति सौम्य औष्णिक (Microthermal)	३२-६३
D^1 टैगा (Taiga)	१६-३१
E^1 टुंड्रा (Tundra)	१-१५
F^1 बर्फाच्छादन (Frost)	०

Thunderstorms (थंडरस्टॉर्म्स) - **गडगडाटी वादळे**

गडगडाटी वादळ हे स्थानिक वादळ असून त्यात मेघगर्जना व विजा असतात. ढगांचा गडगडाट हे त्याचे स्पष्ट लक्षण असल्यामुळे त्याला गडगडाटी वादळ (Thunderstorm) असे नाव मिळाले आहे. गडागडाटासोबत विजांचा चमचमाट,

गारपीट, जोराचे वारे व मुसळधार पाऊस ही देखील या वादळाची लक्षणे आहेत. यावरून या वादळाच्या तीव्रतेची कल्पना येते. गडगडाटी वादळ अतिशय ऊर्ध्व विस्ताराच्या पुंज-पावसाळी (Cumulo-Nimbus) ढगांवरून ओळखता येते. या ढगांची निर्मिती ही या वादळाचा मुख्य परिणाम होय. गडगडाटी वादळाची निर्मिती अत्यंत उष्ण, आर्द्र व अस्थिर हवेत होते. अस्थिरतेमुळे हवेचे प्रवाह संवहन रूपात सरळ व तीव्र वेगाने ऊर्ध्वगामी होतात; वर चढणाऱ्या हवेत संघनन सुरू होऊन ढग बनण्यास सुरुवात होते. संघननामुळे बाष्पातील गुप्त उष्णता मुक्त होऊन वर चढणारे हवेचे प्रवाह तापत जातात व अपेक्षितरीत्या (Conditionally) अस्थिर होत जातात, म्हणून ते खूप उंचीपर्यंत वर चढतच जातात व त्याबरोबर ऊर्ध्वविस्ताराचे ढग तयार होत जातात. अशा प्रकारे औष्णिक गतिशील (Thermodynamic) कारणामुळे प्रचंड आकाराचे व उंचीचे ढग तयार होऊन गडगडाटी वादळाची निर्मिती होते. मेघगर्जना, विजा, जोरदार पाऊस इ. घटना नंतर घडतात.

Torrid Zone (टॉरिड झोन) - उष्ण कटिबंध

विषुववृत्ताच्या दोन्ही बाजूला २३°.३०' पर्यंत म्हणजे कर्क व मकरवृत्तांच्या दरम्यान चा पट्टा उष्णकटिबंध होय. या भागात सरासरी उष्णतामान नेहमी उच्च असते. कारण सूर्यकिरणांचा कोन उच्च असतो. प्रत्येक अक्षवृत्तावर (कर्क व मकरवृत्त सोडून) वर्षातून दोनदा तो ९०° असतो. सूर्याचे उत्तरायण व दक्षिणायन २३°.३०' पर्यंत होते. म्हणजे सूर्याची लंब किरणे कर्क व मकरवृत्तापर्यंत सरकतात. त्यापलीकडे ती कधीही लंब होत नाहीत; म्हणून या पट्ट्याची मर्यादा २३°.३०' ही मानली आहे.

Troposphere (ट्रोपोस्फियर) - तपांबर

वातावरणातील सर्वात खालच्या थराला म्हणजे समुद्रसपाटीपासून जवळजवळ १२ किमी. पर्यंत असलेल्या थराला तपांबर (Troposphere) असे म्हणतात. पृथ्वीवरील सजीव सृष्टीच्या जीवनाशी अत्यंत निगडित असा हा थर आहे. तसेच हवामानाच्या दृष्टीनेही हा थर अत्यंत महत्त्वाचा आहे; कारण हवामानाच्या विविध घडामोडी याच थरात होतात. येथील हवामान अस्थिर असते व सतत बदलत असते. परिवर्तन हा येथील हवामानाचा स्थायीभाव असल्याने याला ट्रोपोस्फियर असे नाव पडले आहे. ग्रीक भाषेत ट्रोपोचा अर्थ परिवर्तन असा होतो.

या थराचे अत्यंत महत्त्वाचे वैशिष्ट्य म्हणजे येथे उंचीनुसार उष्णतामान कमी होते. याच भागात जलबाष्प व धूलिकण सामावलेले असतात. त्याबरोबर उष्णतामानाचे संचालन (Conduction), विकिरण (Radiation) व संवहन (Convection) या क्रिया घडून वातावरणातील दव, धुके, ढग, वादळे, पर्जन्य अशा अनेक घडामोडी या थरात

सतत घडत असतात. त्यामुळे हा थर नेहमी क्रियाशील व वादळी-अस्थिर (Turbulent) दिसतो.

हा वातावरणाचा सर्वात खालचा भूपृष्ठालगतचा थर असल्याने येथे हवा अत्यंत घनदाट असून हवेचा जास्तीत जास्त दाब किंवा वायुभार याच थरात असतो. एकूण वायुभारापैकी ७५% वायुभार या थरात व उरलेला बाकीच्या सर्व थरात वाटला गेला आहे. हवामानशास्त्रात प्रामुख्याने तपांबराचा अभ्यास केला जातो. मानवी क्रिया-प्रक्रिया, व्यवहार यांवर तपांबराचा प्रभाव असतो.

Tropopause (ट्रोपोपॉझ) - **तपस्तब्धी**

तपांबर ज्या उंचीवर संपते, त्या भागाला तपस्तब्धी (Tropopause) असे म्हणतात. ही सीमा खालाचे तपांबर व पलीकडील स्थितांबराला वेगळे करते. या सीमेपाशी उष्णतामानाचे उतारमान (lapse rate) समाप्त होते. तपांबराची उंची वेगवेगळ्या अक्षवृत्तावर वेगळी असल्याने तपस्तब्धीदेखील वेगवेगळ्या उंचीवर आढळते. वास्तविक तपस्तब्धी ही केवळ एक विभाजक रेषा नसून तो एक जाड संक्रमणथर आहे. साधारणपणे १ ते १॥ किमी. जाडीच्या या थरात तपांबरातील वैशिष्ट्ये हळूहळू नष्ट होतात व स्थितांबराचे गुणधर्म दिसू लागतात.

Unstable Wave Theory of Cyclone (अनस्टेबल वेव थियरी ऑफ सायक्लोन) - **अस्थिर तरंग कल्पना**

चक्रवाताची अस्थिर तरंग कल्पना : या कल्पनेनुसार उष्ण व थंड वायुराशींच्या दरम्यान असलेली आघाडी दोलायमान असते, म्हणजे सतत मध्यकटिबंधीय चक्रवात हेलकावत असतो, कारण दोन्ही वायुराशी एकमेकींवर कुरघोडी करण्याचा प्रयत्न करीत असतात. हे हेलकावे अधिक वाढले तर तरंगाचे किंवा लाटेचे रूप घेतात व लाटेचा एखादा हेलकावा अल्पभारकेंद्र बनतो. हे केंद्र लाटेच्या शिरोबिंदूजवळ तयार होते व त्याच्याभोवती चक्रवात रूप घेऊ लागतो. अशा प्रकारे एका आघाडीवर एकामागे एक, दोन ते पाच अल्पभारकेंद्रे चक्रवतात परिणत होतात. या तरंगांची व त्यांतून चक्रवातांची निर्मिती भृपृष्ठाजवळ होते. नॉर्वेजियन शास्त्रज्ञ ही कल्पना मानतात.

Vapour Pressure (व्हेपर प्रेशर) - **बाष्पदाब**

हवेमध्ये जलबाष्प असते. त्यामुळे तिला आर्द्रता प्राप्त होते. परंतु, हे बाष्प प्रत्यक्षात वायूरूपाने अस्तित्वात असते. वातावरणातील इतर वायूप्रमाणेच त्याचाही दाब पडतो. त्यालाच बाष्पदाब म्हणतात. वातावरणातील आर्द्रतेचे प्रमाण हे बाष्पदाबावर अवलंबून असते. पाण्याच्या पृष्ठभागावरून बाष्पीभवनाच्या क्रियेने पाण्याचे रेणू (Molecules)

हवेत जातात. पाण्याचे तापमान हवेच्या तापमानापेक्षा अधिक असताना ही क्रिया अधिक प्रमाणावर होते. त्यामुळे हवेतील बाष्पाचे प्रमाण वाढून बाष्पदाब वाढू लागतो. जेव्हा हवेतील बाष्पदाब जलपृष्ठाच्या बाष्पदाबाइतका होतो तेव्हा हवा संपृक्त होते व बाष्पीभवनाची क्रिया थांबते. परंतु, हवेची बाष्पधारकता निरनिराळ्या तापमानास निरनिराळी असल्याने हवा बाष्पसंपृक्त होण्यास निरनिराळ्या तापमानास निरनिराळा बाष्पदाब आवश्यक असतो.

Vernal Equinox (व्हर्नल इक्विनॉक्स) - **वसंत संपात**

जेव्हा पृथ्वीवर सूर्याचे भासमान उत्तरायण घडून येते. तेव्हा सूर्याची लंबवत किरणे मकरवृत्तापासून कर्कवृत्तापर्यंत उत्तरेकडे सरकत जातात. हा काळ सहा महिन्यांचा असतो. या काळात जेव्हा सूर्य विषुववृत्तावर लंबरूप तळपतो तो दिवस (२१ मार्च) म्हणजेच वसंत संपात होय.

Warm and Dry Winds (वॉर्म अँड ड्राय विंड्स) - **उष्ण आणि कोरडे स्थानिक वारे**

भूमध्य सागरावर जेव्हा वायुभार कमी होतो तेव्हा सहारा वाळवंटात वायुभार अधिक असतो. सहाराकडून भूमध्य सागराकडे उष्ण व कोरडे परंतु धूळ व रेतीयुक्त वारे वाहू लागतात. उत्तर आफ्रिका, सिसिली, दक्षिण इटली येथे हे वारे दक्षिणेकडून वाहतात. इटलीत या उष्ण आणि कोरड्या वाऱ्यांना सिरोक्को आणि सहारा वाळवंटी प्रदेशात 'सिमूम' असे म्हणतात.

Water Vapour (वॉटर व्हेपर) - **जलबाष्प**

हवामानाच्या दृष्टीने हवेचा अत्यंत महत्त्वाचा घटक म्हणजे जलबाष्प होय. पृथ्वीवरील पाण्याचे बाष्पीभवन होऊन हवेला बाष्पाचा पुरवठा होतो. त्याचे हवेतील प्रमाण अल्प आणि सतत बदलणारे असते. पृथ्वीवर अत्यंत आवश्यक असलेल्या पर्जन्याचा मूळ स्रोत हवेतील जलबाष्पच होय. पृथ्वीवरील वादळांचा विशेषत: उष्णकटिबंधीय भयानक तुफानांचा शक्तिस्रोत जलबाष्प होय. त्याशिवाय थोड्या प्रमाणात सूर्याची उष्णता व विशेषत: पृथ्वीचे विकिरण शोषण्याची क्षमता जलबाष्पात आहे. त्यामुळे कोरड्या हवेपेक्षा आर्द्र हवेत उष्णतामानांतर वाढत नाही व हवामान अधिक सम राहते. वाऱ्यांमुळे हवेतील जलबाष्पाचे सर्वत्र वहन होते.

Winter Solstice (विंटर सॉलस्टिस) - **मकरसंक्राती**

शरद संपातापासून (Autumnal Equinox) बरोबर तीन महिन्यांनी म्हणजे २२ डिसेंबर रोजी सूर्याची लंबरूप किरणे मकरवृत्तावर पडतात. या दिवसापासून सूर्याचे उत्तरायण चालू होते. याला मकरसंक्राती असे म्हणतात.

मानवी भूगोल
Human Geography

Absolute Population Change (ॲब्सोल्युट पॉप्युलेशन चेंज) - **लोकसंख्येचे संपूर्ण परिवर्तन**

लोकसंख्येतील परिवर्तन मापनाची ही एक अत्यंत सोपी पद्धत आहे. एखाद्या विशिष्ट कालखंडातील लोकसंख्या त्या कालखंडाच्या शेवटच्या वर्षाच्या लोकसंख्येतून वजा केली जाते. हे परिवर्तन 'धनात्मक' किंवा 'ऋणात्मक' असू शकते.

Actual Population Growth (ॲक्चुअल पॉप्युलेशन ग्रोथ) - **लोकसंख्येची वास्तव वृद्धी**

एखाद्या प्रदेशातील एखाद्या विशिष्ट कालावधीतील शेवटच्या वर्षांची लोकसंख्या आणि त्याच प्रदेशातील त्याच कालावधीच्या सुरुवातीच्या वर्षांची लोकसंख्या यांची वजाबाकी करून आलेल्या उत्तरास सुरुवातीच्या लोकसंख्येने भागून त्यास १०० ने गुणले असता त्या प्रदेशातील लोकसंख्येतील वास्तव वृद्धी काढता येते. यासाठी खालील सूत्र उपयोगात आणले जाते.

$$\text{वास्तव वृद्धी दर} = \frac{P_n - T_o}{P_o} \times 100$$

येथे - P_n = शेवटच्या वर्षांची लोकसंख्या

P_o = सुरुवातीच्या वर्षांची एकूण लोकसंख्या

T_o = सुरुवातीच्या वर्षांची लोकसंख्या

वास्तव वृद्धीचे मापन वयोगटानुसारही करता येते.

Adult Age Group (ॲडल्ट एज ग्रुप) - **प्रौढ वयोगट**

ज्या व्यक्तीचे वय १५ ते ५९ वर्षे या दरम्यान असते त्या सर्वांचा अंतर्भाव प्रौढ वयोगटात होतो. विकसित राष्ट्रांमध्ये या वयोगटातील लोकसंख्येचे प्रमाण जास्त आहे. ही लोकसंख्या जैविकदृष्ट्या पुनरुत्पादनक्षम असते. या वयोगटातील लोकांमध्ये स्थलांतराची प्रवृत्ती आढळते.

Age and Sex Specific Death Rate (एज अँड सेक्स स्पेसिफिक डेथ रेट) - **वय आणि लिंग यानुसार मृत्युदर**

वय व लिंग यानुसार मृत्युदर काढताना मृत व्यक्तींचे लिंग कोणते, मृत व्यक्तीचा वयोगट कोणता हे लक्षात घेऊन 'मृत्युदर' काढतात.

लिंग व वयानुसार मृत्युदर काढताना मृत व्यक्तींचा वयोगट लक्षात घेतात म्हणजे लिंग वयोगटसापेक्ष मृत्युदर काढताना मृत स्त्री-पुरुषांकरिता वेगवेगळे वयोगट निश्चित करावे लागतात.

लिंग-वयोगट मृत्युदर काढण्याचे सूत्र पुढे दिलेले आहे.

अ) लिंग वयोगट मृत्युदर (पुरुष)

$$= \frac{\text{एका विशिष्ट प्रदेशातील एका विशिष्ट वयोगटातील पुरुष मृत्युसंख्या}}{\text{त्याच विशिष्ट वयोगटातील पुरुष मध्यवर्षीय लोकसंख्या}} \times १०००$$

ब) लिंग वयोगट मृत्युदर (स्त्रिया)

$$= \frac{\text{एका विशिष्ट प्रदेशातील एका विशिष्ट वयोगटातील स्त्रियांची मृत्युसंख्या}}{\text{त्याच विशिष्ट वयोगटातील स्त्री मध्यवर्षीय लोकसंख्या}} \times १०००$$

Age Indices (एज इंडायसेस) - **वय निर्देशांक**

वयोरचनेचा अभ्यास करण्यासाठी वयनिर्देशांक गुणोत्तरे काढणे आवश्यक असते. या पद्धतीत वेगवेगळ्या वयोगटातील लोकसंख्येचे गुणोत्तर काढले जाते. वय-निर्देशांक गुणोत्तरे नकाशातंत्राने नकाशात दाखविता येतात. प्रादेशिक स्तरावर वयोरचनेचा अभ्यास करण्यासाठी लोकसंख्या भूगोलाच्या अभ्यासकाला यामुळे मदत होते. या पद्धतीत वेगवेगळ्या वयोगटातील लोकसंख्येचे गुणोत्तर काढले जात असल्याने ते मनुष्यबळ नियोजन व स्थलांतराच्या अभ्यासासाठी उपयुक्त ठरते.

काही महत्त्वाची लोकसंख्येची वय निर्देशांक गुणोत्तरे खाली मांडलेली आहेत.

१) $\dfrac{\text{युवा लोकसंख्या (Young)}}{\text{प्रौढ लोकसंख्या (Adults)}}$

२) $\dfrac{\text{युवा लोकसंख्या (Young)}}{\text{वृद्ध लोकसंख्या (Aged)}}$

३) $\dfrac{\text{युवा लोकसंख्या (Young)}}{\text{प्रौढ लोकसंख्या (Adults) - वृद्ध लोकसंख्या (Aged)}}$

४) $\dfrac{\text{वृद्ध लोकसंख्या (Aged)}}{\text{युवा लोकसंख्या (Young) - प्रौढ लोकसंख्या (Adults)}}$

५) $\dfrac{\text{वृद्ध लोकसंख्या (Aged)}}{\text{प्रौढ लोकसंख्या (Adults)}}$

६) $\dfrac{\text{वृद्ध लोकसंख्या (Aged)}}{\text{युवा लोकसंख्या (Young)}}$

७) $\dfrac{\text{युवा लोकसंख्या (Young) + वृद्ध लोकसंख्या (Aged)}}{\text{प्रौढ लोकसंख्या (Adults)}}$

Age-Sex Pyramid (एज-सेक्स पिरॅमिड) - *वय व लिंग मनोरा*

वयोरचनेच्या अभ्यासात लोकसंख्येच्या वयोरचनेचे पृथक्करण करण्यासाठी 'वयोरचना मनोरा' उपयुक्त ठरतो. लोकसंख्येची रचना आलेखतंत्राने दर्शविण्याची शास्त्रशुद्ध पद्धत म्हणजे 'वयोरचना मनोरा' ही होय. उभ्या अक्षावर वय प्रमाणवार दर्शविलेले असते. वयोगट मनोऱ्याच्या उभ्या अक्षावर पायाजवळ '०' ने सुरुवात होते व नंतर विशिष्ट अंतराने प्रमाणानुसार वयांच्या गटाचे आकडे उभ्या अक्षावर वर वाढत जातात. वयोरचना मनोऱ्याच्या आडव्या अक्षावर पुरुष व स्त्रियांची वेगवेगळ्या वयोगटातील आकडेवारी अथवा आकडेवारीची टक्केवारी प्रमाणानुसार दिलेली असते.

वयोरचना मनोऱ्याच्या उभ्या अक्षाच्या डाव्या बाजूला आडव्या अक्षावर पुरुषांची संख्या किंवा टक्केवारी, तर उभ्या अक्षाच्या उजव्या बाजूला स्त्रियांची संख्या किंवा टक्केवारी लिहितात. या मनोऱ्याचा पाया रुंद असल्यास व शिखराकडे रुंदी कमी होत गेल्यास लोकसंख्येत तरुण व प्रौढ लोकसंख्या विस्तृत प्रमाणात असते व वृद्ध लोकसंख्या कमी कमी होत जाणारी असते; अशा प्रकारचा वयोरचना मनोरा अविकसित देशांचा असतो. औद्योगिकदृष्ट्या पुढारलेल्या राष्ट्रांच्या वयोरचनेचा पाया अरुंद असून शिखराकडे विस्तृत बनत जातो. जपान देशाचा वयोरचना मनोरा याच स्वरूपाचा आहे; अशा देशांच्या लोकसंख्येत तरुणांचे प्रमाण कमी, प्रौढांचे प्रमाण व वृद्धांचे प्रमाण जास्त असते. भारताच्या

वयोरचना मनोऱ्याचा पाया खूपच विस्तृत आहे. कारण भारतीय लोकसंख्येत मुलांचे प्रमाण जास्त आहे. हा वयोरचना मनोरा शिखराकडे निमुळता होत जातो. याचा अर्थ भारताच्या लोकसंख्येत ५० वर्षं व त्याच्या वर वय असलेल्या व्यक्तींचे प्रमाण कमी आहे. लोकसंख्येच्या वयोरचनेचे मनोरे (Pyramid) तयार करताना एकूण लोकसंख्येतील स्त्री-पुरुषांची वयोगटानुसार विभागणी केली जाते. मनोऱ्यामधील दोन उभ्या रेषांवर वयोगट व आडव्या अक्षाच्या डाव्या बाजूस पुरुषांचे व उजव्या बाजूस स्त्रियांचे शेकडा प्रमाण आरेखित केले जाते.

मनोऱ्याच्या आकारावरून अल्पवयीन, प्रौढ व वृद्ध गटातील तुलनात्मक माहिती केवळ पुरुषांची नव्हे तर स्त्रियांचीही कळू शकते. ही माहिती देशाच्या नियोजनात अतिशय मोलाची असते.

या मनोऱ्याला लोकसंख्येचा शंकू असेही म्हणतात.

वयोगट - लिंग मनोरा खालील आकृतीत दर्शविला आहे.

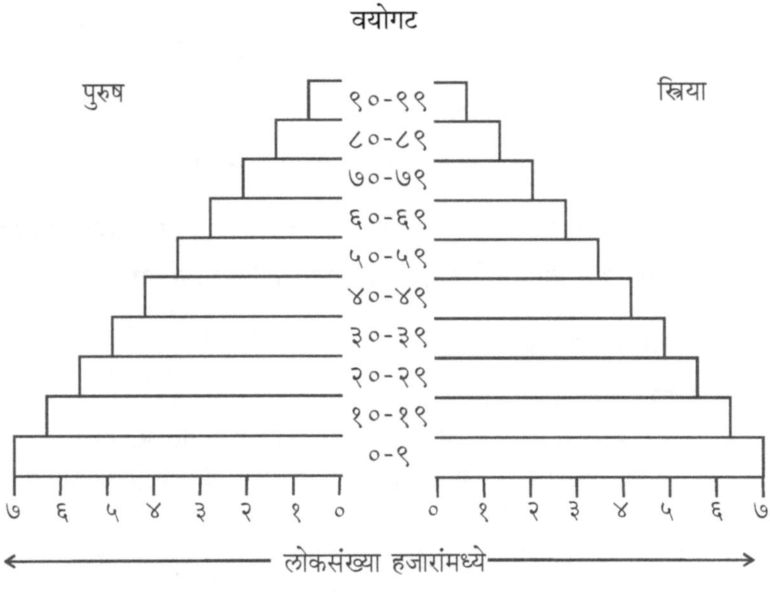

वयोगट

वयोगट - लिंग मनोरा

शंकूच्या आकारावरून खालील निष्कर्ष काढता येतात.

(१) जन्मप्रमाण वाढून लोकसंख्येत फारच भर पडत असेल तर शंकूचा पायाचा भाग फारच रुंद असतो.

(२) जन्मप्रमाण आणि लोकसंख्यावाढ कमी होत असेल तर शंकूचा पाया अरुंद व बहिर्वक्र असतो.

(३) लोकसंख्येत हळूहळू वाढ होत असेल तर शंकू घुमटाकार दिसून येतील.

(४) युद्धात सापडलेला देश असेल तर शंकूचा आकार वेडावाकडा होईल.

Age Specific Death Rate (एज स्पेसिफिक डेथरेट) - **वयसापेक्ष मृत्युदर**

मृत्यू आणि व्यक्तीचे वय यांचा अत्यंत घनिष्ट संबंध असल्याने वयसापेक्ष मृत्युदर काढणे गरजेचे ठरते.

विशिष्ट प्रदेशातील लोकसंख्येचे विविध वयोगटांत विभाजन करून प्रत्येक वयोगटासाठी मृत्युदर काढणे म्हणजेच 'वयसापेक्ष मृत्युदर' काढणे होय. वयोगट सापेक्ष मृत्युदर काढताना साधारणपणे पाच वर्षांचे अंतर असलेले वयोगट तयार करतात व त्या प्रत्येक वयोगटासाठी वयसापेक्ष मृत्युदर काढला जातो. वयसापेक्ष मृत्युदर काढताना पुढील सूत्राचा वापर करतात.

$$\text{वयसापेक्ष मृत्युदर} = \frac{\text{विशिष्ट प्रदेशातील लोकसंख्येच्या विशिष्ट वयोगटातील मृतांची संख्या}}{\text{त्याच प्रदेशातील त्याच वयोगटातील मध्यवर्षीय लोकसंख्या}} \times १०००$$

Age Specific Fertility Rate (एज स्पेजिफिक फर्टिलिटी रेट) - **वयसापेक्ष जननदर**

वयसापेक्ष जननदर पुढील सूत्राच्या साहाय्याने काढता येतो.

$$\text{A.S.F.R.} = \frac{bi}{pi} \times K$$

वरील सूत्रामध्ये,

A.S.F.R. = वयसापेक्ष जननदर (Age Specific Fertility Rate)

bi = विशिष्ट प्रदेशात विशिष्ट वयोगटातील स्त्रियांनी जन्म दिलेल्या अपत्यांची एकूण संख्या

Pi = त्याच वयोगटातील स्त्रियांची मध्यवर्गीय संख्या.

K = १०००

५-५ वर्षांचे वयोगट करून वयोगटसापेक्ष जननदर काढतात. जननामध्ये वाढ झाली की घट झाली हे या जननदराच्या अभ्यासावरून कळते. एकाच प्रकारच्या व्यक्तिसमूहातील जननाचा सखोल अभ्यास करणे यामुळे शक्य होते. वेगवेगळ्या व्यक्तिसमूहातील जननाचा तुलनात्मक अभ्यास करता येतो.

Aged Age Group (एजेड एज ग्रुप) - **वृद्ध वयोगट**

वृद्ध वयोगटात ५९ वर्षांपेक्षा जास्त वय असणाऱ्या व्यक्तींचा समावेश होतो. नोकरीतून निवृत्त झालेल्या व्यक्तींचासुद्धा या वयोगटात समावेश होतो. या वयोगटातील लोकसंख्येत स्त्रियांचे व विधवांचे प्रमाण जास्त असते. या वयोगटातील लोकसंख्या आर्थिकदृष्ट्या पुढारलेल्या देशात मोठ्या प्रमाणात दिसून येते.

Agrarian Societies (अॅग्रेरियन सोसायटीज़्) - **शेतीप्रधान समाज**

जगण्यासाठी, शेतीतील उत्पादने, पिके व प्राणिपालन ह्यांच्यावर अवलंबून असणारा समाज. भारतीय समाज हा अशा प्रकारच्या समाजाचे उदाहरण आहे. आजही सुमारे ७०% भारतीय समाज शेतीवर अवलंबून आहे.

Agricultural Efficiency (अॅग्रिकल्चरल एफिशियन्सी) - **कृषिक्षमता**

शेती करीत असताना प्राकृतिक रचना, मृदा हे घटक जसे विचारात घेतले जातात, त्याचप्रमाणे कृषिक्षमता हा घटकसुद्धा विचारात घेणे अत्यावश्यक ठरते; कारण कृषिक्षमतेनुसार प्रादेशिक विषमता निर्माण होते. कृषिक्षमता ही अगदी अलीकडची संकल्पना मानली जाते.

कोणत्याही भागातील भौतिक घटकांचा वापर, सांस्कृतिक, तांत्रिक व व्यवस्थापन यातील बदलानुसार शेतकी उत्पादनासाठी करण्याच्या प्रक्रियेला कृषिक्षमता असे म्हणतात.

नैसर्गिक घटक आणि प्रयत्न यांचा पुरेपूर उपयोग केला तर त्या भागाची कृषिक्षमता जास्त आढळते. शेती पद्धती, साधने यात जसा बदल होईल, त्याप्रमाणे कृषिक्षमता वाढत जाते.

शेकडेवारीत कृषिक्षमता काढण्यासाठी खालील सूत्राचा उपयोग होतो.

$$\text{कृषिक्षमतेचा मूल्यांक} = \frac{\text{लोकसंख्येच्या स्वरूपात पोषणशक्ती}}{\text{संपूर्ण प्रदेशाची सरासरी पोषणशक्ती}} \times १००$$

या सूत्रामधील पोषणशक्ती काढण्यासाठी खालील सूत्राचा उपयोग होतो.

$$\text{पोषणशक्ती} = \frac{\text{कॅलरी उत्पादन (Caloric output)}}{\text{प्रमाणित पोषण (Standard nutrition)}}$$

पर्जन्याच्या कमतरतेच्या प्रदेशात कृषिक्षमतेचा मूल्यांक ५०% पेक्षाही कमी आढळतो. या उलट, जलसिंचनाच्या कायमच्या व खात्रीच्या सोयी उपलब्ध असलेल्या भागात हा १२५% ते १५०% किंवा त्यापेक्षाही जास्त आढळतो.

Agricultural Geography (ॲग्रिकल्चरल जिऑग्राफी) - **कृषिभूगोल**

कृषिभूगोलात पृथ्वीवर विविध भौगोलिक परिस्थितीत अनेक प्रकारची पिके घेतली जातात याचा अभ्यास केला जातो. अन्नधान्याची पिके, नगदी पिके, फळफळावळ यांचा सविस्तर अभ्यास केला जातो. आर्थिकदृष्ट्या पिकांचे उत्पन्न कसे फायदेशीर होईल याकडे लक्ष दिले जाते. कृषीचे उदरनिर्वाही शेती, व्यापारी शेती, मिश्र शेती, मळ्याची शेती इत्यादी प्रकारांचाही अभ्यास केला जातो. थोडक्यात कृषि-व्यवहारांची भौगोलिक, आर्थिक आणि सामाजिक कारणमीमांसा करून विविध कृषिउत्पादनांच्या जागतिक वितरणाचा व शेती पद्धतींचा अभ्यास करणारी आर्थिक भूविज्ञानाची उपशाखा, म्हणजेच 'शेती भूगोल' होय.

Agricultural Tourism (ॲग्रिकल्चरल टुरिझम) - **कृषिपर्यटन**

कृषिपर्यटन ही संकल्पना मूळची पाश्चात्त्य देशांमधली. ब्राझील, ऑस्ट्रेलिया, न्यूझिलंड यासारख्या देशांमध्ये रुजलेल्या 'ब्रेड अँड ब्रेकफास्ट' या धर्तीवर ती आधारलेली आहे. पर्यटक एखाद्या शेतकऱ्याच्या शेतात ठरावीक दाम मोजून जातात. थोडक्यात, तिथे त्या शेतकऱ्याचे पाहुणे होऊन राहतात, शेतातच पर्यटकांच्या राहण्याची व्यवस्था केलेली असते. त्यांच्या सकाळच्या न्याहारीचीही व्यवस्था केलेली असते. हवं ते अन्न शिजवायला पर्यटकांना मुभा दिली जाते. 'या आणि मनसोक्त राहा आणि आवडेल ते खा- प्या' या धर्तीवरचं हे पर्यटन स्थळ असतं.

निसर्गावर जो प्रेम करतो त्याला कृषिपर्यटन हा अनोखा आविष्कार वाटतो. युरोप आणि अमेरिकन देशांमध्येही कृषिपर्यटनाकडे ओघ वाढत आहे. निसर्गाचा खराखुरा आनंद कृत्रिम स्थळांपेक्षा शेती आणि ग्रामीण जीवनाशी समरस होण्यातच आहे, हे सत्यं त्यांना पटलं आहे. गेल्या काही वर्षातील जगभरातील पर्यटकांचा कल शाश्वत व वास्तववादी पर्यटनाकडे झुकत आहे. कृषिपर्यटन या व्याख्येत तंतोतंत बसतं. जगभरात सध्या तापमानवाढीवर चर्चा सुरू आहे. या चर्चेच्या मुळाशी गेलो तर निसर्गाची झालेली हेळसांड हे मुख्य कारण आहे. कृषिपर्यटनाचा मूलाधारच पर्यावरणाचे रक्षण, धरतीचं संरक्षण हाच आहे. ग्रामीण जीवनात होणाऱ्या प्रत्येक घडामोडी आपली संस्कृती अधोरेखित करीत असतात. सण, रिवाज, यात्रा, जत्रा, मेळे यातून संस्कृती व्यक्त होत असते. हे सारं अनुभवण्यातली मजा काही औरच आहे. शहरी लोकांनी फुरसतीचे चार क्षण शेतावर जाऊन घालविले तर शेतीवर घोंघावणारी संकटे दूर होण्यास मदत होऊ शकेल. शेतकऱ्यांचे प्रश्न शहरी लोकांनी समजावून घेतले तर वास्तव त्यांच्या ध्यानी येईल. भारतातही कृषी-पर्यटनास चालना मिळत आहे.

Agriculture (Extensive) (ॲग्रिकल्चर (एक्स्टेंसिव्ह)) - **विस्तृत स्वरूपाची शेती**

या शेतीपद्धतीत विस्तृत अशा शेतजमिनीवर विशिष्ट प्रकारच्या पिकांचे उत्पादन यांत्रिक व शास्त्रीय पद्धतीने घेतले आहे. समशीतोष्ण कटिबंधातील यू एस ए, कॅनडा, युरेशियातील स्टेपीज, अर्जेंटिनातील पंपाज्, दक्षिण आफ्रिकेतील व्हेल्ड, ऑस्ट्रेलियातील डाऊन्स व न्यूझिलंडमधील कँटरबरी मैदाने इ. ठिकाणी विस्तृत स्वरूपाची शेती केली जाते.

विस्तृत स्वरूपाच्या शेतीची वैशिष्ट्ये खालीलप्रमाणे :

(१) शेतीचा आकार विस्तृत असतो. यू एस ए मध्ये शेताचे सरासरी क्षेत्रफळ ४०० हेक्टर आहे.

(२) विरळ लोकसंख्या व त्या तुलनेने शेतजमीन जास्त असल्याने शेतजमिनीची किंमत कमी असते.

(३) शेतीचा आकार विस्तृत असल्याने यांत्रिक पद्धतीने शेती करणे शक्य होते.

(४) एकाच प्रकारच्या धान्याचे उत्पादन घेणे हे या शेतीपद्धतीचे महत्त्वाचे वैशिष्ट्य होय. उदा. यू एस ए मधील गव्हाचा पट्टा.

(५) या शेतीपद्धतीतून प्रति हेक्टर उत्पादन कमी असले तरी लोकसंख्या विरळ असल्याने दरडोई शेतीउत्पादन जास्त असते.

(६) गहू हे प्रमुख पीक असून त्याबरोबर बार्ली, राय, ओट, मका व सोयाबिन इ. पिकांचीही लागवड करतात.

(७) या शेतीतील उत्पादने विक्रीसाठी, निर्यातीसाठी घेतली जातात.

Anthropogeography (अँथ्रोपोजिओग्रॅफी) - **मानववंश भूगोल**

रॅटझेलचा सर्वात प्रसिद्ध ग्रंथ म्हणजे मानववंशभूगोल (Anthropogeography) हा होय. हा त्याने २ खंडात लिहिला. पहिला खंड इ.स. १८८२ मध्ये म्यूनिकमधील वास्तव्याच्या काळात प्रसिद्ध झाला असून त्याचे शीर्षक, मानववंशभूगोल - 'इतिहासाला भूगोलाच्या उपायोजनाचा परिचय '(Anthropogeography - An introduction to the application of geography to history)' असे होते. दुसरा खंड त्याच्या लिप्झिग विश्वविद्यालयातील काळात इ. स. १८९१ मध्ये प्रसिद्ध झाला. त्याचे शीर्षक 'मानववंशभूगोल : मानवजातीचे भौगोलिक वितरण' '(Anthropogeography : The geographical distribution of mankind)' असे होते. हा एक अभिजात (Classical) ग्रंथ असून त्यामुळे रॅटझेलचे नाव 'मानव भूगोलाचा जनक किंवा प्रवर्तक' म्हणून पडले. रॅटझेलच्या विचारांवर रिटर व डार्विनचा प्रभाव दिसतो.

या ग्रंथात मानवाचे जागतिक वितरण व वेगवेगळ्या मानवी समूहांची चर्चा केली असून या वितरणावर परिणाम करणारे प्राकृतिक घटक स्पष्ट केले आहेत. ह्या कारणमीमांसेतून मानव व निसर्गाचा घनिष्ट संबंध त्याने अधोरेखित केला आहे. इतकेच नव्हे तर मानवाच्या वितरणावर परिणाम करणाऱ्या मानवाच्या स्थलांतराचाही त्याने सखोल अभ्यास केला होता. स्थलांतर आणि नैसर्गिक घटकांच्या संबंधांचाही त्याने सविस्तर ऊहापोह केला आहे. मानव-निसर्गातील दृढ संबंधांवर त्याचा विश्वास असून निश्चिततावादाचा (determinism) तो समर्थक होता. मानव हा निसर्गाचाच भाग आहे. त्यामुळे त्यांच्यावर इतर सजीवांप्रमाणे प्राकृतिक परिस्थितीचा प्रभाव पडतो व त्यानुसार त्याचा विकास ठरतो असे त्याने या ग्रंथात मांडले आहे. याला सामाजिक डार्विनवाद (Social Darwinism) म्हणतात. या आधारावर त्याने मानवी अधिवासाच्या मर्यादा निश्चित केल्या व वस्ती नसलेल्या प्रदेशांच्या मर्यादा दाखविल्या. मानवी वस्तीसाठी अनुकूल व प्रतिकूल प्राकृतिक घटक - विशेषत: हवामानाची चर्चा करताना त्याने इतिहासाचाही मागोवा घेतला. तसेच ज्या प्रकारे मानवाने नैसर्गिक प्रतिकूलतेला अनुकूल बनविले, त्याचेही त्याने निर्देशन केले आहे. या ग्रंथात खालील ३ गोष्टींचे प्रामुख्याने विवरण आहे व ते सर्व मानव भूगोलाशी संबंधित आहे.

(i) भूपृष्ठावर मानव समूहांचे वितरण - रॅटझेलने वांशिक, राष्ट्रीय, आर्थिक व धार्मिक असे ४ प्रकारचे मानव समूह सांगितले व त्यांच्या वितरणाचे नकाशांसहित स्पष्टीकरण केले.

(ii) मानवसमूहांच्या वितरणांचा प्राकृतिक घटकांशी संबंध - मानवाचे वितरण प्राकृतिक घटकांवर, विशेषत: हवामानावर, कसे अवलंबून आहे याचा त्याने सोदाहरण ऊहापोह केला. मानवी वितरणातील गतिशीलता म्हणजे 'स्थलांतर' होय. रॅटझेलचा स्थलांतर व त्यासंबंधी समस्यांचा चांगला अभ्यास होता. त्याची कारणमीमांसा करताना प्राकृतिक घटकांचा संबंध त्याने दाखविला आहे.

(iii) प्राकृतिक पर्यावरणाचा मानव व मानवी समूहवरील परिणाम - मानवाच्या शारीरिक लक्षणे व प्रवृत्तींपासून त्याच्या सामाजिक वर्तन व राष्ट्रीय चारित्र्यावर प्राकृतिक पर्यावरणाचा कोणता परिणाम होतो याची त्याने चर्चा केली आहे.

Bahai Religion (बहाई रिलीजन) - **बहाई धर्म**

'बहाउल्ला' (१८१७-९२) यांनी स्थापन केलेला एक विश्वधर्म. इस्लामच्या शिया पंथातून उदयास आलेल्या बाबी पंथाचेच बहाई धर्मात पर्यवसान झालेले आहे.

बहाई धर्माचे नेतृत्व 'विश्व-न्याय-मंदिर' (Universal House of Justice) या संसदेकडे गेले. विधिविधान, प्रशासन व न्याय या बाबींतील सर्वोच्च अधिकार असलेली

ही संसद विविध राष्ट्रांतील राष्ट्रीय आध्यात्मिक संसदांनी निवडलेली असते; तिचे मुख्य केंद्र इस्रायलमधील 'हायफा' येथे आहे.

बहाई धर्माची वैशिष्ट्ये याप्रमाणे आहेत.

- बहाई धर्मानुसार ईश्वराने विश्वाची आणि मानवाची निर्मिती केली आहे; परंतु, या धर्मात असेही मानले आहे, की 'निर्माता' हे ईश्वराचे वैशिष्ट्य ईश्वराप्रमाणेच शाश्वत असल्यामुळे जगदेखील शाश्वतच आहे.
- मानव हा सर्वश्रेष्ठ प्राणी असून त्याचा आत्मा अमर असतो. ईश्वराची पूजा करणे व सतत विकसनशील अशा संस्कृतीला प्रगत करणे, हे मानवी जीवनाचे उद्दिष्ट आहे.
- ईश्वर हा मानवी ज्ञानकक्षेच्या पलीकडे आहे; परंतु, लोकांशी संपर्क ठेवण्यासाठी प्रेषितांच्या रूपाने त्याचा आविष्कार होतो.
- प्रत्येक प्रेषित आपल्यानंतर येणाऱ्या प्रेषिताच्या आगमनाची पूर्वसूचना देत असतो. प्रेषितांची ही परंपरा कधीही खंडित होत नाही. ती सदैव विकसनशील असून अनंत काळापर्यंत चालणार आहे.
- बहाई धर्मानुसार सर्व धर्म तत्त्वत: एकच आहेत. परंतु, बहाई धर्म हा वर्तमानकाळाच्या दृष्टीने सर्वात अधिक योग्य आहे. विश्वशांती, मानवजातीचे ऐक्य, विज्ञान व धर्म यांच्यातील सुसंवाद, अंधश्रद्धेचा त्याग आणि सत्याचा शोध ही बहाई धर्माची महत्त्वाची उद्दिष्टे होत.
- राजकीय, आर्थिक, राष्ट्रीय, धार्मिक, वांशिक इत्यादी सर्व पूर्वग्रहांना या धर्माचा विरोध आहे. स्त्री - पुरुषांचे समान हक्क, एकपत्नीकत्व, सक्तीचे शिक्षण, पुरोहित संस्थेचे उच्चाटन, आर्थिक विषमतेचे व गुलामगिरीचे निर्मूलन इत्यादींचा या धर्माने पुरस्कार केला आहे.
- बहाई धर्मात संन्यासी, भिक्षुक, मठस्वामी इत्यादींना स्थान नाही.
- बहाई धर्मात सेवाभावाने केलेले कार्य पूजेइतके श्रेष्ठ मानले जाते.

एकच भाषा ही आंतरराष्ट्रीय भाषा म्हणून निवडावी वा निर्माण करावी, शासनाचे कायदेशीर आदेश पाळावेत इत्यादी तत्त्वे या धर्मात सांगितली आहेत.

बहाई, प्रार्थना मंदिरांना 'मशरिक - अल् - अधकार' असे म्हणतात. ही इमारत गोलाकार असते. या इमारतीचे नऊ दरवाजे हे मानवजातीच्या व जगातील प्रमुख अशा नऊ धर्मांच्या ऐक्याचे प्रतीक होय. सर्व धर्मांचे ऐक्य दर्शविण्यासाठी मंदिराला एकच घुमट असतो. मंदिरात वेदी वा उपासकांसाठी स्वतंत्र स्थान नसते. या मंदिरातून बहाई व इतर सर्व धर्मांच्या धर्मग्रंथांचे वाचन चालते.

बहाउल्लांचे ग्रंथ हे बहाई धर्माचे मुख्य धर्माचे मुख्य धर्मग्रंथ होत. ते अरबी - फारसी भाषांत आहेत. ते ईश्वरी आविष्कार आहेत, असे मानले जाते. अब्दुल-वहा आणि शोघी एफेंडी यांनी बहाउल्लांच्या ग्रंथावर केलेली भाष्ये व त्यांचे स्वतंत्र ग्रंथ हेही बहाई लोकांचे धर्मग्रंथ होत. बाब, सुबह-इ अझल मिर्झा, महमद अली इत्यादींचे ग्रंथही त्यांच्या-त्यांच्या अनुयायांना धर्मग्रंथ वाटतात.

बहाई धर्मामध्ये एक महान प्रतीक मानलेले असून त्याला 'सर्वश्रेष्ठ नामाचे प्रतीक' असे म्हणतात. या प्रतीकामध्ये विशिष्ट आकाराच्या तीन आडव्या रेषा आहेत. त्यांपैकी वरची रेषा परमेश्वराच्या विश्वाची, मधली रेषा अवताराच्या विश्वाची व खालची रेषा मानवाच्या विश्वाची द्योतक आहे. मधल्या रेषेच्या आकाराची एक उभी रेषा या तीनही रेषांना विशिष्ट पद्धतीने जोडते. याचा प्रतीकात्मक अर्थ असा की, परमेश्वराचे विश्व व मानवाचे विश्व यांना जोडणे हे अवतारांचे कार्य आहे. या प्रतीकाच्या दोन्ही बाजूंना प्रत्येकी ५ टोके असलेले दोन तारे आहेत. ते मानवी शरीराचे प्रतीक असून त्यांतील ५ टोके म्हणजे एक डोके, दोन हात व दोन पाय हे अवयव होत.

Birth Rate (बर्थ रेट) **- जन्मदर**

दर हजार लोकसंख्येमागे दरवर्षी किती बालके जन्माला येतात या प्रमाणाला 'जन्मदर' म्हणतात.

जन्मदर मोजण्याच्या तीन पद्धती याप्रमाणे :

(१) *ढोबळ जन्मदर* (Crude Birth Rate)

एका विशिष्ट वर्षात जन्माला आलेली बालके व त्याच वर्षातील एकूण लोकसंख्या याच्या गुणोत्तरातून ढोबळ जन्मदर मिळतो.

ढोबळ जन्मदराचे सूत्र याप्रमाणे

$$\text{ढोबळ जन्मदर} = \frac{\text{एका वर्षात जन्मलेल्या बालकांची (जीवित) संख्या}}{\text{त्याच वर्षातील एकूण लोकसंख्या (मध्यवर्षीय)}} \times १००० $$

दोन देशातील जन्मदरांची तुलना करण्यास ढोबळ जन्मदराचा उपयोग होतो. परंतु, या जन्मदर प्रकारात सर्वच लोकसंख्येचा विचार केला गेल्यामुळे यात उणीव जाणवते.

(२) *सामान्य जन्मदर* (General Birth rate)

या जन्मदर प्रकारात ज्यांचा जन्मदराशी संबंध आहे अशाच वयोगटातील स्त्रियांचा समावेश केला जातो.

$$\text{सामान्य जन्मदर} = \frac{\text{एका वर्षात जन्मलेल्या बालकांची संख्या}}{\text{१५ ते ४५ वयोगटातील स्त्रियांची एकूण संख्या}} \times १००० $$

या जन्मदर प्रकारातील उणिवा अशा की सर्वच प्रजननक्षम स्त्रियांचा विवाह होतोच असे नाही. तसेच प्रत्येक स्त्रीमध्ये जनन क्षमता वेगवेगळी असते.

(३) *वयसापेक्ष जन्मदर (Age Specific Birth Rate)*

वयसापेक्ष जन्मदरात स्त्रियांचे वयानुसार जन्मदर काढला जात असल्यामुळे बरीच अचूकता असते.

$$\text{वयसापेक्ष जन्मदर} = \frac{\text{विशिष्ट वयोगटातील स्त्रियांनी एका वर्षात जन्म दिलेल्या बालकांची (जीवित) संख्या}}{\text{त्याच वयोगटातील स्त्रियांची संख्या}} \times १०००$$

यामुळे स्त्रियांच्या वाढत्या वयानुसार जननात कसा फरक पडतो तसेच वेगवेगळ्या लोकसमूहातील जनन आकृतिबंधाची तुलना करता येते.

(४) *एकूण जननदर :*

या जननदरामुळे स्त्रीला तिच्या प्रजोत्पादनच्या काळामध्ये सरासरी किती अपत्ये होतील याची कल्पना येते.

सूत्र :

$$\text{एकूण जननदर} = 5 \overset{n}{\underset{i=1}{S}} \left(\frac{B}{P} \right) K$$

सूत्रात : B = विशिष्ट वयोगटातील स्त्रियांनी एका वर्षात दिलेले जन्म

P = त्याच विशिष्ट वयोगटातील स्त्रियांची संख्या

$\overset{n}{S}$ = सर्व वयोगटसापेक्ष दरांची बेरीज

i = वयोगट

K = १०००

१५ ते ४० वयोगटासाठी ५-५ वर्षांच्या अंतराने ६ वयोगट होतात म्हणून या स्थितीत n = ६ घेतले जाते व १५ ते ४९ या वयोगटासाठी ५-५ वर्षांच्या अंतराने ७ वयोगट होतात म्हणून या स्थितीत n = ७ घेतले जाते.

(५) *स्थूल जननदर*

लोकसंख्येविषयी भविष्यकालीन अंदाज व्यक्त करण्यासाठी हा जननदर महत्त्वाचा आहे. जर हा दर १ आला तर लोकसंख्यावाढीचा दर स्थिर राहतो.

सूत्र :

$$\text{स्थूल जननदर} = \frac{\text{मातृत्वयोग्य भावी माता}}{\text{सध्या जननक्षम वयातील १००० माता}}$$

Boundaries in the World (बाऊन्ड्रीज् इन द वर्ल्ड) - **जगातील सीमारेषा**

जगातील महत्त्वाच्या सीमारेषा खालीलप्रमाणे आहेत :

क्र.	रेषेचे नाव	देश
(१)	ड्यूराण्ड रेषा	भारत - अफगाणिस्तान
(२)	हिण्डेनबर्ग रेषा	जर्मनी - पोलंड
(३)	मार्जिनल रेषा	फ्रान्स - जर्मनी
(४)	मॅन रहिम रेषा	रशिया - फिनलंड
(५)	मॅक्मोहन रेषा	भारत - चीन
(६)	मेडिसीन रेषा	अमेरिका - कॅनडा
(७)	ऑर्डर-नेसी रेषा	जर्मनी - पोलंड
(८)	रॅडक्लिफ रेषा	भारत - पाकिस्तान
(९)	३८ वे अक्षवृत्त	उत्तर कोरिया - दक्षिण कोरिया
(१०)	४९ वे अक्षवृत्त	अमेरिका - कॅनडा

Brain Drain (ब्रेन ड्रेन) - **बुद्धिवहन**

काही देशांमधील, प्रामुख्याने अविकसित व विकसनशील देशांमधील, बुद्धिमान लोक उदा. डॉक्टर्स, अभियंता, शास्त्रज्ञ, तंत्रज्ञ, संशोधक, उच्च विद्याविभूषित व्यक्ती, या प्रचंड वेतन, उच्च दर्जाचे राहणीमान, त्यांच्या विकासासाठी असणाऱ्या संधी व इतर अनेक सुविधांच्या आकर्षणामुळे विकसित देशांकडे स्थलांतर करतात. त्यामुळे निर्गमन देशातून बुद्धिवंतांचे स्थलांतर झाल्यामुळे तेथील विकासात अडथळे निर्माण होतात. अशा प्रकारे बुद्धिवंतांच्या होणाऱ्या स्थलांतर प्रक्रियेला 'बुद्धिवहन' असे म्हणतात.

Brain Exchange (ब्रेन एक्स्चेंज) - **बुद्धी आदान-प्रदान**

जेव्हा दोन किंवा त्यापेक्षा जास्त देशांमध्ये बुद्धिवंतांचे आवश्यकतेनुसार आदान-प्रदान केले जाते तेव्हा त्यास 'बुद्धि विनिमय' किंवा 'बुद्धी आदान-प्रदान' असे म्हणतात. या प्रकारच्या स्थलांतरामुळे कोणत्याही देशाचे नुकसान होत नाही. उलट, दोन्ही देशांचा फायदाच होतो.

Brain Export (ब्रेन एक्सूपोर्ट) - **बुद्धी निर्यात**

प्रामुख्याने ज्या देशांमध्ये बुद्धिवंतांचे प्रमाण अतिरिक्त असते असे देश किंवा बुद्धिवंत पुरेशा प्रमाणात असूनही केवळ आर्थिकदृष्ट्या मागासलेपणामुळे काही देश आपल्या देशातील बुद्धिवंतांना, कुशल कामगार, तंत्रज्ञ यांना विकसित देशांमध्ये नियमित पाठवण्याचा करार करतात व त्या बदल्यात प्रचंड परकीय चलन प्राप्त करतात. या संपूर्ण स्थलांतर प्रक्रियेला 'बुद्धी निर्यात' असे म्हणतात.

Brain Overflow (ब्रेन ओव्हरफ्लो) - **बुद्धी अतिरिक्तता**

काही देशांमध्ये एकूण लोकसंख्येत त्या देशांच्या आवश्यकतेपेक्षा बुद्धिमान लोकांचे प्रमाण जास्त असते. त्यामुळे बुद्धिमान लोकांनी स्थलांतर केले तरी अशा देशांचे फारसे नुकसान होत नाही. यालाच 'बुद्धी अतिरिक्तता' असे म्हणतात.

Buddhist Religion (बुद्धिस्ट रिलिजन) - **बौद्ध धर्म**

भारतात गौतम बुद्धाने बौद्ध धर्माची स्थापना सुमारे इ. स. पू. ५२५ दरम्यान केली. गौतम बुद्धाचा जन्म दक्षिण नेपाळमध्ये हिमालयाजवळ 'लुंबिनी' येथे झाला. तो एक राजपुत्र होता. सांप्रतकालीन हिंदू धर्माच्या चौकटीच्या बाबतीत गौतम समाधानी नव्हता. सत्याच्या शोधार्थ संसार त्याग करून सहा वर्षे भटकत होता.

यानंतर गौतम बुद्धाला पिंपळाच्या वृक्षाखाली साक्षात्कार झाला. याला पुढे 'बोधीसत्त्व' असे संबोधले गेले.

जगातील पहिला विश्वव्यापक धर्म गौतम बुद्धाने स्थापला. त्याने सर्व धर्मांच्या मूलभूत प्रश्नांना अगदी बाजूला सारले व आधिदैविक आणि आध्यात्मिक सिद्धान्ताची पूर्ण उपेक्षा केली. व मुख्य स्थान दिले ते संसारदुःखाच्या प्रश्नाला! ते संसारदुःख दूर व्हावे, म्हणून आर्य आष्टांगिक मार्ग त्याने विश्वमानवाला उपदेशिला.

वैदिक धर्माची आणि तत्कालीन इतर धर्माची संपूर्ण प्रतिक्रिया म्हणजे 'बौद्ध धर्म' होय.

मुक्तीचा मार्ग : कर्मकांडापेक्षा नैतिक वर्तन हे श्रेष्ठ असून तोच मुक्तीचा मार्ग आहे, असे त्या धर्माने सांगितले. अहिंसा, सत्य इत्यादी नीतिधर्म निरपवादपणे पाळण्यातच मानवाचे जीवनसाफल्य आहे.

हिंदू धर्म, बौद्ध धर्म आणि पूर्वेकडील शिंटो, ताओ, कन्फ्युशिअन यांचे संप्रदाय यांचे वैशिष्ट्य हे की, ते पश्चिमेकडील यहुदी, ख्रिश्चन आणि इस्लाम या धर्मांसारखे असहिष्णू नाहीत.

पूर्वेकडील देशांतल्या धर्मसंस्थांमध्ये ही सहिष्णुता बौद्धधर्माने आणली. हे श्रेय

त्या धर्माचे आहे.

बौद्ध धर्माचा पहिला सम्राट अशोक याने सर्वधर्म सहिष्णुता हे तत्त्व जाहीर केले.

बौद्ध धर्माची तत्त्वे याप्रमाणे आहेत.

(१) जीवन हे वेदनांनी आणि निराशेने व्यापलेले आहे.

(२) अभिलाषा किंवा इच्छेच्या माध्यमाद्वारा व्यथा तसेच निराशा उद्‌भवतात.

(३) निराशा व व्यथा यांच्यापासून मुक्ती प्राप्त करावयाची असल्यास मानवाने आपल्या अभिलाषा किंवा इच्छेवर मनोविजय मिळविला पाहिजे.

(४) अभिलाषा, दु:ख आणि व्यथेवर मात करण्यासाठी बुद्धांनी 'साक्षात् मार्ग' आपल्या शिष्यांना अंगीकार करण्याचा सल्ला दिला.

मानवाचा जन्म आणि पुनर्जन्माचे चक्र अविरत चालू असते. योग्य ध्यानधारणा आणि सत्कृत्ये यांची कास धरल्यास जन्म-पुनर्जन्माच्या फेऱ्यामधून मुक्तता मिळून मानव निर्वाणपदी पोहोचू शकेल यालाच त्यांनी 'अष्टसूत्री' म्हटले.

याचे टप्पे - (१) योग्य दृष्टिकोन, (२) योग्य इच्छा, (३) योग्य संभाषण, (४)योग्य वर्तणूक, (५) योग्य जीवनपद्धती, (६) योग्य उद्दिष्ट, (७) योग्य मनोवृत्ती, (८) योग्य ध्यानधारणा.

बौद्ध धर्मात 'त्रिपिटिका' हा पवित्र ग्रंथ पूजनीय आहे. यामध्ये बुद्धाच्या शिकवणीचे बोधपर सार एकत्रित केलेले आहे. याशिवाय भिक्षू-भिक्षुणींच्या जीवनक्रमासंबंधीचे नियम यांचा समावेश केलेला आहे. बुद्धाच्या शिकवणी संदर्भात तत्त्वज्ञानीय निरूपण केलेले आहे, याला 'सूत्र' असेही संबोधले जाते.

बुद्धांनी साधकाबरोबर देव आणि त्याच्या शिकवणुकीच्या संविधानाच्या बाबतीत फक्त संवाद केला नाही तर धर्मापेक्षा तत्त्वज्ञान आणि नीतिशास्त्रावर भर दिला. बौद्ध धर्माचा कर्माच्या नियमावर दृढ विश्वास आहे. मानवाच्या क्रियाकर्मावर भविष्यकालीन स्थितीची अवस्था निश्चित होते.

प्रत्येक बौद्ध धर्मीयांचे जीवनामधील अंतिम ध्येय निर्वाण असते. निर्वाण म्हणजे साक्षात्कारी अवस्था होय आणि जगापासून विमुक्ती की, ज्यामुळे मानव जीवन-मरणाच्या फेऱ्यातून मुक्त होतो. आपल्या अस्तित्वाचे अंतिम ध्येय निर्वाण आहे की ज्यामुळे संपूर्ण 'विमोचन अवस्था' प्राप्त होते.

Calendar (कॅलेंडर) - **कालगणना / पंचाग**

कालगणनेत सूर्य किंवा चंद्र यापैकी ज्या आकाशस्थ खगोलांचा आधार घेतला असेल त्याप्रमाणे सौर कालगणना व चांद्र कालगणना असे संबोधले जाते.

सूर्याच्या भासमान भ्रमणावर आधारलेल्या कालमापनाच्या पद्धतीला

सौरकालगणना असे म्हणतात. सूर्याच्या भासमान भ्रमणगतीवरून दिनगणना व सूर्याच्या वार्षिक भासमान भ्रमणगतीवरून वर्षगणना केली जाते. हिंदूंच्या कालगणनेत यावरून राशी व नक्षत्रे ठरवली गेली आहेत.

चंद्रावर आधारलेल्या कालमानपद्धतीला चांद्रकालगणना असे म्हणतात. चंद्राचा पृथ्वीप्रदक्षिणेचा काळ एक महिन्याचा असून अशा बारा चांद्रमासांचा काल म्हणजे 'एक वर्ष' होय. चांद्रमासात महिन्याचे दिवस कधी २९ तर कधी ३० असतात. यानुसार चांद्रवर्ष ३५४ दिवसांचे होते. चंद्र स्वत:भोवती फिरतो त्याचवेळी तो पृथ्वीभोवतीही फिरत असतो. चंद्राला पृथ्वीभोवती एक प्रदक्षिणा पूर्ण करण्यास सरासरी साडेएकोणतीस दिवस लागतात. म्हणजेच अमावस्येपासून पौर्णिमेपर्यंत व नंतर पौर्णिमेपासून अमावस्येपर्यंतचा जो साडेएकोणतीस किंवा ३० दिवसांचा कालावधी आहे तो म्हणजे 'चांद्रमास' होय; अशा प्रकारे महिना हे कालगणनेचे परिमाण मिळते.

याचप्रमाणे पृथ्वीच्या वार्षिक परिभ्रमणावरून वर्ष हे परिमाण मिळते. सूर्याभोवती एक प्रदक्षिणा पूर्ण करण्यास पृथ्वीला जो ३६५ दिवस ५ तास ४८ मिनिटे ४६ सेकंद म्हणजे सुमारे तीनशे सव्वापासष्ट दिवसांचा काळ लागतो त्याला एक वर्ष असे म्हणतात.

काही प्रमुख कालगणनेच्या पद्धती खालीलप्रमाणे :-

हिंदू कालगणना	{ सौर कालगणना, चांद्रकालगणना
मुस्लिम कालगणना	चांद्रकालगणना
पारशी कालगणना	सौर कालगणना
ख्रिस्ती कालगणना	सौर कालगणना
भारताचे राष्ट्रीय पंचांग	सौर कालगणना

जगात सर्वात जास्त प्रचलित असलेली कालगणना ही ख्रिस्ती कालगणना (Gregorian Calendar) होय.

कालगणनेत दिवस, महिना व वर्ष या परिमाणांचा उपयोग कालमापनासाठी केला जातो. परंतु, कित्येक वेळा त्यांचा परस्परांत मेळ बसत नाही. हा मेळ बसविण्यासाठी दिवस मागे-पुढे करण्याचे तत्त्व प्रचारात आणले जाते. या तत्त्वाला 'कालांतर संस्कार' म्हणतात. लीपइयर, अधिकमास, क्षयमास, तिथींची वृद्धी अथवा लोप हे सर्व कालांतर-संस्कार होत.

Calendar (Gregorian) (कॅलेंडर, ग्रेगरियन) - **ग्रेगरियन (ख्रिस्ती) पंचांग**

या कालगणेनुसार पूर्वी ३५५ दिवसांचे वर्ष मानले जात असे. परंतु, हे वर्ष ३६५, एक चतुर्थांश दिवसांचे आहे हे लक्षात आल्याने रोमन सम्राट जुलिअस सीझर याने वर्ष हे

३६५ दिवसांचे धरून दरवर्षी एक चतुर्थांश दिवसाचा पडणारा फरक हा दर चौथ्या वर्षी एक वर्ष ३६६ दिवसांचे धरून काढून टाकावा असे सुचविले. या ३६६ दिवसांच्या वर्षाला 'लीप इयर' असे म्हटले गेले. ज्यावर्षी (लीप इयर) जो एक दिवस जास्त धरावयाचा असतो, तो फेब्रुवारी महिन्यात धरला जातो. म्हणून अशा वर्षात फेब्रुवारी महिना २८ दिवसांच्या ऐवजी २९ दिवसांचा असतो.

सीझरने बदल केलेले हे कॅलेंडर इसवी सनाच्या सोळाव्या शतकापर्यंत तसेच प्रचलित होते. परंतु, त्यांनतर याही कालगणनेत लीप इयर व संपात काळावर आधारलेले वर्ष यांत ११ मिनिटे १४ सेकंदाचा फरक आढळला. ही चूक सुधारण्यासाठी त्यावेळचा ख्रिस्ती सर्वोच्च धर्मगुरू पोप ग्रेगरी तेरावा याने एक योजना सुचविली. ही योजना सुचवीपर्यंत होणारी चूक १० दिवसांइतकी भरली होती. ग्रेगरीच्या योजनेप्रमाणे इ. स. १५८२ या वर्षाचा ४ ऑक्टोबरनंतरचा दिवस ५ ऑक्टोबर न धरता तो १४ ऑक्टोबर धरल्यास १० दिवसांचा पडलेला फरक नाहीसा होईल अशा रीतीने १५८२ पासून या सूचनेप्रमाणे कालगणना होऊ लागली व कालगणनेत पुन्हा विसंगती राहू नये म्हणून प्रत्येक शतकवर्ष लीप वर्ष न मानता, दर चौथे शतकवर्षच लीप वर्ष मानले जावे असे ठरविण्यात आले. ही कालगणना पद्धती इंग्लडमध्ये १८ व्या शतकात प्रचारात आली. परंतु, तोपर्यंत कालगणनेतील चूक आणखी जास्त रुळली होती. ही चूक काढून टाकण्यासाठी १७५२ मध्ये इंग्लंडच्या पार्लमेंटने एक कायदा करून त्या वर्षी दोन सप्टेंबर नंतरचा दिवस ३ सप्टेंबर न धरता तो १४ सप्टेंबर धरावा असे ठरविण्यात आले.

ही कालगणना पद्धत हल्ली जगात सर्वात जास्त प्रचलित असलेली अशी आहे.

ही पद्धत सौर कालगणनेवर आधारलेली असून जानेवारीपासून डिसेंबरपर्यंत असे वर्षातील १२ महिने मोजतात. या बारा महिन्यांचे एकूण ३६५ दिवस होतात. प्रत्येक महिना हा सारख्या दिवसांचा नसतो. फेब्रुवारी महिना २८ दिवसांचा धरून एप्रिल, जून, सप्टेंबर व नोव्हेंबर हे महिने ३० दिवसांचे व जानेवारी, मार्च, मे, जुलै, ऑगस्ट, ऑक्टोबर, डिसेंबर हे महिने ३१ दिवसांचे असतात. यात २१ जून व २१ डिसेंबर हे दिवस 'अयनदिन' म्हणून, २१ मार्च 'संपात दिन' व २२ किंवा २३ सप्टेंबर 'शरदसंपात दिन' म्हणून ओळखले जातात. या पंचांगाप्रमाणे उत्तर गोलार्धातील हिवाळा १८० दिवसांचा व उन्हाळा १८५ दिवसांचा असतो.

Calendar (Hindu) (कॅलेंडर (हिंदू)) - **हिंदू पंचांग**

हिंदू धर्मात कालगणनेसाठी सूर्य व चंद्र या दोहोंच्याही गतींचा वापर केलेला आहे. सूर्याच्या भासमान भ्रमणावरून वर्ष व चंद्राच्या गतीवरून महिना मोजला जातो.

आकाशस्थ सूर्याच्या भासमान भ्रमणमार्गाला 'क्रांतिवृत्त' म्हणतात. या क्रांतिवृत्ताचे

समान बारा विभाग कल्पिले असून या प्रत्येक भागाला 'राशी' म्हणतात. राशी याप्रमाणे (१) मेष, (२) वृषभ, (३) मिथुन, (४) कर्क, (५) सिंह, (६) कन्या, (७) तूळ, (८) वृश्चिक, (९) धनू, (१०) मकर, (११) कुंभ, (१२) मीन. एका राशीतून दुसऱ्या राशीत जाण्यास सूर्याला जो काळ लागतो त्यास 'सौरमास' असे म्हणतात. हा अदमासे ३० दिवसांचा असतो. यासाठी काही महिने ३० तर काही ३१ दिवसांचे असतात.

हिंदू धर्मीयांच्या कालगणनेत मुख्यत: तिथी, वार, नक्षत्र, योग व करण या पाच अंगांचा समावेश केलेला असतो. यामुळे याला 'पंचांग' असे म्हणतात.

तिथी - सामान्यत: एक तिथी ६० घटिकांची म्हणजे २४ तासांची असते. सर्वसाधारणत: सूर्योदयाच्या वेळची तिथी ही त्या दिवसाची तिथी मानतात. तिथीचा कालावधी हा चंद्राच्या गतीवर अवलंबून असल्याने व चंद्राची गती सर्वत्र सारखी नसल्याने तिथी कधी ५० घटिकांची तर कधी ६६ घटिकांची असते.

वार - अहोरात्र म्हणजे एका दिवसाचे २४ विभाग कल्पिले असून त्या प्रत्येक भागाला 'होरा' असे म्हणतात. होरा एका तासाच्या बरोबरीचा असतो. प्रत्येक होऱ्याला सोम, मंगळ, बुध, गुरू, शुक्र, शनी, रवी या ग्रहांपैकी एक ग्रह क्रमाने स्वामी मानतात. दिवसाच्या प्रथम होऱ्याला जो स्वामी असेल तेच नाव त्या दिवसाला देतात; अशा प्रकारे सात दिवसांचा आठवडा तयार होतो.

नक्षत्रे - क्रांतिवृत्ताचे २७ विभागांमध्ये विभाजन केले आहे. या प्रत्येक भागाला 'नक्षत्र' असे म्हणतात. चंद्राला १३.२०° हे अंतर चालण्यास जो वेळ लागतो त्याला 'नक्षत्र' म्हणतात. ही २७ नक्षत्रे पुढीलप्रमाणे आहेत :- (१)अश्विनी, (२) भरणी, (३) कृत्तिका, (४) रोहिणी, (५) मृग, (६) आर्द्रा, (७) पुनर्वसू, (८)पुष्य, (९) आश्लेषा, (१०) मघा, (११) पूर्वा-पूर्वा फाल्गुनी, (१२) उत्तरा-उत्तरा फाल्गुनी, (१३) हस्त, (१४) चित्रा, (१५) स्वाती, (१६) विशाखा, (१७)अनुराधा, (१८) ज्येष्ठा, (१९) मूळ, (२०) पूर्वाषाढा, (२१) उत्तराषाढा, (२२) श्रवण, (२३) धनिष्ठा, (२४) शततारका, (२५) पूर्वाभाद्रपदा, (२६)उत्तराभाद्रपदा, (२७) रेवती.

२७ नक्षत्रांमध्ये बारा राशी विभागल्या आहेत. अठ्ठाविसावे नक्षत्र अभिजित असे मानले जाते.

योग - एका अमावस्येपासून दुसऱ्या अमावस्येपर्यंतच्या अवधीला काल असे म्हणतात. ८०० कालांच्या अवधीला योग असे म्हणतात. एकूण २७ योग असतात.

करण - चंद्र व सूर्य यामध्ये ६ अंश अंतर झाले म्हणजे एक करण होते. तिथीचा अर्धा भाग म्हणजे एक करण होय. एकूण करणे ११ आहेत.

हिंदू पंचांगातही वर्ष १२ महिन्यांचे आहे. हे महिने याप्रमाणे : (१) चैत्र,

(२) वैशाख, (३) ज्येष्ठ, (४) आषाढ, (५) श्रावण, (६) भाद्रपद, (७) आश्विन, (८) कार्तिक, (९) मार्गशीर्ष, (१०) पौष, (११) माघ, (१२) फाल्गुन.

ही महिन्यांची नावे नक्षत्रांवरून घेण्यात आलेली आहेत. यांतील काही महिने २९ दिवसांचे तर काही महिने ३० दिवसांचे असल्याने वर्षातील ३५४ दिवस होतात. परंतु विशिष्ट सणवार विशिष्ट ऋतूतच यावेत यासाठी सौर वर्ष विचारात घेतले जाते.

सौर वर्ष (३६५ दिवस) आणि चांद्रवर्ष (३५४ दिवस) यामध्ये ११ दिवसांचा फरक येतो. याचाच अर्थ ३२ महिन्यांच्या कालावधीनंतर हा फरक ३० दिवसांचा होतो. याच कारणासाठी हिंदू कालगणनेमध्ये ३२ महिन्यांच्या कालावधीनंतर एक महिना 'अधिक मास' म्हणून गणला जातो.

Calendar (Muslim) (कॅलेंडर (मुस्लिम)) - **मुस्लिम पंचांग**

१५ जुलै ६२२ रोजी महंमद पैगंबरांनी मक्केहून मदिनेला निर्गमन केले. या दिवसापासूनच मुसलमानी शकाला सुरुवात झाली. या शकाला 'हिजरी सन' असे म्हणतात. 'हिजरी' याचा अर्थ 'निर्गमन करणे' असा होतो. मुसलमानी कालगणना चंद्रावर आधारलेली आहे. अमावस्येनंतर जेव्हा प्रथम चंद्राचे दर्शन होते त्या रात्रीपासून त्यांच्या महिन्याची सुरुवात होते. त्यांच्या वर्षाचे बारा महिने असून वर्षाचा आरंभ मोहरम महिन्याच्या पहिल्या तारखेस होतो.

मुसलमानी लोक कालांतर संस्कार मानत नाहीत. त्यामुळे त्यांचे सण प्रत्येक वर्षी ११ दिवसांनी आधी येतात. तसेच ३२ महिन्यांनंतर एक महिना अधिक येतो. सर्वसाधारणपणे ३४ हिजरी वर्षे ही ३३ ख्रिस्ती वर्षांच्या समान असतात.

Calendar (Parsi) (कॅलेंडर (पारशी))- **पारशी पंचांग**

पारशी लोकांच्या कालगणनेची सुरुवात इ.स. ६३० नंतर झाली. त्यांच्या शकाला 'याझदीजर्दी' (Yazdizaradi) म्हणतात. त्यांचा महिना पूर्ण ३० दिवसांचा असून १२ महिन्यांचे वर्ष होते.

पारशी वर्षाचे ३६० दिवस होतात. सौर वर्षाशी याचा मेळ बसावा, यासाठी पारशी लोक वर्षाचे ५ दिवस अधिक धरतात. त्याला 'गाथागंबर' (Gathadays) असे म्हणतात. हे दिवस अतिशय महत्त्वाचे असून त्यानंतर नवीन वर्षास सुरुवात होते.

५ दिवस अधिक धरूनही प्रत्येक वर्षाच्या उरलेल्या नवीन दिवसांची बेरीज करीत गेल्यास १२० वर्षात ३० दिवस इतकी होते. त्यामळे पारशी लोक १२० वर्षांनंतर एक महिना अधिक मानतात. या अधिक महिन्याला 'कबिष' (Kabish) असे म्हणतात. पारशी पंचांगाच्या वर्षारंभदिनास 'पटेटी' असे म्हणतात.

Calender (कॅलेंडर) - **पंचांग**

सूर्य, पृथ्वी व चंद्र यांच्या गतीमुळे होणारी कालाची पाच अंगे मानली गेली आहेत. ती म्हणजे तिथी, वार, नक्षत्र, योग आणि करण. ही पाच अंगे दिवसागणिक ज्या पुस्तकात दिलेली असतात, त्या पुस्तकाला 'पंचांग' म्हणतात.

कालचक्र अव्याहत चालू आहे. त्याच्या सुव्यवस्थित मापनाची खगोलीय घटनांवर आधारलेली अशी नैसर्गिक सोय पंचांगात असते. जगभर ज्या निरनिराळ्या पंचांगपद्धती प्रचारात आहेत, त्यांची बैठक ज्योतिषशास्त्रातील नैसर्गिक गोष्टींशी निगडित आहे. कालगणन व कालनिर्देश हे पंचांगाचे प्रमुख कार्य आहे. पृथ्वीचे अक्षभ्रमण, चंद्राचे पृथ्वीभोवतीचे कक्षाभ्रमण आणि पृथ्वीचे सूर्याभोवतीचे कक्षाभ्रमण या तीन गोष्टींवरून अनुक्रमे दिवस, महिना व वर्ष यांचे सामान्यत: कालमापन होते. पृथ्वीच्या अक्षभ्रमणामुळे दिवस (अहोरात्र) आणि चंद्राच्या कक्षाभ्रमणामुळे (चांद्र) मास होतात हे खरे; परंतु, अडचण अशी की, चंद्राचे कक्षाभ्रमण पूर्ण दिवसांत पुरे होत नाही. तसेच पृथ्वीच्या कक्षाभ्रमणामुळे होणारे वर्ष पूर्ण महिन्यात किंवा पूर्ण दिवसांतही पुरे होत नाही. चंद्राच्या कक्षाभ्रमणाचा काल २९ दि. १२ ता. ४४ मि. २९ से. असा आडनिडा (अडचणीचा) आहे. तसेच पृथ्वीचे सूर्या-भोवतील कक्षाभ्रमण ३६५ दि. ५ ता. ४८ मि. ४६ से. इतक्या अवधीचे आहे. हे म्हणजे एक सांपातिक वर्ष; अशा एका वर्षाला १२ चांद्र महिन्यांहून जास्त काळ लागतो. म्हणजे एका वर्षात बरोबर पूर्ण महिने बसत नाहीत. चांद्र महिन्याचे दोन विभाग नैसर्गिकपणे पडतात, त्यांस 'पक्ष' किंवा 'पंधरवडा' म्हणतात. एकंदरीत दिवस, महिना आणि वर्ष यांचे पूर्णांकात बरोबर कोष्टक बसविणे शक्य नाही; परंतु, जास्तीत जास्त मेळ घालण्याचा प्रयत्न पंचांगामध्ये केलेला असतो; असा मेळ घालण्याचा प्रयत्न कित्येक शतके चालू असून त्यात भिन्नता असल्यानेच निरनिराळी पंचांगे जगभर आणि भारतातही चालू आहेत. ऋतू हे सर्वस्वी सूर्यावर अवलंबून असतात; त्यांचा चंद्राशी काहीही संबंध येत नाही. सूर्योदय आणि सूर्यास्त हे प्रत्यक्ष दिसतात. त्यामुळे दिवस-रात्र ही अत्यंत स्पष्ट अशी दृकूप्रत्ययाची घटना आहे; तसेच चंद्राच्या कला, पौर्णिमा आणि अमावास्या याही अनुभवाच्या घटना आहेत; म्हणून सूर्योदय ते सूर्योदय किंवा सूर्यास्त ते सूर्यास्त इतका कालावधी म्हणजे दिवस आणि अमावास्या ते अमावास्या किंवा पौणिमा ते पौर्णिमा इतका कालावधी म्हणजे महिना असे अतिप्राचीन काळापासून मानवाने ठरविले; असा महिना म्हणजे चांद्रमास व असे १२ महिने म्हणजे एक चांद्रवर्ष होते. हे चांद्रवर्ष सौरवर्षाहून लहान असते. त्यामुळे ऋतुचक्र चांद्रवर्षात बसत नाही. या सर्व दृष्टिंनी पंचांगाच्या तीन पद्धती पडल्या आहेत : चांद्र, सौर व चांद्रसौर. चांद्र म्हणजे संपूर्णपणे चंद्रगतीवर आधारलेली व सूर्यगतीशी काहीही संबंध नसलेली

योजना. यात ऋतू एकसारखे सरकत राहतील. उदा. मुसलमानी पंचांग. सौर पद्धतीत चंद्रगतीशी काहीही संबंध ठेवलेला नसतो. फक्त दृश्य सूर्य-गतीच लक्षात घेतलेली असते. उदा. ख्रिस्ती कॅलेंडर. तिसरी चांद्रसौर या योजनेमध्ये दोन्हींचा मेळ घालण्याचा प्रयत्न केलेला असतो. उदा. हिंदू पंचांग योजना.

Calender (National) - राष्ट्रीय पंचाग

दर पाच वर्षांनी प्रसिद्ध केले जाणारे भारतीय पंचांग सौरकालगणनेवर आधारलेले आहे. हे सौर पंचांग शालीवाहन राजाच्या कालगणनेवर आधारलेले असून शालीवाहनाच्या शकाला शालिवाहन शक असे म्हणतात. ख्रिस्ती लोकांची कालगणना म्हणजे इसवी सन, येशू ख्रिस्ताच्या जन्मापासून धरतात. शालिवाहन शक इसवीसनापूर्वी ७८ वर्षे सुरू झाले. यामुळे राष्ट्रीय पंचांगातील शालिवाहन शक व इसवीसन यात ७८ वर्षांचा फरक आढळतो. शालिवाहन शतकावरून इसवीसन काढावयाचे असेल तर त्यात ७८ वर्षे मिळवावी लागतात. या शकाचा प्रारंभ चैत्र शुद्ध प्रतिपदेस होत असून तो वर्षाचा पहिला दिवस म्हणून ओळखला जातो. सर्वसाधारण वर्ष ३६५ दिवसांचे असून लिपवर्ष ३६६ दिवसांचे असते. वर्षातील महिने हे सौरमास अजून त्यांची नावे हिंदू पंचांगातील महिन्याप्रमाणे आहेत. आश्विन ते फाल्गुन पर्यंतच्या महिन्यांचे प्रत्येकी ३० दिवस तर वैशाख ते भाद्रपद या महिन्यांचे प्रत्येकी ३१ दिवस असतात. सर्वसाधारण वर्षात चैत्राचा महिना ३० दिवसांचा परंतु लिपवर्षात ३१ दिवसांचा धरतात. या महिन्यांमध्ये व इंग्रजी तारखांमध्ये मेळ घातलेला आहे.

Census (सेन्सस) - जनगणना

जनगणना म्हणजे खानेसुमारी. विशिष्ट काळानंतर एखाद्या राज्यातील सर्व जनसंख्या, लोकांची आर्थिक, सामाजिक वर्गवारी; शिक्षण, वयोगट, शेतीविषयक माहिती, उत्पन्न, जात, भाषा इ. घटकांची माहिती याद्वारे मिळविली जाते. ही माहिती देशाची आर्थिक धोरणे ठरविताना उपयुक्त ठरते. आधुनिक काळात जनगणनेची सुरुवात अमेरिकेत झाली. तसा प्रयोग स्वीडनमध्येही करण्यात आला. साधारणत: दर दहा वर्षांनी अशी जनगणना केली जाते. या प्रक्रियेत शासकीय कर्मचारी गावोगावी व घरोघरी जाऊन प्रश्नावली व कोष्टकांचा उपयोग करून माहिती गोळा करतात. भारतात १८७२ मध्ये पहिली जनगणना संपन्न झाली. त्यानंतर १८८१ पासून दर दहा वर्षांनी जनगणना केली जाते. जनगणनेद्वारे केल्या जाणाऱ्या आकडेवारीचा उपयोग वेगवेगळ्या संशोधनासाठीही उपयुक्त ठरतो.

समाजाचे वास्तव चित्र राज्यकर्त्यांना समजून सामाजिक प्रगती होण्याच्या दृष्टीने अशी माहिती संकलित केली जात असताना नागरिकांनी सहकार्य करणे आवश्यक असते.

इंग्लंडमध्ये १८०१ साली पहिली 'जनगणना' झाली. फ्रान्समध्ये इ.स. १७०० साली, जर्मनीत इ.स. १८७१ साली झाली. समाजशास्त्र, अर्थशास्त्र व मानवशास्त्र ह्या दृष्टिकोनातून भारतासारख्या वैविध्याने भरलेल्या अफाट जनसंख्येच्या देशाची जनगणना करणे म्हणजे मोठे आव्हान होय.

१९०१ च्या जनगणनेत धर्म आणि मानवशास्त्राच्या दृष्टीने विस्तृत माहिती जमा केलेली आहे. लोकसंख्येचा अभ्यास करणाऱ्या भूगोलशास्त्रज्ञांना आवश्यक असणारी आकडेवारी पुरविणारे सर्वात महत्त्वाचे साधन म्हणजे 'जनगणना' होय. जगातील बहुतेक देशांमध्ये दर दहा वर्षांनी जनगणना करण्यात येते.

जनगणनेतील आकडेवारीचा उपयोग खालील कारणांसाठी केला जातो. :-

(१) प्रशासनास राष्ट्रीय व स्थानिक पातळीवर सामाजिक व आर्थिक नियोजन ठरविण्यासाठी.
(२) लोकसत्ताक राज्यपद्धतीत मतदारांच्या संख्येनुसार मतदारसंघ तयार करून प्रतिनिधित्व ठरविण्यासाठी.
(३) नमुना सर्वेक्षणासाठी (Sample Survey) नमुना चौकट म्हणून उपयोग होतो.
(४) लोकसंख्यांविषयक संशोधनासाठी.

Central Business District (सेंट्रल बिझनेस डिस्ट्रिक्ट) - **मध्यवर्ती व्यवहार विभाग**

शहराच्या मध्यवर्ती भागात असणाऱ्या नियोजित स्वरूपाच्या व्यापारी विभागाला 'मध्यवर्ती व्यवहार विभाग' म्हणतात. शहरातील व्यापारी, सांस्कृतिक आणि सामाजिक घडामोडींचे ते केंद्र असते. ह्या विभागात जाण्यासाठी अनेक वाहतूक मार्ग व वाहतूक व्यवस्था उपलब्ध असतात. कार्यालये, मोठी दुकाने, उपाहारगृहे, चित्रपटगृहे या विभागात आढळतात.

मध्यवर्ती व्यवहार विभागाची महत्त्वाची वैशिष्ट्ये अशी सांगता येतील :-

हा विभाग शहारातील सर्वात सुगम (Accessible) भाग असतो. व्यापारी घडामोडींच्या स्पर्धेसाठी योग्य असल्याने या भागात जमिनीच्या किमती सर्वाधिक असतात. व्यापारी घडामोडींची एक विशिष्ट साखळी या भागात निर्माण झालेली असते. विसाव्या शतकात या भागाचा विकास झाल्याने जुन्या इमारतींपासून नव्या गगनचुंबी इमारतींपर्यंतच्या वास्तू इथे आढळतात. कारखानदारीची वाढ इथे झालेली नसते, तसेच निवासी लोकांची संख्याही मर्यादित असते. ह्या विभागाची मर्यादा सीमाभागाच्या स्वरूपात असते. क्षितिज समांतर विस्ताराला मर्यादा असतात. या भागाचा विस्तार उभ्या दिशेने, गगनचुंबी इमारती स्वरूपात होत असतो.

Central Location (सेंट्रल लोकेशन) - **मध्यवर्ती स्थान**

मध्यवर्ती स्थानालाच मध्यप्रदेशीय स्थान (Midland Location) किंवा केंद्रीय स्थान (Central Location) असेही म्हणतात. नैसर्गिक सीमा विरहित परंतु, खंडांतर्गत किंवा देशांतर्गत मध्यवर्ती ठिकाणी असलेल्या स्थानास मध्यदेशीय स्थान असे म्हणतात. राजकीयदृष्ट्या अशा स्थानाच्या राज्यसंस्थांना फायदा व धोकाही पत्करावा लागतो. मध्यवर्ती स्थानाच्या राज्यसंस्था बलाढ्य असतील तर उलटपक्षी त्यांचा फायदाच असतो. परंतु, त्या जर कमकुवत असतील तर शेजारील बलाढ्य राज्यसंस्थेच्या सीमा ह्या कालमानानुरूप परिवर्तीत होत असतात. उदा. अनेक युद्धात पोलंडच्या सीमा वाढलेल्या अथवा कमी झालेल्या आहेत. शिवाय बोलिव्हिया, युरोपातील स्वित्झरूलंड, ऑस्ट्रिया, हंगेरी, जर्मनी, रूमानिया, आशियातील अफगाणिस्तान, नेपाळ व तिबेट यांचा उल्लेख वैशिष्ट्यपूर्ण मानला जातो.

Central Place Model (Principles) (सेंट्रल प्लेस मॉडेल - प्रिन्सिपल्स) - **मध्यवर्ती स्थान प्रतिमानांची तत्त्वे**

वॉल्टर ख्रिस्टलर या जर्मन भूगोलतज्ज्ञाने आपल्या 'मध्यवर्ती स्थान सिद्धान्तात' दिलेल्या क्षेत्रांत काही विशिष्ट कार्याच्या उपलब्धतेमुळे काही वस्त्यांना मध्यवर्ती स्थान प्राप्त होते असे प्रतिपादन केले. या सिद्धान्तानुसार दोन वस्त्यांमधील सेवाक्षेत्रांची सीमा सरळ रेषा होते व आजूबाजूच्या वस्त्यांची सेवाक्षेत्रे षट्कोनी. विखुरीत वस्त्या व मध्यवर्ती स्थान यांच्यातील सेवा उपलब्धता व श्रेणी यांमध्ये एक संबंध असतो. हा संबंध स्पष्ट करण्यासाठी ख्रिस्टलरने 'के' मूल्य गृहीत धरले. 'के' मूल्य म्हणजे मध्यवर्ती स्थान ज्या वस्त्यांना ज्या प्रमाणात सेवा पुरवू शकेल त्याचे गृहीत धरलेले मोजमाप होय. ख्रिस्टलरने प्रथम मांडलेल्या सिद्धान्तात 'के' मूल्य सात इतके होते. यानंतर ख्रिस्टलरने 'के'-३, व

विपणन तत्त्व
वाहतूक तत्त्व
शासकीय तत्त्व

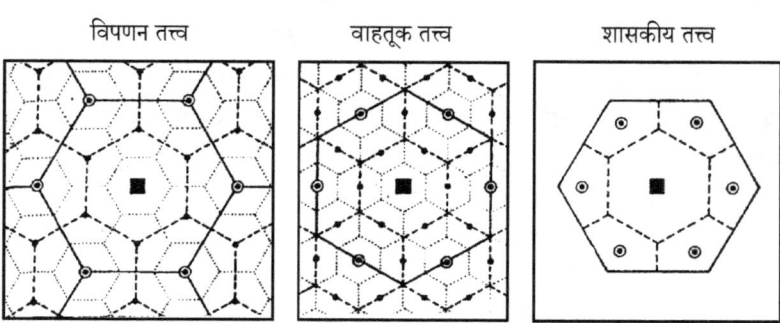

मध्यवर्ती स्थान प्रतिमानाची तत्त्वे

'के'-४ अशा आणखी दोन संकल्पना मांडल्या. ख्रिस्टलरच्या मतानुसार कोणत्याही विभागातील 'के' चे मूल्य विपणन तत्त्व (Marketing Principle), वाहतूक तत्त्व (Transport Principle) आणि प्रशासकीय तत्त्व (Administration Principle) यांवर अवलंबून असते.

Central Place Theory (सेंट्रल प्लेस थियरी) - मध्यवर्ती स्थान सिद्धान्त

वॉल्टर ख्रिस्टलर या जर्मन भूगोलतज्ज्ञाने इ.स. १९३३ मध्ये दक्षिण जर्मनीतील शहरांच्या सेवा व श्रेणी यांच्या क्षेत्रात्मक वितरणासंबंधी एक महत्त्वाचा सिद्धान्त आपल्या पुस्तकात (Central Place in South Germany) मांडला. दिलेल्या क्षेत्रांत काही विशिष्ट कार्यांच्या उपलब्धतेमुळे काही वस्त्यांना मध्यवर्ती स्थान प्राप्त होते. या प्रमुख गृहीत तत्त्वावर आधारित सिद्धान्त ख्रिस्टलरने प्रतिपादन केला. या सिद्धान्तास 'मध्यवर्ती स्थान सिद्धान्त' असे म्हणतात. हा सिद्धान्त मांडताना ख्रिस्टलरने काही गृहीत तत्त्वे मांडली होती. ती खालीलप्रमाणे आहेत :-

(१) सिद्धान्तास अभिप्रेत असणारा प्रदेश समतलप्राय मैदानी स्वरूपाचा आहे.

(२) त्या भागात सर्व साधन संपत्तीचे वितरण समान आहे.

(३) वाहतूक व्यवस्था सर्व दिशांना व सर्व मार्गांनी उपलब्ध आहे व ती लोकसंख्येच्या समप्रमाणात आहे.

(४) वस्त्यांचे वितरण सर्वत्र सारख्या प्रमाणात झाले आहे.

(५) वाहतूक मार्गाची घनता वस्तीच्या श्रेणीनुसार वाढत आहे.

(६) वाहतुकीच्या मार्गांनी सर्व वस्त्या एकमेकांशी जोडल्या गेल्या आहेत.

या गृहीत तत्त्वांच्या आधारे ख्रिस्टलरने 'मध्यवर्ती स्थान संकल्पना' स्पष्ट केली आहे. या सिद्धान्तानुसार प्रत्येक वस्ती ज्या सेवा उपलब्ध करून देईल त्या सेवाक्षेत्रांचा आकार वर्तुळाकृती न राहता षट्कोनी होईल कारण या दोन वस्त्यांमधील सेवाक्षेत्रांची सीमा सरळ रेषा होईल व या सरळ रेषेमुळे आजूबाजूच्या वस्त्यांची सेवाक्षेत्रे षट्कोनी आकाराची होतील. मध्यवर्ती स्थान सिद्धान्त हा खालील आकृत्यांद्वारे स्पष्ट केला आहे.

आकृतीत दाखविल्याप्रमाणे 'अ' व 'ब' ही दोन शहरे जवळ जवळ आहेत व दोन्ही शहरांचे सेवा क्षेत्र एकमेकाला छेदते. आकृतीत छायांकित केलेला भाग 'अ' च्या सेवाक्षेत्रातला असून 'ब' या शहराला अंतराच्या दृष्टीने जवळ आहे. परिणामी या भागातील लोक सेवांचा लाभ

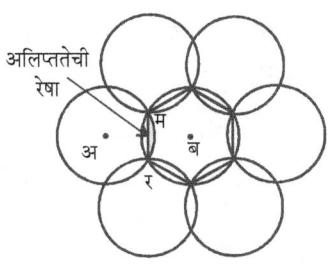

अलिप्ततेची रेषा

घेण्यासाठी 'ब' या शहरात जातील. त्याचप्रमाणे 'ब' च्या सेवाक्षेत्रातील काही भाग 'अ' या शहराजवळ आहे. त्यामुळे तेथील लोक 'अ' या शहराकडे वळतील. 'अ' व 'ब' शहराच्या एकत्रित क्षेत्राच्या बरोबर 'म र' या मध्यवर्ती रेषेवर राहणाऱ्या लोकांना अंतराच्या दृष्टीने 'अ' आणि 'ब' दोन्ही शहरे सारख्याच अंतरावर असतील; त्यामुळे ते लोक सेवेच्या लाभासाठी 'अ' व 'ब' शहरांच्या निवडीबाबत अलिप्त असतील म्हणून 'म र' या रेषेला अलिप्ततेची रेषा असे म्हटले जाते.

अशा प्रकारे वस्त्यांमधील कार्यात्मक सीमारेषा वर्तुळाकृती न राहता रेषाकृती होतात व या सभोवतालच्या सर्व वस्त्यांचा विचार करताना कोणत्याही वस्त्यांचे सेवाक्षेत्र हे षट्कोनी आकाराचे होत जाते. ख्रिस्टलरच्या मते, प्रत्येक षट्कोनाच्या मध्यभागी जी वस्ती आहे ते मध्यवर्ती स्थान समजावे. अर्थातच मध्यवर्ती स्थान हे भौगोलिक स्थानाशी निगडित असते. एखादी वस्ती, संबंधित क्षेत्रांत ज्या विविध सेवा - सुविधा पुरविण्याचे कार्य करते त्या वस्तीचे मध्यवर्ती स्थान म्हणजेच 'मध्यवर्ती स्थान' होय.

ख्रिस्टलरची वस्त्यांची श्रेणी खालील आकृतीत दर्शविली आहे.

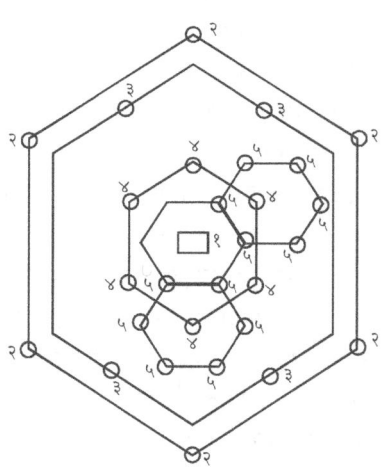

(१) प्रादेशिक राजधानी
(२) मोठे प्रादेशिक शहर
(३) मोठी बाजारपेठ असलेले नगर
(४) लहान बाजारपेठेत असलेले नगर
(५) खेडे

ख्रिस्टलरचा सिद्धान्त वस्ती-भूगोलाच्या अभ्यासात महत्त्वाचा मानला जातो; कारण प्रत्येक वस्तीला तिच्या कार्यात्मक स्वरूपांमुळे सेवालाभ होतो व या सेवालाभांचा फायदा सभोवतालच्या क्षेत्रास मिळतो. तसेच वस्त्यांच्या कार्यानुरूप वर्गीकरणांत कार्याची व वस्त्यांची श्रेणी निर्माण झालेली असते. हे मध्यवर्ती तत्त्व या सिद्धान्तातून प्रतीत होते.

Christianity (ख्रिश्चॅनिटी) - **ख्रिस्ती धर्म**

ख्रिस्त (Christ) या शब्दाचा अर्थ आहे 'अभिषिक्त' (मसीहा) किंवा देवाने निवडलेला. हा अभिषिक्त म्हणजे 'येशू'. येशू ख्रिस्ताच्या व्यक्तिमत्त्वात व शिकवणीत ख्रिस्ती धर्म केंद्रित झाला आहे. पॅलेस्टाइनमधील जेरुलसेम (सध्याची इस्रायलची

राजधानी) जवळील बेथलेहेम नावाच्या लहानशा गावात एका यहुदी कुटुंबात येशू ख्रिस्ताचा जन्म झाला. प्रभू येशूचा जन्म हा मानवी संबंधातून न होता देवाच्या योजनेप्रमाणे पवित्र आत्म्याच्या (देवाचा आत्मा) साहाय्याने कुमारी मरियेच्या ठायी झाला. वयाच्या २७-३३ च्या दरम्यान त्याने लोकांना शिक्षण देणे व रोगमुक्त करणे अशा सेवाकार्याला प्रारंभ केला. त्याने बारा लोक निवडून घेतले व ते त्याचे शिष्य बनले, त्यापैकी एकाने (ज्युडास) शत्रूला फितूर होऊन येशूला धरून दिले व अशा रीतीने तो त्याच्या मृत्यूस कारणीभूत झाला. येशू ख्रिस्तासारख्या चांगल्या व प्रेमळ व्यक्तीला विरोधक असणे शक्य नव्हते, परंतु, वस्तुस्थिती तशी नव्हती. परूशांचे (यहुदी धर्मातील एक पंथ) जाचक नियम त्याने मोडले, म्हणून परूशी लोकांना तो प्रथमपासूनच आवडत नव्हता. यहुद्यांवर म्हणजेच ज्यूंवर सत्ता गाजवणाऱ्या व त्यांना छळणाऱ्या रोमन साम्राज्याला उलथून टाकण्यासाठी त्याने आपली दैवी शक्ती वापरावी, असे सामान्य लोकांना वाटत होते परंतु तो तसे करत नव्हता, म्हणून सामान्य जनताही त्याला साथ देत नव्हती. जेरूसलेम येथील मंदिरात असलेल्या एका अनिष्ट प्रथेचा येशूने निषेध केल्यामुळे श्रीमंत लोक त्याच्यावर चिडले होते. हे तिन्हीही गट त्याला पकडण्याच्या संधीची वाटच पाहत होते आणि संधी मिळताच त्याला पकडण्यात आले. त्याने रोमन सत्तेविरुद्ध बंडांचा उठाव केला, असा त्याच्यावर आरोप ठेवण्यात आला. खरेतर ही गोष्ट त्याने कधीच केली नाही. परंतु, आपल्या सत्तेखाली असणाऱ्या लोकांच्या जीवनात खळबळ माजेल अशी कोणतीही गोष्ट रोमन सत्ताधाऱ्यांना नको होती आणि म्हणूनच येशूचे कार्य खरेच काय आहे, याची सखोल चौकशी न करताच येशूला क्रूसावर खिळण्याची अतिशय क्रूर शिक्षा देण्यात आली. क्रूसावरती खिळलेल्या अवस्थेत असह्य वेदना होत असतानाही येशूने आपला छळ करणाऱ्यांसाठी 'हे परमेश्वरा, त्यांना क्षमा कर, कारण ते काय करतात हे त्यांना कळत नाही.' अशी प्रार्थना केली व आपला प्राण सोडला. देवाच्या योजनेप्रमाणे तिसऱ्या दिवशी येशू मरणातून उठला व सर्वप्रथम आपल्या शिष्यगणांपैकी सेंट पीटर (पेत्र) (जो पुढे रोमन कॅथलिक धर्माचा पहिला पोप झाला) ह्या शिष्याला प्रथम दर्शन दिले. तसेच येशूच्या इतर शिष्यांनी व अनुयायांनी सुद्धा येशूला पुनरुत्थानानंतर पाहिले होते.

येशू हा योग्य समयी आला असे पवित्र शास्त्रातील नव्या करारात म्हटले आहे. बुद्धिवंतांच्या मते याचा अर्थ असा होतो की, येशूच्या आगमनाची सर्व सिद्धता झाली होती. तसेच येशू ख्रिस्ताच्या क्रूसावरील दु:ख सहन करण्यामुळे सर्व मानवजातीचे तारण होणार आहे, ही शुभवार्ता सर्व राष्ट्रांना सांगण्याची सर्व सिद्धता झाली होती.

चर्चचा व पर्यायाने ख्रिस्ती धर्माचा पहिला थोर मिशनरी म्हणजे सेंट पॉल (सुमारे इ. स. ३ ते इ. स. ६७) हा होय. सुरुवातीला त्याने ख्रिस्ती अनुयायांचा खूप छळ केला

परंतु त्याला येशूख्रिस्ताने दिलेल्या दृष्टांतामुळे त्याने आपला दृष्टिकोन बदलला व त्याने ख्रिस्ती धर्माचा जोमाने प्रसार केला. ह्याच सुमारास येशूच्या पहिल्या बारा शिष्यांपैकी काही वेगवेगळ्या देशांत गेले. त्यांच्यापैकी एक सेंट थॉमस सुमारे पहिल्या शतकात भारतात आला. अगदी सुरुवातीच्या ख्रिस्ती लोकांना 'मार्गाचे वा पंथाचे अनुयायी' म्हणत असत. यहुदी लोक आपला छळ करताहेत हे पाहून ते जेरूसलेम व पॅलेस्टाइन येथून पळून गेले; परंतु, नेमका ह्यामुळेच ख्रिस्ती धर्माचा इतरत्रही प्रसार झाला. साहजिकच रोम हे ख्रिस्ती धर्माच्या कार्याचे केंद्र बनले. अनेक कठीण समस्यांना तोंड द्यावे लागूनही ख्रिस्ती धर्माचा प्रसार होणे चालूच राहिले. ख्रिस्ती धर्मास तौलनिकदृष्ट्या तो शांततेचा काळ लाभला, त्या काळात ख्रिस्ती लोकांनी आपल्या धर्माची काही तत्त्वे निर्धारित केली आणि चर्चच्या व्यवस्थापनेला निश्चित स्वरूप देण्यास प्रारंभ केला. ह्याच काळात बायबलमधील नव्या करारातील पुस्तके निश्चित करण्यात आली. पुढे इ. स. ११८२ ते १२२६ या काळात चर्चला सेंट फ्रान्सिससारखा नेता लाभल्यामुळे चर्चची भरभराट झाली. सेंट फ्रान्सिसनंतर मात्र मध्ययुगीन चर्चची स्थिती ढासळू लागली. आत्यंतिक हाव, सुखासीनता, क्रोध व अहंकार ह्या महाभयंकर दुर्गुणांनी चर्चला घेरले होते. चर्चच्या ह्या दुर्गुणांवर टीका करणाऱ्या चळवळी चर्चमध्ये सुरू झाल्या. धर्मसुधारणेच्या चळवळीला धार्मिक चळवळींशिवाय ज्या इतर चळवळी कारणीभूत झाल्या, त्यात प्रबोधनाची चळवळ सर्वात महत्त्वाची होती. ह्या चळवळीने मानवी मन अधिक ज्ञानाभिमुख केले आणि धर्मसत्तेच्या वर्षानुवर्षे पडलेल्या बेड्या तोडून टाकल्या. ह्या काळातील मानवतावादी पुरुषांनी चर्चमधील सुधारणांसाठी पार्श्वभूमी तयार करून ठेवली व या कार्यासाठी त्यांना मार्टिन ल्यूथर (इ. स. १४८३-१५४६) हा नेता मिळाला. चर्चपासून फुटून वेगळे निघण्याचा मार्टिन ल्यूथरचा उद्देश नव्हता. त्याला चर्चमध्ये सुधारणा घडवून आणायच्या होत्या. मार्टिन ल्यूथरच्या चळवळीने चांगलेच मूळ धरले होते व १५२९ मध्ये त्याच्या पंथाला 'प्रोटेस्टंट' (विरोध करणारे) हे नावही देण्यात आले. सतराव्या शतकाच्या उत्तरार्धात ३० वर्षांच्या युद्धात (इ. स. १६१८-१६४८) रोमन कॅथॉलिक पंथ व प्रोटेस्टंट पंथ ह्यातील हाडवैर कळसास पोहचले. इ. स. १६४८ मध्ये वेस्ट फेलियाच्या तहानुसार प्रोटेस्टंट पंथाला मान्यता देण्यात आली. परमेश्वर मानवी देह धारण करून स्वत: मानव होऊन ह्या पृथ्वीवर आला, हा चर्चचा सर्वात महत्त्वाचा धर्मसिद्धान्त आहे. ह्या पृथ्वीवर मानवी देह धारण करून राहणारा येशू ख्रिस्त प्रत्यक्ष परमेश्वरच होता.

रोमन कॅथॉलिक पंथ व प्रोटेस्टंट पंथ हे ख्रिस्ती धर्मातील प्रमुख पंथ होत. रोमन कॅथॉलिक पंथात सर्व सत्ता पोपमध्ये (रोमन कॅथॉलिक पंथीयांचा सर्वोच्च धर्मगुरू) उगम पावते, तर प्रोटेस्टंट पंथात ती श्रद्धावंतांचे आचार्यपद ह्या तत्त्वावर आधारित आहे.

धर्मसिद्धान्त व जीवनमार्ग निश्चित करणाऱ्या अधिकारपदाबद्दलच प्रामुख्याने प्रोटेस्टंट व रोमन कॅथॉलिक पंथ (चर्च) ह्यांच्यात मतभेद आहेत. रोमन कॅथॉलिक पंथाच्या मते ख्रिस्ताच्या आधिपत्याखाली चर्चमध्येच सर्वाधिकार केंद्रित झालेले आहेत. चर्चमुळे बायबलला प्रामाण्य प्राप्त आहे; असे ते शिकवतात; तर प्रोटेस्टंट पंथाच्या मते, ऐतिहासिकदृष्ट्या ख्रिस्ताखालोखाल बायबलाचा सर्वोच्च अधिकार आहे व चर्चचा अधिकार दुय्यम आहे. रोमन कॅथॉलिक पंथात वरील दृष्टिकोनामुळे रोमच्या चर्चला महत्त्वाचे स्थान मिळाले व पोपचे जाहीरनामे हे अंतिम निर्णायक ठरले. अखंड कुमारी व्रत, येशू ख्रिस्ताची आई मरिया हिचे पावित्र्य, पवित्र मरियेचे व ख्रिस्ती संतांचे प्रार्थनेतून चिंतन, प्रभूभोजनाची भाकरी व द्राक्षरस म्हणजे प्रत्यक्ष ख्रिस्ताचे (येशूचे) शरीर व रक्त आहे असे मानणे इ. समजुती या दृष्टिकोनातून निर्माण झाल्या. उलटपक्षी प्रोटेस्टंट पंथाच्या दृष्टिकोनामुळे बायबलमधील वचनांचे भिन्न भिन्न व पुष्कळदा विरोधीही अर्थ पुढे आले.

किरकोळ भेदांवर आधारित असे लहान-लहान पंथोपपंथ ख्रिस्ती धर्मात अनेक आहेत. ख्रिस्ती धर्मसिद्धान्त व आचारपद्धती या बाबतीत जरी वेगवेगळ्या पंथांत भिन्नता दिसून येत असली, तरी धर्माच्या काही मूलभूत सिद्धान्ताबाबत मात्र सर्वच पंथांत एकमत आहे. हे मूलभूत सिद्धान्त पुढीलप्रमाणे :-

(१) परमेश्वराने स्वत:चे स्वरूप व स्वत:च्या इच्छा बायबलमध्ये प्रगट केल्या आहेत.

(२) परमेश्वर एकच असून पिता (Father), पुत्र (Son) व पवित्र आत्मा (Holy Spirit) या तीन शाश्वत व्यक्तींच्या ठायी तो आहे.

(३) मानवाला भौतिक व आध्यात्मिक अशी दोन्हीही रूपे असतात. त्याचा आत्मा अविनाशी असतो. मानवाने पाप केले आहे म्हणून परमेश्वराची पूर्ण सहभागिता त्याला मिळू शकत नाही.

(४) येशू ख्रिस्त हा परमेश्वराचा पुत्र असून त्याने परमेश्वराच्या योजनेनुसार मानवी देह धारण केला.

(५) परमेश्वराचा व मानवाचा समेट घडवून आणणे, हा येशू ख्रिस्ताचा मानवदेह धारण करण्यामागील मुख्य उद्देश होता.

(६) चर्चच्या व्यवस्थापनेत दिसून येणारी सहभागिता ही ख्रिस्ती धर्माच्या अनुयायांना अत्यंत आवश्यक अशी बाब आहे.

(७) देवाच्या राज्याच्या विस्ताराची व त्याच्या अंतिम विजयाची आशा ख्रिस्ती धर्माच्या तत्त्वात अभिप्रेत आहे.

सध्याच्या काळात विविध ख्रिस्ती धर्म-पंथांना आपली मूलभूत तत्त्वे एकच आहेत, ह्याची वाढती जाणीव होऊ लागली आहे व आपसांतील क्षुल्लक मतभेद बाजूला ठेवून

सर्व पंथांत ऐक्य निर्माण करण्याचे प्रयत्न चालू आहेत. येशू ख्रिस्ताच्या शिकवणीप्रमाणे, ''तू तुझा देव प्रभू याच्यावर पूर्ण अंत:करणाने, पूर्ण आत्म्याने, पूर्ण शक्तीने प्रीती कर व स्वत:वर जशी प्रीती करतोस तशी तू आपल्या शेजाऱ्यावरही प्रीती कर.'' (बायबल - लूक - १० : २७) ही ख्रिस्ती धर्मातील सर्वात मोठी आज्ञा होय.

ख्रिस्ती धर्म हा जगातील सर्वात मोठा धर्म असून जगातील एकूण लोकसंख्येच्या ३३% लोक हे ख्रिस्ती धर्माचे अनुयायी आहेत. भारतामध्ये हे प्रमाण २.३४% आहे.

ख्रिश्चन धर्मातील कॅथॉलिक पंथात क्षेत्रीय स्तररचना खूपच विकसित आहे. कॅथॉलिक पंथामध्ये मूलभूत भौगोलिक क्षेत्र ख्रिश्चन धर्मप्रदेश (Diocese) हा आहे. कॅथॉलिकांचे जगत हजारो धर्मप्रदेशांत विभाजित केलेले असून प्रत्येक धर्मप्रदेशाचे प्रशासन बिशपकडून केले जाते. धर्मप्रदेशाचे विभाजन पॅरिश (Parish) मध्ये केलेले आहे. प्रत्येक पॅरिशचा मुख्य एक पुरोहित (Priest) असतो. अनेक धर्मप्रदेशांचे संघटन एका प्रांतात केलेले असून त्यांचा जो मुख्य बिशप असतो त्याला धर्माध्यक्ष (आर्चबिशप) असे म्हणतात. आर्चबिशपचा दर्जा पोपमहाराजांपेक्षा दुय्यम असतो; परंतु, पोपमहाराज देखील रोमचे बिशप - म्हणजे एका धर्मप्रदेशाचे बिशप असतात.

भूपृष्ठावरील मानवी क्रियांच्या व्यवस्थेत धर्माचा प्रभाव आढळतो; अशा प्रकारचा धार्मिक प्रभाव जमिनीच्या अत्यंत छोट्या तुकड्यांपासून संपूर्ण समुदायांच्या मोठ्या क्षेत्रावर कार्यरत असतो. दफनक्रियेमध्ये जमिनीचा अत्यंत कमी भाग व त्या भागाची धार्मिक व्यवस्था दृष्टीस पडते.

ऋतुमान, भूभाग व स्थलाकृती यांचाही परिणाम दफनविधीवर झालेला आढळतो. ख्रिश्चन लोक मृतांचे दफन एका विशिष्ट क्षेत्रांत करतात. त्याला 'सिमेट्री' असे म्हणतात. दफनभूमी जमिनीचा खूपच भाग व्यापत असल्याने जमिनीवर असलेल्या प्रतिस्पर्धित उपाययोजनांचा भार अनेकदा गंभीर समस्या धारण करतो. ख्रिश्चन धर्माच्या सुरुवातीपासूनच दफनप्रथेस सुरुवात झाली. प्राचीन काळी रोममध्ये ख्रिश्चन धर्मीयांचे मृतदेह एका भूमिगत मार्गात दफन करीत असत, त्यांना कॅटकोंब (Catacomb) असे म्हणत; त्यामुळे ख्रिश्चन धर्मीयांना संरक्षण मिळे; कारण तेव्हा ख्रिश्चन धर्म बेकायदेशीर होता. धर्मास कायदेशीर मान्यता प्राप्त झाल्यांनतर चर्चजवळील आवारातच मृतदेह दफन करण्याची प्रथा त्यांनी सुरू केली; परंतु, अशी कबरस्ताने नंतर भरल्यावर नगरांच्या वेशीबाहेरील काही विभागात वरील कबरस्ताने निर्माण करण्यात आली.

एवम् ख्रिश्चन धर्मात स्थलीय अभिव्यक्ती अतिशय प्रखर आहे. पूर्वीय व पश्चिमी चर्चमधील विभाजन कोणत्याही धर्मसिद्धान्तावर आधारित नसूनही चर्चमध्ये प्रादेशिक फूट पडली. आजही ती जगाच्या नकाशावर स्पष्टपणे दिसते. कॅथॉलिक संप्रदायाने चर्चला

खूपच महत्त्व दिले तर प्रोटेस्टंट पंथीयांनी चर्चला कमी महत्त्व दिले. परिणामी, प्रत्येक ग्रामीण वा नागरी कॅथॉलिक विभागात एकतरी चर्च आढळते.

Classification of Resources (क्लासिफिकेशन ऑफ रिसोर्सेस) - **संसाधनांचे वर्गीकरण**

साधनसंपदेचे वा संसाधनांचे वर्गीकरण वेगवेगळ्या आधारांवर केले जाते. निर्मितीच्या आधारांवर साधनसंपदेचे दोन प्रकार पडतात.

अ) नैसर्गिक साधनसंपदा ब) मानवी साधनसंपदा

अ) नैसर्गिक साधनसंपदा : जी साधनसंपदा निसर्गाकडून प्राप्त होते त्या साधनसंपदेस 'नैसर्गिक साधनसंपदा वा संसाधने' असे म्हणतात. निसर्गात विपुल प्रमाणात साधनसंपदा आहे; पण तिचा वापर काटेकोरपणे करण्याची गरज आहे. अलीकडे मानवाकडून नैसर्गिक संसाधनांचा अविवेकीपणाने वापर सुरू आहे. यामुळे भविष्यात पुढच्या पिढीला कदाचित ही नैसर्गिक साधनसंपदा मिळणार नाही.

हवा, सौरशक्ती, पाणी, जमीन, नैसर्गिक वनस्पती, प्राणी, पशुपक्षी, विविध खनिजे, शक्तिसाधने इत्यादी निसर्गाकडून प्राप्त होणारी संसाधने आहेत. नैसर्गिक साधनसंपदेचे वेगवेगळ्या आधारांवर खालीलप्रमाणे वर्गीकरण करता येते.

१) अविनाशी साधनसंपदा व विनाशी साधनसंपदा २) अपुनर्नवीकरणीय साधनसंपदा व पुनर्नवीकरणीय साधनसंपदा ३) सजीव साधनसंपदा व निर्जीव साधनसंपदा ४) भूपृष्ठावरील साधनसंपदा व भूपृष्ठाखालील साधनसंपदा इत्यादी.

नैसर्गिक साधनसंपदेचे महत्त्व व संवर्धनाची गरज - मानवाच्या आर्थिक प्रगतीसाठी नैसर्गिक साधनसंपदा फार उपयोगी आहे. *(मानवी साधनसंपदा, पहा - पृष्ठ २१२)*

Commercial Geography (कमर्शियल जिऑग्राफी) - **व्यापारी भूगोल**

ही देखील आर्थिक भूगोलाचीच एक शाखा आहे. व्यापाराचे अभिक्षेत्रीय घटक, व्यापार वस्तूंची प्रादेशिक विविधता, व्यापाराची दिशा, जागतिक व्यापारी संघटना इत्यादी घटकांचा अभ्यास व्यापारी भूगोलात केला जातो.

Community Resource (कम्युनिटी रिसोर्स) - **सामाजिक साधनसंपदा**

आजच्या सर्व प्रगत देशातील शिक्षण व्यवस्थेत एक महत्त्वाची घोषणा दिली जाते, ती म्हणजे - 'समाजाचा अभ्यास, समाजाचा उपयोग, समाजाचा सहभाग आणि समाजसेवा'. आजच्या शाळा म्हणजेच समाजरूपी सागरातील बेट नाही. शाळा म्हणजे जागर केंद्र (Watch Tower) असते, हस्तिदंती मनोरा (Ivory Tower) नव्हे.

समाज व निसर्ग ही एक मोठी प्रयोगशाळा आहे, तेथे साधने व साधनसंपदा पुरेशी आहे हे ओळखून त्याचा उपयोग करून घेतला पाहिजे अशी आजची शिकवण आहे. या साधनसंपदेची वर्गवारीही करता येते. उदा. (१) टेकड्या, डोंगर, दरी, सागर, नद्या, तलाव इ. भौगोलिक साधनसंपदा, (२) किल्ले, मंदिरे, चर्च, मशिदी, गुरुद्वार, इ. ऐतिहासिक व धार्मिक स्थळे, (३) संग्रहालये (Museums), कलादालने (Art Galleries), कलागृहे (Art Theatres), व्यापार-भव्य-प्रदर्शन (Emporium) इ. सांस्कृतिक केंद्रे, (४) विज्ञान प्रयोगशाळा, जल आणि विद्युत केंद्रे, आकाशवाणी व दूरदर्शन प्रक्षेपण केंद्रे, वैद्यकीय उपचार केंद्र इ. शास्त्रीय ठिकाणे, (५) व्यापार केंद्रे, बँक, रेल्वे स्टेशन, दूरध्वनी केंद्र इ. अर्थ-व्यवहार स्थाने, (६) शासकीय इमारती, संसद भवन, राष्ट्रपती भवन इ. राजकीय व प्रशासकीय ठिकाणे. या सर्व स्थळांचा उपयोग शिक्षणात करून घेणे आवश्यक असते.

Concept of Determinism / Environmentalism (कन्सेप्ट ऑफ डिटरमिनिझम / एन्व्हरान्मेंटॅलिझम) - **पर्यावरणवाद - निश्चयवाद संकल्पना**

या विचारसरणीचा जन्म जर्मनीमध्ये झाला. या मतप्रणालीनुसार निसर्ग हाच सर्वश्रेष्ठ मानला जातो. नैसर्गिक परिस्थितीचा मानवी जीवनावर परिणाम होत असतो. निसर्गाशी मिळते-जुळते घेऊनच मानवाला आपला जीवनक्रम आखावा लागतो. मानव आपले जीवन समृद्ध करून घेण्यासाठी निसर्गाचा जरी सर्वतोपरी उपभोग घेत असला तरी त्याला निसर्गाच्या ठरावीक चौकटीत राहूनच आपली प्रगती करून घ्यावी लागते. मानवाला आपल्या मूलभूत गरजा भागविण्यासाठी जे प्रयत्न करावे लागतात, त्याचे स्वरूप तेथील भौगोलिक परिस्थितीवर अवलंबून असते.

'पर्यावरणवाद' किंवा 'निश्चयवाद' या दोन्ही शब्दांचा अर्थ एकच आहे. या सिद्धान्ताचा आशय असा आहे की, 'मानवाचा विकास त्याच्या पर्यावरणाद्वारा होत असतो. मानवाच्या राहणीमानाच्या पद्धतीवर अर्थात भोजन, वस्त्र, निवारा, आर्थिक उद्योग, सामाजिक संघटन आणि सांस्कृतिक या सर्व प्रतिरूपाचे पर्यावरणचं निर्धारण करतो.' या ठिकाणी पर्यावरणाचा प्रभाव केवळ भौतिक पर्यावरणाशी निगडित आहे. यामध्ये मानवद्वारा निर्मित सांस्कृतिक पर्यावरणाचा समावेश केलेला नाही.

पर्यावरण निश्चयवादास 'भौगोलिक निश्चयवाद' (Geographical Determinism) असेही म्हणतात. याचा अर्थ असा आहे की, 'भौतिक पर्यावरणाच्या कारकांचा कोणत्याही क्षेत्रात किंवा प्रदेशात वास्तव्य करणाऱ्या मानवाच्या क्रिया आणि आचार-विचारांवर प्रभाव पडतो.'

Concept of Possibilism (कन्सेप्ट ऑफ पॉसिबिलिझम) - **संभववाद संकल्पना**

संभववाद संकल्पनेचा जन्म फ्रान्समध्ये झाला. या मतप्रणालीनुसार प्रादेशिक एकतेमधील मानवाचे कार्य सर्वश्रेष्ठ आहे. मानव हा शक्तिशाली घटक असून तो निसर्गावर मात करू शकतो. निसर्ग नियम समजावून घेऊन मानवाने कृती केल्यास त्याला त्यात यश मिळते. मानवाला निसर्ग केवळ एकाच मार्गाने हाकीत नसून मानवाला पुष्कळसे मार्ग खुले आहेत. मानवाने इतिहासकाळापासून निसर्गावर नियंत्रण ठेवून निसर्गाचा मानवाच्या कल्याणासाठी वापर केलेला आहे.

सुप्रसिद्ध फ्रेंच भूगोलकार व्हिदॉल - द - ला ब्लाश हे संभववाद या विचारसरणीचे प्रवर्तक आहेत. फ्रान्समध्ये 'संभववाद' या विचारसरणीचा जन्म आणि विकास झाला म्हणून त्यास 'भूगोलातील फ्रेंच विचारसरणी' (French School of Geographical Thoughts) असे म्हटले जाते. व्हिदॉल - द - ला - ब्लाश यांचे शिष्य झीन ब्रूइज, दमाँजिऑ व इतर भूगोलकरांनी या विचारसरणीच्या विकासासाठी महत्त्वपूर्ण लेख लिहिले.

व्हिदॉल - द - ला - ब्लाश यांनी भूपृष्ठाचा प्राकृतिक म्हणजे निसर्ग - यालाच त्याने 'भौगोलिक पर्यावरण' (Geographical Environment) म्हटले आणि मानवी भूगोलाच्या अभ्यावर भर दिला.

Concept of Under, Optimum and Over Population (कन्सेप्ट ऑफ अंडर ऑप्टिमम अँड ओव्हर पॉप्युलेशन) - **न्यूनतम, पर्याप्त व अतिरिक्त लोकसंख्येची संकल्पना**

एखाद्या देशात उपलब्ध असलेली एकूण साधनसंपदा व विकास आणि त्या देशातील एकूण लोकसंख्या यांच्यातील परस्परप्रमाणावरून त्या देशाची लोकसंख्या न्यूनतम, पर्याप्त किंवा अतिरिक्त आहे का ते ठरविले जाते. प्रत्येक देशाची लोकसंख्येबाबत स्थिती बदलती असल्याने प्रत्येक देशाच्या बाबतीत ह्या तिन्ही संकल्पना सतत बदलत राहू शकतात म्हणूनच या तिन्ही संकल्पना सापेक्ष आहेत. साधनसंपदेचा विकास हा त्या देशातील लोकांनी वापरलेले ज्ञान, कौशल्य, तंत्र व उत्पादनपद्धतींवर अवलंबून असतो म्हणून एखाद्या देशाची लोकसंख्या अतिरिक्त आहे का? पर्याप्त आहे का? किंवा न्यूनतम आहे का? हे ठरविताना केवळ साधनसंपदा पुरेशी उपलब्ध आहे का? एवढेच पाहून चालणार नाही, तर त्या देशातील इतरही घटक लक्षात घेतले जातात.

Concentric Zone Theory (कॉन्सेट्रिक झोन थियरी) - **समकेंद्र वर्तुळ सिद्धान्त**

हा सिद्धान्त इ. डब्ल्यू. वर्गीस आणि त्यांच्या सहकाऱ्यांनी मांडला. एकोणीसाव्या शतकात औद्योगिक शहरांच्या निर्मितीला सुरुवात झाली. त्याचवेळी नगरांची वाढ ही एका विशिष्ट पद्धतीने समकेंद्री वर्तुळाच्या स्वरूपात होत होती. उदा. फेड्रीक एन्जल्स

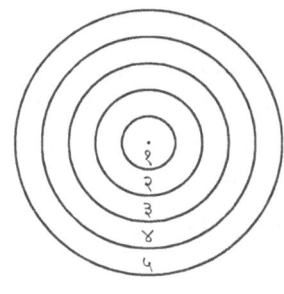

यांनी अशा स्वरूपांची शहराची वाढ किंवा आकृतीबंध मँचेस्टर शहराच्या संदर्भात इ.स. १८४० साली अभ्यासला होता व त्याचे त्यांनी वर्णनही केले होते. १९२३ साली वर्गीस यांनी अनेक अमेरिकन शहरांचा विशेषत: शिकागो शहराचा सखोल अभ्यास करून त्या शहराचा आकृतिबंध सैद्धान्तिक स्वरूपात मांडला. हा सिद्धान्त मांडत असताना नागरी भूमिउपयोजनेतील संमिश्रता स्पष्ट करताना वर्गीस यांनी वनस्पतीशास्त्रातील काही संकल्पनांचा आधार घेतला. स्पर्धा, प्रभाव, स्थैर्य आणि विकास ह्या घटना वनस्पतीच्या वाढीच्या संदर्भात विचारात घ्याव्या लागतात. ह्याच संकल्पनांचा विचार नागरी लोकसंख्येची आर्थिकक्षमता आणि भूमिउपयोजन या संदर्भात करावा लागतो. शहरात मर्यादित क्षेत्रांमुळे स्पर्धा असते. आर्थिकदृष्ट्या जे गट प्रभावी ठरतात, त्यांना त्यांच्या निवडीनुसार-आवडीनुसार ठरावीक क्षेत्रांत स्थैर्य लाभते व त्या क्षेत्राचा विकास होऊ लागतो. आर्थिकदृष्ट्या जे लोक दुर्बल ठरतात त्यांना अशा क्षेत्र निवडीबाबत प्राधान्य मिळत नाही. त्यामुळेच आर्थिकक्रिया क्षेत्र आणि धनिकांचे वेगळे निवासी क्षेत्र असे दोन भाग शहरात आढळतात.

वर्गीस यांच्या मतानुसार नागरी वस्तीत भूमिउपयोजन काही विशिष्ट पद्धतीने झालेले असते. भूमिउपयोजन समकेंद्री वर्तुळाच्या स्वरूपात होते; अशी साधारण पाच समकेंद्री वर्तुळे नगराच्या आकृतिबंधात आढळतात. या पाच समकेंद्री वर्तुळाचे विभाग याप्रमाणे : (१) केंद्रीय व्यवहार विभाग (२) संक्रमण प्रदेश (३) कामगार वस्ती (४) निवासस्थाने आणि (५) उपनगर. वर्गीस यांच्या मतानुसार गरिबांची घरे शहराच्या केंद्रीय विभागाजवळ असतात तर धनिकांची घरे केंद्रीय विभागापासून दूर असतात. वर्गीसना आणखी एक वस्तुस्थिती जाणवली होती की, निवासी क्षेत्रांत आर्थिक व सामाजिक प्रतिष्ठेनुसार प्रतवारी झालेली असते. एकाच प्रकारची आर्थिक आणि सामाजिक प्रतिष्ठा असलेले लोक एकत्र येतात. वर्गीसच्या या सिद्धान्तावर, आक्षेप घेण्यात आले तरीही या सिद्धान्तात मांडली गेलेली केंद्रीय व्यवहार विभाग ही संकल्पना खूप अभ्यासली गेली.

समकेंद्र वर्तुळ सिद्धान्तातील पाचही वर्तुळातील भूमिउपयोजन खालीलप्रमाणे

(१) केंद्रीय व्यवहार विभाग (Central Business District)

(२) संक्रमण प्रदेश (Zone In Transition)

(३) कामगार वस्ती (Zone of Workers)

(४) निवासस्थाने (Residential Zone)

(५) उपनगर (Commuters Zone)

Confucian Religion (कन्फुशियन रिलिजन) - **कन्फ्युशियन धर्म**

चीनमध्ये सुमारे इ. स. पूर्व ५०० वर्षांपूर्वी कन्फ्युशियन धर्माचा उदय झाला. उत्तर चीनमध्ये 'लू' प्रांतात कन्फ्युशियस याचा जन्म इ. स. पूर्व ५५१ मध्ये झाला. तो एक राज्यकर्ता होता. त्यांनी कन्फ्युशियन धर्माची स्थापना केली. मूलत: कन्फ्युशियस हा एक नीतिशास्त्र पाळणारा धर्म आहे. यामध्ये परमेश्वर व पूर्वजांच्या प्रती त्याग करणे ही एक प्रमुख बाब मानली जाते. कोणत्याही ईश्वर विद्येशी कन्फ्युशियन धर्म निगडित नाही. 'ॲनालेक्ट्स' हा कन्फ्युशियनचा पवित्र ग्रंथ आहे.

कन्फ्युशियन धर्माची वैशिष्ट्ये याप्रमाणे आहेत -

हा धर्म धार्मिक तत्त्वज्ञान किंवा नीतिशास्त्र प्रणालीयुक्त आहे.

गेली २००० वर्षे चीनची विचारप्रणाली, शिक्षण आणि सरकारी पातळीवर याचा प्रभाव आहे. कन्फ्युशियन लोकांची जीवनपद्धती पुढील पाच तत्त्वांवर आधारलेली आहे. (अ) दयाळूपणा, (ब) नैतिकदृष्ट्या योग्य वर्तणूक, (क) साधी वागणूक, (ड) न्याय-प्रवीणता, (इ) अत्यंत प्रामाणिकता.

कन्फ्युशियन नियम असा आहे की, 'आपल्यापेक्षा कनिष्ठ असणाऱ्यांना समान बंधुभावाची वागणूक द्या.'

कन्फ्युशियस असे प्रतिपादन करतो की, मानव हा चांगला आहे. त्याच्या अंगी असलेली मुक्त इच्छा आणि ज्ञान म्हणजे मानवाला प्राप्त झालेले स्वत:चे बक्षीस आहे.

कन्फ्युशियसचा 'ॲनालेक्ट्स' हा पवित्र ग्रंथ आणि 'मेनीकस' लिखाण यांपासून कन्फ्युशियनचा पाया निर्माण झाला. कन्फ्युशियन धर्मात चर्च किंवा बिशप नाही.

Conurbation (कॉनरबेशन) - **संकलित नगरे**

संकलित नगर ही संज्ञा पॅट्रिक गिडेस (Patric Geddes) या भूगोलशास्त्रज्ञाने सर्वप्रथम वापरली. याच संज्ञेच्या संदर्भात टी.डब्ल्यू.फ्रीमन, आर. इ. डिकिन्सन, ग्री. टेलर, सी.बी. फॉसेट, प्रेरी जॉर्ज या भूगोलवेत्त्यांनी नंतर ऊहापोह केला. फॉसेटच्या मतानुसार अविभक्त नागरी विभाग म्हणजे संकलित नगर होय. थोडक्यात, संकलित नगरे ही मोठमोठ्या महानगरांची एक सलग अशी मालिकाचं असते. सामान्यत: या मालिकेची लोकसंख्या २० लाखांपेक्षा जास्तच असते.

पॅट्रिक गिडेस यांनी १९५१ मध्ये ही संज्ञा, नगरांच्या भौगोलिक वाढीच्या संदर्भात प्रचलित केली. साधारणत: एकमेकांशेजारच्या मध्यम आकाराच्या नगरांच्या अवतीभोवती कारखानदारी व त्या अनुषंगाने निवासी बांधकामे वाढत जातात. त्यामुळे ती नगरे काही दशकांनंतर एका सलग मोठ्या नगराचे रूप धारण करतात. क्रीडांगणे किंवा बागांच्या निमित्ताने काही मोकळ्या जागा असल्या तरी बांधकामांची दाटी आणि शेतजमिनीचा

अभाव हे अशा प्रक्रियेचे वैशिष्ट्य होय. पुणे-पिंपरी-चिंचवड परिसराची १९६१ नंतर झालेली वाढ हे अशा प्रक्रियेचे उदाहरण म्हणून सांगता येईल.

संकलित नगराची निर्मिती दोन किंवा त्यापेक्षा अधिक महानगरांच्या सतत वाढणाऱ्या विस्तारामुळे किंवा नागरीकरणांमुळे साकार होते व ही महानगरे आर्थिक, सामाजिक, सांस्कृतिक क्षेत्रीय आंतरसंबंधांनी परस्परांशी गुंतलेली असतात. संकलित नगरांची मालिका नेहमीच प्रगत नागरीकरणाचे प्रतीक असते; पण प्रत्येक वेळी सर्व ठिकाणी संकलित नगरे ही आदर्श नागरीकरणाची प्रक्रिया असतेच असे म्हणता येणार नाही. भारतात हुगळी नदीच्या काठांवर कोलकाता - हावरा हे संकलित नगराचे उदाहरण आहे. भरपूर पाणी पुरवठा, ताग, कागद, रसायने, अवजड उद्योग, आयात-निर्यातीसाठी वाहतूक उपलब्धता व कृषिसंपन्नता या घटकांमुळे कोलकाता - हावरा यांच्या दरम्यान नागरी क्षेत्राचा प्रचंड विस्तार झाला आहे.

Core Area (कोअर एरिया) - **गाभा क्षेत्र**

जगातील एखादे भूक्षेत्र राज्य निर्मितीसाठी अनुकूल असते व तेथूनच राज्याचा विकास होतो. एखाद्या क्षेत्रात व त्या क्षेत्राभोवती देशाची वाढ होऊ लागते; अशा क्षेत्रालाच राजकीय भूगोलात 'मूलस्थान' म्हणून संबोधिले जाते. ही संकल्पना सर्वप्रथम डी व्हिटलेसी यांनी मांडली. त्यांच्यानुसार ''मूलस्थान किंवा गाभा प्रदेश हा राज्यसंस्थेचा एक असा भूप्रदेश असतो जो दाट लोकवस्तीचे पोषण करतो, ज्यात वाहतुकीच्या मार्गांचे जाळे असते, तसेच त्यात इतर प्रदेशांपेक्षा जास्त नैसर्गिक साधनसंपत्ती आढळून येते.''

Crude Death Rate (क्रूड डेथरेट) - **ढोबळ मृत्युदर**

लोकसंख्येतील मृत्यूचे प्रमाण किती आहे हे तपासण्यासाठी वापरली जाणारी सर्वांत साधी, सरळ व सोपी पद्धती म्हणजे 'ढोबळ मृत्युदर' पद्धती होय.

ढोबळ मृत्युदर म्हणजे एका भौगोलिक किंवा प्रशासकीय प्रदेशात दर हजारी लोकसंख्येमागे असणाऱ्या सरासरी मृत्यूंचा आकडा. हा दर साधारणपणे वार्षिक दर असतो. हा मृत्युदर ढोबळ असल्याने विविध वयोगटांतील लोकसंख्येमागे मृत्यूचे नेमके प्रमाण किती, हे ठरविता येत नाही. तसेच तो एकूण लोकसंख्येशी संबंधित असतो. तरीही या ढोबळ मृत्युदराचा उपयोग मृत्यूमुळे लोकसंख्येत बदल कसा घडून येतो हे पाहण्यासाठी होत असतो. ढोबळ मृत्युदर काढण्याचे सूत्र खाली दिलेले आहे.

$$\text{ढोबळ मृत्युदर} = \frac{\text{एका भौगोलिक / प्रशासकीय प्रदेशात एका वर्षात झालेले एकूण मृत्यू}}{\text{मध्यकाळातील त्या प्रदेशाची एकूण लोकसंख्या}} \times १०००$$

Crude Birth Rate (क्रूड बर्थ रेट) - **ढोबळ जन्मदर**

ढोबळ जन्मदर हे सर्वसामान्य प्रचलित असलेले असे परिमाण आहे. एखाद्या विशिष्ट प्रदेशातील विशिष्ट वर्षांतील एक हजार लोकसंख्येमागे जन्माला आलेल्या जीवित अर्भकांची संख्या म्हणजे 'ढोबळ जन्मदर' होय. खालील सूत्राचा वापर करून ढोबळ जन्मदर काढता येतो.

$$\text{C.B.R.} = \frac{B}{P} \times K$$

वरील सूत्रामध्ये,

C.B.R. = ढोबळ जन्मदर (Crude Birth Rate)

B = एका वर्षातील जीवित अर्भकांची एकूण संख्या

P = त्याच वर्षांची मध्यवर्षीय एकूण लोकसंख्या

K = १०००

एखाद्या वर्षाची मध्यवर्षीय लोकसंख्या जाणून घ्यायची असल्यास त्या वर्षाच्या सुरुवातीची लोकसंख्या व वर्षअखेरची लोकसंख्या यांची बेरीज करून त्या बेरजेला २ ने भागावे.

ढोबळ जननदर हा जनन परिमाण म्हणून फारसा उपयुक्त नाही; कारण यात एकूण लोकसंख्या विचारात घेतली जाते की, ज्यात जननक्षम व जननक्षम नसलेल्या सर्वच व्यक्तींचा समावेश होतो.

Dalton's Formula (डाल्टन्स फॉर्म्युला) - **डाल्टनचे सूत्र**

देशातील लोकसंख्या व त्या देशातील साधनसंपत्ती यांच्यातील प्रमाणावरून न्यूनतम लोकसंख्या, पर्याप्त लोकसंख्या, अतिरिक्त लोकसंख्या या संकल्पनांचा विकास झाला.

देशात असणारी लोकसंख्या न्यूनतम, पर्याप्त किंवा अतिरिक्त आहे हे निश्चित करण्यासाठी प्रा. डाल्टन यांनी पुढील सूत्र मांडले आहे.

डाल्टनचे सूत्र : $M = \frac{A - O}{O}$

M = विसंगती (Maladjustment)

A = देशात प्रत्यक्ष असलेली लोकसंख्या (Actual Population)

O = पर्याप्त लोकसंख्या (Optimum Population)

$$\text{विसंगती (M)} = \frac{\text{प्रत्यक्ष लोकसंख्या (A) - पर्याप्त लोकसंख्या (0)}}{\text{पर्याप्त लोकसंख्या (0)}}$$

(i) न्यूनतम लोकसंख्या : जेव्हा विसंगतीचे उत्तर (-ve) येते तेव्हा न्यूनतम लोकसंख्या असते.

(ii) पर्याप्त लोकसंख्या : जेव्हा विसंगतीचे उत्तर शून्य (०) येते तेव्हा ती पर्याप्त लोकसंख्या असते.

(iii) अतिरिक्त लोकसंख्या : जेव्हा विसंगतीचे उत्तर अधिक (+ ve) येते तेव्हा ती अतिरिक्त लोकसंख्या असते.

Demographic Transition (डेमोग्राफिक ट्रान्झिशन) **- लोकसंख्या संक्रमण**

लोकसंख्या संक्रमण ही संज्ञा सर्वात प्रथम फ्रँक नॉटस्टाईन या शास्त्रज्ञाने व्यापक अर्थाने उपयोगात आणली. पाश्चात्त्य प्रगत देशांतील अनुभवावरून लोकसंख्येसंबंधी मांडण्यात आलेल्या सर्व सिद्धान्तांच्या मानाने हा सिद्धान्त अधिक शास्त्रीय स्वरूपाचा आहे.

लोकसंख्यावाढ व एखाद्या देशाची किंवा भौगोलिक क्षेत्राची आर्थिक अवस्था यांचा निकटचा संबंध असतो. 'जन्मदर' व 'मृत्युदर' यांच्या आकडेवारीवरून लोकसंख्यावाढ काढली जाते. लोकसंख्यावाढीच्या गतिमानतेवरून तिच्या विविध अवस्था निश्चित करून (उदा. कमी लोकसंख्यावाढ - वाढती किंवा स्फोटक वाढ - पुन्हा कमी लोकसंख्यावाढ) एखाद्या क्षेत्राच्या लोकसंख्यावाढीचे जे चक्र सुरू असते, या चक्रालाच लोकसंख्यासंक्रमण असे म्हणतात किंवा सुरुवातीला कमी लोकसंख्यावाढ नंतर वाढती किंवा स्फोटक व पुन्हा कमी लोकसंख्यावाढ अशा लोकसंख्यावाढीच्या मार्गक्रमणास 'लोकसंख्या- संक्रमण' असे म्हणतात.

लोकसंख्या-संक्रमणावरून लोकसंख्यावाढीचे विविध टप्पे स्पष्ट होतात.

लोकसंख्यावाढीच्या संदर्भात मांडलेल्या या सिद्धान्तानुसार, औद्योगिकीकरणाच्या अगोदरच्या समाजांमध्ये, जन्मप्रमाण व मृत्युप्रमाण उच्च असल्याने लोकसंख्या स्थिर राहते. नंतर तेथे औद्योगिकीकरण सुरू झाल्यावर जीवनमान सुधारते व त्यामुळे मृत्युप्रमाण झपाट्याने खाली येते. जन्मप्रमाण मात्र संथगतीने कमी होत असल्याने त्या काही दशकांमध्ये लोकसंख्यावाढ झपाट्याने होते. कालांतराने जननप्रमाणही खाली घसरून, लोकसंख्यावाढ आटोक्यात येते व स्थिरावते. या तीन अवस्थांच्या क्रमाला उद्देशून लोकसंख्येचे स्थित्यंतर म्हटले जाते.

या सिद्धान्तावरील एक आक्षेप आहे की, त्यात वर्णन आहे परंतु कार्यकारणात्मक

स्पष्टीकरण नाही व दुसरा आक्षेप म्हणजे युरोपातील पुढारलेल्या राष्ट्रांमध्ये आलेल्या या अनुभवाची पुनरावृत्ती आशियाई व आफ्रिकी समाजांमध्ये होताना आढळत नाही आणि तिसरा म्हणजे जन्म-मृत्यू प्रमाणांमधील बदल, या सिद्धान्तामध्ये मांडल्याप्रमाणे सरळ व तांत्रिक प्रतिक्रिया अनेक सामाजिक-सांस्कृतिक घटकांच्या गुंतागुंतीच्या प्रभावाखाली घडत असतात.

लोकसंख्या-संक्रमणावरून लोकसंख्यावाढीच्या पुढील तीन अवस्थांचा अनुभव येतो -

(१) प्रथम अवस्था : मागासलेल्या देशांमध्ये ही अवस्था दिसून येते. येथे जन्माचा दर आणि मृत्यूचा दर हे दोन्ही उच्च पातळीला असतात. त्यामुळे लोकसंख्येत होणारी निव्वळ वाढ फार कमी असते.

(२) द्वितीय अवस्था : या अवस्थेत मागासलेल्या अर्थव्यवस्थेचा विकास सुरू झालेला असतो. आरोग्य, आहार, वैद्यकीय सोयी, उत्पन्न इत्यादी घटकांत सुधारणा झाल्यामुळे मृत्यूच्यादरात वेगाने घट झालेली दिसून येते. परंतु, लोकांचे समज व रूढी इतक्या लवकर बदलत नसल्यामुळे जन्माचा दर मात्र विशेष न घटता उच्च पातळीलाच राहतो. जास्त जन्मदर आणि कमी मृत्युदर ही तफावत वाढत जाते व लोकसंख्येत पडणारी निव्वळ भर वेगाने पडू लागते. लोकसंख्येत होणारी ही वाढ विकासाला 'प्रेरक' ठरण्याऐवजी 'मारक' ठरते.

(३) तृतीय अवस्था : विकासाच्या या अवस्थेत शिक्षण, औद्योगिकीकरण, शहरीकरण, लोकांमधील जबाबदारीची जाणीव आणि राहणीमान वाढविण्याची इच्छा इत्यादी घटकांमुळे जन्माच्या दरातसुद्धा घट होऊ लागते. कालांतराने तो मृत्यूच्या दराइतका होण्याची प्रवृत्ती असते. दोन दरांमधील तफावत कमी झाल्याने लोकसंख्येत होणारी निव्वळ वाढ कमी कमी होत जाते.

Demography (डेमोग्राफी) - लोकसंख्याशास्त्र

संयुक्त राष्ट्रसंघाच्या शब्दकोशामध्ये या संज्ञेचा अर्थ, ''मानवी लोकसमूहांचे शास्त्रीय अध्ययन ज्यात प्रामुख्याने त्यांचा आकार, त्यांची संरचना आणि त्यांचा विकास यांना प्राथमिक महत्त्व दिलेले असते.'' गेल्या ६-७ दशकांमध्ये विकास होत असलेल्या या विद्याशाखेमध्ये संख्या, विविध लोकसमूहांचे संख्यात्मक आकलन व संरचना यांचे तसेच लोकसमूहांमधील घडामोडींचे स्पष्टीकरण ऐतिहासिक व सामाजिक घटकांच्या प्रभावाच्या संदर्भात करणे अशा व्यापक क्षेत्रांचा समावेश होत असला तरी लोकसंख्या बदलांचे स्पष्टीकरण प्रजनन, मृत्यू व स्थलांतर या तीन अवस्थांचा अभ्यास करण्याची मध्यवर्ती कल्पना मात्र कायम आहे.

जीवशास्त्राचे संशोधक काही वेळा प्राण्यांच्या समूहांच्या अध्ययनासंदर्भात ही संज्ञा वापरतात.

लोकसंख्याशास्त्राच्या शास्त्रशुद्ध अभ्यासाची सुरुवात जॉन ग्रॉट (१६२० ते १६७४) या इंग्लिश शास्त्रज्ञाने केलेल्या अनुभवाधिष्ठित संशोधनापासूनच झाली. जॉन ग्राँटला 'लोकसंख्याशास्त्राचा जनक' म्हणतात. परंतु, लोकसंख्याशास्त्राचा खरा पहिला अभ्यासक माल्थस (१७६६ ते १८६४) हा होता. माल्थसने लोकसंख्या अन्न उत्पादनापेक्षा अधिक वेगाने वाढते यावर भर दिला. लोकसंख्येच्या समस्येकडे त्यानेच प्रथम सर्वांचे लक्ष वेधून घेतल्यामुळे त्याचे नाव लोकसंख्याशास्त्राच्या इतिहासात अजरामर झाले आहे.

माल्थस इतकीच महत्त्वाची दुसरी व्यक्ती म्हणजे कार्ल मार्क्स. हा माल्थसचा प्रभावी टीकाकार होता. एकोणिसाव्या शतकाच्या इतिहासावर माल्थस व मार्क्स यांनी बरेच प्रभुत्व गाजविले आहे.

कार साँडर्स या इंग्लिश लोकसंख्या शास्त्रज्ञाने इ. स. १९२२ साली 'The Population Problem : A Study and Evalution' हा ग्रंथ प्रसिद्ध केला. या ग्रंथात त्याने लोकसंख्या व तिची वाढ याचे पद्धतशीर स्पष्टीकरण केले आहे. त्याच्या सूत्रबद्ध मांडणीमुळेच लोकसंख्याशास्त्र हे एक नवीन व स्वतंत्र सामाजिकशास्त्र (Social Science) प्रस्थापित झाले.

विसाव्या शतकातच जनगणना, नोंदणी पद्धती व इतर साधनांनी मिळविलेल्या आकडेवारीचे वर्णनात्मक विश्लेषण करण्यात येऊन लोकसंख्याबदल घडवून आणण्यास कारणीभूत असलेल्या विविध घटकांचा व परिणामांचा सखोल अभ्यास होऊ लागला. या शतकातच लोकसंख्याशास्त्रात प्रगती झाली. या प्रगतीचे श्रेय ॲकिल गुइलार्ड या फ्रेंच शास्त्रज्ञाकडे जाते. त्याने इ. स. १९५५ मध्ये प्रसिद्ध केलेल्या आपल्या ग्रंथाच्या शीर्षकात 'Demography' हा शब्द प्रथमच वापरला.

सामान्यत: मानवी लोकसंख्येचा अनुभवाधिष्ठित (Empirical), संख्याशास्त्रीय व गणितशास्त्रीय अभ्यास म्हणजे लोकसंख्याशास्त्र. लोकसंख्याशास्त्रात सामान्यत: खालील तीन घटकांचा अभ्यास केला जातो.

(१) लोकसंख्येत होणारा बदल (वाढ किंवा घट), (२) लोकसंख्येची रचना (Structure) व वैशिष्ट्ये (Characteristics), (३) लोकसंख्येचे प्रादेशिक वितरण (Regional Distribution)

लोकसंख्येच्या या प्रमुख अंगांचा विचार करताना केवळ या बाबतीतील सद्य:स्थितीच विचारात न घेता, कालाच्या ओघाने त्यात काय बदल होत गेले आहेत याचा विचार करणे महत्त्वाचे असते. एवढेच नव्हे तर लोकसंख्येत होणाऱ्या बदलांची कारणमीमांसाही लोकसंख्याशास्त्राचा अभ्यास करताना केली जाते.

वॉरन थॉमस या लोकसंख्याशास्त्रज्ञाच्या मते, लोकसंख्याशास्त्रात खालील तीन प्रश्नांचा अभ्यास होतो.

(१) लोकसंख्येत होणारे बदल कोणते? ते कसे घडून येत आहेत? व लोककल्याणाच्या दृष्टीने त्याचे काय परिणाम होत आहेत?

(२) जगाच्या पाठीवर कुठे कुठे लोकवस्ती आहे? लोकसंख्येच्या प्रादेशिक वितरणात, तसेच तिच्या निरनिराळ्या गटांमधील वितरणात काय बदल होत आहेत?, आणि

(३) लोकसंख्येच्या विविध गटात कोणकोणती वैशिष्ट्ये असलेले लोक आढळून येतात? लोकांचा गट दुसऱ्या गटांपासून कसा वेगळा आहे?

जनन (Fertility), मर्त्यता (Mortality), विवाह (Marriage), स्थलांतर (Migration) आणि सामाजिक गतिक्षमता या पाच प्रक्रियांचा परिणामात्मक अभ्यास म्हणजे 'लोकसंख्याशास्त्र' होय.

कोणत्याही समाजात वरील पाच प्रक्रिया अव्याहतपणे चालू असतात आणि लोकसंख्येचा आकार, रचना व वैशिष्ट्ये आणि विभाजन यावर त्याचा परिणाम होत असतो. लोकसंख्याशास्त्राचे स्वरूप जन्म, मृत्यू आणि स्थलांतर या तीन प्रक्रियांच्या द्वारे निश्चित होते. कोणत्याही प्रदेशातील लोकसंख्येत खालील चार प्रकारांनी बदल होत असतात.

(१) त्या प्रदेशात झालेले जन्म (२) त्या प्रदेशातील मृत्यू (३) त्या प्रदेशात बाहेरून झालेले स्थलांतर व (४) त्या प्रदेशातून बाहेर झालेले स्थलांतर.

जन्म, मृत्यू आणि स्थलांतर या तीन घटना लोकसंख्याशास्त्राची मुख्य अंगे आहेत. या अंगांविषयी माहिती मिळविणे आणि लोकसंख्येच्या लिंग, वय, धर्म, भाषा, शिक्षण, व्यवसाय व ग्रामीण-नागरी निवास इत्यादी वैशिष्ट्यांनुसार अभ्यास करणे याचा लोकसंख्याशास्त्रीय अभ्यासात समावेश होतो.

Disaster Management (डिझॅस्टर मॅनेजमेंट) - **आपत्ती व्यवस्थापन**

आपत्ती या ओढवणारच! त्या ओढवू नयेत यासाठी प्रत्येकानेच सावधगिरी घ्यायला हवी अन् ओढवल्याच तर त्यांचा प्रतिकार करणे हे प्रत्येकाचे कर्तव्य आहे. आपत्ती याव्यात असे कुणालाच कधीही वाटत नाही. तथापि, त्या ओढवल्याच तर त्यांची तीव्रता पद्धतशीरपणाने कमी करता येते. आपत्ती या नियोजित नसतात परंतु योजनाबद्ध प्रयत्नांनी त्यांचे निवारण होऊ शकते. आपत्ती निर्माण झाली की, ती सौम्य करण्यासाठी प्रयत्न करणे हे ओघानेच येते. एक गोष्ट घडली की, तिची प्रतिक्रिया म्हणून दुसरी गोष्ट ही घडवावी लागतेच. संकटे ही आधी घडतात. त्यांची कारणे केवळ नैसर्गिक असतात. त्यांच्या निवारणासाठी धडपड करणे ही प्रतिक्रियात्मक स्वरूपाची घटना आहे. ते

स्वाभाविकच घडते. तथापि, त्या संदर्भात जर योजनाबद्ध प्रयत्न केले, व्यवस्थित ठरवून सर्व गोष्टी केल्या तर त्यांचे फळ अधिक मिळते. साहजिकच व्यवस्थापनाच्या संदर्भातील तत्त्वज्ञान, त्याची कार्यपद्धती व नेतृत्वाकडून घेतले जाणारे योग्य प्रकारचे निर्णय व त्यांची कार्यवाही या गोष्टी महत्त्वाच्या आहेत. याचाच अर्थ असा की, शास्त्रशुद्ध पायावर होणारे प्रयत्न, नेतृत्वाकडून अवलंबली जाणारी व्यूहरचना आणि व्यवस्थापनातील सुयोग्य तंत्राचा वापर याद्वारे आपत्ती निवारणाचे कार्य चांगल्या प्रकारे होऊन ते अधिक लाभदायक ठरते. 'पर्यावरण सुरक्षित बनवण्याचे कार्यक्षेत्र' या व्यवस्थापनात असते. 'जीविताची सुरक्षितता' हे त्याचे कार्य असते तर 'संकटावर मात करून टिकून राहण्याचे उद्दिष्ट' त्यामध्ये साधले जाते. प्रत्येक देशाने, राष्ट्रांच्या समूहाने जेव्हा आपल्या अस्तित्वाचे उद्दिष्ट आपल्यासमोर ठेवलेले असते, त्यावेळी तेथील जनता आणि शासनयंत्रणा यांना त्याबाबतीत दक्ष राहण्याची, आपली कर्तव्ये जबाबदारीने पार पाडण्याची भूमिका बजावावीच लागते. व्यवस्थापन शास्त्राच्या भाषेत असे झाले तरच 'आपत्ती निवारण' हे उत्पादन उत्तम दर्जाचे होते. ते उपभोक्त्यांपर्यंत व्यवस्थित पोहोचते व उपभोक्ते (म्हणजेच देशातील जनता) त्याचा जास्तीत जास्त लाभ घेऊ शकतात.

जेव्हा आपण देशाच्या राज्यघटनेचा विचार करतो, तेव्हा 'प्रत्येक व्यक्तीला सुरक्षितता, जगण्याचा अधिकार व राष्ट्रीय एकात्मता या संदर्भात कटिबद्ध राहण्याची आपण घेतलेली शपथ' त्यात नोंदवलेली आहे. प्रत्येकास आपले जीवित आणि मालमत्ता सुरक्षित राखण्याचा अधिकार घटनेनेच दिलेला आहे. तर त्या संदर्भातील संरक्षण, शांतता व सुव्यवस्था निर्माण करण्याची जबाबदारी शासनाची आहे. घटनेमध्ये याबाबत

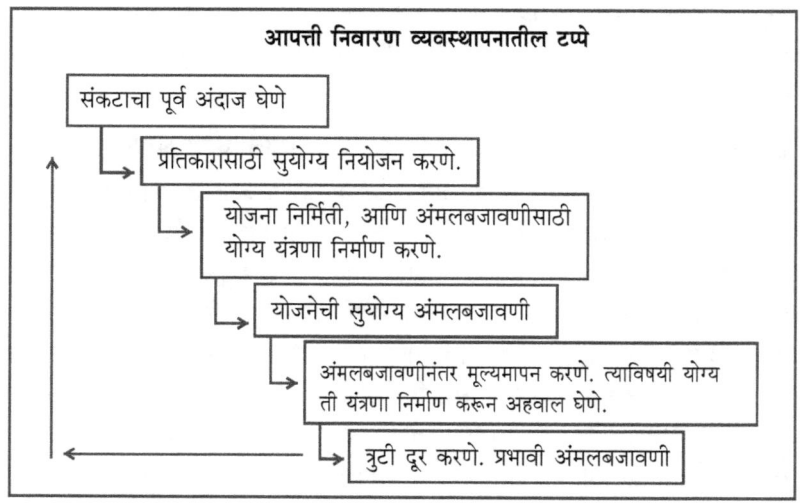

आपत्ती निवारण व्यवस्थापनातील टप्पे

संकटाचा पूर्व अंदाज घेणे

प्रतिकारासाठी सुयोग्य नियोजन करणे.

योजना निर्मिती, आणि अंमलबजावणीसाठी योग्य यंत्रणा निर्माण करणे.

योजनेची सुयोग्य अंमलबजावणी

अंमलबजावणीनंतर मूल्यमापन करणे. त्याविषयी योग्य ती यंत्रणा निर्माण करून अहवाल घेणे.

त्रुटी दूर करणे. प्रभावी अंमलबजावणी

विस्तृतपणाने लिहिलेले आहे. तसेच राष्ट्रीय एकात्मता आणि सुरक्षितता राखणे हे प्रत्येक व्यक्ती व संस्थेचे मूलभूत कर्तव्य असते, तर सरकारसाठी ते मार्गदर्शक तत्त्व आहे. साहजिकच आपत्ति निवारणाची जबाबदारी ही प्रत्येक व्यक्ती, संस्था आणि सरकार यांच्यावर आपोआपच येते.

आपत्ति निवारण हे योजनाबद्ध रीतीने अमलात आणता येते असे जेव्हा आपण म्हणतो, तेव्हा आपत्ती यायच्या आधीच योग्य ती सावधगिरी बाळगणे, आपत्तीचा प्रतिकार करणे, तिच्यापासून लोकांना वाचवणे, आपत्तीची झळ कमी करणे अशा एकापाठोपाठ करायच्या गोष्टींचा विचार ओघानेच येतो. हे सर्व टप्पे आकृतीच्या साहाय्याने याप्रमाणे मांडता येतील.

आपत्ति निवारण ही कोणा एकाची जबाबदारी नसते. सरकार, शासनयंत्रणेतील सर्व घटक, विविध व्यावसायिक, उद्योगपती यांचे समूह/संघ, सामाजिक संस्था, शैक्षणिक संस्था, कुटुंबे आणि त्यातील प्रत्येक व्यक्ती अशा सर्वांनीच आपत्ती निवारणाच्या व्यवस्थापनात सहभागी होणे गरजेचे असते. कोणती ना कोणतीतरी जबाबदारी ही घ्यावीच लागते. सर्वांना कार्यपद्धतीचे हे टप्पे अवलंबावे लागतात.

आपत्तीनिवारणाच्या संदर्भात (अ) आपत्ती पूर्वीची अवस्था, (ब) आपत्तीच्या दरम्यानची कार्यपद्धतीची अवस्था व (क) आपत्तीनंतरची अवस्था अशा तीन अवस्था असतात. या प्रत्येक अवस्थेसाठी स्वतंत्र धोरण ठरवून, त्यानुसार कार्यक्रम तयार करून ते प्रभावीरीत्या अमलात आणावे लागतात. तरच एका अवस्थेमधून पुढच्या अवस्थेत कोणत्याही अडचणी निर्माण न होता जाणे शक्य होते. मात्र काही वेळेला हा क्रम आणि त्याचा कालावधी निश्चित नसतो.

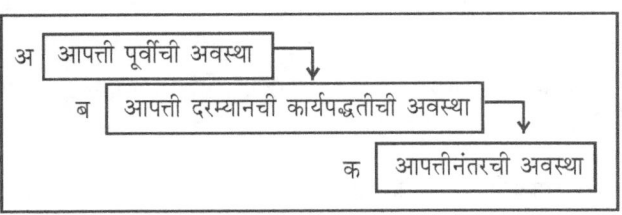

Divisions of Urbanization in India (डिविजन्स ऑफ अर्बनायझेशन इन इंडिया) - भारतातील नागरीकरणाचे विभाग

भारतात नागरीकरणाची प्रक्रिया फार पूर्वीपासून झाली आहे. त्यामुळे भारत खेड्यांचा देश आहे हे जरी खरे असले तरी सांस्कृतिक केंद्रे, शहरेही भारतात महत्त्वाची आहेत. भारत हा खंडप्राय देश आहे. येथील पर्यावरणात विविधता आहे. संस्कृती एकच

असली तरी सांस्कृतिक पर्यावरण, आर्थिक विकासाची पातळी वेगवेगळी आहे. ह्या सर्वांचा परिणाम भारतातील शहरांच्यावर झाला आहे. त्यामुळे भारतातील शहरांचा विचार भौगोलिक पर्यावरणाच्या अनुषंगाने करावा लागतो.

वाढत्या लोकसंख्येमुळे ग्रामीण भागातील शेतीक्षेत्रांचा लहान होत गेलेला आकार ग्रामीण लोकसंख्येच्या स्थलांतराला प्रेषक घटक (Push Factor) ठरला. ग्रामीण नागरी स्थलांतर अनिर्बंधपणे सुरू असल्याने भारतातील नगरे निकोपपणे वाढण्याऐवजी नुसतीच सुजत चालली आहेत. भारतातील नागरीकरणाची प्रक्रिया अनियंत्रित, अनियमित आणि अनियोजित आहे, हे भारताच्या नागरीकरणाचे समस्याप्रधान वैशिष्ट्य मानले जाते.

भौगोलिक दृष्ट्या भारताचे जे विभाग आहेत व सांस्कृतिकदृष्ट्या सामान्यपणे जेथे समानता आहे, त्यांना अनुसरून नागरीकरणाचे खालील चार विभाग पडतात.

(१) गंगा-यमुना मैदानातील नागरी वस्त्या. (२) दख्खनच्या पठारांवरील नागरी वस्त्या. (३) पूर्व भारतातील नागरी वस्त्या. (४) पश्चिम भारतातील नागरी वस्त्या.

Economic Geography (इकोनॉमिक जिऑग्राफी)- **आर्थिक भूगोल**

आर्थिक भूगोल ही मानवी भूगोलाची एक महत्त्वपूर्ण शाखा आहे. आर्थिक भूगोलात मानवाचे आर्थिक जीवन, कृषी, बाजारपेठ, आर्थिक क्रिया, उत्पादने, उद्योगधंद्यांचे स्थानिकीकरण, नगररचना, नगरांचा विकास, नगर वाहतूक व संचार आकृतिबंध इत्यादींचे भौगोलिक अध्ययन केले जाते.

एखाद्या प्रदेशातील वस्तू व सेवा यांचे उत्पादन, विनियोग, उपयोग यांच्यातील क्षेत्रीय भिन्नता आणि त्या प्रदेशातील आर्थिक हालचालींचा कार्यात्मक सहसंबंध हा आर्थिक भूगोलाचा केंद्रविषय आहे. तसेच मानवाच्या आर्थिक प्रयत्नांचे इतर प्राकृतिक व सांस्कृतिक घटकांशी असलेल्या संबंधाचे विश्लेषण केले जाते.

आर्थिक भूगोलाच्या कृषी भूगोल, औद्योगिक भूगोल, व्यापारी भूगोल, वाहतूकविषयक भूगोल या महत्त्वपूर्ण उपशाखा आहेत.

Embassy (एम्बसी) - **राजदूतावास**

एखाद्या सार्वभौम राष्ट्राच्या अधिकृत राजदूतांची दुसऱ्या देशातील वकिलात म्हणजे राजदूतावास. एखाद्या प्रश्नावर वाटाघाटी करण्यासाठी एका राज्याने दुसऱ्या राज्याकडे राजदूत पाठविण्याची पद्धत राज्यसंस्थेच्या उदयाइतकी जुनी आहे. ही पद्धत तेराव्या शतकात प्रथम इटलीतील व्हेनिस नगरराज्याने सुरू केली. त्यांची अधिकृत भाषा लॅटिन होती. १४ व्या लुईच्या काळात फ्रेंच भाषेला प्रतिष्ठा मिळाल्यामुळे तिचे कार्य फ्रेंच भाषेत चालू लागले, तर पहिल्या महायुद्धानंतर शांतता तहाची इंग्रजी भाषा होती. एकोणिसाव्या

शतकात राष्ट्रांचे राजनैतिक अधिकार, कर्तव्ये, राजनैतिक अधिकाऱ्यांचे वर्तन आणि कामकाजाच्या पद्धती यांचे काटेकोर आणि तपशीलवार नियमन करणाऱ्या संहिता निश्चित झाल्या. आंतरराष्ट्रीय कायद्यानुसार फक्त सार्वभौम राज्यासच दुसऱ्या सार्वभौम राज्यात वकिलात स्थापता येते.

वकिलातीमधील अधिकाऱ्यांचे राजनैतिक दर्जानुसार उतरत्या श्रेणीने चार प्रमुख वर्ग मानण्यात येतात - (१) राजदूत, (२) पूर्णाधिकार राजदूत, (३) निवासी राजदूत, (४) कार्यदूत. यातील राजदूतास तो ज्या राज्याचे प्रतिनिधित्व करतो, त्याच्या राज्यप्रमुखाचा वैयक्तिक प्रतिनिधी समजण्यात येते; म्हणून त्याची नेमणूक ज्या देशात झाली आहे, तेथील राज्यप्रमुखाची वैयक्तिक भेट घेण्याचा विशेष अधिकार त्यास प्राप्त होतो. इतर तीन पदाधिकाऱ्यांना राज्यप्रमुखाच्या वैयक्तिक भेटीचा अधिकार नसतो.

राजनैतिक प्रतिनिधी त्या राष्ट्रात आपल्या देशाचे प्रतिनिधित्व करतो व राजनैतिक प्रश्न वाटाघाटींच्या मार्गाने सोडविण्याचा प्रयत्न करतो. त्या देशाच्या सूचना, प्रतिक्रिया आपल्या देशातील शासनाला पोहोचवितो. आपल्या राष्ट्राच्या हितसंबंधावर ज्याचा परिणाम होण्याची शक्यता आहे, अशा सर्व घटना व परिणामांचे निरीक्षण करून त्याचा वृत्तान्त तो स्वत:च्या शासनाला पाठवितो.

विशेषाधिकार - (१) राजनैतिक प्रतिनिधी ज्या देशात नेमला जातो, तेथील फौजदारी कायद्याच्या अमलातून तो मुक्त असतो. परंतु, त्याने गैरवर्तन केल्यास किंवा त्या राष्ट्राच्या कायद्याचा भंग केल्यास ते सरकार राजदूताची हकालपट्टी करते.

(२) राजनैतिक प्रतिनिधींचे निवासस्थान आणि कचेरी परकीय शासनाच्या नियंत्रणातून बहुतांशी मुक्त असते. वकिलातीमध्ये एखाद्या व्यक्तीस राजकीय आश्रय देण्याचा आणि आश्रितास ताब्यात देण्याची यजमान राष्ट्राची मागणी नाकारण्याचा वकिलातीस निरपवाद अधिकार आहे. परंतु, हा संकेत आहे. त्यास आंतरराष्ट्रीय कायद्याचा अधिकार नाही (आधार नाही); परंतु, अशा प्रकारचा हक्क परस्परांनी आंतरराष्ट्रीय करार करून मान्य केला असेल, तर गोष्ट वेगळी असते व त्या करारानुसार आश्रिताला ते त्या राष्ट्राच्या स्वाधीन करू शकतात.

राष्ट्राराष्ट्रातील संबंध सुरळीत करण्यासाठी राजदूत व दूतावासाची भूमिका अतिशय महत्त्वाची मानली जाते.

Emigration (इमिग्रेशन) - **देशानुगामी स्थलांतर**

एखाद्या देशातून दुसऱ्या देशात केलेल्या स्थलांतरास देशत्यागी स्थलांतर म्हणतात. उदा. भारतातून दुसऱ्या देशात केलेले स्थलांतर हे भारताच्या दृष्टीने देशत्यागी स्थलांतर आहे.

Environmentalism (एन्व्हिरॉन्मेंटॅलिझम) - **पर्यावरणवाद**

मानवी विकास सर्वस्वी निसर्गावरच अवलंबून असतो. ही विचारधारा म्हणजेच 'पर्यावरणवाद' किंवा 'निश्चयवाद' होय. यामध्ये परिणाम होतो असे न मानता मानवी विकासामध्ये कार्यरत असलेल्या मानवाची इच्छा व स्फूर्तीसुद्धा निसर्गावर अवलंबून असते असे मानले जाते. यामधील अगदी टोकाची भूमिका म्हणजे मानव हा निसर्गाचाच अविभाज्य भाग असून त्याच्या सर्व हालचाली नैसर्गिक घटकांनुसार होत असतात. या संकल्पनेचा जन्म जर्मनीत झाला. अठराव्या शतकाच्या उत्तरार्धात कान्ट यांनी व एकोणिसाव्या शतकात हम्बोल्ट, रिटर आणि राटत्सेल यांनी या विचारसरणीचा विकास केला.

Evolutionary Theory (इव्हेल्युशनरी थियरी) - **उत्क्रांतीचा सिद्धान्त**

उत्क्रांती या संज्ञेने विशिष्ट प्रकारचे बदल सूचित केले जातात. जीवशास्त्रामध्ये, या संज्ञेने, प्राण्यांच्या नवनवीन प्रजाती निर्माण होण्याची प्रक्रिया वर्णन केली जाते. समाजातील परिवर्तन देखील उत्क्रांतीच्या तत्त्वाने होते असे मानणारा शास्त्रज्ञांचा गट आहे. त्यांच्या मते, साध्या समाजरचनेकडून गुंतागुंतीच्या समाजरचनेकडे होणारे, संथ गतीने, टप्प्याटप्प्याने होणारे बदल ही सर्व समाजाच्या उत्क्रांतीची लक्षणे आहेत. काहींच्या मते ही उत्क्रांती ठरावीक अवस्थांच्या द्वारेच होत असते, म्हणजे प्रत्येक समाज क्रमाक्रमाने विशिष्ट अवस्था प्राप्त करतो व अंतिमत: सर्व समाजांची एका दिशेने सुरू असलेली ही वाटचाल आहे.

विरोधकांच्या मते असा सिद्धान्त खरा असण्याला तर्काचा काही आधार नाही, दुसरे म्हणजे सर्व समाजांची वाटचाल ठरावीकच अवस्थांमधून होते असे प्रत्यक्षात दिसत नाही, तिसरे म्हणजे 'क्रांती' हा घटकदेखील समाजात परिवर्तन घडवून आणत असतो, त्याला उत्क्रांतिवादात स्थान नाही.

Family Welfare Programme (फॅमिली वेलफेअर प्रोग्रॅम) - **कुटुंबकल्याण कार्यक्रम**

लोकसंख्या नियंत्रित करण्यासाठी 'कुटुंब नियोजन कार्यक्रम' आखणे व अंमलात आणणे हा सर्वात सोपा व सरळ मार्ग आहे. जगात सर्वात जास्त लोकसंख्या असलेल्या चीनने याच कार्यक्रमाला प्राधान्य देऊन वाढत्या लोकसंख्येला आळा घातला. या कार्यक्रमामध्ये कुटुंबनियोजनाचे महत्त्व, लैंगिक शिक्षण, विवाहाचे योग्य वय इत्यादी प्रमुख घटकांचा समावेश होतो.

स्वातंत्र्योत्तर काळात तर भारतीय घटनेने कल्याणकारी राज्याचे (Welfare State) धोरण जाहीर केल्यावर, कुटुंबनियोजन हा कुटुंबकल्याण कार्यक्रमाचा गाभाच बनला.

आणीबाणीत तर सक्तीने कुटुंबनियोजनाचा कार्यक्रम राबविला गेला. त्यामुळे लोकांच्या मनात याबद्दल अप्रियता निर्माण झाली. केवळ संख्यात्मक उद्दिष्टे गाठण्यामुळे कुटुंबनियोजनाचा कार्यक्रम मूळ उद्दिष्टांपासून दूर जाऊ लागला. हे लक्षात येताच या धोरणास केंद्रातील जनता पक्षाच्या सरकारने १९७७ मध्ये वेगळे नाव दिले. कुटुंबनियोजनाऐवजी 'कुटुंबकल्याण' हा शब्द वापरण्यात आला. अर्थात, हा बदल केवळ नावापुरता नव्हता, तर अधिक व्यापक उद्दिष्टे घेऊन त्यानुसार विविध कार्यक्रमांवर भर देऊन स्वत:हून लोकांना त्याकडे आकृष्ट करणारा होता.

लोकसंख्यावाढीचा वेग कमी करून लोकसंख्येच्या गुणवत्तेत वाढ करणे, हा कुटुंबकल्याण कार्यक्रमाचा मुख्य उद्देश आहे.

कुटुंबकल्याण कार्यक्रमातील फायदे याप्रमाणे :-

(१) विविध कुटुंबनियोजन पद्धतींमुळे कुटुंब मर्यादित राहण्यास मदत होते व कुटुंबाची आर्थिक स्थिती सुधारण्यास मदत होते.

(२) लोकसंख्यावाढीचा वेग कमी होऊन देशातील साधनसंपत्तीवरील ताण कमी होतो.

(३) मर्यादित अपत्यांच्या संख्येमुळे माता व बालकांचे आरोग्य चांगले राहण्यास मदत होते.

कुटुंबकल्याण कार्यक्रम हा सरकारच्या लोकसंख्याविषयक धोरणाचा केंद्रबिंदू असून त्या दृष्टीने कुटुंबकल्याण कार्यक्रम राबविताना लोकसंख्यावाढीचा वेग फारसा कमी झालेला दिसत नाही. या कार्यक्रमाला ५० वर्षे पूर्ण होऊनही अद्याप जन्मदर हजारी सुमारे २६ आणि लोकसंख्यावाढीचा वार्षिक दर सुमारे १.९३% आणि लोकसंख्यावाढीचा दशवार्षिक दर सुमारे २१.३४% इतका जास्त आढळतो. याची काही प्रमुख कारणे याप्रमाणे :-

(१) सरकारचे दुर्लक्ष (२) वैद्यकीय सेवकांचा निष्काळजीपणा (३) धार्मिक विरोध (४) संततिनियमन साधनांविषयी गैरसमज (५) प्रचलित रूढी व परंपरांचा प्रभाव (६) अज्ञान, अंधश्रद्धा यांचा पगडा (७) दारिद्र्य (८) शिक्षणाचा अपुरा प्रसार (९) स्त्रियांचा दुय्यम दर्जा.

Farming (Commercial) (फार्मिंग (कमर्शियल)) - व्यापारी शेती

या शेती प्रकारात व्यापारी तत्त्वावर पिकांचे उत्पादन घेतले जाते. ज्या पिकांना बाजारपेठेत मागणी असते अशाच पिकांची निवड करून जास्तीत जास्त उत्पादन घेतात.

या शेती पद्धतीची वैशिष्ट्ये खालीलप्रमाणे -

(१) व्यापारी पद्धतीने धान्याचे उत्पादन केले जाते.

(२) शेतीचा आकार विस्तृत असून एक पीक पद्धत असल्याने यंत्राच्या साहाय्याने शेतीची सर्व कामे केली जातात.

(३) शेती सुनियोजित असते. सर्वसाधारणपणे गहू, तंबाखू, कापूस, ऊस, चहा, कॉफी, रबर ही बागायती पिके घेतली जातात.

(४) विशिष्ट भौगोलिक परिस्थितीत विशिष्ट प्रकारचे पीक घेतले जाते. उदा. आग्नेय आशियातील पर्वत उतारांवर चहा व कॉफी तर याच विभागातील विषुववृत्तीय हवामानाच्या प्रदेशात रबराची लागवड करतात.

(५) शेतीत शास्त्रशुद्ध तंत्राचा वापर करून जास्तीत जास्त उत्पादन घेतले जाते.

(६) व्यापारी शेतीस भरपूर भांडवल लागते.

Farming (Family) (फार्मिंग (फॅमिली)) - **उदरनिर्वाहाची शेती**

ही शेती पद्धत मानवाची केवळ अन्नधान्याची गरज भागविण्यासाठी केली जाते. अन्नधान्याच्या शेतीबरोबर गुरेपालन व्यवसाय केला जातो. उदरनिर्वाहाच्या दृष्टीने उत्पादन घेतले जात असल्याने या शेतीला आर्थिकदृष्ट्या महत्त्व नसते. ही शेती पद्धत दोन-प्रकारे केली जाते. (१) अस्थायी स्वरूपाची उदरनिर्वाहाची शेती. (२) स्थायी स्वरूपाची उदरनिर्वाहाची शेती.

(१) अस्थायी स्वरूपाच्या शेतीला 'स्थलांतरित शेती' असे म्हणतात. ही शेती पद्धत मागासलेल्या जमाती करतात. केवळ गरजेपुरतेच अन्नधान्याचे उत्पादन नैसर्गिक पद्धतीने घेतले जाते. जमिनीची सुपीकता कमी झाल्यावर ती जमीन सोडून देतात व परत दुसऱ्या जमिनीवर शेती करतात; म्हणून या शेतीला अस्थायी किंवा स्थलांतरित स्वरूपाची शेती असे म्हणतात.

(२) स्थायी स्वरूपाच्या शेती पद्धतीत वर्षानुवर्षे एकाच शेतजमिनीतून उत्पादन घेतले जाते. सुपीक जमिनीत खतांचा वापर करून व पिकांची फेरपालट करून उत्पादन घेतले जाते.

उदरनिर्वाहाच्या शेती पद्धतीची वैशिष्ट्ये खालीलप्रमाणे -

(१) या शेती पद्धतीत मनुष्याला खूप श्रम घ्यावे लागतात.

(२) पारंपरिक व मागासलेल्या पद्धतीने शेती केली जाते.

(३) या शेती पद्धतीत अन्नधान्याच्या पिकास प्राधान्य दिले जाते.

(४) शेताचा आकार खूप लहान असतो.

(५) उदरनिर्वाहापुरतेच धान्याचे उत्पादन केले जाते.

(६) अस्थायी शेती पद्धतीमुळे जंगलाची मोठ्या प्रमाणात तोड होते.

Farming (Mixed) (फार्मिंग (मिक्स्ड)) - **मिश्र स्वरूपाची शेती**

व्यापारी तत्त्वावर धान्याचे उत्पादन घेणे व त्याबरोबर पशुपालन व्यवसाय करणे याला 'मिश्र स्वरूपाची शेती' असे म्हणतात. मका हे व्यापारी स्वरूपाचे धान्य व गुरांचे खाद्य असल्याने मका हे प्रमुख पीक असते. गहू, ओट, सोयाबिन, अल्फाल्फा गवत, भाजीपाला इ. पिकांची लागवड या शेतीप्रकारात करतात.

या प्रकारच्या शेती पद्धतीची वैशिष्ट्ये खालील प्रमाणे -

(१) धान्य पिकांच्या उत्पादनाबरोबर पशुपालन व्यवसाय केला जातो. एकूण जनावरांपैकी ७५ टक्के जनावरे मांसाकरिता वापरतात.

(२) या प्रकारच्या शेतीत मध्यम आकाराची शेती असून त्यातून मका, गहू, ओट, बार्ली, राय इ. धान्यपिके घेतात.

(३) शेताचा एक भाग गुरांच्या चाऱ्यासाठी राखून ठेवतात.

(४) यांत्रिक पद्धतीने शेती केली जाते. त्यामुळे ट्रॅक्टर, खते, तंत्रज्ञ इत्यादींसाठी मोठ्या प्रमाणात भांडवल लागते.

(५) समशीतोष्ण कटिबंधातील ग्रेट ब्रिटन, बेल्जियम, नेदरलँड इ. देशात पशुपालन करून दुग्धव्यवसाय केला जातो.

(६) समशीतोष्ण कटिबंधातील या शेती पद्धतीत शेतजमीन विस्तृत असून कुरणांनी व्यापलेली आहे.

Fertigation (फर्टिगेशन) - **ठिबक सिंचनाचा प्रकार**

ठिबक सिंचन संचातून पाण्यासोबत पाण्यात विरघळणारी घनरूप खते आणि द्रवरूप खते पिकांना देण्याच्या क्रियेस 'फर्टिगेशन' असे म्हणतात. हा शब्द फर्टिलायझर्स व इरिगेशन या दोन शब्दांमधून तयार झालेला आहे. ठिबक सिंचनाद्वारे खते दिल्यामुळे होणारे फायदे खालीलप्रमाणे-

(१) खतांचा कार्यक्षमतेने वापर. त्यामुळे खतांच्या मात्रेत बचत.

(२) दररोज किंवा खताची एकूण मात्रा विभागून झाडांच्या गरजेनुसार दिल्यामुळे उत्पन्नात भरीव वाढ

(३) सर्व झाडांना खतांचे समप्रमाणात विभाजन

(४) खते देण्यासाठी लागणाऱ्या मजुरीच्या खर्चात बचत

(५) जमिनीवरून वाहून किंवा निचऱ्याद्वारे खतांचा अपव्यय होत नाही.

खताची मात्रा काढण्याचे सूत्र खालीलप्रमाणे -

(अ) द्रवरूप खताची मात्रा = $\frac{\text{क} \times \text{ख}}{\text{ग} \times \text{घ} \times \text{झ}}$

येथे, क = खताची प्रत्येक पाण्याच्या पाळीबरोबर देण्याची मात्रा (किलो प्रति हेक्टर)

ख = भिजवावयाचे क्षेत्र (हेक्टर)

ग = द्रवरूप खतामधील मूलद्रव्याची मात्रा (किलो प्रति लिटर)

घ = पाणी देण्याचा कालावधी (तास)

$$\text{झ} = \text{गुणांक} = \frac{\text{द्रवरूप खत देण्याचा कालावधी (तास)}}{\text{पाणी देण्याचा कालावधी (तास)}}$$

$$\text{(ब) घनरूप खताची मात्रा (कि. / तास)} = \frac{\text{अ} \times \text{ब} \times \text{क}}{\text{ड}}$$

येथे, अ = गुणांक (०.३६) मेट्रिक पद्धतीसाठी

ब = लागणारी खताची तीव्रता (मि.ग्रॅ. / लि.)

क = लागणारे पाणी (लि. / सें.)

ड = मूलद्रव्याची तीव्रता (%)

Fertility (फर्टिलिटी) - **जनन**

जनन म्हणजे एखाद्या स्त्रीने किंवा स्त्रियांच्या समूहाने प्रत्यक्षात जन्म दिलेल्या अपत्यांची संख्या होय. जनन म्हणजे जीवित बालकास जन्म देण्याची स्त्रीची वास्तव पातळी होय. एखाद्या प्रदेशातील विशिष्ट कालावधीत प्रत्यक्षात सजीव जन्मास आलेल्या अपत्यांची संख्या त्या प्रदेशातील त्या काळातील 'जनन' होय. जन्मामुळे लोकसंख्येत वाढ होते. जनन (Fertility) आणि जननक्षमता (Fecundity) यात फरक आहे. जनन म्हणजे प्रत्यक्षात जन्मास आलेल्या सजीव अपत्यांची संख्या तर जननक्षमता म्हणजे एखादी स्त्री तिच्या संपूर्ण प्रजनन काळात जन्म देऊ शकणाऱ्या अपत्यांची संख्या होय. जनन संख्या जननक्षमतेपेक्षा सहसा कमीच असते. जननक्षमतेचे मापन करणे कठीण असते.

Frontiers (फ्रॉन्टियर्स) - **सीमाप्रदेश**

सरहद्द किंवा सीमाप्रदेश हा एखाद्या पट्ट्याप्रमाणे असतो. हा विभाग कोणत्या देशाचा हे निश्चित झालेले नसते. दोन शेजारी देशांच्या दरम्यान असलेला सलग भूभागावरील बिगरमालकीच्या किंवा वस्तीरहित क्षेत्राला 'सीमाप्रदेश' असे म्हणतात. हा शब्द फ्रन्स (Frons) या मूळ लॅटिन शब्दावरून तयार झाला. याचा अर्थ आहे - आघाडीचा प्रदेश.

General Fertility Rate (जनरल फर्टिलिटी रेट) - **साधारण जननदर**

साधारण जननदर काढताना प्रजोत्पादक वयोगटातील प्रजननक्षम स्त्रियांचाच विचार केलेला असल्याने ढोबळ जननदरापेक्षा हा जननदर सुधारित असून याच्या साहाय्याने जननविषयक तुलना करता येते. साधारण जननदार काढण्याचे सूत्र पुढे दिलेले आहे.

$$G.F.R. = \frac{B}{Pi} \times K$$

वरील सूत्रामध्ये,

G.F.R. = साधारण जननदर (General Fertility Rate)

B = विशिष्ट प्रदेशातील एका वर्षांत जन्मलेल्या बालकांची एकूण संख्या.

Pi = त्याच प्रदेशातील १५ ते ४९ या वयोगटातील स्त्रियांची मध्यवर्षीय एकूण संख्या.

K = १०००

Globalisation (ग्लोबलायझेशन) - **जागतिकीकरण**

सामाजिक-आर्थिक संबंधाचा जगभर विस्तार म्हणजे जागतिकीकरण. वर्तमान काळात आपण जिथे राहतो तेथून हजारो किलोमीटर लांब असलेल्या संघटना आणि सामाजिक संरचनेने आपल्या मानवी जीवनाचे अनेक पैलू प्रभावित होतात; अशा प्रकारे जग हे एकाच समाजव्यवस्थेचे रूप धारण करीत आहे. या संदर्भात महत्त्वाची गोष्ट अशी की जागतिकवादाच्याद्वारे एक अशी नवीन चेतना उदयास येते आहे व त्याद्वारे संपूर्ण जगातील राष्ट्रे एकत्र बसून मानवी जीवन अधिकाधिक सुखी करण्याच्या दृष्टीने निर्णय घेत आहेत.

एक सिद्धान्त म्हणून जागतिकीकरण हे एका जागतिक सांस्कृतिक व्यवस्थेच्या उदयाचे विवेचन आहे. जागतिकीकरणाच्या मते, जागतिक संस्कृती ही सामाजिक आणि सांस्कृतिक विविधतेचा परिणाम आहे. एका उपग्रहाद्वारे माहिती मिळवण्याच्या व्यवस्थेची स्थापना, उपभोग आणि उपभोक्तावादी यांच्यामध्ये जागतिकतेचा उदय, एका जागतिकवादी सामान्य जीवनशैलीला मान्यता, ऑलिंपिक खेळ, जागतिक क्रिकेट, फुटबॉल किंवा टेनिस या खेळांच्या जागतिक स्पर्धांचे आयोजन, संपूर्ण जगाच्या संदर्भात पर्यावरण संकटाची जाणीव, एड्स सारख्या रोगांच्या संदर्भात संपूर्ण जगाचा खांद्याला खांदा लावून काम करण्याचा प्रयत्न, जागतिक व्यापार संघटना, राष्ट्रसंघ व संयुक्त राष्ट्र संघटनेसारख्या संघटनांच्या स्थापनेद्वारे जागतिक राजकारण व नवीन आर्थिक व्यवस्थांचा उदय, मानवाधिकारांचा सर्व देशांमध्ये प्रचार-प्रसार व जागतिक धर्मांच्या आदान-प्रदानाचा

शुभारंभ, यांसारख्या अनेक घटना जागतिकीकरणाकडील आपल्या वाटचालीकडे निर्देश करतात.

जागतिकीकरणाची संकल्पना आंतरराष्ट्रीय संबंधांचे समाजशास्त्र व जागतिक व्यवस्थेचा सिद्धान्त या दोहोंपेक्षा वेगळी आहे. जागतिक व्यवस्थेचा सिद्धान्त जगातील देशांचे परस्पर परावलंबित्वाच्या विकासाची व्याख्या करतो. त्याद्वारे हे प्रतिपादित केले जाते की, सांस्कृतिक जागतिकीकरण हे आर्थिक जागतिकीकरणाचा परिणाम आहे. समकालीन जागतिकीकरणाच्या सिद्धान्ताप्रमाणे असे मानले जाते की, जागतिकीकरण दोन पूर्ण विरोधी प्रक्रियांद्वारे निर्माण होते. या प्रक्रियांच्या दरम्यान स्थानिकवाद आणि जागतिकवाद या दोघांमध्ये कायम आंतरक्रिया होत असते. तसेच जागतिकीकरण प्रक्रियेच्या विरोधासाठी आंदोलने होतात.

जागतिकीकरणाचे समर्थक पारंपरिक समाजशास्त्रावर टीका करतात. त्यांचे म्हणणे हे आहे की, पारंपरिक समाजशास्त्र अजूनही जागतिक समाजांची एक व्यवस्था मानण्याऐवजी राष्ट्र-राज्य या जुन्या संकल्पनांना कवटाळून बसले आहे. पण जागतिकीकरणाचा सिद्धान्तही पूर्णपणे निरपवाद नाही. त्याच्यामध्ये सुद्धा काही कमतरता आहेत. उदा. काही लोकांनी हा प्रश्न उपस्थित केला की साम्राज्यवादाचे आधुनिक स्वरूप व जागतिकीकरण यामध्ये फरक काय आहे ?

आंतरराष्ट्रीय नाणेनिधीच्या व्याख्येनुसार ''जागतिकीकरण म्हणजे वस्तू, सेवा आणि आंतरराष्ट्रीय भांडवल प्रवाह, अतिजलद व प्रसरण पावणारे तंत्रज्ञान यांचे वाढते प्रमाण तसेच विविधता यांच्या साहाय्याने जगातील देशांचे सतत वाढत जाणारे परस्परावलंबित्व होय.''

थोडक्यात, 'जागतिक अर्थव्यवस्था अस्तित्वात आणण्यासाठी सर्व राष्ट्रांची एकच बाजारपेठ निर्माण करणे होय. जागतिकीकरणामध्ये आंतरराष्ट्रीय व्यापार मुक्तपणे करण्यात येतो. आयात-निर्यातीवर बंधने असत नाहीत. सर्व व्यवहार बाजारातील मागणी-पुरवठ्यानुसार चालतात. अर्थव्यवस्थेच्या जागतिकीकरणामुळे एका अर्थाने कार्यक्षमता, उत्पादकता वाढण्यास प्रेरणा मिळते. तथापि, तेवढ्याने देशातील प्रत्येक व्यक्तीला किमान आवश्यक उत्पन्नाची व राहणीमानाची ग्वाही मिळू शकत नाही.'

जागतिकीकरणासाठी भारताने केलेली उपाययोजना खालीलप्रमाणे :

(१) भारतीय उद्योग व व्यवसायात ५१% पर्यंत प्रत्यक्ष परकीय गुंतवणूक करण्यास मान्यता.

(२) अग्रक्रम क्षेत्रातील उद्योगांच्या समभागात १००% गुंतवणूक करण्यास अनिवासी भारतीयांना आणि त्यांच्या मालकीच्या कंपन्यांना परवानगी.

(३) दळणवळण, पर्यटन, व्यापारी तसेच पायाभूत सेवा उद्योगात परदेशी गुंतवणूक करण्यास मान्यता.

(४) भारतीय कंपन्यांच्या समभागात केलेली गुंतवणूक मोकळी करण्याची आणि मिळालेला पैसा परदेशी चलनात मायदेशी नेण्याची परवानगी.

(५) परकीय भांडवलासाठी फेरा (FERA) या कायद्यात सुधारणा करून नवीन उदार कायदा फेमा (FEMA) अस्तित्वात.

(६) भारतात कार्य करणाऱ्या विदेशी कंपन्यांना स्वत:चे नाव आणि स्वत:चा ट्रेडमार्क वापरण्यास परवानगी.

(७) सार्वजनिक क्षेत्रातील विशेष मदत बंद.

(८) १५ एप्रिल १९९४ रोजी भारतातर्फे 'गॅट' (GATT) करारावर सही.

(९) विशेष आर्थिक विभागाची (Special Economic Zone) स्थापना.

(१०) अस्तित्वात असलेल्या काही (Export Processing Zone) निर्यातप्रक्रिया क्षेत्राचे विशेष आर्थिक क्षेत्रात परिवर्तन

(११) कृषिमालाला आंतरराष्ट्रीय बाजारपेठ उपलब्ध करण्यासाठी प्रयत्न

(१२) निर्यात उत्पादनांकरिता शुल्क विरहित वातावरण निर्माण करण्यासाठी नोएडा (उत्तरप्रदेश), चेन्नई, फलटा (प. बंगाल), विशाखापट्टणम् या ठिकाणी निर्यातप्रक्रिया विभागाची (Export Processing Zone) स्थापना.

जागतिकीकरणाचे दोष पुढीलप्रमाणे :- (१) विकसित राष्ट्रांतील चंगळवादाचे आगमन भारतात होईल. (२) चैनीच्या वस्तूंची मागणी वाढेल. (३) बहुराष्ट्रीय कंपन्यांच्या गळेकापू स्पर्धेमुळे, भारतीय उद्योगांवर प्रतिकूल परिणाम होईल. (४) परदेशातील प्रदूषण निर्माण करणाऱ्या उद्योगांचे भारतात स्थलांतर होईल. (५) बहुराष्ट्रीय कंपन्यांद्वारे समाजाची पिळवणूक होईल.

Green Card - (ग्रीन कार्ड) - **अमेरिकेतील स्थायी स्वरुपाचा परवाना**

अमेरिकेत नोकरी किंवा अन्य कारणांसाठी 'एच वन बी' (H1B) व 'एच फोर' (H4) अशा दोन प्रकारचे परवाने दिले जातात. 'एच वन बी' व्हिसा म्हणजे 'टेंपररी वर्क परमिट', या व्हिसाच्या आधारे सहा महिने ते एक वर्षापर्यंत अमेरिकेत राहता येते व पुन्हा नूतनीकरण करावे लागते. 'एच फोर' म्हणजे 'डिपेंडट व्हिसा' याच्या आधारे अगदी वाहन चालविण्याचा परवानाही अमेरिकेत मिळत नाही. या पुढचा टप्पा म्हणजे 'ग्रीन कार्ड' हा होय.

ग्रीन कार्ड म्हणजे अमेरिकेत राहण्याचा स्थायी स्वरूपात मिळणारा परवाना

(Permanent Resident Card or Lawful permenent Residency) एकदा हे कार्ड मिळाले की, ती व्यक्ती अमेरिकी नागरिकत्व धारण केलेली व्यक्ती ठरते. अमेरिकेत स्थायी स्वरूपात राहून नोकरी करायची असेल, तर त्याला सरकारकडून 'ग्रीन कार्ड' मिळणे आवश्यक आहे. अमेरिकी कायद्यानुसार ग्रीन कार्ड असेल तर परदेशी व्यक्ती तेथे कायम वास्तव्य करू शकते. दरवर्षी अमेरिकेत सुमारे दहा लाख ग्रीन कार्ड दिली जातात. मात्र, अत्यंत काटेकोर विचार करूनच ही कार्ड दिली जातात. नुकतेच अमेरिकी काँग्रेसने स्थलांतरितांना ग्रीन कार्ड देण्याबाबतचे नियम अधिक कडक करण्यासाठी एक विधेयक आणण्याचा निर्णय घेतला आहे. यानुसार आजपर्यंत असलेली कुटुंबाधारित ग्रीन कार्ड देण्याची पद्धत बंद करून व्यक्ती-आधारित कार्ड दिली जातील. यामुळे कुटुंबाधारित स्थलांतर पद्धतीवर आपोआप निर्बंध येणार आहेत. तसेच व्यक्तीच्या नातेवाईकांना व्हिसा (पारपत्र) ऐवजी 'पेरेंट्स व्हिजिटर्स व्हिसा' (PVH) देण्याचा प्रस्ताव आहे.

Green Movement (ग्रीन मुव्हमेंट) - हरित चळवळ

पर्यावरणाशी संबंधित मुद्द्यांभोवती कार्यरत असणारी एक व्यापक लोकचळवळ दर्शविणारी संज्ञा. प्रामुख्याने जंगलांचे व वन्यजीवांचे संरक्षण, पर्यावरण प्रदूषणाला विरोध, पारंपरिक पद्धतींचा निसर्ग टिकवण्यासाठी उपयोग आणि सुनियंत्रित विकास, हे या चळवळीतील ठळक मुद्दे आणि कार्यक्षेत्रे आहेत.

१९८०च्या दशकाच्या सुरुवातीपासून जर्मनी व हॉलंड या देशांमध्ये या प्रकारच्या चळवळीने राजकीय पक्षाचे रूप धारण केले, तेव्हापासून इतर देशांमध्येही कमी-अधिक प्रमाणात अशा चळवळींनी राजकारणावर प्रभाव पाडण्यास सुरुवात केली.

अशा चळवळींमध्ये सामील होणारे लोक बहुतांशी व्यावहारिक प्रश्नांमध्ये रस घेऊन काम करू इच्छितात. काहीजणांनी जनतेने कोणत्या प्रकारच्या वस्तूंचा वापर करावा यांसारख्या माध्यमातून तर काहीजणांनी फावल्या वेळात पर्यावरणात्मक उपक्रम राबवण्याच्या माध्यमातून अशा चळवळींमध्ये पिकांचे सुधारित-संकरित वाण, रासायनिक खतांचा वापर, जलसिंचनव्यवस्था आणि आधुनिक यंत्र-तंत्राचा अवलंब अशा चतु:सूत्रीने योगदान दिले.

मात्र साधारण दोन दशकांनंतर या हरित क्रांतीचे दुष्परिणाम दिसू लागले. भारतासारख्या देशात या क्रांतीने कृषिउत्पादन झपाट्याने वाढवले त्याचबरोबर गरीब व श्रीमंत शेतकऱ्यांमधील दरी वाढवली. राष्ट्राचा पैसा खर्च झाला, जमिनीचा दर्जा खालावला आणि इतर काही नुकसान सोसावे लागले.

Grifith Taylor's Theory of Human Race (ग्रिफिथ टेलर्स थियरी ऑफ ह्युमन रेस) - **ग्रिफिथ टेलर यांचा मानवी वंशाचा सिद्धान्त**

ग्रिफिथ टेलर यांनी वंश उत्क्रांतीचा सिद्धान्त मांडला. त्यास त्याने 'Migration Zone Theory Of Race Evolution' असे नाव दिले. त्यांच्या मते, सुरुवातीला मानव मध्य आशियात कॅस्पियन व उरलच्या सभोवताली जन्मला. या नंतर नव मानवाने सुरुवातीला विकसित झालेल्या मानवाला बाहेरच्या बाजूस जाण्यास भाग पाडले.

सर्वात प्रथम नेग्रिटो (Negrito) वंशीय मानवाचा जन्म झाला.

यानंतर निग्रो वंशाने नेग्रिटो वंशाला बाहेरच्या बाजूस व मध्य आशियापासून बाहेर जाण्यास भाग पाडले.

यानंतर ऑस्ट्रेलॉइड वंशाची निर्मिती झाली की, ज्यांनी पहिल्या दोन वंशांच्या लोकांना अधिक बाहेरच्या बाजूस जाण्यास भाग पाडले.

ऑस्ट्रेलॉइड वंशाच्या लोकांना नंतरच्या कॉकेसॉइड वंशीय मानवाने बाहेरच्या बाजूस जाण्यास भाग पाडले.

त्यानंतर मंगोलॉइड वंशाचे लोक निर्माण झाले.

अशा प्रकारे मानव वंशाची उत्क्रांती होत गेल्याने जो वंश सर्वात प्रथम विकसित झाला, त्या वंशाचे लोक बाहेरील बाजूच्या कटिबंधीय विभागात स्थायिक झालेले दिसतात व नंतर विकसित झालेले लोक आतील बाजूस असलेल्या कटिबंधीय प्रदेशात आढळतात. शेवटी निर्माण झालेल्या वंशाचे लोक तर अगदी मध्यभागी आढळून येतात.

टेलरच्या मतानुसार, जगातील सर्वच मानववंश मध्य आशियात विकसित झाले. या निरनिराळ्या वंशातील लोकांत शारीरिक लक्षणे फारच बदललेली दिसतात. हा बदल मध्य आशियातील हवामान बदलामुळे झाला असावा असे सांगण्यात येते.

ग्रिफिथ टेलर यांच्या मतानुसार मध्य आशियात मानवी वंशाचा विकास होऊन एका पाठोपाठ एक बाह्य बाजूस स्थलांतरित झाले.

Gross Migration (ग्रॉस मायग्रेशन) - एकूण स्थलांतर

एखाद्या विशिष्ट प्रदेशातून झालेले एकूण निर्गमन / देशत्यागी स्थलांतर आणि त्याच प्रदेशातील एकूण आगमन / देशानुगामी स्थलांतर यांच्या बेरजेला 'एकूण स्थलांतर' म्हणतात.

Gross Reproductive Rate (ग्रॉस रिप्रॉडक्टिव रेट) - स्थूल प्रजननदर

चालू पिढीतील एक हजार मातांमध्ये पुढील पिढीतील मातृत्व योग्य मुलींचे प्रमाण म्हणजे 'स्थूल प्रजननदर' होय. स्थूल प्रजननदराच्या मापनामध्ये फक्त एकूण मुलींचे

जन्मप्रमाण विचारात घेतले जाते.

स्त्रीच्या जनन काळात ठरावीक कालावधीनंतर अपत्यांना जन्म देत असतील तर १००० माता त्यांच्या जननक्षम वयात जेवढ्या भावी मातांना जन्माला घालतात; या दराला 'स्थूल प्रजननदर' असे म्हणतात.

$$\text{स्थूल प्रजननदर} = \frac{\text{मातृत्वयोग्य भावी माता}}{\text{सध्या जननक्षम वयातील १००० माता}}$$

जर हा दर एकापेक्षा कमी असला तर लोकसंख्यावाढीचा दर कमी राहील पण हा दर एकापेक्षा जास्त असेल तर सध्याच्या लोकसंख्यावाढीच्या दरापेक्षा भविष्यकालीन लोकसंख्यावाढीचा दर अधिक राहील. जर स्थूल प्रजननदर एक आला तर लोकसंख्यावाढीचा दर स्थिर राहील. लोकसंख्येविषयी भविष्यकालीन अंदाज व्यक्त करण्यासाठी 'स्थूल प्रजननदर' काढतात.

Heartland Theory (हार्टलँड थियरी) - **मर्मभूमी सिद्धान्त**

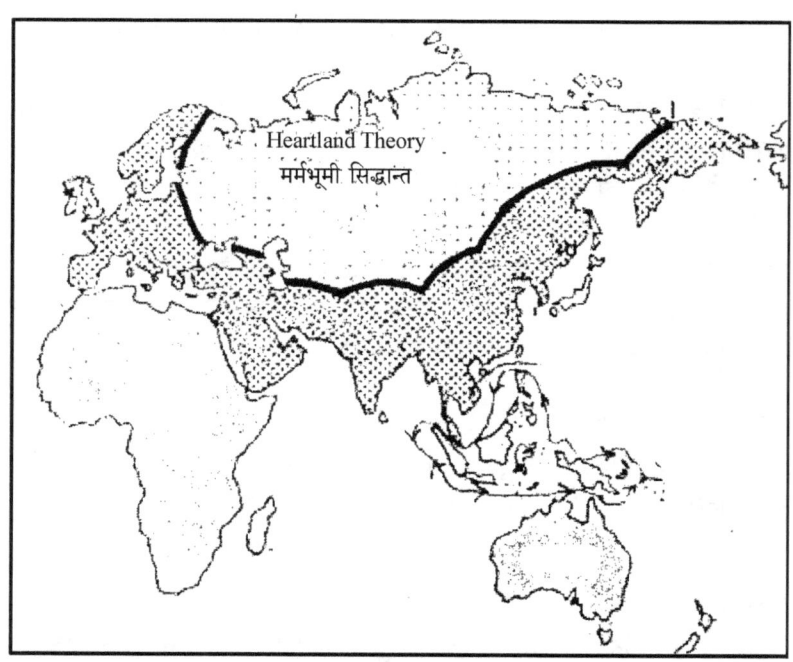

मर्मभूमी सिद्धान्त

राजकीय भूगोलाच्या अभ्यासात मॅकिंडर यांचे नाव सुवर्णाक्षरांनी लिहून ठेवण्यास हवे. त्यांच्या मर्मभूमी सिद्धान्तास अनन्यसाधारण महत्त्व असून त्या सिद्धान्तावरील टीका व इतर भूराजनीतितज्ज्ञांनी सुचविलेल्या दुरुस्त्या व पर्यायी सिद्धान्त याशिवाय राजकीय भूगोलाचा अभ्यास परिपूर्ण होऊ शकत नाही. मॅकिंडर यांनी मांडलेला मर्मभूमी सिद्धान्त निसर्गवादावर व भूसत्ता, नाविक सत्ता यांच्या तौलनिक सामर्थ्यावर आधारलेला आहे.

पंचवीस जानेवारी १९०४ या दिवशी मॅकिंडर यांनी Geographical Pivot of History या नावाचा शोधनिबंध ब्रिटनच्या रॉयल जिऑगॉफ्रिकल सोसायटीस सादर केला. त्याची वैशिष्ट्ये पुढे दिलेली आहेत.

(१) मॅकिंडर यांनी जागतिक इतिहासाचे चार कालखंड पाडले.

(अ) नदीकृत कालखंड : या कालात भारत, चीन, इजिप्त येथील नद्यांच्या खोऱ्यांतील संस्कृती वैभवशिखरावर होत्या.

(ब) भूमध्यसागरी कालखंड : या कालात ग्रीस, इटली या भूमध्य सागरकिनारवर्ती प्रदेशातील संस्कृतीचा विकास झाला.

(क) साम्राज्य किंवा वसाहतीचा कालखंड : या कालात युरोपीय देशांनी आफ्रो-आशियाई देशांमध्ये व इतर खंडांतही आपली साम्राज्ये स्थापन केली.

(ड) मर्मभूमी कालखंड : हा कालखंड विसाव्या शतकाच्या मध्यास सुरू होऊन पूर्व युरोपवर वर्चस्व गाजविणाऱ्या सत्तेस जागतिक अग्रपूजेचा मान राहील असे मॅकिंडर म्हणत.

(२) युरेशियात सुप्त नैसर्गिक संपदा असल्याने जागतिक सत्ताकेंद्र तेथे निर्माण होऊ शकेल. युरेशियास त्यांनी Pivot Area मूल आधारक्षेत्र हे नाव दिले. पुढे दिलेल्या तीन ओळीत मॅकिंडर यांनी आपला सिद्धान्त गुंफला.

जो पूर्व युरोपचा स्वामी, तो मर्मभूमीचा नियंत्रक
जो मर्मभूमीचा नियंत्रक, तो जगद्द्वीपाचा अधिपती
जो जगद्द्वीपाचा अधिपती, तो जगाचा सत्ताधीश

(३) मॅकिंडर यांनी युरोप, आफ्रिका व आशिया या तीन खंडांना जगद्द्वीप असे नाव दिले. या जगद्वीपात त्यांना अभिप्रेत असलेली मर्मभूमी आहे. याच मर्मभूमीस ते 'मूल आधार क्षेत्र' असे म्हणत असत. परंतु १९१९ मध्ये त्यांनी आपल्या पहिल्या शोधनिबंधात सुधारणा करून Democratic Ideas and Reality असा दुसरा शोधनिबंध सादर केला.

(४) मर्मभूमीचा विस्तार उत्तरेस बर्फाळ, आर्क्टिक महासागरापासून दक्षिणेस इराणच्या पठारापर्यंत व पश्चिमेस व्होल्गा खोऱ्यापासून पूर्वेस सैबेरियातील येनेसी

खोऱ्यापर्यंत कल्पिला. मर्मभूमीचा उत्तरमध्य व पश्चिम भाग म्हणजे एक अतिविशाल असे मैदान आहे. या ठिकाणी उरल पर्वत असून त्याच्या पूर्वेकडील नद्या बर्फाळ आर्क्टिक महासागराकडे वाहतात. मॅकिंडर यांच्या मते मर्मभूमी नैसर्गिक संपदेने नटलेली असून अभेद्य तटबंदी असलेल्या एका दुर्गाप्रमाणे आहे. अशा अभेद्य दुर्गात प्रवेश करून आपले आसन बळकट करणे कोणत्याही परकीय सत्तेस अजून जमलेले नाही. चतुरंग सेना घेऊन नेपोलियन व हिटलर यांनी रशियन मर्मभूमीवर स्वाऱ्या केल्या. परंतु अत्यंत कडक बोचऱ्या थंडीमुळे आक्रमकांची ससेहोलपट झाली.

(५) मॅकिंडर यांनी पुढे असे प्रतिपादन केले की नाविक मोहिमांच्या साहाय्याने इतर प्रदेशांवर कब्जा करण्याचा काल आता संपलेला असून लोहमार्गांच्या विकासामुळे व सतत विकसत जाणाऱ्या तंत्रामुळे भूसत्ता व नाविक सत्ता यांचे परस्परसंबंध बदलत आहेत.

(६) विशाल मर्मभूमीत बाल्टिक व काळ्या समुद्रांच्या दरम्यान असलेल्या प्रदेशातून प्रवेश करणे सोपे असले तरीही अशा भागांचे संरक्षण करणे सहजशक्य आहे.

(७) पूर्व युरोपमधूनच मर्मभूमीकडे ये-जा करण्यास मुक्तद्वार उपलब्ध आहे.

(८) १९२४ मध्ये मॅकिंडर यांनी असे प्रतिपादन केले की पश्चिम युरोप व उत्तर अमेरिका हे दोन विभाग सांस्कृतिक दृष्ट्या एकच असून अनेक राष्ट्रांचा तो एक परिवार आहे. पश्चिम युरोप व उत्तर अमेरिका खंड यांच्या दरम्यानचा जो उत्तर अटलांटिक महासागराचा भाग आहे. त्याला त्यांनी Midland Ocean - मध्यभूसागर असे नाव दिले. मध्यभूसागराच्या पूर्वेस असलेले व्होल्गा खोरे व पश्चिमेस असलेला रॉकी पर्वत यांच्या दरम्यानचा जो विभाग आहे. त्या विभागास पाश्चात्त्य संस्कृतीचे प्रमुख भौगोलिक निवासस्थान असे मॅकिंडर यांनी नाव दिले.

मर्मभूमीच्या पश्चिम सीमेवर असलेले पूर्व युरोपीय देश म्हणजे सुरुवातीची मर्मभूमी, तिचे रूपांतर आता Shalta Belts खंडित विभागात झालेले असून, रशियात त्यांचे Buffer उभयरोधक प्रदेश म्हणून महत्त्व राहिलेले नाही.

२१ व्या शतकात व त्यानंतर आता मर्मभूमी अंतराळात निर्माण झालेली आहे. अंतराळावर ज्याचे स्वामित्त्व तो जगाचा सत्ताधीश, कारण अंतराळात याने - उपग्रह पाठवून जमिनीवर नियंत्रण करणे शक्य असून आज फक्त श्रीमंत देशांकडे ती आर्थिक कुवत आहे.

संघर्षाऐवजी किनारभूमीत वर्चस्व मिळविण्यासाठी रशिया (मर्मभूमीचा सत्ताधीश) व अमेरिका (धुव्रापलीकडील मर्मभूमीचा स्वामी) यांची स्पर्धा चालू होईल.

(९) अमेरिकेच्या तुलनेत रशिया हा देश कमकुवत का राहिला याचे स्पष्टीकरण

मॅकिंडर यांनी दिले नाही. परंतु १९४३ मध्ये मॅकिंडर यांनी मर्मभूमीची कक्षा बैकल सरोवरापासून व्होल्गा नदीच्या खोऱ्यापर्यंत वाढविली होती, व या प्रदेशात घडणाऱ्या घटनांना अनन्यसाधारण जागतिक महत्त्व प्राप्त होईल असे भाकीत केलेले होते. ते खूप बरोबर आहे. असे पुढील घटनांच्या वरून वाटते.

(अ) व्होल्गा खोरे ते बैकल सरोवर प्रदेशात पूर्वी सोव्हिएट मध्य आशियातील भाग (ताजिगिस्तान, तुर्कमेनिस्तान, उझबेगिस्तान, कझाकस्तान व किर्गिझिस्तान) होते. तेथे आता पाच स्वतंत्र पण भूवेष्टित राज्ये झालेली आहेत.

(ब) इस्लामी मूलतत्त्ववाद तेथे जोर धरू पाहात आहे.

(क) वरील पाच स्वतंत्र राज्यसंस्थात प्रचंड तेल व नैसर्गिक वायूंचे साठे असल्याने अमेरिकेने तेथे प्रचंड भांडवल गुंतवणूक केलेली आहे.

(ड) भांडवल गुंतवणूक करून पूर्वीच्या सोव्हिएट मध्य आशियात विकास घडवून आणल्यानंतर अमेरिकेची पत वाढून अमेरिकेस सैबेरियात चंचुप्रवेश करणे सोपे जाईल व चीनलाही एक प्रकारे शह देता येईल.

Hindu Religion (हिंदू रिलिजन) - **हिंदू धर्म**

अनेक शतकांपूर्वी (जवळ जवळ पाच हजार वर्षांपूर्वी) भारतीय उपखंडात आस्था, विश्वास आणि कर्मकांडांचा जो विकास झाला, त्याला सामान्यपणे हिंदू धर्म असे म्हटले जाते. या आस्था आणि कर्मकांडामध्ये बरीचशी मतभिन्नता आहे; पण त्याचबरोबर यांच्यामध्ये साम्यही आहे. आधुनिक जगातील शीख, जैन व बौद्ध हे प्रमुख धर्म यातूनच निघालेल्या शाखा आहेत. पुढे जाऊन त्यांनी धर्माचे रूप धारण केले. हिंदू धर्मावर आस्था असणाऱ्यांची जास्तीत जास्त संख्या आहे. हे लोक प्रामुख्याने भारतात राहतात. भारताव्यतिरिक्त आफ्रिका, युरोपातील अनेक देश, अमेरिका, इंडोनेशिया, मलेशिया, थायलंड, कंपूचिया, लाओस, व्हिएतनाम, नेपाळ, पाकिस्तान, बांगलादेश, मॉरिशस व फिजी या देशांमध्येही हिंदूंची संख्या मोठी आहे.

हिंदू धर्म एकेश्वरवादी नाही. अनेक देवी-देवता व संप्रदायांवर विश्वास हे या धर्माचे वैशिष्ट्य आहे; पण हेही मानले जाते की, या सर्व देवी-देवता एकाच दिव्य शक्तीची रूपे आहेत. वेगवेगळ्या देवीदेवतांशी संबंधित संप्रदाय एकाच परब्रह्माच्या शोधाचे वेगवेगळे मार्ग आहेत. या धर्माचा कोणताही एक धर्मगुरू किंवा एक धर्मग्रंथ नाही. या धर्माचा वैविध्यपूर्ण स्वभाव आपल्याला हिंदू धार्मिक ग्रंथांमध्ये दिसून येतो. हे प्रमुख ग्रंथ पुढीलप्रमाणे - वेद, उपनिषदे, स्मृती, पुराणे, गीता, महाभारत, रामायण, भागवत इत्यादी. त्याचबरोबर वेगवेगळ्या देवीदेवतांसंबंधी श्लोक, तत्त्वचिंतन, आख्याने व कथाही आहेत.

हिंदू धर्माची प्रमुख लक्षणे सांगणे तसे अवघड आहे. तरीही या धर्माचे प्रमुख घटक पुढीलप्रमाणे सांगता येतील : (१) आत्मा, परमात्मा व ब्रह्म यांवर विश्वास (२) इष्ट देव तसेच त्रिमूर्ती (ब्रह्मा, विष्णू, महेश) यांची संकल्पना (३) कर्म, पुनर्जन्म, पाप, पुण्य, मोक्ष यावर विश्वास (४) मूर्तिपूजा (५) जीवनाची प्रतिष्ठा (अहिंसा) (६) भोजन, आचरण व विवाहसंबंधी शुद्ध-अशुद्धतेची संकल्पना (७) वर्णव्यवस्था (८) सत्त्वगुण, रजोगुण व तमोगुणाची संकल्पना (९) जीवनाचे पुरुषार्थ - धर्म, अर्थ, काम आणि मोक्ष (१०) मोक्षप्राप्तीचे मार्ग - कर्ममार्ग, ज्ञानमार्ग व भक्तिमार्ग (११) आत्म्याचे अमरपण इत्यादी.

हिंदू धर्म आपल्या वर्तमान जीवनाला अनेक क्रमबद्ध जीवनांपैकी एक जीवन मानतो. हे जीवन अनेक योनींमध्ये ग्रहण करावे लागते. यामध्ये अनेक योनी या मानवेतर व पृथ्वीशी संबंध नसणाऱ्या आहेत. हिंदू धर्मानुसार माणसाचे जीवनकर्म हे पुनर्जन्माच्या संकल्पनेशी जोडलेले आहे. म्हणजेच माणूस आज जिथे कोठे आहे, तो आपल्या कर्मांमुळेच आहे. कर्माद्वारेच माणसाच्या सुख-दुःखाची व्याख्या केली जाते. हे कर्मच माणसाच्या वर्तमान व भविष्यकालीन जीवनाची निश्चिती करते. कर्मावरच मानवप्राण्याला जीवन-मृत्यूच्या फेऱ्यातून मुक्त करणाऱ्या मोक्षाची संकल्पना आधारलेली आहे. अज्ञान व माया यांवर मात करणाऱ्या व्यक्तीस मुक्ती मिळते.

हिंदू तत्त्वज्ञानात दोन प्रमुख विचारप्रवाह आहेत. एक विचारधारा ईश्वरवादी आहे. यामध्ये विश्वातील सर्व घटना व वस्तूंना एका अद्वितीय अशा अध्यात्मतत्त्वात विलीन केले आहे. ब्रह्मा, विष्णू, महेश ही ईश्वरवादी कल्पना आहे. 'सर्वं खलु इदं ब्रह्म!' ही केवलवादी विचारधारा आहे. आत्म्याचे अमरत्व, कर्मसिद्धान्त (संचित कर्म, प्रारब्ध कर्म, कर्म), मोक्ष (जीवनमुक्ती, विदेहमुक्ती) इ. विषयी विवेचन हिंदू तत्त्वज्ञानात आहे. वेद, उपनिषदे, आरण्यके, ब्राह्मणे, भगवद्गीता, बादरायणसूत्रे, षड्दर्शने, हे सर्व हिंदू धर्म तत्त्वज्ञानग्रंथ मानले जातात. इस्लाम व ख्रिश्चन धर्मांप्रमाणे एक प्रेषित व एक धर्मग्रंथ अशी स्थिती हिंदू धर्म व तत्त्वज्ञानात नाही. म्हणूनच हिंदू ही एक जीवनप्रणाली आहे व सहिष्णुता हा या विचारधारेचा प्राण आहे असे मानले जाते.

Historical Geography (हिस्टॉरिकल जिऑग्राफी) - **ऐतिहासिक भूगोल**

ऐतिहासिक भूगोल ही मानवी भूगोलाची आणखी एक महत्त्वपूर्ण शाखा मानली जाते. ''ऐतिहासिक अभ्यास या कालप्रवाहात मागे जाऊन तत्कालीन भूगोल कसा असेल याचा विचार करणे म्हणजेच ऐतिहासिक भूगोल होय.'' असे विचार मॅकिंडर यांनी व्यक्त केलेले आहेत. देशाच्या इतिहासास तेथील भौगोलिक परिस्थिती कारणीभूत असते.

इतिहास हा भूगोलाच्या पार्श्वभूमीवर घडला जातो; म्हणूनच प्राचीन काळी बांधलेले गड, किल्ले तेथील भौगोलिक परिस्थितीचा अभ्यास करून बांधलेले आहेत. ऐतिहासिक भूगोलात ऐतिहासिक घटना व प्राचीन काळापासून ते आजअखेर विविध देशांचा विस्तार यांचे अध्ययन केले जाते.

Human Geography (ह्युमन जिऑग्राफी) - **मानवी भूगोल**

मानवी संस्कृती व भौगोलिक पर्यावरण (Geographical Environment) यांच्या परस्परसंबंधाचा वैज्ञानिक अभ्यास म्हणजे मानवी भूगोल ही ज्ञानशाखा होय.

भौतिक पर्यावरणाचा मानवी जीवनावर कसा प्रभाव आहे व मानवी संस्कृतीने भौतिक पर्यावरणावर कसे नियंत्रण केले आहे याचा विचार मानवी भूगोलाच्या कक्षेत येतो. समुद्रतटवर्ती भागात राहणाऱ्यांचे जीवन, समुद्रसपाटीपासून उंचीवर राहणाऱ्यांचे जीवन किंवा वाळवंटात वस्ती करणाऱ्यांचे जीवन आणि भौगोलिक पर्यावरण यांचा संबंध मानवी भूगोलात अभ्यासला जातो.

काही तज्ज्ञांच्या मते Human Ecology ह्या विषयाचीच एक ज्ञानशाखा मानवी भूगोल आहे. मात्र काहींच्या मते मानवी भूगोलाची व्याप्ती मानवपरिस्थितिविज्ञानापेक्षा भिन्न आहे.

Human Race (ह्युमन रेस) - **मानवी वंश**

फ्रान्स बोआस यांच्यानुसार, ''समान शारीरिक व मानसिक वैशिष्ट्यांनी युक्त असा मानवगट म्हणजे वंश.'' किंवा युनेस्कोच्या व्याख्येनुसार जे मानवगट परस्परांहून पूर्ण विकसित व प्रामुख्याने संक्रमणशील अशा शारीरिक वैशिष्ट्यांच्या बाबतीत भिन्न असतात अशा मानवगटांना 'वंश' असे म्हणतात. वंश ही जीवशास्त्रीय संकल्पना असून समान शारीरिक लक्षणे असणाऱ्या लोकांचा वंश बनतो. वंशिक गुण हे निश्चित, अपरिवर्तनशील व अनुवंश यंत्रणेद्वारे संक्रमित होणारे असतात.

Human Race Distribution (ह्युमन रेस डिस्ट्रिब्युशन) - **मानवी वंशाचे जागतिक वितरण**

मानवी वंशाच्या वितरणात किंवा वर्गीकरणाबाबत मानवशास्त्रज्ञात मतभेद आहेत. तरीपण सर्वसाधारणपणे जगात तीन प्रमुख वंश मानले गेले आहेत. हे म्हणजे (१) कॉकेसाइड (२) निग्रोइड व (३) मंगोलॉइड. जगातील मानवी वंशाचे वितरण खालील तक्त्यात दिले आहे.

क्र.	वंश	प्रदेश
१.	कॉकेसाइड	युरोपियन, अरब, ज्यू व इण्डो आर्यन
२.	निग्रोइड	आफ्रिका
३.	मंगोलाइड	उत्तर, पूर्व व आग्नेय आशिया
४.	मलेशियन	पॅसिफिक महासागरातील दक्षिणेकडील बेटे
५.	मायक्रोनेसियन पॉलिनेसियन	हवाई बेटांपासून न्यूझिलंडपर्यंत
६.	कांगो किंवा पिग्मी	मध्य आफ्रिका
७.	पूर्वेकडील पिग्मी	फिलिपिन्स, अंदमान, मलेशिया
८.	ऑस्ट्रॉलाइड	ऑस्ट्रेलिया
९.	बुशमेन, हॉटेनटॉट	कलहारी वाळवंट
१०.	ऐनु	जपान
११.	वेद्डाइड	श्रीलंका

Human Resource Management (ह्युमन रिसोर्स मॅनेजमेंट) - **मानवसंसाधन व्यवस्थापन**

उद्योग-व्यवसाय संघटना निर्माण करण्यासाठी आवश्यक असलेल्या विविध घटकांपैकी सर्वाधिक महत्त्वाचा घटक कोणता असेल तर तो म्हणजे मानवसंसाधन. त्याशिवाय कोणतीही संघटना - मग ती आकाराने लघु, मध्यम वा मोठी असो, नफा कमावणारी असो वा जनकल्याणार्थ चालविली जाणारी असो- निर्माण होऊच शकत नाही. संघटनेच्या आकारमानावरून मनुष्यबळाची गरज कमी-अधिक प्रमाणात असू शकते. एखाद्या लघुउद्योगात उद्योजकच सर्व कार्ये पार पाडीत असेल तर मोठ्या संघटनेत विविध कार्यांसाठी अनेक कर्मचाऱ्यांची नेमणूक करावी लागते. परंतु, मनुष्यबळावाचून कोणत्याही संघटनेचा विचारसुद्धा करता येत नाही.

औद्योगिक संघटनेची स्थापना ठरावीक उद्दिष्टे साध्य करण्यासाठी केली जाते. ही उद्दिष्टे साध्य करण्यासाठी वस्तूंचे किंवा सेवांचे उत्पादन केले जाते. उत्पादनकार्यासाठी विविध घटकांची आवश्यकता असते. उदा. यंत्रसामग्री, कच्चामाल, हत्यारे, तसेच वीज व पाणीपुरवठा, दळणवळण इत्यादी पायाभूत सेवा. मात्र हे सर्व घटक उपलब्ध असूनसुद्धा प्रत्यक्ष काम करणारा घटक म्हणजेच मनुष्यबळ नसेल तर उत्पादनच होणार नाही आणि म्हणूनच उत्पादनप्रक्रियेत मनुष्यबळाचे महत्त्व अनन्यसाधारण आहे.

श्रमिकांच्या भूमिकेला अधिक चालना मिळावी याकरिता मानवीय संसाधन

व्यवस्थापनाचा विचार आधुनिक काळात केला जातो. बदलत्या व्यवस्थापनाच्या स्वरूपात आणि श्रमाचे वाढते महत्त्व लक्षात घेऊन, सेवाप्रशासनाला 'मानवीय संसाधन व्यवस्थापन' असेही म्हणतात; कारण या व्यवस्थापनात एका संघटनेमध्ये सर्वच घटकांचा समावेश असतो. त्याच्यात कामगार, व्यवस्थापक व इतर कर्मचाऱ्यांचा प्रत्यक्ष संबंध येत असतो.

मानवीय संसाधन व्यवस्थापनामध्ये, संघटनात्मक स्वरूपात खालील चार बाबींना महत्त्व देणे आवश्यक आहे; ज्याच्यातून औद्योगिक श्रमिकांचे हित जोपासता येते.

(१) औद्योगिक शांतता. (२) अधिक उत्पादकता मिळविण्याकरिता प्रयत्न करणे. (३) श्रमिकांची कार्य करण्याची पद्धती आणि काळ वाढविणे. (४) श्रमिकांना त्यांच्या अधिकाराप्रमाणे स्पर्धेकरिता तयार करणे.

Human Trafficking (ह्युमन ट्रॅफिकिंग) - **बेकायदेशीर देशांतर**

बेकायदेशीर मार्गाने परदेशी जाण्याच्या गैरप्रकाराला 'ह्युमन ट्रॅफिकिंग' म्हणून जगभर ओळखले जाते. भारतात किंवा विशेषत: पंजाबात याला 'कबूतरबाजी' म्हणूनही ओळखले जाते. जगात सर्वत्र ही एक गंभीर समस्या मानली जाते. संयुक्त राष्ट्रसंघ (UNO), आंतरराष्ट्रीय कामगार संघटना (ILO) यांचे या समस्येच्या विरोधात ठरावही आहेत.

१९९६ मध्ये माल्टा बंदराजवळ एका प्रवासी जहाजाला झालेल्या अपघातात १७० तरुण मृत्युमुखी पडले होते. तपासामध्ये हे सर्वजण बेकायदेशीर मार्गाने आणि कोणत्याही अधिकृत कागदपत्रांखेरीज प्रवास करीत असल्याचे निष्पन्न झाले होते.

जिनिव्हा येथील स्थलांतराबाबत काम करणाऱ्या एका जागतिक संस्थेच्या माहितीनुसार जगभरातील 'कबूतरबाजी'चा धंदा वार्षिक सात अब्ज डॉलरचा आहे. या धंद्यात गुंतलेल्या मंडळींचे आंतरराष्ट्रीय शस्त्रव्यापार, अमली पदार्थांची तस्करी, वेश्याव्यवसाय इ. व्यापाराशीही लागेबांधे आहेत.

इंटरनेटवर परदेशात जाण्याच्या विविध योजना प्रसारित करणे, विवाहसंस्था, घरकामासाठी लागणाऱ्या लोकांसाठी जाहिराती देणे, लहान मुलांना दत्तक घेण्याच्या योजना अशा अनेक मार्गांचा अवलंब लोकांची फसवणूक करण्यासाठी केला जातो.

अमेरिकेने मूलत: हा अपराध म्हणजे मानवी हक्कांचे उल्लंघन असल्याचे मानून, कडक कायदे केले आहेत.

Indus Valley Civilization (इंडस व्हॅली सिव्हिलिझेशन) - **सिंधुसंस्कृती**

वायव्य भारत व पाकिस्तानमधील सिंधू नदीच्या खोऱ्यात, इ.स. पू. ३ ऱ्या सहस्रकांत विकसित होऊन पाच शतकांहून अधिक टिकलेल्या विस्तृत संस्कृतीला

सिंधुसंस्कृती किंवा हडप्पा संस्कृती म्हणतात. सापडलेल्या काही विटा रेल्वेमार्गाच्या बांधणीत वापरताना ह्या निराळ्या आहेत असे लक्षात आल्यामुळे संशोधन सुरू झाले व हडप्पा आणि मोहेंजोदडो ह्या ठिकाणी ह्या संस्कृतीची शहरे सापडली. पुरातत्त्वीय संशोधन व सर जॉन मार्शल ह्यांनी करविलेली उत्खनने ह्यांनी ह्या संस्कृतीवर बराच प्रकाश पडला. भारतीय उपखंडातील ऐतिहासिक लिखितांत मात्र ह्या संस्कृतीच्या पूर्वास्तित्वाचा काहीही उल्लेख मिळत नाही. स्वातंत्र्यपूर्व व स्वातंत्र्योत्तर काळात केलेल्या अनेक उत्खननांमुळे सिंधूपूर्व संस्कृती इ.स.पू. ३७०० वर्षांपासून अस्तित्वात असून तिच्यातून अभिजात सिंधुसंस्कृती इ.स.पू. २५०० च्या सुमारास उदयास येऊन इ.स.पू. २०००-१९०० पर्यंत टिकून राहिली. तिचे अवनत (Degenerated) स्वरूप इ.स.पू. १७०० पर्यंतचे सापडते. त्यानंतर तिचे काही जन स्थलांतरित होऊन ती नष्ट झाली.

सिंधुसंस्कृतीच्या अक्केडियन काळात मेसोपोटेमियन संस्कृतीशी संबंध आलेला आढळतो; पण तरी तिच्या उगमाचा निश्चित पुरावा उपलब्ध नाही. पण इ.स.पू. २६०० ते २५०० दरम्यान तिची जलद उत्क्रांती होऊन मोहेंजोदडो, हडप्पा, चन्हु-दड़ो तसेच रूपड, कालीबंगन, सुरकोटडा, लोथल, आलमगीरपूर, धोलावीरा इ. अनेक ठिकाणी शहरे / किल्ले / तटबंदी, गोदी इ. अस्तित्वात असल्याचे लक्षात आले. पंजाब, राजस्थान इ. मध्ये तत्कालीन सरस्वती नदीच्या खोऱ्यांतही तिचा विस्तार होता. तिची एक विशिष्ट लिपीही होती, पण ती अजूनही निश्चितपणे वाचता आलेली नाही. शेतीचीही बरीच वाढ होऊन बार्ली व गहू ही मुख्य पिके घेतली जात. पशुपालन मोठ्या प्रमाणात केले जाई, असे बऱ्याच अवशेषांत सापडलेल्या (५० टक्के किंवा अधिक) पशूंच्या अस्थींवरून दिसते. त्यांच्या कलेतही गाई-बैलांचे चित्रण मोठ्या प्रमाणात आढळते. पूर्व व पश्चिम जगाशी दूरपर्यंत व्यापारी संबंध तसेच अंतर्गत खाद्यवस्तू व मनुष्यनिर्मित वस्तूंचा व्यापार ह्यांचा स्पष्ट पुरावा मिळतो. धातुतंत्रज्ञान आढळून येते. मातीची भांडी करण्यासाठी जलदावर्ती चक्राचा (Fast Wheel) उपयोग होई. सिंधुसंस्कृतीचा धर्म शिव, पशुपती, मातृदेवता, सप्तमातृका ह्यांची पूजा व निसर्गपूजा ह्यांनी बनलेला होता. ह्या व्यतिरिक्त अग्निकुंडे (कालीबंगन) व लिंगे ही सापडली आहेत. त्यावरून लिंगपूजा व अग्निपूजनही होत असावे. भरपूर पाणी वापरून स्वच्छता राखण्याकडे लोकांचा कल होता. पाणी साठवण्याची व्यवस्था घरात करीत. धोला वीरा येथे तर संपूर्ण वस्तीसाठी पाणी साठवता यावे अशी (Water Harvesting) ची सोय होती. अजूनपर्यंत भारतात सापडलेली ही सर्वांत जुनी अशी व्यवस्था आहे. सध्या (Water Harvesting) ची कल्पना लोकप्रिय होते आहे; पण ह्या पुरातन व्यवस्थेवरून सिंधू संस्कृतीची तांत्रिक प्रगती किती मोठी होती हे कळते. त्या काळाच्या मानाने अत्यंत प्रगत, पूर्व-पश्चिम रस्ते असलेली व बालेकिल्ला, उच्चवर्गाची घरे, बाजार, विविध व्यावसायिकांची घरे अशी विचारपूर्वक विभागणी केलेली

नगररचना सिंधुसंस्कृतीत आढळते. गटारे विटांनी बांधलेली असून सांडपाणी इतरत्र पसरू नये अशी आरोग्याच्या दृष्टीने वैशिष्ट्यपूर्ण व्यवस्था केलेली दिसते. 'लोथल' येथील गोदी (Dockyard) अप्रतिम बांधकामाचा, भरती-ओहोटीविषयक तत्कालीन ज्ञानाचा व व्यापार-उदिमांवर आधारलेल्या सुबत्तेचा उत्कृष्ट पुरावा आहे. ह्या सुबत्तेचा कदाचित परिणाम असेल पण अंजीर, डाळिंब, केळी, खजूर व कलिंगडे इ. फळांचा अन्नात समावेश असे. देवदाराची शवपेटिका (हडप्पा), विटांची बांधणी (लोथल) ह्यांचा दफनात वापर दिसतो. मृतांचे दफन करण्याचीच पद्धत होती असे दिसते. अनेक उत्तम प्रकारच्या पशू, देवता, झाडे-वेली ह्यांच्या प्रतिमा असलेल्या मुद्रा आढळलेल्या आहेत. त्यांवर अक्षरेही आहेत. छिद्रयुक्त उंच बाजू असलेली मडकी (Perforated Jars), आलंबयुक्त थाळ्या (Dish on Stand) व मोठ्या आकाराचे, काळ्या रंगात भौमितिक नक्षी काढलेले रांजण ही सिंधुसंस्कृतीची वैशिष्ट्ये असलेली मातीची भांडी होती. लोकवस्ती त्या काळच्या मानाने मोठी होती. हडप्पात ४०,००० लोक राहत असावेत असा डॉ. वॉल्टर फेअरसर्व्हिस ह्यांचा निष्कर्ष आहे. मोहेंजोदाडो येथे प्रा. जॉर्ज डेल्स ह्यांच्या मते ४०,००० तर लॅम्ब्रिक ह्यांच्या मते ३५,००० लोक राहत असावेत. सिंधुसंस्कृतीच्या नाशाबद्दल अचानक पूर येणे ह्यापासून सरस्वतीचा प्रवाह आटल्याने स्थलत्याग ह्यापर्यंत अनेक कारणे सांगितली जातात. पण मोठे, अचानक आलेले नैसर्गिक संकट किंवा परकीय आक्रमण ह्यांचा काहीही पुरावा मिळालेला नाही. सिंधुलिपीचे निश्चित वाचन झाल्याखेरीज सिंधुसंस्कृतीचे कोडे व्यवस्थितपणे उलगडेल असे वाटत नाही.

Industrial Geography (इंडस्ट्रियल जिओग्राफी) - **औद्योगिक भूगोल**

जगाचे झपाट्याने होऊ लागलेले औद्योगिकीकरण यामुळे या शाखेला महत्त्व आलेले आहे. औद्योगिक भूगोलात विविध उद्योगधंदे, त्यांचे वितरण, केंद्रीकरण, विकेंद्रीकरण यांचा अभ्यास केला जातो. प्रादेशिक नियोजनाच्या अभ्यासात औद्योगिक भूगोल अभ्यासाची फार मदत होते.

Infrastructure (इन्फ्रास्ट्रक्चर) - **पायाभूत सेवा-सुविधा**

कोणत्याही देशाचा आर्थिक विकास त्या देशातील शेती, उद्योगधंदे, व्यापार, दळणवळण, बँका, विमाकंपन्या इत्यादींच्या विकासावर अवलंबून असतो. शेतीक्षेत्राची उत्पादकता वाढविण्यासाठी पाणीपुरवठा, भांडवलपुरवठा तसेच औद्योगिक विकासासाठी वीजपुरवठा, रस्ते, वाहतूकव्यवस्था, कुशल कामगार, अत्याधुनिक तंत्रज्ञान, इत्यादींची आवश्यकता असते. या सर्व सेवासुविधांना सामूहिकरीत्या पायाभूत सुविधा असे म्हणतात. याला 'आधारभूत संरचना' असेही म्हणतात.

पायाभूत सुविधा ज्या देशात मोठ्या प्रमाणात उपलब्ध असतात, त्या देशाचा आर्थिक विकास जलद गतीने होतो.

पायाभूत सुविधांमध्ये पुढील गोष्टींचा समावेश होतो :- (१) ऊर्जा साधने (२) वाहतूक व्यवस्था (३) दळणवळणाची साधने (४) वित्तीय संस्था (५) सामाजिक सुविधा (६) विज्ञान व तंत्रज्ञान

पायाभूत सुविधांचे महत्त्व याप्रमाणे : (१) औद्योगिक विकासासाठी, (२) शेतीच्या विकासासाठी, (३) विस्तृत बाजारपेठा उपलब्ध होण्यासाठी, (४) अर्थव्यवस्थेला चालना देण्यासाठी, (५) साधनसामग्रीचा पर्याप्त वापर करण्यासाठी, (६)भांडवलनिर्मितीला चालना देण्यासाठी, (७) समतोल प्रादेशिक विकास साधण्यासाठी, (८) राहणीमानात सुधारणा घडवून आणण्यासाठी.

Infant Mortality Rate (इन्फंट मॉर्टॅलिटी रेट) - **बालमृत्युदर**

बालमृत्युदर म्हणजे एक वर्ष वयापर्यंतच्या अर्भकांमधील एक हजारी अर्भकांमागे असलेला सरासरी मृत अर्भकांचा आकडा होय. खालील सूत्राच्या साहाय्याने बालमृत्युदर काढता येतो.

$$\text{बालमृत्युदर} = \frac{\text{०-१ वयोगटातील मृत बालकांची एकूण संख्या}}{\text{०-१ वयोगटातील एकूण लोकसंख्या}} \times १०००$$

Islam Religion (इस्लाम रिलीजन) - **इस्लाम धर्म**

इस्लाम धर्माचे संस्थापक म्हणजे महंमद पैगंबर. त्यांचा कालखंड म्हणजे इ. स. ५७१ ते ६२२ होय. धार्मिक तीर्थक्षेत्र व व्यापारी केंद्र असणाऱ्या मक्का शहरात त्यांचा जन्म झाला. मक्का शहराची यात्रा हा अरब टोळ्यांच्या जीवनाचा एक भाग होता. प्रत्येक अरब टोळीच्या कुलदेवतांच्या मूर्ती मक्केच्या भव्य काबा मंदिरात ठेवलेल्या असत. वर्षातून एकदा मक्केची यात्रा करण्याचा टोळीवाल्यांचा प्रयत्न असे; त्यामुळे या मंदिरात व त्याची व्यवस्था बघणाऱ्या कुरैश जमातीस महत्त्व होते. हे लोक व्यापारातही प्रवीण होते. याच कुरैशांच्या 'बानी कशिम' घराण्यात पैगंबरांचा जन्म झाला. इस्लाम या अरबी शब्दाचा अर्थ 'शांतीमध्ये प्रवेश करणे' असा आहे. 'इस्लाम म्हणजे सर्व शक्तिमान परमेश्वराला शरण जाणे, प्राणिमात्रांवर प्रेम करणे, अहिंसा धर्माने वागणे होय.'

महंमद (इ. स. ५७१ ते ६२२) यांच्याद्वारे परमेश्वराने आपला संदेश (पैगाम) पृथ्वीवर सर्व प्राणिमात्रांपर्यंत पोहोचवला म्हणून त्यांना पैगंबर पदवी मिळाली. त्यांना

पैगंबर, नबी व रसूल असेही संबोधले जाऊ लागले. नबी म्हणजे परम ज्ञानाची घोषणा करणारे किंवा परमेश्वर व मानव यांच्यातील मध्यस्थ; तर रसूल म्हणजे 'प्रेषित' किंवा 'दूत' होय. 'ला इलाह इलिल्लाह मुहम्मदुर्रसूलिल्लाह' हा इस्लामचा मूलमंत्र होय. याचा अर्थ म्हणजे अल्लावाचून अन्य कोणी पूजनीय नाही व महंमद त्याचे दूत आहेत.

इस्लामचे इमान (श्रद्धा) व अमल (आचरण) असे दोन विभाग पडतात. इमान म्हणजे अल्लाह, देवदूत, देवप्रणित ग्रंथ, देवाचे प्रेषित, अंतिम निवाड्याचा दिवस व ईश्वराचे आदेश या सहा गोष्टींवर श्रद्धा ठेवणे होय. कुराणाच्या अमल या विभागात धार्मिक आवश्यक कृत्ये दिलेली आहेत. त्यात (१) कलमा-ला इलाह ..... या मंत्राचे पठण करणे, (२) नमाज- दिवसातून पाच वेळा ईश्वराची प्रार्थना करणे, (३) रोजा- रमजान महिन्यात महिनाभर फक्त एकदा संध्याकाळी सूर्यास्तानंतर भोजन करणे (या रमजान महिन्यात कुराण पृथ्वीवर अवतीर्ण झाले म्हणून हा पवित्र महिना), (४) जकात - वार्षिक उत्पन्नाचा चाळिसावा हिस्सा दानधर्मात खर्च करणे, (५) हज- मक्केची यात्रा करणे, यांचा समावेश आहे. याचाच अर्थ असा की, सहा गोष्टींवर पूर्ण श्रद्धा (इमान) व पाच आचारांचे पालन (अमल) मिळून इस्लाम धर्म बनतो.

इस्लाम धर्मात 'ईश्वर एक आहे' यावर सर्वाधिक भर देण्यात आलेला आहे. इस्लाम हा 'व्यक्ती' व 'समाज' यांच्या आचारांचे नियमन करणारा धर्म आहे. कुराणात परमेश्वरी संकल्पनांबरोबरच ऐहिक जीवन, मानवी जीवन, राजनीती, न्याय, शासन, युद्ध, शांती, विवाह, घटस्फोट, सावकारी, दान या विषयांवर उपदेश आहे. कुराणानुसार व्याज घेणे पाप आहे.

इस्लाम धर्मात बंधुभावाला प्राधान्य आहे. सर्व मुसलमान एकमेकांचे बंधू आहेत, म्हणून एकमेकांत लढणाऱ्या या बंधूंचे ऐक्य करा, हे तत्त्व आहे. इस्लामी कल्पनेनुसार उत्तर दिशेला नरक तर दक्षिण दिशेला स्वर्ग आहे. मनुष्य जन्म हा पहिला व शेवटचा जन्म आहे. चांगल्या-वाईट कर्माची फळे प्रत्येक माणसाला येथेच भोगावी लागतात. कुराण पठण हे पवित्र कर्तव्य असून मुसलमानांनी रोज पाच वेळा नमाज म्हणजे प्रार्थना करावी. प्रार्थना मशिदीत किंवा अन्यत्र करावी व ती अरबी भाषेत करावी. जुम्मा म्हणजे शुक्रवार हा पवित्र दिवस असून त्या दिवशी कोणत्याही कार्याची सुरुवात केल्यास लाभदायी ठरते. मुसलमानी महिने चंद्राच्या गतीवर ठरवले जातात. अमावस्येनंतर प्रतिपदेस चंद्रदर्शन झाल्यावर महिन्याचा प्रारंभ होतो. चंद्राचा इस्लामवर प्रभाव आहे. चंद्रदर्शन हा एक उत्सव असून पौर्णिमा हा शुभदिवस मानतात.

इस्लाममध्ये कोणत्याही संस्काराच्या वेळेला परमेश्वराचे स्मरण महत्त्वाचे मानले गेलेले आहे. पैदाइश (जन्म), बिस्मिल्ला (विद्यारंभ), निकाह (विवाह), वफात (मृत्यू) हे मुख्य संस्कार आहेत.

इस्लामचे दोन प्रमुख संप्रदाय म्हणजे 'शिया' आणि 'सुन्नी' होत. महंमद पैगंबरानंतर अबु बक्र, उमर, उस्मान हे क्रमाने खलिफा झाले. त्यांना धर्मनेते मानणाऱ्यांना 'सुन्नी' म्हणतात. पैगंबरांचे जावई अली हेच खरे खलिफा व पहिले खलिफा असे मानणाऱ्यांना 'शिया' म्हणतात. शिया पंथीय हजरत अली व त्यांचे वंशज मिळून बारा इमामांना मानतात, त्यामुळे या पंथीयांस 'इमाम' असेही म्हणतात. सुन्नी लोक दिवसातून पाच वेळा तर शिया पंथीय दिवसातून तीन वेळा नमाज अदा करतात. जिहाद हे इस्लामने राष्ट्रीय कर्तव्य मानले आहे. जिहादचा-अर्थ सर्वसामान्यपणे धर्मयुद्ध असाच घेतला जातो. परंतु, काही धर्मअभ्यासकांच्या मते दृश्य शत्रूंच्या विरुद्ध संघर्ष, अदृश्य शत्रूच्या विरुद्ध संघर्ष, इंद्रियांच्या विरुद्ध संघर्ष असाही जिहादचा अर्थ होतो. इस्लामच्या प्रसारासाठी लढण्यात आलेल्या युद्धांना प्रतिष्ठा देण्यासाठी हा शब्द प्रचलित झाला.

सुफी वाद : सुफी शब्दाची फोड वेगवेगळ्या पद्धतीने करतात. सुफ म्हणजे बैरागी लोक वापरतात ते घोंगडे, सुफ शब्दापासून सुफी हा शब्द आला असेही म्हणतात. काहींच्या मते, सफा म्हणजे शुद्ध होणे. 'यं' धातूपासून हा शब्द बनला आहे. काहींच्या म्हणण्यानुसार सुफी लोक हे परमेश्वराचे विशेष लाडके आहेत. ते परमेश्वरासमोर पहिल्या रांकेत (रांका = सुफ्फ) असतात, म्हणून त्यांना सुफी अशी संज्ञा प्राप्त झाली आहे. परमेश्वराचा प्रत्यक्ष साक्षात्कार घडावा म्हणून प्रयत्न करणारे जे मुसलमान ते म्हणजे 'सुफी' असेही मानतात. शब्दाविषयी मतभेद असले तरी गूढवादाचे ते इस्लामी स्वरूप आहे. इस्लामाच्या धार्मिक कल्पनांच्या चौकटीतच सुफीवादाचा विकास झाला.

आपल्या सिद्धान्ताच्या सूत्रीकरणात सुफी संतांनी ग्रीक कल्पनांचा प्रभाव ग्रहण केला. परकीय विचारप्रवाह व प्रवृत्ती यांच्यात त्यांनी बदल करूनच त्यांचा स्वीकार केला. आपल्या विचारांच्या आधारासाठी व समर्थनासाठी कुराणांतील वचनांचा आश्रय त्यांनी घेतला. सुफी हे इस्लामचे मोठे धर्मप्रसारक होते. आम जनतेच्या आध्यात्मिक विकासाची जबाबदारी सुफी लोकांनी स्वत:च्या शिरावर घेतली होती.

सुफी पंथ : सुफी पंथ ही इस्लामची जगाला देगणी आहे. या पंथाची पुढील वैशिष्ट्ये आहेत :

(१) भौतिक सुखांचा पूर्ण त्याग, (२) सर्वसाक्षी व एकमेव परमेश्वराला संपूर्ण शरण, (३) परमेश्वरांच्या व्यापकतेवर अढळ विश्वास.

हिंदू धर्मातील काही चांगल्या गोष्टी सुफी पंथाने स्वत:मध्ये समाविष्ट करून घेतल्या. राजयोग, भक्तियोग, वेदान्त या सगळ्याचा प्रभाव स्वीकारून सुफी पंथाने स्वत:ची वाटचाल सुरू केली.

कुराणात सुफी पंथांचा उगम आपणास दिसतो. सुफी पंथाने ख्रिश्चन धर्माकडूनही

चांगल्या गोष्टी घेतल्या. प्रार्थना पद्धतीमध्ये ईशचिंतन, नामोच्चार व प्रार्थना यावर भर देण्यात येतो. प्रार्थनेला 'जिक्र' म्हणतात. सुफी पंथाने स्वीकारलेल्या नैतिक बाबींमध्ये निरासक्ती, ईश्वराला पूर्णपणे शरण जाणे व मानापमानादी द्वंद्वात सम राहणे या तत्त्वांवर भर देण्यात आला आहे. याला 'तवाक्कुल' म्हणतात. अस्वच्छतेचा त्याग, विशुद्धता, प्रखर सत्य, सोने-चांदीचा त्याग (फकिरी वृत्ती) या गोष्टीसुद्धा हिंदू धर्मातील वैराग्याच्या निदर्शक आहेत. परमेश्वर चिंतनासाठी जपमाळ, भारतीय शक्तिमान योगी पंथांकडून राजयोग य गोष्टीसुद्धा सुफी पंथावरील भारतीय प्रभावाच्या निदर्शक आहेत. निर्वाण (फना), अष्टांगमार्ग (सलूक), राजयोग (मराकबा), अलौकिक शक्तींचा वापर (करामत) ही चार तत्त्वे सुफी पंथांची महत्त्वाची वैशिष्ट्ये होत.

सुफी पंथाच्या इतिहासात नववे शतक म्हणजे उत्क्रांतीचा टप्पा होय. सुफींच्या पद्धतशीर तत्त्वज्ञानाची मांडणी संत हुसेन-बिन-मन्सूर यांनी केली. त्यांच्या तत्त्वज्ञानाचे सार म्हणजे 'अनल हक्, अनल हक्' (मी तो आहे, मी तो आहे). मध्ययुगीन इतिहासाचे ख्यातनाम अभ्यासक डॉ. कृ. ना. चिटणीस यांच्या मते हे तत्त्व म्हणजे उपनिषदांतील 'अहं ब्रह्मास्मि, अहं ब्रह्मास्मि' (मी ब्रह्म आहे, मी ब्रह्म आहे) उक्तीची सुफी पंथीय प्रतिकृती होय. ही भूमिका म्हणजे निर्मितीपूर्वी परमेश्वर सर्व काही होता आणि प्रेमस्वरूप साधनाने त्याने विश्वरूप धारण केले. या कल्पनेचे विश्वनिर्मिती पुरुषापासून झाल्याच्या हिंदू कल्पनेशी साम्य दिसून येते. मानव व ईश्वर यांचा संबंध ईश्वरनिर्मित आहे.

Jain Religion (जैन रिलिजन) - **जैन धर्म**

'जैन' या शब्दाची व्युत्पत्ती 'जि' या मूळ संस्कृत धातूपासून झालेली असून त्याचा अर्थ 'जिंकणे' किंवा 'स्वामित्व मिळविणे' असा आहे. राग, द्वेष यांसारख्या शत्रूंवर विजय मिळविल्यामुळे वर्धमान यांना 'जिन' किंवा 'जेता' ही उपाधी मिळाली आणि त्यांनी प्रसृत केलेला धर्म 'जैन' म्हणून ओळखला गेला.

वर्धमान महावीरांच्या आधी 'पार्श्वनाथ' हे एक महान तीर्थंकर होऊन गेले व त्यांचे निधन महावीरांच्या आधी २५० वर्षे झाले आणि महावीरांच्या निर्वाणापूर्वी 'अरिष्टनेमि' हे पार्श्वनाथाचे पूर्वगामी होऊन गेले.

जैन धर्माचे शेवटचे म्हणजे चोवीसावे तीर्थंकर 'वर्धमान महावीर' होते. ते बुद्धांच्या समकालीन असले तरी बुद्धापेक्षा वयाने मोठे होते. त्यांचा जन्म पार्श्वनाथानंतर २५० वर्षानंतर सध्याच्या बिहार (वैशाली) प्रदेशातील मुझफ्फरपूर जिल्ह्यातील (मगध देश) 'बसाढ' या गावी झाला.

महावीर हे जैन धर्मग्रंथांचे लेखकही नव्हते व संस्थापकही नव्हते. परंतु, ते एक महान संन्यासी व मुनी होते, नंतर ते जैन धर्माचे एक महान द्रष्टे व शेवटचे तीर्थंकर बनले.

जैनांचे वाङ्मय मूलत: प्राकृत भाषेत आहे.

महावीरांनी आपल्या धर्माचा उपदेश अर्धमागधी या प्राकृत जनभाषेत केला. आचार्य उमास्वामीने लिहिलेला 'तत्त्वार्थाधिगमसूत्र' हा जैनांचा आद्य संस्कृत ग्रंथ होय.

मोक्षमार्ग अनुसरणाच्या साधकाचे त्यांच्या प्रगतीला व पदाला अनुसरून पाच प्रकार केलेले आहेत. हे पाचही प्रकारचे साधक संसारी जीवांना मार्गदर्शक आणि आदर्शभूत असल्याने त्यांना जैन धर्मामध्ये 'पंचपरमेष्ठी' असे म्हणतात.

- साधू, उपाध्याय, आचार्य, आर्हत् आणि सिद्ध हे पंचपरमेष्ठी होत.
- साधू संघात राहून शिक्षण घेत असतो.
- उपाध्याय हे स्वत: शिकतात आणि शिकवितातही.
- आचार्य हे संघाचे प्रमुख असतात. ते नवीन साधूंना दीक्षा देतात आणि संघाचे नियमन करतात. विद्वान व ज्येष्ठ साधूंनाच आचार्यपद दिले जाते.
- अर्हत् हे केवलज्ञानी व सर्वज्ञ असतात.
- सिद्ध हे मुक्तीला पोहोचलेले कृतकृत्य असतात.

पंचपरमेष्ठींच्या नावांचे चिंतन पुण्यकारक समजले जाते. त्यांना ज्यात नमस्कार केलेला आहे, तो 'पंचनमस्कार मंत्र' जैन धर्मीयांना अतिशय पवित्र असून सर्व पापांचा नाश करणारा आहे.

जैन धर्माचा निरीश्वरवाद -

- सृष्टी ही कोणी केलेली नाही व कोणी तिचा नाशही करत नाही. प्रत्येक जीवाला त्याच्या कर्मानुसार आपोआप फळ मिळत असते, अशी विचारसरणी जैन धर्माची आहे.
- जैन धर्म सृष्टिकर्ता ईश्वर मानीत नसला, तरी पाप-पुण्य, स्वर्ग-नरक व बंध-मोक्ष मानतो आणि मोक्षप्राप्तीसाठी इंद्रियनिग्रह, व्रताचरण, ध्यानधारणा इत्यादी गोष्टी आचरावयास आग्रहाने सांगतो.
- असे जरी असले तरी 'देव' किंवा 'ईश्वर' नावाची वस्तू जैन धर्मात नाही असे नाही.
- कर्माचा नाश करून केवल ज्ञानप्राप्ती व मोक्षप्राप्ती करून घेतलेला प्रत्येक जीव 'परमात्मा'च आहे व तो आदर्श व पूज्य असल्याने त्यालाच जैन 'इश्वर' असे म्हणतात. त्याच्या गुणांची प्राप्ती होण्यासाठी त्याला आदर्श म्हणून पुढे ठेवून, त्याची पूजाअर्चा आणि भक्ती करणेही जैन धर्माला मान्य आहे. जैन नीतिशास्त्र जैन तत्त्वज्ञानावर आधारलेले आहे. कर्मनाशाशिवाय मुक्ती नाही. जैनांनी कर्मनाश करण्याच्या दृष्टीने नीतीची आखणी केलेली आहे. गृहस्थधर्म आणि साधुधर्म हे त्या नीतीचेच दोन भाग आहेत. हे दोन्ही धर्म एका दिशेनेच जातात.

खिस्तपूर्व दुसऱ्या शतकात जैन धर्मात फूट पडून 'श्वेतांबर' व 'दिगंबर' हे दोन वेगळे पंथ कार्य करू लागले. ही गोष्ट महावीरांच्या निर्वाणानंतर सुमारे ६०९ वर्षांनी म्हणजे इ. स. ८२ मध्ये घडून आली.

अचलकत्व हे मुक्तीचे आवश्यक अंग आहे, वस्त्रधारी साधूला केव्हाही मुक्ती मिळणार नाही, असे दिगंबर पंथाचे मत. उलट श्वेतांबर पंथाचे मत असे, की नग्नत्व श्रेष्ठ साधूचे लक्षण असले तरी वस्त्र धारण केल्याने मुक्तीच्या मार्गात अडथळा येत नाही. स्त्री-जन्मात मुक्ती नाही, असे दिगंबरांचे मत होते. स्त्रियांच्या अंत:करणात चिंता आणि माया (कपट) असते; म्हणून त्यांना मुक्ती नाही. स्त्रियांना तप करता येईल. सद्गती मिळविता येईल, पण मुक्ती मिळविता येणार नाही. त्यासाठी त्यांना पुरुषजन्म मिळवावा लागेल.

श्वेतांबरांचे मत असे, की स्त्रियांनाही तप करून कर्मनाश करता येतो आणि मुक्ती मिळविता येते. चोवीस तीर्थंकरांपैकी एकोणिसावे तीर्थंकर 'मल्ली' ही स्त्री होती, असे श्वेतांबर मानतात.

केवलीला (केवलज्ञानी साधूला) आहाराची जरुरी नाही असे दिगंबर मानतात; पण श्वेतांबर म्हणतात, की केवली आहार घेतात.

Judaism (ज्युडाईझम) **- यहुदी (ज्यू) धर्म**

ज्यू धर्माचा उगम अब्राहमपासून झाल्याचे बायबलच्या जुन्या करारात (उत्पत्ती १८.१९) म्हटले आहे. अब्राहमच्या उपासनेतील एकमेव ईश्वर हा 'पर्वतावरील देव' अशा अर्थाच्या नावाने ओळखला जाई. ज्यू धर्मातील नैतिक एकेश्वरवादाचा पाया अब्राहमने घातला. ज्यू एकेश्वरवादाचे आदर्श अब्राहमपासून आयझाक, याकोब (जॅकोब), मोझेस यांच्यापर्यंत वेळोवेळी संक्रमित होत आले. सिनाई पर्वतावर मोझेसला दहा धर्माज्ञा प्रत्यक्ष येहोवाकडूनच (देवाकडूनच) प्राप्त झाल्याचे बायबलमधील सुटकेच्या पुस्तकातील (निर्गम - २०, जुना करार) २० व्या अध्यायात सांगितले आहे. ज्यू धर्माच्या लोकांना मार्गदर्शन व्हावे म्हणून देवाने या दहा आज्ञा मोझेसला दिल्या.

बायबलच्या जुन्या करारात ज्यू धर्माबद्दल विस्तृत माहिती मिळते. या कराराच्या ऐतिहासिक काळात मध्यपूर्वेत दोन राष्ट्रे अस्तित्वात आलेली आढळतात. एक इस्राएलचे व दुसरे ज्यूडाचे. 'ज्युडीया' या प्रदेशात राहणाऱ्या 'ज्युडा' लोकांचा धर्म या अर्थाने या धर्माला 'ज्यूडाइझम' (Judaism) हे नाव मिळाले. जेरमाइआ (इ. स. पूर्व ६५०-५८५) व इझीक्येल (इ. स. पूर्व सहावे शतक) हे ज्यू धर्मातील महत्त्वाचे प्रेषित होत. या प्रेषितांनी या धर्मातील अनेकेश्वरता नाहीशी करून एकेश्वरवाद स्थापण्याचा आटोकाट प्रयत्न केला. ज्यू धर्म हा ख्रिस्ती किंवा इस्लाम धर्माप्रमाणे एका विशिष्ट धर्मप्रेषिताच्या शिकवणुकीवर

आधारलेला नाही. काही अंशी हिंदू धर्माप्रमाणे आपल्या अनेक प्राचीन प्रेषितांची शिकवण वा उपदेश हेच त्यांचे आद्य धार्मिक साहित्य आहे. बायबलमधील जुन्या करारामध्ये त्यांना आपल्या धर्माचा इतिहास, आपले प्रेषित व त्यांच्या आज्ञा या सर्वांचे एकीकरण करता आले व ते त्यांचे 'पवित्र पुस्तक' ठरले. पॅलेस्टाइनमधील सिनाई पर्वतावर ईश्वराने मोझेसला जे दहा नीतिनियम सांगितले ते ज्यू धर्माचे मूल नीतिशास्त्र आहे. ज्यू धर्म कित्येक शतके एका राष्ट्रहीन जमातीचा धर्म म्हणून टिकला; त्यामुळे त्याच्यात एक प्रकारचा नैतिक चिवटपणा जसा आढळतो, तसे त्यात स्वत:चे स्वत्व टिकविण्यासाठी वाढविलेल्या आधारनियमांचे प्राबल्यही फार आढळते.

ज्यूंमध्ये साधू वा संन्यासी नाहीत. त्या धर्माची सारी जबाबदारी सामान्य गृहस्थाश्रमी लोकांवर असल्याने व घर हेच मंदिर बनल्यामुळे ज्यूंच्या दिवसाची सुरुवात ही सकाळच्या प्रार्थनेने होते. ज्यूंचे सात महत्त्वाचे सण आहेत. यात पेसाह, शाबुओथ व सुक्कोथ हे सण प्रसिद्ध आहेत. ज्यू धर्माचा इतिहास सुमारे ४००० वर्षांचा आहे. या प्रदीर्घ काळात त्यात अनेक स्थित्यंतरे झाली आहेत. या विशिष्ट काळात ज्यू धर्माचे अंतर्गत स्वरूप जरी कायम राहिले असले तरी त्याचे बाह्यांग बरेच बदलले आहे. बायबलचा 'जुना करार', टॉलमूड (तलमूद) व तोरा (नियमावली) हे ग्रंथ ज्यू धर्माचे मुख्य आधारस्तंभ आहेत. त्यात त्यांच्या धर्माचा विकास व मूलतत्त्वे, त्यांची नीती व आचरण, त्यांची समाजव्यवस्था यांचे दर्शन होते.

ज्यू धर्म हा प्रसार पावण्याऐवजी मध्यपूर्वेतील इतर धर्मांची जननी बनला, ही या धर्माची मोठी थोरवी आहे. मध्यपूर्वेत प्रथम ख्रिस्ती व नंतर इस्लाम हे धर्म ज्यू धर्मातून उगम पावले. ख्रिस्ती धर्माची सारी पार्श्वभूमी ही ज्यू इतिहासाची आहे. बायबलचा जुना करार ही जशी ज्यू धर्माने ख्रिस्ती धर्माला दिलेली महान देणगी आहे, तशी दुसरी देणगी म्हणजे येशू ख्रिस्त; कारण येशू ख्रिस्त व त्याचे समकालीन शिष्य हे ज्यू होते.

Karl Marx's Population Theory (कार्ल मार्क्स पॉप्युलेशन थियरी) - **कार्ल मार्क्सचा लोकसंख्या सिद्धान्त**

कार्ल मार्क्स या समाजवादी विचारवंताने माल्थसच्या सिद्धान्तावर टीका केली. त्यांच्या मते माल्थसचा सिद्धान्त हा जेम्स स्टॉर्ट, फ्रँकलिन, बॅलॅस व इतरांच्या विचारांवर आधारित असून त्यात माल्थसचे स्वत:चे असे काहीच नाही. कार्ल मार्क्सने लोकसंख्याविषयी स्वतंत्र सिद्धान्त प्रायोजित केला नसून त्याच्या समाजवादाच्या सिद्धान्तातून लोकसंख्येच्या वाढीबद्दल काही स्वतंत्र विचार प्रकट केलेले आहेत.

मार्क्सच्या लोकसंख्या सिद्धान्तात खालील तीन तत्त्वे महत्त्वाची मानली जातात.

(i) प्रत्येक मानवी समस्येचे मूळ प्रचलित समाजव्यवथेतील साधनसंपत्तीच्या विषम वितरणात आहे. अर्थकारण व उत्पादनव्यवस्थेतील प्रचलित त्रुटींमुळे मानवी प्रश्न प्रकट होतात.

(ii) लोकसंख्येची समस्या भांडवलशाहीचा एक परिणाम असतो.

(iii) भांडवलशाही जोपर्यंत टिकेल तोपर्यंत वाढती लोकसंख्या ही समस्याच राहील.

Laws of Migration (लॉज ऑफ मायग्रेशन) - **स्थलांतराचे नियम (सिद्धान्त)**

ई. जी. रॅव्हेनस्टाइन यांनी १८८५ ते १८८९ या कालावधीत स्थलांतराविषयीचा अभ्यास करून स्थलांतरविषयक नियम सर्वप्रथम मांडले. त्यांनी 'जर्नल ऑफ दि रॉयल स्टॅटिस्टिकल सोसायटी' च्या प्रबंधिकेत 'स्थलांतरविषयक नियम' (Law of Migration) हा शोधनिबंध वाचला. नंतर त्यात 'एव्हरेस्ट ली' यांनी नवीन नियमांची भर घातली.

ई. जी. रेव्हेनस्टाइन यांनी मांडलेले-स्थलांतरविषयक नियम खालीलप्रमाणे -

(१) *स्थलांतर आणि अंतर (Migration and Distance)* - स्थलांतर करताना दोन ठिकाणांमधील अंतराचा विचार केला जातो. अल्प अंतरावरील स्थलांतरास अधिक प्राधान्य दिले जाते. जर स्थलांतराचे ठिकाण कमी अंतरावर असेल तर स्थलांतराची संख्या जास्त असते. लांब अंतरावर होणारे स्थलांतर प्रामुख्याने सर्वाधिक मोठ्या व विकसित अशा औद्योगिक व व्यापारी केंद्राकडे होत असते.

(२) *स्थलांतर टप्याटप्प्याने होते (Stages of Migration)* - विकसित नागरी केंद्राकडे प्रथम कमी अंतरावरील लोक स्थलांतर करतात नंतर लांब अंतरावरील लोक स्थलांतर करतात. एकंदरीत स्थलांतर हे टप्प्याटप्प्याने होत असते.

(३) *स्थलांतर प्रवाह आणि प्रति-प्रवाह (Streams and Counter Streams)* - दूर अंतरावर स्थलांतरित झालेले अनेक लोक काही कालावधीनंतर स्वदेशाकडे परत येतात. थोडक्यात, स्थलांतर ही प्रक्रिया एकाच दिशेने घडून येत नसते; तर स्थलांतराचा प्रवाह हा सौम्य प्रति-प्रवाह निर्माण करतो.

(४) *ग्रामीण - नागरी भिन्नता (Rural - Urban Differential)* - सामान्यपणे ग्रामीण क्षेत्राकडून नागरी क्षेत्राकडे अधिक स्थलांतर होते.

(५) *स्त्रियांचे प्रमाण (Preponderance Of Females)* - आमगन आणि निर्गमन क्षेत्रातील अंतर कमी असेल तर स्त्रियांचे स्थलांतर प्रमाण जास्त असते परंतु अंतर जास्त असल्यास स्त्रियांचे स्थलांतर प्रमाण कमी असते.

(६) *तांत्रिक विकास आणि स्थलांतर (Technology And Migration)* - तांत्रिक विकासाबरोबरच स्थलांतराचे प्रमाण वाढत असते.

(७) *आर्थिक घटकांचा प्रभाव (Impact of Economical Factor)* - स्थलांतरासाठी प्रवृत्त करणाऱ्या अनेक घटकांपैकी आर्थिक घटक अधिक प्रभावी आहे. सामान्यपणे आर्थिक स्थिती सुधाण्याच्या उद्देशाने स्थलांतर केले जाते. थोडक्यात अर्थकारण, हे स्थलांतराचे प्रभावी कारण असते.

Libenstain's Theory of Population (लाइबेन्स्टाइन्स थियरी ऑफ पॉप्युलेशन) **- लाइबेन्स्टाइनचा लोकसंख्याविषयक सिद्धान्त**

लोकसंख्याविषयक सिद्धान्त अगदी अलीकडच्या काळात मांडणारे लाइबेन्स्टाइन हे प्रसिद्ध अर्थतज्ज्ञ होऊन गेले. लाइबेन्स्टाइन यांनी लोकसंख्यावाढीचा सिद्धान्त इ. स. १९६३ मध्ये जगासमोर ठेवला. सिद्धान्ताचे दृष्टिकोन खालीलप्रमाणे :-

(अ) लाइबेन्स्टाइन यांच्या मते जर लोकसंख्या जास्त असेल तर राहणीमानाचा दर्जा निकृष्ट असतो.

(ब) लोकसंख्येची जास्त घनता आर्थिक विकासाला प्रेरक ठरेल असे नाही. आर्थिक विकास हा प्रामुख्याने कच्च्या मालाची एकूण उपलब्धता व गुणवत्ता, भांडवल पुरवठा, तांत्रिक प्रगती आणि उत्पादनाचे नियम इत्यादी घटकांवर अवलंबून असतो.

(क) जर जन्मदर कमी होऊ लागला तर आर्थिक विकास वाढतो. म्हणूनच आर्थिक विकासाच्या विविध उपक्रमांना अग्रक्रमाने प्राधान्य देणे आवश्यक असते. तसेच जन्मदर नियंत्रित करण्यासाठी विविध उपाय योजणे गरजेचे असते.

लाइबेन्स्टाइन यांनी अविकसित आणि मागासलेल्या अर्थव्यवस्थांचा लोकसंख्याशास्त्रीय स्तरानुसार अभ्यास करून काही महत्त्वाचे निष्कर्ष काढले; ते खालीलप्रमाणे :-

(१) अविकसित व मागासलेल्या देशांमधील लोक विकसित देशांमधील लोकांच्या तुलनेत अविचारी किंवा कमी विचारी असतात. त्यांना लोकसंख्यानियंत्रणाची साधने व पद्धती यांचे ज्ञान नसते. त्यामुळे त्यांचे लोकसंख्येच्या (नियंत्रित) महत्त्वाकडे दुर्लक्ष होते.

(२) अविकसित व मागासलेल्या देशांमध्ये मृत्यूचे तसेच जन्माचे प्रमाण फार असते.

(३) अविकसित व मागासलेल्या देशांमध्ये सर्वसामान्यपणे अपत्यांच्या उपयोगितेपेक्षा पालनपोषणावर कमी खर्च होतो.

(४) लाइबेन्स्टाइन यांच्या मते अपत्यापासून आई-वडिलांना तीन प्रकारची उपयोगिता प्राप्त होते.

(अ) अपत्यापासून आई-वडिलांना वैचारिक आनंद व प्रेम मिळते.

(ब) लहान वयापासून मुले शेतीची व इतर कामे करून कुटुंबाच्या उत्पन्नाला हातभार लावू शकतात.

(क) वृद्धापकाळातील आधार म्हणून या अपत्यांचा उपयोग होतो.

लाइबेन्स्टाइन यांनी उत्पन्नवाढीचा परिणाम जन्मदर व मृत्युदर कमी होण्यात व लोकसंख्यावाढीवर कसा होतो त्याचे तीन मुख्य घटक स्पष्ट केले आहेत.

(१) उत्पन्नात वाढ झाल्यास मृत्युदरात घट होते.

(२) उत्पन्नात वाढ होत असताना काही मर्यादेपर्यंत जन्मदरात घट होत नाही उलट त्यात थोडीफार वाढच होत असते. परंतु, उत्पन्नवाढीच्या काही मर्यादेनंतर मात्र कमी अपत्ये व लहान कुटुंब ही भावना अधिक प्रभावी ठरून जन्मदर कमी होतो.

(३) जेव्हा उत्पन्न फारच मोठ्या प्रमाणात वाढते तेव्हा जन्मदर व मृत्युदर हे दोन्हीही मोठ्या प्रमाणात कमी होतात.

लोकसंख्यावाढ आणि आर्थिक विकास यांचा मूलभूत संबंध असल्यामुळे लोकसंख्यावाढीचा आणि आर्थिक विकासाचा आंतरसंबंध या सिद्धान्तातून मोठ्या प्रमाणावर प्रतिबिंबित होतो. यामुळेच हा अलीकडच्या काळातील लोकसंख्याविषयक महत्त्वाचा सिद्धान्त आहे.

Mann's Theory of Urban Settlements (मान्स थियरी ऑफ अर्बन सेटलमेंट्स) **- नागरीवस्त्यांचा मॅनचा सिद्धान्त**

मॅन या अभ्यासकाने नॉटिंगहॅम आणि शेफिल्ड या शहरांच्या वाढीचा अभ्यास करून सिद्धान्त मांडला. हा सिद्धान्त म्हणजे समकेंद्री वर्तुळ विभाग सिद्धान्त व वर्तुळ विभाग सिद्धान्त यांचे सूत्रबद्ध एकत्रीकरण आहे. मध्यम आकाराच्या ब्रिटिश नागरी वस्तीचा आकृतिबंध या सिद्धान्तामुळे समजू शकतो.

हा सिद्धान्त मांडताना नैसर्गिक घटकांचा शहराच्या वाढीवर होणारा परिणाम त्यांनी गृहीत धरला आहे. तसेच केंद्रीय व्यवहार विभाग नगराच्या केंद्रस्थानी असतो, हे मान्य केले आहे.

मॅनने त्यांचा सिद्धान्त खालीलप्रमाणे मांडला आहे -

(१) शहराच्या मध्यभागी केंद्रीय व्यवहार विभाग असतो. (२) केंद्रीय व्यवहार विभाग एकसंघ असतो. त्यानंतर वर्तुळाकृती रचनेबरोबर वेगवेगळ्या विभागांचीही निर्मिती झालेली आढळते. (३) दुसरा विभाग संक्रमण विभाग असतो. (४) तिसऱ्या वर्तुळातील 'अ' विभागात जुन्या मोठ्या इमारती असतात. 'ब' विभागात मोठ्या इमारती असतात.

'क' व 'ड' विभागात लहान घरे असतात. (५) चवथ्या विभागातील निवासस्थाने १९१८ नंतरच्या काळात बांधलेली आढळतात. या विभागाच्या बाह्य सीमारेषेवरील घरे १९४५ नंतर बांधलेली आढळतात. (६) पाचव्या विभागात शहरात ये-जा करणाऱ्या लोकांची वस्ती आढळते. आकृतीत दाखविल्याप्रमाणे वाऱ्याची दिशा नैर्ऋत्येहून ईशान्येकडे आहे. त्यामुळे 'ड' विभागात कारखान्याची निर्मिती झाली आहे. त्याच्या जवळच 'क' विभागात कामगारांची वस्ती आढळते. 'ब' विभागात कनिष्ठ वर्गीयांची घरे आढळतात तर; 'अ' विभागात मध्यमवर्गीयांची घरे आढळतात. (७) केंद्रीय व्यवहार विभागापासून दूर जावे तसतशा आधुनिक इमारती आढळतात.

मॅनचा हा सिद्धान्त फक्त मध्यम आकाराच्या ब्रिटिश शहरांचा आकृतिबंध स्पष्ट करू शकतो. मॅनचा हा सिद्धान्त खालील आकृतीत स्पष्ट केला आहे.

१. केंद्रीय व्यवहार विभाग

२. संक्रमण प्रदेश

३. निवास स्थाने

४. १९१८ ते १९४५
या दरम्यानचा विकसित भाग

५. निवासी उपनगर

(अ) मध्यमवर्गीय वस्ती

(ब) संक्रमण प्रदेश

(क) नोकरदारांची वस्ती

(ड) कारखाने व कमी उत्पन्न गटातील कामगार वस्त्या

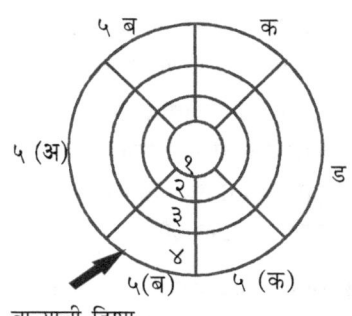

वाऱ्याची दिशा

Maternal Mortality Rate (मॅटर्नल मॉर्टॅलिटी रेट) - **मातृत्व मृत्युदर / प्रसूतमाता मृत्युदर**

गर्भधारणा झाल्यानंतर शारीरिक कारणांमुळे गुंतागुंत निर्माण झाल्यास तसेच प्रसूती होताना बऱ्याचदा स्त्रियांना मृत्यू येतो. अशा प्रकारच्या मृत्यूचे प्रमाण मोजण्यासाठी मातृत्व मृत्युदराच्या सूत्राचा उपयोग होतो. मातृत्व-मृत्युदर हे दर हजार किंवा एक लाख जीवित जन्मामागे गर्भधारणा किंवा प्रसूतीसंबंधी घडून आलेले स्त्रीमृत्यू दर्शवितात.

मातृत्व मृत्युदर (MMR) = $\frac{DMF}{B} \times K$

वरील सूत्रात,

DMF = एका वर्षातील प्रसूती व गर्भधारणेसंबंधी घडलेल्या स्त्रीमृत्यूंची एकूण संख्या

B = त्याच वर्षातील एकूण जीवित जन्मांची संख्या

K = १,००,००० किंवा १०००

Megalopolis (Concept) (मेगॅलोपोलिस (कन्सेप्ट)) - **विशाल महानगर संकल्पना**

आधुनिक भूगोलशास्त्रात-विशेषत: नागरी भूगोल या उपशाखेत-एक अभिनव संकल्पना मांडण्याचे कार्य गॉटमन यांनी केले. यालाच 'विशाल महानगर संकल्पना' असे म्हणतात. प्रगत राष्ट्रात प्रचंड वेगाने वाढलेल्या नागरीकरणाच्या समस्येत गॉटमनला या संकल्पनेची बीजे आढळली. 'मेगॅलॉपोलिस' हा शब्द काही नवीन नाही. तो मूळचा ग्रीक शब्द व त्याचा 'फार मोठे शहर' हा सरळ आणि साधा अर्थ आहे. आधुनिक ग्रीक देशाच्या नकाशात पेलोपोन्नेस पठारावर 'मेगॅलोपोलिस' नावाचे एक ठिकाणही अस्तित्वात आहे. प्राचीन काळी येथे जेव्हा हे शहर वसविण्यात आले होते तेव्हा शहर संस्थापकांचे एक स्वप्न होते. ते म्हणजे हे शहर भावी काळात प्रचंड आकारमानाचे शहर म्हणून जगभर प्रसिद्ध होईल. अर्थात, हे स्वप्न दिवास्वप्नच ठरले; कारण ग्रीसमधील मेगॅलॉपोलिस हे ठिकाण कधीच वाढले नाही.

हे जरी खरे असले तरी चालू शतकात उत्तर अमेरिकेच्या ईशान्य किनारपट्टीवर जी नगरे विकसित झाली आहेत व त्यांच्याद्वारे सध्याच्या काळात नागरीकरणाचा जो एक आगळा आविष्कार दृष्टिपथात येत आहे तो मात्र नक्कीच प्राचीन ग्रीक शहर स्थापत्यशास्त्रज्ञांच्या कल्पनेपलीकडील आहे. नगरांच्या प्रचंड वाढीतून उद्भवणारा एक अभूतपूर्व, अद्वितीय भौगोलिक प्रदेशच येथे विकसित होत आहे व त्याच्या अंतर्भूत गुणवैशिष्ट्यांमुळे त्याचे वर्णन करणे कठीण काम होते.

गॉटमनचे लक्ष याकडे गेले व त्यांनी विविध पर्यायी शब्दांचा विचार केला व पूर्ण विचारांती मेगॅलोपोलिस हाच शब्द निश्चित केला. या शब्दाचा मर्यादित अर्थ - फार मोठे शहर - एवढाच त्यांना अभिप्रेत नसून त्यांची संकल्पना फार व्यापक अशी आहे.

Metropolitan Area (मेट्रोपॉलिटन एरिया) - **मुख्य शहराभोवतीचा प्रदेश**

मुख्य शहराच्याभोवती पसरलेली उपशहरे व नगरांच्या परिसरास या अर्थाने ओळखले जाते. या क्षेत्राच्या मध्यभागी मुख्य शहर असते. या परिसराच्या अंतर्गत अनेक स्वतंत्र राजकीय घटक असतात. ते परस्परांवर अवलंबून असल्याचे आढळते. या क्षेत्रात उत्पादक आणि ग्राहक यांच्यातील परस्पर अवलंबनावर आधारित

अर्थव्यवस्था असते. या क्षेत्रामध्ये विविध सांस्कृतिक धर्माचे व वर्गाचे लोक एकत्रित राहतात.

Migration Counter Stream (मायग्रेशन काउंटर स्ट्रीम) - **स्थलांतर प्रतिप्रवाह**

स्थलांतर प्रवाहाच्या अगदी उलट दिशेने होणाऱ्या स्थलांतरास स्थलांतर प्रति-प्रवाह म्हणतात.

Migration Stream (मायग्रेशन स्ट्रीम) - **स्थलांतर प्रवाह**

एका विशिष्ट काळात एकाच मूळ प्रदेशातून दुसऱ्या निश्चित प्रदेशाकडे झालेल्या स्थलांतरास 'स्थलांतर प्रवाह' म्हणतात.

Minerals (मिनरल्स) - **खनिजे**

खनन (म्हणजे खणणे) ही क्रिया केल्यावर जे मिळते, ते खनिज! पृथ्वीच्या भूपृष्ठातील असेंद्रिय मूळपदार्थ किंवा त्यांचे मिश्रण म्हणजेच 'खनिजे' होय. खडकांची बांधणी या मूलद्रव्य किंवा खनिजांनी केलेली असते. दोन वा अधिक रासायनिक गुणधर्मांची मूलद्रव्ये एकत्र येऊन ही खनिजे बनतात.

सुमारे १५०० खनिजे ज्ञात आहेत. बरीचशी खनिजे संयुगातून तयार झाली आहेत. मूलद्रव्य स्वरूपातील सुमारे १०५ खनिजे ठाऊक आहेत. रसायनशास्त्रातील 'पीरिऑडिक टेबल' (Periodic Table) या तक्त्यात त्यांचा उल्लेख असतो. अर्थात, त्यात काही वायूंचाही समावेश आहे.

धातू खनिजामध्ये लोह, सोने, चांदी, तांबे, ॲल्युमिनियम इत्यादींचा समावेश होतो. अधातू खनिजामध्ये अभ्रक, चुनखडी, कोळसा, खनिज तेल इत्यादींचा समावेश होतो.

Mineral Resources (मिनरल रिसोर्सेस) - **खनिज संपदा / खनिज संसाधने**

नैसर्गिक साधन-संपदेत खनिज संपदेला अत्यंत महत्त्व आहे. कोणत्याही राष्ट्राचा विकास व समृद्धी त्या राष्ट्रातील खनिज संपदेच्या उपलब्धतेवर अवलंबून असते.

देशातील खनिजांचे साठे हे शेती, उद्योग, व्यापार, राष्ट्रीय तसेच दरडोई उत्पन्न, वाहतूक व संदेशवहन आणि रोजगार इत्यादी अर्थव्यवस्थेच्या प्रत्येक क्षेत्राच्या विकासाकरिता एक मजबूत आधार प्राप्त करून देतात.

सध्या आपल्या देशात ज्या खनिजांचे उत्पादन होत आहे त्यातील प्रमुख खनिजांमध्ये कोळसा, लोहखनिज, पेट्रोलियम, तांबे, शिसे, जस्त, चुनखडक, अभ्रक, बॉक्साईट, मँगनिझ, डोलोमाईट, मॅग्नेसाईट, क्रोमोसाईट व सोने इत्यादींचा समावेश होतो. याशिवाय लोहखनिज, सिमेंट व शिसे तसेच अवजड रासायनिक उद्योगांमध्ये उपयोगात

येणाऱ्या सर्व प्रकारच्या खनिजांच्या बाबतीत देश स्वयंपूर्ण आहे. सध्या भारतात ५२ खनिजांचे उत्खनन केले जाते. यांपैकी जवळ जवळ ४० खनिजांच्या बाबतीत भारत स्वयंपूर्ण आहे. ही खनिजे ऊर्जा, विद्युत, लोह-पोलाद, ॲल्युमिनियम, सिमेंट, काच इत्यादींसारख्या उद्योगांमध्ये कच्चा माल म्हणून वापरली जातात. आयात केल्या जाणाऱ्या प्रमुख खनिजांपैकी खनिज तेल सर्वात महत्त्वपूर्ण आहे.

Mortality (मॉर्टॅलिटी) - **मर्त्यता**

व्यक्तीच्या जिवंतपणाचा सर्व पुरावा कायमचा नष्ट होतो तेव्हा त्या घटनेला 'मृत्यू' असे म्हणतात. एका विशिष्ट कालावधीत झालेल्या मृत्यूच्या एकूण संख्येवरून मर्त्यता काढली जाते. गर्भधारणा झाल्यानंतर जीवित जन्म होण्याच्या अगोदर त्या गर्भाचा मातेच्या उदरातच मृत्यू झालेला असल्यास त्यास 'गर्भमृत्यू' असे म्हणतात.

अपत्य जन्म झाल्यानंतर एक वर्षांच्या आत त्याचा मृत्यू झाल्यास त्यास 'अर्भकमृत्यू' असे संबोधतात.

मर्त्यता (मृत्यूदर) काढण्याची सूत्रे :

१) ढोबळ मृत्यूदर (Crude Death Rate)

$$= \frac{\text{विशिष्ट प्रदेशातील संपूर्ण वर्षातील एकूण मृत्यू}}{\text{त्या प्रदेशाची वर्षमध्यास असलेलेली लोकसंख्या}} \times १०००$$

२) वयसापेक्ष मृत्यूदर (Age Specific Death Rate)

$$= \frac{\text{विशिष्ट प्रदेशातील लोकसंख्येच्या विशिष्ट वयोगटातील विशिष्ट वर्षातील मृतांची संख्या}}{\text{त्या विशिष्ट प्रदेशातील वर्षमध्यास त्या वयोगटात असणारी लोकसंख्या}} \times १०००$$

३) लिंग-वयोगट सापेक्ष मृत्यूदर (Age and Sex Specific Death Rate)

$$= \frac{\text{एका विशिष्ट प्रदेशाची विशिष्ट वयोगटातील पुरुषांची/स्त्रियांची मृत्यूसंख्या}}{\text{त्याच विशिष्ट वयोगटातील पुरुषांची/स्त्रियांची मध्यवर्षीय लोकसंख्या}} \times १०००$$

४) बालमृत्युदर (Infant Mortality Rate)

$$= \frac{\text{एकावर्षातील मृत बालकांची संख्या}}{\text{त्याच वर्षातील एका वर्षाखालील जीवित बालकांची एकूण संख्या}} \times १०००$$

Multiple Nuclei Theory of Urban Settlements (मल्टीपल न्युक्लीआय थियरी ऑफ अर्बन सेटलमेंट्स) - **नागरीवस्त्यांचा बहुकेंद्र सिद्धान्त**

बहुकेंद्र सिद्धान्त हॅरीस व उल्मन या दोन अभ्यासकांनी मांडला. 'समकेंद्री वर्तुळ विभाग सिद्धान्त' व 'वर्तुळ विभाग सिद्धान्त' या दोन्ही सिद्धान्तात शहराची वाढ एकाच केंद्राभोवती होते, असे मांडले आहे. बहुकेंद्र सिद्धान्तात नेमके विरुद्ध विचार वाढीबाबत मांडलेले आढळतात. हॅरीस व उल्मन यांनी या बहुकेंद्राच्या निर्मितीची निश्चित अशी खालील चार कारणे सांगितली आहेत.

(१) प्रत्येक आर्थिक हालचालींना काही वैशिष्ट्यपूर्ण गोष्टींची आवश्यकता असते. (२) समान स्वरूपाच्या आर्थिक हालचाली एकत्र असणे योग्य ठरते. (३) काही हालचाली एकत्र असूच शकत नाहीत. (४) प्रत्येक हालचालीची गुंतवणूक क्षमता वेगवेगळी असते.

वरील सर्व कारणांमुळे शहरात केंद्रीय व्यवहार विभागाखेरीज अनेक केंद्रांची निर्मिती होते व शहरांची वाढ त्या केंद्राभोवती होते.

बहुकेंद्र सिद्धान्ताची वैशिष्ट्ये खालीलप्रमाणे -

(१) शहराची वाढ एकाच केंद्राभोवती न होता ती अनेक केंद्रांभोवती होत असते. (२) केंद्राची संख्या शहराच्या आकारावर अवलंबून असते. (३) मोठ्या शहरात अशी खूप व वैशिष्ट्यपूर्ण केंद्रे आढळतात. (४) शहराच्या वाढीचा प्रभाव सभोवतालच्या ग्रामीण वस्त्यांवर पडतो व त्यांच्या नागरीकरणाला सुरुवात होते.

ह्या सिद्धान्तानुसार अनेक शहरांची वाढ झालेली आढळते.

१. केंद्रीय व्यवहार विभाग
२. लहान कारखाने
३. कनिष्ठ मध्यमवर्गीयांची घरे
४. मध्यमवर्गीयांची वस्ती
५. श्रीमंतांची वस्ती
६. अवजड उद्योग
७. दुय्यम व्यवहार विभाग
८. निवास उपनगरे
९. औद्योगिक उपनगर

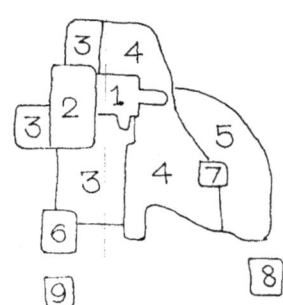

Natural Population Growth (नॅचरल पॉप्युलेशन ग्रोथ) - **लोकसंख्येची प्राकृतिक वा नैसर्गिक वृद्धी**

एखाद्या प्रदेशातील निश्चित कालावधीतील एकूण जन्म आणि त्याच प्रदेशातील त्याच कालावधीतील एकूण मृत्यू यातील फरक काढून त्यास सुरुवातीच्या वर्षातील

लोकसंख्येने भागून १०० ने गुणले असता प्राकृतिक वृद्धीदर मिळतो. यासाठी

प्राकृतिक वृद्धिदर = $\frac{T_b - T_d}{P_o}$ × 100 या सूत्राचा उपयोग केला जातो.

येथे - T_b = एकूण जन्मसंख्या

T_d = एकूण मृत्युसंख्या

P_o = सुरुवातीच्या वर्षांची एकूण लोकसंख्या

लोकसंख्येच्या प्राकृतिक वृद्धीचे मापन दशवार्षिक किंवा वार्षिक करता येते.

Negative Population (नेगेटिव्ह पॉप्युलेशन) - **नकारात्मक लोकसंख्या / ऋणात्मक लोकसंख्या**

जन्मदर आणि मृत्युदर यांतील अंतराला 'नैसर्गिक वृद्धिदर' म्हटले जाते. नैसर्गिक वृद्धिदर हा 'जन्मदर' आणि 'मृत्युदर' या दोन्हींवर अवलंबून असतो, जर लोकसंख्या कमी किंवा जास्त होण्याची प्रवृत्ती एखाद्या देशात असेल तर त्याला 'क्रियाशील लोकसंख्या' म्हणतात. जेव्हा क्रियाशील लोकसंख्येमध्ये मृत्युदर जन्मदरापेक्षा जास्त असेल अशावेळी या लोकसंख्येला नकारात्मक वा ऋणात्मक लोकसंख्या म्हटले जाते.

Net Migration (नेट मायग्रेशन) - **नक्त स्थलांतर / निव्वळ स्थलांतर**

एकूण निर्गमन / देशत्यागी स्थलांतर व एकूण आगमन / देशानुगामी स्थलांतर यांच्यातील वजाबाकीस 'नक्त स्थलांतर' म्हणतात.

Net Reproduction Rate (नेट रिप्रॉडक्शन रेट) - **निव्वळ प्रजनन दर**

मातृत्व अनुभवणाऱ्या स्त्रियांचे दर हजारी स्त्रियांशी असणारे सामान्य प्रमाण काढल्यास त्या दराला 'निव्वळ प्रजनन दर' असे म्हणतात. हा दर पुढील सूत्राने काढतात.

$$\text{निव्वळ प्रजनन दर} = \frac{\text{निव्वळ मातृत्व योग्य मुलींची संख्या}}{\text{१०००(स्त्रिया)}}$$

निव्वळ प्रजनन दर हे जननमापनाचे एक महत्त्वपूर्ण परिमाण आहे. ढोबळ प्रजननदरात प्रजोत्पादनक्षम वयोगटातील एखादी स्त्री प्रजोत्पादनकाळ संपेपर्यंत मृत्यू पावणार नाही असे गृहीत धरलेले असते. निव्वळ प्रजननदरात स्त्रीच्या प्रजोत्पादनकाळातील मर्त्यतेचाही विचार केलेला असतो.

Nodal Towns (नोडल टाउन्स) - **मेटाची नगरे / मेटावरची नगरे**

ज्या नगरांमध्ये विविध दिशांना जाणारे-येणारे वाहतूक मार्ग येऊन मिळतात किंवा जेथून विविध दिशांना जाणारे मार्ग वितरित होतात अशा नगरांना मेटावरची (Nodal) नगरे असे म्हणतात.

अशा नगरांमध्ये श्रमिक, कच्चा माल, शक्ती साधने, तंत्रज्ञ, यंत्रसामुग्री यांचे केंद्रीकरण झालेले असते.

मेटांच्या नगरांची वैशिष्ट्ये पुढीलप्रमाणे सांगता येतील :- (१) या शहरातून वाहतुकीची वर्दळ सर्व दिशांना सतत सुरू असते. (२) वाहतुकीच्या वर्दळीमुळे ही नगरे गजबजलेली असतात. (३) वाहतूक- केंद्राच्या जागी वाहतूकमाध्यम वा वाहनप्रकार बदलल्यास त्या स्थळी मालाची चढ-उतार, वाहनथांबा, खरेदी-विक्री अशा गोष्टी घडतात. यामुळे या शहरांचे महत्त्व वाढते. महाराष्ट्रात मनमाड, नागपूर ही मध्य रेल्वेची स्थानके याच कारणामुळे महत्त्वाची ठरली आहेत. (४) मेटाची नगरे विविध वस्तू उत्पादनास उपयुक्त ठरतात. (५) मेटाच्या नगराचे प्रभावक्षेत्र झपाट्याने वाढत जाते. (६) सरकारच्या शहरांच्या विकेंद्रीकरणाच्या धोरणामुळे काही नगरांना मेटाचा मान मिळतो. उदा. पुण्याजवळील पिंपरी-चिंचवड ही नगरे.

Optimum Population (ऑप्टिमम पॉप्युलेशन) - **पर्याप्त लोकसंख्या**

एखाद्या विशिष्ट वेळी, इतर बाबतीत विशिष्ट परिस्थिती असताना लोकसंख्या त्या विशिष्ट परिस्थितीशी पूर्णपणे जुळणारी असल्यामुळे उत्पादनाचा असा एक उच्चतम बिंदू गाठला जातो की, लोकसंख्या त्या संख्येपेक्षा थोडी जरी कमी किंवा जास्त झाली तरी उत्पादन कमी होईल, अशाच लोकसंख्येला 'पर्याप्त' किंवा 'इष्टतम लोकसंख्या' असे म्हणतात. थोडक्यात, पर्याप्त लोकसंख्या म्हणजे अशी लोकसंख्या की जी दर माणशी कमाल उत्पन्न देते.

पर्याप्त लोकसंख्येची वैशिष्ट्ये पुढीलप्रमाणे :- (१) साधनसंपदेचा जास्तीत जास्त उपयोग. (२) महत्तम दरडोई उत्पन्न. (३) उच्च राहणीमानाचा दर्जा. (४) पर्याप्त लोकसंख्येत वाढ झाली तर अतिरिक्त लोकसंख्येची समस्या. (५) पर्याप्त लोकसंख्येत घट झाली तर साधनसंपदेचा अपूर्ण विकास. (६) पर्याप्त लोकसंख्या ही लोकसंख्यावाढीची आदर्श अवस्था, कोणत्याही देशाची पर्याप्त लोकसंख्या कधीही स्थिर स्वरूपाची असू शकत नाही.

Over Population (ओव्हर पॉप्युलेशन) - **अतिरिक्त लोकसंख्या**

एखाद्या देशातील लोकसंख्येत सतत वाढ होते. त्यामुळे त्या देशातील दरडोई उत्पन्नाचे प्रमाण कमी होते; अशा देशाच्या लोकसंख्येला अतिरिक्त लोकसंख्या असे म्हणतात.

क्लर्कच्या मतानुसार, ''देशातील साधनसंपदेपेक्षा किंवा प्रदेशाच्या पोषणक्षमतेपेक्षा लोकसंख्या जास्त असते तिला 'अतिरिक्त लोकसंख्या' असे म्हणतात.''

Political Geography (पॉलिटिकल जिऑग्राफी) - **राजकीय भूगोल**

राजकीय भूगोल ही भूगोलाची एक महत्त्वपूर्ण शाखा आहे. या शाखेच्या विकासाचे श्रेय जर्मन भूगोलकार फ्रिडरिश राटत्सेल यांना दिले जाते. राटत्सेल यांनी 'राज्य व समाजाचा जैविक सिद्धान्त' (Organic theory of state and society) मांडला. 'राज्य ही अभिक्षेत्रीय जीवित संस्था' (State - spatial organism) आहे हा नवीन सिद्धान्त मांडून राजकीय भूगोलास उच्च प्रतिष्ठा मिळवून दिली. ब्रिटिश भूगोलकार हॅलफोर्ड मॅकिंडर यांनी इ. स. १९०४ साली 'हृदयस्थल (Heart Land) / मर्मभूमी सिद्धान्त' मांडला.

अमेरिकन भूगोलकार हार्टशॉर्न यांनी १९३४ मध्ये 'राजकीय भूगोलाचा आधुनिक विकास', हा ग्रंथ प्रकाशित केला.

राजकीय भूगोलात राज्याच्या सीमा, सरहद्द, प्रांत, त्यांचे अंतर व भौगोलिक संपर्क, राजकीय संघटित क्षेत्र, त्यांची साधनसंपदा, त्यांचा विस्तार, विभाजनाची कारणे, त्यांचे भौगोलिक स्वरूप इत्यादी घटकांशी राजकीय भूगोलाचा संबंध आहे असे विचार प्रा. पाँडस यांनी मांडले आहेत. राजकीय भूगोल म्हणजे राजकीय क्षेत्रांचा अभ्यास होय. प्रदेशातील राजकीय स्थिती व साधनसंपदा यांच्यातील संबंधाचा अभ्यास केला जातो. राजकीय भूगोल हा राज्याचा भूगोल आहे आणि तो आंतरराष्ट्रीय संबंधाचे भौगोलिक अर्थबोधन करीत असतो. देशाच्या सीमा, सागरी महत्त्व, राज्या-राज्यातील संबंध, विदेशी धोरण, साधनसंपदा विकास, नागरी क्षेत्रे, राष्ट्रवाद या राजकीय भूगोलातील नव्या संकल्पना असून त्या दृष्टीने संशोधन सुरू असते.

Population Change (पॉप्युलेशन चेंज) - **लोकसंख्या परिवर्तन**

जनगणना कालखंडातील सुरुवातीचे वर्ष आधार मानून त्यावर्षाची लोकसंख्या त्याच कालखंडातील शेवटच्या वर्षांच्या लोकसंख्येतून वजा केली तर आपल्याला 'लोकसंख्या परिवर्तन' कळते. या दशकात लोकसंख्येत झालेले परिवर्तन धनात्मक आहे की, ऋणात्मक आहे हे सुद्धा समजते; जर सुरुवातीच्या वर्षांची लोकसंख्या नंतरच्या वर्षाच्या लोकसंख्येपेक्षा कमी असेल तर परिवर्तन धनात्मक असते. सुरुवातीच्या वर्षांची लोकसंख्या नंतरच्या वर्षांच्या लोकसंख्येपेक्षा जास्त असेल तर परिवर्तन ऋणात्मक असते. लोकसंख्या परिवर्तन मापन दोन प्रकारे करता येते.

(अ) निरपेक्ष परिवर्तन / संख्यात्मक परिवर्तन (Absolute change)

(ब) सापेक्ष परिवर्तन (Relative change)

Population Density (Mathematical) (पॉप्युलेशन डेन्सिटी (मॅथेमॅटीकल)) - **लोकसंख्येची गणिती घनता**

दर चौरस कि.मी. अथवा मैलामागे असणाऱ्या लोकसंख्येस साधी 'गणिती घनता' असे म्हणतात. गणिती घनता म्हणजे मानवभूप्रमाण. गणिती घनतेमुळे कोणत्या क्षेत्रांत लोकसंख्या अधिक आहे व कोणत्या क्षेत्रांत कमी आहे किंवा कोणता भाग निर्जन आहे ह्याची पूर्ण माहिती मिळत नाही. जपान, भारत, युरोपातील नेदरलँड व इटलीच्या आकडेवारीवरून असे दिसते की, येथील लोकसंख्येची घनता इतर प्रदेशापेक्षा जास्त आहे. परंतु, याच प्रदेशात काही भाग निर्जन आहेत. वास्तविक या देशात काही भागात लोकसंख्येची घनता १० व्यक्तींपेक्षा कमी आहे; म्हणून या घनतेद्वारे आर्थिक परिस्थितीचा बोध होत नाही.

Population Density (Agricultural) (पॉप्युलेशन डेन्सिटी (ॲग्रीकल्चरल) - **लोकसंख्येची कृषिघनता**

अशा प्रकारच्या घनतेच्या मापनात शेतीव्यवसायात गुंतलेल्या लोकसंख्येचे गुणोत्तर एकूण लागवडीखाली असणाऱ्या जमिनीशी काढले जाते. परंतु, नेमके किती लोक शेती व्यवसायात आहेत हे शोधून काढणे अवघड आहे.

$$\text{कृषिघनता} = \frac{\text{एकूण शेती व्यवसायात गुंतलेले लोक}}{\text{एकूण लागवडीयोग्य जमिनीचे क्षेत्र}}$$

इतर घनतेच्या प्रकारापेक्षा काही प्रदेशासाठी कृषिविषयक घनता अधिक उपयुक्त ठरू शकते. उदा. जपानची आर्थिक घनता दर चौ. कि. मी. ला ६०० इतकी आहे. परंतु, कृषिघनता दर चौ. कि. मी. ला १०० व्यक्ती इतकी आहे. भारतातील गंगेच्या मैदानात काही ठिकाणी कृषिघनता दर चौ. कि. ला १५०० पेक्षा जास्तआहे.

Population Density (Comparative) (पॉप्युलेशन डेन्सिटी (कम्पॅरिटिव्ह)) - **लोकसंख्येची तुलनात्मक घनता**

फ्रेंच भूगोल विचारवंत व्हिन्सेन्ट यांनी १९४६ मध्ये तुलनात्मक घनता शोधून काढली. यात एकूण लोकसंख्येचा संदर्भ एकूण जमिनीच्या क्षेत्रफळाशी जोडलेला दिसतो. जमिनीच्या उत्पादकतेनुसार घनता ठरविली जाते. उदा. एक चौ.कि.मी. लागवडीयोग्य जमीन ३ चौ.कि.मी. गवताळ जमिनीच्या क्षेत्रफळाइतकी मानली जाते. एकूण लोकसंख्येचा विचार करण्याऐवजी जर शेतीव्यवसायात गुंतलेल्या लोकसंख्येच्या संदर्भात तुलनात्मक घनता काढली तर ती अधिक उपयुक्त ठरू शकते.

Population Density (Critical) (पॉप्युलेशन डेन्सिटी (क्रिटीकल) - लोकसंख्येची संतुलित घनता

संतुलित घनता म्हणजे दिलेल्या भूमिउपयोजनपद्धतीच्या संदर्भात त्या क्षेत्राची पालनपोषण करण्याची क्षमता होय. ती दर चौ.कि.मी.ला किंवा दर चौरस मीटरला असलेल्या लोकसंख्येच्या स्वरूपात व्यक्त केली जाते. दिलेल्या पर्यावरणामध्ये जमिनीला इजा न होता कायमस्वरूपाची पालनपोषण करण्यात समर्थ असलेली लोकसंख्येची कमाल घनता या पद्धतीने दर्शवतात.

$$\text{संतुलित घनता} = \left(\frac{\text{लागवडीखालील जमिनीचे प्रमाण}}{\text{पडीक जमिनीचे प्रमाण}} \right)$$

$$\times \frac{\text{दरडोई लागवडी खालील क्षेत्र}}{\text{पारंपरिक पद्धतीने लागवड करता येणाऱ्या भागाचे क्षेत्र}}$$

Population Density (Economic) (पॉप्युलेशन डेन्सिटी (इकनॉमिक)) - लोकसंख्येची आर्थिक घनता

लोकसंख्येची आर्थिक घनता काढताना प्रदेशातील लोकसंख्येच्या एकूण गरजा व त्या प्रदेशाची उत्पादक शक्ती ह्यांचे परस्पर प्रमाण पाहिले जाते. ही घनता ठरविताना एकूण गरजा अंशस्थानी मांडतात व प्रदेशांची उत्पादक शक्ती छेदस्थानी ठेवली जाते.

$$\text{आर्थिक घनता} = \frac{\text{एकूण लोकसंख्येच्या दरडोई गरजा}}{\text{एकूण क्षेत्रफळ} \times \text{द. चौ. कि. मी. ची उत्पादन शक्ती}}$$

किंवा

$$= \frac{\text{लोकसंख्येच्या एकूण गरजा}}{\text{एकूण उत्पादक शक्ती}}$$

Population Density (Nutritional) (पॉप्युलेशन डेन्सिटी (न्युट्रीशनल)) - लोकसंख्येची आहारविषयक वा पोषणविषयक घनता

लोकसंख्या घनतेचा हा प्रकार राईट नावाच्या विचारवंताने रूढ केला. फ्रान्समध्ये ही लोकसंख्या मापनाची पद्धत रूढ झाली. लोकसंख्येच्या असमान वितरणाच्या प्रदेशात या पद्धतीचा प्रभावी उपयोग होतो. या पद्धतीत एकूण लोकसंख्येचे एकूण लागवडीखालील क्षेत्राशी असलेले गुणोत्तर वापरले जाते. यात लागवडीखाली नसलेली किंवा निरुपयोगी जमीन वापरली जात नाही. यात उरलेला निर्जन प्रदेश लोकसंख्यावितरणाच्या नकाशात

कोरा दाखविला जातो. फ्रान्समध्ये सर्वप्रथम शारीरिक घनता दर्शविणारे नकाशे तयार करण्यात आले. साध्या घनतेपेक्षा ह्या घनतेची उपयुक्तता इजिप्तसारख्या देशात सर्वाधिक आढळते; कारण इजिप्तमध्ये केवळ ४ टक्के प्रदेशात इजिप्तची ९६ टक्के लोकसंख्या आढळते. या पद्धतीचा दोष म्हणजे लागवडीखालील सर्वच जमीन सारखी उत्पादक नसते.

Population Explosion (पॉप्युलेशन एक्सप्लोजन) - **लोकसंख्येचा विस्फोट**

अनियंत्रित लोकसंख्यावाढीला 'लोकसंख्या विस्फोट' असे म्हणतात. पंधराव्या शतकानंतर विज्ञानयुगाचा उदय झाला व लोकसंख्येची वाढ अतिशय वेगाने झाली. वैद्यकीय शोधामुळे मृत्युदर कमी झाला. आरोग्यसेवेमध्ये वाढ झाली. बालमृत्यूचे प्रमाण घटले.

सोळाव्या शतकापर्यंत जगाची लोकसंख्या ४० कोटी होती ती २० व्या शतकापर्यंत ६०० कोटींच्यावर गेलेली आहे.

कुपोषण, उपोषण, भूकबळी, अवर्षण, यादवी, अनारोग्य इत्यादी सर्व लोकसंख्याविस्फोटाचे भयावह परिणाम आहेत.

जगाच्या लोकसंख्येत दर मिनिटास १५० बालकांचा जन्म होत आहे. विकसनशील देशांत ही वाढ ९०% असून, विकसित देशांत १०% आहे. यामुळे एकविसाव्या शतकात जगाची आर्थिक स्थिती एकदम ढासळेल. जलद लोकसंख्यावाढ विभागात मध्यपूर्व देश, आफ्रिका, आग्नेय आशिया, दक्षिण अमेरिका, भारतीय उपखंड यांचा समावेश होतो.

नियोजनाचा अभाव, सामाजिक व धार्मिक अंधत्व, नीचतम जीवनमान, शिक्षणाचा अभाव, आर्थिक शोषण, भ्रष्टाचार, प्राथमिक व्यवसायांचे जास्त प्रमाण हे सर्व घटक लोकसंख्याविस्फोटासाठी कारणीभूत आहेत.

जगात सर्वात जास्त वार्षिक लोकसंख्यावाढ ही (२.४६ कोटी) भारतीय उपखंडात आहे.

Population Geography (पॉप्युलेशन जिऑग्राफी) - **लोकसंख्या भूगोल**

लोकसंख्या भूगोल ही मानवी भूगोलाची अलीकडे विकसित झालेली एक महत्त्वाची उपशाखा आहे. मानव हा लोकसंख्याशास्त्राच्या अभ्यासाचा केंद्रबिंदू आहे. मानव या गतिशील घटकाचा अभ्यास लोकसंख्या भूगोलात केला जात असल्यामुळे साहजिकच या विषयाचे स्वरूपही गतिमान व परिवर्तनशील असे आहे. या अंतर्गत प्रामुख्याने लोकसंख्येचे वितरण, लोकसंख्येची वाढ व लोकसंख्या वाढीचे घटक, वयोगट, लिंगरचना, स्थलांतर, जन्मप्रमाण, मृत्यूप्रमाण, लोकसंख्या वाढीच्या समस्या व त्यावरील उपाय याबरोबरच भाषा, धर्म, राहणीमानाचा दर्जा, व्यवसाय रचना, आर्थिक रचना

अशा मानवाशी संबंधित विविध गोष्टींचा अभ्यास केला जातो. मानवाने त्याच्या सभोवतालच्या पर्यावरणाशी कशाप्रकारे समायोजन केलेले आहे, याचाही अभ्यास या विषयात केला जातो. आज लोकसंख्या भूगोलही स्वतंत्र शाखा व आंतरविद्याशाखीय विषय म्हणून सर्वत्र अभ्यासाला जाऊ लागला आहे. लोकसंख्या भूगोलाचा इतर अनेक विद्याशाखांशी जवळचा संबंध आहे. उदा. लोकसंख्याशास्त्र, समाजशास्त्र, अर्थशास्त्र, राज्यशास्त्र, मानवशास्त्र वगैरे.

Population Growth - लोकसंख्यावाढ

लोकसंख्यावाढ हा शब्द लोकसंख्येतील बदल या अर्थाने घेतला जातो. कारण ही वाढ नेहमी धन असते असे नव्हे तर काही वेळा ती ऋण देखील झालेली आढळते. लोकसंख्यावाढ म्हणजे विशिष्ट कालावधीत झालेला लोकसंख्येतील बदल होय. हा बदल जनगणनेनुसार दर दहा वर्षांनी समजू शकतो. परंतु लोकसंख्या वाढीचा वेग ठरविताना वार्षिक कालावधी विचारात घेतात.

लोकसंख्यावाढीचा दर हा दोन प्रकारे काढला जातो.

(१) निव्वळ लोकसंख्यावाढ व लोकसंख्यावाढीचा शेकडा दर :

$$\text{सूत्र - } r = \frac{P_1 - P_0}{P_0} \times 100$$

या सूत्रात :

P_0 = दोन जनगणनांपैकी पहिल्या जनगणनेनुसार असणारी लोकसंख्या

P_1 = दोन जनगणनांपैकी दुसऱ्या जनगणनेनुसार असणारी लोकसंख्या

r = लोकसंख्या वाढ (शेकडा)

२) लोकसंख्यावाढीचा वार्षिक दर :

$$\text{सूत्र - } r = \sqrt[n]{\frac{P_1}{P_2}} - 1$$

या सूत्रात

P_1 = नंतरच्या जनगणनेनुसार असणारी लोकसंख्या

P_2 = आधीच्या जनगणनेनुसार असणारी लोकसंख्या

n = दोन जनगणनांमधील कालखंड

r = लोकसंख्या वाढीचा वार्षिक सरासरी दर

हा दर प्रतिव्यक्ती असतो. त्याला १०० ने गुणून शेकडा दर काढता येतो.

Population Growth Theory of Malthus (पॉप्युलेशन ग्रोथ थियरी ऑफ माल्थस) - **माल्थसचा लोकसंख्यावाढीचा सिद्धान्त**

थॉमस माल्थस हे इतिहास व राजकीय अर्थशास्त्राचे प्राध्यापक होते. त्यांनी इ. स. १७९८ मध्ये लोकसंख्यावाढीसंबंधी एक सिद्धान्त त्यांच्या प्रबंधात मांडला. त्यांच्या प्रबंधाचे शीर्षक होते - "An Essay on the principles of population as it affects improvement of society."

माल्थसच्या सिद्धान्ताची तत्त्वे : अ) माणसाला जिवंत राहण्यासाठी अन्न आवश्यक आहे. ब) स्त्री आणि पुरुष यांच्यात लैंगिक आकर्षण असते व हे आकर्षण कायमस्वरूपी भविष्यकाळातही राहीलच.

वरील दोन तत्त्वांचा विचार करता असे लक्षात येते की लोकसंख्यावाढीचा वेग हा अन्नधान्य उत्पादनवाढीच्या वेगापेक्षा कितीतरी जास्त व जलद आहे.

माल्थसच्या प्रतिपादनानुसार,

१) लोकसंख्येची वाढ भूमिती श्रेणीनुसार होते.

उदा. १,२,४,८,१६,३२,६४ ....

प्रत्येक २५ वर्षांनी लोकसंख्या दुप्पट होताना आढळते.

२) पृथ्वीवरील अन्नधान्याचे उत्पादन मात्र गणिती श्रेणीने वाढते. उदा. १,२,३,४,५,६ ....

Population Policy (पॉप्युलेशन पॉलिसी) - **लोकसंख्याधोरण**

देशातील आर्थिक विकासाला भरीव मदत होण्यासाठी लोकसंख्येचा आकार व रचना यांवर जाणीवपूर्वक नियंत्रण ठेवण्याच्या हेतूने आवश्यक व उचित अशा लोकसंख्यावाढीच्या दराची नीती आखणे, म्हणजेच लोकसंख्या धोरण होय.

भारतातील लोकसंख्या धोरणाचे दोन पैलू आहेत :-

(१) वैद्यकीय मार्ग (Clinical Approach)

(२) शैक्षणिक मार्ग (Educational Approach)

वैद्यकीय मार्गामध्ये कुटुंबनियोजनाचा पुरस्कार केला गेला. तसेच या कुटुंबनियोजनाच्या कार्यक्रमाला अधिकाधिक महत्त्व देण्यात आले. शैक्षणिक मार्गामध्ये औपचारिक शिक्षणात लोकसंख्याशिक्षणाचा समावेश करण्यात आला.

Positive Population (पॉझिटिव्ह पॉप्युलेशन) - **धनात्मक लोकसंख्या**

नैसर्गिक वृद्धिदर हा जन्मदर आणि मृत्युदर यावर अवलंबून असतो. जन्मदर जास्त आणि मृत्युदर कमी असेल, तर नैसर्गिक वृद्धिदर जास्त होईल; जर लोकसंख्या

कमी किंवा जास्त होण्याची प्रवृत्ती असेल, तर त्याला क्रियाशील लोकसंख्या असे म्हणतात; जर अशा क्रियाशील लोकसंख्येमध्ये जन्मदर मृत्युदरापेक्षा जास्त असेल, तर अशा लोकसंख्येला 'धनात्मक लोकसंख्या' म्हटले जाते.

Possibilism (पॉसिबिलिझम) - संभववाद वा शक्यतावाद

या मतप्रणालीनुसार प्रादेशिक एकतेमधील मानवाचे कार्य सर्वश्रेष्ठ आहे. मानव हा शक्तिशाली घटक असून तो निसर्गावर मात करू शकतो. निसर्ग नियम समजावून घेऊन मानवाने कृती केल्यास त्याला त्यात यश मिळते. मानवाने इतिहासकाळापासूनच निसर्गावर नियंत्रण ठेवून निसर्गाचा मानवाच्या कल्याणासाठी वापर केलेला आहे. फ्रेंच भूगोलकार व्हिदाल - द- ला - ब्लाश हे या विचारधारेचे प्रवर्तक आहेत. फ्रांसमध्ये या विचारसरणीचा जन्म व विकास झाला म्हणून त्यास 'भूगोलातील फ्रेंच विचारधारा' असेही म्हणतात. या विचारधारेचा सिद्धान्त असा आहे की, ''पर्यावरणाद्वारे काही संभवना प्रसृत केल्या जातात आणि मानव त्यामधून त्यांची निवड करू शकतो.'' आधुनिक मानवाला अशक्य असे काही नाही म्हणून अशा विचारसरणीस संभववाद वा शक्यतावाद म्हणतात.

Poverty Line (पॉव्हर्टी लाइन) - दारिद्र्यरेषा

भारतात प्रतिदिन एका व्यक्तीसाठी खेड्यात २४०० कॅलरीज् तर शहरी क्षेत्रांत प्रतिदिन एका व्यक्तीसाठी २१०० कॅलरीज् उष्मांकांची कमीत कमी गरज मानली गेली आहे.

ही गरज पूर्ण करण्यासाठी ९३-९४ सालातील मूल्यानुसार खेडेगावात रु. २२८.९० पै. प्रत्येक व्यक्तीला दरमहा खर्च येतो तर शहरी भागातील व्यक्तीला दरमहा रु. २६४.१० पै. एवढा खर्च निर्धारित केलेला आहे.

या खालील लोक दारिद्र्यरेषेखाली येतात.

इ.स. १९९३ - इ.स. ९४ मध्ये भारताच्या खेडेगावातील क्षेत्रात २२.४ टक्के तर शहरी भागात १२.४ टक्के जनसंख्या दारिद्र्यरेषेखाली जीवन जगत होती. सर्व भारताची १९.९ टक्के जनता दारिद्र्यरेषेखाली येते.

Primary Occupation (प्रायमरी ऑक्युपेशन) - प्राथमिक व्यवसाय

ज्या व्यवसायामध्ये पृथ्वीच्या पृष्ठभागावरील व पोटातील नैसर्गिक साधनसंपदा आहे त्या स्वरूपात गोळा केली जाते त्यांना 'प्राथमिक व्यवसाय' असे म्हणतात. उदा. शेती, खाणकाम, लाकूड व जंगलातील इतर पदार्थ गोळा करणे, मासेमारी वगैरे या सर्वांचा समावेश प्राथमिक व्यवसायामध्ये केला जातो. भारतामध्ये जवळ जवळ ७०%

लोक हे प्राथमिक व्यवसायात गुंतलेले आहेत. विकसित देशात प्राथमिक व्यवसायात गुंतलेल्यांची संख्या कमी आहे.

Public Health (पब्लिक हेल्थ) - **सामाजिक आरोग्य**

व्यक्तीचा आपल्या मनाशी, जवळच्या प्रत्येक व्यक्तीशी, समाजाशी व ज्या जगात ती वावरते, त्या जगाशी सुसंवाद म्हणजेच 'सामाजिक आरोग्य' होय. व्यक्तीची या सर्वांशी बांधिलकी असणे हे या आरोग्याचे लक्षण सांगता येईल.

या सामाजिक आरोग्यानुसार समाजात व्यक्तीचे संभाषणचातुर्य, आचारसंहिता आणि समाजात आपल्या स्थानाची योग्य जाण इ. लक्षणेही अंतर्भूत आहेत. या सर्वांच्या मुळाशी आर्थिक व भौतिक सुस्थिती असते. ही आर्थिक व भौतिक सुस्थितीच व्यक्तीला सामाजिक आरोग्य प्रदान करू शकते.

आरोग्यप्रद गोष्टी उपलब्ध करून देणे, त्याला विघातक असणाऱ्या गोष्टींचे निर्मूलन करणे, रोगप्रतिबंध उपाय योजणे, रोगचिकित्सेची सोय करणे वगैरे गोष्टी सार्वजनिक आरोग्याची मूलतत्त्वे आहेत. त्यांत पुढील गोष्टींचा अंतर्भाव होतो - राहण्याच्या जागांची निवड, खासगी व सार्वजनिक इमारतींची मांडणी व बांधणी यांवर नियंत्रण, शुद्ध हवा, पाणी व खाद्यपेये उपलब्ध होतील अशी उपाययोजना करणे; केरकचरा, मलमूत्र, सांडपाणी व मृतांची योग्य विल्हेवाट लावणे; माशा, डास, उंदीर, पिसवा इ. रोगवाहकांचे निर्मूलन करणे, रोगराई होऊ नये म्हणून प्रतिबंधक उपाय योजणे, रोगचिकित्सेची तजवीज करणे, यात्रा, बाजार वगैरे सार्वजनिक ठिकाणी आरोग्यविषयक दक्षता घेणे. आरोग्यमय जीवनाचे महत्त्व पटविण्यासाठी प्रचार करणे, ह्यासाठी निरनिराळ्या यंत्रणा कार्यरत असतात. उदा. जसे सार्वजनिक आरोग्य खाते, रोगप्रतिबंध आणि सामाजिक वैद्यक, औद्योगिक वैद्यक, अभियांत्रिकी कक्षा इ.

Pull Migration (पुल मायग्रेशन) - **वेधक स्थलांतर**

श्रमिकांना मोठे शहर, चांगल्या राहणीमानाच्या सोयी, वेतनात वाढ, पदोन्नती, वेतन व रोजगारात मिळणारी संधी, इत्यादींचे बरेच आकर्षण असते. शहरांमध्ये ह्या सोयी-सवलती सहज उपलब्ध असतात; अशी रचना ग्रामीण भागांमध्ये नसल्याने युवा वर्ग शहराकडे आकर्षित होऊन स्थलांतरित होतो. त्याला 'वेधक स्थलांतर' असे म्हणतात. अशा स्थलांतरणाने उत्पादकता वाढते व स्वत:चा विकास चांगल्या प्रकारे करता येतो.

Push Migration (पुश मायग्रेशन) - **प्रेषक स्थलांतर**

ग्रामीण - शहरी स्थलांतरणाचा हा एक प्रकार आहे. असंख्य कारणामुळे श्रमिकाला बाहेर जाण्याशिवाय पर्यायच राहत नाही. खेड्यांमध्ये अशी परिस्थिती निर्माण होते की,

श्रमिकाला कामाच्या शोधात बाहेर जाणे भाग पडते. त्याला बहि:स्थलांतरण वा प्रेषक स्थलांतर असे म्हणतात.

या प्रकारच्या स्थलांतरणाचे दुष्परिणाम अधिक भोगावे लागतात; कारण शहरी क्षेत्रात बेकारी वाढते, झोपडपट्ट्या तयार होतात, प्रदूषण वाढते; असे स्थलांतरण उत्पादकता वाढविण्यास मदत तर करत नाहीच, उलट समाजावर विपरीत परिणाम होतो.

Quantitative Revolution (क्वान्टिटेटिव्ह रेव्होल्युशन) - **परिमाणात्मक क्रांती / संख्यात्मक क्रांती**

''भौगोलिक प्रणालीच्या आकलनासाठी सांख्यिकीय आणि गणिती तंत्रे, प्रमेय आणि सिद्धान्ताचे उपयोजन करणे, याला 'परिमाणात्मक क्रांती' असे म्हणतात.''

परिमाणात्मक क्रांतीच्या अवस्था खालीलप्रमाणे

(१) प्रथम अवस्था (आधारसामग्री निर्मिती पद्धतीचा विकास) : याचा कालखंड १९५० ते १९५८ दरम्यान आहे.

या अवस्थेमध्ये भूगोलकारांद्वारा मुख्यत: 'केंद्रीय प्रवृत्ती' (Central Tendency) आणि 'विचलन पद्धतीचा' (Deviation Method) उपयोग करण्यात आला.

आधारसामग्रीच्या निर्माणासाठी भूगोलकाराने मुख्यत: नमुना गोळा करणाऱ्या विविध पद्धतींचा उपयोग केला.

(२) द्वितीय अवस्था (श्रेणी - आकार - सहसंबंध आणि समाश्रयण पद्धतीचा (Regression Method) उपयोग) : याचा कालखंड १९५८ ते १९६८ दरम्यानचा आहे. भूगोलकारांद्वारा सांख्यिकीचा अधिक विकास होऊन त्याचा उपयोग करण्यात आला.

श्रेणीआकार सहसंबंध आणि समाश्रयण पद्धतीच्या उपयोगापासून मानवी भूगोल अधिक व्यावहारिक आणि उपयोगी बनला.

आर्थिक भूगोलात या पद्धतीमुळे कृषीची उत्पादकता आणि त्याने प्रभावित होणाऱ्या कारकांच्या दरम्यान संबंधाचे निर्धारण करण्यात आले.

(३) तृतीय अवस्था (बहुचर विश्लेषणाचा उपयोग) : याचा कालखंड १९६८ ते १९७८ दरम्यान आहे. बहुचर पद्धतीचा उपयोग नियोजन, प्रादेशिकीकरण, कृषी प्रादेशिकीकरण आणि नगरांच्या वर्गीकरणात अधिक वैज्ञानिकतेसाठी होतो.

(४) चतुर्थ अवस्था (कृत्रिम उपग्रह, त्रिआयामी प्रतिमान, संगणकीकरणाचा विकास) : या अवस्थेचा कालखंड १९७८ पासून ते आजपर्यंत आहे.

आता कृत्रिम उपग्रहांमार्फत प्राप्त होणाऱ्या नकाशांचादेखील उपयोग केला जातो. साधनसंपदा सर्वेक्षण आणि भूमिउपयोजन सर्वेक्षणात त्याचे महत्त्व वादातीत आहे.

Rank - Size Rule (रँक - साइज रूल) - **आकार - श्रेणीचा नियम**

'आकार - श्रेणीचा नियम' ही एक प्रयोगाच्या निरीक्षणावर आधारलेली संकल्पना आहे. जगातील विभिन्न अशा शहरांच्या आकारांबाबत निरीक्षण केले असता असे आढळते की, जगामध्ये थोडीशीच अशी महानगरे आहेत आणि मध्यम आकारांच्या शहरांचे प्रमाण मोठे आहे व छोट्या शहरांचे प्रमाण तर त्याहूनही अधिक आहे.

आकारश्रेणीचा नियम हा कुठल्याही देशातील किंवा प्रदेशातील नागरी वस्त्यांच्या संख्येचे त्या नागरी वस्त्यांतील लोकसंख्येशी असलेला संबंध स्पष्ट करणारा नियम आहे. हा नियम सर्वप्रथम 'फेलिक्स ऑरबॅक' या जर्मन समाजशास्त्रज्ञाने मांडला. झिफ या समाजशास्त्रज्ञाने १९४९ मध्ये या नियमास शास्त्रीय स्वरूप दिले. या नियमानुसार, जर आपण एखाद्या देशातील सर्व शहरे त्यांच्या लोकसंख्येनुसार उतरत्या क्रमाने मांडली तर सर्वात पहिल्या (सर्वात जास्त लोकसंख्येचे शहर) शहराचा दुसऱ्या शहरांशी एक विशिष्ट असा संबंध दिसून येतो.

लोकसंख्येनुसार दुसऱ्या क्रमांकाचे शहर हे पहिल्या क्रमांकाच्या शहराच्या आकाराच्या मानाने अर्धे असते. तसेच तिसऱ्या क्रमांकाचे शहर हे पहिल्या क्रमांकाच्या शहराच्या आकारमानाने एकतृतीयांश $\left(\frac{१}{३}\right)$ असते.

सूत्र रूपाने हा नियम खालीलप्रमाणे मांडला जातो.

$$P = \frac{P_1}{rn}$$

येथे P = n क्रमांकाच्या शहराची लोकसंख्या

P_1 = सर्वात जास्त लोकसंख्या असलेल्या महानगराची लोकसंख्या

rn = विशिष्ट शहराचा क्रम

उदा.- समजा, सर्वात जास्त लोकसंख्या असलेल्या महानगराची लोकसंख्या एक करोड आहे तर चौथ्या क्रमांकाच्या शहराची लोकसंख्या

$$P = \frac{P_1}{rn} = \frac{१००,०००,००}{४} = २५,००,०००$$

२५ लाख एवढी होईल.

Rate of Population Growth (Exponential Change) (रेट ऑफ पॉप्युलेशन ग्रोथ (एक्स्पोनेंशियल चेंज)) - **लोकसंख्या वृद्धिदर (चरघातांकी परिवर्तन)**

या ठिकाणी परिर्वन दर नेहमीच समान मानला जातो. सामान्यत: चरघातांकी परिवर्तन दर हा गुणोत्तर परिवर्तन दरापेक्षा कमी असतो. यात लोकसंख्येच्या आकारानुसार

लोकसंख्या वाढीचा दर बदलत असतो. लोकसंख्या आकार जेवढा मोठा तेवढा लोकसंख्या वाढीचा दर जास्त असतो. चरघातांक परिवर्तन काढण्यासाठी पुढील सूत्राचा उपयोग केला जातो.

$$(1 + r)^n = \frac{P_1}{P_o}$$

येथे - P_o = सुरुवातीच्या वर्षांची लोकसंख्या

P_1 = शेवटच्या वर्षांची लोकसंख्या

n = दोन जनगणनां मधील अंतर (१० वर्षे)

r = वृद्धिदर

Rate of Population Growth (Arithmetic Change) (रेट ऑफ पॉप्युलेशन ग्रोथ (अरिथमॅटिक चेंज) - **लोकसंख्या वृद्धिदर (अंकगणितीय परिवर्तन)**

ही एक सोपी गुणोत्तर पद्धती आहे. अंकगणितीय परिवर्तन काढताना सुरुवातीच्या वर्षाची (Base Year) यांची बेरीज करून त्यास दोनने भागतात. आलेल्या उत्तराने वार्षिक वृद्धी दराला भागून त्यास १०० ने गुणले जाते. यासाठी खालील सूत्र वापरतात.

$$\text{अंकगणितीय परिवर्तन (A.C.)} = \frac{r}{\frac{1}{2}(P_n + P_o)} \times १००$$

येथे - r = वार्षिक वृद्धिदर

P_n = शेवटच्या वर्षांची लोकसंख्या

P_o = सुरुवातीच्या वर्षांची लोकसंख्या

Rate of Population Growth (Geometric Change) (रेट ऑफ पॉप्युलेशन ग्रोथ (जिऑमेट्रिक चेंज) - **लोकसंख्या वृद्धिदर (गुणोत्तर परिवर्तन)**

या ठिकाणी लोकसंख्येत दरवर्षी होणारे परिवर्तन समान असते; म्हणजेच लोकसंख्येत होणारी वाढ किंवा घट निश्चित कालावधीत दरवर्षी समान असते, असे मानले जाते. गुणोत्तर परिवर्तन काढण्यासाठी क्लार्क यांनी खालील सूत्र मांडले.

$$r = \left(\sqrt{\frac{P_n}{P_o}} - 1\right) \times १००$$

येथे - r = वार्षिक वृद्धीदर

P_n = शेवटच्या वर्षांची लोकसंख्या

P_o = सुरुवातीच्या वर्षांची लोकसंख्या

Refugees (रेफ्युजीज्) - **निर्वासित**

जगाच्या सर्व भागांत आढळून येणारी एक मानवनिर्मित गंभीर समस्या. आपले घरदार, आपला देश सोडून दुसऱ्या देशाच्या आश्रयाला गेलेल्या व स्वत:च्या देशाचे नागरिकत्व नष्ट झालेल्या आणि दुसऱ्या देशाचे नागरिकत्व न मिळालेल्या व्यक्तीस 'निर्वासित' म्हटले जाते, तशी ही प्राचीन समस्या जरी असली, तरी या समस्येचे गंभीर रूप १९व्या शतकाच्या अखेरीस आणि २०व्या शतकाच्या सुरुवातीस अधिक गंभीर बनले. संकुचित राष्ट्रवादाच्या उदयातून या समस्येचे स्वरूप व्यापक बनले. पहिल्या महायुद्धानंतर स्थापन झालेल्या हुकूमशाही राजवटी हे त्याचे एक कारण होते. सुरुवातीस ही समस्या युरोपपुरती मर्यादित होती. ती आता जागतिक समस्या बनली आहे. हिटलरच्या काळात ज्यू लोकांची झालेली हकालपट्टी, हिंदुस्थानच्या फाळणीनंतर पाकिस्तानातून आलेले कोट्यवधी हिंदू निर्वासित, बांगलादेशातून आलेले निर्वासित, इस्राइल राष्ट्राची स्थापना होईपर्यंत जगभर पसरलेले ज्यू निर्वासित, तसेच रशिया, स्पेन, जर्मनी येथील वंशवादाच्या नावाखाली हजारो लोक निर्वासित म्हणून बाहेर पडले. या गंभीर समस्येला तोंड देण्यासाठी संयुक्त राष्ट्र संघटनेने 'रिलीफ अँड रिहॅबिलिटेशन ॲडमिनिस्ट्रेशन' नावाची संघटना १९४७ मध्ये स्थापन केली. निर्वासितांचा प्रश्न केवळ आर्थिक किंवा राजकीय नसतो, तर भावनेचाही असतो. त्यांचे जीवन असुरक्षित व निराधार बनते. ते आपली भाषा, संस्कृती यांपासून वंचित होतात. निर्वासित ही एक जागतिक समस्या बनली असून तिचे निराकरण करण्यासाठी राष्ट्रा-राष्ट्रांत वाटाघाटी केल्या जातात. प्रसंगी त्यातून तणावाचे वातावरणदेखील निर्माण होते; म्हणून यूनोने वरील संस्थेच्या मदतीने या लोकांसाठी निर्वाहाचे साधन मिळवून देणे, कायम वास्तव्यासाठी जागा मिळवून देणे, त्यांना नागरिकत्व व नागरी हक्क मिळवून देण्यासाठी प्रयत्न करणे इ. कामे सुरू केली. चीनने जेव्हा तिबेटवर आक्रमण केले, तेव्हा दलाई लामांसह अनेक तिबेटी लोक भारताच्या आश्रयास आले. भारतात बांगलादेशातून आलेले निर्वासित, श्रीलंकेच्या यादवीतून भयग्रस्त झालेले तमिळ निर्वासित यांचा मोठा प्रश्न मानला जातो. मानवी हक्क आयोग निर्वासितांना मानवी हक्क मिळवून देण्याच्या दृष्टिकोनातून कार्यरत असल्याचे दिसून येते.

काश्मीरच्या खोऱ्यात उग्रवाद्यांनी ज्या कारवाया केलेल्या आहेत व ज्या आजही सुरू आहेत त्यामुळे भयग्रस्त काश्मिरी पंडितांनी देशाच्या अन्य भागांत आश्रय घेतलेला आहे. आपल्या देशातच निर्वासित अवस्थेत जीवन कंठण्याची परिस्थिती येणे, हे दुर्मिळ उदाहरण म्हटले पाहिजे.

धरणासारख्या विकासप्रकल्पामुळेही तेथील लोकांना स्थलांतरित व्हावे लागते आणि स्थानांतर अपरिहार्य होते; अशा वेळी काही गावे, खेडी उठून दुसऱ्या प्रदेशात येतात. ही अवस्था निर्वासितांच्या समस्येसारखीच असते. महापूर, दुष्काळामुळे स्थानांतरित लोक असेच दयनीय जीवन जगतात.

Regional Planning (Heirarchy) (रिजनल प्लॅनिंग (हायरार्‌की) - **नियोजनप्रदेशांचा श्रेणीक्रम / उतरंड**

कोणतीही विकासयोजना राबवायची झाल्यास भौगोलिकदृष्ट्या त्या प्रदेशात किती वाव (scope) आहे, हेही विचारात घ्यावे लागते. प्रदेशावरील या भौगोलिक मर्यादा लक्षात घेता, नियोजनप्रदेशांच्या विभिन्न पातळीवरील तीन श्रेण्या दिसून येतात. त्यांची पातळी विचारात घेता अनुक्रमे :

(१) महाप्रदेश (Macro Regions) : हा सर्वात वरच्या पातळीवरील बृहत्‌प्रदेश. या प्रदेशात परस्पर संबंध असलेल्या अनेक समस्या आढळतात व त्या नियोजनांद्वारे सोडविणे शक्य असते. उदाहरणार्थ, एखाद्या महाप्रदेशातील जलसंपत्ती व जलसिंचनाच्या आणि जलविद्युत् निर्मितीच्या समस्या. जलसंपत्तीशी निगडित या समस्या सोडविण्यास महाप्रदेशात भौगोलिकदृष्ट्या फार वाव असतो. हा महाप्रदेश म्हणजे एक प्रादेशिक गट मानल्यास त्यात भारतातील एखादे संपूर्ण राज्य (जसे, महाराष्ट्र) अथवा दोन अथवा तीन राज्यांतील नजदीकचे प्रदेश (जसे महाराष्ट्रातील आणि गुजरातमधील तापी - खोऱ्याचा प्रदेश) यांचा समावेश होऊ शकतो.

महाप्रदेशात इतरही काही गुणवैशिष्ट्ये अभिप्रेत आहेत. त्यांपैकी काही महत्त्वाची म्हणजे :-

(अ) प्रदेशातील लोकांचे फार मोठ्या प्रमाणात परस्परावलंबन : याचा अर्थ असा की, लोकांचे आर्थिक व्यवहार हे परस्परांना पूरक असावेत. कृषिउद्योगातील व्यवहारामुळे जसे कृषिक्षेत्राबाहेरील लोकांना अन्नधान्य आणि उद्योगधंद्यासाठी कच्चा माल मिळतो, तसेच इतर क्षेत्रातील निर्मितिउद्योग, संचार, दळणवळण, संशोधन इत्यादी क्षेत्रांतील व्यवहार हा शेतीस पूरक आणि कृषि - वर्धक असावेत, असा परस्परावलंबनाचा अर्थ आहे.

(ब) त्या प्रदेशातील अर्थव्यवस्था एखाद्या वैशिष्ट्यपूर्ण उत्पादनाशी निगडित असावी. उदाहरणार्थ, एखादा महाप्रदेश कोळसा आणि लोखंड या खनिजांशी समृद्ध असेल तर त्या प्रदेशातील अर्थव्यवस्था लोखंडपोलादाच्या उत्पादनांशी निगडित असावी अशी अपेक्षा आहे; एखादा महाप्रदेश चहाच्या मळ्यासाठी प्रसिद्ध असेल तर चहाचे

उत्पादन, चहाच्या लाकडी खोक्याच्या उत्पादनाचे महाप्रदेशाच्या अर्थव्यवस्थेत महत्त्वाचे स्थान हवे.

(क) त्या महाप्रदेशात वृद्धि-केंद्र पाहिजे. मुळात ही आर्थिक संकल्पना आहे. महाप्रदेशातील एखाद्या ठिकाणी होणाऱ्या अर्थोत्पादनाचे दूरगामी होणारे चांगले परिणाम विचारात घेता त्या प्रभावित क्षेत्रास आर्थिक क्षेत्रावरण (Economic Space) म्हणतात. ज्या ठिकाणी अर्थोत्पादन होते, त्यास वृद्धि-ध्रुव बिंदू (Growth pole) असे म्हणतात. वृद्धि-ध्रुव बिंदूजवळ होणाऱ्या अर्थोत्पादनाचे सुपरिणाम हळूहळू सर्व आर्थिक क्षेत्रावरणात पसरतात व सर्व क्षेत्रांचा विकास घडून येतो, अशी काही अर्थशास्त्रज्ञांची कल्पना आहे. त्यांचा असाही आग्रह आहे की, प्रत्येक महाप्रदेशात एखादा वृद्धि-ध्रुव बिंदू (Growth Pole) असावा.

(ड) त्या प्रदेशात किमान एक औद्योगिक विकास श्रेणीशी (Hierarchy of the Urban Industrial Development) संबंध असेल. हा मुद्दा आणखी स्पष्ट करता येईल. एखाद्या महाप्रदेशात निरनिराळ्या प्रमाणात वाढलेली (औद्योगिकदृष्ट्या) अनेक नगरे/ शहरे असू शकतात. औद्योगिकदृष्ट्या ती निरनिराळ्या पातळ्यांवर काम करीत असतात. काही ठिकाणी प्रचंड यंत्रे तयार होतात तर काही ठिकाणी त्यांना लागणारे लहान - सहान भाग (Parts) तयार होतात. त्यामुळे औद्योगिक श्रेणीबंध (Industrial Heirarchy) तयार होतो; अशा श्रेणीबंधाशी संबंधित निदान एकतरी औद्योगिक केंद्र असावे अशी कल्पना आहे.

(इ) अशा प्रदेशात खाद्य उत्पादन (Food Production) आणि रोजगारी या दोन बाबतींत बऱ्याच प्रमाणात स्वयंपूर्णता असावी.

(फ) पक्का माल आणि सेवा (Services) यांच्या निर्मितीची संभाव्यक्षमता त्या प्रदेशात असावी.

अर्थकारकीय समतोलाची - आर्थिक संतुलनाची (Economical Balance) संकल्पना केवळ महाप्रदेशातच दृष्टिगोचर होऊ शकते; अन्यथा ती अशक्य कोटीत येऊ शकते.

महाप्रदेश अनेक मध्यम प्रदेशांपासून बनलेला असतो; अशा मध्यम प्रदेशांची काही अपेक्षित गुणवैशिष्ट्ये खालीलप्रमाणे आहेत -

(२) मध्यम प्रदेश (Meso Region) : हे महाप्रदेशाचे उपविभाग होत. आर्थिकदृष्ट्या किमान खालच्या पातळीवर ते सफलक्षम असावेत; स्वयंपूर्ण असावेत. प्रदेशातील लोकांच्या रोजगारविषयक गरजा भागवू शकतील इतकी 'साधनसंपदा संभाव्यता' (Resourse Potential) त्या प्रदेशात असावी.

(३) लघु प्रदेश (Micro Region) : हे मध्यम प्रदेशाचे उपविभाग होत. प्रत्येक लघुप्रदेश त्यातील समान समस्येसाठी ओळखता यावा व त्या समस्येबाबत त्या प्रदेशात एकमत असावे; तो वादातीत असावा अशी अपेक्षा आहे. लघु प्रदेशातील लोकांच्या गरजा समान असाव्यात; त्याबद्दल मतभेद असता कामा नयेत. निरनिराळ्या उद्योगांसाठी अथवा सेवायोजनांसाठी लागणारा श्रमिक वर्ग आणि त्याचा पुरवठा या संदर्भात श्रमिक बाजारपेठेची संकल्पना मूर्त स्वरूप धारण करते. अशा प्रकारच्या श्रमिक बाजारपेठेवर आधारित लघुप्रदेश विचारासाठी घ्यावे अशी कल्पना आहे.

Relative Population Change (रिलेटिव पॉप्युलेशन चेंज) - **लोकसंख्येचे सापेक्ष परिवर्तन**

ही एक प्रकारे गुणोत्तर पद्धती आहे. या मापन पद्धतीत सुरुवातीच्या वर्षाची (पूर्ववर्ती) लोकसंख्या आधारभूत मानली जाते. निश्चित केलेल्या विशिष्ट कालखंडातील शेवटच्या वर्षाच्या लोकसंख्येतून सुरुवातीच्या वर्षाची लोकसंख्या वजा करून त्यास सुरुवातीच्या वर्षांच्या लोकसंख्येने भाग देऊन १०० ने गुणल्यास सापेक्ष परिवर्तन काढता येते. या प्रकारे लोकसंख्येतील परिवर्तन शेकड्यात मिळते. यासाठी खोलील सूत्र उपयोगात आणले जाते -

सापेक्ष परिवर्तन =

$$\frac{\text{शेवटच्या वर्षाची लोकसंख्या - सुरुवातीच्या वर्षाची लोकसंख्या}}{\text{सुरुवातीच्या वर्षाची लोकसंख्या}} \times १००$$

निरपेक्ष परिवर्तनाप्रमाणे सापेक्ष परिवर्तनही धनात्मक किंवा ऋणात्मक असू शकते. आज जगातील काही मोजक्या देशांचा अपवाद वगळता इतर सर्व देशांमधील लोकसंख्येतील परिवर्तन धनात्मक आढळते. म्हणजेच लोकसंख्येत वृद्धी / वाढ होताना आढळते.

Resources (रिसोर्सेस) - **साधन संपदा / संसाधने**

'मानव आपल्या गरजा भागविण्यासाठी ज्या नैसर्गिक व मानवनिर्मित गोष्टींचा (वस्तूंचा) उपयोग करून घेतो त्यावेळी त्या नैसर्गिक किंवा मानवनिर्मित वस्तूंना साधनसंपदा वा संसाधने असे म्हणतात.'

किंवा

'मानवाच्या गरजा भागविण्यास उपयोगी असलेले कोणतेही साधन म्हणजे साधनसंपदा होय.'

थोडक्यात, मानवास उपयोगी असलेल्या नैसर्गिक व मानवनिर्मित साहित्याला साधनसंपदा संबोधतात.

ज्या वस्तू सुप्तावस्थेत पडून आहेत, साठ्याच्या स्वरूपात असून मानवाने त्यांचा काहीही वापर केला नाही अशा वस्तूंना 'साधनसंपदा' म्हणता येणार नाही.

नैसर्गिक गोष्टीत निसर्गाने बहाल केलेल्या बाबी असतात. उदा. हवा, पाणी, जमीन, सूर्यप्रकाश, प्राणी, वनस्पती, खनिजे इत्यादी; तर मानवनिर्मित गोष्टीत रस्ते, रेल्वे, कालवे, इमारती, विविध यंत्रे इत्यादींचा समावेश होतो. तंत्रज्ञान, आरोग्य, कला, ज्ञान, कौशल्य इत्यादी बाबींचाही मानवाला उपयोग होत असल्याने यांचाही समावेश संसाधनांमध्ये होतो.

Ricardo's Population Theory (रिकार्डोज् पॉप्युलेशन थियरी) - **रिकार्डोचा लोकसंख्या सिद्धान्त**

माल्थसच्या सिद्धान्तावरील तत्त्वावरच रिकार्डोच्या लोकसंख्याविषयक सिद्धान्ताची उभारणी झाली आहे. बाजार यंत्रणेत वस्तूंच्या पुरवठ्याला स्पर्धा नियंत्रित करते आणि हे नियंत्रण अशाप्रकारे होते की ज्यामध्ये वस्तूंचे उत्पादनमूल्य व वस्तूंची किंमत सारखी होताना आढळते. बाजारातील मजूरपुरवठ्याची स्थितीही काही प्रमाणात अशीच आढळते. बाजारयंत्रणा अशाप्रकारे कार्यान्वित होते की मजुरांचे वेतन, अस्तित्वाकरिता आवश्यक असलेल्या किमान वेतनपातळीवर स्थिर राहते. आपल्या लोकसंख्याविषयक सिद्धान्तात रिकार्डोने हेच स्पष्ट केले आहे. रिकार्डोने संपत्तीचे 'उत्पादन' व 'विभाजन' याविषयी काही महत्त्वाचे व मूलभूत नियम मांडले.

रिकार्डोच्या सिद्धान्ताची खालील सहा तत्त्वे महत्त्वाची मानली जातात.

(i) वस्तूंचा पुरवठा हा उत्पादकांच्या स्पर्धेमुळे मूल्यस्वरूपात नियंत्रित होतो. त्याचप्रमाणे लोकसंख्या संकल्पनेत मजुरांचा पुरवठा हा वाढत्या लोकसंख्येमुळे मूल्यरूपात नियंत्रित होतो.

(ii) बाजारपेठ व्यवस्था वा यंत्रणा (Market Mechanism) हा रिकार्डोच्या सिद्धान्तातील एक महत्त्वाचा भाग आहे. निर्वाह-पातळीच्या पूर्ततेइतपत बाजारपेठेतील मूल्ये टिकली म्हणजे लोकसंख्या ही समस्या होत नाही.

(iii) बाजारपेठेतील श्रमिकांची मागणी-पुरवठा या तत्त्वानुसार वेतनदार ठरतात व त्यावरूनच श्रमिकांची आर्थिक स्थिती ठरते.

(iv) कृषिउत्पादनात घटत्या फळाच्या वा परताव्याच्या सिद्धान्ताचे तत्त्व (Law of Diminishing Return) असते तर औद्योगिक उत्पादनात वाढत्या फळाच्या वा परताव्याच्या सिद्धान्ताचे तत्त्व असते. (Law of Increasing Returns)

(v) श्रमिकांचा वेतनदर हा लोकसंख्येच्या भांडवलाशी असणाऱ्या प्रमाणांवर अवलंबून असतो.

(vi) भांडवलसंचय व लोकसंख्यावाढ समान वेगाने झाल्यास वेतनदार स्थिर होण्याचा कल असतो. भांडवलसंचय स्थिरावल्यास वेतनदरही स्थिरावतो.

Rimland Theory (रिमलँड थियरी) - **किनारभूमी सिद्धान्त**

अमेरिकन भूगोलतज्ज्ञ स्पाइकमन (Spykman) यांनी मॅकिंडर (Mckinder) यांच्या मर्मभूमी सिद्धान्तापेक्षा वेगळे मत मांडून आपला किनारभूमीचा सिद्धान्त मांडला.

या सिद्धान्तानुसार -

''जो किनारभूमीचा नियंत्रक तो युरेशियाचा स्वामी, जो युरेशियाचा स्वामी तो जगाचा अधिपती.''

"Who controls the Rimland rules Eurasia; Who Rules Eurasia controls the destinies of the world"

स्पाइकमन यांच्या किनारभूमीत पुढील विभाग येतात -

(१) स्कँडेनेव्हियन देश - नॉर्वे, स्वीडन व डेन्मार्क

(२) पश्चिम व नैर्ऋत्य युरोप

(२ अ) पश्चिम युरोपमध्ये ब्रिटन, आयर्लंड, फ्रान्स, जर्मनी, नेदरूलँड्स, बेल्जियम, लक्झेंबर्ग हे देश येतात.

(२ ब) नैर्ऋत्य युरोप - आयबेरियन द्वीपकल्पात स्पेन व पोर्तुगाल हे दोन साम्राज्यवादी देश असून पिरॅनिज पर्वतातील बसक विभागाने स्वतंत्रतेची मागणी केलेली आहे.

(३) नैर्ऋत्य आशियामध्ये प्रामुख्याने (अरबदेश) तुर्कस्तान, इराक, इराण, इस्रायल, लेबनॉन, सिरिया, सौदी अरेबिया, संयुक्त अरब अमिरात इत्यादी.

(४) दक्षिण आशिया - भारत, पाकिस्तान, बांगला देश, नेपाळ, श्रीलंका, मालदिव, भूतान.

(५) खंडान्तर्गत आग्नेय आशिया - म्यानमार, लाओस, कंपुचिया, थायलंड, व्हिएतनाम, द्वीपकल्पीय मलेशिया

(६) पूर्व आशिया - चीन व रशियाचा ईशान्य भाग

स्पाइकमन यांच्या किनारभूमी सिद्धान्ताचा विचार सद्य:परिस्थितीत व नंतर बदलत जाणाऱ्या परिस्थितीतही होणे आवश्यक आहे. स्कँडेनेव्हीयन देश, जरी अमेरिकन संघराज्यास अनुकूल असले तरीदेखील त्यांची विदेशनीती ही पूर्णपणे स्वतंत्र आहे. पश्चिम युरोपीय देशांपैकी ब्रिटनच अमेरिकन संघराज्याचा खराखुरा मित्र म्हणून ओळखला जातो.

अनेक युरोपीय देश हे युरोपीय युनियनचे EU चे सदस्य असून युरोपीय संघराज्य हे त्यांचे ध्येय उद्दिष्ट आहे.

सौदी अरेबिया व इस्रायल ही अमेरिकन संघराज्याची दोन मित्र राष्ट्रे म्हणजे (Frontline States) बिनीवाली राष्ट्रे म्हणून ओळखली जातात. तेलसंपन्न असे युरो - आफ्रो - आशिया देशांच्या दरम्यान मध्यवर्ती असे स्थान मध्यपूर्वेतील - नैऋत्य आशियाई देशांना लाभलेले असल्याने जागतिक भू-सामरिकतेच्या दृष्टीने त्यांचे महत्त्व अनन्यसाधारण आहे. सर्वात महत्त्वाची गोष्ट म्हणजे सौदी अरेबिया ही इस्रायलची मर्मभूमी समजली जाते. या अर्धशुष्क - वाळवंटी प्रदेशात ज्युडाइझम (ज्यू), ख्रिश्चॅनिटी व इस्लाम हे एकेश्वरवादी तीन धर्म निर्माण झाले. परंतु एकेश्वरवादी असूनही त्यांच्यात तीव्र मतभेद आहेत.

मध्यपूर्वेत - सुवेझ कालवा, बाबल मांदेब व होरमझ अशा सैनिकी - नाविक महत्त्वाच्या सामुद्रधुनी असून इतर सात भूसामरिक महत्त्वाचे अरुंद विभाग आहेत. या सर्व महत्त्वाच्या प्रदेशावर - आजूबाजूस वर्चस्व मिळविणे हे अमेरिकन संघराज्याचे उद्दिष्ट आहे.

स्पाइकमन यांनी किनारभूमीत पश्चिम व वायव्य युरोपमधील देश (पूर्व युरोप नाही), नैर्ऋत्य आशिया (अरब जगत), भारत, चीन, मंगोलिया व आग्नेय आशियाई देश यांचा अंतर्भाव केलेला होता. युरेशियाची खरी ताकद ही मर्मभूमीत नसून किनारभूमीत

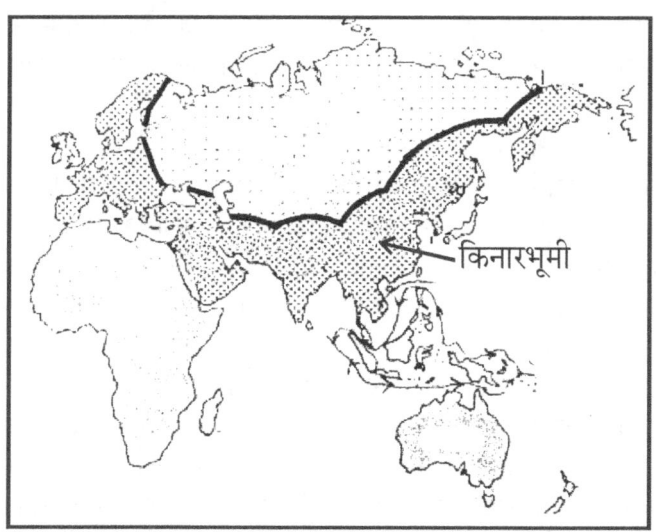

किनारभूमी सिद्धान्त

आहे, असे स्पाइकमन यांचे मॅकिंडर यांच्यापेक्षा वेगळे मत होते. मर्मभूमीची सुप्त शक्ती ही कल्पनेपेक्षा कमी आहे, अशीही त्यांची टीका होती, स्पाइकमन यांना आंतरराष्ट्रीय संबंधामधील सत्तासमतोलाच्या डाव-प्रतिडावात व संरक्षणाच्या नियोजनाशी घनिष्ठ संबंध असलेल्या भू-राजनैतिक विश्लेषणात जास्त रस होता. रशियाची खरी आर्थिक व सैनिकी ताकद उराल पर्वताच्या पश्चिम भागात एकवटलेली आहे असे त्याचे मत होते. परंतु, प्रत्यक्षात ती सैबेरियात आहे.

Rural-Urban Fringe (रुरल - अर्बन फ्रिंज्) - **ग्राम-नगर सीमान्त क्षेत्र**

नागरी वस्तीच्या सीमेपलीकडे व ग्रामीण वस्त्यांना सुरुवात होण्यापूर्वी जो भाग असतो, तेथे नगर अथवा ग्रामीण वस्तीपेक्षा वेगळेच सांस्कृतिक दृश्य दिसते. नगर व ग्रामीण अशा दोन्ही विभागांची वैशिष्ट्ये असलेला हा जो भाग असतो त्यालाच 'ग्राम-नगर सीमान्त क्षेत्र' असे म्हणतात.

हे क्षेत्र नगरांच्या सीमेबाहेर असले तरी नगरांच्या प्रभावाखाली असते. नगरांचा विकास होत असताना परिसरातील काही ग्रामीण वस्त्या दुर्लक्षित राहून गेल्यामुळे या क्षेत्राची निर्मिती होते. वायसिंक या विचारवंताच्या मते ग्राम-नगर सीमान्त क्षेत्र म्हणजे

ग्राम-नगर सीमान्त क्षेत्र - दिल्ली

अतिभिन्नतेचा प्रदेश होय; कारण या क्षेत्रात जमिनीचा वापर विविध प्रकारे केलेला असतो. पेहेल या समाजशास्त्रज्ञाच्या मते या क्षेत्रात नागरी लोकांचा प्रभाव असतो. यामुळे हे क्षेत्र नेहमी प्रगमनशील असते. सामाजिक विभक्तीकरण, निवडक स्थलांतर, सामाजिक व भौगालिक श्रेण्यांचा ऱ्हास ही या क्षेत्राची वैशिष्ट्ये आहेत. या क्षेत्रातील ठळक वैशिष्ट्ये याप्रमाणे :-

(१) या परिसरातले लोक व्यवसाय, अर्थकारण व सामाजिकदृष्ट्या नागरी परिसराशी संलग्न असतात. (२) या क्षेत्रातील भूमी उपयोजन सातत्याने बदलणारे असते. (३) संधी मिळताच स्थलांतर होत असल्यामुळे येथील लोकसंख्या स्थिर नसते. (४) या विभागात जागेच्या किमती कमी असल्यामुळे निवासी क्षेत्रांना मोठा वाव मिळतो. (५) मूळ रहिवासी व नवीन स्थलांतरित लोक यांच्यात सामाजिक तणाव निर्माण झालेला असतो. (६) या क्षेत्रांत नियोजनबद्ध वस्तीला वाव असतो, पण सामान्यपणे असे होत नाही. (७) या क्षेत्रांतील शेतजमिनीचे प्रमाण कमी होत जाते व नागरी वस्तीच्या नागरीकरणाचा प्रभाव वाढत जातो. यामुळे या भागात भूमिउपयोजनाचे आकृतिबंध सतत परिवर्तनशील असतात. (८) या क्षेत्रांचा निरंतर कायापालट सुरूच असतो. (९) समाजाचे विभक्तीकरण, निवडक स्थलांतर व सामाजिक आणि भौगोलिक श्रेण्यांचा ऱ्हास ही वैशिष्ट्ये या भागात आढळतात. (१०) नगरांतील आर्थिक व सामाजिक घडामोडींशी या भागाचा फारसा संबंध येत नाही.

Sector Theory of Urban Settlements (सेक्टर थियरी ऑफ अर्बन सेटलमेंट्स)
- नागरीवस्त्यांचा वर्तुळ विभाग सिद्धान्त

वर्तुळ विभाग सिद्धान्त होमर हॉइट (Homer Hoyt) यांनी मांडला. हा सिद्धान्त म्हणजे वर्गीसच्या समकेंद्री वर्तुळ सिद्धान्तातील नवीन सैद्धांतिक सुधारणा होय. शहराच्या केंद्रभागापासून दूर जावे तसतशी जमिनीची किंमत कमी होत जाते. शहराच्या केंद्र भागात ती सर्वाधिक असते. ह्या वस्तुस्थितीचा विचार हॉइट याने वर्तुळ विभाग सिद्धान्त मांडताना केला आहे. जमिनीच्या किमतीचा विचार केल्यास शहराचा आकृतिबंध वर्तुळाकृती न राहता वर्तुळ विभागात तो बदलतो. हा सिद्धान्त मांडण्यापूर्वी हॉइटने काही गोष्टी खालीलप्रमाणे स्पष्ट केल्या होत्या.

(१) प्रत्येक वर्गाची निवासक्षेत्रे केंद्रभागापासून लांब असतात व ती छोट्या विभागाच्या स्वरूपात अस्तित्वात असतात. (२) ह्या विभागांची वाढ मध्यभागापासून असलेल्या अंतरावर अवलंबून नसते; तर त्या विभागाच्या दिशेवर अवलंबून असते. (३) शहरातील वाहतुकीच्या सोयी सर्व दिशांना सारख्या नसतात. सुगमतेतील हा फरक विभागाच्या निश्चितीवर परिणाम करतो. (४) उच्चभ्रूनिवासीक्षेत्रांच्या स्थानाचा परिणाम

शहराच्या वाढीवर होतो.

(अ) वर्तुळ सिद्धान्ताचे विभाग :

वरील सर्व गृहीत तत्त्वांचा विचार करून हॉइटने वर्तुळ विभाग सिद्धान्त खालीलप्रमाणे पाच घटकांमध्ये मांडला.

(१) शहराच्या मध्यभागी केंद्रीय व्यवहार विभाग असतो. या विभागाचे वर्णन व वैशिष्ट्ये वर्गीस यांच्या मताप्रमाणेच आहेत. (२) या केंद्रीय व्यवहार विभागांभोवती वर्तुळाकृती विभाग निर्माण न होता वर्तुळ विभाग (Sector) निर्माण होतात. दुसऱ्या विभागात ठोक व्यापारी व लहान व्यावसायिक असतात. वाहतुकीच्या सोयीनुसार हा विभाग विकसित होत जातो. (३) तिसऱ्या विभागात श्रमिकांची घरे असतात. (४) चवथ्या विभागात मध्यमवर्गीयांची घरे असतात. (५) पाचव्या विभागात श्रीमंताची, उच्चवर्गीयांची घरे असतात.

हॉइटचा हा सिद्धान्त समकेंद्री वर्तुळ विभाग सिद्धान्ताला पूरक असा आहे. वर्तुळ विभाग सिद्धान्तातील रचना खालील आकृतीत दर्शविल्याप्रमाणे असते.

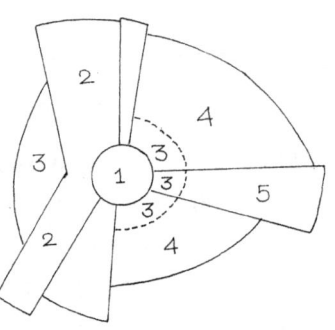

१. केंद्रीय व्यवहार विभाग

२. ठोक व्यावसायिक व लघुउद्योग

३. कमी उत्पन्न गटाची घरे

४. मध्यमवर्गीय वस्ती

५. उच्चभ्रू लोकांची वस्ती

Sex Composition / Ratio (सेक्स कॉम्पोझिशन) - लिंगरचना / लिंग गुणोत्तर

एखाद्या देशाची लिंगरचना अभ्यासणे म्हणजे त्या देशाच्या लोकसंख्येतील पुरुष व स्त्रियांचे प्रमाण लक्षात घेणे. लोकसंख्येत पुरुषांचे प्रमाण स्त्रियांपेक्षा जास्त असल्यास मजूरपुरवठा जास्त होऊन श्रमशक्तीत वाढ होते. ज्या प्रदेशात पुरुषांचे प्रमाण स्त्रियांच्या प्रमाणापेक्षा जास्त असते त्या प्रदेशात मुलींच्या विवाहाचे वय कमी असते; अशा प्रदेशांमध्ये जननाचे प्रमाण जास्त आढळते. त्यामुळे लोकसंख्यावाढ वेगाने होते. ज्या देशातील लोकसंख्येत पुरुषांचे प्रमाण जास्त असते त्या देशात मृत्युदराचे प्रमाणही अधिक आढळते. साधारणपणे एक हजार पुरुषांच्या प्रमाणात स्त्रियांची संख्या या स्वरूपात लिंगरचना सांगितली जाते.

$$\text{सूत्र : लिंग गुणोत्तर} = \frac{\text{पुरुषांची संख्या}}{\text{स्त्रियांची संख्या}} \times १००$$

Shinto Religion (शिंटो रिलिजन) - **शिंटो धर्म**

जपानचा मूळ 'शिंटो' धर्म आहे. जपानच्या संस्कृतीद्वारा या धर्माची निर्मिती झाली. जपानमधील आदिम लोक आणि पूर्वजांच्या देवपूजेच्या श्रद्धेमधून शिंटो धर्माचा विकास झाला. जपानी भाषेतील 'कमी नो मिची' (Kami no Michi) या शब्दाला चिनी भाषेत 'शिंटो' (Shinto) म्हणतात. याचा अर्थ 'परमेश्वराचा मार्ग' (The way of the Gods) असा आहे. जपानमधील धार्मिक कल्पनेचा एक पंथ किंवा संप्रदाय आहे. शिंटो धर्मात कोणताही पवित्र ग्रंथ नाही.

शिंटो धर्माची वैशिष्ट्ये याप्रमाणे आहेत.

- नद्या, वृक्ष, खडक, पर्वत, काही प्राणी याचप्रमाणे विशेषत: सूर्य आणि चंद्र यांच्यामध्ये देवांचा वास असतो अशी भावना आहे.
- कोणताही वैश्विक संदेश दिलेला नाही.
- सर्वोच्च पूजनीय सूर्यदेवता आहे.
- नीतिशास्त्रप्रणाली किंवा नैतिकप्रणालीपेक्षा रूढी-परंपरा पाळणारा धर्म आहे.
- धार्मिक कार्यक्रमांची शुद्धता व शारीरिक शुचितेवर भर दिलेला आहे.

'Stop and Go' Determinism ('स्टॉप अँड गो' डिटरमिनिझम) - **टेलर यांचा 'थांबा आणि पुढे जा' निसर्गवाद / निश्चयवाद**

ग्रिफिथ टेलर हे निसर्गवादी. त्यांनी 'थांबा आणि पुढे जा' असा निसर्गवादाकडे झुकलेला सुवर्णमध्य काढण्याचा प्रयत्न केला. त्यांनी मानव व निसर्ग यांच्यातील संपर्काची तुलना गजबजलेल्या रस्त्यावरील वाहतुकीच्या तांबड्या, हिरव्या दिव्यांशी केली. वाहतूक म्हणजे मानवी हालचाली, मानवाच्या क्रिया-प्रतिक्रिया, मानवी विकासयोजना, हिरवा दिवा निसर्गाने दाखविल्यानंतरच मानवाला आपल्या योजनांची पूर्तता करता येते. हिरवा दिवा याचा अर्थ अनुकूल निसर्ग, सुपीक जमीन, भरपूर पाऊस, वर्षभर हंगामकाल, सुगम प्रदेशातील खनिजे यांद्वारा निसर्गाची अनुकूलता दिसते. तांबडा दिवा असताना म्हणजे निसर्ग प्रतिकूल असताना मानवाला मन मानेल ते उद्योग, व्यवसाय करता येत नाहीत.

टेलर पुढे म्हणतात की, ''निसर्गाने घालून दिलेल्या चौकटीतच मानवाला मुक्तपणे विकास करता येतो. जेथे नैसर्गिक साधनांची भरपूर उपलब्धता असते तेथे ही चौकट मोठी असते. मानवाला त्यामुळे विकासाचा वेग वाढविता येतो. अनेक पर्याय या ठिकाणी उपलब्ध होतात. परंतु, निसर्गरूपी नियंत्रकाचे इशारे न पाळल्यास गंभीर अपघात होण्याचा संभव असतो.''

टेलर यांच्या मते, ''मानव हा काही कमी महत्त्वाचा घटक नाही; परंतु जेथे मानवाने आपल्या बुद्धिचातुर्याने विकास करून घेतलेला आहे तेथे त्याला निसर्गाची

साथ मिळालेली आहे. निसर्गाने काही योजना तयार केलेल्या असतात त्याचीच कार्यवाही मानव करतो.''

Social Evolution (सोशल इव्होल्युशन) - सामाजिक उत्क्रांती

हर्बर्ट स्पेन्सर हा सामाजिक उत्क्रांतीचा प्रणेता मानला जातो; कारण स्पेन्सरने प्रथमत: जीवशास्त्रीय उत्क्रांतिवादाचे तत्त्व समाजाच्या प्रगतीच्या संदर्भातदेखील वापरले होते; पण एका वाक्यात असे म्हणता येईल की, ''अतिप्राचीन अशा अविकसित मानवी समाजाची प्रगत आधुनिक समाजाकडे होणारी वाटचाल म्हणजेच 'सामाजिक उत्क्रांती' होय.'' अप्रगत समाजाचे प्रगत समाजात रूपांतर होण्यासाठी हजारो वर्षांचा काळ जावा लागला. मानवी समाजाच्या उत्क्रांतीची व्याख्या स्पेन्सर पुढील शब्दांत करतात, 'अनिश्चित असंबद्ध समानतेच्या' अवस्थेत जीवन जगणाऱ्या मानवी समाजाचे रूपांतर निश्चित संबंध असमानतेच्या अवस्थेत होण्याची क्रिया म्हणजेच 'सामाजिक उत्क्रांतिवाद' होय.

Social Forestation (सोशल फॉरेस्टेशन) - सामाजिक वनीकरण

वनस्पती हा पर्यावरणातील अत्यंत महत्त्वाचा घटक आहे. पर्यावरणाचा समतोल राखण्यासाठी वनांचे संरक्षण व संवर्धन होणे अत्यावश्यक आहे. याबरोबरच जळणाचे व इमारतीचे लाकूड पुरविणे, जनावरांना चारा पुरवणे, वाऱ्यापासून शेतजमिनीचे संरक्षण करणे आणि उद्याने तयार करणे इत्यादी उद्दिष्टे समोर ठेवून जे वनीकरण केले जाते त्यालाच 'सामाजिक वनीकरण' असे म्हणतात. पर्यावरणातील प्रदूषण कमी करण्यासाठी राबविला जाणारा असा उपक्रम किंवा योजना की ज्यामध्ये वने लावली जातात, त्यांची देखरेख व रक्षण केले जाते. शहरी पट्ट्यांत हिरवळ लावली जाते व ती हिरवळ शहरासाठी फुप्फुसांचे कार्य करते. याचा उद्देश पर्यावरणातील समतोल कायम ठेवणे किंवा समतोलाची पुन्हा स्थापना करणे हा आहे; कारण हे कार्य वाळवंटाचा विस्तार, जमिनीची धूप, महापूर व दुष्काळ रोखण्यास मदत करते. यामुळे नैसर्गिक संसाधनांचे नुकसान भरून काढण्यास मदत होते. उदा. इंधन, फर्निचर, घर व यंत्रांमध्ये वापरले जाणारे लाकूड यांची कमतरता दूर होते. या योजनेत वनस्पतींशिवाय वन्य पशु-पक्ष्यांचे रक्षणाचे कार्यही समाविष्ट केले जाऊ शकते. सामाजिक वनीकरणाच्या सर्व उपक्रमांमध्ये सामाजिक कल्याणाच्या उद्दिष्टांचे प्राधान्य असते, खासगी फायद्याचे नव्हे.

सामाजिक वनीकरणाचे अन्य फायदेही आहेत. उदाहरणार्थ, केरळमध्ये सामाजिक वनीकरणाचा एक उद्देश तेथील अनुसूचित जमाती किंवा आदिवासींना रोजगाराची व्यापक संधी उपलब्ध करून देणे, हाही आहे. केंद्र व राज्य सरकारांच्या मंत्रिमंडळामध्ये हा

स्वतंत्र विभाग आहे. शासनाने सामाजिक वनीकरणाच्या अनेक योजना आखल्या असून गावपातळीवर त्यांची अंमलबजावणी होत आहे.

सामाजिक वनीकरणामध्ये खालील बाबींचा समावेश होतो:- (१) शेतातील बांधावर वृक्ष लावणे. (२) फळझाडांच्या बागेत गवताची वाढ करणे. (३) अवर्षणग्रस्त भागात वृक्षांची लागवड करणे. (४) रस्ते, लोहमार्ग, कालवे यांच्या काठावर सुरक्षित अंतरावर वृक्ष लावणे. (५) वृक्षतोड झालेल्या वनात पुनर्वनीकरण करणे. (६) शहराच्या जवळपास उद्याने तयार करणे.

Social Geography (सोशल जिऑग्राफी) - **सामाजिक भूगोल**

समाजशास्त्र व भूगोल यातून ही शाखा निर्माण झाली. यात लोकसंख्या, वसाहती यांचा अभ्यास केला जातो. यापासूनच नागरी भूगोल (Urban Geography) आणि लोकसंख्या भूगोल (Population Geography) या उपशाखा तयार झाल्या आहेत.

Social Health (सोशल हेल्थ) - **सामाजिक आरोग्य**

सामाजिक आरोग्य हे व्यक्तीच्या अंत:करणातील स्वास्थ्य व त्याच्या भोवताली असलेल्या व्यक्तींशी व समाजाशी स्वास्थ्यपूर्ण संबंध यांच्यावरून ठरते. या संबंधांच्या दृढतेवरूनही सामाजिक आरोग्याची कल्पना येते.

व्यक्तीचे सामाजिक बांधिलकीचे औत्सुक्य, त्यामुळे निर्माण होणारे संभाषणचातुर्य, कार्यकुशलता यामुळे त्याचे सामाजिक आरोग्य दिसून येते - कारण सामाजिक आरोग्यात व्यक्तीचे कुटुंबाशी आणि संबंधित समाजाशी समजुतीचे जे बंधन त्यावरच सामाजिक आरोग्य अवलंबून आहे. शिवाय:- (१) आध्यात्मिक असा एक पैलूही या संबंधांना आहे. (२) भावनिक किंवा मानसिक बाजूही लक्षात घ्यायला हवी. या बाजूला नैतिक महत्त्वही आहे. (३) वातावरण, संस्कृती याही महत्त्वाच्या आहेत. (४) शैक्षणिक पैलूही आहेच. तेव्हा सामाजिक आरोग्य राखण्यासाठी, रोग्यासाठी जसे औषध हवेच, तसे वर वर्णन केलेले सर्व काही हवे !

Ecology या एका महत्त्वाच्या शास्त्राने आरोग्याची जणू किल्लीच हातात दिली आहे. 'Oiko' म्हणजे घर. घर कसे, कुठे असले म्हणजे त्याचे सामाजिक आरोग्यावर काय परिणाम होतात याचा या शास्त्राच्या आधारे विचार झाल्यावर बऱ्याच गोष्टी लक्षात येतात.

वाढत्या प्रमाणावर आता असे सिद्ध होत आहे की, योजना करताना घरे अशा वातावरणात बांधायला हवी की जेणेकरून तेथील सामाजिक आरोग्य जपले जाईल. उपजीविकेची साधने, नैसर्गिक स्वच्छता व सौंदर्य, वस्तूंची उपलब्धता, मुलांच्या

शिक्षणाची व खेळांची सोय, दवाखाने, संरक्षण, वाहतूक इ. अनेक बाबींतून यांत लक्ष घालावे लागेल. सध्याच्या बकाल शहरातील अपघात, चोऱ्या, दंगे, साथी (आजारांच्या) व प्रदूषण हे सर्व याच पद्धतीने टाळता येईल; पण हे फार मोठ्या खर्चाचे आहे व मोठ्या आर्थिक प्रगतीनंतरच साध्य करता येईल.

पण आहे त्या परिस्थितीत शहराची नवी वाढ वरील शास्त्रीय पद्धतीने करणे, अडचणीत असलेल्या जुन्या वस्त्यांना सुधारण्याची दिशा दाखवणे हे मात्र शक्य आहे व असे प्रयत्न होतही आहेत. सरकार व इतर आंतरराष्ट्रीय संघटना अशा प्रयत्नांना आर्थिक साहाय्य फार तुटपुंजे देत आहेत हे उघड आहे. या दिशेने खूप मोठा खर्च व्हायला हवा. म्हणजे शहरातील सामाजिक आरोग्य सुधारेल. शहराच्या आरोग्यव्यवस्थेत आधुनिक हॉस्पिटलचे फार महत्त्व आहे. विशेषत: नव्या-नव्या उपकरणांनी सज्ज अशी हॉस्पिटल्स मोठ्या शहरांतून आता खासगी स्रोतातून झाली आहेत. गरीब वर्गासाठी अशी सोय सरकारलाच करावी लागते. देशाच्या अंतर्भागातील खेड्यांतून आरोग्यसेवा वेळेवर उपलब्ध न झाल्याने अनेक रोग पसरू शकतात व मृत्यूही होतात. अशी संकटे टाळण्यासाठी आरोग्य ग्रामसेविकांची सरकारने योजना केली. या सेविकांना प्रथमोपचार, साधारण उद्भवणाऱ्या रोगांची औषधे, गंभीर अवस्थेचे ज्ञान माहीत असले तर गावातल्या लोकांना मोठे साहाय्य देता येते व जवळच्या आरोग्याधिकाऱ्याशी संपर्क साधून गंभीर आजारांनाही तोंड देता येते.

या आरोग्य ग्रामसेविका त्या वस्तींतच राहणाऱ्या, आपले काम सांभाळून सेवा करणाऱ्या सुशिक्षित महिला असतात. त्या गावात त्यांना मान्यता असते.

या ग्रामसेविकांची कामगिरी लक्षात घेऊन आता सरकारने मुलांसाठी (बाल) अंगणवाड्या सुरू केल्या आहेत. या अंगणवाड्यांतही सेविका नेमल्या जात आहेत. यांना सहा वर्षांपर्यंत बालशिक्षण देता आले पाहिजे, मुलांच्या आरोग्य तपासण्या करून योग्य सल्ला देता आला पाहिजे व मुलांना शारीरिक स्वच्छता, गावाची स्वच्छता आदी बाळकडू देता आले पाहिजे.

२००० सालापर्यंत अशा ५६७१ अंगणवाड्या स्थापन झाल्या होत्या.

Social Index (सोशल इन्डेक्स) - सामाजिक निर्देशांक

आर्थिक विकास मोजण्यासाठी आर्थिक स्वरूपाच्या निर्देशांकाबरोबरच सामाजिक निर्देशांकाचाही वापर करणे गरजेचे आहे. यात आरोग्य, अन्न व प्रथिनांचे सेवन, साक्षरता, तंत्रशिक्षण, कपडे, खेळ, मनोरंजन, सामाजिक सुरक्षितता, रोजगार, कामाच्या ठिकाणची परिस्थिती, जीवनावश्यक वस्तूंची उपलब्धता, वाहतूक व दळणवळणाच्या सोयी, घरांची उपलब्धता इत्यादींचा समावेश केला जातो. सामाजिक निर्देशांकाचा भर आर्थिक विकास

प्रक्रियेच्या दर्जावर आहे. येथे आर्थिक विकास किती होतो यापेक्षा तो कसा होतो, हे अधिक महत्त्वाचे ठरते.

Static Population (स्टॅटिक पॉप्युलेशन) - स्थिर लोकसंख्या

'जन्मदर' आणि 'मृत्युदर' यातील अंतराला नैसर्गिक वृद्धिदर (The Survival Rate) म्हटले जाते. जर 'जन्मदर' आणि 'मृत्युदर' सारखाच/समान असेल तर नैसर्गिक वृद्धिदर शून्य होईल. या परिस्थितीला 'स्थिर लोकसंख्या' असे म्हणतात.

Structure of Population (स्ट्रक्चर ऑफ पॉप्युलेशन) - लोकसंख्येची रचना

लोकसंख्या ही देशाची संपत्ती असते. लोकसंख्या जितकी जास्त व गुणवान, तेवढी त्या देशाची प्रगती अधिक होते. यामुळे देशाच्या लोकसंख्येला त्या देशाची मानवी संपत्ती (Human Wealth) असे संबोधिले जाते; म्हणूनच लोकसंख्यावाढीबरोबरच लोकसंख्यारचनेचा देखील विचार केला जातो. लोकसंख्येच्या रचनेत जन्म-मृत्यू प्रमाण, लिंग-वय प्रमाण, साक्षरता, वैवाहिक स्थिती, व्यवसाय इत्यादी लोकसंख्याशास्त्रीय, सामाजिक, सांस्कृतिक व आर्थिक वैशिष्ट्यांचा समावेश होतो. एखाद्या देशाच्या लोकसंख्येत स्त्रियांचे प्रमाण, साक्षर व्यक्तींचे प्रमाण व लहान मुले, तरुण, वृद्ध यांचे कसे विभाजन आहे, कालपरत्वे त्यात काही बदल झाला आहे का? हे देखील लोकसंख्येच्या अभ्यासात महत्त्वाचे आहे. बदल झाला असल्यास तो का घडून आला याविषयीची कारणमीमांसा शोधण्याचा प्रयत्न केला जातो.

लोकसंख्येच्या रचनेच्या अभ्यासामुळे खाली दिलेल्या गोष्टींचा उलगडा होऊन देशाच्या आर्थिक, सामाजिक विकासाच्या दृष्टिकोनातून नियोजन करता येते. कारण लोकसंख्येचे वितरण, लोकसंख्येची रचना आणि लोकसंख्येचे राहणीमान यांच्यावर विविध वस्तूंच्या बाजारपेठा, त्यांचे स्वरूप आणि व्याप्ती अवलंबून असते. विपुल लोकसंख्या असलेल्या प्रदेशात विविध वस्तूंना भरपूर मागणी असते आणि बाजारपेठाही विस्तृत असतात.

लोकसंख्येच्या रचनेच्या अभ्यासामुळे खालील गोष्टींचा उलगडा होण्यास मदत होते.

(१) कोणत्याही देशाच्या लोकसंख्येचे तपशीलवार वर्णन करता येते आणि त्यामुळे लोकसंख्येच्या निरनिराळ्या विभागांमध्ये तुलना करता येते.

(२) लोकसंख्येची संख्याशास्त्रीय, सामाजिक व आर्थिक वैशिष्ट्ये अभ्यासता येतात.

(३) मानवी साधनसंपदेचा (Human Resources) अंदाज करण्याकरिता लोकसंख्येची रचना व वैशिष्ट्ये या माहितीचा उपयोग करून विकासाच्या योजना सुलभतेने आखता येतात.

Suburban (सब-अर्बन) - **उपनगर**

नागरीवस्त्यांच्या ज्या विभागात रोज शहरात जा-ये करू शकणारे लोक राहतात त्या विभागास शहराचे 'उपनगर' म्हणतात. हा विभाग नागरी व ग्रामीण प्रदेशादरम्यानचा सीमा प्रदेश असतो. या नागरिकांना जेवढ्या जरूर असतात तेवढ्याच सुविधा या विभागात आढळतात. बांद्रा, मुलुंड इ. मुंबईची उपनगरे आहेत.

Sustainable Agriculture (सस्टनेबल ॲग्रिकल्चर) - **चिरंतन कृषी / निरंतर वा शाश्वत शेती**

चिरंतन कृषी म्हणजे कृषीसाठी वापरण्यात येणाऱ्या नैसर्गिक साधनसामग्रीचे यशस्वी पद्धतीने असे व्यवस्थापन करणे की, ज्यामुळे बदलत्या मानवी गरजा भागवल्या जातील व त्याच वेळी पर्यावरणाचा दर्जा राखून किंवा त्यात वाढ करून, नैसर्गिक साधनसामग्रीचे जतन केले जाईल.

चिरंतन कृषी अंतर्गत पीक उत्पादनांची योजना दूरदर्शीपणाने आखली जाते. या योजनेमुळे पर्यावरणाचे संतुलन कायम राखले जाते व यासाठी जमिनीचा वापर करत असताना तिची प्रत बिघडू नये, या दृष्टिकोनातून पिकांची योजना आखली जाते.

चिरंतन कृषीमध्ये खालील घटकांचा विचार केला जातो.

(१) भू-संधारण (२) पडीक जमीन लागवडी योग्य करणे. (३) पाणलोट क्षेत्राचा विकास (४) संकट संरक्षण आणि तोट्यामध्ये कपात (५) जैविक खतांचा आणि जैविक कीटकनाशकांचा वापर (६) जल व्यवस्थापन (७) कृषिजैविक विविधता संरक्षण (८) पशुधन, आरोग्य आणि उत्पादकता.

चिरंतन कृषी याचा अर्थ शेतीच्या पारंपरिक पद्धती नाकारणे असा नसून, आधुनिक तंत्रज्ञान, नव प्रवर्तन, व्यावहारिक अनुभव यांची योग्य सांगड घालणे असा होतो.

Tertiary Occupation (टर्शरी ऑक्युपेशन) - **तृतीय श्रेणी व्यवसाय**

वाहतूक, दळणवळण तसेच इतर सेवांचा समावेश असणाऱ्या व्यवसायास 'तृतीय श्रेणीचे व्यवसाय' म्हणतात.

तिय्यम व्यवसायातील वाहतुकीची व दळणवळणाची सेवा यांचा उत्पादनप्रक्रियेत अप्रत्यक्ष सहभाग असतो म्हणूनच यांचा तिय्यम व्यवसायात समावेश होतो.

याशिवाय समाजात डॉक्टर, शिक्षक, वकील वगैरेंच्या सेवाही आवश्यक असतात. यांचा उत्पादनाशी प्रत्यक्ष संबंध नसला तरी अप्रत्यक्षपणे समाजाची आरोग्यपातळी, शैक्षणिक पातळी वाढविण्यास हे घटक जबाबदार असल्यामुळे योग्य काळात समाजाची औद्योगिक व आर्थिक प्रगती होण्यास यांचा हातभार लागतो. या सर्व सेवाही तिय्यम व्यवसाय गटात येतात.

Theory of Optimum Population (थियरी ऑफ ऑप्टिमम पॉप्युलेशन) - **पर्याप्त लोकसंख्येचा सिद्धान्त**

पर्याप्त लोकसंख्येचा सिद्धान्त पद्धतीशीरपणे शास्त्रीय स्वरूपात मांडण्याचे श्रेय थोर विचारवंत एडविन कॅनन यांना जाते. त्यांच्या मते, देशाच्या साधनसंपत्तीशी जुळणारी आदर्श लोकसंख्या म्हणजे 'पर्याप्त लोकसंख्या' होय. सदर सिद्धान्तात देशातील लोकसंख्येत घडून येणारे बदल व त्यामुळे देशातील दरडोई उत्पन्नात घडून येणारे बदल यामधील सहसंबंध मांडला आहे. देशातील उपलब्ध साधनसंपत्ती व प्रस्थापित उत्पादन तंत्र लक्षात घेता, ज्या लोकसंख्येमुळे देशातील दरडोई उत्पन्न अत्युच्च पातळीला जाते; अशा लोकसंख्येला त्या देशाची पर्याप्त लोकसंख्या म्हणतात.

Thuenen's Economic Rent (थ्युनेन्स इकनॉमिक रेंट) - **थ्युनेनचा आर्थिक खंड**

शेतीभूमी उपयोगावर नियंत्रण ठेवणारा हा प्रमुख घटक आहे. येथे आर्थिक खंड म्हणजे शेतीमध्ये केलेल्या गुंतवणुकीपासून मिळणारा मोबदला होय. हा खंड एखाद्या कुळाने विशिष्ट गोष्टीचा वापर केल्याबद्दल मालकास दिलेल्या रकमेपेक्षा वेगळा आहे.

शहराच्या / बाजारपेठेच्या जवळ असणाऱ्या एक हेक्टर शेतीपासून मिळणारे पैशांच्या स्वरूपातील उत्पन्न बाजारपेठेपासून दूर अंतरावर असणाऱ्या एक हेक्टर शेतीपासून मिळणाऱ्या उत्पन्नांपेक्षा कमी असेल. उत्पन्नातील या फरकास थ्युनेन यांनी आर्थिक खंड असे म्हटले आहे. हा खंड प्रामुख्याने वाहतूकखर्चावर अवलंबून असतो. बाजारपेठेपासून जसजसे अंतर वाढत जाते तसतसा मिळणारा आर्थिक खंड कमी होत जातो.

भूमी-उपयोगामध्ये अधिकची स्पर्धा असेल तर विविध पिकांसाठी / भूवापरांसाठी वेगवेगळे आर्थिक खंड उतरणी (Different Economic Slopes Rents) तयार होतात; म्हणजेच बाजारपेठेपासून दूर अंतरावरील भूमी उपयोगापासून कमी खंड मिळतो. या ठिकाणी आर्थिक खंडावर प्रभाव टाकणारा वाहतूक खर्च हा प्रमुख घटक असल्याचे सिद्ध होते.

वाहतूक खर्चाखेरीज उत्पादित पदार्थाचा नाशवंतपणा (Perishability Produce) हा सुद्धा आर्थिक खंडाच्या उतरणीवर प्रभाव टाकणारा घटक आहे; म्हणूनच दूध, भाजीपाला यांसारख्या नाशवंत पदार्थांचे उत्पादन बाजारपेठांच्या सान्निध्यात घेतले जाते. त्यांचा आर्थिक खंड जसजसे बाजारपेठेपासून दूर जावे तसतसा झपाट्याने कमी होतो; म्हणून बाजारपेठांच्या सान्निध्यातील शेती उपयोग अधिक सघन (Intensive) असतो व वाढत्या अंतरानुसार शेती उपयोगाचा सघनपणा कमी झालेला दिसतो. व्हॉन थ्युनेन यांच्या सिद्धान्ताचे हे प्रमुख योगदान समजण्यात येते.

सूत्ररूपात : $P = V - (E + T)$

P म्हणजे शेतकऱ्यांचा फायदा (खंड)

V म्हणजे उत्पादन विक्रीची किंमत

E म्हणजे उत्पादन खर्च

T म्हणजे वाहतूक खर्च

Total Fertility Rate (टोटल फर्टिलिटी रेट) - एकूण वा सकळ जननदर

एकूण जननदर काढण्याचे सूत्र पुढे दिलेले आहे.

$$\text{T.F.R.} = 5 \times \overset{n}{\underset{i=1}{S}} \left(\frac{bi}{pi} \right) \times K$$

वरील सूत्रामध्ये,

T.F.R. = एकूण जननदर (Total Fertility Rate)

bi = विशिष्ट वयोगटातील स्त्रियांनी एका वर्षात दिलेले जन्म

pi = त्याच विशिष्ट वयोगटातील स्त्रियांची एकूण संख्या

S^n = सर्व वयोगटसापेक्ष दरांची बेरीज

5 = वयोगटातील अंतर (वर्षे)

i = वयोगट

K = १०००

एकूण जननदर काढल्याने स्त्रीला तिच्या प्रजोत्पादनाच्या काळामध्ये सरासरी किती अपत्ये होतील याची कल्पना येते.

Transportation Geography (ट्रान्सपोर्टेशन जिऑग्राफी) - वाहतूक भूगोल

वाहतूक भूगोल ही आर्थिक भूगोलाचीच एक महत्त्वपूर्ण शाखा आहे. वाहतूक मार्गांची जाळी, त्यांचे परस्परांशी साधलेले समायोजन यांचा अभ्यास वाहतूक भूगोलात केला जातो. तसेच संदेशवहनाच्या विविध साधनांचादेखील या शाखेत अभ्यास केला जातो.

Under Population (अंडर पॉप्युलेशन) - न्यूनतम लोकसंख्या

ज्या प्रदेशात लोकसंख्येच्या मानाने साधनसंपदांचा विकास भरपूर झाला आहे व त्या देशातील लोक चांगल्या किंवा उच्च दर्जाचे जीवन जगत आहेत, त्या देशाच्या लोकसंख्येला 'न्यूनतम लोकसंख्या' असे म्हणतात; अशा देशांचे दरडोई उत्पन्न चांगले असते; अशा न्यूनतम लोकसंख्येच्या देशात साधनसंपदा विपुल असते; पण लोकसंख्या साधनसंपदेच्या प्रमाणाच्या तुलनेत कमी असल्याने उपलब्ध साधनसंपदेच्या विकासास मर्यादा पडून तिचा पाहिजे तितका विकास करता येत नाही.

Urban Hierarchy (अर्बन हायरार्की) - **नागरी श्रेणी**

शहराचा आकार आणि त्याचे पार्श्वक्षेत्र यांत निश्चित असे काही प्रमाण असते. सामान्यत: शहर जितके मोठे तितके त्याचे पार्श्वक्षेत्र विस्तृत असते असे मानावयास हरकत नाही. विविध शहरांचे प्रभावक्षेत्र किंवा छायाक्षेत्र विचारांत घेऊन त्या शहरांचे वर्गीकरण करून त्यांचा क्रम लावण्याचा किंवा श्रेणी ठरविण्याचा प्रयत्न काही भूगोलतज्ज्ञांनी केला आहे. याकरिता त्या त्या नगरांची लोकसंख्या, आकारमान, व त्यापासून मिळणाऱ्या सुविधा यांचे संख्यात्मक पृथक्करण करणे आवश्यक असते.

प्रा. स्मेल्स यांनी चांगल्या प्रकारे विकसित झालेली वस्ती कोणती हे ठरवितांना पुढील निष्कर्ष वापरलेले आहेत.

(१) त्या वस्तीमध्ये किरकोळ व्यापारांची चांगली सोय असली पाहिजे. (२) त्या शहराने आजूबाजूच्या प्रदेशाला विविध सुविधा उपलब्ध करून दिल्या असल्या पाहिजेत आणि (३) ही वस्ती सभोवतालच्या भागाचे सामाजिक, आर्थिक, सांस्कृतिक केंद्र असली पाहिजे. ज्या वस्तीत अशा सुविधा उपलब्ध नसतील त्याला स्मेल्सने दुय्यम नगर किंवा नागरी खेडे (Urban Village) ही संज्ञा दिली आहे.

ज्या वस्तीत नगराला आवश्यक अशा सुविधा असतीलच पण त्याशिवाय जेथे सायंदैनिक, अद्ययावत रुग्णालये, विविध वस्तूंची भांडारे, नाट्यगृहे वा चित्रपटगृहे असतील त्याला त्याने शहर असे संबोधले आहे.

शहराला प्रधानशहर, प्रमुख महानगर किंवा मध्यवर्ती शहर होण्यासाठी पुढील ६ घटक महत्त्वाचे असतात.

(१) जेथे अधिक वस्ती असेल (२) जे त्या प्रदेशाचे प्रमुख ठिकाण किंवा राजधानीचे ठिकाण असेल (३) जेथील खासगी आणि सार्वजनिक संस्था सभोवतालच्या प्रदेशात आर्थिक, सांस्कृतिक, शैक्षणिक सुविधा उपलब्ध करून देत असतील. (४) जेथे उच्च शिक्षण आणि वैद्यकीय, अभियांत्रिकी, वाणिज्य इत्यादी व्यावसायिक विद्याशाखांचे शिक्षण दिले जात असेल. (५) जेथे एखादे विद्यापीठ होणे अपरिहार्य असेल. (६) जेथे मोठ्या प्रमाणावर दैनिके, नियतकालिके प्रकाशित होत असतील आणि खपत असतील अशा शहराला मध्यवर्ती शहर, प्रमुख महानगर अथवा प्रधान शहर असे म्हटले जाते.

एखाद्या प्रदेशात अगदी लहान वाडीपासून महानगरापर्यंत सुसंगतपणे काही विशिष्ट अंतरावर विशिष्ट पद्धतीने वस्त्या निर्माण होतात काय, याचा अभ्यास करण्याचा अनेकांनी प्रयत्न केला. जर्मनी, संयुक्त संस्थाने, इंग्लंड, भारत, जपान या देशांत त्यावर बरेच संशोधनही झाले आहे. या सर्वात जर्मन भूगोलतज्ज्ञ वाल्टर ख्रिस्टलर याने मांडलेला

मध्यवर्ती स्थान सिद्धान्त फारच लोकप्रिय झाला. तसेच त्यावर बरीच टीकाही झाली. त्यात सुधारणा करून काही जणांनी आपले वेगळे सिद्धान्तही मांडले.

नागरी वस्तीची चढती श्रेणी ख्रिस्टलरने खालीलप्रमाणे सांगितली आहे -

(१) खेडे, (२) नगर, (३) शहर, (४) जिल्हा केंद्र, (५) राज्याची राजधानी.

Urbanization (अर्बनायझेशन) - शहरीकरण

आर्थिक व सामाजिकदृष्ट्या परस्परावलंबी असणाऱ्या मानवी समूहांना विशिष्ट प्रकारच्या प्रशासकीय व सांस्कृतिक सेवा उपलब्ध करून देणाऱ्या क्षेत्रीय व्यवस्थेला 'नगर' असे म्हणतात. नगरांची निर्मिती नागरीकरणाच्या प्रक्रियेतून होते. नागरीकरणाची प्रक्रिया सातत्याने घडत असते.

मानवी लोकसंख्येचा बराच मोठा भाग जेव्हा शहरांत, नगरांत राहू लागतो, तेव्हा शहरांत राहण्याकडे लोकांचा कल वाढतो त्याला 'नागरीकरण' असे म्हणतात. नागरीकरणाचे दूरगामी परिणाम सर्वत्र दिसतात. ते नगराच्या क्षेत्रापुरते मर्यादित राहू शकत नाहीत तर आजूबाजूच्या ग्रामीण क्षेत्रावरही त्याचे परिणाम होतात.

इ.स.१९७५ साली जगातील २७ टक्के लोक शहरी भागात वास्तव्य करीत होते. २००० साली हा आकडा वाढून ४० टक्क्यांवर जाऊन पोहोचला, तर२०३० साली जगातील शहरी भागात राहणाऱ्या लोकांची संख्या ५६ टक्क्यांवर जाऊन पोहोचेल असा अंदाज व्यक्त करण्यात येत आहे. प्रगत राष्ट्रांत मोठ्या प्रमाणात शहरीकरण झाले आहे. आज प्रगत राष्ट्रातील ७५ टक्के लोक शहरी भागात राहतात. शहरी भागातील लोकसंख्या वाढ ग्रामीण भागातून शहरी भागाकडे होणाऱ्या स्थलांतरामुळेही होते. हे लोक शहरी भागात नोकरी धंद्यासाठी स्थलांतर करतात.

गावाचे शहरीकरण होताना सर्वप्रथम सभोवतीच्या शेतजमिनीवर अतिक्रमण होते. त्यानंतर सभोवतीची जंगले, गवताळ प्रदेश तसेच दलदलीचे प्रदेश शहरीकरणांमुळे नष्ट पावतात. शहरांची वाढ केवळ विस्तृत भूप्रदेशावर होत नाही, तर शहरांची वाढ उभ्या दिशेने होऊन उंचच उंच इमारतींची जंगले उभी राहतात. हळूहळू गावातील मोकळ्या जागा व हरितपट्टे नष्ट होऊन शहरी भागातील जीवनाचा स्तर झपाट्याने खालावतो.

नागरीकरण ही अशी प्रक्रिया आहे की, ज्या प्रक्रियेत ग्रामीण वसाहतीचे नागरी वसाहतीमध्ये रूपांतर होते किंवा नागरीकरण म्हणजे ग्रामीण वसाहतीकडून शहरांकडे लोकांचे 'स्थलांतर' होय. शहरांमध्ये अनेक प्रकारच्या सुखसोयी उपलब्ध होतात. औद्योगिक कारखाने, अनेक प्रकारचे व्यवसाय, व्यापार, शिक्षण, शासकीय कचेऱ्या आणि त्या अनुषंगाने व्यवहार केंद्रित झालेले असतात. यामध्ये काम करण्यासाठी हजारो लोकांचे स्थलांतरण होऊ लागले म्हणजे नागरीकरणाची प्रक्रिया प्रकर्षाने जाणवू लागते.

नागरीकरणात फक्त ग्रामीण भागातूनच लोकांचे स्थलांतर होते असे नाही तर लहान-लहान शहरांतून मोठ्या शहरांकडे किंवा महानगरांकडे लोक जाताना आढळून येतात. औद्योगिकदृष्ट्या अनुकूल असणाऱ्या काही गावांच्या परिसरात त्याचा औद्योगिक विकास घडून येण्यासाठी, तेथील कारखान्यांत काम करण्यासाठी इतर वसाहतींमधून हजारो लोकांचे स्थलांतर होते आणि त्या गावाचे नगरात रूपांतर होते. भारतातील जमशेटपूर, भिलाई, दुर्गापूर यांसारखी लोह-पोलाद शहरे याच नागरीकरणाच्या प्रक्रियेत विकसित झालेली आहेत. पूर्वी त्या ठिकाणी लहान-लहान गावेच होती.

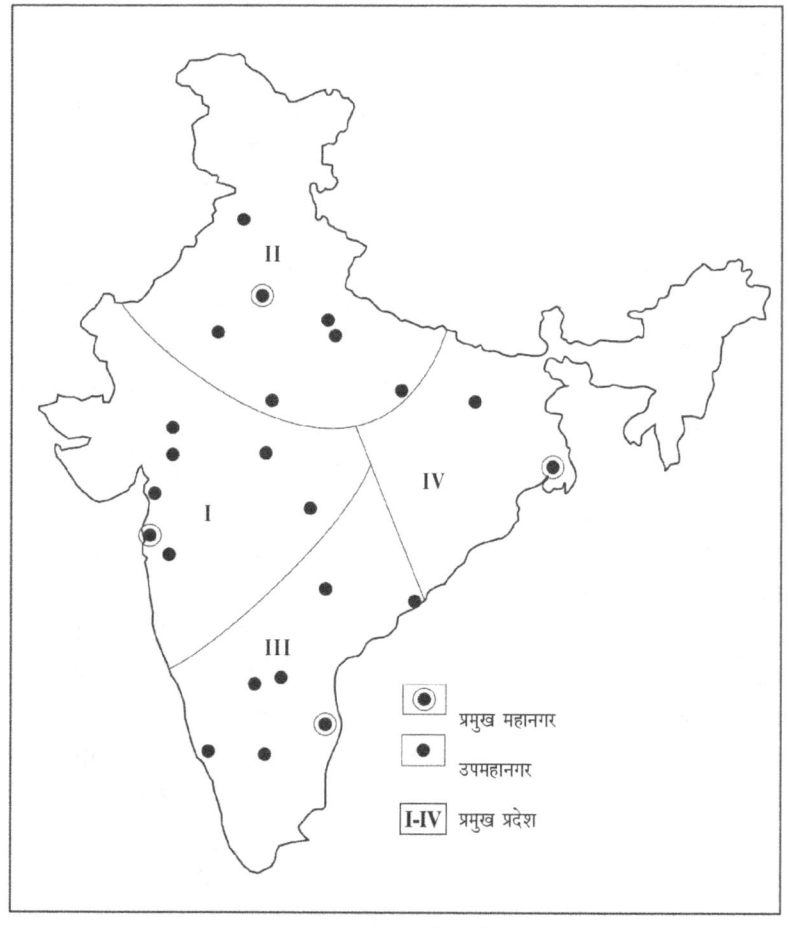

भारतातील महानगरांचे वर्गीकरण

नागरीकरणात लोकसंख्येची वाढ ही सर्वात महत्त्वाची बाब आहे.

आपल्या भारतात विकसित राष्ट्रांच्या तुलनेने नागरीकरण कमी झालेले आहे. भारतामध्ये १९२१- सालापासून नागरीकरणाची प्रक्रिया आढळून येते.

जगातील गजबजलेली भारतातील सर्वाधिक लोकसंख्या असलेली पहिली २५ शहरे त्यांच्या लोकसंख्येच्या क्रमानुसार खालीलप्रमाणे

१. मुंबई	२. दिल्ली
३. बंगळूर	४. हैद्राबाद
५. अहमदाबाद	६. चेन्नई
७. कोलकता	८. सूरत
९. पुणे	१०. जयपूर
११. लखनऊ	१२. कानपूर
१३. नागपूर	१४. इंदोर
१५. ठाणे	१६. भोपाळ
१७. विशाखापट्टणम	१८. पिंपरी-चिंचवड
१९. पाटणा	२०. वडोदरा
२१. गाझियाबाद	२२. लुधियाना
२३. आग्रा	२४. नाशिक
२५. फरिदाबाद	

Von Thunen's Model (व्हॉन थ्युनेन मॉडेल) - **थ्युनेनचे प्रारूप**

बाजारपेठ व त्याभोवतालची शेती भूमी उपयोग याचा अभिक्षेत्रीय संबंध सिद्धान्ताद्वारे दर्शविण्याचा प्रयत्न व्हॉन थ्युनेन (१७८३-१८५०) या जर्मन अर्थतज्ज्ञाने सर्वप्रथम केला. थ्युनेन यांनी एकोणिसाव्या शतकाच्या सुरुवातीस हा सिद्धान्त मांडला. त्या काळामध्ये शेतीभूमी उपयोगासंबंधी सिद्धान्त शोधून काढणे हा त्यांचा उद्देश होता. त्यासाठी त्यांनी आर्थिक खंड (Economic Rent) या संकल्पनेचा वापर केला. येथे आर्थिक खंड म्हणजे शेतीमध्ये केलेल्या गुंतवणुकीपासून मिळणारा मोबदला होय. शहराच्या/ बाजारपेठेच्या जवळ असणाऱ्या एक हेक्टर शेतीपासून मिळणारे पैशांच्या स्वरूपातील उत्पन्न बाजारपेठेपासून दूर असणाऱ्या एक हेक्टर शेतीपासून मिळणाऱ्या उत्पन्नापेक्षा कमी असेल. उत्पन्नातील या फरकास थ्युनेन यांनी आर्थिक खंड असे म्हटले आहे. हा खंड प्रामुख्याने वाहतूक खर्चावर अवलंबून असतो. बाजारपेठेपासून जसजसे अंतर वाढत जाते तसतसा मिळणारा आर्थिक खंड कमी होत जातो. यावरून हे स्पष्ट होते की, बाजारपेठेच्या जवळ असणाऱ्या शेतकऱ्यांना पीकनिवडीची संधी

जास्त असते. यावरून थ्युनेन यांच्या सिद्धान्ताचे आणखी एक तत्त्व स्पष्ट होते की, शेतकऱ्यांचे पीकनिवडीचे विकल्प बाजारपेठेपासूनच्या वाढत्या अंतराबरोबर कमी होत जातात.

वरील कल्पनेचे विश्लेषण करण्यासाठी थ्युनेन यांनी वेगळ्या प्रदेशाची कल्पना गृहीत धरली आहे. एकोणिसाव्या शतकातील वाहतूकव्यवस्था गृहीत धरूनच अलग प्रदेश प्रतिमान (Isolated State Model) गृहीत धरले आहे. हा प्रदेश मर्यादित क्षेत्राचा असून तो सपाट व शेतीलायक आहे. तेथे असणारे सर्व शेतकरी केवळ एकाच प्रकारच्या वाहतूक साधनाचा वापर करतात व त्यांच्या इच्छेप्रमाणे ते शेती करू शकतात. प्रदेशाच्या मध्यभागी एकमेव बाजारपेठ असून ती प्रदेशातील इतर सर्व भागांशी सारख्याच वाहतूक-व्यवस्थेने जोडलेली आहे. सर्व शेतकरी शेती उत्पादने याच बाजारपेठेत विक्रीसाठी आणतात. या अलग प्रदेशाच्या पार्श्वभूमीवर (Hinter Land) थ्युनेन यांनी सिद्धान्त मांडण्यासाठी खालील गृहीत तत्त्वे मानली आहेत.

१. एक वेगळा प्रदेश असून त्याच्या मध्यभागी एक शहर / बाजारपेठ आहे व सभोवती शेती- लागवडीयुक्त जमीन आहे.

२. या प्रदेशात जादा झालेल्या शेती उत्पादनासाठी केवळ हे शहरच बाजारपेठ आहे; इतर प्रदेशातून येथे शेती उत्पादन होत नाही.

३. शहराच्या पार्श्वभूमीतील (Hinterland) उत्पादने इतर कोणत्याही बाजारपेठेत पाठविली जात नाहीत.

४. पार्श्वभूमीत एकसारखे प्राकृतिक पर्यावरण असून समशीतोष्ण कटिबंधात जोपासल्या जाणाऱ्या प्राणिसंपदेसाठी व वनस्पतिसंपदेसाठी पोषक आहे.

५. येथे असणारे शेतकरी बाजारपेठेच्या मागणीनुसार उत्पादन करणारे असून त्याचा जास्तीत जास्त फायदा करून घेणारे आहेत.

६. या प्रदेशात केवळ एकाच प्रकारचा खुष्कीचा मार्ग उपलब्ध आहे. उदा. रस्ते.

७. वाहतूकखर्च हा सर्वथा अंतरांशी संबंधित असून तो खर्च शेतकऱ्यास करावा लागतो. वरील सर्व गृहीत तत्त्वे अवास्तव आहेत यांची चांगली कल्पना थ्युनेन यांना होती; परंतु प्रातिनिधिक स्वरूपाचे मॉडेल तयार करण्यासाठी त्यांनी ही सर्व गृहीत तत्त्वे मानली आहेत.

वरील गृहीत तत्त्वाचा आधारे शहराभोवती तयार होणारे शेतीभूमी उपयोग विभाग आकृतीमध्ये दर्शविले आहेत. शेतीभूमी उपयोग विभागाचे विश्लेषण थ्युनेन यांनी खालीलप्रमाणे दिले आहे.

I - बाजारभिमुख बागशेती व दूध उत्पादन
II - इंधन-लाकूड उत्पादन
III - सखोल शेती
VI - पड व कुरणासहित पिकांची शेती
V - पिके-कुरणे-पडक्षेत्र
VI - पशुपालन शेती

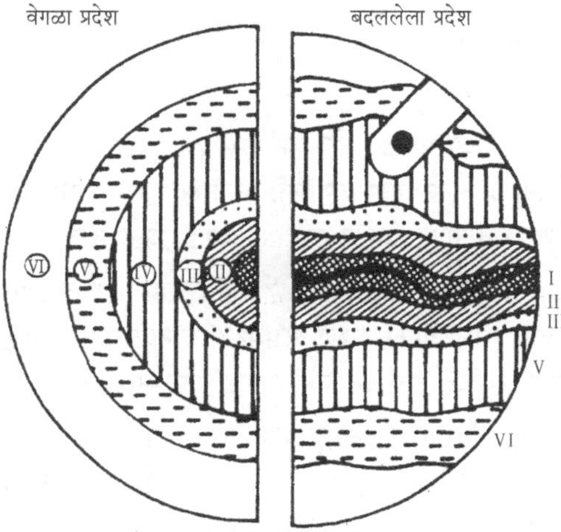

वेगळा प्रदेश
बदललेला प्रदेश
VI
V
IV
III
II
I
II
III
V
VI

थ्युनेनचे प्रारूप

विभाग १ : बाजाराभिमुख बागशेती व दूध उत्पादन : शहराभोवती लागून असणाऱ्या विभागाचा उपयोग दूध, भाजीपाला यांसारख्या नाशवंत वस्तूंच्या उत्पादनासाठी उपयोगात आणला आहे. अशा वस्तू जलदगतीने वाहतूक करण्याच्या साधनांचा अभाव, तसेच शीतगृहाचा अभाव यामुळे शहरास लागून असणाऱ्या विभागामध्ये यांचे उत्पादन केले जाते. शहराच्या मागणीच्या प्रमाणावर या विभागाचा विस्तार अवलंबून असतो.

विभाग २: इंधन लाकूड उत्पादन : या विभागात राहणारे शेतकरी प्रामुख्याने जळाऊ लाकडाचे उत्पादन करतील, कारण त्या काळी इंधन म्हणून प्रामुख्याने लाकडाचाच वापर केला जात असे. थ्युनेन यांनी ठेवलेल्या नोंदीवरून हे स्पष्ट होते की, या विभागातील शेतकऱ्यांना इतर पिकांची शेती करण्यापेक्षा जळाऊ लाकडाचे उत्पादन करणेच जास्त फायदेशीर ठरते. या विभागाचा विस्तार हा शहराच्या इंधनाच्या मागणीवर अवलंबून असतो. वाहतुकीचा खर्च बाजारपेठेपासून दूर जावे, तसा वाढत गेल्याने आर्थिक खंड झपाट्याने कमी होतो. त्यामुळेच हा विभाग बाजारपेठेपासून जवळ आहे.

विभाग ३ : पिकांची सखोल शेती : विभाग, ३, ४ व ५ पिकांची शेती करणारे विभाग असून त्यांची शेतीची सखोलता हळूहळू कमी होणारी आहे. बाजारपेठेपासूनच्या वाढत्या अंतरामुळे वाहतूक खर्चात वाढ झाल्याने शेतीमध्ये भांडवल, मजूर यासारखी आदाणे वापरण्यावरच आपोआपच बंधने आली आहेत. विभाग ३ हा सधन, सखोल

पीक पद्धतीचा पट्टा असून येथे जमिनी पड ठेवल्या जात नाहीत. अन्नधान्याच्या वाहतुकीवर वाहतूकखर्च कमी येत असल्यामुळे येथे अन्नधान्याची सखोल शेती केली जाते.

विभाग ४ : पिकांची लागवड, पडीक कुरणे : या विभागात कमी सखोल शेती केली जाते. अन्नधान्याखाली कमी क्षेत्र असून पिकांच्याबरोबर कुरणे अथवा चाऱ्याची पिके घेतली जातात व काही क्षेत्र पड ठेवले जाते.

विभाग ५ : तीन शेती पद्धती : तांब - शेत पद्धती : येथे तीन पद्धतीची शेती केली जाते. धान्य पिके, कुरणे व पडक्षेत्र यांना प्रत्येकी एकतृतीयांश क्षेत्र वापरासाठी मिळते. येथे दरएकरी उत्पादन कमी असून कमी सखोल पद्धतीची शेती केली जाते.

विभाग ६ : पशुपालन शेती : बाजारपेठेपासून जास्त अंतर असल्याने पिकांचे उत्पादन घेणे फायदेशीर होत नसल्याने येथे विस्तृत प्रकारची शेती केली जाते. प्रामुख्याने कुरणे वाढवून पशुपालन केले जाते. पशूंना चालवत बाजारपेठेपर्यंत नेले जात असल्याने वाहतूकखर्च अजिबात येत नाही व म्हणूनच पशुपालन परवडते. तसेच दूध, लोणी, तूप हा वाहतुकीचा खर्च कमी येणारी व अतिनाशवंत नसणारी उत्पादने त्यांचे उत्पादनही घेतले जाते. अशा प्रकारे थ्युनेन यांनी वाहतूकखर्चावर आधारित असणारी शेतीभूमी प्रणाली समकेंद्रित वर्तुळाने दर्शविली आहे.

वरीलप्रमाणे थ्युनेन यांनी शेतीभूमी उपयोगाची रचना प्रस्थापित केली असली तरी थ्युनेन स्वत: शेती - व्यवसाय करणारे असल्याने शेतीभूमी उपयोगावर प्रभाव पाडणाऱ्या इतर घटकांसंबंधी ते जागृत होते. अलग (Isolated State) प्रदेशासाठी गृहीत धरलेली मूलतत्त्वे वास्तवात क्वचितच आढळतात; म्हणून सिद्धान्ताचा दुसरा भाग त्यांनी शेतीभूमी वापरावर प्रभाव पाडणाऱ्या इतर घटकांचे मूल्यमापन करण्यासाठीच विकसित केला आहे.

World Languages (वर्ल्ड लँग्वेजेस) - **जागतिक भाषा**

जगामध्ये हजारो भाषा आहेत. परंतु, यापैकी बऱ्याचशा भाषा अशा आहेत की त्या बोलणाऱ्यांची संख्या अतिशय कमी आहे. कोणत्याही भाषेचे अस्तित्व टिकवण्यासाठी ती भाषा बोलणाऱ्यांची संख्या कमीत कमी एक लाख असणे आवश्यक आहे.

एका अनुमानानुसार जगातील ९०% भाषा या शतकात नष्ट होण्याच्या मार्गावर आहेत. जगातील प्रमुख भाषा त्यांच्या क्रमानुसार खालीलप्रमाणे -

	भाषा	बोलणाऱ्याची संख्या दशलक्ष
(१)	चिनी, मांडारियन	८७३
(२)	स्पॅनिश	३२२
(३)	इंग्रजी	३०९
(४)	हिन्दी	१८०
(५)	पोर्तुगीज	१७७
(६)	बेंगॉली	१४५
(७)	रशियन	१२२
(८)	जपानी	९५
(९)	जर्मनी	७७
(१०)	चिनी वू	६९
(११)	तेलगू	६८
(१२)	मराठी	६६
(१३)	तमिळ	६४
(१४)	फ्रेंच	६१
(१५)	इटालियन	६१
(१६)	पंजाबी	६०
(१७)	उर्दू	६०
(१८)	गुजराती	४६
(१९)	मल्याळम्	३५
(२०)	कन्नड	३५

Young Age Group (यंग एज ग्रुप) - अल्पवयीन वा युवा वयोगट

ज्या मुलांचे वय १५ वर्षांखालील असते. त्या सर्वांचा समावेश या वयोगटामध्ये होते. या वयोगटातील बरीच लोकसंख्या आर्थिकदृष्ट्या अनुत्पादक असते. अविकसित आणि विकसनशील देशांमध्ये १५ वर्षांखालील वये असणाऱ्या मुलांचे प्रमाण विकसित राष्ट्रांच्या तुलनेत जास्त आहे.

Zero Population Growth (ZPG) (झिरो पॉप्युलेशन ग्रोथ) - **शून्य लोकसंख्या वृद्धी**

जेव्हा लोकसंख्येमधील एकूण जन्मसंख्येचे (Number of births) प्रमाण आणि परदेशातून वास्तव्य करण्यास आलेल्यांचे प्रमाण हे त्याच लोकसंख्येतील एकूण मृत्यू आणि एकूण स्थलांतरितांच्या प्रमाणाएवढे असते तेव्हा या परिस्थितीस 'शून्य लोकसंख्यावृद्धी' असे म्हणतात. शून्य लोकसंख्येची वृद्धी ही प्रगत समाजाचे लक्षण मानले जाते. जगातील बऱ्याच विकसित राष्ट्रांमध्ये अशा परिस्थितीच्या बऱ्याच जवळपास असणारी स्थिती आढळते. सामाजिक तसेच आर्थिक प्रश्नांवरती एक उत्तम उपाय म्हणून ही स्थिती ओळखली जाते.

प्रात्यक्षिक भूगोल

Practical Geography

Azimuthal Projection (ॲझिम्युथल प्रोजेक्शन) - **योग्य दिशादर्शक प्रक्षेपणे**

या प्रक्षेपणात भौगोलिक दिशा पृथ्वीगोलावरील दिशांच्या संदर्भात बिनचूक दर्शविलेल्या असतात किंवा प्रक्षेपणाद्वारे तयार केलेल्या नकाशातील ठिकाणे आणि पृथ्वीगोलावरील ठिकाणे यांची दिशा योग्य असते. या प्रक्षेपणांत अक्षवृत्ते, रेखावृत्ते, एकमेकांना काटकोनात छेदतात त्यामुळे दिशा योग्य दर्शविली जाते. मर्केटरच्या प्रक्षेपणात दिशा दर्शविल्या जातात. नाविक नकाशात या गुणधर्माची फार गरज असते.

Bonne's Projection (बॉन्स प्रोजेक्शन) - **बॉनचे प्रक्षेपण**

फ्रेंच नकाशातज्ज्ञ रिगोबर्ट बॉन (Rigobert Bonne) यांनी हे प्रक्षेपण तयार केले आहे. साध्या शंकू प्रक्षेपणाची ही एक सुधारित आवृत्ती आहे. एक प्रमाण अक्षवृत्तात एकप्रमाण अक्षवृत्त असते. दोन प्रमाण अक्षवृत्तात दोन प्रमाण अक्षवृत्ते असतात. तर यात सर्व अक्षवृत्ते प्रमाण अक्षवृत्ते असतात. मात्र, प्रक्षेपणाची आधारभूत आकृती काढताना एक प्रमाण अक्षवृत्त निवडले जाते. त्यासाठी ते मध्यवर्ती असावे. या प्रक्षेपणाच्या साहाय्याने क्षेत्रफळ बरोबर दाखविले जात असल्याने याला समक्षेत्र शंकू प्रक्षेपणही म्हणतात. हे भूमितीय प्रक्षेपण आहे. याचे उपयोग याप्रमाणे आहेत.

(१) या प्रक्षेपणात क्षेत्रफळ बरोबर दाखविले जाते त्यामुळे आफ्रिका खंडाशिवाय इतर सर्व खंडांचे नकाशे व देश दाखविण्यासाठी हे प्रक्षेपण अतिशय उपयुक्त आहे. उदा. युरोप, उ. अमेरिका व ऑस्ट्रेलिया इ.

(२) हे प्रक्षेपण समक्षेत्रफळदर्शक असल्याने आकाराने लहान असलेल्या देशातील स्थलनिर्देशक नकाशे (Toposheet) काढण्यासाठी या प्रक्षेपणाचा उपयोग होतो. उदा. स्कॉटलंड, आयर्लंड, बेल्जियम, नेदरलँड, स्वित्झरलँड.

(३) भारताच्या नकाशासाठी हे प्रक्षेपण उपयोगी ठरते.

(४) रेखावृत्तीय विस्तार जास्त नसलेल्या देशांसाठी हे प्रक्षेपण उपयोगी ठरते.

मध्यवर्ती रेखावृत्तापासून बाहेरच्या भागात प्रदेशाचा आकार विकृत होत असल्यामुळे रेखावृत्तीय विस्तार जास्त असलेल्या देशासाठी हे प्रक्षेपण फारसे उपयोगी ठरत नाही.

Choice of Projection (चॉईस ऑफ प्रोजेक्शन) - **नकाशा प्रक्षेपणाची निवड**

(१) जगाचा सर्वसाधारण नकाशा - दंडगोलीय समक्षेत्र प्रक्षेपण, मर्केटरचे प्रक्षेपण

(२) उष्ण कटिबंधातील वितरण - तांदूळ, रबर, ऊस, चहा, केळी, तंबाखू, कापूस इ. - दंडगोलीय समक्षेत्र प्रक्षेपण

(३) नाविक नकाशे, सागरी मार्ग, सागरी प्रवाह, हवाई मार्ग, केप-कैरो रेल्वेमार्ग. (ग्रहीय वारे, समभार, समताप, समवृष्टी रेषा नकाशात दाखविण्यासाठी.) - मर्केटरचे प्रक्षेपण

(४) सर्वसाधारण एका गोलार्धासाठी - ख-मध्य ध्रुवीय समक्षेत्र, ख-मध्य गोमुखी प्रक्षेपण

(५) ध्रुवीय प्रदेशातील वितरण - आर्क्टिक व अंटार्क्टिक प्रदेशातील खनिजे व प्राण्यांचे वितरण, सूचिपर्णी अरण्ये, एस्किमो, रेनडियर - ख-मध्य ध्रुवीय समक्षेत्र प्रक्षेपण

(६) ध्रुवीय प्रदेश दाखविण्यासाठी - ख-मध्य ध्रुवीय समांतर प्रक्षेपण, ख-मध्य व्यासांतर प्रक्षेपण

(७) द. अमेरिका (विषुववृत्ताच्या दक्षिणेस विस्तार अधिक) - सिन्यूसाइडल प्रक्षेपण

(८) आशिया - ख-मध्य ध्रुवीय सम अंतर दर्शक, बॉनचे प्रक्षेपण

(९) ऑस्ट्रेलिया - द्विप्रमाण अक्षवृत्त, बॉनचे प्रक्षेपण

(१०) युरोप (पूर्व-पश्चिम विस्तार दक्षिणोत्तर विस्तारापेक्षा जास्त) - द्विप्रमाण अक्षवृत्त शंकू प्रक्षेपण

(११) उ. गोलार्धातील उ. अमेरिका, युरेशिया, द. गोलार्धातील ऑस्ट्रेलिया - बॉनचे प्रक्षेपण

(१२) हिंदी, पॅसिफिक, अटलांटिक महासागर - ख-मध्य विषुववृत्तीय, समअंतर-दर्शक, व्यासांतर प्रक्षेपण

(१३) आफ्रिका (विषुववृत्ताच्या दोन्ही बाजूस विस्तार सारखा) - सिन्यूसाइडल, ख-मध्य समक्षेत्र, दंडगोल समक्षेत्र प्रक्षेपण

(१४) मध्य अक्षवृत्तातील मोठ्या आकाराचे देश - रशिया, चीन, कॅनडा, उ. अमेरिका - ख-मध्य समक्षेत्र, द्विप्रमाण शंकू प्रक्षेपण, बॉनचे प्रक्षेपण

(१५) मध्य कटिबंधातील प्रदेश दाखविण्यासाठी - शंकू प्रक्षेपणे

(१६) समशीतोष्ण कटिबंधातील वस्तूंचे वितरण - गहू, मका - मॉलविड, सिन्यूसाइडल प्रक्षेपण

(१७) मध्य अक्षवृत्तातील लहान आकाराचे देश - नेपाळ, क्यूबा, डेन्मार्क इ. देशांचा दक्षिणोत्तर विस्तार कमी. - एकप्रमाण अक्षवृत्त, शंकू प्रक्षेपण

(१८) बाल्टिक देश, फ्रान्स, ग्रेट ब्रिटन इ. दक्षिणोत्तर विस्तार जास्त - द्विमापन शंकू प्रक्षेपण

(१९) बांगलादेश, जपान, बेल्जियम, श्रीलंका पोर्तुगाल इ. लहान आकाराचे देश - एकप्रमाण अक्षवृत्त शंकू प्रक्षेपण

(२०) ग्रीनलँड, टुंड्रा प्रदेश - ख-मध्य गोमुखी प्रक्षेपण

(२१) भारत-पाक सीमा - बॉनचे प्रक्षेपण

(२२) भारत, पाकिस्तान, कॅनडा, नॉर्वे - बॉनचे प्रक्षेपण

(२३) पूर्व-पश्चिम विस्तार जास्त असेल तर-ट्रान्स सैबेरियन रेल्वे, ट्रान्स कॅनडियन रेल्वे, अमेरिका कॅनडा सीमा - द्विप्रमाण अक्षवृत्त शंकू प्रक्षेपण

(२४) उत्तर-दक्षिण विस्तार जास्त असेल तर- (एकाच गोलार्धातील) - बॉनचे प्रक्षेपण

(२५) विषुववृत्तसान्निध्यातील लहान देश - ख-मध्य सम-अंतर प्रक्षेपण, मर्केटर प्रक्षेपण, ख-मध्य समक्षेत्र दंडगोलीय समक्षेत्र

(२६) दशलक्षी नकाशे, भूरचनादर्शक नकाशासाठी - बॉनचे प्रक्षेपण

Choropleth Maps (कोरोप्लेथ मॅप्स) - छायापद्धती नकाशे

जेव्हा विविध प्रकारच्या आर्थिक घटकांची आकडेवारी नकाशात छायापद्धतीच्या साहाय्याने दर्शविली जाते तेव्हा त्या पद्धतीच्या नकाशांना 'छायापद्धतीचे नकाशे' असे म्हणतात. छायापद्धतीच्या साहाय्याने तयार केलेल्या नकाशात कोणत्याही प्रकारच्या आर्थिक घटकांचे सोईस्कर गट करून राजकीय विभागात सांख्यिकी मूल्यांप्रमाणे घनतेची श्रेणी दर्शविली जाते. त्यामुळे विशिष्ट राजकीय क्षेत्रातील वितरणमूल्यांची सरासरी माहिती मिळते असे; म्हणूनच छायापद्धतीचे नकाशे हे सांख्यिकी मूल्यांपेक्षा क्षेत्रीय वितरण दर्शविणारे नकाशे म्हणून ओळखले जातात.

Conical Projections (कोनिकल प्रोजेक्शन्स) - शंकू प्रक्षेपणे

या प्रक्षेपणात प्रक्षेपीय पारदर्शक पृथ्वीगोलावर शंकू आकाराचा कागद ठेवला जातो आणि पृथ्वीगोलाच्या मध्यभागी दिवा ठेवून शंकूवर प्रक्षेपित झालेली वृत्तजाळी जर एखाद्या रेखावृत्तानुसार कापून (शंकू - उभा कापून) कागद सपाट केल्यास शंकू प्रक्षेपण तयार होते. यासाठी शंकू पृष्ठभागाचा शिरोबिंदू पृथ्वीगोलावरील उत्तर किंवा दक्षिण ध्रुवाच्या डोक्यावर येईल असा ठेवतात.

शंकू आकाराचा कागद प्रक्षेपीय पृथ्वीगोलाच्या ज्या अक्षवृत्तास स्पर्श करतो त्या अक्षवृत्तास 'प्रमाण अक्षवृत्त' म्हणतात. (Standard Parallel). शंकू स्पर्श करतो तो भाग किंवा अक्षवृत्त त्यावरील प्रमाण बिनचूक दर्शविते; म्हणून स्पर्श होणारी अक्षवृत्ते प्रमाणाच्या संदर्भात सत्य असल्याने त्यांना प्रमाण अक्षवृत्ते म्हणतात.

प्रमाण अक्षवृत्ताच्या जवळचे क्षेत्रही समक्षेत्र असते. त्यामुळे पूर्व-पश्चिम दिशांमधील समक्षेत्र गुणधर्मासाठी हे प्रक्षेपण उपयोगी ठरते.

Contours (कन्टुर्स) - **समोच्च रेषा**

समुद्रसपाटीपासून समान उंचीची ठिकाणे जोडणाऱ्या रेषांना समोच्च रेषा असे म्हणतात. उठाव दर्शविण्याची ही सर्वोत्तम पद्धत आहे. या रेषातील अंतरावरून उताराची कल्पना येते. या रेषातील अंतर जर कमी असेल तर तीव्र उतार व जास्त अंतर असेल तर सौम्य उतार दर्शवितो. नकाशात या रेषा विशिष्ट फरकाने काढतात यास 'समोच्च रेषांतर' असे म्हणतात.

Conventional Projection (कन्व्हेनूशनल प्रोजेक्शन) - **सांकेतिक प्रक्षेपणे**

या प्रक्षेपणात छायापद्धतीचा उपयोग न करता काही संकेतांनुसार किंवा गणितांवरून वृत्तजाळी तयार करतात. त्यामुळे या प्रक्षेपणाला 'सांकेतिक किंवा गणितीय प्रक्षेपण' म्हणतात. ही समक्षेत्र असल्याने क्षेत्रफळाशी संबंधित बाबी या प्रक्षेपणावरील नकाशात दाखवितात. ख-मध्य ध्रुवीय समक्षेत्र प्रक्षेपण, ख-मध्य ध्रुवीय सम-अंतर प्रक्षेपण, मर्केटरचे प्रक्षेपण इ. सांकेतिक प्रक्षेपणे आहेत.

Cylindrical Projection (सिलेंड्रिकल प्रोजेक्शन) - **दंडगोल प्रक्षेपण**

या प्रक्षेपणात प्रक्षेपीय पृथ्वीगोलाच्या मध्यभागी दिवा ठेवून पृथ्वीगोलाकार कागदाचा पोकळ दंडगोल स्पर्श करून ठेवला असताना मिळणाऱ्या अक्षवृत्ते व रेखावृत्ते यांच्या वृत्तजाळीला 'दंडगोलीय प्रक्षेपण' असे म्हणतात.

दंडगोलीय प्रक्षेपणाचे प्रमुख प्रकार या प्रमाणे : (१) दंडगोलीय समक्षेत्र प्रक्षेपण, (२) दंडगोलीय सम-अंतर प्रक्षेपण (३) मर्केटरचे प्रक्षेपण

Dot Maps (डॉट मॅप्स) - **टिंब पद्धतीचे नकाशे**

जेव्हा भौगोलिक घटकांचे संख्यात्मक वितरण टिंब पद्धतीच्या साहाय्याने नकाशावर दर्शविले जाते तेव्हा त्या नकाशांना 'टिंब पद्धतीचे नकाशे' असे म्हणतात. नकाशामध्ये कोणत्याही भौगोलिक घटकाची निश्चित संख्या किंवा आकडेवारी दर्शविण्याकरिता टिंब पद्धती ही अत्यंत सोपी व सोईस्कर पद्धती आहे.

Elements of Map - नकाशाची अंगे

नकाशाचे शीर्षक, प्रक्षेपण, प्रमाण, दिशा, सांकेतिक चिन्हे व खुणा आणि सूची ही नकाशाची अंगे होत. नकाशाच्या प्रत्येक अंगाच्या माहितीमुळे नकाशावाचन सुलभ होते.

नकाशाची अंगे खालीलप्रमाणे -

(१) नकाशाचे शीर्षक व उपशीर्षक - नकाशा कोणत्या प्रदेशाचा आहे हे नकाशाच्या शीर्षकावरून समजते. यासाठी नकाशाचे शीर्षक ठळक व मोठ्या अक्षरात वरच्या बाजूस दिलेले असते. शीर्षकाखाली किंवा शीर्षकासमोर नकाशाचे उपशीर्षक लहान अक्षरांत दिलेले असते. उपशीर्षकामुळे नकाशाचा हेतू समजतो.

(२) प्रक्षेपण - पृथ्वीगोल ही पृथ्वीची प्रतिकृती आहे. पृथ्वीच्या गोलावर अक्षवृत्ते व रेखावृत्ते कल्पिलेली असतात. अक्षवृत्ते व रेखावृत्ते यांच्या जाळीला 'वृत्तजाळी' म्हणतात. पृथ्वीवर कल्पिलेल्या अक्षवृत्त व रेखावृत्ताच्या जाळीची सपाट कागदावरील प्रतिकृती किंवा चित्र म्हणजे 'प्रक्षेपण' होय. प्रक्षेपण काढण्यासाठी भूमितीय व गणिती पद्धतीचा वापर केला जातो.

(३) नकाशा प्रमाण - नकाशाच्या विविध अंगापैकी 'नकाशा प्रमाण' हे एक महत्त्वाचे अंग आहे. कोणत्याही प्रदेशाचा नकाशा काढण्यासाठी प्रमाणाची आवश्यकता असते. नकाशात दिलेल्या ठिकाणातील अचूक अंतर मोजण्यासाठी तसेच दिलेल्या प्रदेशाचे क्षेत्रफळ काढण्यासाठी प्रमाणाचा उपयोग होतो.

(४) दिशा - पृथ्वीवरील एखादी संस्था त्याच्या जवळच्या स्थानाच्या संदर्भात कोठे आहे, हे सांगताना किंवा ठरविताना दिशेचा उपयोग होतो. आंतरराष्ट्रीय संकेतानुसार प्रत्येक नकाशात उत्तर दिशा बाणाच्या चिन्हाने ↑ अशा प्रकारे दाखविली जाते. नकाशात दिलेल्या उत्तर दिशेवरून इतर मुख्य दिशा व उपदिशा निश्चित करता येतात. नकाशात दाखविलेल्या दिशादर्शक चिन्हामुळे, सापेक्ष दिशा व नकाशावरील विविध स्थाने समजतात.

(५) सांकेतिक चिन्हे व खुणा - भूपृष्ठावरील विविध घटक मूळ स्वरूपात नकाशात दाखविणे अशक्य असते. नकाशात नैसर्गिक व मानवी घटक दाखवायचे असतात. ते नकाशातील मर्यादित जागेत दाखवता यावेत यासाठी काही विशिष्ट चिन्हे, खुणा यामुळे नकाशात कमीत कमी जागेत जास्तीत जास्त माहिती दाखविता येते. नकाशात दाखविल्या जाणाऱ्या सांकेतिक चिन्हे व खुणा यांना आंतरराष्ट्रीय स्तरावर मान्यता असते.

स्थलदर्शक नकाशामध्ये सांकेतिक चिन्हे व खुणा यांना विशेष महत्त्व आहे. जेव्हा एखाद्या घटकाचे प्रतिनिधित्व चित्ररूपात केले जाते, तेव्हा त्यास 'सांकेतिक चिन्हे'

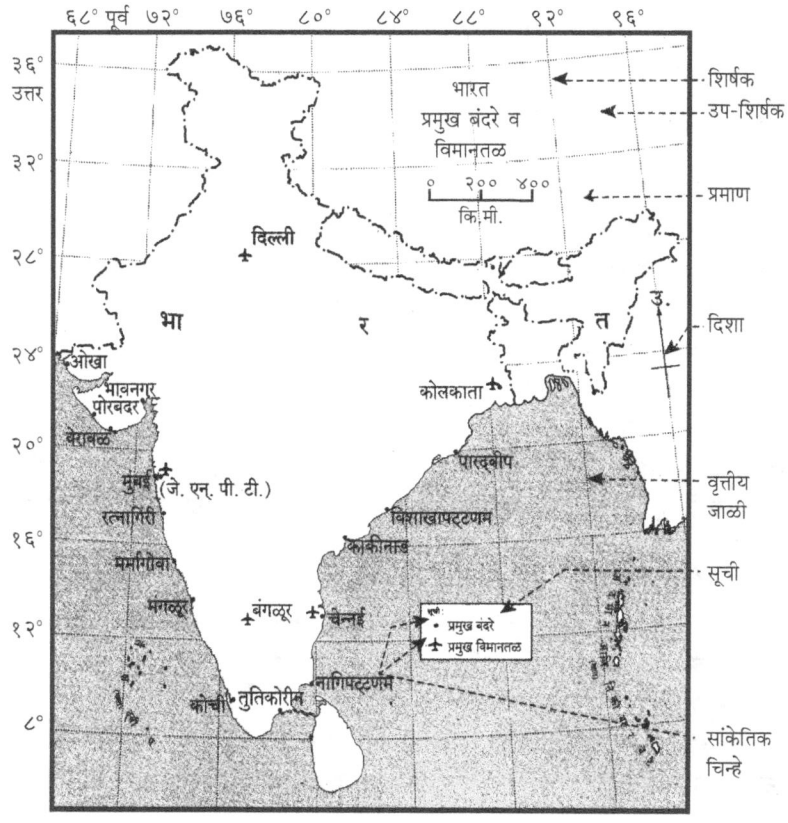

नकाशाची अंगे

असे म्हणतात. उदा. देऊळ, मशीद, चर्च इत्यादी. त्याशिवाय काही घटक वर्तुळे, त्रिकोण किंवा गणितीय खुणांचा वापर करून दाखवतात. त्यांना सांकेतिक खुणा असे म्हणतात. उदा. '*' विहीर '+' झरा. नकाशात वापरलेली सांकेतिक चिन्हे व खुणा नकाशावर सूचीमध्ये दिलेल्या असतात.

नकाशाच्या अंगांपैकी फक्त सांकेतिक चिन्हे व खुणा या नकाशातील प्रदेशात दाखविलेल्या असतात; बाकी सर्व नकाशाबाहेर दाखविलेल्या असतात.

(६) सूची - बहुतेक नकाशात सूची दिलेली असते. नकाशात विविध सांकेतिक चिन्हे व खुणा तसेच विविध छटांनी माहिती दिलेली असते. अशा चिन्हांची व खुणांची तसेच छटांची सूची देऊन त्याचा थोडक्यात अर्थ स्पष्ट केलेला असतो. सूचीमुळे नकाशावाचन करणे सुलभ होते.

Flowline Maps (फ्लोलाइन मॅप्स) - **रेषानुगामी नकाशे**

जेव्हा एखादी आकडेवारी ही वाहतूकमार्गांवरील चलित स्वरूपात असते तेव्हा ती रेषा दर्शक पद्धतीने दर्शविण्यात येते. या प्रवाहरेषांच्या साहाय्याने तयार केलेल्या नकाशांना रेषादर्शक नकाशे किंवा रेषानुगामी नकाशे किंवा वाहतूकमार्ग दर्शक रेषा असे म्हणतात. रस्ते, रेल्वे व जलमार्ग या वाहतूकमार्गावरील निरनिराळ्या दिशांना अनुसरून सांख्यिकी माहितीचे वितरण दर्शविता येते.

Globe (ग्लोब) - **पृथ्वीगोल**

''पृथ्वीगोल म्हणजे पृथ्वीची प्रमाणबद्ध प्रतिकृती किंवा पृथ्वीचे खरेखुरे चित्र.''

पृथ्वीगोल संपूर्ण पृथ्वीसाठी तयार केला जात असल्याने त्याद्वारे पृथ्वीचा आकार व आकृतीची योग्य माहिती मिळते. पृथ्वी गोल त्रिमितीय असल्याने विशिष्ट व योग्य प्रमाणावर काढल्यास पृथ्वीवरील विविध घटकांची माहिती देता येते. पृथ्वीगोलावर अक्षवृत्ते व रेखावृत्ते यांची वृत्तजाळी तयार करता येते त्यामुळे कोणत्याही दोन प्रदेशांचे क्षेत्रफळ दोन ठिकाणांमधील अंतर व दिशा यांची योग्य माहिती मिळू शकते. ध्रुवीय, विषुववृत्तीय प्रदेश, भूखंडे व जलाशय इत्यादींच्या आकारासंबंधीची यथार्थ कल्पना येते.

थोडक्यात, पृथ्वीगोलामुळे पृथ्वीचे यथार्थ ज्ञान मिळते. त्यामुळे भूगोलाच्या अभ्यासात त्याला अधिक महत्त्व आहे.

Hachures - हॅच्युअर्स

सॅक्शन मेजर या ब्रिटिश अधिकाऱ्याने सैनिकी सर्वेक्षणाकरता १९ व्या शतकात ही पद्धत सर्वप्रथम वापरली. पाणी ज्या दिशेने उताराला अनुसरून वाहते, त्या दिशेने काढलेल्या कमी-अधिक लांबीच्या या तुटक लहान रेषा असतात. जवळजवळ काढलेल्या रेषांनी तीव्र उतार, तर दूर दूर काढलेल्या रेषांनी सौम्य उतार दर्शविला जातो. डोंगरमाथे व इतर सपाट प्रदेश पूर्णपणे मोकळे सोडले जातात. यांच्या रेखाटनात कौशल्याची गरज असते. या पद्धतीमुळे सापेक्ष उताराचे व उंचीचे योग्य निर्देशन होते.

Homolographic Projection (होमोलोग्राफिक प्रोजेक्शन) - **समक्षेत्र प्रक्षेपण**

ज्या प्रक्षेपणाद्वारे काढलेल्या प्रदेशाचे क्षेत्रफळ भूगोलावरील त्या प्रदेशाच्या क्षेत्रफळाबरोबर असते, त्या प्रक्षेपणाला 'समक्षेत्र प्रक्षेपण' म्हणतात. यात क्षेत्रफळ लांबी - रुंदीच्या आधारे काढले जाते यात लांबी वाढली तर रुंदी कमी होते व रुंदी वाढली तर लांबी कमी होते; पण त्याचे क्षेत्रफळ बरोबर असते. परंतु यामुळे प्रदेशाचा आकार वेगळा दिसू शकतो.

India (Location) - भारताचे स्थान व विस्तार

भारताचे भौगोलिक स्थान अत्यंत महत्त्वाचे मानले जाते. भारत उत्तर गोलार्धात आशियाच्या दक्षिणेस असून पूर्व गोलार्धाच्या मध्यभागी आहे.

भारताचा अक्षवृत्तीय विस्तार ८ अंश ४ मिनिटे उत्तर अक्षांश ते ३७ अंश ६ मिनिटे उत्तर अक्षांश असा आहे. रेखावृत्तीय विस्तार ६८ अंश ७ मिनिटे पूर्व ते ९७ अंश २५ मिनिटे पूर्व रेखांश असा आहे. ग्रेट निकोबार बेटातील 'इंदिरा पॉईंट' हे भारताचे सर्वांत दक्षिणेकडील ठिकाण आहे, ते ६ अंश ४५ मिनिटे उत्तर अक्षवृत्तावर आहे. कर्कवृत्त भारताच्या मध्यातून पश्चिम-पूर्व जाते. ते गुजरातमधील गांधीनगर, मध्य प्रदेशातील

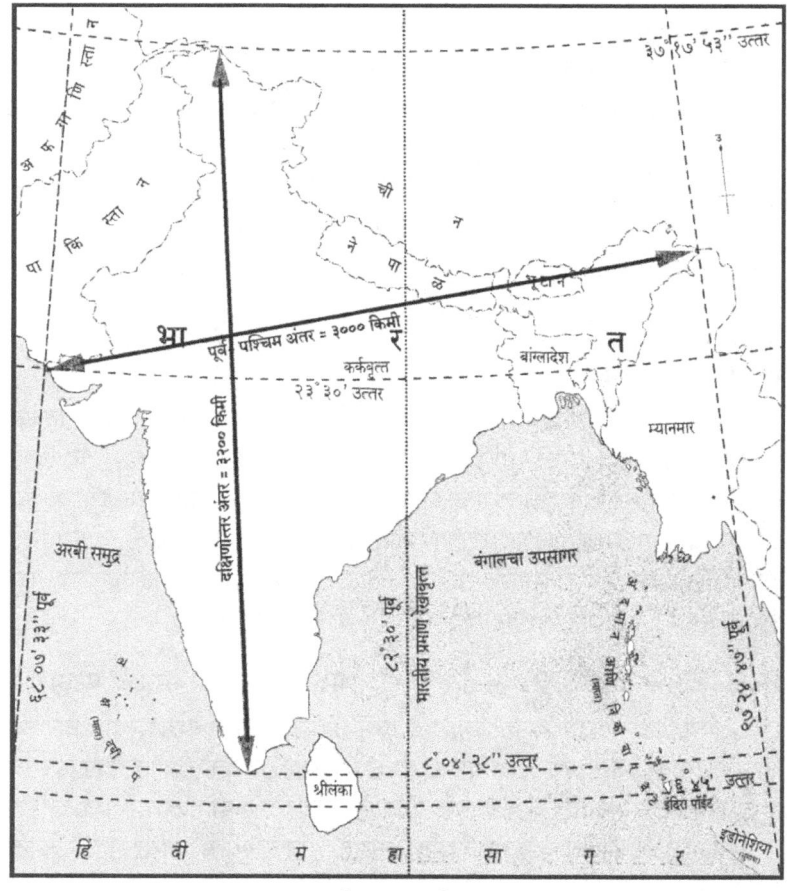

भारताचे स्थान व विस्तार

विदिशा, बिहारमधील रांची, पश्चिम बंगालमधील कृष्णनगर, त्रिपुरातील उदयपूर व मिझोराममधील शियालसूक या शहरांच्या जवळून जाते. अलाहाबाद जवळून जाणारे ८२ अंश ३० मिनिटे पूर्व रेखांश हे भारताचे प्रमाण रेखावृत्त मानले जाते. अलाहाबादची स्थानिक वेळ ही भारतीय प्रमाण वेळ (Indian Standard Time) मानली जाते. ती ग्रिनीच वेळेच्या ५ तास २० मिनिटे पुढे आहे.

भारताची पूर्व-पश्चिम लांबी २९३३ किमी. असून उत्तर-दक्षिण लांबी ३२१४ किमी. आहे. भारताला उत्तम प्रकारची भूसरहद्द लाभलेली असून तिची एकूण लांबी १५,२०० किमी. आहे. तसेच भारताला सागरी सरहद्द देखील लाभलेली असून तिची एकूण लांबी ६१०० किमी. आहे. भारताचे एकूण क्षेत्रफळ ३२, ८७, २६३ चौ. किमी. असून जगाच्या एकूण क्षेत्रफळापैकी ते २.४% आहे. क्षेत्रफळाच्या बाबतीत भारताचा रशिया, कॅनडा, चीन, संयुक्त संस्थान (अमेरिका), ब्राझील व ऑस्ट्रेलियानंतर जगात सातवा क्रमांक आहे.

Indian Topographical Maps (इंडियन टोपोग्राफिकल मॅप्स) - **भारतीय स्थल-भूदृश्य निर्देशक मानचित्रे**

माहिती व तंत्रज्ञानाच्या सध्याच्या युगात अजूनही कोणत्याही प्रदेशाच्या बहुमूल्य आणि अचूक माहितीसाठी भारतीय सर्वेक्षण विभागाने तयार केलेली स्थल-भूदृश्य निर्देशक मानचित्रेच (सर्व्हे ऑफ इंडिया टोपोग्राफिकल मॅप्स) अधिक उपयुक्त आहेत.

कोणत्याही नियोजन व व्यवस्थापन प्रकल्पात या नकाशांचा वापर अनिवार्य असतो. एवढेच नव्हे, तर आजच्या जी. आय. एस. प्रणालीमध्येही हेच नकाशे मूलभूत व आधार माहितीकरता वापरावे लागतात. शहराचे नकाशे, पर्यटन नकाशे, रस्ते व रेल्वे मार्गांचे नकाशे, पुराभिलेख यांसारख्या असंख्य प्रकारच्या मानचित्रनिर्मितीकरता स्थलनिर्देशक नकाशाचा आधार घेतल्यास त्यांची अचूकता खूपचवाढते.

भारतीय सर्वेक्षण विभागातर्फे अनेक प्रकारच्या श्रेणींमध्ये हे नकाशे प्रकाशित करण्यात आले आहेत. यांतील भारत व आजूबाजूच्या देशांच्या सर्वेक्षणनकाशांच्या मालिकेत भारतातील भूभागाच्या सर्वेक्षणाचे नकाशे समाविष्ट आहेत. यातही अनेक सुधारणा करण्यात आल्या व आज भारतीय स्थल-भूरूप निर्देशक मानचित्रे अतिशय महत्त्वाच्या माहितीसाठी म्हणून अनेक क्षेत्रांत वापरण्यात येत आहेत.

डेहराडून येथे या नकाशांच्या अत्यंत शास्त्रशुद्ध आणि अचूक निर्मितीचे संपूर्ण काम चालते. देशाच्या संरक्षणाच्या दृष्टीने भूप्रदेशाची बारीकसारीक माहिती देणारे हे नकाशे निर्बंधित असतात. ज्या प्रदेशांच्या नकाशांचा वापर केल्यामुळे देशाच्या सुरक्षिततेला बाधा येणार नाही, अशा काही प्रदेशांची मानचित्रे उपलब्ध असतात व ती भारतीय

रस्ते : पक्के, (महत्त्वानुसार), अंतर दर्शक दगडासह			
रस्ते : कच्चे (महत्त्वानुसार), पूल			
बैलगाडीचा रस्ता, डबर रस्ता आणि खिंड, पाऊलवाट पूलासह			
पूल : दगडी खांबासह, खांबविरहीत, फरसबंद, नदीपार स्थळ किंवा तर			
नद्या : पायातील मार्ग, अनिश्चित, कालवा			
धरणे : गवंडी कामाने किंवा दगडी, मातीचे, बंधारा			
नदी किनारे : पसरट, तीव्र उताराचे, 3 ते 6 मीटर, 6 मीटरपेक्षा जास्त			
नदी किनारे : कोरडे (प्रवाह मार्गासह), बेटे व खडकयुक्त, भरती मार्ग			
बुडालेले खडक, उथळ, दलदल, वेत			
विहिरी : बांधीव (पक्की), कच्ची, कूपनलिका, झरा, तलाव/टाकी (कायम, कोरडी)			
बंधारे : रस्त्यावर किंवा लोहमार्गावर, टाकीचे बंधारे, भग्न प्रदेश			
लोहमार्ग : रुंद मापी दुहेरी, एकेरी स्थानकासह, बांधकाम चालू असलेला			
लोहमार्ग : इतर मापी दुहेरी, एकेरी स्थानकासह अंतरदर्शक दगडासह, बांधकाम चालू असलेला.			
खनिज मार्ग/ ट्राम मार्ग, तार मार्ग, बोगदा व कटाई			
समोच्चरेषा : भूआकारासह, खडक युक्त उतार, कडे			
वालुकारूपे : सपाट, वाळूच्या टेकड्या (सर्वेक्षित), अस्थायी वाळूच्या टेकड्या			

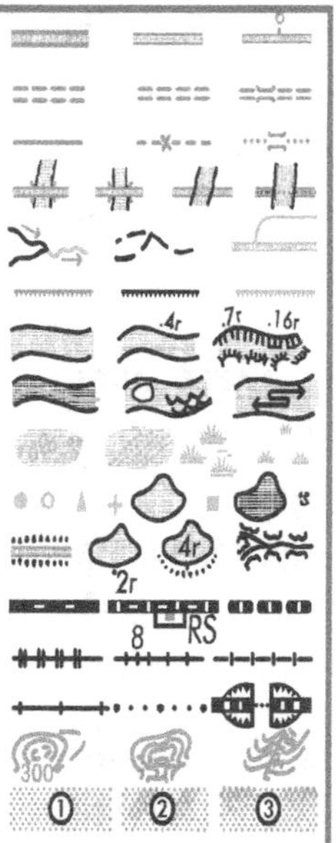

शहरे व खेडी : वसलेली, परित्यक्त (सोडून दिलेली), किल्ला			
झोपड्या : कायमच्या, तात्पुरत्या, मनोरा, प्राचीन वास्तू			
मंदिर, छत्री, चर्च, मशीद, इदगाह, समाधी, थडगे			
दीपगृह, दीपनौका, तराफा : प्रकाशित, अप्रकाशित, बंदर (नांगर टाकण्याची जागा)			
खाण, मळा (उदा.द्राक्षांची बाग), गवत, खुरटी झुडपे			
ताडवृक्ष : इतर, केळीच्या बागा, सूचिपर्णी वृक्ष, बांबू, इतर वृक्ष			
सीमा : आंतरराष्ट्रीय			
सीमा : राज्य, निर्धारित; अनिर्धारित			
सीमा : जिल्हा, उपविभाग, तालुका, जंगल			
सीमा : स्तंभ, सर्वेक्षित, अनिश्चित, तिठा			
उंची : त्रिकोणमिती स्थानक, ठिकाण, अंदाजे	△200	.200	.200
बेंचमार्क : जिओडेटिक, तृतीयक, कालवा	.BM 63.3	.BM 63.3	.63
पोस्ट ऑफीस, तार ऑफीस, संयुक्त ऑफीस(पोस्ट व तार ऑफीस), पोलिस स्टेशन	PO	TO	PTO	PS
बंगले : डाक किंवा प्रवासी, पर्यवेक्षक, आरामगृह	DB	IB(Canal)	RH(Forest)
सर्किट हाऊस, शिबीर स्थळ, जंगल : आरक्षित, संरक्षित	CH	CG	RF	PF
नावे : प्रशासकीय स्थान, जाती जमाती	KIKRI		NĀGA

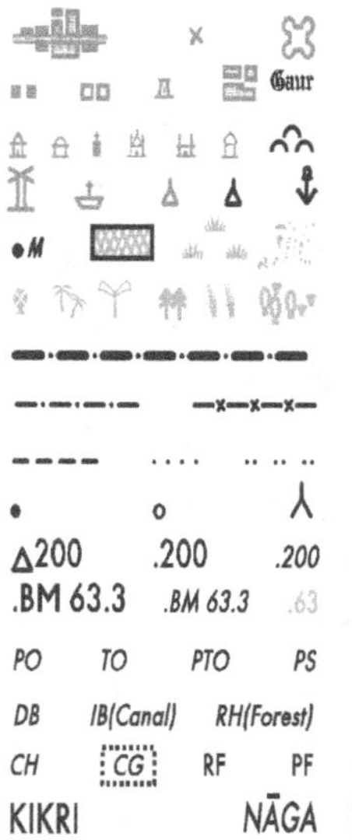

भारतीय स्थलनिर्देशक नकाशातील सांकेतिक चिन्हे व खुणा

सर्वेक्षण विभागात नाममात्र किमतीस उपलब्ध करून दिलीजातात. देशाच्या सीमावर्ती प्रदेशांचे व किनारी प्रदेशांचे नकाशे मात्र पूर्णपणे निर्बंधितच असतात.

हे नकाशे विविध प्रमाणांवर प्रसिद्ध केले जातात, प्रत्येक नकाशाचे प्रमाण, त्यात समाविष्ट असलेल्या भूप्रदेशाचा अक्षवृत्तीय-रेखावृत्तीय विस्तार, समोच्च रेषांतर यांचा एकमेकांशी नेमका संबंध असतो. प्रत्येक नकाशाला एक स्वतंत्र नावही दिलेले असते. भारताचा बहुतांशी भूभाग १:५०,००० या प्रमाणावरील सर्वेक्षणनकाशात आज उपलब्ध आहे. याहीपेक्षा मोठ्या म्हणजे १:२५,००० या प्रमाणावर, १० मीटर समोच्च रेषांतर असलेले नकाशेही आज उपलब्ध आहेत. या सर्वच मानचित्रांत असलेल्या माहितीचा साठा इतका प्रचंड आणि विलक्षण आहे की, अल्पावधीत नकाशाचा सविस्तर अभ्यास करणे केवळ अशक्य व्हावे.

Isobar (आयसोबार) - **समभार रेषा**

नकाशातील समान वायुदाब असलेल्या ठिकाणांना जोडणाऱ्या रेषांना समभार रेषा म्हणतात. या रेषांचा कल त्यांची दिशा दर्शवितो. कमीत कमी वायुभार व जास्तीत जास्त वायुभार रेषांच्या दरम्यान असलेला भाग भारउतार दर्शवितो. जर या रेषा जवळजवळ असतील तर भारउतार तीव्र असतो. भारउतार तीव्र असेल तर वाऱ्याचा वेग जास्त असतो.

Isohyet (आयसोहाइट) - **समपर्जन्य रेषा**

नकाशातील समान पर्जन्य असलेल्या ठिकाणांना जोडणाऱ्या रेषांना 'समपर्जन्य-रेषा' म्हणतात.

Isopleth (आयसोप्लीथ) - **सममूल्य रेषा**

नकाशावर समान मूल्य असणाऱ्या बिंदूंना जोडणाऱ्या रेषेला 'सममूल्य रेषा' असे म्हणतात. एखाद्या भौगोलिक घटकाचा अभ्यास करताना त्या त्या घटकांच्या मूल्यांचा विचार करून अशा रेषा नकाशावर काढल्या जातात. या रेषांचा उपयोग प्राकृतिक घटकांचे नकाशे तयार करताना होतो. या रेषांमुळे तापमान, पर्जन्य, वायुभार, क्षारता इत्यादी घटकांचे वितरण समजते; अशा रेषांना अनुक्रमे समताप-रेषा, समपर्जन्य रेषा, समभार रेषा व समक्षार रेषा असे म्हणतात.

Isopleth Maps (आयसोप्लीथ मॅप्स) - **सममूल्य रेषा पद्धती नकाशे**

निरनिराळ्या प्रकारच्या आर्थिक, भौगोलिक घटकांची आकडेवारी ही सममूल्य रेषा पद्धतीच्या साहाय्याने नकाशावर दर्शविता येते. समान मूल्य किंवा घनता दर्शविणाऱ्या रेषांना 'सममूल्य रेषा' असे म्हणतात. (Iso = Equal, Plethorm = Measure). सममूल्य रेषांच्या साहाय्याने निरनिराळ्या प्रकारचे विभाग पूर्णपणे भिन्न भिन्न दर्शविले जातात. हा

सर्वात महत्त्वाचा गुणधर्म या रेषांचा असल्याने आर्थिक भूगोल हा अभ्यासकांच्या दृष्टीने महत्त्वपूर्ण ठरतो.

Isotherm (आयसोथर्म) - **समताप रेषा**

नकाशातील समान तापमान असलेली ठिकाणे जोडणाऱ्या रेषांना 'समताप रेषा' म्हणतात.

Large Scale Maps (लार्ज स्केल मॅप्स) - **बृहत्प्रमाण नकाशे**

नकाशाप्रमाणानुसार नकाशांचा केलेला हा एक वर्ग आहे. साधारणत:१:१०,००० किंवा त्यापेक्षा मोठा प्रतिनिधिक अपूर्णांक असलेल्या प्रमाणावरील नकाशांचा या वर्गात समावेश होतो. गावाचे नकाशे, शेताचे नकाशे हे या वर्गात मोडतात.

Linear Scale (लिनियर स्केल) - **रेषा प्रमाण**

नकाशाप्रमाणाचा हा एक प्रकार आहे. त्यामध्ये नकाशावरील अंतर प्रत्यक्षात न देता ते एका रेषेच्या स्वरूपात दाखवले जाते. या रेषेचे विभाग व उपविभाग करून त्यावर जमिनीवरील अंतर दिलेले असते.

Map (मॅप) - **नकाशा**

संपूर्ण पृथ्वीचे किंवा पृथ्वीच्या काही भागांचे प्रक्षेपण, सांकेतिक चिन्हे, खुणा, रंग, दिशा यांच्या साहाय्याने विशिष्ट हेतू ठेवून सपाट पृष्ठभागावर केलेले प्रमाणबद्ध रेखाटन म्हणजे 'नकाशा' होय.

नकाशाच्या व्याख्येवरून नकाशाची खालीलप्रमाणे मूलतत्त्वे लक्षात येतात.

(१) ज्या भागाचा नकाशा काढायचा आहे तो भूप्रदेश, (२) नकाशाचा हेतू, (३) नकाशाचे प्रमाण, (४) नकाशात वापरली जाणारी सांकेतिक चिन्हे व खुणा, (५) नकाशा प्रक्षेपण, (६)नकाशाची दिशा.

नकाशाचे प्रमाण व नकाशाचा हेतू यानुसार नकाशाचे वेगवेगळे प्रकार करतायेतात.

(अ) *प्रमाणानुसार नकाशाचे वर्गीकरण* : नकाशा प्रमाणानुसार नकाशाचे - (१) मोठ्या प्रमाणाचे नकाशे व (२) लहान प्रमाणाचे नकाशे असे दोन प्रकार पडतात.

(१) *मोठ्या प्रमाणाचे नकाशे* : एखाद्या लहान क्षेत्रातील सविस्तर माहिती दाखविण्यासाठी मोठे प्रमाण वापरून जे नकाशे तयार केले जातात त्यांना मोठ्या प्रमाणाचे नकाशे म्हणतात. उदा. शहराचा किंवा खेड्यांचा नकाशा, भूस्थल दर्शक नकाशे, मालमत्तादर्शक नकाशे. १ सें.मी. ला १०० मी. किंवा १ इंचाला १०० फूट हे प्रमाण यासाठी वापरले जाते.

(२) *लहान प्रमाणाचे नकाशे* : एखाद्या विस्तृत खंडप्राय भूभागाची विशिष्ट माहिती दाखविण्यासाठी लहान प्रमाण वापरून जे नकाशे तयार केले जातात त्यांना 'लहान प्रमाणाचे नकाशे' म्हणतात. भित्ती नकाशे किंवा ॲटलासमधील नकाशे या प्रमाणावर काढलेले असतात. १ सें.मी. ला १५०० किमी. १ इंचाला १०० मैल हे प्रमाण यासाठी वापरले जाते.

(ब) *हेतूनुसार नकाशाचे वर्गीकरण* : विशिष्ट हेतू ठेवून विविध प्रकारचे नकाशे तयार करता येतात. हेतूनुसार नकाशाचे दोन मुख्य गट पडतात.

(१) नैसर्गिक किंवा प्राकृतिक माहितीदर्शक नकाशे (२) मानवी किंवा सांस्कृतिक माहितीदर्शक नकाशे

(१) *प्राकृतिक माहितीदर्शक नकाशे* : प्राकृतिक माहितीदर्शक नकाशाचे खालील उपविभाग पडतात.

(१) खगोलदर्शक नकाशे, (२) भूपृष्ठरचना दर्शक नकाशे, (३) भूस्तर-दर्शक नकाशे, (४)हवामान नकाशे, (५) वनस्पतींचे वितरण दर्शक नकाशे, (६) मृदा दर्शक नकाशे

(२) *सांस्कृतिक माहितीदर्शक नकाशे* : वेगवेगळे मानवी घटक या प्रकारच्या नकाशांमध्ये दर्शविले जातात. त्यांपैकी काही महत्त्वाचे नकाशे खालीलप्रमाणे आहेत.

(१) वितरणदर्शक नकाशे, (२) आर्थिक नकाशे, (३) राजकीय नकाशे, (४) लष्करी नकाशे, (५) ऐतिहासिक नकाशे, (६) सामाजिक नकाशे, (७) भूमिउपयोजनदर्शक नकाशे.

प्रत्येक सांस्कृतिक नकाशाचे उपघटकानुसार आणखी अनेक प्रकार करता येतात. उदा. आर्थिक नकाशांमध्ये पिकांचे वितरण, खनिजांचे वितरण, कारखाने, वाहतूक मार्ग, इ. दर्शविण्यासाठी नकाशे तयार केले जातात. नकाशा तयार करताना पुढील मूलभूत घटकांचा विचार केला जातो. त्यांना नकाशाची मूलभूत अंगे म्हणतात.

(१) *नकाशा प्रमाण* : 'नकाशातील दोन बिंदूंमधील अंतर व त्याच दोन बिंदूंमधील प्रत्यक्ष जमिनीवरील अंतर यांचा परस्पर संबंध ठरवावा लागतो. या दोघांच्या गुणोत्तराला नकाशा प्रमाण म्हणतात.'

(२) *नकाशा प्रक्षेपण* : पृथ्वीगोलाचा किंवा विशिष्ट भागाचा वक्राकार भाग सपाट पृष्ठभागावर रूपांतरित करण्यासाठी अक्षवृत्ते व रेखावृत्ते यांची वृत्तजाळी तयार करावी लागते. त्याला नकाशा प्रक्षेपण म्हणतात.

(३) *सांकेतिक चिन्हे व खुणा* : पृथ्वीवरील नैसर्गिक व सांस्कृतिक (मानवनिर्मित) घटक नकाशात दाखविण्यासाठी सांकेतिक चिन्हे, खुणा व रंग यांचा वापर केला जातो.

त्यामुळे नकाशाच्या थोड्याशा भागात विविध गोष्टी दाखविता येतात.

(४) *नकाशाचा प्रदेश आणि हेतू :* पृथ्वीवरील कोणत्या भागाचा व कोणत्या उद्देशासाठी नकाशा काढावयाचा आहे त्याची निश्चिती करून तसा नामनिर्देश नकाशात केला जातो.

(५) *दिशा :* दिशांमुळे माहीत असलेल्या भागाच्या अनुषंगाने दुसरा कोणताही विभाग दर्शविता येतो. नकाशातील उत्तर दिशेवरून इतर दिशांचे आकलन होते.

Map Projection (मॅप प्रोजेक्शन) - **नकाशा प्रक्षेपण**

संपूर्ण पृथ्वीच्या किंवा तिच्या विशिष्ट भागासाठी अक्षवृत्ते व रेखावृत्ते यांच्या साहाय्याने सपाट पृष्ठभागावर तयार केलेली प्रमाणबद्ध वृत्तजाळी म्हणजे प्रक्षेपण होय. अक्षवृत्ते व रेखावृत्तांच्या खालील वैशिष्ट्याद्वारे प्रक्षेपणात यथायोग्यता आणण्याचा प्रयत्न केला जातो.

(१) पृथ्वीवरील आडव्या म्हणजेच पूर्व - पश्चिम दिशांनी कल्पिलेल्या वर्तुळांना अक्षवृत्ते म्हणतात. अक्षवृत्तांचे अंशात्मक अंतर मोजले जाते. तर पृथ्वीवरील उभ्या म्हणजेच दक्षिणोत्तर कल्पिलेल्या वर्तुळांना रेखावृत्त म्हणतात. रेखावृत्तांचे अंशात्मक अंतर 'रेखांशात' मोजले जाते.

(२) विषुववृत्त हे शून्य अंशाचे असून त्याला 'अक्षवृत्त' म्हणतात. विषुववृत्ताच्या उत्तरेकडे १ अंशाच्या अंतराने ९० अक्षवृत्ते काढलेली आहेत त्यास उत्तर गोलार्ध म्हणतात; तर विषुववृत्ताच्या दक्षिणेकडे १ अंशाच्या अंतराने ९० अक्षवृत्ते काढलेली आहेत त्यास 'दक्षिण गोलार्ध' म्हणतात अशी एकूण १८० अक्षवृत्ते मानलेली आहेत. कोणत्याही अक्षवृत्तांवरील दोन जवळजवळच्या रेखावृत्तांमधील अंतर सारखे असते.

(३) विषुववृत्त हे एक वर्तुळ मानून या वर्तुळाचे ३६० सारखे भाग केलेले असतात व प्रत्येक भागाला अंश म्हणतात. या प्रत्येक अंशातून विषुववृत्तातून छेदून जाणारी दक्षिणोत्तर वर्तुळे काढलेली असतात. या ३६० वर्तुळांना रेखावृत्ते म्हणतात.

(४) सर्व अक्षवृत्ते एकमेकांना समांतर असतात किंवा दोन अक्षवृत्तांमधील अंतर सारखे असते. मात्र दोन रेखावृत्तांमध्ये सर्वात जास्त अंतर विषुववृत्तावर असते आणि दोन्ही ध्रुवाकडे जाताना ते अंतर कमी झालेले असून दोन्ही ध्रुवांवर ते शून्य असते. सर्व रेखावृत्ते समान लांबीची असून ती उत्तर व दक्षिण ध्रुवात येऊन मिळतात.

(५) विषुववृत्त सर्वात जास्त लांबीचे अक्षवृत्त असून विषुववृत्तापासून दोन्ही ध्रुवांकडे जाताना अक्षवृत्तांची लांबी कमी कमी होत जाते व शेवटी दोन्ही ध्रुव बिंदूमात्र आहेत.

ग्रेट बिटनमधील लंडन शहराचे उपनगर ग्रीनिच हे शून्य अंशावर आहे असे मानून त्याला 'मूळ रेखावृत्त' मानतात. या रेखावृत्ताच्या पूर्वेस १८० व पश्चिमेला १८० रेखावृत्ते

आहेत असे मानले जाते.

(६) रेखावृत्ते अक्षवृत्तास काटकोनात छेदतात. त्यामुळे छेदनबिंदूजवळ निश्चित दिशा असते. त्यामुळे पृथ्वीवरील कोणतेही ठिकाण अक्षांश - रेखांशाच्या साहाय्याने सांगता येते.

Map Scale (मॅप स्केल) - **नकाशाप्रमाण**

जमिनीवरील विविध ठिकाणांमधील अंतरे समजण्यासाठी नकाशाप्रमाणाचा उपयोग करतात.

नकाशात दिलेल्या कोणत्याही दोन ठिकाणांमधील अंतर व त्याच दोन ठिकाणांमधील जमिनीवरील प्रत्यक्ष अंतर यांच्यातील गुणोत्तरास नकाशाप्रमाण असे म्हणतात. नकाशाप्रमाणाचे तीन प्रकार आहेत.

(१) अंकप्रमाण, (२) शब्द प्रमाण किंवा विधानात्मक प्रमाण, (३) रेषा-प्रमाण किंवा आलेखात्मक प्रमाण.

(१) *अंक प्रमाण* :

ज्या प्रमाणात नकाशावरील अंतर व प्रत्यक्ष जमिनीवरील अंतर यांचे गुणोत्तर अंकात मांडलेले असते त्या प्रमाणास अंकप्रमाण म्हणतात.

अंकप्रमाण खालीलप्रमाणे लिहितात.

$$१: १००००० \text{ किंवा } \frac{१}{१०००००}$$

$$१: ६३,३६० \text{ किंवा } \frac{१}{६३,३६०}$$

अंकप्रमाणात १ या अंकाला जे परिमाण वापरतात तेच परिमाण छेदस्थानी असलेल्या अंकास वापरतात.

१: १००००० या अंक प्रमाणातील १ हे अंतर नकाशावरील असते तर १००००० हे अंतर जमिनीवरील असते. म्हणजेच १ सें. मी. नकाशावरील अंतरांस १००००० सें.मी. अंतर जमिनीवरचे आहे, असा १: १००००० या अंक प्रमाणाचा अर्थ होतो.

अंक प्रमाणात कोणतेही परिमाण दाखविलेले नसते त्यामुळे या प्रमाणाचा सर्वत्र उपयोग केला जातो. अंक प्रमाणावरून आपल्याला आवश्यक अशा शब्द-प्रमाणात रूपांतर करता येते.

(२) *शब्दप्रमाण किंवा विधानात्मक प्रमाण* : ज्या प्रमाणात नकाशावरील दोन स्थानांमधील अंतर व जमिनीवरील प्रत्यक्ष अंतर त्या दोन स्थांनामधील अंतराचे गुणोत्तर

शब्दांमध्ये दर्शविलेले असते त्या प्रमाणाला शब्दप्रमाण असे म्हणतात.

उदा. १ सें.मी. ला १ कि.मी., १ सें.मी ला ४ कि.मी.

१ इंचाला १ मैल, १ इंचाला १६ मैल वगैरे.

या प्रमाणात सें.मी. - कि.मी, इंच - मैल हे शब्द वापरल्यामुळे त्यांना शब्द प्रमाण किंवा विधानात्मक प्रमाण म्हणतात.

शब्द प्रमाणाचा उपयोग मर्यादित स्वरूपात होतो. प्रत्येक देशातील मोजमाप परिमाणानुसार शब्दप्रमाणाचा वापर केला जातो. या पद्धतीतील प्रमाण ज्या परिमाणात दर्शवितात त्या परिमाणांच्या दोन पद्धती आहेत.

(१) दशमान पद्धती - यात सें.मी., मीटर, डेसीमीटर, हेक्टॉमीटर, कि.मी अशी परिमाणे उपयोगात आणतात.

(२) ब्रिटिश पद्धती - या पद्धतीत इंच, फूट, यार्ड, फर्लांग, मैल इत्यादी परिमाणे वापरतात.

Mercator's Projection (मर्केटर्स प्रोजेक्शन) - **मर्केटरचे प्रक्षेपण**

हे प्रक्षेपण मर्केटर (गेरहार्ड क्रेमर) या डच नकाशाकाराने १५६९ मध्ये तयार केले. त्यानंतर १५९९ मध्ये एडवर्ड राइट या ब्रिटिश नकाशाकाराने या प्रक्षेपणात भर घालून त्यास नवे रूप दिले. मर्केटर प्रक्षेपण दंडगोलीय प्रक्षेपण असून त्यातील अक्षवृत्तामधील अंतर गणिताच्या साहाय्याने ठरविले जाते. या प्रक्षेपणात अक्षवृत्त व रेखावृत्त प्रमाणात होणारी वाढ समप्रमाणात होत असल्याने प्रदेशाचे आकार बिनचूक दाखविले जातात.

(१) या प्रक्षेपणात सत्य दिशा दर्शविल्या जातात. त्यामुळे बृहद् वर्तुळाला (Great Circle) अनुसरून जलमार्ग व हवाईमार्ग दर्शविण्यासाठी त्याचा उपयोग होतो.

(२) नकाशासंग्रहात जगाचा नकाशा काढण्यासाठी या प्रक्षेपणाचा उपयोग होतो.

(३) सागरी प्रवाह, वारे, वायुमार्ग दाखविण्यासाठी, हवामानखात्यात हवादर्शक नकाशे काढण्यासाठी, समभारदर्शक, समतापदर्शक नकाशे काढण्यासाठी या प्रक्षेपणाचा उपयोग होतो.

(४) विषुववृत्तापासून ४५ अंश उ. व द. दरम्यानच्या प्रदेशात अधिक विकृती निर्माण होत नसल्यामुळे उष्ण कटिबंधातील विविध गोष्टी दाखविण्यासाठी या प्रक्षेपणाचा उपयोग होतो.

Meridian Scale (मेरिडियन स्केल) - **रेखावृत्त प्रमाण**

सर्व अक्षवृत्ते एकमेकांना समांतर असून त्यांना रेखावृत्ते छेदून जातात. सर्व रेखावृत्तांची लांबी सारखी असल्यामुळे व सर्व अक्षवृत्ते एकमेकांना समांतर असल्यामुळे

अक्षवृत्ते ही रेखावृत्ताचे समान भाग करतात. रेखावृत्तावरील ह्या अक्षवृत्तीय अंतराला 'रेखावृत्त प्रमाण' म्हणतात. प्रक्षेपणांच्या गुणधर्मात या प्रमाणास महत्त्व असते.

National Atlas (नॅशनल ॲटलास) - राष्ट्रीय नकाशासंग्रह

जगातील प्रत्येक राष्ट्राने त्या राष्ट्रातील प्राकृतिक, आर्थिक व प्रादेशिक बाबींचे यथार्थ ज्ञान प्राप्त होण्यासाठी स्वतंत्र असे नकाशासंग्रह तयार केले आहेत; अशा नकाशासंग्रहानाच राष्ट्रीय नकाशासंग्रह (National Atlases) असे म्हणतात. अशा नकाशासंग्रहामध्ये मानवाशी संबंधित अशा भौगोलिक परिसरात किंवा पर्यावरणात आढळणाऱ्या सर्व बाबी दर्शविलेल्या असतात. अशा नकाशासंग्रहात देशाची भूपृष्ठरचना, नदीप्रणाली, जलविभाग, मृदाप्रकार, हवामानाचे विभाग, खनिज संपत्तीचे साठे, खनिजांचे उत्पादन, औद्योगिक व शेतकी विभाग, पिकांचे उत्पादन व वितरण, लोकसंख्येचे वितरण दर्शविणारे असे स्वतंत्र नकाशे तयार करून त्यांचे एकत्रीकरण केलेले असते.

National Atlas of India (नॅशनल ॲटलास ऑफ इंडिया) - भारताचा राष्ट्रीय नकाशासंग्रह

भारतात ब्रिटिशांच्या काळात भारतीय सर्वेक्षण विभागाची स्थापना झाली. या संस्थेमार्फत संपूर्ण भारताचे सर्वेक्षण करून भारतीय क्षेत्रमापन स्थलनिर्देशक नकाशे तयार करण्यात आले. इ. स. १९४८ नंतर भारत सरकारच्या शिक्षण मंत्रालयाकडून नकाशे तयार करण्यासाठी एक राष्ट्रीय संघटना स्थापन करण्यात आली. या संघटनेचे संचालक म्हणून कोलकाता विद्यापीठातील भूगोलतज्ज्ञ डॉ. एस. पी. चटर्जी यांची नेमणूक करण्यात आली. त्यांच्या मार्गदर्शनाखाली इ. स. १९५७ मध्ये भारताचा पहिला राष्ट्रीय नकाशासंग्रह प्रसिद्ध करण्यात आला. हा भारताचा राष्ट्रीय नकाशासंग्रह इंग्रजी व हिंदी या दोन भाषांमधून तयार करण्यात आला.

भारताच्या सखोल भौगोलिक अभ्यासाच्या दृष्टीने हा नकाशासंग्रह सर्वोत्कृष्ट मानला जातो. आय. सी. सी. आर. मार्फत कृषि - भू - विज्ञानाचा नकाशासंग्रह (Atlas of Agricultural Geography) नुकताच प्रसिद्ध करण्यात आला आहे.

Numerical Scale (न्युमेरिकल स्केल) - अंकप्रमाण

नकाशाप्रमाणाचा हा एक प्रकार आहे. यात नकाशातील अंतर व जमिनीवरील अंतर एकाच एककात सांगतात. यात अंतराचे परिमाणदर्शक शब्द वापरले जात नाहीत. उदा. १:१,००,००० या अंकप्रमाणाचे वाचन एकास एक लाख असे करतात.

Orthographic Projections (ऑरथोग्राफिक प्रोजेक्शन्स) - **शुद्ध आकारदर्शक प्रक्षेपणे**

ज्या प्रक्षेपणाद्वारे काढलेल्या प्रदेशाचा आकार किंवा आकृती जशीच्या तशी दाखविली जाते अशा प्रक्षेपणास 'शुद्ध आकारदर्शक' प्रक्षेपण म्हणतात. या प्रक्षेपणात फक्त लहान भूप्रदेशाचा आकार शुद्ध ठेवता येतो; तर मोठ्या आकाराच्या भागाच्या आकारात विकृती निर्माण होते म्हणून लहान आकाराचे / प्रदेशाचे नकाशे काढण्यासाठी या प्रक्षेपणाचा उपयोग होतो.

Parallel Scale (पॅरलल स्केल) - **अक्षवृत्त प्रमाण**

एकाच अक्षवृत्तावर रेखावृत्तांमध्ये अंतर सारखे असते; पण अक्षवृत्तानुसार ते बदलत जाते. विषुववृत्ताची लांबी सर्वात जास्त असल्याने विषुववृत्तावर रेखांशातील अंतर सर्वात जास्त राहील. 'अक्षवृत्तावरील रेखावृत्तावरील या अंतराला अक्षवृत्त- प्रमाण म्हणतात' (Parallel Scale). अक्षवृत्त प्रमाण विषुववृत्तावर सर्वात जास्त तर विषुववृत्ताकडून ध्रुवाकडे जाताना कमी कमी होत जाऊन दोन्ही ध्रुवांवर शून्य असते. प्रक्षेपणाच्या गुणधर्मात या प्रमाणास महत्त्व असते.

Polyconic Projection (पॉलिकोनिक प्रोजेक्शन) - **बहुशंकू प्रक्षेपण**

हे प्रक्षेपण फर्डिनंड टॅसलेर या (उ. अमेरिकेतील) नकाशाकाराने तयार केले असून त्याचा वापर प्रथम अमेरिकेच्या किनाऱ्याचे सर्वेक्षण करण्यासाठी केला. या प्रक्षेपणातील अक्षवृत्तांची रचना एकप्रमाण शंकू प्रक्षेपणासारखी तर रेखावृत्तांची रचना बॉनच्या प्रक्षेपणासारखी असते. पृथ्वीगोलावरील निरनिराळ्या अक्षवृत्तांवर निरनिराळ्या आकारांचे शंकू स्पर्श करून ठेवलेले असतात; त्यामुळे यातील सर्व अक्षवृत्ते प्रमाण अक्षवृत्ते असतात. याचे उपयोग याप्रमाणे आहेत.

(१) मध्यवर्ती रेखावृत्तापासून दूर जाताना प्रमाण वाढल्याने प्रदेशाच्या आकारात विकृती निर्माण होते. त्यामुळे मोठ्या आकाराच्या प्रदेशाचा नकाशा काढण्यासाठी हे प्रक्षेपण उपयुक्त नाही. (२) कमी रेखावृत्तीय विस्तार व क्षेत्रफळ असलेल्या (लहान आकार) प्रदेश दाखविण्यासाठी हे प्रक्षेपण उपयोगी ठरते. (३) मध्यकटिबंधातील अक्षवृत्तीय विस्तार जास्त आणि रेखावृत्तीय विस्तार कमी असलेल्या प्रदेशासाठी हे प्रक्षेपण उपयोगी ठरते.

Projection Scale (प्रोजेक्शन स्केल) - **प्रक्षेपणाचे प्रमाण**

पृथ्वी गोल म्हणजे प्रक्षेपीय पृथ्वी गोल होय. प्रक्षेपीय पृथ्वीगोलावरून प्रक्षेपण तयार केले जाते. पृथ्वीची त्रिज्या प्रक्षेपीय पृथ्वीची त्रिज्या म्हणून ओळखली जाते आणि

प्रक्षेपण तयार करताना प्रक्षेपीय पृथ्वीगोलाची त्रिज्या विचारात घ्यावी लागते किंवा प्रक्षेपीय पृथ्वीगोलासाठी प्रथम त्रिज्या निश्चित करावी लागते.

ज्या पृथ्वीगोलावरून प्रक्षेपण तयार करावयाचे आहे त्या पृथ्वीगोलाची त्रिज्या म्हणजे प्रक्षेपीय पृथ्वीची त्रिज्या होय.

प्रक्षेपीय पृथ्वीचे प्रमाण (प्रक्षेपणाचे प्रमाण) शब्द प्रमाणात (Verbal Scale). संख्या प्रमाणात (Numerical Scale) किंवा प्रातिनिधिक अपूर्णांकात (Representative Fraction) दिलेले असते. त्याचे आपणास हव्या त्या परिमाणात रूपांतर करता येते. नकाशावर म्हणजे प्रक्षेपण तयार करताना किती अंतर घ्यावे लागेल यासाठी पुढील सूत्राचा वापर करतात.

$$\text{सूत्र: प्रक्षेपीय पृथ्वीची त्रिज्या} = \frac{\text{पृथ्वीची प्रत्यक्ष त्रिज्या}}{\text{प्रक्षेपणाचा प्रमाणांक}}$$

Qualitative Maps (क्वालिटेटिव्ह मॅप्स) - **गुणात्मक नकाशे**

आर्थिक घटकांचे संख्यात्मक वितरण जसे क्षेत्रीय नकाशाद्वारे दर्शविता येते, त्याचप्रमाणे काही आर्थिक घटकांची माहिती सांख्यिकी आकडेवारीशिवाय व्यक्त करण्यात येते त्या पद्धतीस गुणात्मक क्षेत्रीय वितरणपद्धती असे म्हणतात. या पद्धतीच्या साहाय्याने कोणत्याही आर्थिक घटकाचे प्रादेशिक वितरण दर्शविता येते.

Quantitative Maps (क्वांटिटेटिव्ह मॅप्स) - **संख्यात्मक नकाशे**

विविध प्रकारच्या आर्थिक घटकांचे संख्यात्मक वितरण वेगवेगळ्या सांख्यिकी पद्धतीने नकाशात दर्शविलेले असते. तेव्हा त्या नकाशांना संख्यात्मक क्षेत्रीय वितरणात्मक नकाशे असे म्हणतात. या नकाशामध्ये प्रामुख्याने विविध आर्थिक घटकांची भिन्नता, घनता यामधील फरक चटकन् लक्षात येतो; म्हणून निरनिराळ्या भौगौलिक घटकांची आकडेवारी अधिक बिनचूक व तुलनात्मक पद्धतीने दर्शविण्याकरिता या नकाशांचा उपयोग अधिक प्रमाणांवर करण्यात येतो.

Regional Atlas Maps (रिजनल ॲटलास मॅप्स) - **प्रादेशिक नकाशासंग्रह**

प्रादेशिक ॲटलास नकाशे सर्वात लघु नकाशे असतात. हे सर्वात कमी (लहान) प्रमाणावर तयार केलेले असतात. सर्वसाधारणपणे १ इंचास १६ मैल या प्रमाणाचा अवलंब या नकाशात केलेला असतो. प्रादेशिक अध्ययनासाठी निरनिराळे देश, त्यांचे राजनैतिक विभाग, भौगोलिक विभाग चित्रित करण्यासाठी प्रादेशिक (ॲटलास) नकाशाचा उपयोग होतो. आर्थिक भूगोलाच्या अभ्यासकांना प्रादेशिक नकाशांचाच आधार असतो.

Sea Level (सी-लेव्हल) - **समुद्रसपाटी**

भरती-ओहोटीमुळे सागरजलाची पातळी सतत बदलत असते. भरतीची सरासरी पातळी व ओहोटीची सरासरी पातळी यांची सरासरी काढून, सरासरी समुद्रसपाटी निश्चित केली जाते. सरासरी समुद्रसपाटीची उंची शून्य मानून त्यापासून इतर ठिकाणांची सापेक्ष उंची निर्धारित केली जाते. भारतीय सर्वेक्षणासाठी चेन्नई या ठिकाणची सरासरी समुद्रसपाटीची उंची प्रमाण मानली जाते.

Small Scale Maps (स्मॉल स्केल मॅप्स) - **लघुप्रमाण नकाशे**

नकाशाप्रमाणानुसार केलेला हा एक नकाशांचा वर्ग आहे. हे नकाशे मोठ्या प्रदेशांची सर्वसाधारण माहिती देतात. साधारणत: १:१०,००० पेक्षा लहान प्रमाण असलेल्या तसेच नकाशासंग्रहातील बरेचसे नकाशे या प्रकारात मोडतात.

Topograhic Map (टोपोग्राफिक मॅप) - **भूस्थलदर्शक नकाशा**

एखाद्या प्रदेशातील प्राकृतिक व सांस्कृतिक घटक सांकेतिक चिन्हे व खुणांद्वारे ज्या नकाशात दर्शविले जातात अशा नकाशांना भूस्थलदर्शक नकाशा असे म्हणतात. या नकाशाची वैशिष्ट्ये खालील प्रमाणे :

(१) दशलक्ष नकाशा (१:१०,००,०००), पाव इंची नकाशा (१:२५०,०००), अर्धा इंची नकाशा (१:२५,०००) आणि एक इंची नकाशा (१:५०,०००) हे या नकाशाचे प्रकार आहेत.

(२) या नकाशात प्राकृतिक घटकांची नावे तिरकी लिहिलेली असतात. घटकांच्या आकारमानानुसार अक्षरांचा आकार लहान मोठा लिहिलेला असतो. ही सर्व नावे घटकांच्या उजव्या बाजूस लिहिलेली असतात. ही सर्व नावे घटकांच्या उजव्या बाजूस लिहिलेली असतात. रस्ते, नद्या यासारख्या रेषीय चिन्हांची नावे त्या रेषेच्या थोडी वर लिहिलेली असतात. सरोवरे, बेटे यांची नावे त्यांच्या आत किंवा बाहेर अशा पद्धतीने लिहिलेली असतात की ती घटकांच्या सीमा भेदून जात नाहीत. पर्वतांची नावे त्यांच्या शिखररेषेवर दर्शविलेली असतात.

(३) या नकाशात उठावाचे वर्णन करताना उंची उतार इत्यादी घटक दर्शवितांना त्रिकोणमिती बिंदू, स्थलउच्चांक, बेंच मार्क व समोच्च रेषा यांचा वापर केलेला असतो. वेगवेगळे भूप्रदेश व भूआकार यांचे स्वरूप स्पष्ट करण्यासाठी समोच्चरेषांच्या साहाय्याने छेद घेऊन भूआकारांचे वर्णन केले जाते.

(४) या नकाशात (रंगीत) बारमाही स्वरूपाचे जलप्रवाह निळ्या रंगात, वनस्पती हिरव्या रंगात, वस्त्या लाल रंगात दर्शविलेल्या असतात.

(५) या नकाशावरील रंगानुसार भूमी उपयोजनाचे विविध प्रकार ओळखले जातात.

उदाहरणार्थ : निळा रंग - जलाशये, पिवळा रंग - कृषी क्षेत्र, हिरवा रंग - वने, लाल रंग - वस्त्या.

(६) या नकाशात वाहतूक मार्ग अतिशय परिणामकारकरित्या दर्शविलेले असतात.

भूप्रदेशाच्या उंचसखलपणाचे नेमके निर्देशन हा या मानचित्रांचा एक ठळक गुणधर्म आहे. अचूक भौमितीय मापन व सर्व घटनांचे कलात्मक व आकर्षक निर्देशन यांमुळे या मानचित्रांची वाचनीयता, उपयुक्तता व सौंदर्य खूपच वाढते.

उंचसखलपणाची नेमकी कल्पना सहजपणे करता यावी, याकरता हँच्युअर्स, रंगच्छटा यांसारख्या तंत्रांचाही कल्पक समावेश या नकाशानिर्मितीत केला जातो.

उंचीचे निर्देशन या नकाशात समोच्च रेषांच्या साहाय्याने केलेले असते. या तंत्रामुळे दोन ठिकाणांच्या माहीत असलेल्या उंचीच्या साहाय्याने त्यांच्या दरम्यान असलेल्या स्थळांची उंची ठरवता येते. डोंगराळ प्रदेशातील व युद्धजन्य परिस्थितीत, सीमारेषेवरील पर्वतप्रदेशातील विविध ठिकाणांमधील आंतरदर्शनीयता ठरवता येते. धरणे बांधण्याच्या नेमक्या जागा नक्की करणे, संभाव्य पूरप्रदेश ओळखणे, रस्त्यांचे मार्ग आखणे अशा अनेक महत्त्वपूर्ण निर्णयांत या नकाशांचा वापर केला जातो. स्थल-भूरूप-निर्देशक नकाशात दाखविलेल्या विविध ठिकाणांची, नद्यांची, जलाशयांची, वस्त्यांची नावे एका विशिष्ट पद्धतीनेच छापलेली असतात. शिवाय अक्षरांचा आकार, लिहिण्याची पद्धत, त्यांचे विशिष्ट स्थान यामुळेही या नकाशांवरील लिखाणाचा सुबकपणा वाढलेला असतो. साधारणपणे नद्या, पर्वत यांसारख्या प्राकृतिक घटकांची नावे उभी तर खेडी, रस्ते, कालवे अशा मानवनिर्मित घटनांची नावे तिरकी लिहिलेली असतात. यामुळे अपरिचित प्रदेशाच्या नकाशा- वाचनात अडथळा येत नाही. गावांची व नद्यांची नावे केवळ लिहिण्याच्या पद्धतीवरून वेगळी करता येतात. सर्व अक्षरे भूरूपाला समांतर छापलेली असतात. वस्त्यांची नावे, वसतिस्थानाच्या उजवीकडे तर जलाशयांची त्यांच्या आत अथवा बाहेर लिहिलेली असतात. त्यामुळे जलाशयांचे किनारे भेदून अक्षरे जात नाहीत.

नकाशाच्या उत्तरेकडच्या समासात देशाचे, जिल्ह्यांचे, तालुक्याचे नाव, नकाशा निर्बंधित असल्यास त्याचा उल्लेख, सर्वेक्षणाचे वर्ष, संदर्भ जाळी असल्यास तसा उल्लेख व नकाशाचा निर्देशक (इंडेक्स नंबर) असतो.

दक्षिण समासात नकाशात वापरलेल्या सांकेतिक खुणा व चिन्हांची यादी, नकाशाचे प्रमाण, समोच्च रेषांतर व काही विशिष्ट तळटीपांचा समावेश असतो.

हे नकाशे विविध प्रमाणांवर प्रसिद्ध केले जातात. प्रत्येक नकाशाचे प्रमाण, त्यात

समाविष्ट असलेल्या भूप्रदेशाचा अक्षवृत्तीय-रेखावृत्तीय विस्तार, समोच्च रेषांतर यांचा एकमेकांशी नेमका संबंध असतो. प्रत्येक नकाशाला एक स्वतंत्र नावही दिलेले असते. भारताचा बहुतांशी भूभाग १:५०,००० या प्रमाणावरील सर्वेक्षणनकाशात आज उपलब्ध आहे. याहीपेक्षा मोठ्या म्हणजे १:२५,००० या प्रमाणावर, १० मीटर समोच्च रेषांतर असलेले नकाशेही आज उपलब्ध आहेत. या सर्वच मानचित्रांत असलेल्या माहितीचा साठा इतका प्रचंड आणि विलक्षण आहे की, अल्पावधीत नकाशाचा सविस्तर अभ्यास करणे केवळ अशक्य व्हावे.

Verbal Scale (व्हर्बल स्केल) - **शब्दप्रमाण**

हा नकाशाप्रमाणाचा एक प्रकार आहे. यात नकाशातील अंतर व जमिनीवरील अंतरातील संबंध विधानात्मक स्वरूपात सांगितला जातो. यात अंतराच्या परिमाणांचे शब्द (सेंमी, किमी, इंच, मैल) वापरले जातात. उदा. १ सेंमीला ५० किमी.

Wheel Diagram (व्हील डायग्रॅम) - **विभाजित वर्तुळ नकाशे**

विशिष्ट प्रमाणांचे एक वर्तुळ तयार करून त्यामध्ये विविध आर्थिक उपघटकांची आकडेवारी अंशात्मक पद्धतीने दर्शविली जाते. त्या आकृतीस विभाजित वर्तुळ असे म्हणतात. नकाशामध्ये विविध प्रकारची आकडेवारी व त्यांचे उपघटक दर्शविण्यासाठी या आकृतीचा उपयोग करण्यात येतो.

Zenithal Gnomonic Projection (झेनिथल नोमॉनिक प्रोजेक्शन) - **ख-मध्य गोमुखी प्रक्षेपण**

यात प्रकाशप्रक्षेपक पारदर्शक पृथ्वीगोलाच्या मध्यभागी (केंद्रभागी) ठेवलेला असतो. त्यावेळी तयार होणाऱ्या वृत्तजाळीला 'ख-मध्य गोमुखी' प्रक्षेपण म्हणतात.

(i) प्रकाशप्रक्षेपक पारदर्शक पृथ्वीगोलाच्या केंद्राभागी ठेवून सपाट पृष्ठभाग ध्रुवावर ठेवल्यास मिळणाऱ्या प्रक्षेपणाला ख-मध्य ध्रुवीय गोमुखी प्रक्षेपण म्हणतात. (ii) सपाट पृष्ठभाग विषुववृत्ताच्या टोकावर ठेवल्यास त्यास ख-मध्य विषुववृत्तीय गोमुखी प्रक्षेपण म्हणतात; आणि (iii) जर सपाट पृष्ठभाग ध्रुव आणि विषुववृत्ताशिवाय कोणत्याही ठिकाणी ठेवल्यास काढलेल्या प्रक्षेपणास ख-मध्य तिर्यक् गोमुखी प्रक्षेपण म्हणतात.

Zenithal Projections (झेनिथल प्रोजेक्शन्स) - **ख-मध्य प्रक्षेपणे**

पारदर्शक पृथ्वीगोलावर सपाट पृष्ठभाग स्पर्श करून ठेवला जातो व त्यावरून अक्षवृत्ते व रेखावृत्तांची वृत्तजाळी काढली तर त्याला 'ख-मध्य प्रक्षेपण' म्हणतात.

(i) यात पारदर्शक पृथ्वीगोलावर कोणत्या ठिकाणी सपाट पृष्ठभाग स्पर्श करून

ठेवला आहे त्यावरून ख-मध्य प्रक्षेपणाचे पुढील उपप्रकार पडतात.

(अ) ख-मध्य ध्रुवीय प्रक्षेपण (Zenithal Polar Projection) : (ब) ख-मध्य विषुववृत्तीय प्रक्षेपण (Zenithal Equatorial Projection) (क) ख-मध्य तिर्यक् प्रक्षेपण (zenithal oblique Projection)

(ii) पारदर्शक पृथ्वीगोलावर सपाट पृष्ठभाग जसा वेगवेगळ्या ठिकाणी ठेवतात तसाच सपाट पृष्ठभागावर वृत्तजाळी काढण्यासाठी प्रकाशप्रक्षेपक किंवा दिवा कोणत्या ठिकाणी ठेवला आहे त्यानुसार ख-मध्य प्रक्षेपणाचे आणखी पुढील उपप्रकार पडतात.

Zenithal Orthographic Projection (झेनिथल ऑर्थोग्राफिक प्रोजेक्शन) - ख-मध्य लंबरूपी प्रक्षेपण

प्रकाशप्रक्षेपक पारदर्शक पृथ्वीगोलाच्या दूर किंवा अनंत अंतरावर ठेवला असल्यास तयार होणाऱ्या वृत्तजाळीला 'ख-मध्य लंबरूपी प्रक्षेपण' म्हणतात. यात दिवा दूर ठेवल्यामुळे दिव्यापासून येणारी प्रकाशकिरणे परस्परांस समांतर छेदतात.

(i) प्रकाशप्रक्षेपक पारदर्शक पृथ्वीगोलाच्या दूर अंतरावर ठेवून सपाट पृष्ठभाग ध्रुवावर (उत्तर किंवा दक्षिण) ठेवल्यास तयार होणाऱ्या प्रक्षेपणाला ख-मध्य ध्रुवीय लंबरूपी प्रक्षेपण म्हणतात. (ii) जर सपाट पृष्ठभाग विषुववृत्ताच्या कोणत्याही बाजूस स्पर्श करून ठेवल्यास मिळणाऱ्या कोणत्याही बाजूस स्पर्श करून ठेवल्यास मिळणाऱ्या प्रक्षेपणास ख-मध्य विषुववृत्तीय लंबरूपी प्रक्षेपण म्हणतात. (iii) तर सपाट पृष्ठभाग ध्रुव व विषुववृत्त सोडून इतर कोणत्याही ठिकाणी पृथ्वीगोलास स्पर्श करून ठेवल्यास मिळणाऱ्या प्रक्षेपणाला ख-मध्य तिर्यक् लंबरूपी प्रक्षेपण म्हणतात.

Zenithal Stereograhic Projection (झेनिथल स्टिरिओग्राफिक प्रोजेक्शन) - ख-मध्य व्यासांतर प्रक्षेपण

प्रकाशप्रक्षेपक पारदर्शक पृथ्वीगोलाच्या विषुववृत्ताच्या टोकावर (व्यासावर) ठेवल्यास तयार होणाऱ्या वृत्तजाळीला ख-मध्य व्यासांतर प्रक्षेपण म्हणतात.

(i) प्रकाशप्रक्षेपक पारदर्शक पृथ्वीगोलाच्या व्यासाच्या टोकावर ठेवून सपाट पृष्ठभाग ध्रुवावर ठेवल्यास तयार होणाऱ्या वृत्तजाळीला ख-मध्य ध्रुवीय व्यासांतर प्रक्षेपण म्हणतात.

(ii) जर सपाट पृष्ठभाग विषुववृत्ताच्या कोणत्याही बाजूस स्पर्श करून ठेवला तर त्यानुसार काढलेल्या प्रक्षेपणास ख-मध्य विषुववृत्तीय व्यासांतर प्रक्षेपण म्हणतात.

(iii) जर सपाटपृष्ठभाग ध्रुव व विषुववृत्ताशिवाय इतर कोणत्याही ठिकाणी स्पर्श करून ठेवल्यास तयार होणाऱ्या प्रक्षेपणाला ख-मध्य तिर्यक् व्यासांतर प्रक्षेपण म्हणतात.

तंत्रज्ञान

Technology

Active Remote Sensing (ॲक्टिव रिमोट सेन्सिंग) - **सक्रिय दूरस्थ संवेदन**

या तंत्रात रडार, लिडार, सोडार इ. तंत्रांचा समावेश होतो. भूस्थानावरूनच वातावरणाचा अभ्यास करण्यासाठी या तंत्रांचा वापर केला जातो.

(अ) रडार : भूस्थानावर बसविलेले रडार अवकाशात रेडिओ लहरी सोडते. या लहरी ढगांना छेदून जातात. परंतु, पावसाच्या सरी त्यांना पुढे जाऊ देत नाहीत. त्यामुळे त्या लहरी रडार केंद्राकडे परत येतात. यावरून रडार केंद्रापासून पर्जन्य किती लांब अंतरावर आहे, पर्जन्याची तीव्रता व हालचाल कशी आहे इत्यादी माहितीच्या आधारे हवामानाचे अंदाज वर्तविले जातात. *(पहा, रडार पृष्ठ ३९०)*

(ब) लिडार : लिडारचे तंत्र रडारप्रमाणेच असते. परंतु, रेडिओ लहरींऐवजी 'इन्फ्रारेड लेसर बीम' विकीरित केले जातात. लिडार वातावरणाच्या स्थितांबर थरातील घटकांची रचना, त्यांचे प्रमाण यासंबंधी माहिती पुरवितो.

(क) सोडार : सोडार तंत्राद्वारे वातावरणात प्रदूषित घटक किती प्रमाणात आहेत हे अभ्यासता येते.

Aerial Photography (एरियल फोटोग्राफी) - हवाई छायाचित्रण

हवाई छायाचित्रण हे भूप्रदेशाच्या सर्वेक्षणाचे एक प्रभावी व अचूक तंत्रज्ञान आहे. भूपृष्ठावरील विविध प्रदेशांच्या उंचीची आणि खोलीची नेमकी कल्पना देण्याची या तंत्राची कुवत खरोखरच आश्चर्यकारक आहे. आपल्या नजरेतून एखादे वेळी एखादी लहानशी गोष्ट निसटून जाऊ शकेल; पण हवाई छायाचित्रणातून मिळणाऱ्या छायाचित्रात सर्वच्या सर्व प्रदेश-छायाचित्र जेव्हा घेतो तेव्हा अस्तित्वात असलेल्या लहान-मोठ्या सगळ्या गोष्टींसह-आपल्याला दिसू शकतो. विशेष म्हणजे या छायाचित्रातून सगळा प्रदेश आपण त्रिमित स्वरूपात (थ्री - डायमेन्शनल) बघू शकतो, ही या तंत्राची खूप मोठी ताकद आहे आणि त्रिमित चित्र (स्टिरिओस्कोपिक व्ह्यू) हेच खरे तर या तंत्राचे महत्त्वाचे अंग आहे.

आज उपग्रह तंत्रज्ञानाच्या युगात उपग्रहाच्या साहाय्याने सगळ्या पृथ्वीचे हरघडी

चित्रण चालू आहे आणि त्यातून भरपूर माहिती संशोधकांना मिळते आहे. त्याचा वापरही दिवसेंदिवस नियोजन, व्यवस्थापन व भूमी उपयोजन सर्वेक्षणात वाढतो आहे. हवाई छायाचित्रण हे अर्थातच उपग्रह दूरसंवेदनांपेक्षा (सॅटेलाइट रिमोट सेन्सिंग) जास्त उपयुक्त आहे; कारण हे चित्रण कमी उंचीवरून केले जात असल्यामुळे पृथ्वीचे बारीकसारीक विवरण (डिटेल्स) अशा छायाचित्रांत सहजपणे मिळते.

हवाई छायाचित्रे जास्त उपयुक्त असूनही त्यांचा वापर मात्र उपग्रह प्रतिमांपेक्षा कमीच होताना दिसतो. याचे मुख्य कारण म्हणजे छायाचित्रांची अनुपलब्धता, त्यांवरील निर्बंध व त्यांच्या न परवडणाऱ्या किमती! दुसरी महत्त्वाची गोष्ट म्हणजे प्रतिमांचे जसे सहजत: दृष्टि-वाचन (व्हिज्युअल इंटरप्रिटेशन) करता येते, तसे हवाई छायाचित्रांच्या बाबतीत होत नाही.

त्रिमित स्वरूपात प्रदेश दाखवू शकतील अशा दोन छायाचित्रांची जोडी (स्टिरिओ पेअर), त्रिमितदर्शी (स्टिरिओस्कोप) या उपकरणाशिवाय वाचता येत नाही. त्यामुळे त्रिमितदर्शीसारख्या उपकरणाची या तंत्रात मूलभूत गरज आहे.

हवाई छायाचित्रांचा वापर मुख्यत: भूपृष्ठाचे मापन, भूमी उपयोजन नकाशे, ऐतिहासिक व प्रागैतिहासिक (हिस्टॉरिक व प्रीहिस्टॉरिक) ठिकाणांचे सर्वेक्षण, शेती/मृदा यासंबंधीचे नकाशे, अरण्ये, खनिज कर्म (मायनिंग), शहरी व ग्रामीण वस्त्यांचे आणि औद्योगिक प्रदेशांचे नकाशे यासाठी केला जातो.

Global Positioning System (ग्लोबल पोझिशनिंग सिस्टीम) - **जागतिक स्थाननिश्चिती प्रणाली**

विसाव्या शतकात वैज्ञानिकांनी आजपर्यंत कठीण आणि अशक्य वाटाव्या अशा ज्या कल्पनांना मूर्त स्वरूप दिले, त्यांतली एक महत्त्वाची कल्पना म्हणजे, उपग्रहांच्या साहाय्याने, पृथ्वीपृष्ठावरील कोणत्याही ठिकाणाचे नेमके स्थान मिळविणे, ही आहे. शास्त्रीय परिभाषेत या तंत्राला जीपीएस म्हणजे ग्लोबल पोझिशनिंग सिस्टिम असे म्हटले जाते. विसाव्या शतकातले हे तंत्रज्ञान आज अतिशय प्रगत अवस्थेला जाऊन पोचलेले आहे. जी.आय.एस.मध्ये सांख्यिकीय माहिती मिळवण्यासाठी जीपीएसचा खूपच फायदा होतो.

सर्वेक्षणाच्या विशेषत: स्थाननिश्चितीच्या - इतिहासात एक नवीन अध्याय निर्माण करण्याची प्रचंड ताकद या तंत्रज्ञानात आहे, यात शंका नाही.

पृथ्वीभोवती जीपीएस उपग्रह, विषुववृत्तावर २०,२०० कि. मी. उंचीवर ६३ अंशांत कललेल्या कक्षेत, १४७५.४२ मेगाहर्ट्झ कंप्रतेत (फ्रिक्वेन्सी) कार्यरत आहेत. ७८० कि. ग्रॅम वजनाचे हे उपग्रह सूर्यगामी (सन सिंक्रॉनस्) व पृथ्वीलक्षी (अर्थ पॉइंटिंग) आहेत.

उपग्रहावर असलेल्या अणू घड्याळापासून (ॲटॉमिक क्लॉक) मिळणारे, अत्युच्च अचूकपणा (व्हेरी हाय प्रिसिजन) असलेले काल संकेत (टाइम सिग्नल्स) हे उपग्रह प्रेषित (टान्सूमिट) करतात. अवकाशातील कोणत्याही दोन किंवा त्यापेक्षा जास्त जीपीएस उपग्रहांकडून पाठविल्या गेलेल्या संकेतांतील कालफरकावरून (टाइम डिफरन्स) पृथ्वीवरील संकेतप्राप्तकाला (रिसीव्हर) त्याचे नेमके स्थान गणिती पद्धतीने शोधता येते. अस्थिर वस्तूंचा वेग हवा असेल, तर स्थानबदलांच्या दराची (रेट ऑफ चेंज) गणना करूनही तो ठरवता येतो. स्थाननिश्चिती ही अक्षांश, रेखांश व उंचीच्या संदर्भात केली जाते.

प्राप्तकामध्ये (रिसीव्हर) क्वार्ट्झचे घड्याळ बसवलेले असते व उपग्रहातील आणि प्राप्तकामध्ये अशा दोन्ही घड्याळांचे समकालीकरण (सिंक्रोनायझेशन) होणे आवश्यक असते.

अनेक संशोधन संस्था, सर्वेक्षण संस्था, अभियांत्रिकी व बांधकाम संस्थांनी जीपीएस युगात यापूर्वीच सक्षमपणे प्रवेश केलेला आहे. कमीतकमी पायाभूत सोई (इन्फ्रास्ट्रक्चर) वापरून मोठेमोठे व क्लिष्ट प्रकल्प पूर्णत्वास नेणे यामुळे आता शक्य आहे.

जीपीएसच्या आधारे सर्वेक्षणाकरता आवश्यक असे अंतराचे मापन सर्व प्रकारच्या हवामानांत, दिवसा व रात्री अशा दोन्ही वेळी करता येते. अनेक ठिकाणांची सापेक्ष स्थाननिश्चिती (रिलेटिव्ह पोझिशनिंग) करण्यासाठी आता जमिनीवर अंतर मोजण्याची गरज राहिलेली नाही. भूमिसर्वेक्षण, अपतटीय संरचना (ऑफशोअर) (स्ट्रक्चर्स), ज्योतिर्मापी (फोटोग्रॅमेट्री) यांसारख्या क्षेत्रांमध्ये भरपूर उपयोग करून घेता येण्यासारखे हे तंत्र आहे.

समुद्रकिनाऱ्याजवळ प्रमुख जीपीएस स्टेशन ठेवून अवकल जीपीएस (डिफरन्शिअल जीपीएस) च्या साहाय्याने समुद्रातील जहाजे व मासेमारी करणाऱ्या बोटी त्यांचे स्थान नियंत्रित करू शकतात. भविष्यात या तंत्रज्ञानाचा वापर लष्करी घडामोडी, भूमी सर्वेक्षण याचबरोबर पर्यटन आणि राजस्व मानचित्रीकरण (रेव्हिन्यू मॅपिंग) यांमध्येही होण्याची शक्यता आहे. भूशास्त्रज्ञ, भूगर्भशास्त्रज्ञ, भूभौतिक शास्त्रज्ञ (जिओफिजिसिस्ट) या सर्वांसाठी हे तंत्रज्ञान फार मोठे वरदान ठरू पाहत आहे. भूकंपक्षेत्रांचे नेमके निर्धारीकरण (डिमार्केशन), भू-तबकांच्या हालचाली (प्लेट मूव्हमेंट्स), ज्वालामुखीय उद्रेकांची केंद्रे, विपत्तिदर्शक प्रदेश, भरती-ओहोटी मापन केंद्रे (टायडल गेजीस), भूकवच गतिविज्ञान (क्रस्टल डायनॅमिक्स) या सर्वांसाठीच मापन व स्थाननिश्चिती करण्याची कुवत या तंत्रात आहे.

जीपीएस व जी.आय.एस. (भौगोलिक माहितीप्रणाली) या दोन जबरदस्त तंत्रांच्या

समाकलनाने (इंटिग्रेशन) तर क्रांतिकारी संशोधनाची मुहूर्तमेढ रोवता येईल. मोटरकारमध्ये मिळू शकणारा पथदर्शक व प्रदेशदर्शक सांख्यिकी नकाशा (डिजिटल मॅप) हे त्या समाकलनाचे एक लहानसे उदाहरण. जीपीएस व दूर संवेदन (रिमोट सेन्सिंग) यांच्या समाकलनाने जागतिक पातळीवर भूजल साठे व तत्संबंधी माहितीचे भांडार उपलब्ध करून घेणे आता शक्य होणार आहे.

या तंत्रज्ञानाचा सर्वात जास्त फायदा अर्थातच समुद्रपरिवहन (नॅव्हिगेशन) व तत्सम क्षेत्रांना झालेला आहे; कारण या क्षेत्रात नेमकी स्थाननिश्चिती (पोझिशनिंग ॲक्युरसी) फार महत्त्वाची असते.

नैसर्गिक संकटांनी ग्रस्त झालेल्या अनेक विकसनशील राष्ट्रांना जीपीएस तंत्रज्ञानामुळे कमीतकमी खर्चात व कमीतकमी वेळात आपत्तीनियोजन व व्यवस्थापन करता येणार आहे. भारतासारख्या देशात जिथे दरवर्षी पुरामुळे हजारो वस्त्या पाण्याखाली जातात, तिथे या वस्त्यांचे अचूक सर्वेक्षण करणे, त्यांचे स्थान निश्चित करणे, तसेच भूमिपात (लँडस्लाइड) निश्चित करणे, तसेच इतर प्रकारच्या विपत्तींचे व्यवस्थापन करणे आणि वन्यजीवन (वाइल्डलाइफ ट्रॅकिंग) शोधणे हेही आता या तंत्रामुळे शक्य आहे.

Geographic Information System (जिओग्राफिक इन्फर्मेशन सिस्टिम) - **भौगोलिक माहितीप्रणाली**

जी.आय.एस. म्हणजेच भौगोलिक माहिती प्रणाली हे तंत्रज्ञान १९६१ सालापासूनच जगभरात उपयोगात येत आहे. या तंत्राची विलक्षण क्षमता व वाढते उपयोजन यांमुळे त्याची पाळेमुळे आता खूप घट्ट रुजली आहेत आणि या तंत्राला खूप प्रतिष्ठाही प्राप्त झाली आहे. भरपूर मोठ्या प्रमाणावरील सांख्यिकीचे व्यवस्थापन व विश्लेषण करणारे प्रगत शास्त्र म्हणून त्याची वैज्ञानिक जगात गणना होऊ लागली आहे.

भौगोलिक माहिती प्रणाली हे सध्याच्या संगणक व दूरसंवेदन युगातील एक अतिप्रगत असे तंत्रज्ञान आहे. या तंत्राचा वापर आजकाल जगभर फार मोठ्या प्रमाणावर परिसरनियोजन, व्यवस्थापन व परिसर अभियांत्रिकी यांसारख्या क्षेत्रांत केला जात आहे. जवळजवळ प्रत्येक देशालाच भेडसावणाऱ्या या समस्यांना समर्पक उत्तरे देण्याची विलक्षण ताकद जी.आय.एस. तंत्रज्ञानात असल्यामुळे त्याचा वापरही सर्वत्र वाढतो आहे.

कोणत्याही प्रदेशाचा सर्वांगीण विकास करण्याकरिता या प्रक्रियांसंबंधी विस्तृत सांख्यिकी असणे आवश्यक असते. ही सांख्यिकी अवकाश-विस्तारित अशी मिळवणे हा यातला महत्त्वाचा भाग असतो. म्हणजेच ही माहिती भूसंदर्भित सांख्यिकी या स्वरूपाची असते. त्यामुळे या प्रणालीला 'भौगोलिक प्रणाली' असे म्हटले आहे.

या भूसंदर्भित माहितीचे एकत्रीकरण करणे, तिचा संचय करणे, पृथक्करण करणे

आणि त्यावरून त्या प्रदेशातील परिस्थितीचे प्रारूप तयार करणे - या सर्व गोष्टींचा समावेश जी.आय.एस. या तंत्रात होतो. त्याचबरोबर आणखी एका गोष्टीमुळे या तंत्रज्ञानाची उपयुक्तता वाढते. ती म्हणजे या तंत्रात अभिप्रेत असलेले विविध घटकांचे अध्यारोपण. एकापेक्षा अनेक घटनांचे निर्देशक असे घटक सांख्यिकीच्या स्वरूपात एकत्र करून त्यांचे अध्यारोपण केल्यास जे अंतिम चित्र मिळते ते त्या प्रदेशाचे खरेखुरे किंवा बरेचसे हुबेहूब चित्र असते. त्यामुळे अशा प्रतिमांचा वापर त्या प्रदेशाच्या व्यवस्थापनासाठी, तेथील समस्या आणि अडचणी ओळखण्यासाठी करता येतो. याच कारणामुळे आपत्तिव्यवस्थापन करण्याकरिताही हेच तंत्र अधिक योग्य असल्याचे दिसून आलेले आहे.

भारतासारख्या शेतीप्रधान देशाला तर या तंत्रज्ञानाचा खूपच मोठा फायदा झाला आहे. भारतीय उपग्रहमालिकांमुळे उपलब्ध होणाऱ्या उपग्रहप्रतिमांचा याकरिता वापर करता येतो. या प्रतिमांवरून भौगोलिक माहिती प्रणालीच्या साहाय्याने भूजल संचय, भूमि उपयोजन, मृदूशक्ती, समस्याग्रस्त प्रदेश, विपत्तिजनक विभाग यांसारख्या घटनांचे अचूक मूल्यमापन करता येते. खेडेगावच्या पातळीवर किंवा त्याहीपेक्षा लहान अशा शेतजमीन तुकड्याच्या पातळीवरही हे नियोजन करता येते. जी.आय.एस. तंत्रात जमिनीचा कस, जमिनीतील आर्द्रता, जमिनीचा उतार, पिके व पिकांचे वितरण, मृदेची जाडी या व अशा अनेक घटकांच्या संदर्भात सांख्यिकी माहिती गोळा केली जाते व ती अध्यारोपित केली जाते.

जी.आय.एस. तंत्रज्ञानामुळे एखाद्या प्रदेशाच्या पर्यावरणीय समस्यांच्या निराकरणाकरिता करावा लागणारा खर्च व मेहनत यांत खूपच बचत करणे शक्य झाले आहे. पारंपरिक पद्धतीपेक्षा यात नेमकेपणा आणि अचूकपणाही अधिक आहे.

जी.आय.एस. तंत्रज्ञानात दूर संवेदन व संगणकाचा सिंहाचा वाटा आहे. या तंत्रज्ञानात एकत्रित केलेल्या प्रचंड सांख्यिकीचे पृथक्करण केवळ संगणकामार्फतच शक्य आहे.

आज जी.आय.एस. संदर्भात अनेक संगणकप्रणाली, प्रतिमाने व समाकलन-प्रणाली उपलब्ध आहेत. त्यांचा वापरही प्रदूषणाची तीव्रता, नदीखोरे नियोजन, पूर व भूमिपातासारख्या विपत्ती यांच्या अभ्यासात अधिक परिणामकारकपणे केला जात आहे.

एकाच वेळी अनेक घटकांचे पृथक्करण करण्याची ताकद, हे या तंत्राचे महत्त्वाचे अंग आहे. भूमिपात किंवा दरड कोसळणे या विपत्तिव्यवस्थापनात जी.आय.एस. पद्धतीत वापरल्या जाणाऱ्या घटकांची नुसती यादी पाहिली, तरी या तंत्राचा आवाका लक्षात येईल. डोंगरउतारांचे प्रमाण, तलप्रस्तर, मृदाप्रकार, उतारांची उंची, मृदेची जाडी, भूजलपातळी, भूमिउपयोजन, वृष्टीचे प्रमाण, उताराचा प्रकार, जमिनीतील भेगा, जोड व संधी, मृदेची वाहकता, लवचीकता इत्यादी अनेक घटक एकाच वेळी अध्यारोपित करून

या समस्येचे आकलन करून घेतले जाते व नंतरच व्यवस्थापनाची दिशा ठरविली जाते.

या सर्व प्रकारांत सांख्यिकीतील अपूर्णत्व व सलगतेचा अभाव, हा महत्त्वाचा अडथळा असतो. त्यामुळे विविध प्रकारच्या माहितींचे समाकलन करणे अवघड होते. यासाठी जागतिक स्तरावर सर्वमान्य अशा पद्धतींचा वापर सांख्यिकीच्या एकत्रीकरणात होणे आवश्यक आहे. त्याचबरोबर जागतिक स्तरावर सांख्यिकी माहितीचे आदान-प्रदान होणेही गरजेचे आहे.

भौगोलिक माहितीप्रणालीची व्याख्या अनेकांनी अनेक प्रकारे केलेली आहे.

ऱ्हिंड (Rhind - 1989), यांच्या व्याख्येनुसार ''पृथ्वीवरील विविध ठिकाणांच्या माहितीचे वर्णन करणाऱ्या सांख्यिकीची साठवण करणारी व त्या सांख्यिकीचे उपयोजन करणारी जी. आय. एस. ही संगणकप्रणाली आहे. बरो (Burrough, 1986) - यांच्या म्हणण्याप्रमाणे काही विशिष्ट उद्दिष्टे व हेतूंच्या पूर्ततेसाठी, एखाद्या भौगोलिक प्रदेशासंबंधी अवकाशीय (Spatial) / माहितीचे संकलन (Collection), साठवण (Storage) इच्छेनुसार पुनर्प्राप्तीकरण (Retrieval at will), रूपांतरण (Transformation) आणि प्रदर्शन (Display) करणाऱ्या साधनांचा संच (Set of tools) म्हणजे जी. आय. एस.! ब्रिटिश पर्यावरण खात्यानुसार (१९८७) 'भूसंदर्भित अवकाशिक सांख्यिकी मिळवणे, साठवणे, तपासणे, तिचे समाकलन करणे (Integration), कुशलतेने हाताळणी करणे (Manipulation), पृथक्करण करणे व विश्लेषणाची मांडणी व प्रदर्शन करणे अशा बहुविध प्रक्रिया करणारी प्रणाली म्हणजे जी. आय. एस.'

आजच्या इंटरनेटच्या युगात जी.आय.एस. व इंटरनेटच्या संयुक्त सहभागामुळे उपलब्ध होणाऱ्या ज्ञानभांडाराचा विचार करून ई-जी.आय.एस. किंवा इंटरनेट-जी.आय.एस.ची मुहूर्तमेढ रोवली गेली.

ई-जी.आय.एस.चा एक महत्त्वाचा लाभ असा की, जी.आय.एस. मोठमोठ्या प्रयोगशाळा, संस्था व कंपन्यांतून बाहेर पडले व सामान्यांपर्यंत पोहोचले. जी.आय.एस. समुदायासाठी (जी.आय.एस. कम्युनिटी) समाजाभिमुख होण्याची ही फार मोठी संधी असून, त्याचा हा समुदाय किती उपयोग करून घेतो ते महत्त्वाचे! अनेकजणांना, ई-जी.आय.एस.ला फार मोठे यश मिळणार नाही असे वाटते; कारण त्यांना, या सगळ्या प्रयोगात जी.आय.एस. कम्युनिटी सहजपणे सहभागी होणार नाही असे वाटते. इंटरनेट तंत्राची मूलभूत वैशिष्ट्ये लक्षात घेऊन आज काही जी.आय.एस. कंपन्यांनी त्यांच्या जी.आय.एस. संहिता पुनर्रेखित केल्या आहेत. मॅप एक्स्ट्रीम, कॅडकॉर्प, जीओमोडिआ, मॅप्टिट्यूड यांसारख्या इंटरनेट - जी.आय.एस. प्रणाली आज उपलब्ध आहेत. जीओटूल्स, पीएमएस, ओपनमॅप्स अशा काही संहिता तर इंटरनेटवर विनामूल्य उपलब्ध आहेत.

Iconos Satellite (आयकोनॉस सॅटेलाइट) - **आयकोनॉस उपग्रह**

स्थानिक पातळीच्या किंवा मर्यादित प्रदेशाच्या समस्या सोडविण्यासाठी त्या प्रदेशावरील बदलाचे बारकावे कळणे गरजेचे असते. नद्या, खाड्या, तलाव यांमध्ये होणारे रासायनिक किंवा जैविक प्रदूषण समजण्यासाठी खाडीतील किंवा नदीतील प्रवाह, गाळाचे संचयन यांसारख्या गोष्टी कळणे आवश्यक असते. शहरे, महानगरे यांच्या समस्या सोडविण्यासाठी लहान-मोठे बारकावे दाखविणाऱ्या उपग्रहछायाचित्रांची गरज आता प्रकर्षाने भासू लागली आहे.

अशी बारकावे दाखविणारी प्रतिमा मिळाली तर जी. पी. एस. सारख्या स्थाननिश्चिती करणाऱ्या तंत्राचा वापर करून वैज्ञानिकांना, संशोधकांना, नियोजन अधिकाऱ्यांना समस्याग्रस्त प्रदेशातील नेमक्या ठिकाणी जाणे सुकर होते. मात्र, ही अनेक दिवस जाणवणारी त्रुटी होती.

अमेरिकेच्या 'स्पेस इमेजिंग' या खाजगी कंपनीने २४ सप्टेंबर १९९९ रोजी अवकाशात सोडलेल्या आयकोनॉस या उपग्रहाने ही त्रुटी भरून काढली आहे. केवळ एक मीटर वियोजन असलेल्या प्रतिमा हा उपग्रह आज मिळवून देतो आहे. आतापर्यंत केवळ स्वप्नवत वाटणारी ही गोष्ट आता प्रत्यक्षात उतरली आहे. गेल्या दोन वर्षात आयकोनॉस प्रतिमांची उपयुक्तता चांगलीच लक्षात येऊ लागली आहे. केवळ एक मीटर वियोजन असलेल्या या प्रतिमांतून दिसणारे भूपृष्ठाचे बारकावे आश्चर्याने थक्क करून सोडणारे आहेत.

'जी.आय. एस.' सारख्या तंत्रज्ञानाला अभिप्रेत असलेला सांख्यिकीचा प्रचंड साठा आयकोनॉसमुळे उपलब्ध होऊ शकतो. निर्वासितांच्या छावण्या ओळखणे, नागरी वस्त्यांच्या वाढीचा अंदाज घेणे, घरांची घनता, रस्त्यांचे जाळे यांचे नकाशे बनविणे या व अशा अनेक उपयोजनांत आयकोनॉस प्रतिमांचा खूप चांगला वापर होतो आहे. आतापर्यंत केवळ हेरगिरी करणाऱ्यांना आणि लष्करी अधिकाऱ्यांनाच उपलब्ध होऊ शकणारी पृथ्वीची छायाचित्रे आता संशोधकांना व वैज्ञानिकांनाही - त्यांचा गैरवापर होणार नाही या हमीवर - उपलब्ध होत आहेत.

भारतातील 'एन.आर.एस.ए.' ही संस्था आयकोनॉसने घेतलेल्या प्रतिमा, भारतीयांसाठी सांख्यिकी माध्यमात (डिजिटल मीडिया) उपलब्ध करून देत आहे. भारतीय उपभोक्त्याला उपलब्ध असलेल्या प्रतिमा, श्वेत-श्याम व रंगीत अशा दोन्ही स्वरूपांत मिळू शकतात. यू.टी.एम. या नकाशाप्रक्षेपणात जिओटीफ या फाईल फॉरमॅटमध्ये, सी. डी. रॉम स्वरूपात या प्रतिमा आपल्याला उपलब्ध होऊ शकतात. १२१ चौरस किलोमीटर क्षेत्र असलेल्या कोणत्याही एकसंध भूप्रदेशासाठी मिळू शकणाऱ्या या प्रतिमा म्हणजे माहितीचे एक प्रचंड भांडारच आहे. आयकोनॉस प्रतिमांची जबरदस्त किंमत ही सध्यातरी त्यांच्या कमी वापरासाठी कारणीभूत ठरत आहे. मात्र, भारताच्या विविध प्रकारच्या

समस्यांच्या पूर्ततेसाठी आयकोनॉस हे एक प्रभावी तंत्र आहे. त्यासाठी नजीकच्या भविष्यकाळात त्याचा वापर अपरिहार्य ठरणार आहे, हे निर्विवाद!

शहरीकरणाची अनिर्बंध प्रक्रिया ही भारताची सध्याची एक ज्वलंत समस्या आहे. शहर नियोजन प्रक्रियेत आयकोनॉसने जगातील प्रगत राष्ट्रांत यापूर्वीच एक नवीन अध्याय सुरू केला आहे.

भारतातील नगरे आणि महानगरे यांच्या नियोजनआराखड्यांत आयकोनॉसचे महत्त्वाचे योगदान असायला हरकत नसावी.

India's Space Research Programme (इंडियाज् स्पेस रिसर्च प्रोग्रॅम) - भारताचा अवकाश - संशोधन कार्यक्रम

सामाजिक व आर्थिक विकास साध्य करण्यासाठी उपग्रहांचे उत्पादन व प्रक्षेपण या क्षेत्रात भारताची तांत्रिक प्रगती गौरवास्पद आहे. भारत अमेरिका, रशिया, चीन, ब्राझील, फ्रान्स नंतर जगातला सहावा देश आहे, ज्याच्याकडे हे तंत्रज्ञान विकसित झालेले आहे. विज्ञान व अभियांत्रिकी (S & T) हे तंत्रज्ञान नागरी संरक्षण अशा 'द्वि उपयोगी तंत्रज्ञाना'साठी वापरले जाते; उदा. अणुसंशोधन व अवकाश-संशोधन याचा देशांतर्गत घरगुती व संरक्षण अशा दोन्ही पातळ्यांवर उपयोग होतो.

भारतातील अवकाश संशोधन संस्था

१९६२ साली भारतीय राष्ट्रीय अवकाश संशोधन समिती Indian National Committee of Space Research (INCOSPAR) ची स्थापना होऊन भारतात अवकाश संशोधन कार्यक्रमाची सुरुवात झाली.

२१ नोव्हेंबर १९६३ मध्ये भारतात थुंबा येथे भूमध्य रेखीय उपग्रहवाहक प्रक्षेपण केंद्र Thumba Equatorial Rocket Launching Station (TERLS) स्थापन करण्यात आले.

१९६८ मध्ये थुंबा येथील हे केंद्र राष्ट्राला समर्पित करण्यात आले.

१९८९ मध्ये विक्रम साराभाई यांच्या अध्यक्षतेखाली INCOSPAR ची पुनर्रचना करून भारतीय अवकाश संशोधन संस्थे Indian Space Research Organization (ISRO) ची स्थापना करण्यात आली.

ISRO आपल्या विविध केंद्रांच्या माध्यमातून अवकाशविज्ञान, उद्योग व त्यासंबंधी देशातील संशोधन व विकासाच्या योजना बनविते, कार्यक्रमाची आखणी करते व त्याचे संचलन करते.

१९७२ मध्ये अवकाश आयोग व अवकाश विभागाची Department Of Space (DOS) स्थापना करण्यात आली. ही संस्था अवकाशविज्ञान व उद्योगांमध्ये संशोधन व विकास यासंबंधीच्या घडामोडीत समन्वय साधणारी सर्वोच्च संस्था आहे.

(1) *Indian Space Application Centre (ISAC) (इस्त्रोचे उपग्रह केंद्र)* - बेंगलोर - वैज्ञानिक उद्योग व प्रयोग-कार्यक्रमासाठी उपग्रह व्यवस्थांचे संरचना निर्मिती, परीक्षण आणि संचलनसंबंधी जबाबदारी. आर्यभट्ट, भास्कर, एप्पल आणि Indian Remote Sensing Satelite - IRS - 1A येथूनच परीक्षण. भविष्यात IRS आणि इन्सॅट प्रणाली येथेच निर्माण करण्याची योजना.

(२) *विक्रम साराभाई आवकाश केंद्र Vikram Sarabhai Space Centre - (VSSC)* - 'तिरुवनंतपुरम्' (केरळ) (सर्वांत मोठे) प्रक्षेपण वाहक विकासासाठीचे महत्त्वाचे केंद्र (SLV3, ASLV, PSLV,GSLV) - हे प्रक्षेपणास्त्रसंशोधन, योजना व उपग्रहवाहक विकासयोजना कार्यान्वित करते.

(३) *Shreehari Kota Range (SHAR)* - (श्रीहरीकोट्टा - उच्च रेखीय ठिकाण) आंध्रप्रदेशाच्या पूर्व किनाऱ्यावर - CSRO चे प्रमुख प्रक्षेपण केंद्र. हे केंद्र मोठ्या प्रमाणात प्रक्षेपणास्त्र प्रचालक यांचे उत्पादन व भारतीय प्रक्षेपणास्त्रवाहकांसाठीच्या इंधनावर चालणाऱ्या प्रक्षेपणातील टप्प्यांचे परीक्षण करते. येथे ISRO आणि प्रचालक अवकाश बुस्टर संयत्रणा आहे.

(४) *भारतीय / अवकाश प्रयोग केंद्र (ISAC)* - अहमदाबाद ISRO चे हे संशोधन व विकास केंद्र, व्यावसायिक प्रयोगांचे अवकाश उद्योग संघटन करणे व व्यवस्थांचे परीक्षण करण्यासाठी कार्यरत आहे. उपग्रहावर आधारित दूरसंचार व टी.व्ही., दूरसंवेदन, हवामान ज्ञानासंबंधी पर्यावरणाचे निरीक्षण आणि भूमिगणित सारख्या प्रमुख कार्यक्रमांची अंमलबजावणी करण्यात येत आहे. अवकाशसंशोधन-निरीक्षणाचा प्रत्यक्ष व्यवहारात उपयोग करण्यात येत आहे.

ह्या संस्थांबरोबरच -

विकास आणि शिक्षण संज्ञा कक्ष Development and Educational Communication Unit (DECU) अहमदाबाद अवकाश कार्यक्रमांची रूपरेषा व योजना बनवून त्याचे सामाजिक व आर्थिक मूल्यांकन करते. विकास आणि शिक्षण संज्ञापना उद्देशातील संशोधनाबरोबर प्रशिक्षणही देते.

मुख्य कार्यक्रम (१) खेडा संज्ञापन योजना, (२) संज्ञापनासंबंधी सामाजिक संशोधन, (३) दूरदर्शनच्या कर्मचाऱ्यांना प्रशिक्षण, (४) अवकाशतंत्रज्ञान वापरासंबंधीच्या योजना व तांत्रिक आर्थिक अभ्यास

द्रव - प्रणोदन व्यवस्था केंद्र (The Liquid Propulsion System Centre) तिरुवनंतपुरम, बेंगलोर, महेंद्रगिरी (तमिळनाडू) उपग्रहवाहक द्रव-प्रणोदन, उपग्रहासाठी द्रवप्रणोदन. ISRO च्या उपग्रह वाहक व अवकाश कार्यक्रमासाठीच्या द्रव - प्रणोदन प्रणालीचे संशोधन, विकास व परीक्षणांचे कार्य.

इस्रो - टेलिमेट्री, ट्रेकिंग आणि कमांड नेटवर्क (ISTRAC) मुख्यालय - बेंगळूरू - जेथे अवकाश उपग्रह नियंत्रण केंद्र आहे व श्रीहरीकोट्टा, तिरुवनंतपुरम, बेंगळूरू, लखनौ, निकोबार व मॉरिशसला जमीन केंद्राचे जाळे विकसित करण्यात आले आहे. - येथून इस्रो बरोबरच इतर अवकाशसंस्थांच्या अवकाशकार्यक्रमासाठी टेलिमेट्री, ट्रेकिंग आणि नियंत्रण सेवा उपलब्ध करून देतात. बहुउद्देशीय उपग्रह नियंत्रण कक्ष-बेंगळूरू S-Band साठी-मॉरिशस येथे केंद्रे.

मुख्य नियंत्रण केंद्र - हसन (कर्नाटक) येथून इनसॅट उपग्रह यानांचे प्रक्षेपण, त्याला कक्षेत स्थापन करणे आणि कक्षेत स्थापन झाल्यावर त्याचे संचलन केले जाते.

भौतिक संशोधन प्रयोगशाळा (Physical Research Lab) DOS (अवकाश-संशोधन विभाग) च्या अंतर्गत - अहमदाबादमध्ये अवकाश व संबंधित विज्ञान-संबंधी अभ्यासासाठी देशातील सर्वोच्च संस्था आहे.

राष्ट्रीय दूर-संवेदी संस्था (National Remote Sensing Agency - NRSA) DOS च्या साहाय्याने चालणारी स्वायत्त संस्था असून हैद्राबाद येथे अवकाश व आकाशातील आकडेवारीचा उपयोग करून पृथ्वीच्या साधनसंपदेचे सर्वेक्षण, ओळख, वर्गीकरण आणि नियंत्रण करण्याची सोय आहे. ही संस्था पृथ्वीवरील केंद्र दूर संवेदी उपग्रहांची आकडेवारी गोळा करते.

भारताच्या अवकाशसंशोधन कार्यक्रमाचे प्रमुख टप्पे -

१९७५ मध्ये आर्यभट्ट ह्या उपग्रहाचे प्रक्षेपण करून भारताने अवकाश-संशोधन विकासास खऱ्या अर्थाने सुरुवात केली.

भारताचा उपग्रह प्रक्षेपण विकास कार्यक्रम

(१) SLV : Satellite Launch Vehicle 1980 मध्ये भारताने रोहिणी ह्या उपग्रहाचे यशस्वीरीत्या प्रक्षेपण करून SLV टप्पा गाठला.

(२) ASLV : Augmented Satellite Launch Vehicle 1987 मध्ये ASLV हा उपग्रह प्रक्षेपित यशस्वी चाचणी करून SLV पेक्षा अधिक वजनाचे उपग्रह प्रक्षेपित करण्याचे तंत्रज्ञान भारताने मिळविले.

(३) PSLV : Polar Satellite Launch Vehicle ध्रुवीय उपग्रह प्रक्षेपक कार्यक्रम - १९९४ मध्ये ह्या उपग्रहाचे यशस्वीरीत्या प्रक्षेपण करून भारताला दूरसंवेदी उपग्रहांचे प्रक्षेपण स्वदेशी उपग्रह प्रक्षेपकांद्वारे करण्याची कामगिरी करून मोठे यश भारताच्या अवकाश संशोधन कार्यक्रमाने मिळविले.

ध्रुवीय उपग्रह प्रक्षेपकांद्वारे भारताने रिसोर्स सॅट (संसाधनविकासासाठी) ओशनसॅट (सागरी संशोधनासाठी), मेटसॅट (हवामानविषयक संशोधनासाठी), कोर्टोसेट (अद्ययावत नकाशे तयार करण्यासाठी) ह्या उपग्रहांचे प्रक्षेपण केले आहे.

(४) GSLV : Geo Stationary Launch Vehicle भूस्थिर उपग्रह प्रक्षेपक कार्यक्रम

Remote Sensing Satellite (RSS) दूर - संवेदी उपग्रह दूर - संवेदन - पृष्ठभागाशी कोणताही वास्तविक संपर्क न साधता त्यावरील घटकांचे संवेदन ओळखता येते व चित्रीकरण रेखाटता येते. यामध्ये पृथ्वीवरील घटकांवर सूर्याच्या पडणाऱ्या विद्युत-चुंबकीय किरणांच्या होणाऱ्या परावर्तित किरणांना उपग्रहाद्वारे मोजले जाते. यामध्ये कमी कालावधीत मोठ्या प्रदेशातील हवामान, पर्यावरण, भूगर्भ, भौगोलिक शेतीसंबंधीची पद्धतशीर व जलद विश्लेषणात्मक आकडेवारी देण्याची क्षमता असते. RSS हा निसर्गाचा योग्य वापर व पृथ्वीच्या साधनसंपदेच्या नूतनीकरणाच्या एकात्मिक व्यवस्थापनाबरोबरच नियोजनात महत्त्वाची भूमिका बजावू शकेल.

ध्रुवीय सूर्य-स्थिर उपग्रह (Polar sun-synchronus Satellite) - एका ध्रुवापासून दुसऱ्या ध्रुवापर्यंत फिरणारा उपग्रह असतो.

ध्रुवीय कक्षेबरोबरच उपग्रहयान स्वत:भोवती फिरत असते.

उपग्रहयान हे कक्षेत फिरताना सूर्याशी स्थिर कोन करून असते, १ कक्षा एक दिवसांत पूर्ण करते व एक वर्ष फिरत असते.

उपग्रह एका वर्षात सूर्याभोवतीच्या कक्षेत फिरत असतो म्हणून त्याला 'सूर्यस्थिर उपग्रह' म्हणतात.

सूर्याच्या प्रकाशात पृथ्वीचे चित्र घेता येईल अशा दृष्टिकोनातून त्याची कक्षा ठरविली जाते.

Insat Series (इन्सॅट सेरीज) - **इन्सॅट उपग्रहमालिका**

इन्सॅट या उपग्रहप्रणालीमार्फत दूरसंपर्क, हवामानाची निरीक्षणे, त्यांचे सांख्यिकी संकलन, दूरदर्शन व आकाशवाणी कार्यक्रमांचे प्रसारण ही प्रमुख उद्दिष्टे राबविली जातात. अवकाशविज्ञान (DOS), दूरसंचार विभाग (DOT), भारतीय हवामान खाते (IMD), भारतीय आकाशवाणी केंद्र (AIR) व दूरदर्शन (DD) या सर्व प्रणालींची निर्मिती आणि कार्यपद्धती ही मुख्यत: आकाश विज्ञान विभागातर्फेच ठरविली जाते.

इन्सॅट ही प्रणाली १९८३ मध्ये संस्थापित करण्यात आली. त्या वेळी इन्सॅट '१ बी' हा उपग्रह अंतराळात पाठविण्याची योजना हाती घेण्यात आली. इन्सॅट '२ ए' व '२ बी' या उपग्रहांवर शोध व मदत (सर्च अ‍ॅण्ड रेस्क्यू) कार्याकरिता, संकटकालीन परिस्थितीत पाठविलेले संदेश मिळविण्याची सोय होती. मात्र, हवामानविषयक माहिती मिळविण्याची यंत्रणा इन्सॅट '२ सी' मध्ये नव्हती. इन्सॅट '२ सी' व '२ बी' भूस्थिर कक्षेत सहस्थित (को-लोकेटेड) होते. त्यामुळे दोन्हींची उपयुक्तता वाढली होती.

इन्सॅट '२ सी' हा २०५० किलोग्रॅम वजनाचा उपग्रह सन २००२ पर्यंत कार्यरत राहिला. पृथ्वीपासून ३५ हजार ९७६ किलोमीटर उंचीवर तो भूस्थिर करण्यात आला. भारतातच बनविलेल्या या उपग्रहाचा निर्मितिखर्च, इतर देशांनी बनविलेल्या याच प्रकारच्या उपग्रहांपेक्षा २५ ते ३० टक्के कमी होता हे महत्त्वाचे. याचा आकार २.३ मीटर × २.५ मीटर × २.७ मीटर इतका होता. यावर सहा सौर संयंत्रणा (पॅनेल) होत्या.

सर्वसाधारणपणे विविध कारणांसाठी दोन प्रकारचे कृत्रिम उपग्रह वापरले जातात. पहिल्या प्रकारच्या उपग्रहांना भूस्थिर (जिओस्टेशनरी) व दुसऱ्या प्रकारच्या उपग्रहांना पृथ्वीसमीप ध्रुवभ्रमण करणारे (निअर अर्थ, पोलर ऑर्बिटिंग) म्हटले जाते. सर्व इन्सॅट उपग्रह हे पहिल्या प्रकारात मोडतात. पृथ्वीसंदर्भात ते अवकाशात ३६ हजार किलोमीटर इतक्या उंचीवर स्थिर केलेले असतात. पृथ्वीपासून दूर असल्यामुळे त्यांचे वियोजन (रिझोल्यूशन) कमी असते. त्यांचा उत्तम उपयोग पृथ्वीभोवती असलेल्या वातावरणाच्या थरांचा अभ्यास करण्यासाठी प्रामुख्याने होतो.

इन्सॅट प्रणालीमार्फत देशातली लहान-मोठी अनेक ठिकाणे दूरसंपर्कयोजनेमुळे परिणामकारकपणे एकमेकांना जोडली गेली आहेत. एकूण १६६ मार्गांच्या (रूट्स) साहाय्याने ५५०० दूरभाष मंडले (स्पीच सर्किट्स) जोडणे केवळ इन्सॅटमुळेच शक्य होते. राष्ट्रीय औष्णिक ऊर्जा निगम (National Thermal Power Corporation), भारतीय वायु प्राधिकरण (Gas Authority of India Ltd.), अणु ऊर्जा निगम (Automic Energy Corporation), भारतीय दूरभाष उद्योग (Indian Telecom Industry), तेल व नैसर्गिक वायु निगम (Oil and Natural Gas Corporation) या संस्थाही इन्सॅटवर आधारित दूरसंचार जाळ्याचा उपयोग करून घेत आहेत.

देशातील हवामानासंबंधीचा अभ्यास व हवामानाचे अंदाज यात मोठ्या प्रमाणावर झालेल्या सुधारणा यांचे श्रेय 'इन्सॅट' उपग्रहांना जाते. देशाच्या किनारपट्टीवर शंभराच्यावर, वादळप्रवण ठिकाणी आपत्तिसूचक यंत्रणा बसवून इन्सॅटमार्फत सूचनाप्रणाली (वॉर्निंग सिस्टिम) तयार करण्यात आली आहे. त्याचाही फार मोठा फायदा देशाला होतो आहे. देशातील ९० टक्के लोकांपर्यंत दूरदर्शनसुविधा इन्सॅटमुळेच पोहोचली आहे. इन्सॅट २ सी मुळे तर भारतीय दूरदर्शन आग्नेय व मध्य आशियातही पोहोचले.

इन्सॅट '३ बी' चे प्रक्षेपण २२ मार्च २००० रोजी कोऊरू येथून झाले. या उपग्रहामुळे व्यापार व मोबाइल संपर्क अधिक सुकर झाला आहे. २२ जानेवारी २००२ रोजी कोऊरू येथून प्रक्षेपित होणारा इन्सॅट ३ सी, तीन डिसेंबर २००१ रोजी फ्रेंच गिआनातील कोऊरूजवळच्या केनेडी विमानतळावर पोहोचला. त्यानंतर त्यावरील सर्व यंत्रणा सज्ज करण्यात आल्या. यात सौर संयंत्रणा, शृंगिका संस्थापन (अँटेना डिप्लॉयमेंट) यांसारख्या गोष्टी समाविष्ट होत्या.

या उपग्रहाचे प्रक्षेपण ऑगस्ट २००१ मध्ये होणार होते; परंतु, एरियन -५ उड्डाणवाहकातील बिघाडामुळे प्रक्षेपण लांबणीवर पडले होते. एरियन स्पेसने उपलब्ध करून दिलेल्या एरियन -४ या उड्डाणवाहकामार्फत याचे प्रक्षेपण केले गेले. इन्सॅट ३ सी ७५ अंश पूर्व रेखांशांवर भूस्थिर झाला.

इन्सॅट ३ सी नंतर २००३ मधे इन्सॅट ३ ए व ३ डी उपग्रहांचे प्रक्षेपणही झाले आहे. यांतील इन्सॅट ३ डी हा हवामान-उपग्रह (मेटोसॅट) आहे. इन्सॅट ३ ही प्रणाली सर्व दृष्टींनी महत्त्वपूर्ण आहे. माहितीप्रसारणाची कुवत व दर्जा सुधारणे आणि आपत्तिव्यवस्थापनात अधिक सक्षमता आणणे या तीन उद्दिष्टांसह अवकाशात झेप घेणाऱ्या या प्रणालीचा भारताच्या विकासात खूप मोठा वाटा आहे.

जी सॅट २, २००३ मध्ये, तर जी सॅट ३ किंवा एज्यूसॅट २००४ मध्ये प्रक्षेपित झाले आहेत.

Indian National Satellite (इंडियन नॅशनल सॅटेलाईट) - **भारतीय राष्ट्रीय उपग्रह**

बहुउद्देशीय उपग्रहप्रणाली - ज्याद्वारे देशांतर्गत दूरसंचार, हवामानाचा अभ्यास, रेडिओ व दूरदर्शनच्या कार्यक्रमांचे प्रसारण केले जाते.

हा दूरसंचार विभाग (DOT), भारतीय हवामान विभाग (IMD), AIR आणि दूरदर्शन विभागांचा संयुक्त उपक्रम आहे.

याची स्थापना व संचलनाची जबाबदारी DOT वर आहे. १९८३ मध्ये INSAT-1B च्या यशस्वी प्रक्षेपणाने इनसॅट प्रणालीची सुरुवात झाली.

इंडियन नॅशनल सॅटेलाइट हे संदेशवहनाच्या क्षेत्राच्या दृष्टीने अत्यंत महत्त्वपूर्ण असून भारताचा INSAT हा कार्यक्रम १९८३ मध्ये INSAT -1B चे प्रक्षेपण करून सुरू करण्यात आला. उपग्रहाच्या चार श्रेण्या असून संदेशवहन, INSAT दूरचित्रवाणी, DTH (Direct To Home), सॅटेलाइट फोन्स, व्ही - सॅट, ह्यांसाठी हे उपग्रह महत्त्वपूर्ण आहेत. अलीकडील काळात नवनवीन दूरचित्रवाणीवाहिन्यांची निर्मिती होत असल्याने INSAT उपग्रहांची गरज (विशेषत: ट्रान्सपॉन्डर्सची) वाढत आहे.

भूस्थिर उपग्रह प्रक्षेपण ३६,००० कि. मी. उंचीवरील कक्षेत परिभ्रमण करीत असून पृथ्वीभोवती आपली प्रदक्षिणा २४ तासांत पूर्ण करतात. हा वेळ पृथ्वीच्या परिवलनाइतकाच असल्याने हे उपग्रह स्थिर राहतात, म्हणून ह्या कृत्रिम उपग्रहांना भूस्थिर उपग्रह (Geostationary) म्हणतात. भूस्थिर उपग्रह अवकाशात प्रक्षेपित करण्याचे तंत्रज्ञान काही मोजक्या देशांनाच म्हणजेच संयुक्त संस्थाने, रशिया, फ्रान्स, जपान, चीन, युरोपियन युनियन ह्यांनाच अवगत आहे.

GSAT-1 हा उपग्रह २००१ मध्ये प्रक्षेपित करून भारताने अवकाशतंत्रज्ञानातील

महत्त्वाची कामगिरी केली. GSAT - 2, EDUSAT हे उपग्रहदेखील ISRO ने प्रक्षेपित केले आहेत.

GSLV - Fo4, ह्या भूस्थिर उपग्रह प्रक्षेपकाच्या साहाय्याने INSAT - 4CR हा २१३० कि. ग्रॅ. वजनाचा उपग्रह २ सप्टेंबर २००७ रोजी प्रक्षेपित करून भारताने अत्यंत मोजक्या राष्ट्रांच्या श्रेणीत स्थान मिळविले.

भारतीय उपग्रहकार्यक्रमाचे आंतरराष्ट्रीय उपयोजन

भारताने ध्रुवीय उपग्रह प्रक्षेपक यंत्रणेद्वारा कोरियाचा KITSAT, जर्मनीचा TUBSAT, इटलीचा AGILE ह्या उपग्रहांचे प्रक्षेपण करून भारताने आंतरराष्ट्रीय प्रक्षेपकांच्या बाजारपेठेत प्रवेश केला आहे.

भारताच्या अवकाश - संशोधन कार्यक्रमामध्ये SHAR केंद्र श्रीहरीकोटा, Physical Research Laboratory (अहमदाबाद), विक्रम साराभाई अवकाश केंद्र (थुंबा), अवकाश उपयोजन केंद्र (अहमदाबाद), National Remote Sensing Agency (हैद्राबाद), Master Control Facility (हसन), अँट्रिक्स लिमिटेड (बेंगळूरू) ह्या संस्थांची कामगिरी महत्त्वपूर्ण आहे.

Landsat - लँडसॅट उपग्रहप्रणाली

या मानवरहित उपग्रहप्रणालीमधला पहिला उपग्रह अमेरिकेने जुलै १९७२ मध्ये अंतराळात प्रक्षेपित केला. तेव्हा या उपग्रहाला ERTS (Earth Resource Technology Satellite) असे म्हटले जात असे. सुरुवातीला NASA या उपग्रहाची कार्यवाही करीत असे. १९८३ मध्ये याची सर्व जबाबदारी NOAA (National Oceanic and Atmospheric Administration) कडे व १९८५ मधे EOSAT (Earth Observation Satellite) या खासगी कंपनीकडे देण्यात आली.

लॉस एंजेलिस व सान फ्रान्सिस्कोच्या दरम्यान असलेल्या कॅलिफोर्नियाच्या किनाऱ्यावरील व्हँडेनबर्ग हवाई तळावरून, डेल्टा रॉकेट्सच्या साहाय्याने लँडसॅट उपग्रह प्रक्षेपित केले गेले.

२३ जुलै १९७२, २९ जानेवारी १९७५ व ५ मार्च १९७८ रोजी लँडसॅट १, २ व ३ असे तीन उपग्रह प्रक्षेपित करण्यात आले. या तीनही उपग्रहांचे कार्य आता थांबले असले तरी त्यांनी हजारो उपग्रहप्रतिमा मिळवून दिल्या आहेत. या पहिल्या पिढीतील उपग्रहावर (First Generation Satellites), बहुवर्णपटल (MSS) व रिटर्न बीम (RBV) असे दोन संवेदक (Sensors) नेण्यात आले होते. दोन्ही संवेदकांनी वर्णपटलाच्या दृश्य व समीप अवरक्त विभागातील ऊर्जेचा वापर करून पृथ्वीपृष्ठाच्या प्रतिमा मिळविल्या.

सूर्यानुगामी (Sun Synchronous) असणाऱ्या या उपग्रहांनी त्यांच्या दिवसाच्या

दक्षिणेकडील एकूण १४ कक्षामार्गांवर, तर रात्रीच्या उत्तरेकडील मार्गावर रोज चित्रण केले. पृथ्वीच्या परिवलनामुळे रोजचा भ्रमणमार्ग थोडासा पश्चिमेकडे सरकल्यामुळे, संपूर्ण पृथ्वीचे चित्रण १८ दिवसात म्हणजे २५२ भ्रमणकक्षांत पूर्ण होई. ८१° अक्षवृत्ताच्या वरील ध्रुवीय प्रदेशाचे चित्रण अर्थातच होऊ शकले नाही. ४० अंश अक्षवृत्तावर, ६२ कि.मी. अंतराचे म्हणजे ३४% प्रदेशाचे द्विरुक्त चित्रण झाले. विषुववृत्तावर ही द्विरुक्ती केवळ १४% एवढीच होती. या द्विरुक्त प्रतिमांचा वापर पुढे त्रिमितस्वरूपातही करता आला.

पृथ्वीवरच्या त्याच प्रदेशाचे चित्रण दर १८ दिवसांनी झाले. ९२० कि.मी. उंचीवर असलेल्या या उपग्रहांना एक भ्रमण पूर्ण करायला १०३ मिनिटे लागत. लॉस एंजेलिस इथल्या अक्षवृत्तावरून रोज सकाळी १० वाजता लँडसॅट उपग्रह जात असल्यामुळे, सकाळच्या वेळी असणारी क्षितिजावरची सूर्याची कमी उंची व त्यामुळे प्रतिमेची छाया, स्पष्टपणा, याबाबतीत वाढलेली प्रत यामुळे या प्रतिमा खूपच उपयुक्त ठरत आहेत.

लँडसॅट ४ व ५ हे दुसऱ्या पिढीतील उपग्रह, १६ जुलै १९८२ व १ मार्च १९८४ रोजी अवकाशात प्रक्षेपित केले गेले. हे आकाराने मोठे व पूर्वीच्या लॅडसॅट उपग्रहापेक्षा थोडे क्लिष्ट आहेत. यात MSS व TM (Thematic Mapper) म्हणजे विशिष्ट विषय मानचित्रक असे दोन संवेदक वापरले आहेत. हे उपग्रह केवळ ७१४ कि.मी. उंचीवरून व एक भ्रमण ९९ मिनिटांत पूर्ण करून चित्रण करतात.

संपूर्ण पृथ्वीचे चित्रण १६ दिवसांत केले जाते. यातील MSS संवेदकाची वियोजनक्षमता ८० कि.मी. तर TM संवेदकाची क्षमता ३० कि.मी. इतकी उच्च आहे.

Oceansat - ओशनसॅट

आयआरएस या भारतीय दूरसंवेदन उपग्रहमालिकेतील एक महत्त्वाचा उपग्रह 'ओशनसॅट' किंवा आयआरएसपी फोर २६ मे १९९९ रोजी अंतराळात सोडण्यात आला. ५७०० कि.मी. लांबीची समृद्ध किनारपट्टी लाभलेल्या आपल्या देशाला या उपग्रहाचा खूपच मोठा फायदा होत आहे.

देशाच्या सागरी किनाऱ्यांचे आणि सागरी प्रदेशांचे सर्वेक्षण करणे, हा या उपग्रहाचा मूळ उद्देश आहे. संपूर्ण भारतीय बनावटीचा हा उपग्रह, सागरी सर्वेक्षणासाठी आवश्यक अशा सर्व अत्याधुनिक उपकरणांनी सज्ज असून कार्यान्वित झाल्यापासून, आपल्या देशाच्या किनारी भागाची अजूनही आपल्याला पुरेशी न मिळालेली माहिती सक्षमपणे आपल्याला मिळवून देत आहे.

आयआरएसपी फोर किंवा ओशनसॅटप्रमाणेच आयआरएसपी फाइव्ह किंवा कार्टोसॅट आणि आयआरएसपी सिक्स अथवा रिसोर्ससॅट हे भारतीय बनावटीचे उपग्रह

अंतराळात सोडण्यात आले आहेत. दूरसंवेदन तंत्रज्ञानात भारताची ही एक महत्त्वाकांक्षी अशी गरुडझेप आहे यात शंका नाही.

अंतराळ उपग्रहतंत्रज्ञानात आज आपला देश खूपच अग्रेसर आहे. या तंत्रज्ञानाचा वापर संपर्क- साधन (कम्युनिकेशन), हवामानशास्त्र (मिटिरिऑलॉजी), विपत्तिसूचन (डिझास्टर वॉर्निंग) व शोध आणि मदतकार्य (सर्च अँड रेस्क्यू) यांत आपण अतिशय परिणामकारकपणे करून घेत आहोत. गेल्या पंधरा-वीस वर्षांपासूनच आपल्या शास्त्रज्ञांनी या क्षेत्रात गगनाला अक्षरशः गवसणी घालायचे प्रयत्न चालू ठेवलेले आहेत.

दूरसंवेदन हा भारतीय अवकाशमोहिमांचा मुख्य भाग असून, उपलब्ध नैसर्गिक साधनसंपत्तीचे सविस्तर सर्वेक्षण करण्यासाठी त्याचा वापर केला जात आहे. विविध संशोधन आणि शैक्षणिक संस्था, सरकारी व निमसरकारी संस्था, एवढेच नाही, तर काही आंतरराष्ट्रीय कंपन्यांनाही या मोहिमांतून मिळणाऱ्या प्रचंड माहितीचा उपयोग होत आहे. दूरसंवेदन उपग्रहांमार्फत मिळणाऱ्या माहितीचा वेग आणि प्रमाण इतके प्रचंड आहे की, त्याची दखल घेताना आणि त्याचा संशोधनात वापर करून घेताना, संशोधकांना आणि विविध प्रकल्प राबविणाऱ्या अभियंत्यांना कमालीचे जागरूक आणि सजग राहावे लागत आहे.

समुद्राच्या खोलीमुळे, सागरी प्रवाहांमुळे, भरती-ओहोटीमुळे आणि सागरपृष्ठावर ऋतूंनुसार होणाऱ्या बदलांमुळे सागरी प्रदेशाच्या सर्वेक्षणात अनंत अडचणी येतात. किनाऱ्यासमीपच्या प्रदेशातील (निअर शोअर झोन) जैवविविधतेचा (बायोडायव्हर्सिटी) अभ्यास करणे ही तशी फार कठीण गोष्ट. यासाठी कितीही प्रयत्न केले, तरी ते अपुरेच पडतात, असे वाटते. सागरी प्रदेशातील जैवविविधतेबरोबरच उपलब्ध असलेल्या इतर सागरी संपदेच्या सर्वेक्षणाकरता एखाद्या सशक्त आणि अचूक तंत्रज्ञानाची खरोखरच फार मोठी गरज होती.

भारताच्या किनारी प्रदेशातल्या नद्या, खाड्या यांतले प्रदूषण, गाळाचे संचयन, बदलणारे भरती-ओहोटी प्रवाह, धूप होणारे किनारे, नष्ट होणाऱ्या वनस्पती, कमी होणारी मत्स्यसंख्या, किनाऱ्याजवळ वादळवाऱ्याला तोंड देत उभ्या असलेल्या वस्त्या, लहान-मोठे बंधारे बांधून, मान्सूनमध्ये आत घुसणाऱ्या समुद्राला थोपवून धरण्याचे प्रयत्न, समुद्राच्या आक्रमणामुळे खारटपणा वाढून निकस होणाऱ्या जमिनी, चिखलमातीच्या आणि वाळूच्या अपतट प्रदेशातील (ऑफशोअर झोन) हालचालींमुळे व संचलनामुळे उथळ बनणारी मत्स्यक्षेत्रे- या आणि अशा अनेक समस्यांच्या अभ्यासाकरिता व सर्वेक्षणाकरता 'ओशनसॅट' मोलाची भर टाकत आहे.

अहमदाबादच्या भारतीय अवकाश संशोधन अनुसंधानातील (ISRO) व स्पेस ॲप्लिकेशन सेंटर (SAC) ने ओशनसॅटच्या सांख्यिकीकरता एक स्वतंत्र संगणकीय संहिता

(Software) तयार केली आहे. यामुळे मिळणाऱ्या सर्व माहितीचे उच्च प्रतीचे सांख्यिकी मूल्यांकन (Quantitative Estimation) व अवकाशीय सलगता (Spatial Consistency) ठरविता येते.

RADAR (रडार) **- टेहळणी करणारी विद्युत्-चुंबकीय यंत्रणा**

रडार

ही विद्युत्-चुंबकीय यंत्रणा असून संपूर्ण यंत्रणेच्या साहाय्याने बाह्य वस्तूचा शोध घेऊन त्याचा ठावठिकाणा निश्चित करता येतो. याशिवाय बाह्य वस्तू किती अंतरावर आहे आणि निरीक्षणस्थानापासून ती वस्तू दूर जात असताना किंवा जवळ येत असताना तिचा वेग अथवा गती किती आहे, तेही या यंत्राच्या साहाय्याने कळू शकते. इ. स. १८८० च्या सुमारास हेनूरिच हर्ट्झ याने केलेल्या प्रायोगिक प्रयत्नातून रडारचा शोध लागला. 'Radio Detection and Ranging' पासून 'RADAR' हा शब्द तयार झाला. दुसऱ्या महायुद्धात दोस्त राष्ट्रांकडील इंग्लंड व अमेरिकेच्या संशोधकांनी लष्कराला उपयुक्त ठरण्याच्या उद्देशाने, जास्त क्षमता असलेला 'मायक्रोवेव्ह' रडार विकसित केला. आज रडारचा विविध क्षेत्रांत उपयोग करून घेतला जातो. उदा. पृथ्वीच्या कक्षेत जे कृत्रिम उपग्रह पाठविले जातात त्यांचा वेध घेण्यासाठी, त्यांचे नियंत्रण करण्यासाठी, रडारचा उपयोग होतो. नौदलामध्ये रडारचा उपयोग होतो. मोठ्या विमानतळाच्या भोवती विमानांच्या येण्या-जाण्यावर नियंत्रण ठेवण्यासाठी रडार वापरले जातात.

शत्रूप्रदेशात बॉंबफेक करताना लक्ष्याचा नेमका वेध घेण्यासाठी किंवा लक्ष्य नेमके कुठे आहे ते जाणण्यासाठी किंवा विमानातून बॉंबफेक करण्यासाठी जागा कोणती व कुठे बॉंब सोडले पाहिजेत, ते ठरविण्यासाठी जेव्हा रडारचा उपयोग केला जातो, तेव्हा त्याला रडार बॉंबफेक (Radar Bombing) असे म्हणतात. अंधूक प्रकाश असताना कोणत्याही हवाई कृतीसाठी रडारचा उपयोग चांगल्या प्रकारे करून घेता येतो.

शत्रूविषयी माहिती मिळविण्यासाठी रडारचा उपयोग टेहळणीचे साधन म्हणून करून घेतला जातो. लक्ष्य (Target) नेमके कुठे आहे, हवेत कुठे आहे, जमिनीवर कुठे आहे अगर समुद्रात कुठे आहे, ते रडारमुळे समजते. लक्ष्याच्या हालचाली, लक्ष्याचे स्वरूप - रडार टेहळणीमुळे - दिवसा, रात्री, अंधूक प्रकाशात केव्हाही समजू शकते. शत्रूविषयीची माहिती जेव्हा रडारच्या साहाय्याने मिळविली जाते, तेव्हा त्याला रडार

टेहळणी (Radar Reconnaissance) असे म्हणतात.

रडार (रेडिओ डिटेक्शन अॅण्ड रेंजिंग) ही यंत्रणा स्वयंनियंत्रित (अॅक्टिव्ह) स्वरूपाची असून, ती स्वत:चा असा स्वतंत्र ऊर्जास्रोत वापरते. स्वयंनिर्मित अशा विद्युत्‌चुंबकीय ऊर्जेचा (Electromagnetic Energy) वापर करून ज्या प्रदेशाची किंवा लक्ष्याची (टारगेट) प्रतिमा घ्यायची आहे, ती प्रकाशित करण्याची सोय या यंत्रणेत असते. इतर दूरसंवेदनयंत्रणा सूर्यप्रकाशित प्रदेशांच्या प्रतिमा घेतात; म्हणजे या यंत्रणा पॅसिव्ह असा ऊर्जास्रोत वापरतात. त्यामुळे त्यावर सूर्यप्रकाश व भूपृष्ठावरून परावर्तित होणाऱ्या ऊर्जेतील सर्वच चढ-उतारांचा अनिवार्य परिणाम होत असतो.

रडार यंत्रणा स्वयंनिर्मित ऊर्जा, लक्ष्याकडे पाठवून देते आणि तिच्या परावर्तनानंतर (रडार रिटर्न) प्रतिमा घेते. या यंत्रणेचा आखणी एक फायदा म्हणजे आपल्याला पाहिजे त्या पद्धतीने व योग्य दिशेने आणि पुरेशा प्रमाणात प्रदेश प्रकाशित करून त्याचे चित्रण करता येते.

विद्युत्‌चुंबकीय तरंगपट्ट्यांचा (इलेक्ट्रोमॅग्नेटिक स्पेक्ट्रम) एक मिलीमीटरपासून ३० सें.मी. पेक्षा जास्त तरंगलांबी असलेल्या सूक्ष्मतरंग (मायक्रोवेव्ह) विभागात-रडार यंत्रणा कार्य करते. अशा तऱ्हेच्या रेडिओ लहरींच्या परावर्तनाची कल्पना इ.स. १८०० मध्येच लक्षात आली होती. पण या तरंगपट्ट्यांचा चित्रणासाठी वापर इ.स. १९२० नंतरच, जहाज व विमाने यांचे शोधन (डिटेक्शन) व स्थाननिश्चितीकरण करण्यासाठी अमेरिकेत व ब्रिटनमध्ये करण्यात येऊ लागला. दुसऱ्या महायुद्धात नौगमन (नॅव्हिगेशन) व लक्ष्यनिश्चितीकरण (टारगेट फिक्सिंग) यासाठी रडारयंत्रणा अधिक विकसित झाली. याच काळात स्वत:भोवती फिरणारी शृंगिका (रोटेटिंग अँटिना) व वर्तुळाकृती कॅथोड किरणनलिका यांचा वापर करण्यात येऊ लागला.

इ.स १९५० नंतर शत्रूच्या प्रदेशाचे, प्रत्यक्ष त्या प्रदेशात न जाता चित्रीकरण करण्यासाठी, पार्श्वदिशादर्शक हवाई रडार (साइड लुकिंग एअरबोर्न रडार SLAR) या यंत्रणेची भर पडली. आज ही यंत्रणा अतिशय अद्ययावत व अचूक मानण्यात येते.

रडारची मूळ रचना मात्र खूपच सोपी असून त्यात रडार पल्स पाठविणारी व ती पुन्हा प्राप्त करणारी शृंगिका हा महत्त्वाचा घटक असतो. ड्युप्लेक्सर नावाचा एक इलेक्ट्रॉनिक स्विच या पाठविल्या गेलेल्या व परावर्तित झालेल्या सिग्नलचा एकमेकाला अडथळा होणार नाही, याची खबरदारी घेतो.

यातील शृंगिका (अँटेना) हा एक परावर्तक (रिफ्लेक्टर) असतो. आवश्यक त्या प्रदेशावर ऊर्जा केंद्रित करणे व ती परावर्तित झाल्यावर परत मिळविणे, ही दोन्ही कामे हा एकच परावर्तक करतो. या यंत्रणेतील प्राप्तक (रिसिव्हर) हा या परत आलेल्या दुर्बल

अशा ऊर्जेचे परिवर्धन (ॲम्प्लिफिकेशन) करतो व परावर्तित ऊर्जेतील कमी-अधिक तीव्रतेचे नेमके मापन करून त्यापासून प्रतिमा तयार करतो. ही प्रतिमा 'स्वीप लाइन' या स्वरूपात दिसू शकते किंवा त्याचे छायाचित्र घेता येते. प्रतिमा (म्हणजे केवळ संकेत) स्वरूपातही ती अभिलेखित करता येते. चुंबकपट्टीवर (मॅग्नेटिक टेप) ती अभिलेखित (रेकॉर्ड) करता येते व संगणक विश्लेषणाकरताही ही नंतर वापरता येते.

पार्श्वदिशादर्शक हवाई रडार (SLAR) मात्र एका विमानात शृंगिका बसवून आवश्यक त्या दिशेने ती वळवून त्यामार्फत प्रदेशाचे चित्रण करतो. खूप दूरवर असलेल्या दुर्गम किंवा शत्रूच्या ताब्यात असलेल्या प्रदेशाच्या चित्रणासाठी SLAR चा खूप परिणामकारकपणे वापर आज सर्वत्र केला जातो.

Remote Sensing (रिमोट सेन्सिंग) - दूरसंवेदन

कोणत्याही घटकाच्या किंवा वस्तूच्या प्रत्यक्ष संपर्कात न येता त्यासंबंधीची माहिती मिळवणे, संकलित करणे व त्याचे वर्णन करणे या तंत्रास सर्वसामान्यपणे 'दूरसंवेदन' असे म्हटले जाते. पृथ्वीच्या पृष्ठभागाच्या निरीक्षणासाठी विमाने व कृत्रिम उपग्रह यांचा दूरसंवेदनाची साधने म्हणून उपयोग केला जातो. हवाई छायाचित्रण हे दूरसंवेदनाचे मूळ स्वरूप आहे. अजूनही दूरसंवेदनाचा हाच प्रकार जास्त प्रचलित आहे. पृथ्वीवरील तेल व खनिजसाठ्यांचे शोध करण्याकरिता प्रामुख्याने हवाई छायाचित्रणाचाच उपयोग केला जातो.

दूरसंवेदन तंत्रामध्ये प्रामुख्याने विद्युत्चुंबकीय ऊर्जेचा (Electromagnetic Energy) उपयोग केला जातो. प्रकाशाच्या वेगाबरोबर प्रवास करणाऱ्या सर्व तऱ्हेच्या ऊर्जेस विद्युत्चुंबकीय ऊर्जा असे म्हटले जाते. ही ऊर्जा विशिष्ट तरंगलांबीच्या (Wave Length) तरंगांमार्फत विशिष्ट वेळेत प्रवास करीत असते. जेव्हा एखाद्या पदार्थाशी किंवा पृष्ठाशी तिचा संबंध येतो तेव्हाच ती शोधता येते.

घन, द्रव किंवा वायुरूप पदार्थांशी जेव्हा विद्युत्चुंबकीय ऊर्जेचा संबंध येतो तेव्हा त्यास प्राप्त प्रारण (Incident Radiation) म्हटले जाते. मात्र पदार्थांशी संबंध आल्यानंतर प्राप्त प्रारणाचे काही गुणधर्मच बदलतात. यात प्रारणाची तीव्रता (Intensity), दिशा, तरंगलांबी (Wave Length), ध्रुवीकरण (Polarization) व अवस्था (Phase) या गुणधर्मांचा समावेश होतो. दूरसंवेदन तंत्र हे प्रामुख्याने या बदलांची नोंद करते. पृथ्वीपृष्ठावरील विविध घटकांच्या संदर्भातही विद्युत् चुंबकीय प्रारणात असे बदल होतात. दूरसंवेदन तंत्र वापरून घेतलेल्या प्रतिमा किंवा हवाई छायाचित्रात या बदलांची नोंद केली जाते व या तंत्रातील प्रतिमा-विश्लेषक (Image Interpreter) प्रतिमांचा अभ्यास करून ज्या घटकांनी हे बदल घडवून आणले, ते घटक ओळखण्याचा प्रयत्न करतो.

पृथ्वीवरील विविध घटकांशी संबंध आल्यावर, विद्युत्चुंबकीय ऊर्जा व ते घटक यांत मुख्यत: खालील पांच परस्परक्रिया होतात.

(१) विद्युत्चुंबकीय ऊर्जा घटकातून आरपार जाताना किंवा एका माध्यमातून वेगळ्या घनतेच्या माध्यमात जाताना (हवेतून पाण्यात) विद्युत्चुंबकीय प्रारणाचा वेग (Velocity) बदलते. वातावरणातून येणाऱ्या प्रारणांचा (Radiations) वेग व पृथ्वीवरील घटकांशी संचरण होऊन बदललेला वेग यांच्या गुणोत्तरास वर्तन निर्देशांक (Index of Refraction) असे म्हटले जाते. सूत्ररूपात,

$$n = \frac{cg}{cs}$$

किंवा

$$\text{वर्तन निर्देशांक } n = \frac{\text{ऊर्जेचा वातावरणातील प्रवेग } cg}{\text{ऊर्जेचा घटकातील (माध्यमातील) प्रवेग } cs}$$

(२) विद्युत्चुंबकीय ऊर्जा पृथ्वीवरील घटकात किंवा पदार्थात शोषली जाते. यामुळे घटकाची उष्णताही वाढते.

(३) प्राप्त ऊर्जेच्या पदार्थाची संरचना व तापमान यानुसार दीर्घ तरंगाच्या स्वरूपात उत्सर्जन होते.

(४) प्राप्त ऊर्जा अनेक दिशांनी विस्थापित (Deflect) किंवा विकिरित होते. हे विकिरण प्रदेशाच्या खडबडीतपणावर (Roughness) ठरते.

(५) प्राप्त ऊर्जा, पदार्थावर ज्या कोनातून पडते तितकाच कोन करून परावर्तित होते (Law of Reflection).

वर उल्लेख केलेल्या उत्सर्जन (Emitance), विकिरण (Scattering) व परावर्तन (Reflection) या तीनही क्रिया पृष्ठीय घटना आहेत. याउलट, संचरण व शोषण या क्रिया आयतन घटना (Volume Phenomena) आहेत.

विद्युत्चुंबकीय ऊर्जेची तरंगलांबी आणि पदार्थाची विशिष्ट रचना यांवर पृष्ठीय व आयतन घटना यातील परस्परक्रिया ठरतात. पदार्थ व ऊर्जा यांतील परस्परक्रिया दूरसंवेदनतंत्रात नेमकेपणाने नोंदविल्या जातात. याचाच उपयोग पृष्ठभागाचे पृथक्करण (Interpretation) याकरिता केला जातो. दूरसंवेदनतंत्रात, पृथ्वीपृष्ठाची छायाचित्रे घेण्यासाठी किंवा प्रतिमा घेण्यासाठी दोन प्रकारच्या प्रणाली वापरल्या जातात. हवाई छायाचित्रणासाठी हवाई कॅमेरा व प्रतिमानासाठी सूक्ष्म समीक्षक (Scanner) प्रणाली वापरली जाते.

Resourcesat - रिसोर्ससॅट

भारतीय अवकाश संशोधन अनुसंधानाचा (इस्रो) रिसोर्ससॅट (पी-६) हा उपग्रह पी.एस.एल.व्ही. या ध्रुवीय प्रक्षेपकाच्या साहाय्याने 'सतीश धवन अवकाश केंद्रा'वरून १७ ऑक्टोबर २००३ रोजी अवकाशात प्रक्षेपित करण्यात आला होता. या उपग्रहाचे कार्य अतिशय उत्तम प्रकारे चालू असून त्याने अत्युच्च दर्जाच्या उपग्रह प्रतिमा (सॅटेलाइट इमेजेस) पाठवायला सुरुवात केली आहे.

भारतीय अवकाश संशोधन विभागाचा सिसोर्ससॅट हा आय.आर.एस. प्रणालीतील दहावा अति महत्त्वाकांक्षी असा उपग्रहकार्यक्रम ! यापूर्वीच्या आय.आर.एस.वन-सी. (IRS-1 C) आणि वन डी (1 D) या उपग्रहांपेक्षा रिसोर्ससॅटची अवकाशीय वियोजन क्षमता (स्पेशिअल रिझोल्युशन कपॅसिटी) खूपच जास्त असल्यामुळे आणि अतिरिक्त प्रारण वर्णपट्ट्यात (स्पेक्ट्रल बँड) दूरसंवेदनाची त्याची कुवत लक्षणीय असल्यामुळे शास्त्रज्ञांना या उपग्रहाकडून मिळणाऱ्या प्रतिमांच्या दर्जाबद्दल मोठ्याच अपेक्षा होत्या. आज या उपग्रहाकडून प्राप्त होणाऱ्या प्रतिमा आणि त्यांतील बारकाव्यांची स्पष्टता पाहता शास्त्रज्ञांची ही अपेक्षा पूर्ण झाल्याचे लक्षात येते.

रिसोर्ससॅटच्या प्रक्षेपणानंतर लगेचच म्हणजे २५ ऑक्टोबर ते ५ नोव्हेंबर २००३ या काळात, त्यावरील कॅमेरे किती कार्यक्षम आहेत याची पडताळणी करण्यात आली होती. तेव्हापासूनच शास्त्रज्ञांना या मोहिमेच्या यशाबद्दल खात्री होती. रिसोर्ससॅट उपग्रहाने पाठविलेल्या सांख्यिकीवर प्रक्रिया करून जी नमुना छायाचित्रे व प्रतिमा हैद्राबादच्या राष्ट्रीय सुदूर संवेदन संस्थेने (NRSA) तयार केली, ती सर्वच या उपग्रहाच्या सक्षमतेची व ताकदीची साक्ष देतात.

रिसोर्ससॅट (आय.आर.एस.पी.-६) हा १३६० किलो वजनाचा, आतापर्यंतच्या उपग्रहांत सगळ्यात जड व प्रगत असा उपग्रह आहे. तिरुवनंतपुरमच्या विक्रम साराभाई स्पेस सेंटरने तयार केलेला ध्रुवीय उपग्रह प्रक्षेपक (PSLV-पोलर सॅटेलाइट लाँच व्हेइकल) या सगळ्या योजनेतला महत्त्वाचा घटक असून, नैसर्गिक साधनसंपदेचे नियोजन व व्यवस्थापन यांसाठी त्याचे फार मोठे योगदान आहे. या प्रक्षेपकाने उड्डाणानंतर १०८० मिनिटांनी, ८२१ कि.मी. उंचीवर सूर्यानुगामी कक्षेत (सन सिन्क्रॉन्स्) स्थान निश्चितीकरण केले होते. रिसोर्ससॅटच्या सूर्यानुगामी कक्षेने विषुववृत्ताशी ९८.७६ अंश इतका कोन केला असल्यामुळे भूप्रदेशासंबंधीची सर्व प्रकारची सांख्यिकी अधिक योग्य प्रकारे मिळणेही सुकर झाले आहे.

Rocket (रॉकेट) - **क्षेपणयान**

अवकाशयानाला, पृथ्वीच्या गुरुत्वाकर्षणावर मात करून पृथ्वीच्या गुरुत्वाकर्षणाच्या बाहेरील अवकाशात घेऊन जाणाऱ्या वाहकाला 'क्षेपणयान' असे म्हणतात.

हे क्षेपणयान अनेक टप्प्यांचे बनलेले असते. यांतील पहिला टप्पा यान जमिनीवरून वर उचलले जाण्यासाठी उपयोगी पडतो व त्याचे कार्य संपताच तो गळून पडतो. त्याच वेळी पुढील टप्पा प्रज्वलित होऊन यानाला रेटा मिळू लागतो व तिसरा व अधिक टप्पे असले, तर त्यांच्या रॉकेट्सचे कार्यही अशाच अनुक्रमाने होऊन, मुख्य यानास आवश्यक असा वेग मिळत जातो. क्षेपणयानाचा रेटा (Force) हा अवकाशात क्षेपित करावयाच्या वस्तूचे (क्षेपणयानासहित) वजन व त्याने गाठावयाच्या लक्ष्याचे अंतिम अंतर, यांवर अवलंबून असतो.

रॉकेट उडविण्यासाठी द्रव ऑक्सिजन किंवा हायड्रोजन या इंधनांचा वापर करण्यात येतो. रॉकेट उडण्याची क्रिया ही न्यूटनच्या तिसऱ्या नियमावर आधारित आहे. न्यूटनच्या तिसऱ्या नियमानुसार, 'To every action, there is an equal and opposite reaction.' 'प्रत्येक क्रियाबलास समान परिमाणांचे प्रतिक्रियाबल अस्तित्वात असते व त्यांच्या दिशा परस्परविरुद्ध असतात.'

क्षेपणयानातील इंधन जेव्हा प्रज्वलित केले जाते, तेव्हा रासायनिक क्रियांमुळे त्याचे ज्वलन होते. ज्वलनाद्वारे निर्माण झालेले उष्ण वायू क्षेपणयानाच्या शेपटीकडील बाजूस असलेल्या लहान छिद्राद्वारे प्रचंड जोराने बाहेर जातात. या वायूंमुळे क्षेपणयानावर तेवढ्याच परिमाणाचे बल विरुद्ध दिशेने प्रयुक्त केले जाते. या प्रतिक्रियाबलामुळेच क्षेपणयान पुढे प्रक्षेपित होते.

Satellite Images (सॅटेलाईट इमेजेस) - **उपग्रहप्रतिमा**

उपग्रहातील संवेदकामार्फत (Sensor), घेतलेली प्रतिमा, पृथ्वीकडे विद्युतसंकेतामार्फत पाठवल्यावर संगणकाच्या साहाय्याने त्यावर प्रक्रिया करून त्यापासून उपग्रहप्रतिमा मिळवली जाते. ही सांख्यिकी स्वरूपातील प्रतिमा, विविध पद्धतींनी समजून घेतली जाते (Interpreted). सहजपणे लक्षात न येणारे अनेक बारकावे या प्रतिमांतून सहजपणे समजतात. शेतजमिनीतील आर्द्रतेच्या प्रमाणात दिसणारे फरक, नागरी वस्त्यातील घरांच्या छतातून उत्सर्जित होणारी उष्णता, तळी, सरोवरे, खाड्या यांतील अवसादांची पसरण (Sediment Dispersal). यांसारख्या अनेकविध गोष्टी उपग्रहप्रतिमांतून ओळखता येतात.

संगणकावरील या समीक्षित (Scanned) प्रतिमा म्हणजे चित्रघटकांची (Pixel, Picture Elements) साठवण किंवा संग्रहच असतो. प्रत्येक चित्रघटक, संवेदकाने प्राप्त केलेल्या पृथ्वीवरून परावर्तित झालेल्या सौरप्रारणाचे प्रमाण दाखवतो. चित्रघटकाचा आकार, प्रतिमेच्या वियोजनाचीही कल्पना देतो. चित्रघटकाचा आकार जेवढा लहान तेवढे वियोजन (Resolution) जास्त असते. लॅंडसॅट हा उपग्रह ३० मीटर एवढ्या चित्रघटकात सांख्यिकी गोळा करतो.

दूरसंवेदनतंत्राने मिळविलेल्या सांख्यिकीचे आधुनिक रूप म्हणजे LIDAR (Light Detection And Ranging). जमिनीवरील उंचसखल भागांच्या उंचीबद्दलची सांख्यिकी मिळवण्याकरता विमानात बसविलेल्या लेसरचा यात उपयोग केला जातो. केवळ १५ से.मी. इतक्या अचूकतेने हे चित्रण केले जाते. प्रत्येक मोजमापास जागतिक स्थाननिश्चिती यंत्रणेचा (GPS) वापर करून भूसंदर्भ दिला जातो. सविस्तर आणि उच्च प्रतीच्या सांख्यिक उंची प्रतिमानाच्या (Digital Elevation Model) निर्मितीसाठी LIDAR चा खूपच चांगला उपयोग होऊ शकतो.

Satellite, Navigational (सॅटेलाईट, नॅव्हिगेशनल) - नौकायान उपग्रह

हा एक कृत्रिम उपग्रह असून या उपग्रहात रेडिओ-इलेक्ट्रॉनिक यंत्रणा बसविलेली असते. ही यंत्रणा अत्यंत प्रभावी असल्याने याचा उपयोग विमानवाहतूक व सागरी जहाजांच्या दळणवळणासाठी चांगल्या प्रकारे होऊ शकतो. विमानांना अचूक दिशा दाखविणे, जहाजांना सागरी प्रदेशात योग्य मार्गावर बिनधोक ये-जा करणे आता कृत्रिम उपग्रहांमुळे शक्य झाले आहे. क्षेपणास्त्रांच्या अचूक माऱ्यांसाठीही उपग्रहाचा उपयोग होऊ शकतो. एकदा उपग्रहाने रॉकेटच्या साहाय्याने पृथ्वीच्या कक्षेमध्ये भ्रमणाला प्रारंभ केला, की त्याचे जे अनेकविध उपयोग होतात त्यांतील एक म्हणजे विमानांना व जहाजांना साहाय्य करणे.

Sound Navigation and Ranging System (SONAR) (साउड नॅव्हिगेशन अँड रेंजिंग सिस्टिम - सोनार

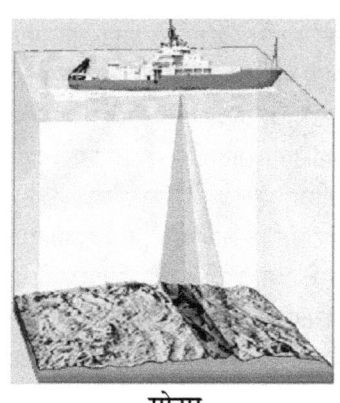

सोनार

ध्वनिलहरींची निर्मिती झाल्यानंतर डोंगर किंवा भिंत यांच्याकडून लहरींचे परावर्तन होते आणि तो ध्वनी आपणास ऐकू येतो. या परावर्तित ध्वनीस प्रतिध्वनी (ECHO) असे म्हणतात. एकदशांश सेकंदाच्या अंतराने ध्वनिलहरी आपल्या कानावर पडल्यास आपण त्या स्वतंत्रपणे ओळखू शकतो. एकदशांश सेकंदाच्या आत दोन ध्वनी आपल्या कानावर पडल्यास आपल्याला त्यांचे स्वतंत्रपणे ज्ञान होत नाही. ध्वनिलहरींचे परावर्तन होऊन एकदशांश सेकंदानंतर त्या आपल्या कानावर पडल्यास मूळ आवाज पुन्हा ऐकू येतो. हाच प्रतिध्वनी होय. कक्ष तापमानास ध्वनीचा हवेतील वेग ३४० मीटर प्रती

सेकंद इतका आहे. एकदशांश सेकंदात ध्वनिलहरी ३४० $\frac{१}{१०}$ = ३४ मीटर इतके अंतर जातात; म्हणून आपणास प्रतिध्वनी ऐकू येण्यासाठी आपल्यापासून परावर्तक पृष्ठभाग त्याच्या निम्म्या म्हणजे १७ मि. किमान अंतरावर असणे आवश्यक आहे.

प्रतिध्वनीचे तत्त्व वापरून समुद्राच्या तळाशी असणारे अडथळे शोधता येतात व समुद्राची खोली मोजता येते. याच पद्धतीला 'सोनार' असे म्हणतात.

यात जहाजावर एक प्रक्षेपक (Transmitter) आणि एक ध्वनिग्राहकयंत्र (Receiver) एका विद्युत् मंडलात (Electrical Circuit) जोडलेली असतात. प्रक्षेपकामधून तीव्र ध्वनितरंग सोडले जातात. हे प्रक्षेपित ध्वनितरंग पाण्यातून समुद्राच्या तळापर्यंत जातात आणि तेथून परावर्तित होतात. परावर्तित ध्वनितरंगांची नोंद जहाजावरील ग्राहकयंत्रामध्ये होते.

प्रक्षेपकाने ध्वनी निर्माण केल्यापासून परावर्तित ध्वनीची ग्राहकयंत्रामध्ये नोंद होण्यापर्यंतच्या कालावधीची नोंद केली जाते.

या कालावधीवरून समुद्राची खोली पुढील सूत्राने काढतात-

समुद्राची खोली = ध्वनीचा पाण्यातील वेग × $\dfrac{\text{कालावधी}}{२}$

सोनारच्या तत्त्वाचा उपयोग करून उद्योगधंद्यांमध्ये यंत्रातील, धातूच्या ठोकळ्यातील किंवा पत्र्यातील दोष यंत्र, ठोकळा किंवा पत्रा यांचे नुकसान होऊ न देता हुडकून काढता येतात. याला नुकसानविरहित तपासणी (Non Destructive Testing) म्हणतात.

Space-Craft (स्पेस क्राफ्ट) - अवकाशयान

अंतराळवीरांना अंतराळात घेऊन जाणाऱ्या वाहकास 'अवकाशयान' असे म्हणतात. हे अवकाशयान म्हणजे एक प्रयोगशाळाच असते, जिथे अंतराळवीर आपल्या वास्तवासोबत ठरविलेल्या उद्दिष्टांवर कार्य करीत असतात. अवकाशयानाचा तळभाग क्षेपणयानाच्या वरच्या टोकास जोडलेला असतो. पृथ्वीभोवतालच्या कक्षेत फिरण्यासाठी आवश्यक तेवढा वेग मिळाल्यावर अवकाशयानाला अवकाशात फिरत राहण्यास अधिक ऊर्जेची गरज नसते व इंधन जळून गेल्यावर क्षेपणयान (Rocket) अवकाशयानापासून अलग होईल अशी व्यवस्था केलेली असते. अवकाशयान योग्य त्या कक्षेत फिरण्यासाठी अवकाशयानाला एक विशिष्ट वेग द्यावा लागतो. ठराविक मर्यादेपेक्षा अधिक वेग मिळाल्यास ते गुरुत्वाकर्षणकक्षेच्या बाहेर जाणेही शक्य असते, उलट वेग कमी पडल्यास ते पृथ्वीकडे ओढले जाण्याची शक्यता असते, म्हणून अवकाशयानाचा आकार, वजन व

त्याच्या घटकांची रचना व ते क्षेपित करण्यासाठी लागणारा रेटा इत्यादींचे गणित काटेकोरपणे करणे आवश्यक असते. अवकाशात प्रवास करीत असताना यानाच्या दिशेत बदल करणे, यानाचा वेग कमी-अधिक करणे, यान त्याच्या प्रस्थापित कक्षेतून निघून पृथ्वीकडे परत निघणे, ही कामे निरनिराळ्या रॉकेट्सद्वारे साधली जातात व यासाठी आवश्यक तेवढी दुय्यम रॉकेट्स यानात योग्य जागी बसविलेली असतात. त्यांचे नियंत्रण पृथ्वीवरून रेडिओ संदेशाद्वारे किंवा यानात प्रवासी असल्यास त्यांच्याद्वारे केले जाते. अवकाशयानातून प्रत्यक्ष अवकाशातील उड्डाण वजनरहित अवस्थेत होत असते व त्या वजनरहित परिस्थितीत मनुष्याला नेहमीइतक्या कार्यक्षमतेने कामे करता येतील की नाही व दीर्घकाळ वजनरहित अवस्थेत राहिल्यास शरीरातील चयापचय व नियंत्रक प्रक्रिया यांच्यावर व स्नायूंच्या आकारमानावर व ताकदीवर कोणते हानिकारक परिणाम होतील, इत्यादी प्रश्नांची उत्तरे ही प्रशिक्षणाच्या वेळीच शोधली जातात; अशा प्रशिक्षणाच्या उड्डाणांवरून असा अनुभव आलेला आहे की, अल्पकाळ, थोडे दिवस तरी, वजनरहित अवस्थेत मनुष्याला नेहमीच्या कार्यक्षमतेने काम करणे शक्य आहे.

अवकाशातील तीव्र व घातक प्रारणांपासून शरीराचे संरक्षण करण्यासाठी अवकाशयान व पोशाखही त्या प्रारणांना शक्य तितकी अभेद्य करावी लागतात. अवकाशातील तीव्र प्रकाशामुळे अवकाश-प्रवाशाला तात्पुरते अंधत्व येण्याचा किंवा त्याच्या दृष्टिपटलाला कायमची इजा होण्याचा संभव असतो. हे टाळण्यासाठी अवकाशयानाच्या खिडक्यांसाठी व प्रवाशाच्या शिरस्त्राणाच्या डोळ्यांसमोरच्या भागासाठी, विशिष्ट प्रकारच्या प्रकाशशोषक काचा वापरल्या जातात.

मनुष्यरहित यानापेक्षा मनुष्यसहित यानातील मनुष्याने केलेल्या अध्ययनाने अधिक विश्वसनीय माहिती मिळू शकते. यान पृथ्वीकडे परत येत असताना किती वेगाने वातावरणात शिरेल या गोष्टीवर यानाचा बाह्य आकार व यानाचे बाह्य कवच बनविण्यासाठी वापरलेली सामग्रीही अवलंबून असते. प्रवास अल्प मुदतीचा असल्यास विजेच्या उत्पादनासाठी साधे विद्युत् घट (Battery) वापरली जाते. परंतु, दीर्घ मुदतीच्या प्रवासासाठी सौर घट (Solar Pannels) किंवा हायड्रोजन-ऑक्सिजन इंधन घट वापरणे श्रेयस्कर असते. यानाच्या संदेशवहनयंत्रणेत ध्वनी व दूरमापी रेडिओ ग्राहक व प्रेषक, तसेच रडार ही उपकरणे वापरली जातात.

Spectrum (स्पेक्ट्रम) - वर्णपट

सूर्यप्रकाशाचा धवलकिरण लोलकातून गेला की त्याचे वक्रीभवन होऊन भिन्नभिन्न लहरी अगर तरंगविस्तारांच्या प्रकाशांमध्ये पृथक्करण होते आणि इंद्रधनुष्याचे सात रंग आढळतात. या रंगविस्तारांच्या एका टोकाला तांबडा तर दुसऱ्या टोकाला जांभळा रंग

दिसतो यालाच वर्णपट असे म्हणतात. या वर्णपटात तांबड्या रंगाच्या पलीकडील तरंगविस्तार (Infra Red - अवरक्त) त्वचेमध्ये उष्णतेचे संवेदन उत्पन्न करतात, तर जांभळ्या रंगाच्या पलीकडील तरंग (Ultra Violet - जंबूलातीत) ज्ञानेंद्रियाला उद्दीपित न करताही त्वचेला काळपट करतात.

प्रकाशाच्या ज्या तरंगलहरींच्या लांबींना सामान्य मानवी नेत्र वेदनक्षम असते त्याला दृक् वर्णपट (Visual Spectrum) असे म्हणतात. या लांबीचा विस्तार अंदाजे ३८० ते ७४० मिलीमायक्रॉन इतका असतो.

वर्णपट याचा सामान्य अर्थ म्हणजे कोठल्याही शक्तीच्या स्रोताचा- उदा. प्रकाशलहरी, ध्वनिलहरी इ. - विस्तार. हे शक्तिस्रोत काही विशिष्ट मितीनुसार, - उदा. लहरींची लांबी, वारंवारता इ. - अलग केलेले व व्यवस्थित रचलेले असतात.

Third Generation Technology (थर्ड जनरेशन टेक्नॉलॉजी) - **थ्री-जी तंत्रज्ञान**

तंत्रज्ञानसुधारणांच्या माध्यमातून संधी आणि फायदेही उभारून येतात. त्याच अनुषंगाने थ्री-जी तंत्रज्ञान हे महत्त्वाचे आहे. या तंत्रज्ञानात माहिती गतिमान पद्धतीने मिळते आणि त्यात उच्च दर्जाची क्षमताही आहे.

थ्री-जी मध्ये अंतर्भूत क्षमता आणि वैशिष्ट्ये खालीलप्रमाणे :

सुधारित मल्टिमीडिया (आवाज, डेटा, व्हिडिओ आणि रिमोट कंट्रोल.)

सर्व लोकप्रिय साधनांमध्ये (सेल्युलर फोन, ई-मेल, पेजिंग, फॅक्स, व्हिडिओ कॉन्फरन्सिंग आणि वेब ब्राउजिंग) वापरण्याची सोय.

ब्रॉडबँडविड्थ आणि उच्च गती (२ एमबीपीएसच्याही वर).

या थर्ड जनरेशन तंत्रज्ञानामध्ये कित्येक वैविध्यपूर्ण अशी वैशिष्ट्ये आहेत, त्यात मागणीनुसार व्हिडिओ, उच्च गतीचा मल्टिमीडिया आणि मोबाइल इंटरनेट ॲक्सेस यांचा समावेश आहे आणि ग्राहकांसाठी अनेक सुविधांपैकी या केवळ काही सुविधा आहेत. थ्री-जी सेवांमुळे सुदृढ कन्टेन्टच्या माहिती आणि संपर्ककक्षा रुंदावण्यास मदत होणार आहे. शिवाय थ्री-जी यंत्रणेचा सर्वात महत्त्वाचा फायदा म्हणजे त्यात महत्त्वपूर्ण अशी सुधारित क्षमता, दर्जा आणि डेटा दर असेल आणि हे सर्व सध्या टू-जी यंत्रणेत उपलब्ध असलेल्या सेवांपेक्षा कितीतरी सुधारित प्रमाणात असेल. इतर देशांमधील अनुभव लक्षात घेता अशी शक्यता आहे, की थ्री-जी तंत्रज्ञान हे भारतातही सुरुवातीला बाजारपेठेत मोठ्या प्रमाणावर लोकप्रिय होणार नाही. नवीन तंत्रज्ञानाच्या विस्तारासाठी नेहमीच भुकेल्या असलेल्या आपल्यासारख्या देशात थ्री-जी सेवा या अधिक चांगल्या प्राथमिक सेवा पुरवत अत्यावश्यक अशी साहाय्यता प्रदान करतील. थ्री-जी तंत्रज्ञानाच्या तत्काळ वापरातून सामान्य मोबाइल फोन ग्राहकाला उच्च गतीचे वेब नेव्हिगेशन मिळेल. वॅपच्या

माध्यमातून मोबाइल आणि थ्री-जी डेटा कार्डच्या माध्यमातून लॅपटॉपवर माहिती मिळेल आणि गतिमान पद्धतीने व्हिडिओ क्लिप्स, गाणी, चित्रे आणि डेटा मोबाइल फोनवर डाउनलोड करणे शक्य होईल.

औद्योगिक क्षेत्र, व्यापारी, शेतकरी आणि युवा वर्ग यांसारख्या बाजारपेठेतील विविध विभागांतील ग्राहकांना या गतिमान तंत्रज्ञानाचा फायदा होणार असून त्यातून या वर्गांना माहितीपूर्वक निर्णय घेणे, माहिती-करमणूक सहज उपलब्ध करून घेणे आणि मोबाइल सेवेची व्याख्याच बदलणे शक्य होणार आहे. थ्री-जी तंत्रज्ञान या ग्राहक वर्गांना शेअर बाजाराशी संबंधित व्यवहार, मार्गक्रमणासाठी संवादरूपी नकाशे, शेतकऱ्यांसाठी थेट बाजारभाव यांसारख्या हाय-ब्रँडविड्थ प्रक्रिया पार पाडणे सहज शक्य करणार आहे.

थ्री-जी ई-गव्हर्नन्ससाठीसुद्धा एक वरदान आहे. जर आपण थ्री-जी तंत्रज्ञान ग्रामीण भारतासाठी काय करू शकते हे पाहिले तर या थ्री-जी तंत्रज्ञानाच्या माध्यमातून ग्रामीण भारतात दूरसंचार क्रांती येण्यास मदत होईल हे सहज लक्षात येते. थ्री-जी तंत्रज्ञानाच्या माध्यमातून ग्रामीण भागात ब्रॉडबॅन्ड शक्य होणार आहे. कॉपर किंवा फायबरच्या माध्यमातून ग्रामीण भागात ब्रॉडबॅन्ड सेवा देणे अशक्य आहे; अशा परिस्थितीत हे तंत्रज्ञान तेथे ब्रॉडबॅन्ड सेवा पुरवू शकते; अशा प्रकारे थ्री-जी दुहेरी भूमिका साकारेल. म्हणजे शहरी भारतात थ्री-जी सेवा आवाजाची क्षमता तिपटीने वाढवेल आणि आवाजाचा चांगला दर्जाही देईल. त्याच वेळी, ग्रामीण भारतात थ्री-जी बँडविड्थ वैशिष्ट्यांसह उपलब्ध झाल्याने ई-गव्हर्नन्सचे वरदान लोकांना प्राप्त होईल.

या प्रक्रियेत बरीच गुंतागुंत आहे. सध्या भारतात थ्री-जी तंत्रज्ञानाभोवती अस्थिरतेचे ढग दाटून आले आहेत. त्याच वेळी विस्तारयोजनाही वादात अडकली आहे. 'सरकारची अनास्था' हा एक मोठा खोडा आहेच पण त्याचबरोबर विरोधी गटांकडून होणारा भक्कम विरोधही या विस्ताराला मारक ठरत आहे. जीएसएम आणि सीडीएमए ऑपरेटर्सच्या या लॉबी असून त्यांचा तंत्रज्ञानाला अर्थातच विरोध आहे. शेवटी अत्यंत महत्त्वाचे म्हणजे या व्यवसायाला साहाय्यभूत ठरेल असे थ्री-जी धोरणच अस्तित्वात नाही, या धोरणामुळे परदेशातील थ्री-जी व्यावसायिकांना भारतात परवानगी द्यायची की नाही, किती थ्री-जी व्यावसायिकांना व्यवसायाची परवानगी द्यायची, यांसारख्या इतरही महत्त्वाच्या घटकांबद्दल निर्णय घेणे शक्य होते.

थ्री-जी सेवांसोबत आपण आतापर्यंत कधीही मिळाल्या नाहीत अशा अत्यंत प्रगत आणि वैविध्यपूर्ण सेवांची अपेक्षा ठेवू शकतो. तंत्रज्ञान जसजसे परिपक्व होते, तसे दैनंदिन जीवनात आपण थ्री-जी सेवांचे नवमार्ग प्रवेश करताना पाहू शकतो. त्यात मग खरेदी करणे, इंटरनेट 'मेल ऑर्डर' (ई-कॉमर्स), बँकिंग किंवा नेटवर परस्पर संवादांचा गेम खेळणे आदी सेवांचा समावेश होईल.

प्रवासी संशोधक आणि विचारवंत

Explorers and Thinkers

Aleksandr Ivonovich Voeikov - अलेक्सांद्र ईव्हानोविच व्हॉइकोव्ह (१८४२-१९१६)

व्हॉइकोव्ह हेदेखील सेमेनॉव्हचा समकालीन होते आणि हवामान व मृदाशास्त्राचे अभ्यासक होते. त्यांचा डॉक्टरेटचा प्रबंधही जगातील आतप व सौरविकिरणाचे वितरणसंबंधी होता. त्यानंतर त्यांनी पृथ्वीचे उष्णतामान व जलसंतुलन या विषयाचा सखोल अभ्यास केला. त्यांनी हवामानशास्त्राचा अभ्यास केवळ शास्त्र म्हणून केला. रशियामध्ये शेतीतील प्रमुख अडचण म्हणजे तेथील जमिनीवरील जाड हिमाचे आवरण होय. व्हॉइकोव्ह यांनी या हिमाच्या थरांचा अशा रीतीने अभ्यास केला की पिकांसाठी योग्य वातावरणाचा अंदाज वर्तविता येईल. एका अर्थाने त्याने 'हिमशास्त्राचा (Snow Science) पद्धतशीर पाया घातला असे म्हणावे लागेल.

Arnold Guyot - अर्नोल्ड ग्योट (१८०७-१९०४)

यू एस ए संस्थानातील प्रिंस्टन विश्वविद्यालयात भूगोलाचे पहिले प्राध्यापक अर्नाल्ड ग्योट होते. ते प्रथम स्वित्झर्लंडमध्ये इतिहास व भूगोल शिकवत असे. भूगर्भशास्त्रज्ञ अगासिझच्या सान्निध्याने ते प्राकृतिक भूगोलात रस घेऊ लागले व अगासिझबरोबर इ.स. १८४८ मध्ये अमेरिकेत आले. ते रिटर यांचे अनुयायी होते. रिटर यांच्या पुष्कळ जर्मन लेखांचे त्यांनी इंग्रजीत भाषांतर केले.

ग्योट हे मुख्यत: भूगर्भशास्त्रज्ञ (geologist) होते व प्राकृतिक भूगोलवेत्ता होते. त्यांनी भूरूपे, भूरचना व त्यावर खननाच्या प्रक्रियांचा परिणाम यांवर सखोल अभ्यास केला व खननामुळे होणाऱ्या भूरूपांच्या विकासासंबंधी महत्त्वाचे कार्य केले. पुढे डेव्हिस यांनी खननचक्रावर आपले जे विचार मांडले, त्याची जणू पूर्वतयारी अशा कार्यामुळे झाली आहे.

Alaxander the Great - अलेक्झांडर द ग्रेट (इ. स. पूर्व ३५७-३२३)

ॲरिस्टॉटल या जगप्रसिद्ध ग्रीक तत्त्ववेत्त्याचे अलेक्झांडर हे शिष्य आहे. कोणताही सिद्धान्त निरीक्षण व प्रयोग यांनी सिद्ध झाला पाहिजे; असे ॲरिस्टॉटल (इ. स. पू.

३८४-३२२) सांगत असे. हा वैज्ञानिक दृष्टिकोन त्याच्या शिष्याकडेही आला. इ.स.पू. चौथ्या शतकात अलेक्झांडर होऊन गेला. (इ. स. पू. ३५६-३२३) वयाच्या विसाव्या वर्षी तो मेसोडोनियाचा राजा बनला. त्याने अत्यंत शूर व शिस्तबद्ध सैन्य उभारले व त्याद्वारे युरोप, आशिया व आफ्रिकेच्या विस्तृत भागावर ग्रीक साम्राज्य प्रस्थापित केले. राज्यविस्ताराबरोबर इतर प्रदेशांतील माहिती मिळविणे हे त्याच्या मोहिमांचे एक महत्त्वाचे उद्दिष्ट होते.

अलेक्झांडरने ऐतिहासिक भूगोल व प्रादेशिक भूगोल या क्षेत्रात महत्त्वपूर्ण योगदान दिले. त्याच्या मोहिमांमुळे ग्रीकांना पर्शियन साम्राज्य, मध्य आशिया, अफगाणिस्तान, भारत व इराणच्या किनारी प्रदेशाचे परिपूर्ण ज्ञान प्राप्त झाले. अलेक्झांडरने ग्रीक क्षितिजापलीकडचे प्रचंड भौगोलिक ज्ञान मिळविले. त्याचा ग्रीकांना मोठा लाभ झाला.

Albert Demangeon - अल्बर्ट डिमान्जिऑन (१८७२-१९४०)

ब्लाश व ब्रून्सच्या मानवी भूगोलाच्या परंपरेत ब्लाशचा शिष्य अल्बर्ट डिमॉन्जिऑनचे नाव येते. फ्रेंच विचारधारेतील तोही एक नावाजलेला भूगोलतज्ज्ञ आहे. त्यांचा जन्म फ्रान्समध्ये वास्जेज येथे इ.स. १८७२ मध्ये झाला. ब्लाशजवळ त्याने इतिहास व भूगोलाचे अध्ययन केले. इ.स. १८९५ मध्ये पिकार्डी प्रांतात शाळेतील अध्यापक म्हणून त्याची नियुक्ती झाली. तेथे त्याने पिकार्डी भूगोल हा ग्रंथ इ.स. १९०५ मध्ये प्रकाशित केला. या ग्रंथामुळे त्यांना लिलीच्या विश्वविद्यालयात भूगोलाचे प्राध्यापक पद मिळाले. या पदावर ते १९११ पर्यंत होता. या काळात त्यांनी बरेच संशोधनपर लेख लिहिले व त्याची ख्याती मानवी भूगोलशास्त्रज्ञ म्हणून झाली. १९११ मध्ये पॅरिस विश्वविद्यालयात प्राध्यापक पदावर त्याची नेमणूक झाली व तेथे तो शेवटपर्यंत राहिला. पॅरिसमध्ये ते सतत लेखनकार्यात निमग्न असे. १९२०-१९४० पर्यंत त्यांनी ब्लाशच्या 'ॲनल्स' या नियतकालिकाचे संपादन केले. त्यात अनेक भौगोलिक लेख लिहिले. विशेषत: त्यांचे दरवर्षी ग्रामीण वस्तीवरील शोध लेख प्रसिद्ध होत राहिले व त्यामुळे आंतरराष्ट्रीय भूगोल परिषदेने (IGU) इ.स. १९२७ मध्ये स्थापन केलेल्या ग्रामीण वस्तीच्या संशोधनसमितीचे संचालकपद त्यांना दिले. त्याचा प्रसिद्ध ग्रंथ म्हणजे 'मानवी भूगोलाच्या समस्या' (Problems de Geographie Humaine) हा होय. तो त्यांच्या मृत्यूनंतर इ.स. १९४२ मध्ये प्रसिद्ध झाला; पण त्यातील मानवी भूगोलासंबंधी मांडलेल्या त्यांच्या विचारांनी मानवी भूगोलतज्ज्ञ म्हणून त्याला प्रसिद्धी मिळवून दिली. डिमॉन्जिऑन नाव आर्थिक भूगोलतज्ज्ञ म्हणूनही घेतले जाते. इ.स. १९४० मध्ये त्यांचे देहावसान झाले.

Al-Biruni - अल्-बिरूनी (इ. स. ९७१ ते १०३९)

इ. स. अकराव्या शतकात बिरूनी (परदेशी) हे जगप्रसिद्ध भूगोलशास्त्रज्ञ होऊन गेले. या शतकावर त्याचे कार्य व विचार यांचा खोल ठसा उमटला. या कालखंडाला 'अल्-बिरूनी युग' असेच म्हणतात. बिरूनीचे मूळ नाव अबू-रेहान-महंमद असे होते. ते गणित, वैद्यकशास्त्र, तत्त्वज्ञान व साहित्याचा अभ्यासक व अनेक भाषांचा जाणकार पंडित होते. तुर्की, पर्शियन, रोमन, संस्कृत या भाषांवर त्यांचे प्रभुत्व होते. त्यांनीच किताब अल् हिंद हा भारताविषयीचा पहिला ग्रंथ लिहिला. त्यांने भारतीय ग्रंथ व पतंजलींच्या ग्रंथांचे अध्ययन केले होते. त्यातील अनेक ग्रंथांची त्यांने अरबी भाषेत भाषांतरे केली. अल्-बिरूनीच्या पाच प्रमुख ग्रंथरचना खालीलप्रमाणे आहेत.

१) किताब अल् हिंदू, २) तारीख अल् हिंद, ३) अल् कायूम अल् मसुदी, ४) किताब अल जमाकीर, ५) किताब अल् सैयदना

Alexander Von Humbolt अलेक्झांडर फॉन हंबोल्ट (१७६९-१८५९)

अलेक्झांडर फॉन हंबोल्ट जर्मनीतील फार मोठे निसर्गशास्त्रज्ञ होऊन गेले. भरपूर जगप्रवास, सूक्ष्म व व्यापक निरीक्षण, वैज्ञानिक दृष्टी व अनेक शास्त्रांचे ज्ञान संकलन करण्याची वृत्ती यांमुळे ते इतरांना मार्गदर्शक शास्त्रज्ञ बनले व भूगोलशास्त्रातील विचारांचा आद्य प्रणेता ठरले. त्याचा जन्म १४ सप्टेंबर १७६९ साली जर्मनीतील बर्लिनमध्ये एका श्रीमंत संस्थानिक घराण्यात झाला. त्यांचे शालेय शिक्षण घरच्या घरीच झाले. त्यांचे पुढील शिक्षण मात्र फ्रँकफर्ट व गॉटिंजेन विद्यापीठात झाले. ते हाडाचा निसर्गशास्त्रज्ञ होते आणि निसर्गशास्त्रज्ञ करीत असत तसे त्यांनी वेगवेगळ्या नैसर्गिक शास्त्रांचे अध्ययन केले. वनस्पतिशास्त्र, भूगर्भशास्त्र, भूगोलशास्त्र, भौतिकशास्त्र, रसायनशास्त्र, शरीरशास्त्र इ. शास्त्रांचे सखोल अध्ययन करून त्यांनी ज्ञान संपादन केले.

त्यांनी आधुनिक भूगोलशास्त्राचा पाया घातला. भूगोलशास्त्राच्या अभ्यासाला त्यांनी एक बैठक प्राप्त करून दिली; म्हणून रिटरबरोबर 'आधुनिक भूगोलाचा जनक' म्हणून हंबोल्टचे नाव घेतले जाते.

कॉसमॉस हा हंबोल्टचा जगप्रसिद्ध ग्रंथ आहे. रशियाहून परतल्यानंतर आयुष्याच्या उर्वरित काळात भौगोलिक चिंतन करून त्यांनी तो लिहिला. आपल्या सफरीतील अनुभव, त्यांचे भौगोलिक विश्लेषण, संशोधन व बर्लिनला दिलेली व्याख्यानमाला या सर्वांचा परिपाक म्हणजे हा उत्कृष्ट ग्रंथ होय. याचे पूर्ण नाव 'कॉसमॉस : अ स्केच ऑफ द फिजिकल डिस्क्रिप्शन ऑफ द युनिव्हर्स' असे असून विश्वाच्या निर्मितीपासून पृथ्वीवरील खडक वगैरे प्राकृतिक घटकांपर्यंत त्यात विवेचन येते म्हणून ग्रंथाला त्यांनी विश्वाचेच व्यापक नाव दिले. मूळ ग्रंथ Kosmos नावाने जर्मन भाषेत असून सेबिन यांनी त्याचे

Cosmos नावाने इंग्रजी भाषांतर केले. या ग्रंथाचे ५ खंड आहेत. त्यातील चार खंड हंबोल्ट यांच्या हयातीत (१८४५,४७,५० व ५९ मध्ये) प्रसिद्ध झाले. परंतु, पाचवा खंड त्यांच्या मृत्यूनंतर १८६२ मध्ये प्रकाशित झाला.

Alferd Hetner - अल्फ्रेड हेटनर (१८५९-१९४१)

२० व्या शतकातील आधुनिक भूगोलाचा तत्त्वचिंतक म्हणून अल्फ्रेड हेटनर यांचे नाव घेतले जाते. भूगोलातील अभ्यासपद्धतीला व्यवस्थित रूप देण्याचे तसेच भूगोलाला तात्त्विक दृष्ट्या एक अवकाशीय शास्त्र म्हणून प्रस्थापित करण्याचे काम त्यांनी केले. आज स्थलचिकित्सकांनी (Locationalists) भूगोलाकडे अवकाशीय शास्त्र (Spatial science) म्हणून बघण्याचा जो दृष्टिकोन अवलंबिला आहे, तो प्रथम कांटने व नंतर हेटनर यांनी भूगोलाला दिलेलाच होता.

हेटनर यांचा जन्म इ.स. १८५९ मध्ये जर्मनीतील ड्रेसडेन गावी झाला. ते पूर्णपणे भूगोलशास्त्रज्ञ म्हटले पाहिजे; कारण त्यांनी भूगोलात अध्ययन केले. बाकीचे भूगोलशास्त्रज्ञ भूगर्भशास्त्र, निसर्गशास्त्र किंवा इतर शास्त्रे शिकून मग भूगोलाकडे वळले होते. पण हेटनर यांनी हॅले, बॉन व स्ट्रॉसबर्ग विश्वविद्यालयांत भूगोलाचे शिक्षण घेतले व इ.स. १८८१ मध्ये प्रसिद्ध भूगोलशास्त्रज्ञ गेरलँडच्या हाताखाली 'चिली व पेटॅगोनियातील हवामान' या विषयावर संशोधन करून त्यांनी डॉक्टरेट पदवी मिळविली.

Alfred Webar - अल्फ्रेड वेबर (१८६८-१९५८)

अल्फेड वेबर हे जर्मन अर्थशास्त्रज्ञ होते. ते प्राग विश्वविद्यालयात व हॅडेलबर्ग विश्वविद्यालयात प्राध्यापक होते. इ. स. १९०९ मधे त्यांनी आपला प्रसिद्ध 'उद्योगधंद्यांच्या स्थानिकीकरणाचा सिद्धान्त (Theory of the location of Industries)' मांडला. या सिद्धान्तातही वाहतुकीचा कमीतकमी खर्च हे तत्त्व मूलभूत होते. या सिद्धान्तात त्यांनी असे प्रतिपादन केले की, कोणताही उद्योग अशा ठिकाणी स्थापित होतो की, जेथे कच्चा माल, श्रमिक व पक्का माल यांच्या वाहतुकीचा खर्च कमीत-कमी पडेल. वेबरचा हा सिद्धान्त प्रामुख्याने अर्थशास्त्रीय असला तरी स्थान व अंतर यावर आधारलेला असल्यामुळे अवकाशात्मक आहे व म्हणून भूगोलातही उपयुक्त आहे.

Alfred Wegnar - अल्फ्रेड वेग्नर (१८८०-१९३०)

अल्फ्रेड वेग्नर भू-भौतिकीशास्त्राचे (geophysics) अभ्यासक होते. इ.स.१९१५ मधे त्यांनी आपली भूखंड वहनाची संकल्पना मांडली. आपल्या Origin of Continents and Oceans या पुस्तकात त्यांनी या सिद्धान्ताचे विवेचन केले आहे. आज ती सत्यघटना म्हणून स्वीकारली जाते. आपल्या सिद्धान्ताच्या पुष्टीसाठी वेग्नर यांनी भौगोलिक पुरावे

देऊनही त्यांच्या हयातीत त्याचा सिद्धान्त मान्य झाला नाही. परंतु त्यांच्या मृत्यूनंतर जेव्हा महासागर तळाच्या निर्मितीची (Ocean floor spreading) संकल्पना सिद्ध झाली, तेव्हा वेग्नर यांच्या सिद्धान्ताला मान्यता मिळाली.

Al Idrisi - अल् इद्रिसी (१०९९-११६६)

बाराव्या शतकात होऊन गेलेल्या मुहम्मद अल् इद्रिसी या भूगोलतज्ज्ञाचे नाव इब्न-अबूल-मोहम्मद असे होते. अल् इद्रिसी हे त्यांचे आडनाव होते. त्यावरून ते खलिफा इद्रिसी यांच्या कुटुंबीयांतील असावे. त्यांच्या लेखनावरून त्यांनी युरोपचा विस्तृत प्रवास केल्याचे जाणवते. स्पेन, लिस्बन, फ्रान्स, इंग्लंड, सिसिली, मोरोक्को व मध्य आशियाचा प्रवास त्यांनी केला. स्पेनमधील कार्डोव्हा (Cardova) विद्यापीठातून त्यांनी आपले शिक्षण घेतले. सिसिलीचा राजा रॉजर (Rogar) यांच्या निमंत्रणावरून ते पॅलेस्टाईनला गेले. इ. स. ११५४ मध्ये त्यांनी लिहिलेल्या ग्रंथात जगाचा प्रवास करणाऱ्यांना त्याने काही सूचना केलेल्या आहेत. युरोप व आफ्रिकेतील अनेक नद्यांचे उदा. डॅन्यूब, नायजर इत्यादींचे उगमस्थान त्यांनी शोधले. जगाच्या नकाशामुळे अल् इद्रिसी हे भूगोलविचारवंतांच्यामध्ये प्रसिद्ध आहे. त्यांच्या नकाशात जगातील विविध भौगोलिक घटकांचे विवरण दिलेले आहे.

Al Masudi - अल् मसुदी (८९६-९५६)

अल् मसुदी हे इब्न हौकलचे समकालीन (इ. स. ९४३) अरब विचारवंत इतिहास आणि भूगोलशास्त्राचा अभ्यासक होते. त्यांनीही अरब जगाचा विस्तृत प्रवास केला. भूगोलाशिवाय हवामानशास्त्र, सागरशास्त्र, भूकंप, खगोलशास्त्र, इस्लाम-कायदे यांचाही त्याने अभ्यास केला. त्याच्या प्रमुख ग्रंथांत किताब-मुराज-अल-दहाह, किताब-अल-अश्रफ, किताब-अखबार-अल्-जमाम, किताब-अल् औसर यांचा समावेश होतो. यातील किताब-अल्-जमामचे ३० खंड आहेत. यामध्ये विविध देशांची माहिती देताना त्यांनी प्रत्यक्ष भेट देऊन मिळविलेल्या माहितीचा उपयोग केला आहे. त्यांनी प्रत्यक्ष जे पाहिले, अनुभवले त्याचा उपयोग भौगोलिक लेखनात केलेला आहे.

Albert Penck - अल्बर्ट पेंक (१८५८-१९४५)

अल्बर्ट पेंक इ. स. १८५८ मधे लिपूझिगमध्ये जन्मले व तेथेच त्यांचे शिक्षण झाले. ते हेटनरचा समकालीन व त्याचा प्रशंसक होते. ते प्राकृतिक भूगोलाचा, विशेषत: भूरूपशास्त्राचा (Geomorghology) अभ्यासक होते व महान संशोधक होते. इ. स. १९०५ मध्ये त्यांची बर्लिन विश्वविद्यालयात भूगोलाचे प्राध्यापक म्हणून नियुक्त झाली.

तत्पूर्वी ते व्हिएन्ना विश्वविद्यालयात प्राध्यापकपदावर होते. इ.स. १९१० मधे त्यांचे पुस्तक 'The Alps in the Ice Age', प्रकाशित झाले; आल्पूस पर्वतांतील हिमनद्यांच्या कार्यावर संशोधन करून ते त्यांनी लिहिले होते. त्यांच्या या कार्यामुळे हिमनदीनिर्मित भूरूपांचा भूरूपशास्त्रात समावेश झाला. जिओमॉर्फॉलॉजी (geomorphology) हे नावही त्यांनीच दिलेले आहे. बुकनरबरोबर केलेल्या हिमनद्यांच्या अभ्यासावरून प्लाईस्टोसीन काळात चार हिमयुगे येऊन गेली हे त्यांनी सांगितले व त्यांचा काळही सांगितला. भूरूपांच्या अभ्यासाकरिता मोठ्या प्रमाणावरील भूचित्रनकाशांची (topograghical maps) आवश्यकता त्यांनी प्रतिपादन केली व तसे नकाशे तयार होऊ लागले. त्यांची दुसरी महत्त्वाची पुस्तके 'जर्मनीचा भूगोल' व 'पृथ्वीच्या पृष्ठभागावरील भूरूपे' ही होत. पेंकचे नाव प्रसिद्ध आहे ते भूरूपांच्या विकासाचे त्यांनी डेव्हिसच्या खननचक्राहून अगदी वेगळे नियम दिले त्याकरिता. डेव्हिसच्या खननचक्राच्या सिद्धांतावर हेटनरने पुष्कळ टीका केली होती व पेंक त्याच्याशी सहमत होते. त्यांनी भूरूपांचे ६ प्रकारे वर्गीकरण केले व त्यांचा विशेषत: वाळवंटी प्रदेशातील भूरूपांचा खननचक्रातील प्रक्रियेपेक्षा वेगळ्या रीतीने विकास होतो असे दाखविले. प्रदेशातील भूरूपे व हवामान यांचा निकटचा संबंध असतो म्हणून भूरूपांवरून हवामानाचाही अंदाज करता येतो असे ते म्हणत असत. हवामानाच्या बाबतीत बाष्पीभवनामुळे पर्जन्याची परिणामकारकता कमी होते हे त्यांचे मत कोपेनने हवामानाचे जागतिक वर्गीकरण करताना ग्राह्य धरले आहे. इ. स. १९४५ मध्ये त्यांचे निधन झाले. तोपर्यंत त्यांनी एका भौगोलिक प्रकाशनसंस्थेचे (Institute for Meerskunde) संचालकपद सांभाळले व अनेक संशोधनलेख प्रसिद्ध केले.

Anaximander - ॲनाक्सीमँडर (इ. स. पूर्व ६१०-५४६)

हे थेल्स यांचे सहअध्यायी होते. त्यांनी पृथ्वीवरील 'जीवोत्पत्तीचा सिद्धांत' प्रतिपादन केला. त्यांनी असे मत मांडले की, जीवाची सर्वप्रथम उत्पत्ती पाण्यात झाली. भूमध्य समुद्राभोवतालचा प्रदेशाचा नकाशा तयार केला म्हणून ॲनाक्सीमँडरना जगामधील सर्वप्रथम 'नकाशानिर्माता' म्हणून ओळखले जाते. हे गणिती भूगोलतज्ज्ञ म्हणून ओळखले जातात. त्यांनी सौरयंत्र व दिवसाच्या वेळी सूर्याच्या साहाय्याने काठीचा उपयोग करून वेळ निश्चित करण्याच्या उपकरणाचा ग्रीसमध्ये वापर सुरू केला. मूळचे ते बाबिलोयिन उपकरण असून 'नोमॉन' (Gnomon) या नावाने प्रचलित होते. यांनी जगाचा वर्तुळाकार नकाशा तयार केला. भूभागाभोवती वर्तुळाकार सागर व जगाच्या केंद्रभागी ग्रीस अशी त्या नकाशाची रचना होती. यांना गणिती भूगोलाचे जनक मानले जाते.

Andrew J. Herbertson - अँड्र्यू जे. हर्बर्ट्सन (१८६५-१९१५)

मॅकिंडरचा समकालीन अँड्र्यू जे. हर्बर्ट्सनचे नाव नैसर्गिक प्रदेशांच्या वर्गीकरणाच्या बाबतीत विख्यात आहे. त्यांचा जन्म इ. स. १८६५ मध्ये दक्षिण इंग्लंडमध्ये झाला. परंतु त्यांचे शिक्षण जर्मनीतील फ्रीबर्ग व फ्रान्समधील माँतपेले व पॅरिस येथे झाले. अर्थातच या देशांतील भौगोलिक विचारांचा त्यांच्यावर प्रभाव राहिला व त्यांनी ते विचार ग्रेट ब्रिटनमध्ये आणले. हर्बर्ट्सनने वातावरणशास्त्र (meteorology), वनस्पतिशास्त्र व भूगोलात उच्च शिक्षण घेतले होते. त्यांची पहिली नेमणूक इ.स. १८९१ मध्ये हंडी विश्वविद्यालयात वनस्पतिशास्त्रात प्रदर्शकपदावर (demonstrator) झाली. नंतर इ.स. १८९४ मध्ये ऑक्सफर्ड विश्वविद्यालयात भूगोलाचा व्याख्याता म्हणून त्यांची नेमणूक करण्यात आली. त्यावेळी मॅकिंडर भूगोलविभागप्रमुख होते. त्यांच्या निवृत्तीनंतर १९०५ मध्ये हर्बर्ट्सनची त्यांच्या जागेवर प्राध्यापक व विभागप्रमुख म्हणून नियुक्ती झाली. या जागेवर त्यांनी शेवटपर्यंत काम केले. मॅकिंडरबरोबर काम केल्यामुळे मॅकिंडरच्या विचारांचा त्यांच्यावर प्रभाव होता आणि त्यांच्या कार्याचा अनूस्टेड, व्हल्केनबर्ग, स्टँप यांसारख्या विद्वानांवर मोठा प्रभाव होता. ते रॉयल जिऑग्राफिकल या संस्थेचे सदस्य होते. भूगोल अध्यापनाच्या तंत्रावर त्यांनी सखोल विचार केला. त्यावर त्यांनी अनेक लेख लिहिले व राष्ट्रीय भूगोल प्रशिक्षणाशी ते निगडित राहिले.

Anuchin Dimitry Nikoloyevich - अनुचिन दिमीत्री निकोलोव्हिच (१८४३-१९२३)

दिमीत्री निकोलोव्हिच अनुचिनचे नाव रशियातील भूगोलाचा विचारवंत व एक शिक्षणतज्ज्ञ म्हणून घेतले जाते. त्यांनी शालेय शिक्षणासाठी भूगोलाचे अभ्यासक्रम तयार केले व भूगोलाची अनेक पुस्तके लिहिली. शिक्षण जर्मनीतील हॅडेलबर्ग येथे मानवशास्त्र व मानवी भूगोलात झाले होते. मॉस्को विश्वविद्यालयात भूगोलाचे अध्यापन सुरू झाल्यावर अनुचिन तेथे इ.स. १८८७ मध्ये भूगोल विभागाचा प्रमुख झाले. भूगोलातील मानव्य शाखांच्या अध्ययनामुळे त्यांचा कल मानवाधिष्ठित भूगोलाकडे होता. निश्चिततावाद त्यांना मान्य नव्हता. त्यांच्या मते भौगोलिक क्षेत्रांत प्राकृतिक व मानवी घटना एकत्रित असतात व एकजिनसी असतात म्हणून प्राकृतिक व मानव-भूगोलातील द्वंद्व ते नाकारतात. त्यांच्या मते, या दोन्ही प्रकारच्या घटनांसहित प्रदेशांचा भौगोलिक अभ्यास झाला पाहिजे. प्रदेशामध्ये प्राकृतिक घटक, मानवी वस्ती व मानवाच्या आर्थिक क्रिया संतुलनात असतात.

Aristotle - ॲरिस्टॉटल (इ. स. पू. ३८४-३२२)

हे एक प्रसिद्ध ग्रीक तत्त्वज्ञानी होते. त्यांनी गणितीय भूगोलाच्या विकासास हातभार लावला. त्यांनी पृथ्वीची गोलाकृती आणि पृथ्वीच्या कटिबंधासंबंधी माहिती दिली.

Captain James Cook - कॅप्टन जेम्स कुक (१७२८-१७७९)

कॅप्टन जेम्स कुक या संशोधकाचा जन्म इंग्लंडमध्ये २७ ऑक्टोबर १७२८ रोजी झाला. इ. स. १७५९ मध्ये त्यांनी सेंट लॉरेन्स नदीचा शोध घेतला. याशिवाय लाब्राडोर व न्यूफाउंडलॅण्ड किनाऱ्याचे संशोधनही त्यांनी केले. त्या भागाचे अचूक नकाशे तयार केले. इ. स. १७६८ मध्ये कॅप्टन कुक यांनी ताहिती व दक्षिण पॅसिफिकचे संशोधनाचे काम केले. इ. स. १७७२ ते ७५ या काळात त्याने दुसरी शोधमोहीम पूर्ण केली. या मोहिमेचा मुख्य उद्देश अंटार्क्टिका खंडाचा शोध हा होता. न्यूझीलंडपासून केप हॉर्नपर्यंतचा प्रदेश त्यांनी शोधला. सोलामन द्वीपसमूह, न्यू कॅलेडोनिया, जॉर्जिया, लॉयरी द्वीपसमूहाचा शोध त्याला लागला. रॉयल सोसायटी ऑफ लंडनने त्याच्या या शोधाबद्दल उचित सन्मान केला.

इ. स. १७७६ मध्ये उत्तर पॅसिफिक ते उत्तर अटलांटिक ही शोधमोहीम पूर्ण केली. उत्तर अमेरिकेच्या वायव्य किनाऱ्याचा त्याने सखोल शोध घेतला. नंतर तो हवाई बेटांवर पोहोचला. तेथे स्थानिक लोकांनी केलेल्या हल्ल्यात या महान संशोधकाचा १४ फेब्रुवारी १७७९ रोजी मृत्यू झाला.

Carl O Sauer - कार्ल सॉयर (१८८९-१९७५)

२० व्या शतकातील आधुनिक अमेरिकन भूगोलतज्ज्ञामध्ये कार्ल सॉयर फार्टचे नाव प्रामुख्याने येते. त्याचा जन्म इ.स.१८८९ मध्ये यू एस ए तील मिसुरी राज्यात झाला; पण त्याचे शालेय शिक्षण मात्र जर्मनीत झाले. अर्थात, महाविद्यालयीन शिक्षण यू एस ए तच झाले. डॉक्टरेटची पदवी त्याने सुप्रसिद्ध भूगोलतज्ज्ञ सॉलिसबरीच्या हाताखाली संशोधन करून इ.स. १९१५ मध्ये शिकागोतून मिळविली. भूगोलाखेरीज मानवशास्त्र, जीवशास्त्र व समाजशास्त्रातही त्याला आवड होती. सॉयरने भूगोलाला मौलिक विचारांचे योगदान दिलेले आहे. आधुनिक काळात अमेरिकन विचारधारा परिपुष्ट करण्याचे मोलाचे काम त्याने केले आहे. जर्मनीतील Landschaft म्हणजे Landscape (भूदृश्य) ची संकल्पना त्याने अमेरिकेत उत्तम प्रकारे मांडली. त्याची अमेरिकेत पुष्कळ चर्चाही झाली. भूदृश्याप्रमाणे सांस्कृतिक भूगोलाचा त्याने अमेरिकेत विकास केला. सांस्कृतिक भूदृश्य (Cultural landscape) हा त्याचा आवडता विषय होता. सांस्कृतिक भूगोलावर विस्तृत व नवीन विचार मांडणारा पहिला अमेरिकन भूगोलतज्ज्ञ सॉयर होता.

संस्कृती मानवाची निर्मिती आहे, जी त्याने प्राकृतिक पर्यावरणाला तोंड देत साकार केली आहे. त्यामुळे सांस्कृतिक भूगोलाचा मान्यवर पुरस्कर्ता सॉयर मानव-भूगोलातील संभववादाचा समर्थक असेल हे ओघाने आले. आपल्या 'The agency of man on the earth' या शोधनिबंधात त्याने सिद्ध केले की फार पूर्वीपासून मानव भूपृष्ठावर बदल

घडवून आणीत आहे व आपल्या संस्कृतीचा ठसा उमटवीत आला आहे. परंतु, हे कार्य तो निसर्गाशी संघर्ष न करता समायोजन (adjustment) करून साध्य करतो हा महत्त्वाचा विचार त्याने भूगोलाला दिला; म्हणून तो कट्टर संभववादी नसून टेलरच्या नवनिश्चिततावादाला मानीत होता असे दिसते.

Carl Ritter - कार्ल रिटर (१७७९-१८५९)

आधुनिक भूगोलाचा जनक म्हणून हंबोल्टच्या बरोबरीने रिटरचेही नाव घेतले जाते; कारण अभिजात कालखंडात भूगोलाचा, विशेषत: मानवी भूगोलाचा, पाया रचण्याचे महत्त्वाचे काम त्याने केले.

कार्ल रिटरचा जन्म इ. स. १७७९ मध्ये जर्मनीतील (प्रशिया) क्युडलिनबर्ग येथे झाला. वयाच्या १७ व्या वर्षी गणित, तत्त्वज्ञान, इतिहास व निसर्गशास्त्र शिकण्यासाठी त्याने हॅले विश्वविद्यालयात प्रवेश घेतला. २ वर्षे तेथे शिक्षण घेतल्यानंतर इ. स. १७९८ मध्ये फ्रँकफर्ट येथे त्याची खासगी शिक्षक म्हणून नियुक्ती झाली. जवळजवळ २० वर्षे त्याने हे काम केले. इ. स. १८०७ मध्ये संपूर्ण युरोपचा भूगोल त्याने लिहिला. गोथिंग विश्वविद्यालयात संशोधन कार्य केल्यानंतर व इ.स.१८१७ मध्ये त्याचा प्रसिद्ध ग्रंथ 'अर्डकुंडे' (Erdkunde) प्रसिद्ध झाल्यानंतर इ. स. १८१९ मध्ये फ्रँकफर्ट विश्वविद्यालयात लिपूझिगला इतिहास व भूगोलाचा प्राध्यापक म्हणून त्याची नियुक्ती झाली. थोड्याच काळात त्याला बर्लिन विश्वविद्यालयात भूगोल प्राध्यापकाचे व त्याचवेळी बर्लिन येथील रॉयल मिलिटरी ॲकॅडमीत भूगोलाच्या प्राध्यापकाचे व विभागप्रमुखाचे पद मिळाले. ही दोन्ही पदे त्याने आपल्या मृत्यूपर्यंत सांभाळली.

रिटरची सर्वात मोठी लेखनकृती म्हणजे अर्डकुंडे हा १९ खंड व एकूण २०,००० पृष्ठसंख्या असलेला महान ग्रंथ होय. अर्डकुंडेचा अर्थ भूशास्त्र किंवा Earth Science असा होतो. या ग्रंथाचा पहिला खंड १८१७ मध्ये व दुसरा १८१८ मध्ये प्रसिद्ध झाला.

रिटरने आपल्या भौगोलिक ग्रंथाला 'अर्डकुंडे' हे नाव दिले; कारण भूगोलाविषयी त्याची कल्पना पृथ्वीचे प्रदेशांमध्ये विभाजन करून संपूर्ण वर्णन आणि ईश्वराने घडविलेल्या मानव-निसर्गाच्या संबंधांचे विवेचन अशी होती.

अर्डकुंडे या महान ग्रंथात प्रत्येक देशाचा भूगोल, मानवसमाजाचा इतिहास, राजकारण, प्राचीन परंपरा, समाजव्यवस्था व एकूण तेथील मानवाचे निसर्गाशी व विश्वाशी असलेले संबंध या सर्वांचा समावेश आहे. रिटरने या लेखनासाठी शक्य त्या सर्व साधनांचा शोध घेतला.

अर्डकुंडेचे उद्देश स्वत: रिटरने असे सांगितले आहेत-

(i) खंडाचे भौगोलिक प्रदेश पाडून त्यांच्या प्राकृतिक परिस्थितीचे वर्णन करणे.

(ii) प्राकृतिक घटकांतील सहसंबंध व त्यांचे मानवाशी संबंध पाहणे.

(iii) मानवाचा इतिहास व भौगोलिक परिस्थितीतील संबंध स्पष्ट करून मानव व निसर्गाच्या संबंधांविषयी सिद्धांत प्रस्थापित करणे.

(iv) लहान प्रदेशांचे ज्ञान एकत्रित करून त्यातून मोठ्या खंडाचे व एकूण पृथ्वीचे मानवाचे वसतिस्थान म्हणून आकलन करून घेणे.

कार्ल रिटर यांच्या संकल्पना खालीलप्रमाणे आहेत.

१) भूगोल हे संयुक्तिक तत्त्वापासून किंवा सिद्धान्ताच्या अनुमानावर उभारले नसून ते अनुभवजन्य (Empirical) शास्त्रावर उभारले गेले आहे.

२) एखाद्या प्रदेशात अस्तित्वात असणाऱ्या गोष्टींबाबत भूगोल निगडित असतो.

३) मानवाच्या वास्तवानंतर पृथ्वीची घडण झालेली नाही; म्हणून पृथ्वीच्या नियमासाठी तिच्याकडेच विचारपूस करावयास हवी.

४) नैसर्गिक सरहद्दींनी मर्यादित असलेल्या प्रत्येक प्रदेशात हवामान, उत्पादन, संस्कृती, लोकसंख्या आणि ऐतिहासिकदृष्ट्या त्यांच्यात एकात्मता आढळते.

५) 'मानवाचे वसतीस्थान' या नात्याने पृथ्वीची घडण झालेली आहे.

Carl Troll - कार्ल ट्रॉल (१८९९-१९७५)

२० व्या शतकातील वर्तमानकालीन जर्मन भूगोलशास्त्रज्ञांमध्ये कार्ल ट्रॉलचे नाव घेतले पाहिजे. त्यांचा जन्म १८९९ मध्ये झाला. इ.स. १९३७ मध्ये बॉन विश्व-विद्यालयात भूगोलाच्या प्राध्यापकपदावर त्यांची नियुक्ती झाली. इ. स. १९६४ मध्ये आंतरराष्ट्रीय भूगोलसंघाचा ते प्रमुख होते. त्यांचे शिक्षण म्यूनिक विश्वविद्यालयात वनस्पतिशास्त्र, भूगोल व इतर प्राकृतिक शास्त्रांमध्ये झाले. त्यांनी अनेक शोधसफरीही केल्या. आर्क्टिक प्रदेश, उत्तर युरोप, आफ्रिका, अँडिज पर्वत व हिमालयातील नंगा पर्वत या ठिकाणी त्यांनी संशोधनासाठी भ्रमण केले आहे. आल्पस पर्वतातील हिमनद्यांवर विशेष संशोधन केले व त्यावर Glacial morphology हे पुस्तक इ.स.१९३० मध्ये प्रकाशित केले. ते वनस्पतिशास्त्रज्ञ असल्यामुळे मध्य युरोपांतील वनस्पतींवरही संशोधन करून त्यांनी पुस्तक लिहिले. त्यांचे प्रादेशिक भूगोलातही काम आहे. भूप्रदेशातील भूरूपे हवामान, माती, जलप्रवाह, वनस्पती यांतील परस्परसंबंधांचे त्यांनी चांगले विवरण केले आहे.

Chirstopher Columbus - ख्रिस्तोफर कोलंबस (१४५१-१५०६)

कोलंबस हे जगप्रसिद्ध इटालियन खलाशी होते. पृथ्वी गोल आहे तर ज्याप्रमाणे पूर्वेकडून भारतापर्यंत जाता येते त्याचप्रमाणे पश्चिमेकडे प्रवास केल्यास भारतापर्यंत पोहोचता येईल अशी त्याची विचारसरणी होती त्यास अनुसरून त्यांचा प्रवासमार्ग युरोपकडून पश्चिमेकडे जाणारा होता. कोलंबसने एकूण चार मोहिमा केल्या.

कोलंबसने स्पेनचा राजा फर्डिनांड डी इसातेन यांच्याकडून आर्थिक मदत प्राप्त करून 'सांता मारिया' हे मोठे जहाज व 'पिंटा', 'लीना' ही दोन लहान जहाजे खरेदी केली. सोबत खलाशी घेऊन कोलंबसने स्पेनमधील पालोस बंदरातून दि. ३ऑगस्ट १४९२ रोजी जलप्रवासाला आरंभ केला. अटलांटिक महासागर पार केल्यावर त्यांना क्यूबा ते हैती बेटांची मालिका दिसली. पहिल्याच भूभागाला त्याने सॅन-सॅल्व्हाडोर असे नाव दिले. हैती बेटावर त्यांनी एक किल्ला बांधला. हा सर्व भूभाग भारतच आहे असे समजून त्याने त्या बेटांना 'इंडिज बेटे' असे नाव दिले. पुढे तो भाग 'वेस्ट इंडिज' म्हणून ओळखला जाऊ लागला. या मोहिमेवरून दि. १ मार्च १४९३ रोजी ते स्पेनमध्ये परतल्यावर त्यांचा फार मोठा सत्कार करण्यात आला.

पहिल्या मोहिमेच्या यशामुळे कोलंबसने मोठ्या उत्साहाने व प्रचंड तयारीनिशी दुसरी मोहीम हाती घेतली. त्यांनी १७ नौका व १५०० खलाशी असा प्रचंड ताफा घेऊन सप्टेंबर १४९३ ते मार्च १४९६ या काळात प्वेर्तोरिको, व्हर्जिन व डोमिनिकन बेटांचा शोध लावला. आपल्या पहिल्या मोहिमेत त्याने हैती बेटावर किल्ला बांधला होता. तेथून जवळच त्यांनी इसाबेला ही वसाहत स्थापन केली व नंतर ते क्युबामध्ये राहून मायदेशी परतले.

मार्च १४९६ मध्ये दुसऱ्या मोहिमेवरून परतल्यावर दोन वर्षांनी कोलंबसने तिसरी मोहीम सुरू केली. यावेळी त्यांनी पहिल्या दोन मोहिमांच्या तुलनेने दक्षिणेकडून प्रवास केला. दक्षिण अमेरिकेच्या किनाऱ्यावरील गिनिदाद बेटाचा शोध लावून त्यांनी ओरिनोको नदीच्या मुखात प्रवेश केला. या नदीच्या मुखाला त्याने 'ड्रॅगन्स माउथ' असे नाव दिले.

तिसऱ्या मोहिमेतील विदारक अनुभवानंतरही त्यांनी आपला प्रयत्न सोडला नाही. ९ मे १५०२ रोजी त्यांनी आपल्या चौथ्या व अखेरच्या प्रवासास सुरुवात केली. यावेळी त्याने हॉंड्युरसचा शोध लावला व त्याच्या किनाऱ्याने ते पनामापर्यंत पोहोचले. बेलेन (Belen) येथे उभारलेली वसाहत स्थानिक लोकांच्या विरोधामुळे उठवून ते जमैकाला परत आले. यावेळी ते जर थेट पश्चिमेकडे जात राहिले असते तर ते मेक्सिकोला पोहोचले असते. वाईट हवामान, अन्नाचा मर्यादित साठा, यामुळे त्यांना ही मोहीम आटोपती घ्यावी लागली. या परतीच्या प्रवासात ते आजारी पडले व अतिशय वाईट अवस्थेत १५०४ मध्ये स्पेनला पोहोचले. त्यांना सर्व प्रकारे मदत करणारी स्पेनची राणी मरण पावली होती. अखेरपर्यंत ते कंगाल राहिले व शेवटी इ. स. १५०६ मध्ये या धाडसी जगप्रसिद्ध संशोधकाचा मृत्यू झाला.

David Harvey - डेव्हिड हार्वे (१९३५) -

आधुनिक काळातील नवीन विचार विशेषत: भूगोलाच्या तत्त्वज्ञानाच्या बाबतीत ठासून विचार मांडणारे भूगोलतज्ज्ञ डेव्हिड हार्वे होय. (जन्म १९३५). त्यांचे

'Explanation in Geography' हे गाजलेले पुस्तक भूगोलाचा शास्त्रीय दर्जा सिद्ध करते. या पुस्तकाने नवीन भूगोलाला एका भक्कम तात्त्विक पायावर उभे केले आहे असे मिल्टन हार्वे व ब्रायन होली यांनी म्हटले आहे. Social Justice and the City आणि The Conditions of postmodernity ही त्यांची आधुनिक काळातील बदलत्या परिस्थितीवर प्रकाश टाकणारी आणखी दोन उद्‌बोधक पुस्तके आहेत.

Ellisi Reclus - एलिसी रेक्ल्यूस (१८३०-१९०५)

फ्रान्समध्ये भूगोलाचा प्रारंभ रेक्ल्युस यांनी केला असे म्हटले पाहिजे. ते जर्मन भूगोलशास्त्रज्ञ रिटरचे चाहते होते. रिटरच्या अर्डकुण्डे ग्रंथानुरूप त्यांनी फ्रेंच भाषेत 'जगाचा नवीन भूगोल' ही ग्रंथमाला १९ खंडांमध्ये लिहिली. इ.स. १८७५-९४ असा वीस वर्षांचा काळ त्यासाठी लागला. त्यात जगाची माहिती संकलित करून भूप्रदेशातील प्राकृतिक व सांस्कृतिक साहचर्य सुंदर भाषेत लिहिले होते. परंतु, त्याची धाटणी प्रामुख्याने वर्णनात्मकच होती. या प्रादेशिक भूगोलाच्या पुस्तकात त्यांनी फारशी तात्त्विक चर्चा केली नाही. तरी लालित्यपूर्ण शैलीमुळे हा ग्रंथ लोकप्रिय झाला. पण रेक्ल्युस मुळात मानव-भूगोलशास्त्रज्ञ होते आणि मानव-पर्यावरण संबंधांविषयी त्यांचा कल संभववादाकडे होता. इ.स.१८५१ मध्ये रिटरच्या हाताखाली त्यांनी भूगोलाचा अभ्यास केला व रिटरकडून भूगोलातील प्रमुख तत्त्वे व कल्पना घेतल्या. 'रेक्ल्युस हे फ्रान्सचा रिटर होते' या शब्दांत श्मिटने त्यांचा गौरव केला आहे व तो त्यांच्या 'जगाचा नवा भूगोल' या ग्रंथाच्या संदर्भात आहे.

रेक्ल्युस संभववादी होते व असे म्हणत असे की, मनुष्य आपल्या भोवतालच्या प्राकृतिक परिस्थितीत आपल्या गरजेप्रमाणे परिवर्तन करू शकतो व निसर्गावर नियंत्रण आणू शकतो तरी मनुष्याकडून पृथ्वीचे जे शोषण सुरू झाले आहे व भूदृश्याचा जो विध्वंस होत आहे, त्याबद्दल मात्र ते फार नाराज होते.

Ellen Churchill Semple - एलेन चर्चिल सेम्पल (१८६३-१९३२)

भूगोलात ज्या काही बोटांवर मोजण्याइतक्या विदुषी आहेत, त्यात कुमारी एलेन सेम्पल अग्रगण्य आहे. यू एस ए तील केंटुकी संस्थानात लुइसव्हिले या गावी इ.स. १८६३ मध्ये एलेनचा जन्म झाला. १८८२ मध्ये स्नातक पदवी प्राप्त केल्यानंतर त्यांनी भूगोल, इतिहास, समाजशास्त्र व अर्थशास्त्राचा सखोल अभ्यास केला व वसार विश्वविद्यालयातून इतिहासात इ.स. १८९१ मध्ये M.A. पदवी प्राप्त केली. परंतु, त्यांच्या आयुष्यातील महत्त्वाची घटना म्हणजे इ.स. १८९१-९५ च्या दरम्यान त्यांनी जर्मनीत लिप्झिगला राहून रॅटझेलच्या हाताखाली भूगोलाचे विशेष शिक्षण घेतले ही होय.

रॅटझेलच्या विचारांनी त्या खूप प्रभावित झाल्या व त्यांच्या निष्ठावंत अनुयायिनी झाल्या. रॅटझेलमुळे त्यांना मानवशास्त्रात रस उत्पन्न झाला व पर्यावरणाचा मानवावरील परिणाम हे निश्चिततावादाचे सूत्र त्यांनी आयुष्यभर स्वीकारले. इ.स. १८९७ मध्ये जर्मनीहून अमेरिकेत परत आल्यानंतर त्या क्लार्क विश्वविद्यालयात भूगोलाची प्राध्यापक म्हणून नियुक्त झाल्या. त्यांच्या लेखनातून त्यांनी रॅटझेलचे विचार अमेरिकेत आणले असे म्हटल्यास हरकत नाही. त्या काळातील अमेरिकेतील मानवी भूगोलतज्ज्ञांमध्ये सेम्पलचे नाव आदराने घेतले जाते. अमेरिकन जिऑग्राफिकल सोसायटीने इ.स. १९१४ मध्ये त्यांच्या उत्कृष्ट लेखनाबद्दल त्यांना सुवर्ण पदकाने सन्मानित केले होते.

Ellsworth Huntington - एल्सवर्थ हंटिंग्टन (१८७६-१९४७)

भूगोलतज्ज्ञ इझा बोमनचे समकालीन व सहकारी आणि बोमनप्रमाणे डेव्हिसचे विद्यार्थी व चाहता. एल्सवर्थ हंटिंग्टन त्यांच्या काळातील फार मोठे भूगोलतज्ज्ञ होऊन गेले. इ. स. १८७६ मध्ये जन्मलेल्या हंटिंग्टनने १८९७ मध्ये बेलॉइट महाविद्यालयातून स्नातक पदवी प्राप्त केली. लगेच त्यांना तुर्कस्थानातील हार्पुट येथे युफ्रेटिस महाविद्यालयात नियुक्ती मिळाली. तेथे ते १९०१ पर्यंत होते. या काळात त्यांनी तुर्कस्थानचा भरपूर दौरा केला आणि तेथील भूरूपे, हवामान व लोकांच्या सूक्ष्म निरीक्षणांची टिपणे ठेवली. १९१७ मध्ये ते Ecological Society of America चे अध्यक्ष, १९२३ मध्ये Association of American Geographers (AAG) चे अध्यक्ष व १९३४ मध्ये American Eugenics Society चे अध्यक्ष झाले. हंटिंग्टनने जो विस्तृत जगप्रवास केला, विशेषत: जी सर्वेक्षणे केली त्यांतून त्याची भौगोलिक दृष्टी बनत गेली व भूगोलातील आवड वाढत गेली. नंतर त्यांनी शेवटपर्यंत संशोधनाच्या कार्याला वाहून घेतले व विपुल साहित्य निर्माण केले. त्यांच्या साहित्याचा तत्कालीन अमेरिकन, ब्रिटिश व इतर भूगोलतज्ज्ञांवर पुष्कळ प्रभाव होता. संस्कृतीच्या विकासासाठी सर्वोत्तम हवामानाची (optimum climate) संकल्पना त्यांनीच मांडली आहे. पश्चिम युरोपात आढळते तसे समशीतोष्ण व सतत बदलणारे हवामान मानवासाठी व त्याच्या प्रगतीसाठी सुयोग्य असते असे त्याचे मत प्रसिद्ध होते. हंटिंग्टनच्या शैलीचे हे वैशिष्ट्य होते की, ते आपले प्रतिपादन वस्तुनिष्ठ रीतीने पटवून देत असे. ज्या काळात भूगोलात वर्णनांचेच प्राधान्य होते, त्या काळात आपल्या प्रतिपादनाला संख्याशास्त्राचा व मोजमापांचा शक्यतो आधार देण्याचा त्यांचा प्रयत्न असे तेव्हा फारशी आकडेवारी उपलब्ध नसे. परंतु, सिद्धान्तासाठी प्रत्यक्ष आकड्यांचा व मापनांचा उपयोग करण्याची नवीन संकल्पना त्यांनी प्रचलित केली. सर्वोत्तम हवामानाची कल्पना त्याने काटेकोर शब्दांत मांडली आहे. याकरिता हंटिंग्टनवर टीकाही झाली. ते फारच

पदार्थवादी (materialistic) आहेत, असे म्हटले गेले. त्याची संस्कृतीची (Civilization) काटेकोर व्याख्याही टीकेला पात्र झाली. परंतु, कालौघात संख्याशास्त्रीय प्रमाणे हीच वस्तुनिष्ठ व उपयुक्त असतात हे सिद्ध झाले आहे.

Emmanuel De Martonne - इम्यॅनुएल डी मार्तोन (१८७३-१९५५)

इम्यॅनुएल डी मार्तोन ब्लाशचे शिष्य होते. ब्लाशच्या मृत्यूनंतर त्यांचे ग्रंथ प्रसिद्ध करण्यामध्ये त्यांनीच पुढाकार घेतला. ब्लाशच्या परंपरेतला पण नवीन काळातील ते एक उल्लेखनीय भूगोलवेत्ता होते.

मार्तोनचा जन्म इ.स. १८७३ मध्ये फ्रान्समधील ब्रिटनी प्रांतात झाला. ब्लाशच्या हाताखाली शिकून इ.स. १८९५ मध्ये इतिहास व भूगोल या विषयांत त्यांना पदवी मिळाली. इ.स. १९०२ मध्ये त्यांनी डॉक्टरेट घेतली व १९१८ मध्ये ब्लाशच्या मृत्यूनंतर पॅरिस विश्वविद्यालयात त्यांना प्राध्यापक पद प्राप्त झाले. इ.स.१९४४ पर्यंत या पदावर त्यांनी काम केले. पॅरिस मध्ये Instiute de Geographie या संस्थेचे संचालक म्हणून ते २० वर्षे राहिले. इ.स. १९०० मध्ये प्राकृतिक भूगोलाचे पाठ्यपुस्तक Traite de Geographie Physique या नावाने त्यांनी प्रकाशित केले व ते लोकप्रिय झाले. त्यांच्या सात-आठ आवृत्त्याही निघाल्या आणि त्यांची भाषांतरेही झाली. इ.स. १९४३ मध्ये डी मार्तोनने प्रसिद्ध भूगर्भशास्त्रज्ञ डी मार्गेरीबरोबर फ्रान्सचा अॅटलास (Atlas de France) प्रकाशित केला. यात जवळ जवळ २०० रंगीत नकाशे आहेत. आंतरराष्ट्रीय भूगोल परिषदेचे त्यांनी उत्साहाने कार्य केले व इ.स. १९३८-४९ या कालखंडात तिचे अध्यक्षपदही भूषविले. अमेरिकन भूगोल संघाने इ.स. १९३९ मध्ये त्यांच्या कार्याकरिता त्यांचा सत्कार केला होता.

Eratosthenes - इरॅटोस्थीनस् (इ. स. पूर्व २७६ - इ. स. पू. १९५)

भूगोलाच्या शास्त्रीय अभ्यासाला इरॅटोस्थेनिसने सुरुवात केली असे मानले जाते. इरॅटोस्थीनस् हे विषुववृत्ताची लांबी अचूकपणे निश्चित करणारे पहिले भूगोलतज्ज्ञ होते. खगोलशास्त्राचे त्यांचे ज्ञान महत्त्वाचे आहे. त्यांचा जन्म ख्रिस्तपूर्व २७६ मध्ये झाला. त्यांनी भूगोलशास्त्राला सुसंबद्ध विज्ञानाचे स्वरूप प्राप्त करून दिले. त्यांनी जगाचा शास्त्रशुद्ध पद्धतीने नकाशा तयार केला. त्यांच्या मतानुसार पृथ्वी गोलाकार असून ती विश्वाच्या केंद्रस्थानी आहे. सर्व ग्रहगोल पृथ्वीभोवती फिरतात. सूर्य व चंद्र यांना स्वत:ची गती आहे. त्यांनी पृथ्वीच्या परिघाचे वैज्ञानिक व भूमिती पद्धतीने अचूक मापन केले. त्यांनी त्यासाठी अलेक्झांड्रिया व सायने (आस्वान) येथील सूर्यकिरणांचे भूपृष्ठांशी होणारे कोन मोजले.

Febvore - Lucien फेबव्हर-ल्युसिअन (१८७८-१९५६)

हे फ्रेंच भूगोलकार संभववादाचे पुरस्कर्ते होते. त्यांनी मानवी कार्याला महत्त्वाचे स्थान दिले. मानव सर्वात महत्त्वपूर्ण मानला. पर्यावरणाला दुय्यम स्थान दिले. भूगोलाचे उद्दिष्ट हे मानवाचे कल्याण आहे असे स्पष्ट केले. एक समान नैसर्गिक पर्यावरण असलेल्या पृथ्वीवरील कोणत्याही प्रदेशात मानवी विकासाची दिशा अंतिम अवस्थेत एकसमान असते असे त्यांचे मत होते.

Ferdinand Magellan - फर्डिनांड मॅगेलन (१४८० ते १५२१)

फर्डिनांड मॅगेलन जन्माने पोर्तुगीज असून त्यांचा जन्म १४८० मध्ये झाला. अल्बुकर्क याच्या नेतृत्वाखाली ईस्ट इंडिज बेटावर त्यांनी नोकरी पत्करली. पोर्तुगीजांनी इ. स. १५११ मध्ये मालाक्काची जी मोहीम हाती घेतली त्यामध्ये मॅगेलन होते. इ.स. १५१४ मध्ये मॅगेलन स्पेनचा नागरिक झाले. इ. स. १५१९ मध्ये मॅगेलन यांनी स्पॅनिश राजाच्या मदतीने ईस्ट इंडिजकडे पश्चिमेकडून जाणारा सागरी मार्ग शोधण्याची मोहीम हाती घेतली. पॅसिफिक महासागर पार करून ते ब्राझीलच्या किनाऱ्यावर पोहोचला त्यावेळी त्यांच्या सोबत २३० खलाशी होते. पेटॅगोनियाच्या उपसागरात प्रवेश करून त्यांनी दक्षिण अमेरिकेच्या दक्षिण भागातील सामुद्रधुनी शोधून काढली. या सामुद्रधुनीला 'मॅगेलनची सामुद्रधुनी' असे म्हणतात. या सामुद्रधुनीतून त्यांनी पॅसिफिक महासागरात प्रवेश केला. काही अंतर उत्तरेकडे प्रवास केल्यावर त्यांनी पश्चिमेच्या दिशेने सलग ६८ दिवस प्रवास केला. दीर्घकाळ जमिनीचे दर्शन न झाल्यामुळे त्यांना व त्यांच्या सहकाऱ्यांना निराशेने घेरले. परंतु, अखेरीस ते आशियाच्या पूर्व किनाऱ्यावरील एका द्वीपसमूहाकडे पोहोचले. तेव्हाचा स्पेनचा राजा दुसरा फिलिफ यांच्या नावावरून त्यांनी त्या द्वीपसमूहाला 'फिलीपाईन्स' असे नाव दिले. तेथील स्थानिक रहिवासी व मॅगेलनचे खलाशी यांच्या भांडणात मॅगेलन इ.स.१५२१ मध्ये मारला गेला. त्यांचा सहकारी कॅप्टन सॅबेस्तियन याने इ.स.१५२२ मध्ये मॅगेलनशिवाय पृथ्वीप्रदक्षिणा पूर्ण केली. वयाच्या केवळ ४२ व्या वर्षी मॅगेलनचा दुर्दैवी अंत झाला.

Ferdinand Von Richthofen - फर्डिनांड फॉन रिश्तोफेन (१८३३-१९०५)

हंबोल्ट व रिटर यांच्या पुढच्या पिढीतील प्रख्यात भूगोलशास्त्रज्ञ म्हणजे फर्डिनांड फॉन रिश्तोफेन होय. तसे हंबोल्ट व रिटर अभिजात काळात (classical Period) येतात व रिश्तोफेनचे कार्य १९ व्या शतकाच्या उत्तरार्धात म्हणजे आधुनिक काळात (modern period) मोडते. याला कोणी भूगोलाचा पूर्व आधुनिक काळ असेही म्हणतात. हंबोल्ट व रिटरच्या बरोबरीने त्याचे भूगोलातील कार्य व कीर्ती आहे. त्यांचा जन्म पश्चिम जर्मनीतील

सायलेशिया प्रांतात मे १८३३ मध्ये एका खानदानी श्रीमंत कुटुंबात झाला. त्यांना भूगर्भशास्त्राची आवड असल्यामुळे ब्रूसेल्स व बर्लिन येथून त्याने भूगर्भशास्त्र, जीवशास्त्र व भूगोलाची पदवी घेतली. त्यामुळे साहजिकच प्राकृतिक भूगोलाकडे त्यांचा कल होता व हंबोल्टचे विचार व संशोधन यांकडे ते आकृष्ट झाले होते. हंबोल्टप्रमाणे आपल्या आयुष्यात त्यांनी लांब लांब संशोधनसफरी केल्या व जास्त करून प्राकृतिक भूगोलात संशोधनकार्य केले. रिश्तोफेन भूगोलशास्त्राला सुनिश्चित स्वरूप देणारा आधुनिक काळातील भूगोलातील मोठा विचारवंत होता. ते हंम्बोल्टप्रमाणे प्राकृतिक भूगोलाचे अभ्यासक व हंम्बोल्टच्या विचारांचे समर्थक होते.

Friedrich Ratzel - फ्रेडरिक रॅट्झेल (१८४४-१९०४)

रॅट्झेल यांचा जन्म इ. स. १८४४ मध्ये ऱ्हाईनलँड (जर्मनी) मधील कार्ल्सरूह येथे झाला. आधुनिक काळात मानवी भूगोलाचा पाया रचण्याचे श्रेय त्यानाच जाते.

हंबोल्ट किंवा रिश्तोफेनप्रमाणे त्यांचे घराणे सधन नव्हते. त्यामुळे लहान वयातच चार वर्षे त्याना औषधविक्रेता म्हणून कार्य करावे लागले. त्यानंतर त्यांनी हायडेलबर्ग, जेना व बर्लिन विश्वविद्यालयात प्राणिशास्त्र (zoology) व भूगर्भशास्त्राचे अध्ययन केले. इ.स. १८६९ मध्ये डार्विनच्या जगप्रसिद्ध The origin of species' या उत्क्रांतिवादाच्या ग्रंथावर त्यांनी जी समीक्षा लिहिली (A Commentary on Darwin's work) त्यावर हेकलचा प्रभाव स्पष्ट दिसतो. हेकेलने डार्विनच्या मतांच्या आधारावर परिस्थितिकी (Ecology) ही नवीन शास्त्रशाखा स्थापन केली होती. रॅट्झेलने पुढे याच विचारांचे अनुसरण करीत पण मानवाला केंद्रस्थानी मानून मानववंशभूगोल (Anthropogeography) व नंतर मानवी भूगोल (human Geography) विकसित केला. (Anthropogeography) हा मानवकेंद्री भूगोलाला त्यांनीच दिलेला शब्द आहे.

म्यूनिक व लिपझिग्मधील कार्यकाळात ते भूगोलतज्ज्ञ व मानवी भूगोलाचे प्रवर्तक म्हणून प्रसिद्ध झाले. या काळात त्यांनी अनेक ग्रंथ लिहिले व जिऑग्राफिकल सोसायटीची स्थापना केली व ती नावारूपाला आणली. आज मानवी भूगोलाचा आद्य प्रवर्तक म्हणून रॅट्झेलचे नाव अजरामर झाले आहे. फिशर, एस्कर्ट, हेटनर यांनी त्याच्याबरोबर काम केले.

फ्रेडरिक रॅट्झेल याची मानवी भूगोलास 'ॲन्थ्रोपोजिऑग्राफी' ही एक फार मोठी देणगी आहे. रॅट्झेल याने वरील शब्दांची रचना केली. त्याच्या आधारावर मानवी भूगोलाचे सुसंबद्ध अध्ययन सुरू झाले. या ग्रंथात भूपृष्ठाच्या तत्त्वाचा किंवा घटनांचा मानवाशी असलेला संबंध सुसंबद्ध पद्धतीद्वारा वर्णिलेला आहे. भौगोलिक घटनांची तुलना केलेली आहे आणि घटनांचे एक विश्वदृश्य स्थापित केलेले आहे.

अॅन्थ्रोपोजिऑग्राफीच्या पहिल्या खंडात पृथ्वीवर, मानवाच्या वितरणावर नैसर्गिक प्रेरणा कमी-जास्त प्रमाणात कसे नियंत्रण करतात याचा शोध घेण्याचा प्रयत्न केलेला आहे, भूगोलाचे गतिशील स्वरूप (The Dynamic Aspect of Geography) पाहण्याचा हेतू आहे. इतिहासावरील भूगोलाचा अनुप्रयोग कसा आहे हे देखील त्याचे उद्दिष्ट आहे.

George Marsh - जॉर्ज मार्श (१८०१-१८८२)

१९ व्या शतकातील अमेरिकेतील पहिले भूगोलाचे विचारवंत म्हणून जॉर्ज मार्शचे नाव घ्यावे लागेल. भूगोलात जर्मन विचारसरणीचा व निश्चिततावादाचा (determinism) प्रभाव असूनही मार्शने स्वतंत्रपणे मानवाच्या निसर्गावरील प्रतिक्रियांचे किंवा संभववादाचे प्रतिपादन केले होते. इ. स. १८७१ मध्ये त्यांनी आपला Man and Nature हा ग्रंथ प्रकाशित केला. त्यात त्यांनी प्राकृतिक व जैविक सृष्टीवरील मानवाच्या प्रभुत्वाचे विवेचन केले आहे व मुख्य म्हणजे त्याचे दुष्परिणाम दाखवून त्या काळात त्यांनी निसर्गाच्या संधारणाची (Conservation) संकल्पना मांडली, हे त्यांचे वैशिष्ट्य होय.

Herbert John Fluere - हर्बर्ट जॉन फ्लूअर (१८७७-१९६८)

फ्लूअर भूगोलशास्त्रज्ञ, मानवशास्त्रज्ञ (anthropoligist) आणि प्राणिशास्त्रज्ञ (Zoologist) होते. त्यांच्यावर डार्विनच्या उत्क्रांतिवादी विचारांचा प्रभाव होता; पण ते निश्चिततावादी नव्हते. प्राण्याप्रमाणे मानवही त्याच्या पर्यावरणाशी जुळवून घेतो आणि मानव व पर्यावरणाच्या या संबंधातून एकजिनसीपणा निर्माण होतो असे ते मानीत होते. मँचेस्टरमध्ये ते भूगोलाचे प्राध्यापक होते आणि त्यांचा विशेष कल मानव भूगोलाकडे होता. विशेषत: संस्कृतीच्या प्रसारावर त्यांनी भर दिला. भूगोलात मानवाचा अभ्यास स्थलाप्रमाणे तसाच काळाप्रमाणे केला पाहिजे. त्याच्या उत्क्रांतीचा विचार काळाशिवाय करता येणार नाही असा त्यांचा दृढ विश्वास होता.

प्राकृतिक परिस्थितीवर काही प्रमाणात मानव मात करू शकतो आणि त्यातून विशिष्ट प्रकारचे मानव-प्रदेश (Human regions) तयार होत जातात. हे मानव प्रदेश म्हणजे मानवाचे सामाजिक संघटन असते व पृथ्वीतलावर ते वैशिष्ट्यपूर्ण रीतीने दृग्गोचर होतच असते व त्यातून संस्कृतीचा विकास व प्रसार होतो. मानवाच्या कार्यानुसार संस्कृतीमध्ये भिन्नता आढळते. त्यांच्या मतानुसार मानवाचे कार्य पोषण (nutrition), पुनरुत्पादन (reproduction) व कल्याण अभिवृद्धी (increase of wellbeing) ही उद्दिष्टे डोळ्यांसमोर ठेवून होते व त्यात अनुकूल किंवा प्रतिकूल परिस्थितीत प्राप्त केलेल्या सफलतेनुसार जगाचे ७ विभाग करता येतात. 1) Region of hunger 2) Region of debilitation 3) Region of increment 4) Region of efforts

5) Region of difficulty 6) Region of wandering and 7) Industrialised region.

Halford John Mackinder - हॅल्फोर्ड जॉन मॅकिन्डर (१८६१-१९४७)

ब्रिटिश भूगोलकारांमध्ये सर्वात जास्त प्रसिद्धी हॅलफोर्ड जॉन मॅकिन्डर यांना मिळाली. त्यांचा 'इतिहासाचे भौगोलिक हृदयस्थल किंवा धुराग्र' (The Geographical Pivot of History) हा प्रबंध लष्करी भूगोलास एक देणगीच आहे. या प्रबंधामुळेच मॅकिन्डर यास भूगोलकारांमध्ये मानाचे स्थान प्राप्त झाले.

हॅल्फोर्ड जॉन मॅकिंडरला ब्रिटिश विचारधारेचा प्रणेता मानले जाते. त्याचे शिक्षण इतिहास व इतर समाजशास्त्रांमध्ये झालेले होते; पण भूगोलात त्याला विशेष रुची होती. जर्मन व फ्रेंच भूगोलतज्ज्ञांचा त्याच्यावर प्रभाव होता, त्याच्या विद्वत्तेमुळे ऑक्सफर्डमध्ये प्रथमत: भूगोलाचे अध्यापन त्याच्यावर सोपविण्यात आले. भूगोल विषयात त्याचे पद्धतशीर शिक्षण झाले नसूनही त्याला रॉयल जिऑग्राफिकल सोसायटीने ऑक्सफर्ड विश्वविद्यालयात प्रथम प्रपाठकाच्या पदावर नियुक्त केले व नंतर प्राध्यापक व विभागप्रमुख म्हणून त्याची पदोन्नती केली. येथे त्याने १८९२ ते १९०३ पर्यंत एका महाविद्यालयाच्या प्राचार्यपदाचाही भार सांभाळला. १९०५ ते १९१० पर्यंत London School Of Economics या प्रसिद्ध संस्थेचे निर्देशकपद भूषविले. १९१० ते १९२२ तो ब्रिटिश संसदेचा सभासद झाला.

मॅकिंडरची एक अभिनव संकल्पना मध्यस्थ राष्ट्राची (Buffer state) होती. दोन शत्रुराष्ट्रांच्या सीमा एकमेकींना भिडू नयेत; कारण तेथे चटकन् युद्ध पेटू शकते. म्हणून, त्यांच्या दरम्यान तिसऱ्या राष्ट्राचा प्रदेश असावा, जो दोन्ही शत्रुराष्ट्रांना विभाजित करून दूर ठेवतो. जर्मनी व रशिया यांच्या दरम्यान असे मध्यस्थ राष्ट्र असावे असे त्याने म्हटले होते. या संकल्पनेला धरून ग्रेट ब्रिटनने आपल्या आधिपत्याखालील भारत व रशिया यांच्या दरम्यान अफगाणिस्तानची पट्टी सोडली व भारत व चीनच्या दरम्यान तिबेटचे मध्यस्थ राष्ट्र ठेवले.

मॅकिंडर भूगोलाला वितरणाचे शास्त्र (Science Of Distribution) म्हणतो. कारण त्यात मानव-पर्यावरण संबंधांची मांडणी असते. भूगोल केवळ माहितीचा साठा नसून प्राकृतिक व मानवी घटनांना एकत्रित पाहणारे ते शास्त्र आहे, हे त्याचे ठाम मत आहे. मॅकिंडरने ग्रेट ब्रिटनमध्ये ऐतिहासिक भूगोलाचा पाया रचला.

Hecatacus - हेकॅटॅकस इ. स. पूर्व ५५० - इ. स. पूर्व ४७६)

हेकॅटॅकस हे मिलेटसचे रहिवासी होते. त्यांनी जगामध्ये मानवाच्या वसतिस्थानाचे सामान्य भौगोलिक वर्णन करून 'प्रादेशिक भूगोला'चा आरंभ केला. त्यांनी सर्वप्रथम

ग्रीक गद्य रचना केली. ग्रीस व सभोवतालचा प्रदेश यांची भौगोलिक माहिती संकलित केली व 'गेस पेरिऑडोस' (Ges-Periodos) हा पृथ्वीच्या वर्णनाचा ग्रंथ लिहिला. हेकॅटॅकसने सर्वप्रथम भौगोलिक माहितीची पद्धतशीर मांडणी व विश्लेषण केले त्यामुळे त्यांना 'भूगोलशास्त्राचा जनक' असे म्हणतात.

Herodotus - हेरोडोटस (इ. स. पूर्व ४८४ - इ. स. पू. ४२५)

हेरोडोटस जरी इतिहासाचे जनक समजले जात असले तरी ते भूगोलशास्त्राचे एक आद्य संस्थापक आहेत. त्यांनी भौगोलिक विचार आणि संकल्पना यांमध्ये महत्त्वपूर्ण भर घातली. ''सर्व भौगोलिक ज्ञानाकडे ऐतिहासिक दृष्टिकोनातून व सर्व ऐतिहासिक ज्ञानाकडे भौगोलिक दृष्टिकोनातून पाहिले पाहिजे'' असे त्यांचे मत होते. कॅस्पियन हा भूवेष्टित समुद्र आहे हे हेरोडोटसने स्पष्ट केले. त्यामुळे हे सांगणारे ते पहिलेच विचारवंत ठरले. तसेच त्यांनी जगाची विभागणी युरोप, आफ्रिका, आशिया अशा तीन खंडांत केली. त्यांचे आफ्रिका खंडाविषयीचे ज्ञान विस्तृत व सखोल होते. आफ्रिका खंडाविषयी त्याने अचूक माहिती दिली. या खंडाचे त्यांनी तीन प्रमुख विभाग केले- १) भूमध्यसागरी किनारा २) अॅटलास पर्वतापासून नाइल नदीपर्यंतचा भाग व ३) सहारा वाळवंटाच्या दक्षिणेकडील भाग. हिरोडोटसने सहारा वाळवंटातील अनेक ओॲसिसची तपशीलवार माहिती दिली आहे. नाईलचा त्रिभुज प्रदेश तिने वाहून आणलेल्या गाळाने तयार झाल्याचा त्यांनी उल्लेख केला आहे. सागरकिनाऱ्यावरील गाळाच्या संचयनाने पूर्वीचे किनारे, बंदरे सध्या अंतर्गत भागात गेल्याचे त्यांचे मत होते. त्रिभुज प्रदेश निर्माण करणाऱ्या प्रक्रियेचे विश्लेषण त्यांनी दिले आहे.

Hipparchus - हिप्पार्कस (इ. स. पूर्व १९० - इ. स. पूर्व १२०)

हिप्पार्कस जगप्रसिद्ध खगोलतज्ज्ञ व गणिती होते. त्यांनी वर्षाची कालगणना केली. त्रिकोणमितिशास्त्राची रचना केली. इ.स.पूर्व दुसऱ्या शतकात ते होऊन गेले. इरॅटोस्थेनिसनंतर अलेक्झांड्रिया येथील ग्रंथपालपदी त्यांची नेमणूक झाली. भूगोल-शास्त्रातील त्यांचे कार्य महत्त्वाचे मानले जाते. अक्षवृत्त - रेखावृत्तामुळे स्थान निश्चित करता येते हे त्यांनी नमूद केले आहे. त्यांनी विषुववृत्त हे बृहद्वृत्त (Great Circle) हे सिद्ध केले. गणितशास्त्राचे हिप्पार्कसचे योगदान मूलभूत मानले जाते. वर्तुळाचे त्यांनी ३६० अंश पाडले. त्यांनी अक्षांश-रेखांश निश्चितीसाठी 'अॅस्ट्रोलेब' नावाचे लहान व सहज हाताळता येईल असे उपकरण तयार केले. गोलाकार पृथ्वीवरील जगाचा सपाट कागदावर नकाशा तयार करण्यासाठी प्रक्षेपणाची निर्मिती हे त्यांचे नकाशाशास्त्र व भूगोल यांना महत्त्वाचे योगदान आहे. समांतर (Orthographic) व समआकार (Steriographic) अशा दोन प्रकारच्या प्रक्षेपणांची निर्मिती हिपार्कसने केली.

Homer - होमर (इ. स. पूर्व १२८० - इ. स. पूर्व ११८०)

हे सर्वश्रेष्ठ ग्रीक कवी होते. त्यांनी 'ओडोसी' व 'इलियड' ही महाकाव्ये लिहिली. इ.स. पूर्व १२८० ते ११८० या काळात लिहिलेल्या या महाकाव्यात 'ट्रोजन' युद्धाचे वर्णन आहे. या काव्यातून ऐतिहासिक भूगोलाची बरीच माहिती उपलब्ध होते. त्यांच्या मते पृथ्वी गोलाकार असून सर्व बाजूंनी ती पाण्याने (Ocean River) वेढलेली आहे. आकाश पृथ्वीवरील खांबावर तोललेले आहे. सूर्य जलाशयातून उगवतो व त्यातच मावळतो. सूर्याप्रमाणे तारेसुद्धा याच जलाशयातून वर येतात व मावळतात. होमरने चार दिशांनी येणाऱ्या चार प्रकारच्या वाऱ्यांचे वर्णन केले. 'वोरिस' हा उत्तरेकडून येणारा वेगवान शीतवारा, 'युरस' हा पूर्वेकडून येणारा उबदार मंदवारा, दक्षिणेकडून वादळापूर्वी येणारा 'नोटस' व पश्चिमेकडून येणारा सोसाट्याचा सुगंधी वारा 'झेपिरस' होय. होमरला आशिया व युरोप हे शब्द ज्ञात नव्हते. नंतरच्या काळात ग्रीसच्या पूर्वेकडील प्रदेशाला आशिया व पश्चिमेकडील प्रदेशाला युरोप अशा संज्ञा दिल्या गेल्या.

Innokenti Gerasimov - इनोकेंटी गेरासिमोव्ह (१९०५ ते १९८५)

आधुनिक काळातील रशियाचा आघाडीचा भूगोलतज्ज्ञ इनोकेंटी गेरासिमोव्ह होय. ते प्राकृतिक भूगोलतज्ज्ञ असून रशियातील विज्ञान ॲकॅडमीमधील भूगोल संस्थेचे ३५ वर्षे संचालक म्हणून काम पाहत होते.

आधुनिक रशियातील भूगोलाचा एक प्रथितयश संशोधक म्हणून गेरासिमोव्हचे नाव घेतले जाते. भूगोलात त्यांनी जवळजवळ ५०० संशोधनपूर्ण लेख प्रकाशित केले आहेत व त्याची १२ पुस्तके प्रसिद्ध झाली आहेत. प्राकृतिक व मानवी घटकांच्या आधारावर समाकलित होणारे सुसंबद्ध प्रदेश भूगोलाच्या संशोधनाचा विषय आहेत असे त्यांचे मत होते. या प्रदेशांना ते भूदृश्याचे शास्त्र म्हणतात व ते नुसते भूदृश्यातील सुसंबद्ध पर्यावरणाचे वर्णन नसून त्याचा उपयोग विधायक कार्यासाठी म्हणजे पर्यावरण मानवास अनुकूल रीतीने बदलविण्यासाठी झाला पाहिजे.

Ibn-Batuta - इब्न बतुता (१३०४ ते १३७८)

इब्न-बतुता हे चौदाव्या शतकातील प्रसिद्ध प्रवासी होते. त्याचे मूळ नाव अब्दुल्ला महंमद असे होते. इजिप्त, सिरिया, हेझा येथे आपले शिक्षण पूर्ण केल्यावर वयाच्या एकतिसाव्या वर्षी इ. स. १३३५ मध्ये ते जगप्रवासाला निघाले. त्यांनी मक्का-इजिप्त-सिरिया-इराक-पर्शिया-अरबस्तान-कॅस्पियन समुद्रपलीकडील प्रदेश-इस्तंबूल-बुखारा-भारत-चीन-श्रीलंका-मालदीव-सुमात्रा-स्पेन-ओमान-येमेन-इथियोपिया-स्पेन-सहारा वाळवंटातून नायजेर नदीपर्यंत वयाच्या ५० व्या वर्षांपर्यंत त्यांनी प्रवास केला. १९ वर्षांच्या

प्रवासामध्ये त्यांनी एक लाख २१ हजार कि. मी. चा प्रदीर्घ प्रवास करून लोकजीवन, रूढी, परंपरा, वाहतुकीची साधने, संसाधने, उद्योगधंदे व मानवविषयक माहितीचे संकलन केले. वाळवंटी प्रदेशापेक्षा विषुववृत्तावर हवेचे तापमान कमी असते हे त्यांनीच स्पष्ट केले. भारतात महंमद बिन तुघलकाचा दरबारी म्हणून ते चीनला गेले होते. हे वंशाने निग्रो होते.

Ibn-Hawqal - इब्न हौकल (१० वे शतक)

इब्न हौकल यांचे मूळ नांव महंमद अब्दुल कासीम होते. ते बगदादचा रहिवासी होते. इ. स. ९४३ मध्ये त्यांनी इस्लामी जगाचा पायी प्रवास करून तेथील प्राकृतिक वैशिष्ट्ये व लोकजीवन यांची माहिती ग्रंथबद्ध केली. त्यांच्या ग्रंथाचे नांव 'बुक ऑफ रुट्स' असे होते. त्याच्या ग्रंथात आफ्रिकेचा दक्षिण भाग, सहारा, इजिप्त, सिरिया, इराक, इराण, तुर्कस्तान, कॅस्पियन समुद्र, काळा समुद्र, तांबडा समुद्र इत्यादींचा वृत्तान्त आहे.

Ibn-Khaldun - इब्न खाल्दुन (१३३२-१४०६)

अरब काळातील हे शेवटचे विचारवंत होय. त्यांनी भूगोलक्षेत्रात महत्त्वाचे कार्य केले. आफ्रिकेत जन्मलेल्या या शास्त्रज्ञाचे वास्तव्य अल्जेरिया, ट्युनिशिया, स्पेन देशात होते. काही काळ त्यांनी इजिप्तमध्ये वास्तव्य केले. वयाच्या ४५ व्या वर्षी त्यांनी 'मुकादिमाह' (Muquaddimah) हा ग्रंथ लिहिला. या ग्रंथात त्यांनी मानवी जीवनाच्या विविध अंगांचा सविस्तर विचार मांडला आहे. या ग्रंथाचे सहा भाग आहेत. इब्न खाल्दुनने या ग्रंथात प्राकृतिक पर्यावरणाचा मानवी जीवनातील परिणाम सविस्तर मांडला आहे; अशा प्रतिकूल परिस्थितीमुळे अरबस्तानातील लोक प्राथमिक अवस्थेत आहेत असे त्यांनी म्हटले आहे. प्रशासनाचे प्रकार, राजघराण्यांचे सत्ताग्रहण यांवरही त्याने लिहिले आहे.

Immanuel Kant - इम्यॅनुएल कांट (१७२४-१८०४)

इम्यॅनुएल कांट जर्मन तत्त्ववेत्ता (Philosopher) होते. त्यांचा जन्म इ.स. १७२४ मध्ये कोनिग्सबर्ग येथे झाला.

भूगोलाला एक स्वतंत्र शास्त्र म्हणून प्रस्थापित करण्याचे श्रेय कांटकडे जाते.

सुरुवातीला त्यांनी मांडलेले विचार आजही भूगोलाला दिशा देणारे आहेत. त्यांनी सर्व शास्त्रांची दोन प्रमुख वर्गात विभागणी केली होती- १) तार्किकशास्त्रे (Logical Sciences) व २) नैसर्गिक किंवा भौतिक शास्त्रे (Physical Sciences.). पहिल्या वर्गातील सर्व शास्त्रे पद्धतशीर किंवा क्रमबद्ध (Systematic) असून त्यात त्या त्या शास्त्रातील अभ्यासविषयाच्या निर्मिती व प्रक्रियांच्या बाबतीत स्थल-काल निरपेक्ष सामान्य

नियम अनुमानित केले जातात. दुसऱ्या वर्गात कांटने इतिहास व भूगोल ही दोन शास्त्रे घातली. या दोन्ही शास्त्रांत त्याला साधर्म्य वाटले. फक्त इतिहासात घटनांना काळाचा संदर्भ असतो तर भूगोलात त्यांना स्थळाचा किंवा अवकाशाचा (Space) संदर्भ असतो. भूगोलातील अवकाश हे स्थलसापेक्ष (Locational) असते; तर इतिहासात ते कालसापेक्ष (temporal) असते. कालानुसार वर्णन म्हणजे इतिहास, तेच वर्णन स्थळानुसार केले म्हणजे भूगोल होतो. म्हणून इतिहास व भूगोल ही एकाच वर्गात मोडणारी परस्परसंबद्ध प्रत्यक्ष शास्त्रे (empirical Sciences) आहेत.

जगाचे चांगले ज्ञान होण्यासाठी इतिहास व भूगोल ही दोन्ही आवश्यक शास्त्रे आहेत असे कांटचे मत आहे. इतिहास व भूगोल या दोन्हींच्या अभ्यासाने आपले अनुभवगम्य किंवा प्रत्यक्ष ज्ञान पूर्ण होते. भूगोलाला त्यांनी त्या काळातच अवकाशीय शास्त्र (chorological science) म्हटले, भौगोलिक अवकाशासंबंधी सखोल विचार करून ते त्यांनी मांडले.

कांटने त्या काळातील भूगोलाच्या शाखांचे वर्गीकरणही केले. त्यानुसार प्राकृतिक भूगोल (Physical Geography), गणितीय भूगोल (Mathematical Geography), नीति भूगोल (Moral Geography), राजनैतिक भूगोल (Political Geography), वाणिज्य भूगोल (Commercial Geography), धार्मिक भूगोल (Theological Geography) असे भेद पडतात.

Isaiah Bowman - इसियाह बोमन (१८७८-१९५०)

जेफरसनचा शिष्य इसियाह बोमन शेतकऱ्याच्या कुटुंबात इ.स. १८७८ मध्ये जन्मले व मिशिगन संस्थानातील शेतावर वाढले. त्यांचे प्राथमिक शिक्षण तेथेच झाले; पण त्याच्या आईने त्यांना निसर्गाची व पर्यायाने भूगोलाची गोडी लावली. मॅकफरलेनच्या भाषणाने ती वाढली व ते १९०१-०२ मध्ये मिशिगन नॉर्मल महाविद्यालयात व नंतर १९०२-०३ मध्ये हार्वर्ड विश्वविद्यालयात दाखल झाले. तेथे डेव्हिसच्या हाताखाली शिकून त्यांनी भूगोलातील पदवी प्राप्त केली. नंतर मिशिगन विश्वविद्यालयात जेफरसनच्या हाताखाली व्याख्याता म्हणून ते रुजू झाले. तेथे जेफरसनचा त्यांच्यावर पुष्कळ प्रभाव पडला. येल येथे १९१५ मध्ये त्यांची नियुक्ती अमेरिकन जिऑग्राफिकल सोसायटीचे निर्देशक म्हणून झाली. इ. स. १९१९ मध्ये पहिल्या महायुद्धानंतर व्हर्सायला जी शांततेची परिषद भरली तीत अमेरिकन दलाचे त्यांनी नेतृत्व केले, ही विशेष गोष्ट होय! त्यानंतर अमेरिकेत व इतर देशांतही राजकीय सल्लागार म्हणून त्यांना आमंत्रण येत असे. या शांतता परिषदेवर त्यांनी आपला ग्रंथ 'New world' लिहिला. कोणत्याही शास्त्राप्रमाणे भूगोलातही

व्यावहारिकता आहे, ही बोमनची स्पष्ट संकल्पना होती. भूगोलाचा व्यावहारिक उपयोग होतो, हे त्याने स्वत:च्या कार्याने सिद्ध केले. भूरचनेचे प्रदर्शन असो, सीमांकनाचा प्रश्न असो की सीमावर्ती प्रदेशांच्या समस्या असोत, एक भूगोलतज्ज्ञ म्हणून बोमनचे कार्य उल्लेखनीय आहे.

James Hutton - जेम्स हटन (१७२६-१७९७)

ज्यांना ब्रिटनमधील भूरूपशास्त्राचा जनक म्हटले जाते व ज्यांनी भूरूपशास्त्रात मोठे काम केले आहे, ते ब्रिटिश भूगोलशास्त्रज्ञ जेम्स हटन होय. ते स्कॉटलंडचे रहिवासी होते व त्यांचा काळ १८ व्या शतकाचा म्हणजे जगप्रसिद्ध भूरूपशास्त्रज्ञ विल्यम डेव्हिसच्या आधीचा असून भूरूपशास्त्रातील खननक्रियेच्या संदर्भातील आपल्या कार्याने एक प्रकारे त्यांनी डेव्हिसच्या कार्याची पायाभरणी केली असे म्हणता येईल. नद्यांच्या खननाच्या कार्यावरून त्यांनी संथविकासाचे (Uniformatarianism) तत्त्व मांडले. ते म्हणत असत, 'आजची स्थिती ही पूर्वीच्या स्थितीची गुरुकिल्ली होय. म्हणजे नदीची व तिच्या खोऱ्याची जी आज अवस्था दिसते ती पूर्वीच्या अवस्थेतून परिणत झालेली आहे. आज नदीच्या खोऱ्यात ज्या वेगवेगळ्या अवस्था दिसतात, त्यावरून हे स्पष्ट होते. नदीसारखी खननाची बाह्य साधने संथ गतीच्या प्रक्रियेने भूपृष्ठावर बदल घडवून या अवस्था निर्माण करतात. ही त्यांची संकल्पना त्या काळातील भूरूपशास्त्रात नवीन होती. तिचा प्रभाव सर चार्लस लायल यांच्यावर खूप पडला व ते तिचे पुरस्कर्ते झाले. यातूनच पुढे डेव्हिसने खननाच्या चक्राचा सिद्धान्त विकसित केला.

भूरूपशास्त्रातील हटनचे आणखी मोठे काम म्हणजे त्यांनी सर्वप्रथम खडकांचे योग्य प्रकारे वर्गीकरण केले व ग्रेनाइटला अग्निजन्य खडक म्हटले. खडकांची निर्मिती, त्यांची घटना, त्यांची घनता, त्यांची कठिणता वगैरे गोष्टी त्यांनी या वर्गीकरणात विचारात घेतल्या. या वर्गीकरणात त्यांनी रूपांतरित खडकांचा प्रकार सांगितला व खडकांच्या रूपांतरणाचा महत्त्वाचा विषय मांडला. हटनने अशा प्रकारे भूरूपशास्त्राच्या अभ्यासात आपले आयुष्य वेचले.

Jean Brunhes - जाँ ब्रून्स (१८६९-१९३०)

जाँ ब्रून्सचा जन्म फ्रान्समध्ये तोलुस येथे इ.स. १८६९ साली झाला. व्हिदाल द-ला-ब्लाश यांचे शिष्य म्हणून ते प्रसिद्ध आहेत. ब्लाशचे कार्य त्यांनी यशस्वीरीत्या पुढे नेले व मानवी भूगोलात भरीव कार्य केले. ब्लाशप्रमाणेच ते संभववादी व निश्चिततावादाचे विरोधी होते. त्यांचा 'मानवी भूगोल' (Geographie Humaine) हा ग्रंथ १९०९ साली प्रसिद्ध झाला.

या ग्रंथाच्या पहिल्या खंडात मानवाद्वारा पृथ्वीवरील प्रयोगाच्या बऱ्याच विषयांचे विवेचन केले आहे. घरांचे प्रकार, खेडी व नगरांची स्थिती आणि त्यांच्या विकासाचे वर्णन आहे. तसेच जगातील परिवर्तित स्वरूपाची माहिती दिली आहे.

दुसऱ्या खंडात वनस्पती व प्राणी यांच्यावर मानवी विजय आणि कृषीच्या विभिन्न विधीचे वर्णन केलेले आहे.

तिसऱ्या खंडात मानवद्वारा खनिज खननास 'लुटण्याची अर्थव्यवस्था' (Robber Economics) नाव देऊन वर्णन केले; अशा रीतीने सर्व गोष्टींचे परीक्षण विश्वाच्या तुलनात्मक अध्ययनाद्वारा केले आहे.

मानवी अर्थव्यवस्था व भौगोलिक परिस्थिती यांच्या संबंधाचा सविस्तर विचार मांडण्यात आला. ते संभववादाचे (Possibillism) पुरस्कर्ते होते. मानव हा आपल्या सभोवतालच्या पर्यावरणाचा प्रभाव निमूटपणे सहन न करता तो त्यात परिवर्तन घडवून आणतो. ब्रून्स यांनी मानवी भूगोलास 'मानवी भौतिक निष्पत्ती' (Material Achievement) मानले आहे.

Jean Gottmann - जाँ गॉटमन (१९१५-१९९४)

जाँ गॉटमन हे फ्रान्समध्ये एक विद्वान म्हणून मान्यता पावलेले आहेत आणि त्यांच्या इंग्रजीमधील ग्रंथप्रकाशनामुळे ते यू एस ए मध्येदेखील प्रकाशझोतात आलेले आहेत.

अलीकडच्या काळात अति वेगाने नागरिकीकरण होत असल्याने पाश्चिमात्य देशांत काही गंभीर समस्या उभ्या राहत आहेत. १९५० सालापासून गॉटमन यांनी 'नागरी वाढ व प्रादेशिक व्यवस्थापन' यासंबंधीच्या प्रश्नांकडे आपल्या कार्याचा मोर्चा वळविला व त्यांनी त्यामध्येच स्वतःला वाहून घेतले.

Johann Heinrich Von Thunen योहॉन हेन्रिक व्हॉन थुनेन (१७८३-१८५०)

योहान हेन्रिक व्हॉन थुनेनचे नाव कृषिभूगोलातील केंद्रीय वलय सिद्धांताकरिता 'Concentric Zones Theory' प्रसिद्ध आहे. रॉस्टॉक शहराजवळील आपल्या शेतावर ४० वर्षे काम करताना त्यांना जो अनुभव मिळाला, त्याच्या आधारावर केंद्रीय वलयांत तयार होणाऱ्या शेतीच्या ७ पट्ट्यांची संकल्पना मांडली. एक शहर एक बाजारपेठ कल्पून बाजारपेठेपासून वाढणाऱ्या अंतराप्रमाणे ग्रामीण भागातील कृषिउत्पादनांचे प्रकार बदलतात. उदा. नाशवंत व अधिक मूल्याची उत्पादने शहरापासून जवळ व कमी मूल्याची उत्पादने शहरापासून दूर घेतली जातात असे त्यांनी सिद्ध केले. या सिद्धान्तावर आक्षेप आल्यानंतर त्यात त्यांनी वेगवेगळी परिस्थिती गृहीत धरून काही बदलही केले. तसेच

शहरापासून जसजसे दूर जावे तसतसे कृषि उत्पादनाचे पट्टे रुंदावत जातात असेही त्यांनी या प्रारूपात (Model) दाखविले. या प्रारूपाचे आधारभूत तत्त्व अंतराप्रमाणे वाढणारा वाहतुकीचा खर्च हे होते. त्यामुळे या प्रारूपावर कितीही आक्षेप आले तरी या ना त्या प्रकारे ते लागू पडलेले दिसले.

Marco-Polo - मार्को पोलो (१२५४-१३२४)

मार्को पोलो वयाच्या सहाव्या वर्षापासूनच वडिलांबरोबर व्यापारासाठी प्रवास करू लागले. त्याने इ. स. १२६० ते १२९५ अशा ३५ वर्षांच्या काळात प्रदीर्घ प्रवास केला. सागरी मार्गाप्रमाणेच खुष्कीच्या मार्गांनीही त्यांनी प्रवास करून विस्तृत निरीक्षणे केली. इ. स. १२९५ मध्ये ते त्यांच्या परिवारासह युरोपला परतले. तेव्हा व्हेनिस व जिनेव्हा य दरम्यान युद्ध सुरू होते. मार्को पोलोने एका सैन्यतुकडीचे नेतृत्व केले. ते कैद झाले. याच काळात त्यांनी त्याचा 'बुक ऑन व्हेरियस एन्टरप्राईजेस' (Book on Various Enterprises) हा ग्रंथ लिहिला. या ग्रंथाने लोकांचा भौगोलिक दृष्टिकोन बदलून टाकला.

मार्को पोलोचा दुसरा ग्रंथ 'इल मिलियन' (Ill-Million) प्रकाशित झाल्यावर त्याचे इंग्रजी भाषांतर 'ट्रॅव्हल्स ऑफ मार्को पोलो' प्रसिद्ध झाले. याही ग्रंथाला फार प्रसिद्धी मिळाली. विचारवंत लोक या ग्रंथाला प्रवासवर्णन न मानता एक कादंबरी मानू लागले; कारण त्यांच्या मते या ग्रंथातील माहिती काल्पनिक आहे. मार्कोपोलोचा चरित्रलेखक सर हेन्री यूल (Sir Henry Yule) याने मार्कोपोलोबद्दल म्हटले आहे की, त्यांनी आशिया व युरोपचा विस्तृत प्रवास केला. या प्रवासात त्यांनी राज्यांमागून राज्ये पाहिली, निरीक्षण केले. त्याचे त्यांनी यथार्थ वर्णन केले. त्यांच्या वर्णनात वाळवंटे, पठारे, नदी, खोरी, पर्वतरांगा, गवताळ प्रदेश, घनदाट जंगले यांचा समावेश होतो. मार्को पोलोने चीनचे त्याच्या सर्व प्राचीन वैभवासह वर्णन केले आहे. याशिवाय लाओस, तिबेट, म्यानमार, थायलंड या आग्नेय आशियाई देशांचाही प्रवास केला. त्यांच्या लेखनात अंदमान-निकोबार द्वीपसमूह, जावा, सुमात्रा यांचाही समावेश आहे.

Mark Jefferson - मार्क जेफरसन (१८६३-१९४६)

अमेरिकेतील भूगोलाचे व भूगोलशिक्षणाचे संवर्धन करणाऱ्या भूगोलतज्ज्ञांमध्ये मार्क जेफरसनचे नाव निश्चितच घ्यावे लागेल. इ.स. १८६३ मध्ये जेफरसनचा जन्म झाला. पुढे ते डेव्हिसचा शिष्य म्हणून प्रसिद्धी पावले व डेव्हिसबरोबर त्यांनी पुष्कळ काम केले. परंतु डेव्हिसप्रमाणे केवळ प्राकृतिक भूगोलातच त्यांचे कार्य नाही तर मानवीभूगोलातही त्यांनी मोठे काम केले व त्याकरिताही त्यांचे नाव गाजले आहे.

'प्राकृतिक घटकांपेक्षा भूगोलात मानवाला प्राधान्य दिले पाहिजे' ही जेफरसन यांनी मांडलेली महत्त्वाची संकल्पना होय. भूगोलाचा अभ्यास म्हणजे 'पृथ्वीतलावर मानव' असा अभ्यास होय, हे त्यांचे मत होते. त्याचप्रमाणे अविकसित क्षेत्रात एकच शहर मोठे शहर असते व बाकी गावे खालच्या स्तरावर राहतात असे त्यांचे प्रतिपादन होते; अशा इतर गावांच्या तुलनेत असंतुलितरीत्या वाढलेल्या शहराला त्यांनी प्रधान शहर (Primate city) म्हटले. हे प्रधान शहर त्या क्षेत्रातील सर्वोच्च महत्त्वाचे शहर असते व सर्व प्रदेशांचे ते एकच शक्ती, संपत्ती व सत्तेचे केंद्र असते ही त्यामागील संकल्पना आहे. या सिद्धान्ताने ख्रिस्टलरच्या केंद्रस्थान सिद्धान्ताच्या मर्यादा लक्षात आल्या व त्या सिद्धान्ताला जेफरसनच्या प्रधान शहर सिद्धान्ताने जोड दिली असे म्हणता येईल.

अमेरिकेत युरोपियनांच्या वसाहती पश्चिमेकडे वाढत गेल्या त्या लोहमार्गाच्या साहाय्याने. त्यामुळे लोहमार्गांना अनन्यसाधारण महत्त्व प्राप्त झाले. लोहमार्गापासून अंतर हा प्रदेशाच्या वसाहतीच्या व विकासाच्या दृष्टीने कळीचा मुद्दा ठरला; म्हणून जेफरसनने अमेरिकेतील लोहमार्गांसाठी 'संस्कृतिप्रसारक लोहमार्ग' (The civilising rail)' हा नवा शब्द योजला. मानवसमाज हा जेफरसनच्या अभ्यासाचा केंद्रबिंदू असल्याने त्यातील विविध प्रकारच्या वितरणांचा व त्यावर परिणाम करणाऱ्या घटकांचा त्यांनी सखोल विचार केला. या वितरणांतून पर्यावरण संबंधावर मानव चांगला प्रकाश पडू शकतो असे त्यांचे मत होते; म्हणूनच शाळेतून प्रादेशिक भूगोल शिकविला गेला पाहिजे असे त्यांना वाटत होते. त्यात प्रत्यक्ष भूदृश्यांचे (Land Scape) वर्णन असून सहजतेने अनेक प्रकारचे वितरण कळून येते. त्यासाठी नकाशे हे उत्तम साधन आहे.

Mikhail Lomonosov - मिखाईल लोमोनोसोव्ह (१७११-१७६५)

रशियन भूगोलाचे एक आद्य प्रणेते म्हणून लोमोनोसोव्ह प्रसिद्ध आहे. रशियातील ते पहिले भूरूपशास्त्रज्ञ म्हटले पाहिजे. त्यांनी सर्वप्रथम हे सांगितले की, पृथ्वीवरील भूरूपे आंतरिक (Endogenic) व बाह्य (Exogenic) अशा दोन्ही शक्तींच्या क्रियांमुळे तयार होतात. भूपृष्ठावर सर्वत्र सतत बदल होत असतो. या बदल घडविणाऱ्या ज्या घटना घडतात, त्यामध्ये कार्यकारणसंबंध असतो. पृथ्वीच्या अंतर्गत शक्तींमुळे निर्माण झालेल्या भूरूपांवर दीर्घकाल प्रक्रिया होत राहतात व त्यामुळे ती भूरूपे बदलत जाऊन त्यांचा एक निश्चित विकासक्रम दिसतो. त्यांनी वातावरणातील हालचाली व सागरांचा हवामानावरील परिणामही सांगितला होता. हिमनगांची निर्मिती जमिनीवरील हिमखंड महासागरात पडल्याने होते हे त्यांचे अचूक निरीक्षण होते. त्यांचे हे भौगोलिक विचार त्यांच्या काळाच्या मानाने पुष्कळ पुढे होते. त्यांनीच रशियात आर्थिक भूगोलाच्या अभ्यासाला सुरुवात

केली. इतकेच नव्हे तर 'आर्थिक भूगोल' या नावाने एका स्वतंत्र शास्त्रशाखेची निर्मिती केली.

Oscar Peschel - ऑस्कर पेश्चेल (१८२५-१८७५)

ऑस्कर पेश्चेल यांचा जन्म इ. स. १८२५ मध्ये दक्षिण जर्मनीत झाला. प्रथम ते पत्रकार म्हणून व नंतर सहाय्यक संपादक म्हणून एका वृत्तपत्रात काम करीत होते. या माध्यमातूनच ते इ.स. १८५४ मध्ये Ausland या प्रसिद्ध भूगोल नियतकालिकाचे संपादक झाले व त्यातून त्यांनी १८५४ ते १८७५ या काळात अनेक भौगोलिक लेख लिहिले. इ.स. १८७० मध्ये लिपूझिग विश्वविद्यालयात ते भूगोलाचे प्राध्यापक नियुक्त झाले. त्यांची रुची प्राकृतिक भूगोलात होती. इतकेच नव्हे तर प्राकृतिक भूगोल हाच खरा सामान्य भूगोल असून तो इतर पद्धतशीर प्राकृतिक शास्त्रांच्या मालिकेत येतो असा त्यांचा आग्रह होता. याबाबतीत कांट, हंबोल्ट व रिटरप्रमाणे पृथ्वीची एकता ते मानीत नव्हते. परंतु हंबोल्टप्रमाणे प्राकृतिक भूगोल प्रत्यक्ष निरीक्षणांवर आधारलेला (empirical) असला पाहिजे व रिटरप्रमाणे त्यात तुलनात्मक अभ्यास केला पाहिजे हे त्यांचेही मत होते. प्राकृतिक भूगोलाच्या अभ्यासासाठी नकाशे, विशेषत: भूचित्रनकाशांची (toposheets) आवश्यकता त्यांनी प्रतिपादन केली. प्रादेशिक भूगोलाचा अभ्यास त्यांना मान्य नसला तरी भूगोलात भूरूपांचे प्रादेशिक वितरण तुलनेसाठी पाहिले पाहिजे असे ते मानीत असे.

Persy Roxby - पर्सी रॉक्सबी (१८८०-१९४७)

रॉक्सबी एक भूगोलतज्ज्ञ व इतिहासकार होते. मॅकिंडरने स्थापन केलेल्या Oxford School of Geography चे ते सदस्य होते आणि ऑक्सफर्ड व लिव्हरपूल विश्वविद्यालयांत त्यांनी काम केले. त्यांना मानवी भूगोलात व प्रादेशिक भूगोलात विशेष गोडी होती. मानवाला प्राकृतिक पर्यावरणाशी समायोजन करावे लागते. तसे न केल्यास तो टिकू शकणार नाही. मूलत: प्राकृतिक प्रदेश त्यातील मानवाच्या समायोजित कार्यामुळे हळूहळू मानव-प्रदेशात (Human Regions) बदलतात ही संकल्पना त्यांनी मांडली; म्हणून दोन सारख्या प्राकृतिक प्रदेशांतही मानवाच्या कार्यामुळे थोडीफार भिन्नता निर्माण होते. प्रदेशाचा विचार करताना तेथील मानवाचे कार्य व त्याचे जीवन दृष्टीआड करून चालणार नाही असे त्याचे मत होते. त्याने प्रादेशिक अभ्यासाची एक पद्धती सांगितली. त्यात प्रदेशाची भूरचना, हवामान, प्रवाहप्रणाली, असल्यास समुद्रकिनारा, वनस्पती या सगळ्या प्राकृतिक घटकांबरोबर मानवाचा त्यांच्याशी असणारा संबंध लक्षात घेतला पाहिजे असे त्याचे आग्रही प्रतिपादन होते. त्याने प्रादेशिकता (Regionalism) ही संकल्पना स्पष्ट करणारे लेखही लिहिले.

Patric Geddes - पॅट्रिक गेडस् (१८५४-१९३२)

पॅट्रिक गेडस् स्कॉटिश भूगोलवेत्ता व ऑक्सफर्डमध्ये हर्बर्टस्टनचे सहकारी होते. मानव भूगोल, विशेषत: नागरी भूगोल व प्रादेशिक भूगोल ही त्यांची आवडीची कार्यक्षेत्रे होती. Cities in Evolution हे त्यांचे पुस्तक प्रसिद्ध आहे. भूगोल हे केवळ वर्णनात्मक शास्त्र नसून प्रत्यक्ष उपयोगाचे शास्त्र आहे अशी त्यांची धारणा होती. पृथ्वीतलावर काय आहे हे सांगितल्यानंतर ते कसे असावे हेदेखील सांगणारे ते आदर्शवादी शास्त्र आहे अशी त्यांची संकल्पना होती. गेडसूने नगर भूगोल व प्रादेशिक भूगोलात Place-work-fol ही मूलभूत संकल्पना मांडली. स्थानानुसार जी परिस्थिती व संसाधने उपलब्ध असतात, त्यांवर लोकांचे उदरनिर्वाहाचे उद्योग ठरतात व त्यानुसार लोकांच्या जीवनाची घडी तयार होते अशी ही संकल्पना संक्षेपाने सांगता येईल. त्याची ही संकल्पना त्याकाळी ब्रिटनमध्ये नगरनियोजन व प्रादेशिक नियोजन करताना भरपूर वापरली गेली.

Paul Vidal De La Blache - पॉल विदाल द ला ब्लाश (१८४५-१९१८)

फ्रेंच विचारधारेचा प्रणेता व अग्रणी म्हणून पॉल विदाल द ला ब्लाशचे नाव अजरामर आहे. फ्रेंच विचारधारेवर त्याच्याइतका प्रभाव अन्य कोणाचाही नाही. त्याच्यामुळे फ्रान्समध्ये भूगोलाची प्रगती झाली व २० व्या शतकाच्या पूर्वार्धात भौगोलिक चिंतनाच्या व भौगोलिक कार्याच्या बाबतीत फ्रान्स इतर देशांच्या बरोबरीत आला.

ब्लाशचा जन्म इ.स. १८४५ मध्ये पेझेनॉस हेरॉल्ट येथे झाला व पदवीपर्यंतचे शिक्षण पॅरिसमधे 'एकोल नॉर्मल सुपरियर' या संस्थेत इतिहास व भूगोल या विषयात झाले. इ.स. १८६५ मध्ये पदवी मिळाल्यानंतर काही काळ त्याने ग्रीसमधील अथेन्स शहरात एका फ्रेंच शिक्षणसंस्थेत अध्यापकाचे काम केले.

मानवी भूगोलाच्या फ्रेंच विचारसरणीचा संस्थापक म्हणून 'विडाल द-ला-ब्लाश, यास मान दिला जातो. 'संभववाद' (Possibillism) या विचारसरणीचा जन्म फ्रान्समध्ये झाला. त्याचा प्रवर्तक विडाल द-ला-ब्लाश होता. भूपृष्ठीय पर्यावरण व मानवाच्या कर्मप्रधान (Active) आंतरसंबंधाचे त्याने आयुष्यभर अध्ययन केले. ब्लाशने यावर विशेष भर दिला की, 'मानव हा एक भौगोलिक कारक (Geographical Factor) आहे की, जो कर्मप्रधान (Active) व कर्तृत्वधान (Passive) असा दोन्हीही आहे.'

'फ्रान्सचा भूगोल' या ग्रंथात त्या देशाचे प्रादेशिक विभाग पाडून त्यांचे विवेचन केलेले आहे आणि त्यामध्ये असे दर्शविले आहे की, प्रदेशाची जमीन आणि पाणीपुरवठा यांमुळे प्रत्येकाची शेतीची वैशिष्ट्ये वेगवेगळी आहेत. तसेच शहरी विभागातील लोकांच्या

मागणीमुळे या विभागाची आर्थिक प्रावीण्यता प्रकर्षाने जाणवते. आधुनिक व्यापारामुळे प्रत्येक 'दी प्यी' ची (The pays) म्हणजेच 'भौगोलिक लहान क्षेत्र'ची स्वतंत्र शेतीची वैशिष्ट्ये आढळतात.

विश्व भूगोल (The Geography Universal) या ग्रंथमालेत एकूण २३ ग्रंथ आहेत. 'फ्रान्सचा आर्थिक व मानवी भूगोल' हा सर्वोत्तम ग्रंथ आहे. वैज्ञानिक शुद्धता, व्यापक दृष्टिकोन आणि उत्कृष्ट भाषाशैलीमध्ये ग्रंथमालेचे लिखाण झालेले आहे.

ब्लाश याचा मानवी भूगोलाची तत्त्वे (Principles of Human Geography) हा ग्रंथ या विषयातील एक शास्त्रीय अध्ययन मानले जाते. मानवी भूगोलाच्या प्रत्येक दृश्याचा ऐतिहासिक विकास हा त्याने वर्तमान पर्यावरणस्थिती आणि संबंधाद्वारा समजून सांगण्याचा प्रयत्न केला. या ग्रंथाचे मुख्य उद्दिष्ट 'भौगोलिक एकता' (Geographical Unity) या सिद्धान्ताचे विवेचन करणे, तसेच पर्यावरण आणि मानवाच्या कार्याचे महत्त्व स्पष्ट करणे हे होते.

Perpillon Vincent - पर्पिलोन व्हिन्सेंट (१९६६)

या भूगोलकाराने मानवी भूगोलाची व्याप्ती विशद करताना पुढील घटकांचा समावेश केला. मानवाचा विकास हा मानव व नैसर्गिक पर्यावरण, मानव व संस्कृती आणि मानव समाजवर्गामुळे होतो. त्याने उष्ण, समशीतोष्ण आणि शीत कटिबंधीय तसेच पर्वतमय, किनारी व वाळवंटी प्रदेशांतील मानवी जीवनाचा अभ्यास अंतर्भूत केला. त्याचप्रमाणे तंत्रज्ञान व औद्योगिक विकास आणि व्यापाराचे मार्ग यांचाही समावेश केला. भूगोलाच्या या शाखेत मानवी वस्ती व त्याच्या विविध प्रकारांचा समावेशही पर्पिलोव्ह याने केला.

Peter Haggett - पीटर हॅगेट (१९३३)

भूगोलातील सांख्यिकीय क्रांतीचा एक उद्‌गाता म्हणून ब्रिटिश भूगोलशास्त्रज्ञांमध्ये पीटर हॅगेटचे नाव उल्लेखनीय आहे. त्याने केवळ सांख्यिकीय पद्धतींचा भूगोलात प्रत्यक्ष उपयोग करण्याचा आग्रह धरला नाही तर स्वत: भौगोलिक विश्लेषणांकरिता त्यांचा भरपूर प्रयोग केला आहे. हॅगेट ब्रिस्टॉल विश्वविद्यालयात प्राध्यापक होते. त्याचे विशेष कार्य मानवी भूगोलात असून मानवी भूगोलात त्यांनी विविध प्रारूपांचा (models) व सिद्धांतांचा सामाजिक समस्यांमध्ये वापर केला आहे. इतर शास्त्रांप्रमाणे भूगोलही निश्चित निष्कर्ष देणारे शास्त्र होऊ शकते व त्यासाठी भूगोलातील माहिती सांख्यिकीय विश्लेषणे करून मांडली पाहिजे हा त्यांचा आग्रह आहे. भूगोल हे अवकाशात्मक वा अभिक्षेत्रीय शास्त्र (Spatial or Loctional Science) यावर दृढ विश्वास ठेवणारा हॅगेट आधुनिक

काळातील मोठे स्थलचिकित्सक आहे. त्यांचे Locational Analysis in Human Geography हे पुस्तक प्रसिद्ध आहे. त्यात सांख्यिकीय विश्लेषणांच्या साहाय्याने अभिक्षेत्रीय निष्कर्ष कसे काढता येतात व त्याकरिता भूगोल कसा उपयुक्त ठरतो हे दिसून येते.

Peter Kropotkin - पीटर क्रोपोट्किन (१८४२-१९२१)

रशियातील १९ व्या शतकाच्या पिढीतील भूगोलतज्ज्ञ पीटर क्रोपोट्किन राजघराण्यातील होते; पण ते बंडखोर वृत्तीचे होते. ते फ्रेंच भूगोलतज्ज्ञ एलिसी रेक्ल्यूसचा मित्र होते. ते भूगोलाचे अध्यापक नसूनही भूगोलाचे सच्चे अभ्यासक मात्र होते. त्यांच्या बंडखोरीमुळे त्यांना जेव्हा रशियातून हद्दपार केले, तेव्हा लंडनमध्ये राहून त्यांनी तेथील Royal Geographical Society साठी काम केले.

भौगोलिक ज्ञानाचा उपयोग सर्वांना झाला पाहिजे. तो काही जणांच्या शोषणासाठी किंवा साम्राज्य वाढविण्यासाठी होता कामा नये असे त्यांना वाटत असे.

भूगोल म्हणजे केवळ माहितीचा साठा नाही व नुसता घोकून तो येत नाही. त्यातील विविधता व तिचे रहस्य शोधणे व समजून घेणे महत्त्वाचे आहे.

त्यांच्या मते, प्रत्येक व्यक्ती जगण्यासाठी व उन्नतीसाठी झगडा देत नाही. तो झगडा समाजाचा असतो व समाजाच्या अंतर्गत परस्पर सहकार्याने व्यक्ती आपला विकास साधतात. त्यातूनच संस्कृतीचा विकास होतो. त्यामुळे समाजाच्या उन्नतीसाठी सहकार्य व एकजूट अत्यंत आवश्यक आहे. रेक्ल्यूसप्रमाणे क्रोपोटकिननेही भूगोलात प्राकृतिक घटनांबरोबरच मानवाचाही अभ्यास करण्यावर भर दिला.

Ptolemy Claudius - क्लावडियस टॉलेमी (९०-१६८)

भूगोलाच्या विकासावर दीर्घकाळ प्रभाव असलेल्या भूगोलतज्ज्ञांमध्ये ग्रीकवंशीय टॉलेमीचा समावेश होतो. नकाशाशास्त्र पद्धत आणि सर्वसामान्य भूगोलक्षेत्रात टॉलेमीचे ग्रंथ आणि नकाशा कित्येक वर्षे प्रमाणभूत मानले गेले. टॉलेमी हे खरे खगोलशास्त्रज्ञ आणि गणितज्ञ होते. गणितीय भूगोलात त्यांची प्रक्षेपणाची रचना महत्त्वाची आहे. त्यांनी शंक्वाकृती प्रक्षेपणात बदल केला आणि ध्रुवीय प्रदेशासाठी स्टिरिओग्राफिक प्रक्षेपणाचा उपयोग केला. हिमालय, गंगा नदी, गंगेची मुखे, बंगालचा उपसागर यांचे नकाशे सर्वप्रथम टॉलेमीनेच तयार केले.

Robert Dickinson - रॉबर्ट डिकिन्सन (१९०५-१९८१)

डिकिन्सन यांचे काम नागरी भूगोलात झाले आहे. त्यावर त्यांचे City, Region and Regionalism हे नागरी भूगोलाचा पाया घालणारे सुंदर पुस्तक आहे. त्यांनी

भौगोलिक प्रदेशाचीही या पुस्तकात चर्चा केली आहे. पाश्चिमात्य देशांतील शहरांमधील विशिष्ट भूमिउपयोगाचे चित्र त्यांनी चांगले रेखाटले आहे व त्याची कारणमीमांसाही केली आहे. तसेच त्यांनी 'The makers of modern Geography' हे भूगोलातील विचारवंतांविषयी अतिशय माहितीपूर्ण पुस्तक लिहिले आहे. 'The Making of Geography' हे हॉवर्थसह लिहिलेले दुसरे पुस्तक रॅटझेलपासून पुढे भूगोलाच्या विकासाचा मागोवा घेते आणि भूगोलाचा इतिहास पाहण्यासाठी ते उपयुक्त आहे.

Richard Chorley - रिचर्ड चोर्ले (१९२७-२००२)

पीटर हॅगेटसमवेत रिचर्ड चोर्लेचे नावही आधुनिक भूगोलातील ब्रिटिश विचारवंतांमध्ये अग्रगण्य आहे. हॅगेट यांनी मानवी भूगोलात काम केले आहे तर चोर्लेचे विशेष काम प्राकृतिक भूगोलात आहे. त्यांनीही भौगोलिक विश्लेषणांसाठी प्राकृतिक भूगोलात सांख्यिकीय पद्धती (Statistical Methods) व प्रारूपांचा (models) सढळ वापर केला आहे व प्राकृतिक भूगोलात त्यांचा उपयोग सिद्ध केला आहे. विशेषत: भूरूपशास्त्र व हवामानशास्त्रात त्याचे बरेच काम आहे. त्यावर त्यांचे लेख व पुस्तके प्रसिद्ध आहेत. हॅगेटप्रमाणे चोर्लेही भूगोलाला अवकाशात्मक शास्त्र मानतात व आधुनिक ब्रिटिश विचारधारेचे नेतृत्व करतात.

Richard Hartshorne - रिचर्ड हार्टशॉर्न (१८९९-१९९२)

या आधुनिक अमेरिकन भूगोलवेत्त्याचा जन्म व शिक्षण मिशिगन संस्थानात झाले. डॉक्टरेट पदवी त्यांनी शिकागो विश्वविद्यमानवालयातून मिळविली. Association of American Geographers या विश्वविख्यात भूगोल संघटनेचा ते १९२५ पासून सदस्य होते. तेथे त्यांचा संपर्क बोमन, सॉयर यांसारख्या श्रेष्ठ भूगोलतज्ज्ञांशी आला. मिनेसोटा विश्वविद्यालयात भूगोलाचा व्याख्याता म्हणून त्यांच्या अध्यापनकार्याची सुरुवात झाली.

हार्टशॉर्न यांनी भूगोलशास्त्राची जी काटेकोर व्याख्या केली, ते त्यांचे भूगोलातील मोठे योगदान म्हटले पाहिजे. ही भूगोलाची अधिकृत व्याख्या बनली आहे व सर्व भूगोलाचे अभ्यासक तिचे अनुसरण करतात. ही व्याख्या स्पष्ट व संक्षिप्त आहे आणि तिच्यात भूगोलाची अभ्यासपद्धती, अभ्यासविषय व अभ्यासक्षेत्र यांचा समर्पक समावेश केला आहे.

हार्टशॉर्न यांनी भूगोलाच्या स्वरूपावरील अत्यंत परिश्रमपूर्वक लिहिलेले ग्रंथ भूगोलाच्या अभ्यासकांना मार्गदर्शक आहेत. ते भूगोलाची तत्त्वचिंतनाची बैठक घालून देतात व पूर्वीच्या काळातील तसेच आधुनिक अशा सर्व विचारांचा परामर्श घेतात;

म्हणून हे ग्रंथ म्हणजे भूगोलाच्या तत्त्वचिंतनातील 'मैलाचा दगड' मानले गेले आहेत व ते म्हणजे भूगोलाकरिता मोठी देणगी होत.

भूगोलाचे स्वरूप सांगताना Variable character of earth's surface किंवा Areal differentiation ची संकल्पना हार्टशॉर्न यांनी विकसित केली. ही संकल्पना अवकाशात्मक (Chorological) आहे व या द्वारे हार्टशॉर्न यांनी कांट किंवा हेटनरची भूगोलाची अवकाशात्मक संकल्पना उचलून धरली आहे. भूपृष्ठावरील घटना भूपृष्ठाच्या अवकाशातून एकमेकांशी संबंधित असतात व या स्थलपरत्वे बदलत जाणाऱ्या संबंधांचे विश्लेषण भूगोलात अपेक्षित असते. या घटना नैसर्गिक व मानवी अशा दोन्ही स्वरूपांच्या असतात; कारण हे भूपृष्ठ मानवाचे जग आहे.

भूगोलामध्ये भूपृष्ठ The earth's surface हा कळीचा शब्द आहे. ते भूगोलाचे अभ्यासक्षेत्र आहे. त्यामुळे भूगोलाच्या अभ्यासकांची भूपृष्ठाची संकल्पना स्पष्ट असली पाहिजे. हार्टशॉर्न यांनी ती दिली आहे. पुढे जाऊन त्यांनी भूपृष्ठाच्या संकल्पनेत वातावरणाचा खालचा थर व भूपृष्ठाचाही काही जाडीचा खालचा थर गृहीत धरला आहे. आता भूगोलात भूपृष्ठाची हीच संकल्पना रूढ झाली आहे.

Robert Mill - रॉबर्ट मिल (१८६१-१९५०)

रॉबर्ट मिल मॅकिंडरचे समकालीन होते व मानवी भूगोलाचे अभ्यासक होते. मानववंशाचे विश्लेषण करणारे त्यांचे Realm of Nature हे पुस्तक प्रसिद्ध आहे. त्यांनी General Geography हे आणखी एक पुस्तक लिहिले. ध्रुवीय प्रदेशात संशोधन करणाऱ्यांचे वृत्तांत त्यांनी लिहिले. अशक्त तब्येतीमुळे ते स्वत: संशोधनासाठी जाऊ शकले नाही. त्याचे आणखी एक स्पृहणीय काम म्हणजे British Rainfall Organization चा संचालक या नात्याने त्यांनी ५० वर्षांची पर्जन्याची सरासरी घेऊन ग्रेट ब्रिटनच्या पर्जन्याचे नकाशे तयार केले. त्यांनी ब्रिटनच्या भूमीउपयोगाचे (Land use) नकाशे तयार करण्याची योजनाही आखली होती. परंतु, पुढे प्रत्यक्षात ते काम १९३० मध्ये एल. डी. स्टॅम्प (L.D. Stamp) ने केले.

Rollin Salisbury - रॉलिन सॅलिस्‌बरी (१८५८-१९२२)

रॉलिन सॅलिसबरी हे प्रसिद्ध भूगर्भशास्त्रज्ञ व प्राकृतिक भूगोलवेत्ता होते. त्यांचा जन्म १८५८ मध्ये झाला. पुढे १८९१ मध्ये विस्कॉन्सिन विश्वविद्यालयात भूगर्भशास्त्रविभागात भूगोलाचा प्राध्यापक म्हणून रुजू झाला व लगेच पुढील वर्षी शिकागो विश्वविद्यालयात प्राकृतिक भूगोलाचा प्राध्यापक म्हणून त्यांना नेमणूक मिळाली. इ.स.

१८९४ मध्ये तेथे ते डीनही झाले. या पदावर ते शेवटपर्यंत म्हणजे इ.स. १९२२ मध्ये त्याचे निधन होईपर्यंत कायम होते.

सॅलिसबरी यांना प्राकृतिक भूगोलात विशेषत: भूरूपशास्त्रात आवड होती व शिकागो विश्वविद्यालयात सुरुवातीपासून त्यांनी तेथील भूगोलविभागाची उभारणी केली. त्यांनी तेथे उत्तम प्राध्यापक म्हणून नाव कमावले व भूगोलाच्या विकासास हातभार लावला. ते उत्तम वक्ता होते व विद्यार्थ्यांत प्रिय होते. दरवर्षी ते भूगोलाचे एक शिबिर भरवीत असे व सामान्यत: दर आठवड्याला एक चर्चासत्र आयोजित करीत असे, ज्यात भूगोलाविषयी विचारविमर्श होत असत व विद्यार्थ्यांच्या भूगोलातील विचारांना चालना मिळत असे. सॅलिसबरी यांनी महाविद्यालयीन स्तरावर अनेक पाठ्यपुस्तकेही लिहिली. त्यांनी विद्यार्थ्यांत भूगोल एक आवडीचा विषय केला होता.

Sir L. Dudley Stamp - सर एल्. डडली स्टँप (१८९८-१९६६)

सर एल्. डी. स्टँप हे भूगोलातील सुप्रसिद्ध व बहुमुखी व्यक्तित्व होय. त्यांची प्रतिभा अलौकिक होती व त्यांनी भूगोलात कामही अचाट केले. सतत चार दशके त्यांनी केलेले प्रचंड काम आदर्शवत ठरावे असेच होते. त्यांच्या नावे भूगोलातील जवळजवळ ५० पुस्तके आहेत व ती अत्यंत मान्यताप्राप्त अशीच आहेत. त्यांच्या कामामुळे त्याला अनेक विश्वविद्यालयांची सन्मान्य डॉक्टरेट पदवी व पुढे ग्रेट ब्रिटनमधील मानाचा 'सर' हा किताब मिळाला. ते ब्रिटिश जिऑग्राफिकल असोसिएशनचा अध्यक्ष व आंतरराष्ट्रीय भूगोल संघाचा (International Geographical Union) अध्यक्ष होते. तसेच इतर कित्येक समित्यांवर त्यांनी काम केले. ग्रेट ब्रिटनमध्येच नव्हे तर जगात भूगोलाचा विकास करण्यात त्यांनी मोठे योगदान दिले आहे. मानवाच्या विकासाकरिता व समृद्धीकरिता भूगोलाचे ज्ञान साहाय्यभूत होऊ शकते हे त्यांनी स्वत:च्या कृतीने दाखवून दिले. त्यांनी ग्रेट ब्रिटनच्या भूमिउपयोगाचे (Land use) जे एकहाती सर्वेक्षण केले ते अभूतपूर्व काम होते. स्टँपचे नाव या कामामुळे अजरामर झाले.

Strabo - स्ट्रॅबो (इ. स. पूर्व - ६४ - इ. स. २४)

हे प्राचीन भूगोलाचे प्रमुख प्रतिनिधी मानले जातात. त्यांनी 'जिओग्राफिया' नामक सतरा खंडात्मक प्रचंड ग्रंथ लिहिला. भूगोलाची व्याख्या, व्याप्ती, उद्देश व उपयुक्तता इत्यादींचे प्रथमखंडात विवेचन करून अन्य खंडांत त्यांनी साऱ्या जगाचे ज्ञानकोशीय विवेचन केले. दीर्घकालपर्यंत स्ट्रॅबोचाच प्रादेशिक भूगोल उपलब्ध राहिल्यामुळे त्यांचे कार्य हा एक महत्त्वाचा टप्पा ठरला. रोमन भूगोलकारांत सर्वात

महत्त्वाचे स्थान स्ट्रॅबो यांस दिले जाते. त्यांचा जन्म तुर्कस्तानातील काळ्या समुद्रानजीकच्या अमेशिया येथे इ.स.पू. ६४ मध्ये झाला. त्याचे वास्तव्य बराच काळ रोममध्ये होते. स्ट्रॅबो रोमन असूनही ग्रीक भाषेत आपले ग्रंथ लिहिणारे सर्वप्रथम महान भूगोलकार होते.

स्ट्रॅबोने लिहिलेले सर्व भौगोलिक लेखन अत्यंत महत्त्वाचे असून प्राचीन भूगोलशास्त्राच्या विकासावर प्रकाश टाकणारे आहे. स्ट्रॅबो हे मुख्यत्वेकरून प्रादेशिक भूगोलकार होते. त्यांनी आपल्या पुस्तक-मालिकेत अनेक देशांचे भौगोलिक वर्णन केलेले होते. त्यांनी आपल्या भौगोलिक लेखांत तुलनात्मक पद्धतीचाही अवलंब केला. तसेच 'क्षेत्रीय विभिन्नता' या सिद्धांताचेही स्पष्टीकरण केलेले होते. तसेच एखाद्या प्रदेशाची दुसऱ्या प्रदेशाशी कोणत्या दृष्टीने भिन्नता आहे याची माहिती दिली होती. स्ट्रॅबो यांनी लोकांच्या स्थलांतराबाबतीतही वर्णन केलेले आहे. एखाद्या क्षेत्रामधील लोकसंख्येची समरूपता आणि विषयरूपता यांचे वर्णन भौगोलिक दृष्टिकोनातून केलेले होते. स्ट्रॅबो यांनी प्राकृतिक भूगोलामध्येही मौलिक संशोधन केलेले होते. स्ट्रॅबो यांनी कृषिप्रगतीच्या बरोबर लोकसंखेची घनता वाढत जाते असे मत मांडले.

स्ट्रॅबोच्या 'जिओग्राफिक ट्रिटीज' मध्ये गणिती भूगोल, प्राकृतिक भूगोल, राजकीय भूगोल आणि ऐतिहासिक भूगोल या भूगोलशास्त्राच्या चार शाखांचा समावेश आहे. जगातील ज्ञात अशा प्रत्येक देशाचा सामान्य भूगोल, वैशिष्ट्ये, प्राकृतिक रचना, हवामान आणि नैसर्गिक उत्पादनांची माहिती स्ट्रॅबोच्या 'ट्रिटीज' मध्यें आहे. त्यांचे लेखन केवळ बुद्धिवंतांसाठी नसून ते सामान्य अभ्यासकांसाठी व वाचकांसाठी आहे. स्ट्रॅबो यांनी भौगोलिक लेखनाला कलात्मकतेचा स्पर्श केला. त्यांचे लेखन म्हणजे भौगोलिक माहितीची कोरडी मांडणी नसून अत्यंत आकर्षक भाषेत केलेले वाचनीय विश्लेषण आहे. अशाप्रकारे स्ट्रॅबो यांनी त्याच्या पूर्वीच्या अथवा समकालीन भूगोल-तज्ज्ञांच्या तुलनेने फार मोठे कार्य केलेले आढळून येते.

Sydney Woolridge - सिडने वूलरिज (१९००-१९६३)

लंडन विश्वविद्यालयातील भूगोलाचा प्राध्यापक सिडने वूलरिज प्रामुख्याने प्राकृतिक भूगोलाचे अभ्यासक होते. परंतु, प्राकृतिक भूगोल हा मानवी भूगोलाची पार्श्वभूमी तयार करतो असे ते मानीत असे. त्यांनी मॉर्गनबरोबर भूरूपशास्त्रावर एक उत्तम पुस्तक लिहिले व या विषयात ते शिकवीतही असे. भूगोल एक शास्त्रीय विषय आहे असेच ते मानीत असे व यावरील आपले विचार Geographer as scientist या १९५६ मध्ये प्रकाशित झालेल्या आपल्या पुस्तकात त्यांनी मांडले. त्याआधी १९५१ मध्ये गार्डन ईस्टबरोबर

त्यांनी Spirit and Purpose of Geographer हे पुस्तक लिहिले होते व त्यात भूगोल विषयाच्या शास्त्रीय स्वरूपाचे समर्थन करणारे व शास्त्र म्हणून भूगोलाची उद्दिष्टे मांडणारे स्पष्ट विचार समोर ठेवले होते.

Thomas Griffith Taylor - थॉमस ग्रिफिथ टेलर (१८८०-१९६३)

ग्रिफीथ टेलर यांनी भूगोलात नवीन विचार व नवीन तंत्र आणले. त्यांचा जन्म इ.स.१८८० मध्ये लंडनमध्ये झाला; पण त्यांचे वडील १८९२ मध्ये ऑस्ट्रेलियातील न्यू साउथ वेल्स राज्यात स्थलांतरित झाले म्हणून त्यांचे प्रारंभिक शिक्षण ऑस्ट्रेलियात सिडनेला व नंतर ग्रेट ब्रिटनमध्ये केंब्रिज विश्वविद्यालयात झाले. टेलर यांनी भूगोलाला नवीन विचार व तंत्र दिले. ते पूर्णतया निश्चिततावादी नव्हते; पण निश्चिततावाद व संभववादातील द्वंद्वही त्यांना मान्य नव्हते. त्यामुळे त्यांनी मध्यममार्ग शोधून 'थांबा व पुढे जा निश्चिततावाद' (Stop & go determinisim) सांगितला. नवीन भूगोलात त्यांचा नवनिश्चिततावादी विचार रूढ झाला आहे. ऑस्ट्रेलियात व कॅनडात त्यांनी भूगोल विभाग चांगल्यापैकी नावारूपाला आणला व तेथे ते विद्वान भूगोलवेत्ता म्हणून प्रसिद्ध झाले. दोन्ही देशांत क्षेत्रफळाच्या मानाने वसाहती फारच विरळ आहेत, याचे स्पष्टीकरण देण्यासाठी त्यांनी Climograph व Hithergraph चे तंत्र शोधून काढले. हे दोन्ही आलेख हवामानशास्त्रात उत्तम अभिव्यक्ती म्हणून प्रसिद्ध आहेत. स्थलांतर व प्राकृतिक परिस्थिती यांतील संबंध लक्षात घेणे आवश्यक आहे हे जाणून त्यांनी स्थलांतरावर पुष्कळ विचार केला व आपला स्थलांतर पट्टा सिद्धान्त (Migration zone Theory) मांडला. मानवी स्थलांतरावर हवामानाचा जो परिणाम होतो. त्याचा त्यांनी स्थलांतर पट्टा सिद्धान्त मांडून सखोल ऐतिहासिक आढावा घेतला.

Thales of Miletus - थेल्स ऑफ मिलेट्स (इ. स. पूर्व ६२४-५४५)

थेल्स ऑफ मिलेट्स (इ.स. पूर्व ६२४-५४५) हे सामान्यपणे पहिले भूगोलकार म्हणून ओळखले जातात. त्यांनी 'गणितीय भूगोलाचा' (Methematical Geography) विकास केलेला होता. त्यांनी विश्वाची उत्पत्ती आणि नक्षत्रांसंबंधी एक पुस्तिका लिहिलेली होती. थेल्स हे ग्रीक विचारवंत व तत्त्ववेत्ता प्रवासी होते. त्यांनी व्यापाराच्या निमित्ताने इजिप्तचा प्रवास केला. तेव्हा तेथे काही योगी भूमितीच्या साहाय्याने मापने व हिशोब करताना पाहिले. त्यांनी ते ज्ञान आत्मसात करून पृथ्वीविषयीची मापने व भूपृष्ठावरील स्थाने निश्चित केली. पृथ्वी पाण्यात तबकडीप्रमाणे तरंगते आहे असे त्यांचे मत होते.

Theyofrestus - थियोफ्रेस्टस (इ. स. पू. ३७१-२८७)

हे ॲरिस्टॉटल यांचे शिष्य होते. त्यांनी वनस्पती आणि हवामानासंबंधी विशेष अभ्यास संपादन केला. मेसिडोनियाच्या मैदानातील व क्रीट बेटावरील वनस्पतींचा तुलनात्मक अभ्यास करून 'वनस्पती भूगोल' शाखा सुरू केली. त्यामुळे थियोफ्रेस्ट्स यांना वनस्पती भूगोलाचा जनक असे म्हणतात.

Vasily Dokuchaev - व्हॅसिली डॉकुचेव्ह (इ. स. १८४६-१९०३)

डॉकुचेव्ह हे पीटर सेमेनॉव्ह या थोर भूगोलतज्ज्ञाचा समकालीन होते. हे इ.स. १८८५ मध्ये सेंट पीट्सबर्ग येथे भूगोलाचे रशियातील पहिले प्राध्यापक झाले. मृदाशास्त्रात त्यांनी मौलिक काम केले आहे व त्यासाठी त्यांचे नाव प्रसिद्ध आहे; तरी त्यांचे लेखन फक्त रशियन भाषेतच असल्याने त्याची प्रसिद्धी रशियाबाहेर फार झाली नाही. मातीची निर्मिती ही साधी गोष्ट नसून ती एक लांब प्रक्रिया आहे व त्यात पितृखडकाबरोबर हवामान, पाणी, उतार, वनस्पती व प्राणी या सर्वांचा सहभाग असतो हे प्रथमच त्यांनी प्रतिपादन केले. ही प्रक्रिया मातीच्या रचनेत दिसून येते व तिचे वेगवेगळे थर (horizons) तयार होतात. मातीमध्ये वनस्पतिजन्य सेंद्रिय पदार्थही असतात हे त्यांनी शोधून काढले.

डॉकुचेव्हने अभिक्षेत्र व काळ यांच्या पट्ट्यांची (Zones in space and time) नवीन संकल्पना मांडली. तशी वनस्पतींच्या पट्ट्यांची कल्पना भूगोलतज्ज्ञांना होती. परंतु, निरनिराळ्या नैसर्गिक प्रक्रियांतून संमिश्रपणे पण एकत्रित तयार होणाऱ्या व अभिक्षेत्र आणि काळाप्रमाणे थोड्याफार बदलणाऱ्या पट्ट्यांचे तत्त्व (Law of the zonal distribution of integreted natural complexes) डॉकुचेव्हने दिले आहे.

Tyan Shansky Semenov - तियान शान्स्की सेमेनॉव्ह (१८२७-१९१४)

अभिजात काळातील रशियन भूगोलतज्ज्ञांमध्ये सेमेनॉव्हचे नाव घेतले जाते. वाईकोव्ह, डॉकुचेव्ह व अनुचिन हे त्यांचे समकालीन होते. त्यांनी रिश्तोफेनबरोबर काम केले होते.

सेमेनॉव्ह भूगोलातील संशोधक तर होतेच, परंतु भूगोलाचा उपयोग प्रत्यक्ष समस्या - विशेषत: गरिबांच्या समस्या सोडविण्याकडे झाला पाहिजे अशी त्यांची कळकळ होती. त्यांनी रिटरची व्याख्याने ऐकली होती. परंतु, भूगोलाच्या फक्त तात्त्विक चर्चेत त्यांना रस नव्हता; तर त्याचा समाजासाठी उपयोग व्हावा असे त्यांना वाटत होते.

Vasco-da-Gama - वास्को-द-गामा (१४६० ते १५२४)

जेव्हा कोलंबस समुद्रमार्गे नवीन जगाचा शोध घेत होते, तेव्हा पोर्तुगीज समुद्रमार्गे भारताचा मार्ग शोधत होते. या मोहिमेसाठी पोर्तुगीज राजाने 'वास्को द गामा' यांची नेमणूक केली. इ. स. १४६० मध्ये वास्को-द-गामाचा जन्म झाला. ते पोर्तुगीज सैन्यात होते व त्यांना नौकानयनाचा प्रदीर्घ अनुभव होता. इ. स. १४९७ रोजी ४ लहान जहाजे घेऊन ते आफ्रिकेच्या पश्चिम किनाऱ्याने दक्षिण अटलांटिकमध्ये सेंट हेलेना बेटावर पोहोचले. अतिशय प्रतिकूल हवामान, खवळलेला समुद्र व सहकाऱ्यांचा विरोध यांना तोंड देत ते दक्षिण आफ्रिकेच्या केप ऑफ गुड होपपाशी पोहोचले. तेथून मोझांबिक व मोंबासा या आफ्रिकेच्या पूर्व किनाऱ्यावरील बंदरात काही काळ नांगर टाकून पुढे अरबी समुद्र पार करून दि. २८ मे १४९८ रोजी ते भारताच्या पश्चिम किनाऱ्यावरील कोचीन बंदरात पोहोचले. मोझांबिक व मोंबासा येथे त्यांना पुढील प्रवासासाठी अरबी आणि भारतीय व्यापाऱ्यांचे सहकार्य लाभले; अशा प्रकारे युरोपीय देशांना भारताकडे जाण्याचा 'केप ऑफ गुड होप' मार्ग सापडला. मोझांबिक येथे १५०२ मध्ये त्यांनी पोर्तुगीज वसाहत स्थापन केली. आशियाचा व्हाईसरॉय म्हणून पोर्तुगीज राजाने त्यांची नियुक्ती केली. इ. स. १५२४ मध्ये भारतात कोचीन येथे त्यांचा मृत्यू झाला.

Verenius Bernhardus - व्हेरेनियस बर्नहर्डस (१६२२-१६५०)

या जगप्रसिद्ध जर्मन विचारवंताचा जन्म इ. स. १६२२ मध्ये झाला. आधुनिक भूगोलशास्त्रात व्हेरेनियस यांनी दोन महत्त्वाच्या संकल्पना दिल्या. त्यांतील एक म्हणजे खगोल व नकाशाशास्त्रातील समकालीन संकल्पना त्यांनी एकत्र आणल्या. दुसरे म्हणजे त्यांनी भूगोलशास्त्राची विभागणी (१) सर्वसामान्य (General) व (२) स्पेशल (Special) अशी केली. नंतर त्यांनाच अनुक्रमे 'क्रमबद्ध' (Systematic) व 'प्रादेशिक' (Regional) असे संबोधले जाऊ लागले.

व्हेरेनियसच्या मते 'स्पेशल भूगोलात' निरनिराळ्या देशांतील खास वैशिष्ट्ये व प्रदेश यांचा समावेश होतो. सामान्य भूगोलात या विषयातील सर्वसामान्य नियमांचा समावेश होतो. सामान्य भूगोल हा प्रादेशिक भूगोलावर अवलंबून असतो. प्रादेशिक भूगोलात सामान्य नियम नसतात. तरीही या शास्त्राची उपयुक्तता अधिक आहे. व्हेरेनियसने 'सामान्य' भूगोलाचे तीन विभाग पाडले आहेत. त्यांतील पहिल्या भागात पृथ्वीचा आकार, विस्तार, क्षेत्रफळ यांचा समावेश होतो. दुसऱ्या भागात पृथ्वीचा इतर खगोलाशी असलेला संबंध व तिसऱ्या विभागात पृथ्वीचा तुलनात्मक अभ्यास केला जातो. व्हेरेनियसच्या मते, भूगोलात भूपृष्ठावरील प्राकृतिक रचना, हवामान, जलविभाग, जंगले, शुष्क प्रदेश, खनिजे, प्राणी, मानव यांचा अभ्यास केला जातो. मानवाच्या सांस्कृतिक भूदृश्यात मानवी

आचार-विचार, रीतिरिवाज, धर्म, भाषा, संस्कृती यांचा समावेश त्यांनी केलेला आहे. भूगोलशास्त्राप्रमाणेच व्हेरेनियस यांनी खगोलशास्त्रातही महत्त्वाचे कार्य केले. याबाबतीत त्यांनी कोपर्निकस, केप्लर, गॅलिलिओच्या मताचा पाठपुरावा केला. 'सूर्य सूर्यमालेच्या केंद्रस्थानी आहे' ही कल्पना त्यांनी उचलून धरली. व्हेरेनियसच्या या मौलिक कार्यामुळे आधुनिक भूगोलशास्त्राची 'पहाट' झाली असे मानले जाते.

Vladimir Wladimir Koppen - व्लादिमिर कोपेन (१८४६-१९४०)

व्लादिमिर कोपेन हे वंशाने रशियन परंतु राष्ट्रीयत्वाने जर्मन हवामानशास्त्रज्ञ इ. स. १८७५-१९१९ पर्यंत हँबुर्गमधील जर्मन सागरविज्ञान कार्यालयात मोसम वैज्ञानिक म्हणून कार्यरत होते. हवामानशास्त्रात अतिशय रस असल्याने पेंकच्या हवामानासंबंधी पर्जन्याच्या परिणामकारकतेविषयी सूचनांचा विचार करून त्यांनी हवामानाचे जागतिक वर्गीकरण करण्याचा अनेकदा प्रयत्न केला. प्रथम त्यांनी फक्त उष्णतामानाचाच विचार केला होता. परंतु, पेंकच्या म्हणण्याप्रमाणे उष्णतामान व पर्जन्याची सांगड घालून, त्यातील वार्षिक बदल लक्षात घेऊन व त्यांचा वनस्पतीशी संबंध जोडून त्याने आपले पहिले वर्गीकरण १९१८ मध्ये प्रसिद्ध केले. पुढे त्यात सुधारणा करून त्यांनी अखेरीस १९३६ मध्ये आपले अंतिम वर्गीकरण दिले व ते सोप्या रीतीने प्रदर्शित करण्यासाठी त्याने दक्षिणेकडे निमुळती होणारी खंडाची काल्पनिक आकृती तयार केली. या आकृतीत हवामानाचे सर्वसामान्य जागतिक वितरण चांगल्या प्रकारे कळते. हे वितरण त्यांनी जगाच्या नकाशातही दाखविले. त्यांच्या वर्गीकरणाचे आणखी एक वैशिष्ट्य म्हणजे त्यांनी हवामानाच्या वैशिष्ट्यांसाठी इंग्लिश अक्षरांचा उपयोग केला. उदा. B म्हणजे शुष्क हवामान. या वर्गीकरणात काही त्रुटी असल्या तरी या प्रकारे पुष्कळ समाधानकारकरीत्या केलेले जागतिक हवामानाचे ते सर्वप्रथम वर्गीकरण होते व ते खूप लोकप्रिय झाले. अजूनही हवामानाच्या वर्गीकरणासाठी कोपेनचेच वर्गीकरण प्रामुख्याने वापरले जाते.

Walter Christaller - वॉल्टर ख्रिस्टलर (१८९३-१९६९)

इ. स. १८९३ मधे जन्मलेले वॉल्टर ख्रिस्टलर आर्थिक भूगोलतज्ज्ञ होते. त्यांनी १९३३ मधे 'The Central Places In Southern Germany' या पुस्तकात मांडलेला केंद्रस्थान सिद्धान्त (The Central Place Theory) जगप्रसिद्ध आहे. भूप्रदेशात मानवाच्या वस्तीची स्थाने काही नियमांनुसार वितरित झालेली असतात की नाही, या प्रश्नावर विचार केला असता या वितरणात त्यांना जो आकृतिबंध (pattern) आढळून आला, तो त्यांनी या सिद्धान्तात मांडला आहे. हे प्रारूप असल्याने आदर्श, सरळ व सोपे केलेले आहे. त्यात असे दाखविले आहे की, सर्व प्रकारची वसतिस्थाने, ग्रामीण व शहरी,

लोकसंख्यावितरणाच्या केंद्रभागी स्थापित होत असून त्यामध्ये षट्कोनात्मक रचना दिसते. म्हणजे श्रेणीबद्ध (hierarchical) वसतिस्थानांपैकी वरच्या श्रेणीतील वसतिस्थानाभोवती त्याखालच्या श्रेणीतील सहा वसतिस्थाने सारख्या अंतरावर स्थापन झालेली असतात व अशा प्रकारे सर्व श्रेणींच्या वसतीस्थानांचे सुसंबद्ध व सुनिश्चित जाळे तयार होते. ह्या सिद्धांतामध्ये किमान अंतराचे तत्त्व (Minimum Distance Concept) त्यांनी लागू केले ज्यामुळे प्रवासातील श्रम कमीतकमी होतात. त्याच्या या सिद्धान्तावर बरीच टीका झाली. हे प्रारूप त्यांनी दक्षिण जर्मनीला लावून दाखविले. या सिद्धान्ताचे प्रारूप आदर्श असल्यामुळे ते जसेच्या तसे लागू पडत नाही. परंतु, वसतिस्थानांच्या वितरणात त्याने सांगितलेल्या रचनेची लक्षणे दिसतात. खिस्टलरने एक भौगोलिक म्हणजे अवकाशात्मक वा अभिक्षेत्रीय सिद्धान्त प्रस्थापित केला आहे हा त्यांचा विशेष आहे. जर्मनीतील दुसरा विद्वान, ऑगस्ट लॉश, जे अर्थशास्त्रज्ञ होते, तेही त्यांचा उद्योगाच्या वितरणातील आर्थिक सिद्धान्त सांगताना खिस्टलरच्याच निष्कर्षाला येऊन पोहोचले.

William Morris Davis - विल्यम मॉरिस डेव्हिस (१८५०-१९३४)

१९-२० व्या शतकातील यू एस ए तील एक फार मोठे भूगोलतज्ज्ञ विल्यम डेव्हिस हे होते. अमेरिकन विचारधारेचा प्रारंभ (American School of Thought) त्यांच्यापासून मानतात. त्यांचा जन्म पेन्सिल्व्हानिया संस्थानात फिलाडेल्फियामध्ये इ.स. १८५० मध्ये झाला. त्यांचे उच्च शिक्षण हार्वर्ड विश्वविद्यालयात भूगोल, भूगर्भशास्त्र व वातावरणशास्त्र या शास्त्रांत झाले. नंतर तीन वर्षे त्यांनी अर्जेटिनातील राष्ट्रीय भूगोल वेधशाळेत काम केले. इ.स. १८७६ मध्ये हार्वर्ड विश्वविद्यालयात प्राकृतिक भूगोल व भूगर्भशास्त्र या विषयात व्याख्याता म्हणून त्यांची नियुक्ती झाली.

भूरूपशास्त्रातील व भूगोलातील डेव्हिसचे सर्वात मोठे योगदान म्हणजे त्यांनी मांडलेला अपक्षरण (झीज) चक्राचा सिद्धान्त (Theory of cycle of erosion) होय. भूगोलातील थोड्याच अशा मूलभूत सिद्धान्तांपैकी हा एक आहे. या सिद्धान्तामुळे अमेरिकन भूरूपशास्त्राच्या विचारधारेला डेव्हिशियन विचारधारा म्हणून ओळखले जाते.

परिशिष्टे

१. जागतिक पटलावरील देश (एकूण देश - १९८)

'*' हे देश संयुक्त राष्ट्रसंघाचे सदस्य नाहीत.

क्र. देशाचे नाव	राजधानी
आशिया (दक्षिण पूर्व)	
१. इंडोनेशिया	जाकार्ता
२. कंबोडिया	नॉम पेन्ह
३. थायलँड	बँकॉक
४. फिलिपाईन्स	मनिला
५. ब्रूनेई	बंदर सेरी बेगावान
६. मलेशिया	क्वॉलालंपूर
७. म्यानमार	यांगून
८. लाओस	व्हिएनतिएन
९. व्हिएटनाम	हॅनोई
१०. सिंगापूर	सिंगापूर
११. पूर्व तिमोर	डिली
आशिया (पश्चिम)	
१. इस्राएल	जेरुसलेम
२. ओमान	मस्कत
३. कतार	दोहा
४. कुवेत	कुवेत
५. जॉर्डन	अम्मान
६. तुर्कस्तान	अंकारा

क्र. देशाचे नाव	राजधानी
७. संयुक्त अरब अमिराती (यु.ए.ई.)	अबुधाबी
८. येमेन	शान'आ
९. लेबनॉन	बैरूट
१०. सायप्रस	निकोशिया
११. सीरिया	दमास्कस
१२. सौदी अरेबिया	रियाध
१३. आर्मेनिया	येरेवान
१४. अझरबैजान	बाकू
१५. बहारिन	मनामा
१६. जॉर्जिया	तिबिलिसी
१७. इराक	बगदाद
* १८. सायप्रस (तुर्की)	निकोशिया
* १९. पॅलेस्टाईन	रामल्हा
आशिया (दक्षिण मध्य)	
१. अफगाणिस्तान	काबूल
२. इराण	तेहरान
३. उझ्बेकिस्तान	ताश्कंद
४. किरगिझस्तान	बिश्केक
५. ताझिकिस्तान	दुशान्बे
६. तुर्कमेनिस्तान	अश्खाबाद
७. नेपाळ	काठमांडू
८. पाकिस्तान	इस्लामाबाद
९. बांगलादेश	डाक्का
१०. भारत	नवी दिल्ली
११. भूतान	थिंफू
१२. श्रीलंका	कोलंबो
१३. मालदिव	माले
१४. कझाकस्तान	अस्ताना

क्र. देशाचे नाव	राजधानी
आशिया (पूर्व)	
१. उत्तर कोरिया	पाँगयाँग
२. दक्षिण कोरिया	सेऊल (सोल)
३. चीन	बिजिंग
४. जपान	टोकियो
५. मंगोलिया	उलान बाटोर
* ६. तैवान	ताएपेई
युरोप (दक्षिण)	
१. आंडोरा	आंडोरा ला वेल्ला
२. अल्बानिया	तिराना
३. इटली	रोम
४. क्रोएशिया	झाग्रेब
५. ग्रीस	अथेन्स
६. पोर्तुगाल	लिस्बन
७. बोस्निया हर्सेगोविना	साराजेव्हो
८. मॅसेडोनिया	स्कोप्प्ये
९. माल्टा	व्हॅल्लेट्टा
१०. सेरबिया (युगोस्लाविया)	बेलग्रेड
* ११. व्हॅटिकन सिटी	व्हॅटिकन सिटी
१२. स्पेन	माद्रिद
१३. स्लोव्हिनिया	ल्यूब्लयाना
१४. सॅन मरिनो	सॅन मरिनो
युरोप (पूर्व)	
१. पोलंड	वॉर्सा
२. बल्गेरिया	सोफिया
३. बेलारूस	मिन्स्क
४. मोल्डोवा	चिसिनोव
५. युक्रेन	कीव

क्र. देशाचे नाव	राजधानी
६. रशिया	मॉस्को
७. रोमानिया	बुखारेस्ट
८. स्लोवाकिया	बाटिस्लावा
९. हंगेरी	बुडापेस्ट
१०. झेक प्रजासत्ताक	प्राग
*११. मॉंटेनिग्रो	पॉड्गोरिका
*१२. कोसोव्हो	प्रिस्टीना
युरोप (उत्तर)	
१. आयर्लंड	डब्लिन
२. इस्टोनिया	तार्लिन
३. डेन्मार्क	कोपनहेगन
४. नॉर्वे	ऑस्लो
५. फिनलंड	हेलसिंकी
६. इंग्लंड	लंडन
७. लाटव्हिया	रिगा
८. लिथुआनिया	विल्निअस
९. स्वीडन	स्टॉकहोम
१०. आइसलंड	रेकजाविक
युरोप (पश्चिम)	
१. ऑस्ट्रिया	व्हिएन्ना
२. जर्मनी	बर्लिन
३. नेदरलंड	ॲम्स्टरडॅम
४. फ्रान्स	पॅरिस
५. बेल्जियम	ब्रुसेल्स
६. मोनॅको	मोनॅको
७. लक्झेंबर्ग	लक्झेंबर्ग
८. लिक्टनस्टेन	वाडुझ
९. स्वित्झर्लंड	बर्न

क्र. देशाचे नाव	राजधानी
आफ्रिका (उत्तर)	
१. अल्जीरिया	अल्जीअर्स
२. इजिप्त	कैरो
३. ट्युनिशिया	ट्यूनिस
४. मोरोक्को	राबात
५. लिबिया	ट्रिपोली
६. सुदान	खार्टुम
* ७. साहरावी अरब डेमो प्रजासत्ताक (पश्चिम सहारा)	एल-ऐयन
आफ्रिका (पूर्व)	
१. इथिओपिया	आदिस अबाबा
२. केनिया	नैरोबी
३. झांबिया	लुसाका
४. झिंबाब्वे	हरारे
५. टान्झानिया	डोडोमा
६. जिबुती	जिबुती
७. बुरुंडी	बुजुंबुरा
८. मादागास्कर (मालागासी)	अँटानानारिव्हो
९. मालावी	लिलोंग्वे
१०. मॉरिशस	पोर्ट लुईस
११. मोझांबिक	मापुटो
१२. युगांडा	कंपाला
१३. रवांडा	किगाली
१४. सोमालिया	मोगाडिशू
१५. कोमारोस	मोरोनी
१६. सेशेल्स	व्हिक्टोरिया
१७. इरिट्रिया	अस्मारा

क्र. देशाचे नाव	राजधानी
आफ्रिका (दक्षिण)	
१. बोटस्वाना	गॅबोरोन
२. लेसोथो	मासेरू
३. दक्षिण आफ्रिका	प्रिटोरिया
४. स्वाझिलँड	म्बाबाने
५. नामिबिया	विंन्डहोक
आफ्रिका (मध्य)	
१. कॅमेरून	याऔंडे
२. काँगो	ब्राझव्हिले
३. काँगो-प्रजासत्ताक (पूर्वीचे झायरे)	किन्शासा
४. गॅबन	लिब्रव्हिले
५. चाड	एनजामेना
६. मध्य आफ्रिका प्रजासत्ताक	बांगुई
७. साओ टोम आणि प्रिन्सिप	सावटोम
८. अंगोला	लुआंडा
९. विषुववृत्तीय गिनी	मालाबो
आफ्रिका (पश्चिम)	
१. कोट दी आयव्हरी	यामौस्सौक्रो
२. गीनी	कौनाक्री
३. गिनी बिसाऊ	बिसाऊ
४. गांबिया	बेन्जुल
५. घाना	अक्रा
६. टोगो	लोम
७. नायजर	नियामी
८. नायजेरिया	अबुजा
९. बुर्किना फासो	औगाडौगो
१०. बेनिन	पोर्टो-नोव्हो
११. माली	बामाको

क्र. देशाचे नाव	राजधानी
१२. मॉरिटानिया	नौअॅकचॉट
१३. लायबेरिया	मोन्रोविया
१४. सेनेगल	डाकार
१५. सिएरा लिओन	फ्रीटाऊन
१६. केप वर्दे	प्राया
अमेरिका (दक्षिण) (लॅटिन अमेरिका)	
१. अर्जेंटिना	ब्योनोस आइरेस
२. इक्वेडोर	क्विटो
३. उरुग्वे	मान्तेविधेओ
४. कोलंबिया	बोगोटा
५. गुयाना	जॉर्जटाऊन
६. चिली	सॅन्तिआगो
७. पराग्वे	असुन्सियाँ
८. पेरू	लिमा
९. ब्राझील	ब्राझिलिया
१०. बोलिव्हिया	सुक्रे / ला पाझ
११. व्हेनेझुएला	काराकस
१२. सुरीनाम	पारामारिबो
अमेरिका (मध्य)	
१. एल साल्वाडोर	सॅन साल्वाडोर
२. कोस्टारिका	सॅन जोस
३. ग्वाटेमाला	ग्वातेमाला
४. निकाराग्वा	मानाग्वा
५. पनामा	पनामा सिटी
६. बेलिझ	बेलमॉपन
७. मेक्सिको	मेक्सिको सिटी
८. होंडूरास	तेगुसिगाल्पा

क्र. देशाचे नाव	राजधानी
अमेरिका उत्तर	
१. कॅनडा	ओटावा
२. संयुक्त संस्थाने अमेरिका (यु.एस.ए)	वॉशिंग्टन डी.सी.
अमेरिका दक्षिण (कॅरिबियन)	
१. अँटिग्वा आणि बार्ब्युडा	सेंट. जॉन्स
२. क्युबा	हवाना
३. ग्रेनाडा	सेंट जॉर्जेस
४. जमैका	किंग्स्टन
५. डोमिनिका	रोझो
६. डोमिनिकन प्रजासत्ताक	सँटो डोमिंगो
७. त्रिनिदाद आणि टोबॅगो	पोर्ट ऑफ स्पेन
८. बहामा	नासाऊ
९. बार्बाडोस	ब्रिजटाऊन
१०. सेंट कीट्स आणि नेव्हिस	बास्सेटेरे
११. सेंट लुसिया	कास्ट्रीस
१२. हैती	पोर्ट-ओ-प्रिन्स
१३. सेंट विन्सेंट आणि ग्रेनाडीन्स	किंग्सटाऊन
ऑस्ट्रेलिया / महासागरीय	
१. ऑस्ट्रेलिया	कॅनबेरा
२. किरिबती	बैरीकी
३. तुवालू	फोंगाफाले (फुनाफूती)
४. नौरू	यारेन
५. फिजी	सुवा

क्र. देशाचे नाव	राजधानी
६. मायक्रोनेशिया	पालिकिर
७. मार्शल बेट	मजुरो अॅटोल
८. व्हॅनातू	व्हिला
९. सामोआ	आपिया
१०. सालोमन बेटे	होनिआरा
११. न्यूझिलंड	वेलिंग्टन
१२. पापुआ न्यू गिनी	पोर्ट मोअर्सबी
१३. पालाऊ	कोरोर
१४. टोंगा	नुकू अलोफा

२. जगातील मोठे देश (क्षेत्रफळानुसार)

क्र.	नाव	क्षेत्रफळ (वर्ग किमी)	स्थान/खंड
१.	रशिया	१७,०७५,०००	युरोप-आशिया
२.	कॅनडा	९,९७६,१३९	उत्तर अमेरिका
३.	चीन	९,५६१,०००	आशिया
४.	सं. रा. अमेरिका	९,३७२,६१४	उत्तर अमेरिका
५.	ब्राझिल	८,५११,९६५	दक्षिण अमेरिका
६.	ऑस्ट्रेलिया	७,६८२,३००	दक्षिण प्रशांत
७.	भारत	३,२८७,२६३	आशिया
८.	अर्जेंटिना	२,७७६,६५४	दक्षिण अमेरिका
९.	कझाकस्तान	२,५०५,८१३	आफ्रिका

३. जगातील मोठे देश (लोकसंख्येनुसार)

क्र.	नाव	लोकसंख्या	स्थान/खंड
१.	चीन	१,३५१,६००,०००	आशिया
२.	भारत	१,२१,०१,९३,४२२	आशिया
३.	अमेरिका	३०९,३०९,०००	उत्तर अमेरिका
४.	इंडोनेशिया	२३१,३६९,५००	आशिया
५.	ब्राझिल	१९२,९९२,०००	दक्षिण अमेरिका
६.	पाकिस्तान	१६९,५३७,५००	आशिया
७.	बांगलादेश	१६२,२२१,०००	आशिया
८.	नायजेरिया	१५४,७२९,०००	आफ्रिका
९.	रशिया	१४१,९२७,२९७	युरोप-आशिया
१०.	जपान	१२७,३९०,०००	आशिया

४. जगातील लहान देश (क्षेत्रफळानुसार)

क्र.	देश	क्षेत्रफळ (वर्ग किमी)	स्थान/खंड
१.	व्हॅटिकन सिटी	०.४४	युरोप
२.	मोनाको	१.९५	युरोप
३.	नौरू	२१.१०	ऑस्ट्रेलिया
४.	तुवालू	२६	दक्षिण प्रशांत
५.	सॅन मरिनो	६१	युरोप
६.	लिक्टनस्टेन	१६०	युरोप
७.	मार्शल बेटे	१८१	मध्य प्रशांत
८.	सेंट किट्स-नेव्हिस	२६९	पूर्व कॅरेबियन
९.	मालदिव	२९८	हिंदी महासागर
१०.	सेशेल्स	३०८	पूर्व आफ्रिका

५. जगातील लहान देश (लोकसंख्येनुसार)

क्र.	देश	लोकसंख्या	स्थान/खंड
१.	व्हॅटिकन सिटी	१४००	युरोप
२.	तुवालू	१७,०००	दक्षिण प्रशांत
३.	नावरू	१८,०००	दक्षिण प्रशांत
४.	पलाऊ	२९,०००	पश्चिम प्रशांत
५.	सॅन मरिनो	३८,३८६	युरोप
६.	मोनाको	४०,०००	युरोप
७.	लिक्टनस्टेन	४५,९०४	युरोप
८.	सेंट किट्स-नेव्हिस	७२,०००	पूर्व कॅरिबियन
९.	मार्शल बेटे	८२,०००	मध्य प्रशांत
१०.	डोमॅनिका	९७,०००	पूर्व कॅरिबियन

६. जगातील महासागर व सागर

नाव	क्षेत्रफळ (वर्ग किमी.)
प्रशांत महासागर	१६६,२४०,०००
अटलांटिक महासागर	८६,५६०,०००
हिंदी महासागर	७३,४३०,०००
आर्क्टिक महासागर	१३,२३०,०००
दक्षिण चिनी समुद्र	२,९७४,६००
कॅरिबियन समुद्र	२,७५३,०००
भूमध्य समुद्र	२,५१०,०००
बेरिंग समुद्र	२,२६१,०००
मेक्सिकोची खाडी	१,५४२,९८५

नाव	क्षेत्रफळ (वर्ग किमी.)
ओखोटस्कचा समुद्र	१,५२७,५७०
पूर्व चिनी समुद्र	१,२४९,१५०
जपानचा समुद्र	१,०१२,९४५
अंदमानचा समुद्र	७९७,७००
हडसनचा उपसागर	७३०,३८०
उत्तरी समुद्र	५७५,३००
लाल समुद्र	४३७,७००
काळा समुद्र	४३६,४००
बाल्टिकचा समुद्र	४१४,४००
कॅस्पियन समुद्र	३७१,८००
पिवळा समुद्र	२९४,०००
पर्शियन खाडी	२३८,७९०
कॅलिफोर्नियाची खाडी	१६२,०००
आयरिश समुद्र	१०३,६००
इंग्लिश खाडी	८९,९००

७. विविध महासागरातील प्रवाह

उत्तर अटलांटिक महासागर

१. उत्तर विषुववृत्तीय प्रवाह
२. बहामाचा प्रवाह
३. कॅरिबियन प्रवाह
४. फ्लोरिडाचा प्रवाह
५. आखाती प्रवाह
६. लॅब्राडोरचा प्रवाह (शीत)
७. उत्तर अटलांटिक प्रवाह (उष्ण)

८. नॉर्वेचा प्रवाह (उष्ण)
९. इर्मिन्जरचा प्रवाह (उष्ण)
१०. कॅनरी प्रवाह (शीत)

दक्षिण अटलांटिक महासागर

१. दक्षिण विषुववृत्तीय प्रवाह
२. ब्राझीलचा प्रवाह
३. अंटार्क्टिक थंड प्रवाह (पश्चिमी वाऱ्यांचा थंड प्रवाह)
४. फॉकलॅन्डचा थंड प्रवाह
५. बेंग्वेलाचा शीत प्रवाह
६. विषुववृत्तीय प्रतिप्रवाह (उष्ण)
७. गिनीचा प्रवाह (उष्ण)

उत्तर प्रशांत महासागर

१. उत्तर विषुववृत्तीय प्रवाह
२. विषुववृत्तीय प्रतिप्रवाह
३. क्यूरोसिवो प्रवाह (उष्ण)
४. त्सुशिमा प्रवाह (उष्ण)
५. क्यूराईल प्रवाह (उष्ण)
६. उत्तर प्रशांत प्रवाह
७. ब्रिटिश कोलंबिया प्रवाह (उष्ण)
८. अलास्काचा प्रवाह (उष्ण)
९. कॅलिफोर्नियाचा प्रवाह (शीत)

दक्षिण प्रशांत महासागर

१. दक्षिण विषुववृत्तीय प्रवाह.
२. विषुववृत्तीय प्रतिप्रवाह
३. पूर्व ऑस्ट्रेलियन प्रवाह
४. पश्चिमी वाऱ्यांचा प्रवाह (शीत)
५. हंबोल्ट प्रवाह (शीत)
६. पेरू प्रवाह (शीत)

मध्य प्रशांत महासागर

१. एलनिनो प्रवाह

उत्तर हिंदी महासागर

१. दक्षिण-पश्चिम मॉन्सून-प्रवाह (उष्ण)
२. उत्तर-पूर्व मॉन्सून प्रवाह (उष्ण)

दक्षिण हिंदी महासागर

१. दक्षिण विषुववृत्तीय प्रवाह
२. मोझांबिक प्रवाह
३. मादागास्कर प्रवाह
४. अगुल्हास प्रवाह (उष्ण)
५. पश्चिमी वाऱ्याचा प्रवाह (शीत)
६. पश्चिमी ऑस्ट्रेलियाचा प्रवाह (शीत)

८. जगातील प्रमुख नद्या

नाव	देश / खंड	लांबी किमी. मध्ये
नाईल (Nile)	आफ्रिका	६,६५०
अमेझॉन (Amazon)	दक्षिण अमेरिका	६,४३७
मिसीसीपी-मिसूरी (Mississippi-Missouri)	संयुक्त राज्य अमेरिका	६,०२०
यांगत्से कियाग (Yangtze Kiang)	चीन	५,४९४
ओब-इर्तिश (Ob-Irtysh)	रशिया	५,४१०
झायरे (Zaire)	आफ्रिका	४,७००
लेना (Lena)	रशिया	४,४००
हुआंग हो (Hwang ho)	चीन	४,३४४
मॅकेंन्झी (Mackenzie)	कॅनडा	४,२४१
मेकाँग (Mekong)	आशिया	४,१८०

नाव	देश / खंड	लांबी किमी. मध्ये
नायजेर (Niger)	आफ्रिका	४,१८०
सेंट लॉरेन्स (St. Lawrence)	कॅनडा-संयुक्त राज्य अमेरिका	४,०२३
पराना (Parana)	दक्षिण अमेरिका	४,०००
येनिसे (Yensiey)	रशिया	३,८०४
मरे-डार्लिंग (Murray - Darling)	ऑस्ट्रेलिया	३,७८०
होल्गा (Volga)	रशिया	३,६९०
झाम्बेझी (Zambezi)	आफ्रिका	३,५४०
मॅडेरिया (Maderia)	दक्षिण अमेरिका	३,२१८
पुरुस (Purus)	दक्षिण अमेरिका	३,२००
युकॉन-तेस्लीन (Yukon-Teslin)	अलास्का-कॅनडा	३,१८५
रिओ ग्रँड (Rio Grand)	संयुक्त राज्य अमेरिका मेक्सिको	३,०४०
सिंधू (Indus)	आशिया	२,९००
ब्रह्मपुत्रा (Brahmaputra)	आशिया	२,९००
गंगा (Ganga)	भारत	२,५१०
गोदावरी (Godawari)	भारत	१,४५०
नर्मदा (Narmada)	भारत	१,२९०
कृष्णा (Krishna)	भारत	१,२९०
महानदी (Mahanadi)	भारत	८९०
कावेरी (Kaveri)	भारत	७६०

९. भारतातील प्रमुख नद्या

	नदी	उगमस्थान	लांबी (कि.मी.)	गंतव्यस्थान
सिंधू प्रणाली	सिंधू	मान सरोवर (तिबेट)	२,९००	अरबी समुद्र
	झेलम	पीरपांजाल टेकड्या (वैरीनाग)	४००	सिंधू नदी (पाकिस्तान)
	चिनाब	हिमालय पर्वत (हिमाचल प्रदेश)	१८००	सिंधू नदी (पाकिस्तान)
	रावी	कुलू टेकड्या (हिमाचल प्रदेश)	७२५	सिंधू नदी (पाकिस्तान)
	सतलज	राकस सरोसर (तिबेट)	१,०५०	सिंधू नदी (पाकिस्तान)
	बियास	बियासकुंड (हिमाचल प्रदेश)	४७०	सतलज नदी
गंगा प्रणाली	गंगा	गंगोत्री (उत्तराखंड)	२,५१०	बंगालचा उपसागर (बांगलादेश)
	यमुना	यमुनोत्री (उत्तराखंड)	१,३००	गंगा नदी (अलाहाबाद)
	कोसी	तिबेट-नेपाळ सिमा	७३०	गंगा नदी
	घाग्रा	गंगोत्रीजवळ (पूर्वेस)	१,०८०	गंगा नदी
	दामोदर	तोरी (छोटा नागपूर पठार)	५४१	हुगळी नदी
	गंडक	मध्य हिमालय (नेपाळ)	४२५	गंगा नदी (पाटणा)

	नदी	उगमस्थान	लांबी (कि.मी.)	गंतव्यस्थान
पूर्व-वाहिनी (पठारी)	ब्रह्मपुत्रा	चेमयुंगडंग खोरे (तिबेट)	२,९००	गंगा नदी (बांगलादेश)
	महानदी	सिहावा (रायपूर)	८९०	बंगालचा उपसागर (ओडिशा)
	गोदावरी	त्र्यंबकेश्वर (नाशिक)	१,४५०	बंगालचा उपसागर (आंध्रप्रदेश)
	कृष्णा	महाबळेश्वर (महाराष्ट्र)	१,२९०	बंगालचा उपसागर (आंध्रप्रदेश)
	कावेरी	ब्रह्मगिरी (कूर्ग-कर्नाटक)	७६०	बंगालचा उपसागर (कावेरीपट्टणम)
पश्चिम वाहिनी (पठारी)	नर्मदा	अमरकंटक (मध्य प्रदेश)	१,२९०	अरबी समुद्र
	तापी	मुलताई (बेतूल) मध्य प्रदेश	७२४	अरबी समुद्र
	साबरमती	जयसमुद्र सरोसर (उदयपूर-राजस्थान)	४१६	अरबी समुद्र

१०. जगातील मुख्य पर्वत श्रृंखला

क्र.	नाव	स्थान	लांबी (किमी.)	सर्वोच्च शिखर	उंची (मी.)
१.	हिमालय काराकोरम हिंदूकुश	दक्षिण आशिया	३८००	एव्हरेस्ट	८८४८
२.	पश्चिम सुमात्रा जावा	पश्चिम सुमात्रा व जावा	२९००	केरिष्टजी	३८०५
३.	तियेन शान	दक्षिण मध्य आशिया	२२५०	पीकेपोबेडा	७४३९
४.	अल्टाई माउण्टेस	मध्य आशिया	२०००	गोटानेलुखा	४५०५
५.	सेंटर न्यूगिनीया रेंज	आयरिन जाया पापुवा न्यूगिनी	२०००	जायाकुसुम	४८८३
६.	पश्चिम घाट	पश्चिम भारत	१६१०	अनाई मुडी	२६९५
७.	अरावली	पश्चिम-उत्तर भारत	८००	गुरूशिखर	१७२२
८.	आसाम-म्यानमार	आसाम पश्चिम म्यानमार	११३०	हकाकानोराजी	५८८१
९.	मध्य बोर्नियो	मध्य बोर्नियो	११३०	किनाबालु	४१०१
१०.	जैग्रोस	इराण	१५३०	जाईकुह	४५४७
११.	टिहामाट ऐश शाम	द.प.अरेबिया	११३०	जेबेलहाधार	३७६०
१२.	एण्डीज	पश्चिम-दक्षिण अमेरिका	७२००	एकांकागुआ	६९६०
१३.	ब्राझिल अटलांटिक किनारी	पूर्व ब्राझिल	३०००	पिको डिवैण्डेरिया	२८९०
१४.	रॉकी	पश्चिम अमेरिका	४८००	माउंट एल्बर्ट	४४००
१५.	एल्यूशियन	अलास्का	२६५०	शिरौल्डिन	२८६१
१६.	सिएरा माद्रे ओरिएन्टल	मेक्सिको	१५३०	ओरिजाना	५६९९

क्र. नाव	स्थान	लांबी (किमी.)	सर्वोच्च शिखर	उंची (मी.)
१७. पश्चिम सिएरा मान्ट्रे	मेक्सिको	१४५०	नेवाडो डी कोलिमा	४२६५
१८. अलास्का	अलास्का	११३०	माउंट मॅकिन्ले	६१९४
१९. कारकेडा	अमेरिका-कॅनडा	११३०	माउंट रेनिअर	४३९२
२०. ॲप्लेशियन	अमेरिका-कॅनडा	११३०	माउंट मिचेल	२०३७
२१. सिएरा मांद्रे डेलसुर	मेक्सिको	९६५	टियोटेपेक	३७०३
२२. युशल	मध्य रशिया	२०००	गोरा लॅरोड्नाय	१८९४
२३. कमचटका	पूर्व रशिया	१९३०	क्ल्यूचेब्सकाया सोपका	४८५०
२४. नर्खोयान्स्क	पूर्व रशिया	१६१०	गोरा मास खाचा	२९५९
२५. चेर्सकोगो खेनेट	पूर्व रशिया	१२९०	गोरा पोबेडा	३१४७
२६. स्कॅण्डिनेव्हीयन	पश्चिम नॉर्वे	१५३०	गैलढोपिजेन	२४७०
२७. कॉकेशस	जॉर्जिया	१२००	एलबुर्ज	५६३३
२८. आल्पस्	मध्य युरोप	१०५०	माउंट ब्लँक	४८०७
२९. अप्पेतिनी	इटली	११३०	कोर्नोग्रँडे	२९३१
३०. एटलस उत्तर-पश्चिम.	आफ्रिका	१९३०	जेनेल टाउत्काल	४१६५
३१. इथियोपियन उच्च भूमी	इथियोपिया	१४५०	रास डासन	४६००
३२. मालागासी	मादागास्करबेट	१३७०	गोरोमोकोट्रो	२८७६
३३. ड्रेकेन्सबर्ग	द. पू. आफ्रिका	१२९०	थनानाएंट लेन्याता	३४८२
३४. ग्रेट डिव्हायर्डिंग रेंज	पूर्व ऑस्ट्रेलिया	३६००	कोस्यूस्को	२२२८
३५. ट्रांस अंटार्क्टिका	अंटार्क्टिका	३५००	माउंट किर्क पेट्रिक	४५२९

११. भारतातील उंच शिखरे

क्र.	शिखराचे नाव	समुद्रसपाटीपासून उंची मीटरमध्ये	
१.	के - २	८,६११	(पाकव्याप्त प्रदेश)
२.	कांचनगंगा	८,५९८	
३.	नंगा पर्वत	८,१२६	
४.	गशेर ब्रूम	८,०६८	(पाकव्याप्त प्रदेश)
५.	ब्रॉड पिक	८,०४७	(पाकव्याप्त प्रदेश)
६.	दिस्तेगील सर	७,८८५	(पाकव्याप्त प्रदेश)
७.	गशेर ब्रूम पूर्व	७,८२१	
८.	नंदा देवी	७,८१७	
९.	गशेर ब्रूम पश्चिम	७,८०६	(पाकव्याप्त प्रदेश)
१०.	राकापोशी	७,७८८	(पाकव्याप्त प्रदेश)
११.	कामेट	७,७५६	
१२.	ससेर कांग्री	७,६७२	
१३.	स्क्यँग कांग्री	७,५४४	(पाकव्याप्त प्रदेश)
१४.	सिया कांग्री	७,४२२	(पाकव्याप्त प्रदेश)
१५.	चौखंबा - बद्रिनाथ	७,१३८	
१६.	त्रिशूल पश्चिम	७,१३८	
१७.	नूनकून	७,१३५	
१८.	पौहून्री	७,१२८	
१९.	कांग्रो	७,०९०	
२०.	दूनागिरी	७,०६६	

* जगातील सर्वात उंच पर्वत 'एव्हरेस्ट' हा नेपाळ-तिबेट (चीन) मध्ये असून त्याची उंची ८८४८ मीटर आहे.

१२. जगातील प्रमुख तलाव (नैसर्गिक)

नाव	(वर्ग किमी.) क्षेत्रफळ
१. कॅस्पियन समुद्र (इराण, अझरबैजान, रशिया, कझाकिस्तान, तुर्कमेनिस्तान)	३७१,०००
२. सुपीरियर (अमेरिका, कॅनडा)	८२,१००
३. व्हिक्टोरिया (युगांडा, केनिया, टांझानिया)	६९,४००
४. अरल समुद्र (उझबेकिस्तान, कझाकिस्तान)	६४,५००
५. ह्युरन (अमेरिका, कॅनडा)	५९,६००
६. मिशिगन (अमेरिका)	५७,८००
७. टँगानिका (बुरुंडी, टांझानिया, झांबिया, झायरे)	३२,९००
८. बैकाल (रशिया)	३१,५००
९. ग्रेट बियर (कॅनडा.)	३१,२००
१०. न्यासा (मालावी, मोझाम्बिक, टांझानिया)	२८,९००

१३. जगातील खंड

नाव	क्षेत्रफळ वर्ग किमी. मध्ये	अंदाजे लोकसंख्या (दशलक्ष)	देशांची संख्या	सर्वोच्च उंची मीटरमध्ये	लघुत्तम उंची मीटरमध्ये
आशिया	४,३९,९८,०००	३८७९	५०	एव्हरेस्ट ८८४८	मृतसागर ४०९
आफ्रिका	२,९८,००,०००	८७७	५४	किलीमंजारो ५८९५	असाल सरोवर १५६
उत्तर अमेरिका	२,१५,१०,०००	५०१	१०	मैकिनले ६१९४	डेथ व्हॅली ८६
दक्षिण अमेरिका	१,७५,९८,०००	३७९	२५	अँकोन्कागवा ६९६०	वाल्डेचा द्वीपकल्प ४०
युरोप	९६,९९,५५०	७२७	४५	एलब्रूस ५६४२	कॅस्पियन समुद्र २८
ऑस्ट्रेलिया महासागरीय	७६,९९,०००	३२	१४	माउंट जाया ५०३०	आयर सरोवर १६
अंटार्क्टिका	१,३६,००,०००	लोकविरहित	-	विन्सन मेसिफ ४८९७	-

१४. जगातील प्रमुख बेटे

नाव	क्षेत्रफळ वर्ग किमी. मध्ये	स्थान
ऑस्ट्रेलिया	७६,८२,३००	हिंदी महासागर
ग्रिनलँड	२१,७५,६००	आर्क्टिक महासागर
न्यू गिनी	७,९२,५००	पश्चिम पॅसिफिक महासागर
बोर्नीओ	७,२५,५४५	हिंदी महासागर
मालागासी	५,८७,०००	हिंदी महासागर
बॅफिन	४,७६,०६५	आर्क्टिक महासागर
सुमात्रा	४,२७,३००	हिंदी महासागर
होनशू	२,२७,४००	उत्तर पश्चिम पॅसिफिक महासागर
ग्रेट ब्रिटन	२,१८,०४१	उत्तर अटलांटिक महासागर
व्हिक्टोरिया	२,१७,३००	आर्क्टिक महासागर
एलीसमेर	१,९६,२३६	आर्क्टिक महासागर
सेलेबस	१,८९,०३५	हिंदी महासागर

१५. जगातील प्रमुख वाळवंटे

नाव	स्थान	क्षेत्रफळ वर्ग किमी. मध्ये
उष्ण कटिबंधीय		
सहारा	उत्तर आफ्रिका	९०,६४,६५०
अरेबिया	मध्यपूर्व	२५,८९,९००
ग्रेट व्हिक्टोरिया	ऑस्ट्रेलिया	६,४७,४७५
कलहारी	दक्षिण आफ्रिका	५,८२,७२७
चिहुआहुआन	मेक्सिको	४,५३,२३२
थर	भारत - पाकिस्तान	४,५३,२३२

नाव	स्थान	क्षेत्रफळ वर्ग किमी. मध्ये
ग्रेट सँडी (विशाल वाळवंट)	ऑस्ट्रेलिया	३,८८,४८५
सोनोरन	दक्षिण-पश्चिम अमेरिका	३,१०,७८८
गिब्सन	ऑस्ट्रेलिया	३,१०,७८८
सिम्सन / स्तोनी	उत्तर आफ्रिका	१,४५,०३४
मोहावे	दक्षिण पश्चिम अमेरिका (USA)	१,३९,८५४
थंड किनारी		
अटाकामा	चिली	१,३९,८५४
नामिब	दक्षिण पश्चिम आफ्रिका	३३,६६८
शीत		
गोबी	चीन	१२,९४,९५०
पँटोगोनिया	अर्जेंटिना	६,७३,३७४
ग्रेट बेसिन	दक्षिण पश्चिम अमेरिका (USA)	४,९२,०८१
कारा - कुम	पश्चिम आशिया	३,४९,६३६
कोलोराडो	पश्चिम अमेरिका (USA)	३,३६,६८७
किझिल - कुम	पश्चिम आशिया	२,९७,८३८
ताक्ला माकन	चीन	२,७१,९३९
इराणी	इराण	२,५८,९९०

१६. सूर्यमालेतील ग्रह

ग्रहाचे नाव (सूर्यापासून क्रमाने)	व्यास किमी.	घनता ग्रॅम/ घन से.मी.	सूर्यापासून अंतर (दहालक्ष किमी.मध्ये)	सूर्याभोवती परिभ्रमणास लागणारा काळ*	परिवलन काळ*	उपग्रहांची संख्या
बुध (Mercury)	४८४९.६	५.४३	५७.६	८७.९७ दिवस	५८.६५ दिवस	-
शुक्र (Venus)	१२०३२	५.२४	१०७.५२	२२४.७० दिवस	२४३.०० दिवस	-
पृथ्वी (Earth)	१२७३९.२	५५२.००	१४९.८	३६५.३० दिवस	२४ तास	१
मंगळ (Mars)	६७५५.२	३.९३	२२५.६	६८७.०० दिवस	२४.६८ तास	२
गुरू (Jupiter)	१,४१,९६८	१.३३	७७२.८	११.८६ वर्षे	९.९ तास	६१
शनी (Saturn)	१,१९,२९६	०.६९	१४१७.६	२९.४६ वर्षे	१०.६ तास	३१
प्रजापती (Uranus)	५२,०९६	१.३२	२८५२.८	८४.०१ वर्षे	१६.०० तास	२२
वरुण (Neptune)	४९,०००	१.६४	४४९७.०	१६४.८० वर्षे	१८.०० तास	२

* पृथ्वीवरील कालावधीच्या तुलनेत

१७. प्रमुख धुमकेतू

धुमकेतूचे नाव	दिसण्याचा कलावधी
एन्केचा धुमकेतू (Encke's Comet)	३.३ वर्षानंतर
बियेलचा धुमकेतू (Biela's Comet)	६.६ वर्षानंतर
हॉलिचा धुमकेतू (Halley's Comet)	७६ वर्षानंतर
हेल-बॉप धुमकेतू (Hale-Bopp Comet)	४००० वर्षानंतर
कोहुटेकचा धुमकेतू (Kohoutek's Comet)	७५००० वर्षानंतर

१८. जगातील विध्वंसक भूकंप (१९९० नंतरचे)

तारीख	देश	रिश्टर प्रमाण
२१ जून, १९९०	इराण	७.७
१६ जुलै १९९०	फिलिपाईन्स	७.८
१ फेब्रुवारी १९९१	पाकिस्तान / अफगाणिस्तान	६.८
२० ऑक्टोबर १९९१	भारत	६.१
१२ डिसेंबर १९९२	इंडोनेशिया	६.८
३० सप्टेंबर १९९३	भारत	६.४
१७ जानेवारी १९९५	जपान	७.२
२८ मे १९९५	रशिया	७.५
१० मे १९९७	इराण	७.१
४ फेब्रुवारी १९९८	अफगाणिस्तान	६.१
३० मे १९९८	अफगाणिस्तान	६.९
१७ जुलै १९९८	पापुआ न्यू गिनी	७.१
२५ जानेवारी १९९९	कोलंबिया	६.३
१७ ऑगस्ट १९९९	तुर्कस्तान	७.४
२१ सप्टेंबर १९९९	तैवान	७.६
२६ जानेवारी २००१	भारत	७.९
३ मार्च २००२	अफगाणिस्तान	७.४

तारीख	देश	रिश्टर प्रमाण
२५ मार्च २००२	अफगाणिस्तान	६.१
८ ऑक्टोबर २००५	भारत - पाकिस्तान	७.४
८ जानेवारी २००६	दक्षिण ग्रीस	७.९
२७ मे २००६	इंडोनेशिया	६.३
जुलै २००६	इंडोनेशिया	७.७
६ मार्च २००७	इंडोनेशिया	६.३
२ एप्रिल २००७	सालोमन बेटे	८.१
१५ ऑगस्ट २००७	पेरू	७.९
१२ सप्टेंबर २००७	दक्षिण सुमात्रा, इंडोनेशिया	८.५
२६ फेब्रुवारी २०१०	चिली	८.८
११ मार्च २०११	जपान	९
११ एप्रिल २०१२	सुमात्रा	८.६

१९. जगातील अतिविशाल (Metropolitan) शहरी क्षेत्र

क्रम	शहर	देश	लोकसंख्या (२०११)	क्षेत्रफळ वर्ग किमी. मध्ये	लोकसंख्या घनता (लोकसंख्या प्रति वर्ग किमी.)
१.	टोकियो	जपान	३२,४५०,०००	८,०१४	४,०४९
२.	दिल्ली	भारत	२१,७५३,४८६	३,१८२	५,८४५
३.	मुंबई	भारत	२०,७४८,३९५	२,३५०	८,१७०
४.	सोल	दक्षिण कोरीया	२०,५५०,०००	५,०७६	४,०४८
५.	मेक्सिको सिटी	मेक्सिको	२०,४५०,०००	७,३४६	२,७८४
६.	न्यूयॉर्क	संयुक्त संस्थाने (अमेरिका)	१९,७५०,०००	१७,८८४	१,१०४
७.	जकार्ता	इंडोनेशिया	१८,९००,०००	५,१००	३,७०६
८.	साओपावलो	ब्राझिल	१८,८५०,०००	८,४७९	२,२२३
९.	ओसाका-कोबेक्योटो	जपान	१७,३७५,०००	६,९३०	२,५०७

क्रम	शहर	देश	लोकसंख्या	क्षेत्रफळ वर्ग किमी. मध्ये	लोकसंख्या घनता (लोक संख्या प्रति वर्ग किमी.)
१०.	शांघाई	चीन	१६,६५०,०००	५,१७७	३,२१६
११.	मनिला	फिलीपाईन्स	१६,३००,०००	२,५२१	६,४६६
१२.	हाँगकाँग	चीन	१५,८००,०००	३,०५१	५,१७९
१३.	लॉस एंजिलीस	अमेरिका	१५,२५०,०००	१०,७८०	१,४१५
१४.	कोलकाता	भारत	१५,१००,०००	१,७८५	८,४५९
१५.	मॉस्को	रशिया	१५,०००,०००	१४,९२५	१,००५
१६.	कैरो	इजिप्त	१४,४५०,०००	१,६००	९,०३१
१७.	ब्यूनॉस आयरस	अर्जेंटिना	१३,१७०,०००	१०,८८८	१,२१०
१८.	लंडन	युनायटेड किंगडम	१२,८७५,०००	११,३९१	१,१३०
१९.	बिजिंग	चीन	१२,५००,०००	६,५६२	१,९०५
२०.	कराची	पाकिस्तान	११,८००,०००	१,१००	१०,७२७

२०. भारतीय जनगणना २०११

लोकसंख्या	एकूण	१,२१०,१९३,४२२
	पुरुष	६२३,७२४,२४८
	महिला	५८६,४६९,१७४
साक्षरता	एकूण	७४.०४%
	पुरुष	८२.१४%
	महिला	६५.४६%
लोकसंख्येची घनता	प्रति वर्ग किमी.	३८२
लिंग गुणोत्तर	प्रति १००० पुरुष	९४० महिला
बाल लिंग गुणोत्तर (०-६ वय गट)	प्रति १००० मुलांमध्ये	९१४ मुली

२१. जागतिक लोकसंख्येतील वाढ

वर्ष	लोकसंख्या
१ ए. डी. (AD)	२५० दशलक्ष (२५,००,००,०००)
१६०० ए. डी (AD)	५०० दशलक्ष (५०,००,००,०००)
१६५०	५४५ दशलक्ष (५४,५०,००,०००)
१८००	१ अब्ज (१,००,००,००,०००)
१९३०	२ अब्ज (२,००,००,००,०००)
१९६०	३ अब्ज (३,००,००,००,०००)
१९६५	३.५ अब्ज (३.५०,००,००,०००)
१९७५	४ अब्ज (४,००,००,००,०००)
१९९०	५ अब्ज (५,००,००,००,०००)
२०००	६ अब्ज (६,००,००,००,०००)
२०१२	७.०५१ अब्ज (७,०५१,७७२,३६३)

२२. भारतातील लोकसंख्यावाढ

जनगणना वर्ष	लोकसंख्या (दशलक्ष)	
१९०१	२३६.२४	
१९११	२५२.२०	
१९२१	२५१.३०	
१९३१	२७९.००	संथ वाढ
१९४१	३१९.००	संथ वाढ
१९५१	३६१.४	संथ वाढ
१९६१	४३९.०	गतिशील वाढ
१९७१	५४८.०	गतिशील वाढ
१९८१	६८३.८	गतिशील वाढ
१९९१	८४४.०	तीव्र गतीची वाढ
२००१	१०२७.०	तीव्र गतीची वाढ
२०११	१२१०.२	तीव्र गतीची वाढ

२३. भारतातील अतिविशाल (Metropolitan) शहरी क्षेत्र

क्रम	क्षेत्र	राज्य/संघ प्रदेश	लोकसंख्या २०११ नुसार	अंतर्भूत प्रदेश
१.	राष्ट्रीय राजधानी प्रदेश	दिल्ली, उत्तर प्रदेश हरयाना, राजस्थान	२१,७५३,४८६	गुडगांव, फरीदाबाद, नोएडा, गाझियाबाद
२.	मुंबई महानगर	महाराष्ट्र	२०,७४८,३९५	नवी मुंबई, ठाणे, वसई-विरार, भिवंडी, पनवेल
३.	कोलकाता महानगर	पश्चिम बंगाल	१५,१००,०००	हावडा, हुगळी, सॉल्ट लेक, बराकपूर, डमडम, बरासत, न्यू टाउन, कल्याणी, उलुबेरिया, अलीपूर, जोका
४.	चेन्नई महानगर	तामिळनाडू	८,९१७,७४९	अंबालूर, आवडी, पल्लवरम, तिरूवत्तोयूर, तांबरम, माधवारम, आलंदूर, कांचीपूरम्, तिरूवल्लूर
५.	बेंगळूरू	कर्नाटक	८,७२८,९०६	होसूर, यशवंतपूर, येलहंका, ऐनेकल, हेब्बल, मराथ्थाली, बनेरगठ्ठा, देवनहल्ली
६.	हैद्राबाद	आंध्रप्रदेश	७,७४९,३३४	सिकंद्राबाद, भोंनगीर, कोंडापूर, मेडचल
७.	अहमदाबाद	गुजरात	६.३५२,२५४	-
८.	पुणे	महाराष्ट्र	५.०४९,९६८	पिंपरी चिंचवड, तळेगाव, पुणे छावणी, शिक्रापूर
९.	सुरत	गुजरात	४,५८५,३६७	-

२४. भारतातील राज्ये व संघराज्ये क्षेत्र

क्र.	राज्य	क्षेत्रफळ चौ.किमी.	लोकसंख्या २०११	राजधानी
१.	आंध्रप्रदेश	२,७५,०६९	८,४६,६५,५३३	हैद्राबाद
२.	अरुणाचल प्रदेश	८३,७४३	१३,८२,६११	इटानगर
३.	आसाम	७८,४३८	३,११,६९,२७२	दिसपूर
४.	बिहार	९४,१६३	१०,३८,०४,६३७	पाटना
५.	छत्तीसगढ	१,३६,०३४	२,५५,४०,१९६	रायपूर
६.	गोवा	३,७०२	१४,५७,७२३	पणजी
७.	गुजरात	१,९६,०२४	६,०३,८३,६२८	गांधीनगर
८.	हरियाणा	४४,२१२	२,५३,५३,०८१	चंदीगढ
९.	हिमाचल प्रदेश	५५,६७३	६८,५६,५०९	शिमला
१०.	जम्मू व काश्मीर	२,२२,२३६	१,२५,४८,९२६	श्रीनगर (उन्हाळी), जम्मू (हिवाळी)
११.	झारखंड	७९,७१४	३,११,६९,२७२	रांची
१२.	कर्नाटक	१,९१,७९१	६,११,३०,७०४	बंगळूर
१३.	केरळ	३८,८६३	३,३३,८७,६७७	तिरुअनंतपुरम
१४.	मध्य प्रदेश	३,०८,०००	७,२५,९७,५६५	भोपाळ
१५.	महाराष्ट्र	३,०७,७१३	११,२३,७२,९७२	मुंबई
१६.	मणिपूर	२२,३२७	२७,२१,७५६	इंफाळ
१७.	मेघालय	२२,४२९	२९,६४,००७	शिलाँग
१८.	मिझोराम	२१,०८१	१०,९१,०१४	ऐजॉल
१९.	नागालँड	१६,५७९	१९,८०,६०२	कोहिमा
२०.	उडिसा	१,५५,७०७	४,१९,४७,३५८	भुवनेश्वर
२१.	पंजाब	५०,३६२	२,७७,०४,२३६	चंदीगढ
२२.	राजस्थान	३,४२,२३९	६,८६,२१,०१२	जयपूर
२३.	सिक्किम	७,०९६	६,०७,६८८	गंगटोक

क्र.	राज्य	क्षेत्रफळ चौ. कि.मी.	लोकसंख्या २००१	राजधानी
२४.	तमिळनाडू	१,३०,०५८	७,२१,३८,९५८	चेन्नई
२५.	त्रिपुरा	१०,४९२	३६,७१,०३२	आगरतळा
२६.	उत्तर प्रदेश	२,३८,५६६	१९,९५,८१,४७७	लखनऊ
२७.	उत्तराखंड	५३,४८४	१,०१,१६,७५२	डेहराडून
२८.	पश्चिम बंगाल	८८,७५२	९,१३,४७,७३६	कोलकाता

क्र.	राज्य	क्षेत्रफळ चौ. किमी.	लोकसंख्या २००१	राजधानी
१.	अंदमान, निकोबार बेटे	८,२४९	३,७९,९४४	पोर्ट ब्लेअर
२.	चंदीगढ	११४	१०,५४,६८६	चंदीगढ
३.	दादरा - नगर हवेली	४९१	३,४२,८५३	सिल्वासा
४.	दमण व दीव	११२	२,४२,९११	दमण
५.	दिल्ली	१,४८३	१,६७,५३,२३५	दिल्ली
६.	लक्षद्वीप	३२	६४,४२९	कवरत्ती
७.	पाँडिचेरी	४९२	१२,४४,४६४	पाँडिचेरी
	भारत	**३२,८७,२६३**	**१,२१,०१,९३,४२२**	**दिल्ली**

२५. महाराष्ट्रातील जिल्हे

क्र.	नाव	क्षेत्रफळ वर्ग कि.मीमध्ये	तालुक्यांची संख्या
१.	अकोला	५,४३१	७
२.	अमरावती	१२,२३५	१४
३.	अहमदनगर	१७,०३४	१४
४.	उस्मानाबाद	७,५५०	८
५.	औरंगाबाद	१०,१०६	९
६.	कोल्हापूर	७,६९२	१२
७.	गडचिरोली	१४,४७७	१२
८.	गोंदिया	५,४३०	८
९.	चंद्रपूर	११,४१७	१५
१०.	जळगाव	११,७५७	१५
११.	जालना	७,७१५	८
१२.	ठाणे	९,५६३	१५
१३.	धुळे	८,०६१	४
१४.	नंदुरबार	५,०३५	६
१५.	नांदेड	१०,५४५	१६
१६.	नागपूर	९,८१०	१४
१७.	नाशिक	१५,५३९	१५
१८.	परभणी	६,५११	९
१९.	पुणे	१५,६३७	१४
२०.	बीड	१०,६९२	११
२१.	बुलढाणा	९,६८०	१३
२२.	भंडारा	३,८९०	७
२३.	मुंबई	१५७	-
२४.	मुंबई उपनगर	४४६	-
२५.	यवतमाळ	१३,५९४	१६
२६.	रत्नागिरी	८,१९६	९
२७.	रायगड (अलिबाग)	७,१६२	१५

क्र.	नाव	क्षेत्रफळ वर्ग कि.मी.मध्ये	लोकसंख्या (२०११)
२८.	लातूर	७,१६६	१०
२९.	वर्धा	६,३११	८
३०.	वाशिम	५,१५०	६
३१.	सांगली	८,५७७	१०
३२.	सातारा	१०,४७५	११
३३.	सिंधुदुर्ग - (ओरोस)	५,२२२	८
३४.	सोलापूर	१४,८८६	११
३५.	हिंगोली	४,५२६	५

२६. भारतातील प्रमुख बंदरे

क्र.	बंदर	
१.	कोलकाता बंदर न्यास (Kolkata Port Trust)	पश्चिम बंगाल
२.	हलदिया बंदर (Haldia Port)	पश्चिम बंगाल
३.	पारादिप बंदर न्यास (Paradwip Port Trust)	ओरिसा
४.	विशाखापट्टपम बंदर न्यास (Vishakhapattanam Port Trust)	आंध्र प्रदेश
५.	चेन्नई बंदर न्यास - (Chennai Port Trust)	तमिळनाडू
६.	तुतिकोरिनबंदर न्यास (Tuticorin Port Trust)	तमिळनाडू
७.	कोचिन बंदर न्यास (Cochin Port Trust)	केरळ
८.	न्यू मंगलोर बंदर न्यास (New Manglore Port Trust)	कर्नाटक
९.	मुरगाव बंदर न्यास (Marmugao Port Trust)	गोवा
१०.	मुंबई बंदर न्यास (Mumbai Port Trust)	महाराष्ट्र
११.	जवाहरलाल नेहरू बंदर न्यास (Jawaharlal Nehru Port Trust)	महाराष्ट्र
१२.	कांडला बंदर न्यास (Kandla Port Trust)	गुजरात
१३.	एन्नोर बंदर (Ennore Port)	तमिळनाडू

२७. भारताची शेजारी राष्ट्रांशी असलेली सीमा (किमी.)

राष्ट्र	सीमेची लांबी (किमी)
बांगलादेश	४०९६.७
चीन	३४८८
पाकिस्तान	३३२३
नेपाळ	१७५१
म्यानमार	१६४३
भूतान	६९९
अफगाणिस्तान	१०६

२८. भूवैज्ञानिक काळ

युग	काळ	युगांतर	अब्जवर्षा आधी	विकास अथवा घटना
	चतुर्थ काळ	वर्तमान काळ अत्यंतनूतन काळ	०.०१ २	आधुनिक मानवाचा विकास महा - हिमकाळ
नूतन जीव युग	तृतीय काळ	अतिनूतन काळ मध्यनूतन काळ अल्पनूतन काळ आदि नूतन पूर्ण काळ	५ २४ ३७ ५८ ६६	अनेक सस्तन प्राण्यांचा विकास अल्पाइन पृथ्वीच्या गतीमुळे कारण आल्पस्, हिमालय ॲन्डीज आणि रॉकीज या पर्वतरांगा निर्माण झाल्या डायनासॉरचा मृत्यू
मध्य जीव युग	खटीमय जुरासिक ट्रियासिक		१४४ २०८ २४५	पहिली सपुष्प वनस्पती डायनासॉरच्या संख्येत वाढ पहिला डायनासॉर आणि सस्तन प्राणी

युग	काळ	युगांतर	अब्जवर्षां आधी	विकास अथवा घटना
पूर्ण जीव युग	परिमियन		२८६	विशाल बेट पैन्जिमाची निर्मिती
	कार्बन युक्त		३६०	विशाल जंगलांचे छिछला समुद्रात घुसणे
	डेवोनियन		४०८	प्रथम भूजलचर
	सिलुरियन		४३८	पृथ्वीवरील पहिले झाड
	आरडोविसियन		५०५	पृथ्वीवरील पहिले मासे
	काम्ब्रियन		५५०	ट्रिलोवाइट्स - शेलचे पहिले मासे
प्राचीन युग	प्रिकाम्ब्रियन		३.८००	पहिले जेली मासे, किडे आणि शेवाळ
			४,६००	पृथ्वीची निर्मिती

२९. भारतातील 'जागतिक वारसा' दर्जा असलेली स्थळे
World Heritage Sites in India

स्थळ	राज्य	दर्जा प्राप्त झालेले वर्ष
१. आग्र्याचा किल्ला (Agra Fort)	उत्तर प्रदेश	१९८३
२. अजंठा गुंफा (Ajanta Caves)	महाराष्ट्र	१९८३
३. सांचीचा स्तूप (Buddhist Monuments at Sanchi)	मध्य प्रदेश	१९८९
४. चंपानेर येथील पुरातनवस्तू उद्यान (Champaner-Pavagadh Archaeological Park)	गुजरात	२००४
५. छत्रपती शिवाजी टर्मिनस (मुंबई) (Chhatrapati Shivaji Terminus)	महाराष्ट्र	२००४

स्थळ	राज्य	दर्जा प्राप्त झालेले वर्ष
६. एलेफंटा गुंफा (Elephanta Caves) (घारापुरी)	महाराष्ट्र	१९८७
७. एलोरा गुंफा (Ellora Caves) (वेरूळ)	महाराष्ट्र	१९८३
८. फतेपूर सिक्री (Fatehpur Sikri)	उत्तरप्रदेश	१९८६
९. हंपी येथील स्मारके (Group of Monuments at Hampi)	कर्नाटक	१९८६
१०. महाबलिपूरम येथील स्मारके (Group of Monuments at Mahabalipuram)	तमिळनाडू	१९८४
११. पट्टडकळ येथील स्मारके (Group of Monuments at Pattadakal)	कर्नाटक	१९८७
१२. हुमायूंची कबर (Humayun's Tomb)	दिल्ली	१९९३
१३. खजुराहो येथील स्मारके (Khajuraho Group of Monuments)	मध्य प्रदेश	१९८६
१४. भारतातील पर्वतीय रेल्वे (Monutain Railways of India)	पश्चिम बंगाल तमिळनाडू	१९९९, २००५
१५. कुतुब मिनार (Qutb Minar)	दिल्ली	१९९३
१६. भीमबेटका (सांची) येथील दगडाचा निवारा (Rock Shelters of Bhimbetka)	मध्य प्रदेश	२००३
१७. ताज महाल	उत्तर प्रदेश	१९८३
१८. गोव्यातील चर्चेस व मठ (Churches and Convents of Goa)	गोवा	१९८६
१९. चोळ येथील मंदिरे (Great Living Chola Temples)	तमिळनाडू	१९८७
२०. महाबोधी मंदिर (Mahabodhi Temple)	बोधगया (बिहार)	२००२

स्थळ	राज्य	दर्जा प्राप्त झालेले वर्ष
२१. सूर्य मंदिर (Sun Temple)	कोणार्क (ओरिसा)	१९८४
२२. काझिरंगा राष्ट्रीय उद्यान (Kaziranga National Park)	आसाम	१९८५
२३. केवोलादेव राष्ट्रीय उद्यान (Keoladeo National Park)	राजस्थान	१९८५
२४. मानस अभयारण्य (Manas Wildlife Sanctuary)	आसाम	१९८५
२५. नंदादेवी राष्ट्रीय उद्यान व फुलांची दरी (Nanda Devi National Park and Valley of Flowers)	उत्तरांचल २००५	१९८८,
२६. सुंदरबन राष्ट्रीय उद्यान (Sundarban National Park)	पश्चिम बंगाल	१९८७
२७. कास पठार, कोयना अभयारण्य (सातारा), चांदोली अभयारण्य (सांगली), राधानगरी अभयारण्य (कोल्हापूर)	महाराष्ट्र	२०१२

३०. भारतीय रेल्वेचे विभाग

विभाग	मुख्यालय
१. उत्तर रेल्वे	नवी दिल्ली
२. पश्चिम रेल्वे	मुंबई (चर्चगेट)
३. दक्षिण-मध्य रेल्वे	सिकंदराबाद
४. दक्षिण-पूर्व रेल्वे	कोलकाता
५. मध्य रेल्वे	मुंबई (सी.एस.टी)
६. दक्षिण रेल्वे	चेन्नई
७. उत्तर-पूर्व रेल्वे	गोरखपूर
८. पूर्व रेल्वे	कोलकाता
९. उत्तर-पूर्व सीमांत रेल्वे	मालिगाव (गुवाहाती)
१०. पूर्व-मध्य रेल्वे	हाजीपूर
११. उत्तर-पश्चिम रेल्वे	जयपूर

विभाग	मुख्यालय
१२. पूर्व-किनारी रेल्वे	भुवनेश्वर
१३. उत्तर-मध्य रेल्वे	अलाहाबाद
१४. दक्षिण-पश्चिम रेल्वे	हुबळी
१५. पश्चिम-मध्य रेल्वे	जबलपूर
१६. दक्षिण-पूर्व मध्य रेल्वे	बिलासपूर

३१. भारतातील सरासरी पर्जन्यवितरण

विभाग	प्रदेश
१. अति कमी पर्जन्याचा प्रदेश (४०० मिमी पेक्षा कमी)	जम्मू-काश्मीरचा उत्तरेकडील प्रदेश, पंजाबचा नैर्ऋत्य भाग, राजस्थानचा पंजाबचा नैर्ऋत्य भाग, राजस्थानचा पश्चिम भाग व गुजरातमधील कच्छचे रण
२. कमी पर्जन्याचा प्रदेश (४०० ते १००० मिमी.)	दख्खन पठाराचा पर्जन्यछायेचा भाग, राजस्थान व गुजरातचा काही भाग, जम्मू-काश्मीरचा उत्तर भाग, तमिळनाडू, उत्तर प्रदेश, मध्य प्रदेश राज्याचा काही भाग
३. मध्यम पर्जन्याचा प्रदेश (१००० ते २००० मिमी.)	पश्चिम हिमालयाच्या शिवालिक व हिमाचल रांगा, उत्तरांचल, गंगेच्या मैदानाचा पूर्व भाग, आसाममधील ब्रह्मपुत्रा नदीचे मैदान तसेच पठारी प्रदेशातील पूर्व व ईशान्य पठारी प्रदेश
४. जास्त पर्जन्याचा प्रदेश (२००० ते ४००० मिमी.)	पूर्व आसाम, नागालँड, मिझोराम, त्रिपुरा, मणिपूर, उत्तर अरुणाचल- प्रदेश, सह्याद्रीचा पश्चिम उतार
५. सर्वाधिक पर्जन्याचा प्रदेश (४००० मिमी पेक्षा जास्त)	दक्षिण सह्याद्री, मेघालय, अरुणाचल प्रदेश

* भारतात मेघालयातील मौसिनराम येथे सर्वाधिक वृष्टी होते.

३२. धर्मांचे जागतिक वितरण

धर्म	एकूण लोकसंख्या (२०१०)
१. ख्रिस्ती - Christianity	210 कोटी
२. इस्लाम - ISlam	130 कोटी
३. निधर्मी - Secular / Atheist	110 कोटी
४. हिंदू - Hindu	90 कोटी
५. पारंपरिक चिनी - Traditional Chinese	39.4 कोटी
६. बौद्ध - Buddhism	37.6 कोटी
७. स्थानिक धर्म - Primal Indigenous	30 कोटी
८. पारंपरिक आफ्रिकन धर्म - Traditional African	10 कोटी
९. शिख - Sikh	2.3 कोटी
१०. ज्यू - Juch	1.9 कोटी
११. आत्मिय - Spiritism	1.5 कोटी
१२. यहुदी - Judaism	1.4 कोटी
१३. बहाई - Bahai	70 लाख
१४. जैन - Jainism	42 लाख
१५. शिंटो - Shinto	40 लाख
१६. काव दाई - Cao Dai	40 लाख
१७. झरत्रुष्ट - Zoroastrianism	26 लाख

३३. जगातील संस्कृती आणि साम्राज्य

संस्कृती / साम्राज्य	काळ	प्रदेश
१. ॲसिरियन संस्कृती	इ. स. पूर्व ४७५०-६०५	उत्तर इराक
२. बॅबिलोनियन संस्कृती	इ. स. पूर्व ४०००-५३९	इराक
३. मेसोपोटेमिया / सुमेरियन संस्कृती	इ. स. पूर्व ३५००-२०००	तुर्की सिरीया
४. इजिप्तची संस्कृती	इ. स. पूर्व. ३२००	इजिप्त

संस्कृती / साम्राज्य	काळ	प्रदेश
५. सिंधू खोऱ्यातील संस्कृती	इ. स. पूर्व २७५०-१५००	भारत / पाकिस्तान
६. आर्यांची / वैदिक संस्कृती	इ. स. पूर्व २५००-६००	भारत
७. ग्रीक संस्कृती	इ. स. पूर्व ५००-४००	ग्रीस
८. अलेक्झाण्डर-दी -ग्रेटचे साम्राज्य	इ. स. पूर्व ३५६-३२३	इराक, इराण, सिरीया, तुर्की
९. चिनी साम्राज्य	इ. स. पूर्व २२१	चीन
१०. रोमन साम्राज्य	इ. स. पूर्व ३१	मध्य-पूर्व आशिया, स्पेन, उत्तर आफ्रिका, इटली, तुर्की
११. मायन साम्राज्य	इ. स. ३००-९००	दक्षिण मेक्सिको, मध्य अमेरिका
१२. इन्का साम्राज्य	इ.स. १२००-१५३३	दक्षिण अमेरिका, कोलंबिया, बोलिव्हिया, पेरू, अर्जेंटिना
१३. ॲझटेक साम्राज्य	इ. स. १३२५	मेक्सिको
१४. ओटोमन साम्राज्य	१३ वे ते २० ते शतक	तुर्की, दक्षिण-पश्चिम आशिया, दक्षिण-पूर्व युरोप, उत्तर आफ्रिका.
१५. मुघल साम्राज्य	इ. स. १५२६-१८५७	उत्तर भारत
१६. ब्रिटिश साम्राज्य	इ. स. १८१५	दक्षिण आफ्रिका, केनिया, इजिप्त, हाँगकाँग, भारत, इराक, नेपाळ, सिंगापूर, माल्टा, ऑस्ट्रेलिया, न्यूझिलंड, कॅनडा

३४. भारतातील प्रमुख राष्ट्रीय महामार्ग

राजमार्ग क्रमांक	जोडणारी शहरे	मार्गावरील प्रमुख शहरे
१.	दिल्ली-पठाणकोट	पानीपत-कर्नाल-कुरूक्षेत्र-अंबाला-लुधियाना-जालंधर
२.	दिल्ली-कोलकाता	मथुरा-आग्रा-कानपूर-लखनऊ-वाराणसी-धनबाद-असनसोल
३.	आग्रा-मुंबई	आग्रा-ग्वालियर-शिवपुरी-इंदोर-धुळे-नाशिक
४.	ठाणे-चेन्नई	पनवेल-पुणे-कोल्हापूर-बेळगाव-हुबळी चित्रदुर्ग-बंगळूर- चित्तूर-अर्कोणम
५.	बहारगोरा(ओरिसा) -चेन्नई	कटक-भुवनेश्वर-छत्रपूर-श्रीकाकुलम-विशाखापट्टणम-राजमुंद्री-विजयवाडा-गुंटूर-गुडूर
६.	कोलकाता-सूरत -हाजिरा	बहारगोरा-संभलपूर-रायपूर-राजनंदगाव-नागपूर-अमरावती-अकोला-शेगाव-जळगाव-नंदुरबार
७.	वाराणसी-कन्याकुमारी	मिर्झापूर-कटनी-जबलपूर-नागपूर-अदिलाबाद-हैद्राबाद-मेहबूबनगर-अनंतपूर-बंगळूर-होसूर-सेलम-करूर-मदुराई
८.	दिल्ली-मुंबई	जयपूर-अजमेर-उदयपूर-हिमतनगर-अहमदाबाद-आनंद- वडोदरा-सुरत
९.	पुणे-मछलीपट्टणम (आंध्रप्रदेश)	सोलापूर-हैद्राबाद-विजयवाडा
१५.	पठाणकोट-समखियाली (गुजरात)	अमृतसर-फरिदकोट-भटिंडा- बिकानेर-जैसलमेर-बारमेर-राधनपूर
१७.	पनवेल-अर्नाकूलम (केरळ)	चिपळूण-रत्नागिरी-कुडाळ-पणजी-कारवार-उडपी-मंगळूर-कन्नूर-कोझीकोड-कोची
१३.	सोलापूर-मंगळूर	विजापूर-होस्पेट-चित्रदुर्ग-शिमोगा
१४.	सोलापूर-धूळे	उस्मानाबाद-बीड-औरंगाबाद

३५. भारतातील प्रमुख लोहमार्ग

	लोहमार्ग	लांबी (किमी.)	मार्गावरील प्रमुख स्थानके
१.	दिल्ली-हावडा (कोलकाता)	१४५३	कानपूर-अलाहाबाद-गया-धनबाद-असनसोल
२.	दिल्ली-मुंबई (सी. एस. टी.)	१,५४८	मथुरा-आग्रा-झांशी-भोपाळ-इटारसी-भुसावळ-मनमाड-नाशिक रोड
३.	दिल्ली-मुंबई सेंट्रल	१३८८	मथुरा-कोटा (राजस्थान)-रतलाम (मध्य प्रदेश)-वडोदरा (गुजरात) - सुरत
४.	जम्मूतवी दिल्ली	५८५	जालंधर-लुधियाना-अंबाला-कुरुक्षेत्र
५.	हावडा-मुंबई	१९७६	खडगपूर-रायगड-बिलासपूर-रायपूर-दूर्ग- गोंदीया-नागपूर-भुसावळ-मनमाड
६.	हावडा चेन्नई	१६६३	खडगपूर-कटक-भूवनेश्वर-विशाखापट्टणम-विजयवाडा-गुडूर
७.	दिल्ली-चेन्नई	२१९०	मथुरा-आग्रा-ग्वालीयर-झांशी-भोपाळ-इटारसी-नागपूर-वारंगल-विजयवाडा-गुडूर
८.	मुंबई-चेन्नई	१२७९	पुणे-सोलापूर-गुलबर्गा-रायचूर-गुंटकल-रेनीगुंटा- अर्कोणम
९.	गांधीधाम-नागरकोईल	१६११	अहमदाबाद-वडोदरा-सुरत-पनवेल चिपळूण-रत्नागिरी-मडगाव (गोवा)-कारवार (कर्नाटक)-मंगळूर-शोरानूर (केरळ) - तिरूअनंतपुरम
१०.	दिल्ली-अहमदाबाद	९३४	अलवर-जयपूर-अजमेर-पालनपूर

३६. भारतातील पर्यटन

पर्यटन स्थळ	ठिकाण
१. खजुराहो लेणी	मध्य प्रदेश
२. जोग फॉल्स (धबधबा)	शिमोगा जिल्हा (कर्नाटक)
३. बुलंद दरवाजा	फत्तेपूर-सिक्री (उत्तर प्रदेश)
४. जामा मशीद, लोटस टेम्पल (कमल मंदीर), कुतुब मिनार, लाल कीला	दिल्ली
५. गोमटेश्वर पुतळा	श्रवणबेळगोळ (म्हैसूर जिल्हा)
६. शांती निकेतन (विश्वभारती विद्यापीठ)	बोलपूर (पश्चिम बंगाल)
७. सुवर्ण मंदिर (अकाल तख्त)	अमृतसर
८. अंबर राजवाडा	जयपूर
९. दिलवाडा मंदिरे (जैन)	माऊंट अबू (राजस्थान)
१०. एलिफंटा गुंफा (घारापुरी लेणी)	मुंबई जवळ (रायगड)
११. मीनाक्षी मंदिर	मदुराई (तमिळनाडू)
१२. दल सरोवर	श्रीनगर
१३. सोनेरी फुलांचे विस्तीर्ण कुरण	सोनमर्ग (जम्मू व काश्मीर)
१४. गुंफेतील बर्फाचे शिवलिंग	अमरनाथ (जम्मू व काश्मीर)
१५. केशरांचे मळे	पहलगाम (जम्मू व काश्मीर)
१६. बर्फावरील खेळांसाठी प्रसिद्ध	गुलमर्ग (जम्मू व काश्मीर)
१७. वैष्णवी देवीचे मंदीर	वैष्णोदेवी (जम्मू व काश्मीर)
१८. थंड हवेचे ठिकाण	मनाली (हिमाचल प्रदेश)
१९. दलाई लामांचे मुख्य पीठ	धरमशाळा (हिमाचल प्रदेश)
२०. शीख धर्मस्थळ	आनंदपूर साहिब (पंजाब)

पर्यटन स्थळ	ठिकाण
२१. गंगा नदीचे उगमस्थान	गंगोत्री (उत्तराखंड)
२२. चार पवित्र धामांपैकी एक बद्रीनाथ	बद्रीनाथ (उत्तराखंड)
२३. बारा ज्योतिर्लिंगापैकी एक व पार्वतीचे जन्मस्थान	बद्रीनाथ (उत्तराखंड)
२४. कुंभमेळ्याचे स्थान	हरिद्वार (उत्तराखंड)
२५. संत ख्वाजा मोईनोदूदीन चिश्ती यांचा दर्गा आणि पुष्कर सरोवर	अजमेर (राजस्थान)
२६. गुलाबी शहर, हवामहल, जंतरमंतर	जयपूर (राजस्थान)
२७. पक्षी अभयारण्य	भरतपूर (राजस्थान)
२८. श्रीकृष्णांचे जन्मस्थान	मथुरा (उत्तर प्रदेश)
२९. प्रभू श्रीरामचंद्राचे जन्मस्थान	आयोध्या (उत्तर प्रदेश)
३०. रामकृष्ण तीर्थक्षेत्र	अर्लोंग (अरुणाचल प्रदेश)
३१. प्रसिद्ध तीर्थक्षेत्र	गया (बिहार)
३२. पाटलीपुत्रचे अवशेष, गोलघर व मगधची राजधानी	पाटणा
३३. प्राचीन बौद्ध विद्यापीठाचे अवशेष	नालंदा (बिहार)
३४. काशी विश्वनाथाचे मंदिर	वाराणसी (उत्तर प्रदेश)
३५. गंगा, यमुना व सरस्वती यांचा संगम, कुंभमेळा	अलाहाबाद (उत्तर प्रदेश)
३६. जयविलास महाल, मोती महाल, राणी लक्ष्मीबाईंची समाधी	ग्वालियर (मध्य प्रदेश)
३७. द्वारकाधीश मंदीर	द्वारका (गुजरात)
३८. महात्मा गांधींचे जन्मस्थान	पोरबंदर (गुजरात)
३९. इस्कॉन मंदिर	मायापूर (पश्चिम बंगाल)

पर्यटन स्थळ	ठिकाण
४०. व्हिक्टोरिया स्मारक, इंडियन म्युझियम, हावडा ब्रिज, बेलूर मठ, मदर तेरेसांचा मठ	कोलकाता
४१. सूर्यमंदिर	कोणार्क (ओडिशा)
४२. श्री जगन्नाथाचे मंदिर	पुरी (ओडिशा)
४३. भारतातील सर्वात लांब धरण	हिराकूड (ओडिशा)
४४. महात्मा गांधींचा सेवाग्राम आश्रम	वर्धा (महाराष्ट्र)
४५. रंगीत भित्तीचित्रांसाठी प्रसिद्ध लेणी	अजिंठा (महाराष्ट्र)
४६. घृष्णेश्वराचे मंदिर, लेणी	वेरूळ (महाराष्ट्र)
४७. श्री. बालाजीचे मंदिर	तिरूपती (आंध्र प्रदेश)
४८. स्वामी विवेकानंदांचे भव्य स्मारक, कन्याकुमारी देवीचे मंदिर	कन्याकुमारी (तामिळनाडू)
४९. श्री आदि शंकराचार्यांचे जन्मस्थान	कालादी (केरळ)
५०. अरविंद आश्रम व फ्रेंच सांस्कृतिक केंद्र	पाँडिचेरी (केंद्रशासित प्रदेश)
५१. गोवळकोंडा किल्ला, चारमिनार, मक्का मशीद, सालारगंज म्युझियम, व्यंकटेश्वराचे मंदिर	हैद्राबाद

३७. भारतातील प्रसिद्ध पर्वतीय रेल्वे (नॅरो गेज)

मार्ग	लांबी
१. कालका-शिमला (हरियाणा-हिमाचल प्रदेश)	९६ किमी.
२. दार्जिलिंग हिमालयीन रेल्वे (पश्चिम बंगाल) (न्यू जलपैगुडी-दर्जिलिंग)	८८ किमी.
३. निलगिरी पर्वतीय रेल्वे (तमिळनाडू) मेटापल्लायम - उटी	४६ किमी.
४. पठाणकोट - जोगींदर नगर (पंजाब)	१६४ किमी.

संदर्भ ग्रंथसूची

1) ATLAS - Orient Longman
2) ATLAS - Oxford
3) Companion Encyclopedia of Geography - Ian Douglas
4) City and Region - Dickinson R.
5) Dictionary of Geography - G. Remcay
6) Dictionary of Grography - K. Siddharth, S. Mukharjee
7) Dictionary of Grography - M. S. Rao
8) Economic Geography - Alexander, Gibson
9) Essentials of Physical Geography - Gabler, Brazier
10) Explanation in Geography - Harvey
11) Evolution of Geographical Thoughts - Husain Majid
12) GIS and Geographic Rescarch - Goddchild M.F
13) Human and Economic Geography - OUP
14) Hundred Years of Geography - Freeman T.W
15) Human Geography - Negi
16) Human Geography - Jones Emrys
17) India - 2012 - Govt. of India
18) Introduction to GIS - Heywood, cornelius
19) India (A Regional Geography) - Singh R.L
20) Modern Physical Geography - Strahler, Arther
21) Manorama Year Book 2012
22) Map Work and Practical in Geography - Gopal Singh
23) Models in Human Geography - Chorley, Hagget
24) Oceanology - Harsh K. Gupta
25) Oceanography - Charles, Dreck, Embry
26) Reference Year Book - Penguin
27) Solar Energy - S. P. Sukhatme
28) Sample Registration Bulletin - R.G. India
29) Settlement Patterns - Fitzgerald
30) Treatise on Solar Energy - John Wiley

31) The World Encyclopedia - Arcturus

32) Urban Geography - L.N. Verma

33) Urban Geography - Carter H.

34) Various Websites on Internet

35) Watching the Weather - Gribbin, John, Mary

३६) भूगोल - दीपक माहेश्वरी

३७) भारत का बृहत् भूगोल - चतुर्भुज मामोरिया

३८) भारत का भूगोल - चतुर्भुज मामोरिया

३९) एशिया का भूगोल - चतुर्भुज मामोरिया

४०) मानव भूगोल - चतुर्भुज मामोरिया

४१) भौगोलिक चिंतन एवं विधी-तंत्र - एस. एम. जैन

४२) विश्व एवं भारत का भूगोल - प्रतियोगिता साहित्य

४३) भूगोल परिचय - विठ्ठल घारपुरे

४४) आर्थिक व व्यापारी भूगोल - करमरकर, गुप्ते

४५) पर्यटन भूगोल - खतीब के. ए

४६) वस्ती भूगोल - खतीब के. ए

४७) प्राकृतिक भूगोल - विठ्ठल घारपुरे

४८) सागर से सम्पदा - टी. के. एस. मूर्ती

४९) हमारा अद्भुत वायुमंडल - अजित राम वर्मा

५०) भूगोल शास्त्राची मूलतत्त्वे - चौधरी, शिंदे

५१) सौर ऊर्जा - हरिप्रकाश गर्ग

५२) उपग्रह उवाच - मणीशचन्द उत्तम, गीता कुमारी

५३) भूकंप एक प्राकृतिक आपदा - हर्ष गुप्ता

५४) भूकंप - सुबोध महंती

५५) ऊर्जा के वैकल्पित स्रोत - ओमप्रकाश सिंहल

५६) भारतीय सरिताकोश - डायमंड पब्लिकेशन्स

लेखक परिचय

प्रा. जॉन्सन बोर्जेस

प्रा. जॉन्सन बोर्जेस हे इंजिनिअरिंग शाखेचे पदवीधर (B.E. Electrical) असून डायमंडच्या संपादक मंडळाचे एक सदस्य आहेत. श्री. जॉन्सन यांचा संबंध जरी तंत्रशास्त्र या शाखेशी असला तरीही त्यांचा इतर विषयांवरील लेखनाचा आवाका व्यापक असा आहे.

डायमंड सामाजिक ज्ञानकोशाच्या प्रमुख संपादकांपैकी एक असलेल्या जॉन्सन यांनी आपल्या वैशिष्ट्यपूर्ण अशा लेखनशैलीने डायमंड संपादक मंडळामध्ये एक विशेष असे स्थान निर्माण केले आहे. अद्ययावत माहितीने परिपूर्ण लेखन ही त्यांच्या लेखनाची उल्लेखनीय अशी बाब आहे.

त्यांची संपादित पुस्तके -

○ डायमंड सामाजिक ज्ञानकोश
○ डायमंड अर्थशास्त्रकोश
○ डायमंड भूगोल - पर्यावरणशास्त्रकोश
○ डायमंड क्रीडाज्ञानकोश
○ वस्तुनिष्ठ भूगोल
○ वस्तुनिष्ठ अर्थशास्त्र
○ वस्तुनिष्ठ शारीरिक शिक्षण
○ अर्थशास्त्रीय सिद्धान्त
○ Diamond Perfect Essays
○ Diamond Current Essays
○ Diamond Advanced Essays
○ Handbook of Letter Writing